D1882672

THE
AMARA KOSHA,
OR
SANSKRIT THESAURUS,
OF
AMARA SIMHA.

THE
AMARA KOSHA,
OR
SANSKRIT THESAURUS,
OF
AMARA SIMHA.

WITH MEANINGS IN ENGLISH AND KANARESE

By
LEWIS RICE

GYAN

Published by

Gyan Publishing House
5, Ansari Road
Daryaganj, New Delhi-110002
Phone: 011-47034999, 9811692060
E-mail: books@gyanbooks.com

Distribution Network
gyanbooks.com
India, USA, Canada, UK, Australia, France

© Publisher
All rights reserved. No part of this work may be reproduced, stored, adapted, or transmitted in any form or by any means, electronic, mechanical, photocopying, micro-filming, recording or otherwise, or translated in any language, without the prior written permission of the copyright owner and the publisher.

ISBN : 978-81-212-4244-8 (HB)
First Published, 1873

2nd Impression 2022

Printed at: Gyan Press, Delhi.

The book is sold subject to the condition that it shall not, by way of trade or otherwise, be lent, resold, hired out, or otherwise circulated without the prior publisher's written consent.

A TEXT-BOOK IN THE HISTORY OF EDUCATION
Author: LEWISRICE

THE

AMARA KÓSHA,

OR

SANSKRIT THESAURUS,

OF

AMARA SIMHA.

ಅಮರಕೋಶ

ವೆಂಬ ನಾಮಲಿಂಗಾನುಶಾಸನವು.

ಇಂಗ್ಲಿಷ್ ಕನ್ನಡ ಅರ್ಥ ಸಹಿತ.

WITH MEANINGS IN ENGLISH AND KANARESE

BY

LEWIS RICE,

Director of Public Instruction, Mysore and Coorg.

1873

PREFACE.

The *Amara Kósha* is perhaps one of the most popular books in the world. While the Hindu boy encounters it at the very threshold of his education, and the extent of his acquaintance with it is a criterion of the progress of his studies, on the other hand it is equally a companion of the ripest scholars and an authority whose decisions are unquestioned in the most learned assembly. This high reputation it has enjoyed for ages, and may in that respect compare among scientific works with the Elements of Euclid, which, to quote Lardner, 'for 2,000 years has been adopted as the basis of geometrical instruction in every part of the globe to which the light of science has penetrated.'

Tradition relates that on one occasion when *Shankaráchárya*, the zealous reformer of the Shaiva faith, committed the literature of heretical Bauddhas with many anathemas to the tender mercies of the waves, either of the Indian Ocean or of the river Tungabhadra, one book appeared floating with the security of an ark while the others all sank never more to appear. The *Amara Kósha* was the deathless work which waters would not drown, and which survives to the present day with a never diminishing popularity. "Amara's vocabulary" says Colebrooke "has prevailed wherever the Sanskrit language is cultivated, and the numerous other vocabularies which remain are consulted only where Amara's is either silent or defective. It has employed the industry of innumerable commentators, while none of the others, with the single exception of Hemachandra's, have been interpreted even by one annotator."

"The author by his appellation *Simha*" remarks Professor Wilson, "would seem to have belonged to the *Kshattriya* c[illegible] tribe, but it may merely designate his eminen[illegible] sense it is often conjoined to words: in like m[illegible] *Amara Deva*, another appellation by which he is [illegible] term is a Brahmanical surname, yet it may be m[illegible] alluding to his superior or divine merit. He is generally, and apparently with reason, considered to have been a follower of Buddha, although this is denied by one of his late commentators *Rámásrama*, and all tradition concurs in enumerating him amongst the learned men who, in metaphorical phraseology of the Hindús, are denominated the 'nine gems' of the court of Vikramáditya."

The period at which he lived, however, is not so clearly ascertained as the above would indicate. The same distinguished scholar has elaborately discussed the question, referring to the original authorities, and arrives at the following conclusion. "As the sum of the investigation I have only satisfied myself with the choice of one of two alternatives; either assent to the tradition which places *Amara Sinha* in the time of the primitive Vikramáditya, 56 years before the Christian era, or to the inference deduced from the contiguous position of a number of persons and things connected more or less directly with our author's supposed history, which designate the early part of the fifth century as the time at which Amara flourished."

To this Professor Goldstücker adds, "It is clear however from the doubt implied by his expression 'our author's *supposed* history,' that Wilson was more in favor of the first alternative; an inference borne out in his preface to the translation of the *Vishnu Purána*, where he speaks of Amara Sinha as having lived in the century prior to Christianity.

The best research on the age of Amara subsequent to that of Wilson, is that of Professor Lassen, who places Amara about the middle of the third century of the Christian era."

The author himself gives his work the name of *Námalingánusásana*, as designing it to be a guide to the genders as well as to [illegible] meanings of words. The classification will best be under[illegible] reference to the table of contents. The [illegible] are grouped [illegible] they have a relation direct or i[illegible] to the leading [illegible] gives a na[illegible] are placed.

Those of similar import are then put together and the whole versified. By the rules of *sandhi* which govern combinations, initial and final syllables of words become modified, and a term is thus sometimes transformed beyond recognition by any but a practised scholar in the language. Add to this that connective particles are frequently thrown in to fill up the metre, and grammatical and explanatory remarks interspersed without any break, and it will be seen that a reference to the Amara Kosha is not quite so simple a matter as to an English Dictionary. To begin with, some acquaintance with Hindu modes of thought is necessary to determine in what section to look for a word.

In the present edition, wherever possible, the words have been separated; when this could not be done, a small dot over a syllable indicates a combination to be mentally resolved. Grammatical and explanatory remarks have been placed within brackets. These simplifications have allowed the dispensing with a great deal of repetition involved in the ordinary form of *Tíka* or native commentary, wherein every term in the text is again given in its naked and uncombined form, which, indeed, he who runs may read, but which swells the work to an inconvenient size for the purpose now in hand, and imparts to the study of the book too much of routine.

It remains to state the reason for the issue of this work in its present form and the authorities on which it is based. It is for Kanarese boys in Government Schools that the work is designed. I have already stated that the Amara is an indispensable book of instruction for Hindus. Some portion of it is sure to be found in the village dominie's little bundle of manuscripts tied up in a handkerchief, which, together with the time-honoured cane, form his stock in trade of educational apparatus. Years are spent by boys in committing to memory chapter after chapter of its melodious verses without any attempt at a comprehension of their meaning. That is reserved for maturer years, if ever attained at all, certainly for none but advanced students. Though admitted to be parrot-like, no protest has had influence to produce the conviction that such a method of teaching is useless, no orders of authority have availed to stop the practice. Was the Amara forbiden in [illegible] vociferously and cheerfully got up out of school hou[illegible] with common consent evaded. At public examina[illegible] from the Amara always appeals to the popular sym[illegible] all the new-fangled lessons and arrangements of mo[illegible] at least, feel the spectators, is something we can conf[illegible] men, may be caught following in a subdued tone the [illegible] ed accents as they are shouted forth by the youngst[illegible]

It trains alike the voice and the ear to a goo[illegible] increases the power and accuracy of the memory, [illegible] number of by-standers ever ready to correct a slip; it [illegible] duction to the sacred language and thus provides [illegible] partaking in the merit arising from any cultivation th[illegible] more it is, and has for ages been, the custom to teach [illegible] on either or all of these grounds the practice is defende[illegible] with unassailable perseverance. To ignore a book wh[illegible] ed such a hold on the popular mind was impossible[illegible] and turn it to account as a text book of etymology [illegible] course than to leave it in the hands of unintelligent [illegible] the course therefore of preparing a series of Kanares[illegible] for popular use, I resolved to take the *Amara Kosha* [illegible] publish it with meanings and in a simpler form than [illegible] The work has increased in interest as I have gone on. [illegible] been interrupted and then taken up again in lei[illegible] Improvements have suggested themselves during its [illegible] together with rectification of the errors inseparable fr[illegible] tion of a book of this kind, will be incorporated with [illegible]

The authorities consulted in preparing the work [illegible] *Kannada Tikámara*, the *Andra Tikámara*, the *Guru B*[illegible] the *Námalingártha Chandrika*, Goldstücker's, Wilson[illegible] Sanskrit Dictionaries, C. P. Brown's Telugu Dicti[illegible] Carnataka Dictionary, Oliver's Indian Botany, &c. [illegible] that I did not succeed in procuring till the work [illegible] to an end, copies of the old Jain commentaries on [illegible] *iya* and *Appáji*. These, together with the *Manga Rája Nigh...u*, and any similar manuscript Kanarese works I may meet with, will be made use of in a second edition. I also hope to employ a copy of Colebrooke's translation of the Amara, which I have not yet had the advantage of seeing.

In conclusion, I have to record my acknowledgments to . Rámaswámi Shástri, Translator in the Educational Department, for revising the vernacular portions of the work and correcting the proof sheets.

LEWIS RICE.

BANGALORE, *April* 1873.

NOTE.—The system of spelling employed throughout this edition is that generally adopted by oriental scholars, with the exception that ś has been rendered as *sh*, which is its pronunciation in these parts.

CONTENTS.

KANDA III. Grammatical.

ಪೀಠಿಕೆ.

ಶ್ರೀ ಮದಾಂಧ್ರ ಕರ್ನಾಟಕಾದಿ ಇತರ ಭಾಷಾ ಮಾತೃ ಭೂತ ವಾದ ಸಂಸ್ಕೃತ ಭಾಷಾಭ್ಯಾಸಿಗಳಿಗೂ ದೇಶ ಭಾಷಾಭ್ಯಾಸಿಗಳಿಗೂ ಸಹ ಅತ್ಯಂತ ಸಾಧಕವಾದ ನಾಮಲಿಂಗಾನುಶಾಸನವೆಂಬ ಅಮರ ಕೋಶವು ಸಂಪೂರ್ಣವಾದ ನಿಘಂಟು ಯೆಂದು ಸರ್ವ ಜನಾಂಗೀಕೃತವಾಗಿ ಕೆಲವ ರು ವ್ಯಾಖ್ಯಾನ ಸಹಿತವಾಗಿಯೂ ಕೆಲವರು ಪ್ರತಿ ಪದ ಟೀಕಾ ಸಹಿತವಾ ಗಿಯೂ ಕೆಲವರು ಮೂಲ ಗ್ರಂಥ ಮಾತ್ರವೂ ಈ ಪ್ರಕಾರ ಮುದ್ರಾಪಿಸಿ ಬಹು ಪ್ರಾಚುರ್ಯವಾಗಿರುವದು ಸರಿಯಷ್ಟೆ.

ಅವುಗಳು ಕೇವಲ ಸಂಸ್ಕೃತ ವಿದ್ಯಾರ್ಥಿಗಳಿಗೆ ಮಾತ್ರ ಉಪ ಯೋಗವಾಗಿರುವದರಿಂದಲೂ ಶ್ಲೋಕಸ್ಥವಾದ ಸಮಾನಾರ್ಥಕ ಪದಗಳ ನ್ನೆಲ್ಲಾ ಟೀಕೆಯಲ್ಲಿ ಪುನಃ ಉದಹರಿಸಿ ಗ್ರಂಥವಿಸ್ತೃತವಾಗಿ ಕಾಣ ಬರು ವದರಿಂದಲೂ ಮೈಸೂರು ಶೀಮೆಯ ರಾಜಕೀಯ್ಯ ಕರ್ನಾಟಕ ಪಾಠಶಾ ಲೆಗಳಿಗಾಗಿ ಸುಲಭ ಮೌಲ್ಯಕ್ಕೆ ಕಾಲ ಕಾಲಕ್ಕೂ ಸಾಕಾದಷ್ಟು ಪ್ರತಿ ಗಳು ದೊರೆಯದೇ ಇದ್ದದ್ದರಿಂದಲೂ ಸಹ ಇದನ್ನು ರಾಜಕೀಯ್ಯ ಮು ದ್ರಾಕ್ಷರ ಶಾಲೆಯಲ್ಲಿ ಮುದ್ರಾಪಿಸ ಬೇಕೆಂದು ಸಂಕಲ್ಪಿಸಲಾಯಿತು.

ಇಂಥಾ ಸಂಕಲ್ಪವು ಸಿದ್ಧಿಸುವದಕ್ಕಾಗಿ ಗ್ರಂಥ ವಿಸ್ತರವಾಗದಂತೆ ಮೂಲಸ್ಥ ಪದಗಳಿಗೆ ಕನಡ, ಇಂಗ್ಲಿಷ್, ಈ ಯೆರಡು ಭಾಷೆಗಳಲ್ಲಿಯೂ ಅರ್ಥವಿರುವ ಹಾಗೆ ಮಾಡಲುದ್ಯಮಿಸಿ ಸಂಧಿ ವಿವೇಚನೆ, ಮೂಲಸ್ಥ ನಾಮ ಸಂಖ್ಯೆ, ಮೂಲಕಾರರ ಲಿಂಗಾದಿ ನಿರ್ಣಯ ಮುಂತಾದವುಗಳು ತಿಳಿಯುವಂತೆ ತಕ್ಕ ಸಂಕೇತಗಳನ್ನು ಕಲ್ಪಿಸಿ ಇವೆ.

ಹೀಗೆ ಕಲ್ಪಿತವಾದ ಸಂಕೇತಗಳು ಪಂಡಿತ ಪಾಮರ ಜನವೇದ್ಯ ವಾಗಿ ವಾಚಕ ಸೌಲಭ್ಯವಾಗುವದಕ್ಕಾಗಿ ಏತತ್ಪುಸ್ತಕಸ್ಥ ಸಂಕೇತ ವಿಧಿ, ಮುದ್ರಾಪನಕ್ರಮ, ಇವುಗಳನ್ನು ವಿಶದವಾಗಿ ಬರೆದು ಮುದ್ರಾಪನ ಕ್ರಮ ಸೂಚಿಕೆ ಯೆಂಬ ಹೆಸರನ್ನಿಟ್ಟು ಗ್ರಂಥಾರಂಭದಲ್ಲಿಯೇ ಶೇರಿಸಿ ಇದೆ.

ಇದನ್ನು ಮಾಡುವಾಗ ಗುರುಬಾಲ ಪ್ರಬೋಧಿಕೆ, ನಾಮಲಿಂಗಾರ್ಥ ಚಂದ್ರಿಕೆ, ಆಂಧ್ರ ಟೀಕಾಮರ, ಪ್ರಾಚೀನ ಮೂಲ ಗ್ರಂಥಗಳು, ಸಿದ್ಧಾಂತಕೌಮುದಿ, ಮುಂತಾದ ಇನ್ನೂ ಇತರ ಪುಸ್ತಕ ಸಹಾಯವಂ ಪಡೆದು ಇದ್ದು ಯಥಾಮತಿ ಪರಿಶೋಧಿಸಲಾಗಿದೆ.

ತಥಾಪಿ ಬುದ್ಧಿ ಪ್ರಮಾದ ಜನಿತ ದೋಷಗಳು ಕಂಡು ಬಂದರೆ ಅವುಗಳನ್ನೆಲ್ಲಾ ವಿಚಾರಿಸಿ ಅಧಿಕ ಪಾಠ ಶ್ಲೋಕಗಳ ವಿಷಯವಾಗಿಯೂ, ಪಾಠದ್ವಯ ವಿಷಯವಾಗಿಯೂ ಅರ್ಥ ವಿಚಾರವಾಗಿಯೂ ಸಹ ಚನ್ನಾಗಿ ಪರಿಶೀಲನೆ ಮಾಡಿ ಸಾಧ್ಯವಾದಲ್ಲಿ ಅವುಗಳನ್ನೆಲ್ಲಾ ದ್ವಿತೀಯವಾರ ಮುದ್ರಾಪಣೆಯಲ್ಲಿ ಸಮೀಕರಿಸ ಬಹುದೆಂಬುವದು.

ಅಮರಕೋಶ ಸಂಜ್ಞಿಕ ನಾಮಲಿಂಗಾನುಶಾಸನಸ್ಥ ವಿಷಯಾನುಕ್ರಮಣಿಕೆ.

ಪ್ರಥಮ ಕಾಂಡ ಪ್ರಾರಂಭಃ

ದ್ವಿತೀಯಕಾಂಡ ಪ್ರಾರಂಭಃ

ತೃತೀಯ ಕಾಂಡ ಪ್ರಾರಂಭಃ

ಮುದ್ರಾಪನ ಕ್ರಮ ಸೂಚಿಕೆ.

ಈ ಪುಸ್ತಕವನ್ನು ಅಚ್ಚು ಹಾಕುವದರಲ್ಲಿ ಮಾಡಿರುವ ಸಂಕೇತಗಳನ್ನೂ ವಿಧಿಗಳನ್ನೂ ತಿಳಿಸುವ ಕ್ರಮಕ್ಕೆ ಮುದ್ರಾಪನ ಕ್ರಮಸೂಚಿಕೆ ಎಂದು ಹೆಸರು. ಇದನ್ನು ಚನ್ನಾಗಿ ಓದಿ ಈ ಅಂಶಗಳನ್ನೆಲ್ಲಾ ಜ್ಞಾಪಕದಲ್ಲಿಟ್ಟುಕೊಂಡರೆ ಈ ಪುಸ್ತಕವನ್ನು ಸುಲಭವಾಗಿ ಓದ ಬಹುದು.

ಪ್ರತಿ ಪುಟದಲ್ಲಿಯೂ ಪ್ರಥಮತಃ ಮೂಲ ಶ್ಲೋಕಗಳೂ ಆಮೇಲೆ ಒಂದು ತಿರ್ಯಗ್ರೇಖೆಯೂ ಅದರ ಕೆಳಗೆ ಇಂಗ್ಲಿಷ ಭಾಷೆಯಲ್ಲಿ ಅರ್ಥವೂ ಅದರ ಕೆಳಗೆ ಕನ್ನಡದಲ್ಲಿ ಅರ್ಥವೂ ಬರುವಂತೆ ಮಾಡಿ ಒಂದೊಂದು ಪಂಕ್ತಿಗೆ ಅರ್ಥಶ್ಲೋಕ ಮುಗಿದು ಶ್ಲೋಕ ಸಂಖ್ಯೆಯೆಲ್ಲಾ ಬಲಗಡೆಯೇ ಕ್ರಮವಾಗಿ ಬರುವಂತೆ ಮಾಡಿ ಇಧೆ.

ಟೀಕೆಯಲ್ಲಿ ಮೂಲಸ್ಥ ಪದಗಳನ್ನೆಲ್ಲಾ ಬರೆಯುವದಕ್ಕೆ ಬದಲಾಗಿ ದೇವತೆ ಅಥವಾ ಮನುಷ್ಯ ಅಥವಾ ವಸ್ತುವಾಚಕವಾದ ಪರ್ಯಾಯ ಪದಗಳೆಷ್ಟು ಇವೆಯೋ ಅಷ್ಟಕ್ಕೆ ಆ ಸಂಖ್ಯೆಯನ್ನು ಬರೆದು ಆ ಅರ್ಥವನ್ನು ಬರೆದಿಧೆ. ಈ ವಿಷಯದಲ್ಲಿ ಮೂಲದೊಳಗೆ ಇಲ್ಲಿನ ಪರ್ಯಂತರ ಇರುವ ಪದಗಳೆಲ್ಲಾ ಈ ಪರ್ಯಾಯಾರ್ಥಗಳೆಂದು ತಿಳಿಯುವದಕ್ಕಾಗಿ ಮೂಲಸ್ಥ ಶ್ಲೋಕದ ಮಧ್ಯಾಂತ್ಯಗಳಲ್ಲಿ ಎಲ್ಲಿನ ವರಿವಿಗೆ ಆಯಾ ಪರ್ಯಾಯ ಪದಗಳು ಮುಗಿದಿವೆಯೋ ಅಲ್ಲಿ ಇಂಗ್ಲಿಷ್ ಅಕ್ಷರಗಳನ್ನು ಪರಿಮಿತಿ ಸೂಚಕವಾಗಿ ಹಾಕಿದೆ. ಉದಾಹರಣೆ ॥ ಸ್ವರವ್ಯಯಂ ಸ್ವರ್ಗನಾಕ ತ್ರಿದಿವತ್ರಿದಶಾಲಯಾಃ। ಸುರಲೋಕೋದ್ಯಾದಿವೌದ್ವೇ ಸ್ತ್ರಿಯಾಂಕ್ಲೀಬೇ ತ್ರಿವಿಷ್ಟಪಂ। a ೫ನೇ ಪುಟ ೬ನೇ ಶ್ಲೋಕವನ್ನು ನೋಡು. ಇದರಲ್ಲಿ a ಈ ಅಕ್ಷರವನ್ನು ಹಾಕಿರುವ ವರಿವಿಗೂ ಇರುವ ಪದಗಳೆಲ್ಲಾ ಸ್ವರ್ಗಕ್ಕೆ ಅರ್ಥವಾದ್ದರಿಂದ ಕನ್ನಡದಲ್ಲಿ a ಈ ಗುರ್ತನ್ನು ಹಾಕಿ ಸ್ವರ್ಗಲೋಕ ೯ ಎಂದು ಬರಧಿದೆ. ಹೀಗೆಯೇ ಶ್ಲೋಕದ ಮಧ್ಯದಲ್ಲಿ ಬರುವದನ್ನೂ ಊಹಿಸಲಾಗುವದು.

ಯಾವ ಪದವೂ ಅಲ್ಲದೆ ಮೂಲಕಾರರ ಲಿಂಗನಿರ್ಣಯಾದಿ ಸಂಕೇತಗಳು ಶ್ಲೋಕದಲ್ಲಿದ್ದರೆ ಅದನ್ನು ಲೆಖ್ಖ ಮಾಡುವ ಭ್ರಮನಿವಾರಕವಾಗಿ ಅಂಥವುಗಳನ್ನು ಆವರಣ ಚಿಹ್ನೆಯೊಳಗೆ ಸೇರಿಸಿ ಇವೆ ॥ ಉದಾಹರಣೆ ॥ ೫ನೇ ಪುಟ ೯-೧೦ನೇ ಶ್ಲೋಕಗಳಲ್ಲಿ, ಬೃಂದಾರಕಾ ದೈವತಾನಿ (ಪುಂಸಿವಾ) (ದೇವತಾಸ್ತ್ರಿಯಾಂ) ಮಹಾರಾಜಕ ಸಾಧ್ಯಾಶ್ಚ ರುದ್ರಾಶ್ಚ (ಗಣದೇವತಾಃ)। ಎಂಬದರಲ್ಲಿ (ಪುಂಸಿವಾ) (ಸ್ತ್ರಿ

ಯಾಂ) (ಗಣದೇವತಾಃ) ಎಂಬವು ಆವರಣ ಚಿನ್ಹೆಯಲ್ಲಿರುವದರಿಂದ ಪದ ಸಂಖ್ಯೆಗೆ ಸೇರಿದ್ದಲ್ಲವೆಂತಲೂ ಮೂಲಕಾರರ ಲಿಂಗನಿರ್ಣಯಾದಿ ಸಂಕೇತವೆಂತಲೂ ಗ್ರಹಿಸಬೇಕು. ಇಲ್ಲಿಂದಯಿಲ್ಲಿಗೆ ಇಷ್ಟು ಪದಗಳೆಂದು ತಿಳಿಯುವದಕ್ಕಾಗಿ ಪದಗಳನ್ನೆಲ್ಲಾ ಸಾಧ್ಯವಾದ ಮಟ್ಟಿಗೂ ವಿಂಗಡಿಸಿ ಹಾಕಿದೆ. ಸಂಧಿಕಾರ್ಯದಿಂದ ಪದಗಳನ್ನು ವಿಂಗಡಿಸಲಾಗದ ಪಕ್ಷದಲ್ಲಿ ಯಾವ ಅಕ್ಷರದಲ್ಲಿ ಸಂಧಿಸಿದೆಯೋ ಆ ಅಕ್ಷರದ ಮೇಲೆ ಒಂದು ಚುಕ್ಕೆಯನ್ನಿಟ್ಟಿದೆ. ಉದಾಹರಣೆ ೫ನೇ ಪುಟ ೧೦ನೇ ಶ್ಲೋಕದಲ್ಲಿ, ಅಸುರಾಃದೈತ್ಯ ದೈತೇಯ ದನುಜೇಂದ್ರಾರಿ ದಾನವಾಃ। ಎಂಬದರಲ್ಲಿ ಅಸುರ। ದೈತ್ಯ। ದೈತೇಯ। ಎಂಬ ಪದಗಳು ವಿಂಗಡಿಸಿ ಇರುವದರಿಂದಲೂ ದನುಜೇಂದ್ರಾರಿ ಎಂಬ ಕಡೆ ದನುಜ, ಇಂದ್ರಾರಿ ಎಂಬ ಪದಗಳ ಸಂಧಿ-ಜೆ-ಎಂಬಕ್ಷರದಲ್ಲಿ ಇರುವದರಿಂದ ಅದರ ಮೇಲೆ ಚುಕ್ಕೆ ಹಾಕಿದೆ ಎಂತಲೂ ಹೀಗೆಯೇ ತಿಳಿಯತಕ್ಕದ್ದು.

ಇಂಥ ಸಂಧಿಯನ್ನು ತಿಳಿಯಬೇಕಾದರೆ ಸಂಸ್ಕೃತ ಸ್ವರ ಸಂಧಿ ವ್ಯಂಜನ ಸಂಧಿ ವಿಷಯವಾದ ಸೂತ್ರಗಳು ತಿಳಿಯಬೇಕಾಗುತ್ತದೆ ಯಾದ್ದರಿಂದ ಸಂಕ್ಷೇಪವಾಗಿ ಅವುಗಳ ಮೂಲಸೂತ್ರಗಳನ್ನೂ ಇಲ್ಲಿ ಬರದಿದೆ. ಇದನ್ನು ಓದುವದಕ್ಕೆ ಮೊದಲು ವಾಗ್ವಿಧಾಯಿನಿ ಯಲ್ಲಿನ ಸೂತ್ರಗಳನ್ನು ತಿಳಕೊಂಡಿದ್ದರೆ ಇದಕ್ಕೆ ಸಹಾಯವಾಗಿರುವದು.

ಸಂಸ್ಕೃತ ಸ್ವರ ಸಂಧಿ.

೧ ಅ ಆ ಕಾರಗಳಿಗೆ ಅ ಆ ಕಾರಗಳು ಪರವಾದರೆ ಆಕಾರವಾಗುವದು. ಉದಾಹರಣೆ. ೫ನೇ ಪುಟ ೧೩ನೇ ಶ್ಲೋಕದಲ್ಲಿ-ಧಾತಾ + ಅಬ್ಜಯೋನಿಃ = ಧಾತಾಬ್ಜಯೋನಿಃ

ಇದೇಪ್ರಕಾರವೆ ಇಈ-ಉಊ-ಎಂಬವುಗಳು ಆಗುವವು.

೨ ಅ ಆ ಕಾರಗಳಿಗೆ ಇ ಈ ಕಾರಗಳು ಪರವಾದರೆ ಏಕಾರವೂ, ಉ ಊ ಕಾರಗಳು ಪರವಾದರೆ ಓ ಕಾರವೂ, ಋ ೠ ಕಾರಗಳು ಪರವಾದರೆ ಅರ್‌ಕಾರವೂ ಆಗುವದು; ಉದಾ: ೨೩ನೇ ಪುಟ ೭೯ನೇ ಶ್ಲೋಕ. ಸ್ವಾಹಾ + ಈಹಾ = ಸ್ವಾಹೇಹಾ. ೧೩ನೇ ಪುಟ ೧೦೬ನೇ ಶ್ಲೋಕ. ಬಾಹುಲ + ಊರ್ಜ = ಬಾಹುಲೋರ್ಜ. ೨೪ನೇ ಪುಟ ೧೮೩ನೇ ಶ್ಲೋಕ-ನಿಷಾದ + ಋಷಭ = ನಿಷಾದರ್ಷಭ ಇತ್ಯಾದಿಗಳು.

೩ ಅ ಆ ಕಾರಗಳಿಗೆ ಏ ಐ ಕಾರಗಳು ಪರವಾದರೆ ಐಕಾರವೂ ಓ ಔ ಕಾರಗಳು

ಪರವಾದರೆ ಔಕಾರವೂ ಆಗುವದು; ಉದಾ: ೧೦ನೇ ಪುಟ ೬೯ನೇ ಶ್ಲೋಕ. ಯಕ್ಷ+ಏಕಪಿಂಗ+ಐಲಬಿಲ=ಯಕ್ಷೈಕಪಿಂಗೈಲಬಿಲ. ಇತ್ಯಾದಿಗಳನ್ನೂ ಹಿಸಬೇಕು.

೪ ಇ-ಉ-ಋ ಕಾರಗಳು ಹ್ರಸ್ವ ಅಥವಾ ದೀರ್ಘವಾಗಿದ್ದು ಇವುಗಳಿಗೆ ಬೇರೆ ಸ್ವರಪರವಾದರೆ ಇಕಾರಕ್ಕೆ ಯಕಾರವೂ, ಉಕಾರಕ್ಕೆ ವಕಾರವೂ ಋಕಾರಕ್ಕೆ ರೇಫವೂ ಆದೇಶವಾಗುತ್ತವೆ, ಉದಾಹರಣೆ: ೧೧ನೇ ಪುಟ ೩೪ನೇ ಶ್ಲೋಕ. ಪ್ರಾಚೀ+ಅಪಾಚೀ=ಪ್ರಾಚ್ಯಪಾಚೀ. ೧೫ನೇ ಪುಟ ೧೧೬ನೇ ಶ್ಲೋಕ. ಅಮಾವಾಸ್ಯಾತು+ಅಮಾವಾಸ್ಯಾ=ಅಮಾವಾಸ್ಯಾತ್ವಮಾವಾಸ್ಯಾ ಇತ್ಯಾದಿಗಳು.

ವ್ಯಂಜನ ಸಂಧಿ.

೧ ಪರುಷಾಕ್ಷರಗಳಾಗಲಿ ಸರಳಾಕ್ಷರಗಳಾಗಲಿ ಪೂರ್ವಪದಾಂತ್ಯದಲ್ಲಿಯೂ ಪರಪದಾರಂಭದಲ್ಲಿಯೂ ಬಂದರೆ ಸಂಧಿಯಲ್ಲಿ ಯೇನೂ ಭೇದವಾಗುವದಿಲ್ಲ. ಉದಾ: ೧೩ನೇ ಪುಟ ೧೩೩ನೇ ಶ್ಲೋಕ. ಮುತ್+ಪ್ರೀತಿಃ=ಮುತ್ಪ್ರೀತಿಃ.

೨ ಪೂರ್ವಪದಾಂತ್ಯದ ಪರುಷಾಕ್ಷರಕ್ಕೆ ಸರಳಾಕ್ಷರ ಪರವಾದರೆ, ಆ ಪರುಷಾಕ್ಷರಕ್ಕೆ ಅದರ ಸರಳ ಅಲ್ಪಪ್ರಾಣವಾದೇಶವಾಗುವದು; ಉದಾ: ೨೭ನೇ ಪುಟ ೧೫೩ನೇ ಶ್ಲೋಕ. ವಾಕ್+ಪಾಣೀ=ವಾಗ್ಪಾಣೀ. ೫ನೇ ಪುಟ ೧೩ನೇ ಶ್ಲೋಕ. ವಿಶ್ವಸೃಟ್+ವಿಧಿಃ=ವಿಶ್ವಸೃಡ್ವಿಧಿಃ.

ಪೂರ್ವಪದಾಂತ್ಯದ ವರ್ಗೀಯಾಕ್ಷರಕ್ಕೆ ಯಾವ ಅನುನಾಸಿಕವು ಪರವಾದಾಗ್ಯೂ ಆಯಾ ವರ್ಗದ ಅನುನಾಸಿಕವೇ ವರ್ಗೀಯಾಕ್ಷರಕ್ಕೆ ಆದೇಶವಾಗುವದು; ಉದಾ: ೮ನೇ ಪುಟ. ೪೩ನೇ ಶ್ಲೋಕ ಸ್ವಾರಾಟ್+ನಮುಚಿಸೂದನಃ=ಸ್ವಾರಾಣ್ಣಮುಚಿಸೂದನಃ ಮತ್ತು ೪೪ನೇ ಶ್ಲೋಕ ತುರಾಷಾಟ್+ಮೇಘವಾಹನಃ=ತುರಾಷಾಣ್ಮೇಘವಾಹನಃ ೧೮ನೇ ಪುಟ. ೧೪೦ನೇ ಶ್ಲೋಕ. ಹೃತ್+ಮಾನಸಂ=ಹೃನ್ಮಾನಸಂ ಇತ್ಯಾದಿಗಳು. ಈ ಸೂತ್ರವು ಶ ಷ ಸ ಕಾರಗಳಿಗಲ್ಲ.

ಪೂರ್ವ ಪದಾಂತ್ಯದಲ್ಲಿರುವ ತ ಕಾರವು ಚ, ಜ, ಲ ಕಾರಗಳ ಮುಂದೆ ಆಯಾ ಅಕ್ಷರಗಳಾಗುತ್ತದೆ; ಉದಾ: ೧೦ನೇ ಪುಟ ೮೦ನೇ ಶ್ಲೋಕ. ವಿದ್ಯುತ್+ಚಂಚಲಾ=ವಿದ್ಯುಚ್ಚಂಚಲಾ. ೧೦ನೇ ಪುಟ. ೬೦ನೇ ಶ್ಲೋಕ. ಮರುತ್+ಜಗತ್ಪ್ರಾಣ=ಮರುಜ್ಜಗತ್ಪ್ರಾಣ. ೫ನೇ ಪುಟ ೧೯ನೇ ಶ್ಲೋಕ. ಮಾರ

ಜಿತ್ + ಲೋಕಜಿತ್ = ಪೂರಜಿಲ್ಲೋಕಜಿತ್. ಹೀಗೆಯೆ ಛ. ಝ. ಟ ಡ ಕಾರ ಗಳ ಮುಂದೆಯೂ ಆಗುತ್ತವೆಂದು ತಿಳಿಯತಕ್ಕದ್ದು.

೫. ಶ ವರ್ಣದ ಮುಂದೆ ತ ಕಾರದ ಕಾರಗಳು ಚಕಾರವಾಗಿಯೂ ಪರ ಪದದಶ ವರ್ಣವು ಛಕಾರವಾಗಿಯೂ ಭೇದವಾಗುತ್ತವೆ; ಉದಾ : ೫೫ನೇ ಪುಟ ೧೫೧ನೇ ಶ್ಲೋಕ. ಪಾಲೇಯುಸ್ಯಾತ್ + ಶೀತಶಿವಾ = ಪಾಲೆಯುಸ್ಯಾಚ್ಛೀತ ಶಿವಾ.

೬. ಹ ಕಾರದ ಮುಂದೆ ತ ಕಾರವು ದ ಕಾರವಾಗಿಯೂ ಆಹಕಾರವು ಧಕಾರವಾಗಿಯೂ ಭೇದವಾಗುತ್ತದೆ.

ಹೀಗೆಯೇ ಹಕಾರದ ಮುಂದೆ ಕಕಾರವು ಗಕಾರವಾಗಿಯೂ ಆಹಕಾರವು ಘಕಾರವಾಗಿಯೂ ಭೇದವಾಗುತ್ತದೆ.

ಹೀಗೆಯೇ ಟಕಾರವು ಡಕಾರವಾಗಿಯೂ ಆಹಕಾರವು ಢಕಾರವಾಗಿಯೂ ಆಗಬೇಕು. ಉದಾಹರಣೆಗಳನ್ನೂಹಿಸುವದು.

೭. ಸ್ವಲ್ಪ ಹೆಚ್ಚು ಕಡಿಮೆಯಾಗಿ ಯೆಲ್ಲಾ ಪ್ರಥಮಾ ವಿಭಕ್ತಿಗಳೂ ನಾಮವಾಚಕಗಳೂ ಸಂಸ್ಕೃತದಲ್ಲಿ ವಿಸರ್ಗದಿಂದ ಅಂತ್ಯವಾಗಿ ಇವು ಸಂಧಿಯಲ್ಲಿ ಬಹು ಭೇದವಾಗಿ ಕಾಣ ಬರುವದರಿಂದಲೂ ಪ್ರಾಯಶಃ ಈ ನಿಘಂಟಿನಲ್ಲಿ ಪ್ರಥಮಾ ವಿಭಕ್ತಿಗಳ ಪ್ರಯೋಗವೇ ಮುಖ್ಯವಾಗಿರುವದರಿಂದಲೂ ಸಹ ಈ ಕೆಳಗೆ ಬರುವ ವಿಸರ್ಗ ಸಂಧಿ ಸೂತ್ರಗಳನ್ನು ಚನ್ನಾಗಿ ತಿಳಿದರೆ ಈ ಪುಸ್ತಕದ ಮುಕ್ತಾಲು ಪಾಲು ಕ್ರಮವೆಲ್ಲಾ ಸುಲಭವೇ ಆಯಿತೆಂದು ನೆನಸಿ ಇವುಗಳನ್ನು ಬರೆದಿದೆ.

೮. ವಿಸರ್ಗಕ್ಕೆ ತವರ್ಗದ ಪರುಷಾಕ್ಷರಗಳು ಪರವಾದರೆ ಸಕಾರಾದೇಶವೂ ಚವರ್ಗದ ಪರುಷಾಕ್ಷರಗಳು ಪರವಾದರೆ ಶಕಾರಾದೇಶವೂ ಟವರ್ಗದ ಪರುಷಾಕ್ಷರಗಳು ಪರವಾದರೆ ಷಕಾರಾ ದೇಶವೂ ಬರುತ್ತದೆ. ಉದಾ. ೫ನೇ ಪುಟ ೭ನೇ ಶ್ಲೋಕ. ದೇವಾಃ + ತ್ರಿದಶಾಃ = ದೇವಾಸ್ತ್ರಿದಶಾಃ. ೫ನೇ ಪುಟ. ೧೬ನೇ ಶ್ಲೋಕ. ಸ್ವಯಂಭೂಃ + ಚತುರಾನನಃ = ಸ್ವಯಂಭೂಶ್ಚತುರಾನನಃ. ೧೭ನೇ ಪು. ೯೦ನೇ ಶ್ಲೋಕ. ದ್ಯುತಿಃ + ಛವಿಃ = ದ್ಯುತಿಶ್ಛವಿಃ ||

೯. ವಿಸರ್ಗಕ್ಕೆ ಕ ವರ್ಗ ಪ ವರ್ಗಗಳ ಪರುಷಾಕ್ಷರಗಳಾಗಲಿ ಶ ಷ ಸ ವರ್ಣಗಳಾಗಲಿ ಪರವಾದರೆ ಅಥವಾ ವಾಕ್ಯಾಂತ್ಯದಲ್ಲಿ ವಿಸರ್ಗ ಬಂದರೆ ಭೇದವಾಗದೆ ವಿಸರ್ಗವೇ ಇರುತ್ತದೆ. ಆದರೆ ಶ ಷ ಸ ವರ್ಣಗಳು ಪರವಾದಾಗ ವಿಸರ್ಗಕ್ಕೆ

ಬದಲಾಗಿ ಈ ವರ್ಣಗಳಿಗೆ ದ್ವಿತ್ವಾದೇಶ ಮಾಡುವದುಂಟು. ಉದಾ. ೫ನೇ ಪು. ೧೭ನೇ ಶ್ಲೋಕ. ವಿರಿಂಚಿಃ + ಕಮಲಾಸನಃ = ವಿರಿಂಚಿಃ ಕಮಲಾಸನಃ || ೭ನೇ ಪು. ೨೯ನೇ ಶ್ಲೋಕ. ವೈನತೇಯಃ + ಖಗೇಶ್ವರಃ = ವೈನತೇಯಃ ಖಗೇಶ್ವರಃ || ೬ನೇ ಪು. ೨೫ನೇ ಶ್ಲೋಕ. ಕಾಮಃ + ಪಂಚ ಶರಃ = ಕಾಮಃ ಪಂಚಶರಃ || ೭ನೇ ಪು. ೩೦ನೇ ಶ್ಲೋಕ. ಪಶುಪತಿಃ + ಶಿವಃ + ಶೂಲೀ = ಪಶುಪತಿಶ್ಶಿವಶ್ಶೂಲೀ || ೩೩ನೇ ಶ್ಲೋಕ. ಕೃಶಾನು ರೇತಾಃ + ಸರ್ವಜ್ಞೋ = ಕೃಶಾನುರೇತಾಸ್ಸರ್ವಜ್ಞೋ ; ಈ ಯೆರಡು ಉದಾಹರಣೆಗಳಲ್ಲಿ ವಿಸರ್ಗಕ್ಕೆ ಬದಲಾಗಿ ಶ ಸ ವರ್ಣಗಳು ದ್ವಿತ್ವಾದೇಶ ಉಂಟಾಗಿವೆ. ದ್ವಿತ್ವವಿಲ್ಲದೆ ಶಿವಃ ಶೂಲೀ ಯೆಂದು ವಿಸರ್ಗವಾದರೂ ಬರೆಯ ಬಹುದು. ಆದರೆ ಇದು ರೂಢಿಯಾದ ಪದ್ಧತಿಯಾಗಿದೆ. ಮತ್ತು ವಾಕ್ಯಾಂತ್ಯದಲ್ಲಿ ವಿಸರ್ಗವೇ ಇರುತ್ತದೆಂಬುವದು ಬಹು ಪ್ರಸಿದ್ಧವಾದ ಸಂಗತಿಯೇ.

ಹ್ರಸ್ವ ಅಕಾರದ ಮೇಲೆ ಇರುವ ವಿಸರ್ಗಕ್ಕೆ ಯಾವ ಸರಳಾಕ್ಷರವಾಗಲಿ ಅಥವಾ ಅಂತಸ್ಥಗಳು ಆಗಲಿ ಪರವಾದರೆ ಆ ವಿಸರ್ಗಕ್ಕೆ ಓಕಾರಾದೇಶ ಬರುತ್ತದೆ. ಮತ್ತು ವಿಸರ್ಗಕ್ಕೆ ಅಕಾರವು ಪರವಾದರೆ ಅಕಾರವನ್ನು ಬಿಟ್ಟು ಬಿಡುತ್ತಾರೆ; ಉದಾ: ೫ನೇ ಪು. ೧೪ನೇ ಶ್ಲೋಕ. ಷಡಭಿಜ್ಞಃ + ದಶಬಲಃ + ದ್ವಯವಾದೀ = ಷಡಭಿಜ್ಞೋ ದಶಬಲೋ ದ್ವಯವಾದೀ || ೧೩ನೇ ಶ್ಲೋ. ಸುಗತಃ + ಬುದ್ಧಃ + ಧರ್ಮ ರಾಜಃ = ಸುಗತೋ ಬುದ್ಧೋ ಧರ್ಮರಾಜಃ || ೧೬ನೇ ಶ್ಲೋಕ ಹಿರಣ್ಯ ಗರ್ಭಃ + ಲೋಕೇಶಃ = ಹಿರಣ್ಯಗರ್ಭೋ ಲೋಕೇಶಃ. ೬ನೇ ಪು. ೧೯ನೇ ಶ್ಲೋ. ಪೀತಾಂಬರಃ + ಅಚ್ಯುತಃ = ಪೀತಾಂಬರೋಽಚ್ಯುತಃ ||

ಅ ಆ ಕಾರಗಳ ಮೇಲೆ ಇರುವ ವಿಸರ್ಗ ವಿನಾಯಿಸಿ ಮತ್ಯಾವ ಸ್ವರಗಳ ಮೇಲಿನ ವಿಸರ್ಗಕ್ಕಾದರೂ ಸ್ವರಗಳೇ ಆಗಲಿ ಸರಳ ವ್ಯಂಜನಗಳೇ ಆಗಲಿ ಅನುನಾಸಿಕಗಳೇ ಆಗಲಿ ಅಂತಸ್ಥಗಳಾಗಲಿ ಪರವಾದರೆ ಆ ವಿಸರ್ಗಕ್ಕೆ ರೇಫವು ಆದೇಶವಾಗುತ್ತದೆ. ಉದಾ. ೬ನೇ ಪು. ೨೬ನೇ ಶ್ಲೋಕ. ಶಂಬರಾರಿಃ + ಮನಸಿಜಃ = ಶಂಬರಾರಿರ್ಮನಸಿಜಃ || ೨೭ನೇ ಶ್ಲೋಕ. ಬ್ರಹ್ಮಸೂಃ + ವಿಶ್ವಕೇತುಃ = ಬ್ರಹ್ಮಸೂರ್ವಿಶ್ವಕೇತುಃ || ೭ನೇ ಪು. ೩೦ನೇ ಶ್ಲೋಕ. ಶಂಭುಃ + ಈಶಃ = ಶಂಭುರೀಶಃ || ೩೯ನೇ ಶ್ಲೋಕ. ಸೇನಾನೀಃ + ಅಗ್ನಿಭೂಃ + ಗುಹಃ = ಸೇನಾನೀರಗ್ನಿಭೂರ್ಗುಹಃ ||

ಅಕಾರ ವಿನಾಯಿಸಿ ಸಾಮಾನ್ಯವಾಗಿ ವಿಸರ್ಗಕ್ಕೆ ಯಾವ ಸ್ವರವೇ ಆಗ

ಲಿ ಪರವಾದರೆ ವಿಸರ್ಗವು ಲೋಪಿಸುತ್ತದೆ. ಉದಾ. ೫ನೇ ಪು: ೪ನೇ ಶ್ಲೋಕ. ಅಮರ್ತ್ಯಾಃ+ಅಮೃತಾಂಧಸಃ=ಅಮರ್ತ್ಯಾ ಅಮೃತಾಂಧಸಃ || ೧೩ನೇ ಪು. ೯೨ನೇ ಶ್ಲೋಕ. ಧ್ರುವಃ+ಔತ್ತಾನಪಾದಿಃ=ಧ್ರುವ ಔತ್ತಾನಪಾದಿಃ || ೯೩ನೇ ಶ್ಲೋ. || ಜೀವಃ+ಆಂಗಿರಸಃ=ಜೀವ ಆಂಗಿರಸಃ ||

ಇದುವರೆಗೂ ಹೇಳಿದ ಸೂತ್ರಗಳು ಮುಖ್ಯವಾಗಿ ತಿಳಿಯಬೇಕಾದ್ದರಿಂದ ವಿದ್ಯಾರ್ಥಿಗಳಿಗೆ ಮಾರ್ಗಪ್ರದರ್ಶಕವಾಗಿರುವಂತೆ ಬರೆಯಲ್ಪಟ್ಟಿವೆ. ಇನ್ನೂ ಅನೇಕ ವಿಶೇಷ ವಿಧಿಗಳೂ ನಿಷೇಧಗಳೂ ಇರುವದರಿಂದ ಅವುಗಳನ್ನೆಲ್ಲಾ ಬರೆಯುವದು ಗ್ರಂಥ ವಿಸ್ತರಕ್ಕೆ ಅವಕಾಶವೆಂತಲೂ, ಮತ್ತು ಅವುಗಳು ಕೇವಲ ವ್ಯಾಕರಣ ಶಾಸ್ತ್ರಗಮ್ಯಗಳೆಂತಲೂ ನೆನಸಿ ಬರೆಯಲಿಲ್ಲವಾಯಿತು. ಮೂರನೇ ಕಾಂಡ ನಾನಾರ್ಥ ವರ್ಗದಲ್ಲಿ ಅನೇಕಾರ್ಥವುಳ್ಳ ಪದಗಳನ್ನು ಬಿಟ್ಟು ಆ ಅರ್ಥದ್ಯೋತಕಗಳಾದ ಪದಗಳನ್ನೆಲ್ಲಾ ಆವರಣ ಚಿಹ್ನೆಯಲ್ಲಿ ಸೇರಿಸಿ ಟೀಕೆಯಲ್ಲಿ ಆ ಅರ್ಥಗಳನ್ನೆಲ್ಲಾ ಬರೆದಿವೆ.

ಲಿಂಗಾದಿ ಸಂಗ್ರಹ ವರ್ಗವು ಶಾಸ್ತ್ರ ಪ್ರಮೇಯವಾದ್ದರಿಂದ ಸಂಪೂರ್ಣವಾಗಿ ಟೀಕೆಯನ್ನೆಲ್ಲಾ ಬರೆದಿದೆ.

THE

AMARA KOSHA.

ಅಮರಕೋಶ.

INTRODUCTION.

ಗ್ರಂಥ ಕರ್ತನ ಮಂಗಳ ಶ್ಲೋಕ.–ಗ್ರಂಥನಿರ್ಣಯ.

ಮೂಲ॥ ಯಸ್ಯಜ್ಞಾನದಯಾಸಿಂಧೋರಗಾಧಸ್ಯಾನಘಾಗುಣಾಃ ।
ಸೇವ್ಯತಾಮಕ್ಷಯೋಧೀರಾ ಸ್ಸಶ್ರಿಯೈಚಾಮೃತಾಯಚ ॥೧॥

ಟೀಕೆ॥ ಹೇಧೀರಾಃ ಎಲೈ ಪಂಡಿತರೇ । ಜ್ಞಾನದಯಾಸಿಂಧೋಃ । ಜ್ಞಾನ ಸರ್ವ ವಿಷಯಕವಾದ ಜ್ಞಾನಕ್ಕೂ । ದಯಾ ಕೃಪೆಗೂ । ಸಿಂಧೋಃ ಸಮುದ್ರ ಪ್ರಾಯನಾಗಿಯೂ । ಅಗಾಧಸ್ಯ ಗಂಭೀರನಾಗಿಯೂ ಯಿರುವ । ಯಸ್ಯ ಯಾವ ದೇವರ । ಗುಣಾಃ ಸರ್ವಜ್ಞತ್ವಾದಿಗುಣಗಳು । ಅನಘಾಃ ಪಾಪ ರಹಿತಗಳಾಗಿವೆಯೋ । ಅಕ್ಷಯಃ ನಾಶರಹಿತನಾದ । ಸಃ ಆ ದೇವರು । ಶ್ರಿಯೈಚ ಸಂಪತ್ತಿಗಾಗಿಯೂ । ಅಮೃತಾಯಚ ನಿತ್ಯ ಕೈವಲ್ಯಕ್ಕಾಗಿಯೂ । ಸೇವ್ಯತಾಂ ನಿಮ್ಮಿಂದ ಭಜಿಸಲ್ಪಡಲಿ॥

ತಾತ್ಪರ್ಯ॥ ಜ್ಞಾನಕೃಪಾ ವಿಶಿಷ್ಟನಾಗಿಯೂ ಪಾಪರಹಿತನಾಗಿಯೂ ಪರಿಶುದ್ಧ ಗುಣಗಳುಳ್ಳವನಾಗಿಯೂ ಯಿರುವ ಸರ್ವಶಕ್ತನಾದ ದೇವರು ಯಾರೋ ಅಂಥವನನ್ನು ಐಹಿಕ ಪ್ರಯೋಜನಕ್ಕಾಗಿಯೂ ಪರಲೋ

ಕದ ಶಾಶ್ವತ ಸುಖಕ್ಕಾಗಿಯೂ ಸೇವಿಸಿರಿ ಯೆಂದು ಪಂಡಿತರಿಗೆ ಅ
ಮರ ಸಿಂಹನು ಹೇಳುತ್ತಾನೆ॥

Meaning. 1. Praise, O ye learned, that Almighty Being who is an ocean of wisdom and love, the pure and eternal.

ಮೂಲ ॥ ಸಮಾಹೃತ್ಯಾನ್ಯತಂತ್ರಾಣಿಸಂಕ್ಷಿಪ್ತೈಃಪ್ರತಿಸಂಸ್ಕೃತೈಃ ।
ಸಂಪೂರ್ಣಮುಚ್ಯತೇವರ್ಗೈರ್ನಾಮಲಿಂಗಾನುಶಾಸನಂ ॥೨॥

ಟೀಕೆ ॥ ಅನ್ಯತಂತ್ರಾಣಿ ಇತರಗಳಾದ ತ್ರಿತಾಂಡಿ ವಾಗುರಿ ವಾಮನಾದಿಕೋಶಗಳನ್ನು। ಸಮಾಹೃತ್ಯ ಸಂಗ್ರಹಿಸಿ। ಸಂಕ್ಷಿಪ್ತೈಃ ಮಿತವಾಗಿ ಮಾಡಲ್ಪಟ್ಟವಾಗಿಯೂ। ಪ್ರತಿಸಂಸ್ಕೃತೈಃ ಅರ್ಥವನ್ನು ತಿಳಿಸುವ ಪ್ರತಿಸಂಸ್ಕೃತಪದಗಳುಳ್ಳವಾಗಿಯೂ ಯಿರುವ । ವರ್ಗೈಃ ಅನ್ಯೋನ್ಯಸಂಬಂಧ ಪರ್ಯಾಯ ಪದಸಮೂಹಗಳಿಂದ । ಸಂಪೂರ್ಣಂ ತುಂಬಿಯಿರುವ। ನಾಮಲಿಂಗಾನುಶಾಸನಂ ನಾಮಲಿಂಗಾನುಶಾಸನ ವೆಂಬ ಗ್ರಂಥವು । ಉಚ್ಯತೇ ಹೇಳಲ್ಪಡುತ್ತದೆ॥

ತಾತ್ಪರ್ಯ॥ ಈ ಗ್ರಂಥ ನಿರ್ಮಾಣಕ್ಕೆ ಪೂರ್ವದೊಳಗಿದ್ದ ವರರುಚಿ ಕೋಶಾದಿ ಗ್ರಂಥಗಳು ದೊಡ್ಡವಾಗಿಯೂ ಗಹನವಾಗಿಯೂ ಇದ್ದದ್ದರಿಂದ ಅವುಗಳಲ್ಲಿನ ಪದಗಳನ್ನೆಲ್ಲಾ ಸಂಗ್ರಹಿಸಿ ವೊಂದುಪ್ರಕರಣಕ್ಕೆ ಶೇರಬೇಕಾದ ಪದಗಳನ್ನೆಲ್ಲಾ ವಿಂಗಡಿಸಿ ಗುಂಪಾಗಿ ಶೇರಿಸಿ ೨೭ ವರ್ಗಗಳಾಗಿ ಭಾಗಿಸಿ, ನಾಮ ಲಿಂಗ ವಚನ ವ್ಯವ್ಯಸ್ಥೆಯನ್ನು ಮಾಡುತ್ತದೆ ಯಾದ್ದರಿಂದ ನಾಮಲಿಂಗಾನುಶಾಸನ ವೆಂಬ ಹೆಸರಿಟ್ಟು ಇದನ್ನು ರಚಿಸುತ್ತೇನೆಂದು ತಾತ್ಪರ್ಯವು॥

Meaning. 2. The *Vararuchi Kósha* and other vocabularies being too diffuse the author has compiled this *Námalingánushásana,* in which the terms are collected under 27 heads, with grammatical note

ಮೂಲ॥ ಪ್ರಾಯಶೋರೂಪಭೇದೇನಸಾಹಚರ್ಯಾಚ್ಚಕುತ್ರಚಿತ್ ।
ಸ್ತ್ರೀಪುಂನಪುಂಸಕಂಜ್ಞೇಯಂತದ್ವಿಶೇಷವಿಧೇಃಕ್ವಚಿತ್ ॥೩॥

ಟೀಕೆ॥ ಸ್ತ್ರೀಪುಂನಪುಂಸಕಂ ಸ್ತ್ರೀಲಿಂಗ ಪುಂಲಿಂಗ ನಪುಂಸಕಲಿಂಗಗಳು ಪ್ರಾಯಶಃ ಬಹಳವಾಗಿ। ರೂಪಭೇದೇನ ಶಬ್ದಗಳ ರೂಪವ್ಯತ್ಯಾಸ

ಗಳಿಂದಲೂ । ಕುತ್ರಚಿತ್ ಹಾಗೆ ತಿಳಿಯದ ಕೆಲವು ಸ್ಥಳಗಳಲ್ಲಿ । ಸಾಹಚರ್ಯಾಚ್ಚ ಲಿಂಗ ಭೇದ ತಿಳಿಯಬಹುದಾದ ಮತ್ತೊಂದು ಪದದ ಸಾಮೀಪ್ಯದಿಂದಲೂ । ಕ್ವಚಿತ್ ಈ ಯೆರಡರಿಂದಲೂ ತಿಳಿಯದ ಇತರ ಸ್ಥಳಗಳಲ್ಲಿ । ವಿಶೇಷವಿಧೇಃ ಈ ಶಬ್ದವು ಈ ಲಿಂಗವುಳ್ಳದ್ದೆಂದು ಹೇಳುವದ್ದರಿಂದಲೂ। ಜ್ಞೇಯಂ ತಿಳಿಯತಕ್ಕದ್ದು॥

ತಾತ್ಪರ್ಯ॥ ಪುಂಸ್ತ್ರೀ ನಪುಂಸಕಲಿಂಗ ನಿರ್ಣಯವನ್ನು ಬಹುಶಃ ರೂಪ ಭೇದದಿಂದಲೂ ಕೆಲವುಕಡೆ ಲಿಂಗವ್ಯವಸ್ಥೆ ಯುಂಟಾದ ಮತ್ತೊಂದು ಪದದ ಸಾನ್ನಿಧ್ಯದಿಂದಲೂ ಹಾಗೆ ಆಗದಲ್ಲಿ ಇಂಥ ಲಿಂಗವೆಂದು ಕಂಠಶಃ ಹೇಳುವದ್ದರಿಂದಲೂ ತಿಳಿಯ ಬೇಕೆಂದಭಿಪ್ರಾಯವು॥

Meaning. 3. The gender of those words only is given which cannot be distinguished either by their terminations or by their association with other words whose gender is known.

ಮೂಲ॥ ಭೇದಾಖ್ಯಾನಾ ಯನದ್ವಂದ್ವೋ ನೈಕಶೇಷೋ ನಸಂಕರಃ।
ಕೃತೋತ್ರಭಿನ್ನಲಿಂಗಾನಾ ಮನುಕ್ತಾನಾಂ ಕ್ರಮಾದೃತೇ ॥೪॥

ಟೀಕೆ॥ ಅತ್ರ ಈ ಗ್ರಂಥದಲ್ಲಿ। ಅನುಕ್ತಾನಾಂ ಮತ್ತೊಂದು ಸ್ಥಳದೊಳಗೆ ಹೇಳಲ್ಪಡದೇ ಇರುವ । ಭಿನ್ನಲಿಂಗಾನಾಂ ಬೇರೆಬೇರೆ ಲಿಂಗಗಳುಳ್ಳ ಪದಗಳಿಗೆ। ಭೇದಾಖ್ಯಾನಾಯ ಲಿಂಗಭೇದವನ್ನು ಹೇಳುವದಕ್ಕೋಸ್ಕರ। ದ್ವಂದ್ವಃ ದ್ವಂದ್ವಸಮಾಸವು। ನಕೃತಃ ಮಾಡಲ್ಪಡಲಿಲ್ಲ। ಕ್ರಮಾದೃತೇ ಪ್ರಸ್ತಾವಸಂಗತಿಯನ್ನು ವಿನಾ। ಸಂಕರಃ ಕೂಡಿಕೆಯೂ। ನಕೃತಃ ಮಾಡಲ್ಪಡಲಿಲ್ಲ॥

ತಾತ್ಪರ್ಯ॥ ಈ ಗ್ರಂಥದೊಳಗೆ ದ್ವಂದ್ವಸಮಾಸವು ಮಾಡಲಿಲ್ಲ ಪ್ರಸ್ತಾವಸಂಗತಿಯನ್ನು ವಿನಾಯಿಸಿ ಕೂಡಿಕೆಯೂ ಮಾಡಲಿಲ್ಲ ಆದ್ದರಿಂದ ಪ್ರಾಯಶಃ ರೂಪಭೇದದಿಂದ ಲಿಂಗನಿರ್ಣಯವಾಗುತ್ತದೆ.

Meaning. 4. But throughout the work the form alone will in most cases reveal the gender, as *dvandva* compounds have not been admitted, nor words associated together which are unconnected in meaning.

ಮೂಲ॥ ತ್ರಿಲಿಂಗ್ಯಾಂ ತ್ರಿಷ್ವಿತಿಪದಂ ಮಿಥುನೇ ತುದ್ವಯೋರಿತಿ। ನಿಷಿದ್ಧಲಿಂಗಂ
ಶೇಷಾರ್ಥಂ ತ್ವಂತಾಥಾ ದಿನಪೂರ್ವಭಾಕ್ ॥೫॥

ಟೀಕೆ॥ ತ್ರಿಲಿಂಗ್ಯಾಂ ಮೂರು ಲಿಂಗಗಳಲ್ಲಿಯೂ ಯೆಂದು ಹೇಳತಕ್ಕ ಸ್ಥಳದ ಲ್ಲಿ। ತ್ರಿಷ್ವಿತಿಪದಂ (ತ್ರಿಷು) ಯೆಂಬುವ ಪದವೂ। ಮಿಥುನೇತು ಪುಲಿಂಗ ಸ್ತ್ರೀಲಿಂಗಗಳೆರಡರಲ್ಲಿಯೂ ಯೆಂದು ಹೇಳಬೇಕಾದ ಸ್ಥಳದಲ್ಲಿ। ದ್ವಯೋರಿತಿಪದಂ (ದ್ವಯೋಃ) ಯೆಂಬುವಪದವೂ ಹೇಳಲ್ಪಡುತ್ತದೆ।

ನಿಷಿದ್ಧಲಿಂಗಂ ನಿಷೇಧಿಸಲ್ಪಟ್ಟ ಲಿಂಗವುಳ್ಳಪದವೂ। ಶೇಷಾರ್ಥಂ ನಿಂತ ಲಿಂಗವುಳ್ಳಪದವೂ ತ್ವಂ, ತ, ತು ಯೆಂಬಪದಗಳೇ ತುದಿಯಲ್ಲಿ ಕೂಡಿಸಿ ಪ್ರಯೋಗಿಸಲ್ಪಟ್ಟಪದವೂ। ಅಥಾದಿ ಅಥಯೆಂಬ ಪದವೇ ಮೊದಲಿನಲ್ಲಿ ಶೇರಿಸಿ ಪ್ರಯೋಗಿಸಲ್ಪಟ್ಟಪದವೂ। ನಪೂರ್ವಭಾಕ್ ಮೊದಲಿನ ಪದಗಳಿಗೆ ಸಂಬಂಧಿಸಿದ್ದಲ್ಲ॥

ತಾತ್ಪರ್ಯ॥ ಮೂರು ಲಿಂಗಗಳಲ್ಲಿಯೂ ವುಂಟೆಂದು ಸೂಚಿಸುವದಕ್ಕೆ (ತ್ರಿಷು ಯೆಂಬಪದವೂ ಪುಂಸ್ತ್ರೀಲಿಂಗಗಳೆರಡರಲ್ಲಿ ವುಂಟೆಂಬುವದಕ್ಕೆ (ದ್ವಯೋಃ) ಯೆಂಬಪದವೂ ಶ್ಲೋಕಗಳ ಮಧ್ಯದಲ್ಲಿ ಶೇರಿಸಲ್ಪಟ್ಟಿರುತ್ತವೆಂತಲೂ ಆಸ್ತ್ರಿಯಾಂ ಯೆಂದರೆ ಸ್ತ್ರೀಲಿಂಗವನ್ನುಳಿದು ನಿಂತ ಯೆರಡು ಲಿಂಗಗಳಲ್ಲಿಯೂ ವುಂಟೆಂತಲೂ ಪದಗಳ ಅಂತ್ಯದಲ್ಲಿ ತ್ವಂ, ತ, ತು ಯೆಂಬವು ಇದ್ದಾಗ್ಯೂ ಆದಿಯಲ್ಲಿ ಅಥ ಯೆಂಬ ಅವ್ಯಯ ವಿದ್ದಾಗ್ಯೂ ಇವುಗಳಿಗೆ ಮೊದಲಿನಲ್ಲಿನ ಪದವಿಷಯವಾಗಿ ಅನ್ವಯಿಸಕೂಡದೆಂತಲೂ ತಾತ್ಪರ್ಯವು॥

Meaning. 5. Words of *common gender* are distinguished by the abbreviation (ತ್ರಿಷು), those which are both *masculine* and *feminine* by (ದ್ವಯೋಃ), those which are only *masculine* and *neuter* by (ಅಸ್ತ್ರಿಯಾಂ). The affixes ತ್ವಂ, ತ, ತು, and the conjunction ಅಥ refer to the words which follow and not to those which precede them.

ಇದು ಗ್ರಂಥ ನಿರ್ಣಯ ಪ್ರಕರಣವು.

I. SVARGA-VARGA.—ಸ್ವರ್ಗ ವರ್ಗ.

ಸ್ವ'ರವ್ಯಯಂ ಸ್ವರ್ಗ ನಾಕ ತ್ರಿದಿವ ತ್ರಿದಶಾಲಯಾಃ ।
ಸುರಲೋಕೋ'ದ್ಯೋ'ದಿವೌ (ದ್ವೇಸ್ತ್ರಿಯಾಂ) (ಕ್ಲೀಬೇ) ತ್ರಿವಿಷ್ಟಪಂ॥ a ॥೬॥
ಅಮರಾ ನಿರ್ಜರಾ ದೇವಾ'ಸ್ತ್ರಿದಶಾ ವಿಬುಧಾ'ಸ್ಸುರಾಃ ।
ಸುಪರ್ವಾಣ'ಸ್ಸುಮನಸ'ಸ್ತ್ರಿದಿವೇಶಾ'ದಿವೌಕಸಃ ॥ ॥೭॥
ಆದಿತೇಯಾ ದಿವಿಷದೋ'ಲೇಖಾ'ಅದಿತಿನಂದನಾಃ ।
ಆದಿತ್ಯಾ ಋಭವೋ'ಸ್ವಪ್ನಾ ಅಮರ್ತ್ಯಾ ಅಮೃತಾಂಧಸಃ ॥ ॥೮॥
ಬರ್ಹಿರ್ಮುಖಾಃ ಕ್ರತುಭುಜೋ'ಗೀರ್ವಾಣಾ'ದಾನವಾರಯಃ ।
ಬೃಂದಾರಕಾ ದೈವತಾನಿ (ಪುಂಸಿವಾ) ದೇವತಾ (ಸ್ತ್ರಿಯಾಂ)॥ b ॥೯॥
ಆದಿತ್ಯ ವಿಶ್ವ ವಸವ'ಸ್ತುಷಿತಾ ಭಾಸ್ವರಾ'ನಿಲಾಃ ।
ಮಹಾರಾಜಿಕ ಸಾಧ್ಯಾ'ಶ್ಚ ರುದ್ರಾ'ಶ್ಚ (ಗಣದೇವತಾಃ)॥ c ॥೧೦॥
ವಿದ್ಯಾಧರೋ'ಪ್ಸರೋ'ಯಕ್ಷ ರಕ್ಷೋ'ಗಂಧರ್ವ ಕಿನ್ನರಾಃ ।
ಪಿಶಾಚೋ'ಗುಹ್ಯಕ'ಸ್ಸಿದ್ಧೋ'ಭೂತೋ'(ಮೀ ದೇವ ಯೋನಯಃ)॥ d ॥೧೧॥
ಅಸುರಾ ದೈತ್ಯ ದೈತೇಯ ದನುಜೇಂದ್ರಾರಿ ದಾನವಾಃ ।
ಶುಕ್ರಶಿಷ್ಯಾ'ದಿತಿಸುತಾಃ ಪೂರ್ವದೇವಾ'ಸ್ಸುರದ್ವಿಷಃ॥ e ॥೧೨॥
ಸರ್ವಜ್ಞ'ಸ್ಸುಗತೋ'ಬುದ್ಧೋ'ಧರ್ಮರಾಜ'ಸ್ತಥಾಗತಃ ।
ಸಮಂತ ಭದ್ರೋ'ಭಗವಾ'ನ್ಮಾರಜಿ'ಲ್ಲೋಕಜಿ'ಜ್ಜಿನಃ ॥ ॥೧೩॥
ಷಡಭಿಜ್ಞೋ'ದಶಬಲೋ'ದ್ವಯವಾದೀ ವಿನಾಯಕಃ ।
ಮುನೀಂದ್ರ'ಶ್ಶ್ರೀಘನ'ಶ್ಶಾಸ್ತಾ ಮುನಿ'(ಶ್ಶಾಕ್ಯಮುನಿ ಸ್ತು ಯಃ)॥ f ॥೧೪॥
(ಸ) ಶಾಕ್ಯಸಿಂಹ'ಸ್ಸರ್ವಾರ್ಥಸಿದ್ಧ'ಶ್ಶೌದ್ಧೋದನಿ'ಶ್ಚ (ಸಃ) ।
ಗೌತಮ'ಶ್ಚಾರ್ಕಬಂಧುಶ್ಚ ಮಾಯಾದೇವೀಸುತ'ಶ್ಚ ಸಃ॥ g ॥೧೫॥
ಬ್ರಹ್ಮಾ'ತ್ಮಭೂ'ಸ್ಸುರಜ್ಯೇಷ್ಠಃ ಪರಮೇಷ್ಠೀ ಪಿತಾಮಹಃ ।
ಹಿರಣ್ಯಗರ್ಭೋ'ಲೋಕೇಶ'ಸ್ಸ್ವಯಂಭೂ'ಶ್ಚತುರಾನನಃ ॥ ॥೧೬॥
ಧಾತಾ'ಬ್ಜಯೋನಿ'ರ್ದ್ರುಹಿಣೋ ವಿರಿಂಚಿಃ ಕಮಲಾಸನಃ ।
ಸ್ರಷ್ಟಾ ಪ್ರಜಾಪತಿ'ರ್ವೇಧಾ ವಿಧಾತಾ ವಿಶ್ವಸೃ'ಡ್ವಿಧಿಃ॥ h ॥೧೭॥

---

a 9, Svarga *(Paradise)*. b 26, Demigods. c 9, Celestial attendants. d 10, Offspring of celes- e 10, Asuras. f 18, Buddha. g 6, The Buddha of Shákya Muni. h 20, Brahma.

a ಸ್ವರ್ಗಲೋಕ ೯. b ದೇವತೆಗಳು ೨೬. c ಗಣ ದೇವತೆಗಳು ೯. d ದೇವತೆಗಳ ಉತ್ಪತ್ತಿ ಸ್ಥಾನವಾಗಿ ಉಳ್ಳವರು ೧೦. e ಅಸುರರೆಂಬ ದೈತ್ಯರು ೧೦. f ಬುದ್ಧ ದೇವ ೧೮. g ಶಾಕ್ಯರಿಗೆ ಯಾರು ಪೂಜ್ಯನೋ ಅಂಥಾಬುದ್ಧ ದೇವರು ೬. h ಬ್ರಹ್ಮನು ೨೦.

ವಿಷ್ಣುರ್ನಾರಾಯಣಃ ಕೃಷ್ಣೋ ವೈಕುಂಠೋ ವಿಷ್ಟರಶ್ರವಾಃ ।
ದಾಮೋದರೋ ಹೃಷೀಕೇಶಃ ಕೇಶವೋ ಮಾಧವಃ ಸ್ವಭೂಃ ॥ ॥೧೮॥
ದೈತ್ಯಾರಿಃ ಪುಂಡರೀಕಾಕ್ಷೋ ಗೋವಿಂದೋ ಗರುಡಧ್ವಜಃ ।
ಪೀತಾಂಬರೋಽಚ್ಯುತಃ ಶಾರ್ಙ್ಗೀ ವಿಷ್ವಕ್ಸೇನೋ ಜನಾರ್ದನಃ ॥ ॥೧೯॥
ಉಪೇಂದ್ರ ಇಂದ್ರಾವರಜಶ್ಚಕ್ರಪಾಣಿಶ್ಚತುರ್ಭುಜಃ ।
ಪದ್ಮನಾಭೋ ಮಧುರಿಪುರ್ವಾಸುದೇವಸ್ತ್ರಿವಿಕ್ರಮಃ ॥ ॥೨೦॥
ದೇವಕೀನಂದನಃ ಶೌರಿಃ ಶ್ರೀಪತಿಃ ಪುರುಷೋತ್ತಮಃ ।
ವನಮಾಲೀ ಬಲಿಧ್ವಂಸೀ ಕಂಸಾರಾತಿರಧೋಕ್ಷಜಃ ॥ ॥೨೧॥
ವಿಶ್ವಂಭರಃ ಕೈಟಭಜಿದ್ವಿಧುಃ ಶ್ರೀವತ್ಸಲಾಂಛನಃ ॥ *a*
ವಸುದೇವೋ (ಽಸ್ಯ ಜನಕಸ್ಸ ಏವಾ)ನಕದುಂದುಭಿಃ ॥ *b* ॥೨೨॥
ಬಲಭದ್ರಃ ಪ್ರಲಂಬಘ್ನೋ ಬಲದೇವೋಽಚ್ಯುತಾಗ್ರಜಃ ।
ರೇವತೀರಮಣೋ ರಾಮಃ ಕಾಮಪಾಲೋ ಹಲಾಯುಧಃ ॥ ॥೨೩॥
ನೀಲಾಂಬರೋ ರೌಹಿಣೇಯಸ್ತಾಲಾಂಕೋ ಮುಸಲೀ ಹಲೀ ।
ಸಂಕರ್ಷಣಸ್ಸೀರಪಾಣಿಃ ಕಾಲಿಂದೀಭೇದನೋ ಬಲಃ ॥ *c* ॥೨೪॥
ಮದನೋ ಮನ್ಮಥೋ ಮಾರಃ ಪ್ರದ್ಯುಮ್ನೋ ಮೀನಕೇತನಃ ।
ಕಂದರ್ಪೋ ದರ್ಪಕೋಽನಂಗಃ ಕಾಮಃ ಪಂಚಶರಸ್ಸ್ಮರಃ ॥ ॥೨೫॥
ಶಂಬರಾರಿರ್ಮನಸಿಜಃ ಕುಸುಮೇಷುರನನ್ಯಜಃ ।
ಪುಷ್ಪಧನ್ವಾ ರತಿಪತಿರ್ಮಕರಧ್ವಜ ಆತ್ಮಭೂಃ ॥ *d* ॥೨೬॥
ಬ್ರಹ್ಮಸೂರ್ವಿಶ್ವಕೇತು (ಸ್ಸ್ಯಾ)ದನಿರುದ್ಧ ಉಷಾಪತಿಃ । *e*
ಲಕ್ಷ್ಮೀಃ ಪದ್ಮಾಲಯಾ ಪದ್ಮಾ ಕಮಲಾ ಶ್ರೀರ್ಹರಿಪ್ರಿಯಾ ॥ *f* ॥೨೭॥
(ಶಂಖೋ ಲಕ್ಷ್ಮೀಪತೇಃ) ಪಾಂಚಜನ್ಯ (ಶ್ಚಕ್ರಂ) ಸುದರ್ಶನಂ ।
ಕೌಮೋದಕೀ (ಗದಾ ಖಡ್ಗೋ) ನಂದಕಃ ಕೌಸ್ತುಭೋ ಮಣಿಃ ॥ ॥೨೮॥
(ಚಾಪ) ಶ್ಶಾರ್ಙ್ಗಂ (ಮುರಾರೇಸ್ತು) ಶ್ರೀವತ್ಸೋ (ಲಾಂಛನಂ ಮತಂ ॥) *g*

---

a 39, Vishnu. *b* 2, Vishnu's father. *c* 17, Bala Ráma. *d* 19, Manmatha (*Cupid*). *e* 4, Aniruddha. *f* 6, Lakshmi. *g* Vishnu's 1 conch, 1 discus, 1 club, 1 sword, 1 breast jewel, 1 bow, 1 lucky mark or curl on breast.

[a]ವಿಷ್ಣು ೩೯. [b]ಕೃಷ್ಣರೂಪನಾದ ವಿಷ್ಣುವಿನ ತಂದೆ ೨. [c]ಬಲರಾಮನು ೧೭. [d]ಮನ್ಮಥನು ೧೯. [e]ಅನಿರುದ್ಧನು ೪. [f]ಲಕ್ಷ್ಮೀದೇವಿಯು ೬. [g]ವಿಷ್ಣುವಿನ ಶಂಖ ೧. ಚಕ್ರ ೧. ಗದೆ ೧. ಖಡ್ಗ ೧. ಮಣಿಯು ೧. ಬಿಲ್ಲು ೧. ವಿಷ್ಣು ಮೂರ್ತಿಯಲ್ಲಿರುವ ಸೌಭಾಗ್ಯ ಚಿಹ್ನ ೧.

ಗರುತ್ಮಾನ್ಗರುಡಸ್ತಾರ್ಕ್ಷ್ಯೋ ವೈನತೇಯಃ ಖಗೇಶ್ವರಃ ।
ನಾಗಾಂತಕೋ ವಿಷ್ಣುರಥಸ್ಸುಪರ್ಣಃ ಪನ್ನಗಾಶನಃ ॥ [a] ||೨೯||
ಶಂಭುರೀಶಃ ಪಶುಪತಿಃ ಶಿವಃ ಶೂಲೀ ಮಹೇಶ್ವರಃ ।
ಈಶ್ವರಃ ಶರ್ವ ಈಶಾನಃ ಶಂಕರಶ್ಚಂದ್ರಶೇಖರಃ ॥ ||೩೦||
ಭೂತೇಶಃ ಖಂಡಪರಶುರ್ಗಿರೀಶೋ ಗಿರಿಶೋ ಮೃಡಃ ।
ಮೃತ್ಯುಂಜಯಃ ಕೃತ್ತಿವಾಸಾಃ ಪಿನಾಕೀ ಪ್ರಮಥಾಧಿಪಃ ॥ ||೩೧||
ಉಗ್ರಃ ಕಪರ್ದೀ ಶ್ರೀಕಂಠಃ ಶಿತಿಕಂಠಃ ಕಪಾಲಭೃತ್ ।
ವಾಮದೇವೋ ಮಹಾದೇವೋ ವಿರೂಪಾಕ್ಷಸ್ತ್ರಿಲೋಚನಃ ॥ ||೩೨||
ಕೃಶಾನುರೇತಾಸ್ಸರ್ವಜ್ಞೋ ಧೂರ್ಜಟಿರ್ನೀಲಲೋಹಿತಃ ।
ಹರಃ ಸ್ಮರಹರೋ ಭರ್ಗಸ್ತ್ರ್ಯಂಬಕಸ್ತ್ರಿಪುರಾಂತಕಃ ॥ ||೩೩||
ಗಂಗಾಧರೋಽಂಧಕರಿಪುಃ ಕ್ರತುಧ್ವಂಸೀ ವೃಷಧ್ವಜಃ ।
ವ್ಯೋಮಕೇಶೋ ಭವೋ ಭೀಮಃ ಸ್ಥಾಣೂ ರುದ್ರ ಉಮಾಪತಿಃ ॥ [b] ||೩೪||
(ಕಪರ್ದೋಽಸ್ಯ) ಜಟಾಜೂಟಃ ಪಿನಾಕೋಽಜಗವಂ (ಧನುಃ)
ಪ್ರಮಥಾ (ಸ್ಸ್ಯುಃ) ಪಾರಿಷದಾ ಬ್ರಾಹ್ಮೀತ್ಯಾದ್ಯಾಸ್ತು ಮಾತರಃ ॥ ||೩೫||
ವಿಭೂತಿರ್ಭೂತಿರೈಶ್ವರ್ಯ (ಮಣಿಮಾದಿಕಮಷ್ಟಧಾ) । [c]
ಉಮಾ ಕಾತ್ಯಾಯನೀ ಗೌರೀ ಕಾಳೀ ಹೈಮವತೀಶ್ವರೀ ॥ ||೩೬||
ಶಿವಾ ಭವಾನೀ ರುದ್ರಾಣೀ ಶರ್ವಾಣೀ ಸರ್ವಮಂಗಳಾ ।
ಅಪರ್ಣಾ ಪಾರ್ವತೀ ದುರ್ಗಾ ಮೃಡಾನೀ ಚಂಡಿಕಾಂಬಿಕಾ ॥ [d] ||೩೭||
ವಿನಾಯಕೋ ವಿಘ್ನರಾಜ ದ್ವೈಮಾತುರ ಗಣಾಧಿಪಾಃ ।
(ಅಪ್ಯೇ)ಕ ದಂತ ಹೇರಂಬ ಲಂಬೋದರ ಗಜಾನನಾಃ ॥ [e] ||೩೮||
ಕಾರ್ತಿಕೇಯೋ ಮಹಾಸೇನಶ್ಶರಜನ್ಮಾ ಷಡಾನನಃ ।
ಪಾರ್ವತೀ ನಂದನಸ್ಸ್ಕಂದಸ್ಸೇನಾನೀರಗ್ನಿಭೂರ್ಗುಹಃ ॥ ||೩೯||

---

[a] 9, Vishnu's vehicle, Garuda. [b] 48, Shiva. [c] Shiva's 1 matted hair, 2 bow, 3 attendants, 4 seven energies, 5 eight faculties. [d] 17, Párvati, Shiva's wife. [e] 8, Ganésha, Shiva's son.

[a]ವಿಷ್ಣು ದೇವರ ವಾಹನವಾದ ಗರುಡನು ೯. [b]ಶಿವನು ೪೮. [c]ಜಟಾ ಜೂಟವೆಂಬ ಶಿವನ ಮುಡಿ ೧, ಬಿಲ್ಲು ೨. ಸಭೆಯಲ್ಲಿರುವ ನಂದಿಮುಂತಾದ ಗಣಂಗಳು ೩, ಬ್ರಾಹ್ಮೀಮುಂತಾದ ಸಪ್ತಮಾತೃಕೆಯರು ೪. ಎಂಟು ಬಗೆಯಾಗಿರುವ ಅಣಿಮಾದಿ ಸಿದ್ಧಿಗಳು ೫. [d]ಶಿವಪತ್ನಿಯಾದ ಪಾರ್ವತೀದೇವಿ ೧೭, [e]ಶಿವಪುತ್ರನಾದ ಗಣಪತಿಯು ೮.

ಬಾಹುಲೇಯಸ್ತಾರಕಜಿದ್ವಿಶಾಖಶ್ಶಿಖಿವಾಹನಃ ।
ಷಾಣ್ಮಾತುರಶ್ಶಕ್ತಿಧರಃ ಕುಮಾರಃ ಕ್ರೌಂಚದಾರಣಃ ॥ a ॥೪೦॥
ಇಂದ್ರೋ ಮರುತ್ವಾನ್ಮಘವಾ ಬಿಡೌಜಾಃ ಪಾಕಶಾಸನಃ ।
ವೃದ್ಧಶ್ರವಾಶ್ಶುನಾಸೀರಃ ಪುರುಹೂತಃ ಪುರಂದರಃ ॥ ॥೪೧॥
ಜಿಷ್ಣುರ್ಲೇಖರ್ಷಭಶ್ಶಕ್ರಶ್ಶತಮನ್ಯುರ್ದಿವಸ್ಪತಿಃ ।
ಸುತ್ರಾಮಾ ಗೋತ್ರಭಿದ್ವಜ್ರೀ ವಾಸವೋ ವೃತ್ರಹಾ ವೃಷಾ ॥ ॥೪೨॥
ವಾಸ್ತೋಷ್ಪತಿಸ್ಸುರಪತಿರ್ಬಲಾರಾತಿಶ್ಶಚೀಪತಿಃ ।
ಜಂಭಭೇದೀ ಹರಿಹಯಃ ಸ್ವಾರಾಣ್ಣಮುಚಿಸೂದನಃ ॥ ॥೪೩॥
ಸಂಕ್ರಂದನೋ ದುಶ್ಚ್ಯವನಸ್ತುರಾಷಾಣ್ಮೇಘವಾಹನಃ ।
ಆಖಂಡಲಸ್ಸಹಸ್ರಾಕ್ಷ ಋಭುಕ್ಷಾ (ಸ್ತಸ್ಯತು ಪ್ರಿಯಾ) ॥ b ॥೪೪॥
ಪುಲೋಮಜಾ ಶಚೀಂದ್ರಾಣೀ (ನಗರೀ) ತ್ವಮರಾವತೀ ।
(ಹಯ) ಉಚ್ಚೈಶ್ಶ್ರವಾ (ಸ್ಸೂತೋ) ಮಾತಲಿರ್ನಂದನಂ(ವನಂ) ॥ ॥೪೫॥
ಸ್ಯಾತ್ಪ್ರಾಸಾದೋ ವೈಜಯಂತೋ ಜಯಂತಃ ಪಾಕಶಾಸನಿಃ ।
ಐರಾವತೋಭ್ರಮಾತಂಗೈರಾವಣಾಭ್ರಮುವಲ್ಲಭಾಃ ॥ ॥೪೬॥
ಹ್ರಾದಿನೀ ವಜ್ರ (ಮಸ್ತ್ರೀಸ್ಯಾ) ತ್ಕುಲಿಶಂ ಭಿದುರಂ ಪವಿಃ ।
ಶತಕೋಟಿಸ್ಸ್ವರುಶ್ಶಂಬೋ ದಂಭೋಲಿರಶನಿ(ರ್ದ್ವಯೋಃ) ॥ c ॥೪೭॥
ವ್ಯೋಮಯಾನಂ ವಿಮಾನೋಸ್ತ್ರೀ (ನಾರದಾದ್ಯಾ) ಸ್ಸುರರ್ಷಯಃ ।
(ಸ್ಯಾ)ತ್ಸುಧರ್ಮಾ ದೇವಸಭಾಪಿ ಯೂಷಮಮೃತಂಸುಧಾ ॥ d ॥೪೮॥
ಮಂದಾಕಿನೀ ವಿಯದ್ಗಂಗಾ ಸ್ವರ್ಣದೀ ಸುರದೀರ್ಘಿಕಾ । e
ಮೇರುಸ್ಸುಮೇರುರ್ಹೇಮಾದ್ರೀ ರತ್ನಸಾನುಸ್ಸುರಾಲಯಃ ॥ f ॥೪೯॥
(ಪಂಚೈತೇದೇವತರವೋ) ಮಂದಾರಃಪಾರಿಜಾತಕಃ ।
ಸಂತಾನಃ ಕಲ್ಪವೃಕ್ಷಶ್ಚ (ಪುಂಸಿವಾ) ಹರಿಚಂದನಂ ॥ g ॥೫೦॥

---

a 17, Kumára, Shiva's son. b 35, Indra. c Indra's 3 wife, 1 capital, 1 horse, 1 charioteer, 1 garden, 1 palace, 2 son, 4 elephant, 10 thunderbolt weapon. d 2, Celestial chariots. 1, Celestial rishis, 2, Celestial assemblies. 3, Ambrosia. e 4 The celestial Ganges. f 5 Mount Meru g 5 Celestial trees.

a ಶಿವಪುತ್ರನಾದ ಕುಮಾರಸ್ವಾಮಿ ೧೭. b ದೇವೇಂದ್ರನು ೩೫. c ಇಂದ್ರನ ಭಾರ್ಯೆಯು ೩. ಪಟ್ಟಣವು ೧. ಕುದುರೆ ೧. ಸಾರಥಿ ೧. ತೋಟ ೧. ಉಪ್ಪರಿಗೆ ೧. ಕುಮಾರನು ೨. ಆನೆ ೪. ವಜ್ರಾಯುಧ ೧೦. d ದೇವರಥ. ೨. ನಾರದನು ಮೊದಲಾದ ಋಷಿಗಳು ೧. ದೇವತೆಗಳ ಸಭೆಯು ೨. ಅಮೃತ ೩. e ಆಕಾಶ ಗಂಗೆ ೪ f ಮೇರು ಪರ್ವತ ೫. g ದೇವತಾ ಕಲ್ಪ ವೃಕ್ಷಗಳು. ೫.

ಸನತ್ಕುಮಾರೋ ವೈಧಾತ್ರಃ *a* ಸ್ವರ್ವೈದ್ಯಾವಶ್ವಿನೀಸುತೌ।
ನಾಸತ್ಯಾವಶ್ವಿನೌ ದಸ್ರಾವಾಶ್ವಿನೇಯೌ ಚ (ತಾವುಭೌ)॥ *b* ॥೫೧॥
(ಸ್ತ್ರಿಯಾಂ ಬಹುಷ್ವ)ಪ್ಸರಸಃ ಸ್ವರ್ವೇಶ್ಯಾ (ಊರ್ವಶೀಮುಖಾಃ)। *c*
(ಹಾಹಾಹೂಹೂಶ್ಚೈವಮಾದ್ಯಾ)ಗಂಧರ್ವಾ(ಸ್ತ್ರಿದಿವೌಕಸಾಂ)॥ *d* ॥೫೨॥
ಅಗ್ನಿರ್ವೈಶ್ವಾನರೋ ವಹ್ನಿರ್ವೀತಿಹೋತ್ರೋ ಧನಂಜಯಃ।
ಕೃಪೀಟಯೋನಿರ್ಜ್ವಲನೋ ಜಾತವೇದಾಸ್ತನೂನಪಾತ್॥ ॥೫೩॥
ಬರ್ಹಿಃ ಶುಷ್ಮಾ ಕೃಷ್ಣವರ್ತ್ಮಾ ಶೋಚಿಷ್ಕೇಶ ಉಷರ್ಬುಧಃ।
ಆಶ್ರಯಾಶೋ ಬೃಹದ್ಭಾನುಃ ಕೃಶಾನುಃ ಪಾವಕೋಽನಲಃ॥ ॥೫೪॥
ರೋಹಿತಾಶ್ವೋ ವಾಯುಸಖಃ ಶಿಖಾವಾನಾಶುಶುಕ್ಷಣಿಃ।
ಹಿರಣ್ಯರೇತಾ ಹುತಭುಗ್ದಹನೋ ಹವ್ಯವಾಹನಃ॥ ॥೫೫॥
ಸಪ್ತಾರ್ಚಿರ್ದಮುನಾಃ ಶುಕ್ರಶ್ಚಿತ್ರಭಾನುರ್ವಿಭಾವಸುಃ।
ಶುಚಿರಪ್ಪಿತ್ತಂ *e* ಔರ್ವ(ಸ್ತು) ಬಾಡಬೋ ಬಡಬಾನಲಃ॥ *f* ॥೫೬॥
ವಹ್ನೇ(ರ್ದ್ವಯೋ)ರ್ಜ್ವಾಲಕೀಲಾವರ್ಚಿರ್ಹೇತಿಃ ಶಿಖಾ(ಸ್ತ್ರಿಯಾಂ)।
(ತ್ರಿಷು) ಸ್ಫುಲಿಂಗೋಽಗ್ನಿಕಣಃ ಸ್ಸಂತಾಪಸ್ಸಂಜ್ವರ(ಸ್ಸಮೌ)॥ *g* ॥೫೭॥
ಧರ್ಮರಾಜಃ ಪಿತೃಪತಿಸ್ಸಮವರ್ತೀ ಪರೇತರಾಟ್।
ಕೃತಾಂತೋ ಯಮುನಾಭ್ರಾತಾ ಶಮನೋ ಯಮರಾಡ್ಯಮಃ॥ ॥೫೮॥
ಕಾಲೋ ದಂಡಧರಃ ಶ್ರಾದ್ಧದೇವೋ ವೈವಸ್ವತೋಽಂತಕಃ। *h*
ರಾಕ್ಷಸಃ ಕೌಣಪಃ ಕ್ರವ್ಯಾತ್ಕ್ರವ್ಯಾದೋಽಸ್ರಪ ಆಶರಃ॥ ॥೫೯॥
ರಾತ್ರಿಂಚರೋ ರಾತ್ರಿಚರಃ ಕರ್ಬುರೋ ನಿಕಷಾತ್ಮಜಃ।
ಯಾತುಧಾನಃ ಪುಣ್ಯಜನೋ ನೈರೃತೋ ಯಾತು ರಕ್ಷಸಿ॥ *i* ॥೬೦॥
ಪ್ರಚೇತಾ ವರುಣಃ ಪಾಶೀ ಯಾದಸಾಂಪತಿರಪ್ಪತಿಃ। *j*
ಶ್ವಸನಃ ಸ್ಪರ್ಶನೋ ವಾಯುರ್ಮಾತರಿಶ್ವಾ ಸದಾಗತಿಃ॥ ॥೬೧॥

---

a 2, Brahma's son. *b* 6, Ashvinis, the two celestial physicians. *c* 2, Apsaras, celestial courtesans. *d* 1, Gandharvas celestial musicians. *e* 34, Agni (*Fire*). *f* 3, Submarine fire. *g* 4, Agni's flames, 2, Agni's sparks. 2, Agni's heat. *h* 14, Yama (*Pluto*). *i* 15, Nairiti. *j* 5, Varuna (*Neptune*).

[a]ಬ್ರಹ್ಮ ಪುತ್ರನಾದ ಸನತ್ಕುಮಾರನು ೨. [b]ದೇವ ವೈದ್ಯರಾದ ಅಶ್ವಿನಿ ದೇವತೆಗಳು ೬. [c]ದೇವತಾ ವೇಶ್ಯೆಯರು ೨. [d]ದೇವ ಗಾಯಕರು ೧. [e]ಅಗ್ನಿ ಹೋತ್ರನು ೩೪. [f]ಬಡಬಾಗ್ನಿ ೩. [g]ಅಗ್ನಿ ಯಜ್ವಾಲೆ ೪. ಕಿಡಿಗಳು ೨. ಬಿಸಿ ೨. [h]ಯಮ ಧರ್ಮರಾಯನು ೧೪. [i]ನೈರುತಿ ೧೫. [j]ವರುಣನು ೫.

ಪೃಷದಶ್ವೋಽಗಂಧವಹೋಽ ಗಂಧವಾಹಾಽನಿಲಾಽಽಶುಗಾಃ ।
ಸಮೀರ ಮಾರುತ ಮರುಜ್ಜಗತ್ಪ್ರಾಣ ಸಮೀರಣಾಃ ॥ ||೬೨||
ನಭಸ್ವದ್ವಾತ ಪವನ ಪವಮಾನ ಪ್ರಭಂಜನಾಃ । *a*
ಪ್ರಾಣೋಽಪಾನಸ್ಸಮಾನ (ಶ್ಚೋ) ದಾನವ್ಯಾನೌ (ಚ) ವಾಯವಃ ॥ ||೬೩||
(ಶರೀರಸ್ಥಾ ಇಮೇ) *b* ರಂಹಸ್ತರಸೀ ತು ರಯಸ್ಸ್ಯದಃ ।
ಜವೋ(ಽಥ) *c* ಶೀಘ್ರಂ ತ್ವರಿತಂ ಲಘು ಕ್ಷಿಪ್ರಮರಂ ದ್ರುತಂ ॥ ||೬೪||
ಸತ್ವರಂ ಚಪಲಂ ತೂರ್ಣಮವಿಲಂಬಿತಮಾಶು (ಚ) । *d*
ಸತತಾಽನಾರತಾಽಶ್ರಾಂತ ಸಂತತಾಽವಿರತಾಽನಿಶಂ ॥ ||೬೫||
ನಿತ್ಯಾಽನವರತಾಽಜಸ್ರಮಪ್ಯ *e* (ಥಾ)ತಿಶಯೋ ಭರಃ ।
ಅತಿವೇಲಭೃಶಾಽತ್ಯರ್ಥಾಽತಿಮಾತ್ರೋದ್ಗಾಢ ನಿರ್ಭರಂ ॥ ||೬೬||
ತೀವ್ರೈಕಾಂತ ನಿತಾಂತಾನಿ ಗಾಢ ಬಾಢ ದೃಢಾನಿ (ಚ) । *f*
(ಕ್ಲೀಬೇ) ಶೀಘ್ರಾದ್ಯಸತ್ವೇ ಸ್ಯಾತ್ತ್ರಿಷ್ವೇಷಾಂ ಭೇದ್ಯಗಾಮಿ ಯತ್ ॥ ||೬೭||
ಕುಬೇರಸ್ತ್ರ್ಯಂಬಕಸಖೋ ಯಕ್ಷರಾಡ್ಗುಹ್ಯಕೇಶ್ವರಃ ।
ಮನುಷ್ಯಧರ್ಮಾ ಧನದೋ ರಾಜರಾಜೋ ಧನಾಧಿಪಃ ॥ ||೬೮||
ಕಿನ್ನರೇಶೋ ವೈಶ್ರವಣಃ ಪೌಲಸ್ತ್ಯೋ ನರವಾಹನಃ ।
ಯಕ್ಷೈಕಪಿಂಗೈಲಬಿಲ ಶ್ರೀದ ಪುಣ್ಯಜನೇಶ್ವರಾಃ ॥ *g* ||೬೯||
(ಅಸ್ಯೋದ್ಯಾನಂ) ಚೈತ್ರರಥಂ (ಪುತ್ರಸ್ತು) ನಲಕೂಬರಃ ।
ಕೈಲಾಸ(ಸ್ಥಾನ)ಮಲಕಾ (ಪೂ)ರ್ವಿಮಾನಂ(ತು) ಪುಷ್ಪಕಂ ॥ *h* ||೭೦||
(ಸ್ಯಾ)ತ್ಕಿನ್ನರಃ ಕಿಂಪುರುಷಸ್ತುರಂಗವದನೋ ಮಯುಃ । *i*
ನಿಧಿ(ರ್ನಾ)ಶೇವಧಿ (ರ್ಭೇದಾಃ) ಪದ್ಮಶಂಖಾದಯೋ ನಿಧೇಃ । *j* ||೭೧||

॥ ಇತಿ ಸ್ವರ್ಗವರ್ಗಃ ॥

---

a 20, Vâyu (*Wind*). *b* 5, The five vital airs in the body. *c* 5, Swift motion. *d* 11, Speed. *e* 9, Incessant action, time. *f* 14, Excess. *g* 17, Kubera. *h* Kubera's 1 garden, 1 son, 1 residence, 1 city, 1 car. *i* 4, Kinnaras. *j* 2, Kubera's nine treasures.

a ವಾಯುವು ೨೦. *b* ಶರೀರದಲ್ಲಿರುವ ವಾಯುವು ೫. *c* ವೇಗದೊಡಗೂಡಿರುವ ಗಮನ ೫. *d* ಶೀಘ್ರ ಅಥವಾ ವೇಗ ೧೧. *e* ಎಡೆಬಿಡದ ಕ್ರಿಯೆ ಮತ್ತು ಕಾಲಗಳು ೯. *f* ಅತಿಶಯ ೧೪. *g* ಕುಬೇರನು ೧೭. *h* ಕುಬೇರನ ತೋಟ ೧. ಈತನ ಮಗ ೧. ಈತನು ಇರುವಸ್ಥಲ ೧. ಈತನ ಪಟ್ಟಣ ೧. ಈತನ ವಿಮಾನ ೧. *i* ಕಿನ್ನರರು ೪. *j* ಕುಬೇರನ ನವನಿಧಿಗಳು ೨.

II. VYOMA-VARGA—ವ್ಯೋಮ ವರ್ಗ.

ದ್ಯೋದಿವೌ(ದ್ವೇಸ್ತ್ರಿಯಾ) ಮಭ್ರಂವ್ಯೋಮ ಪುಷ್ಕರ ಮಂಬರಂ।
ನಭೋಂತರಿಕ್ಷಂ ಗಗನ ಮನಂತಂ ಸುರವರ್ತ್ಮ ಖಂ॥ ॥೩೨॥
ವಿಯದ್ವಿಷ್ಣುಪದಂ (ವಾತುಪುಂಸ್ಯಾ) ಕಾಶವಿಹಾಯಸಿ। *a*

॥ ಇತಿ ವ್ಯೋಮ ವರ್ಗಃ ॥

III. DIG-VARGA.—ದಿಗ್ವರ್ಗ.

(ದಿಶ) ಸ್ತ್ರಿ ಕಕುಭಃ ಕಾಷ್ಠಾ ಆಶಾ (ಶ್ಚ) ಹರಿತ (ಶ್ಚ) (ತಾಃ) ॥ ॥೩೩॥
ಪ್ರಾಚ್ಯವಾಚೀ ಪ್ರತೀಚ್ಯ(ಸ್ತಾಃ) ಪೂರ್ವದಕ್ಷಿಣ ಪಶ್ಚಿಮಾಃ।
ಉತ್ತರಾದಿಗುದೀಚೀ (ಸ್ಯಾ) ದ್ದಿಶ್ಯಂ (ತುತ್ರಿಷುದಿಗ್ಭವೆ) ॥ *b* ॥೩೪॥
ಇಂದ್ರೋ ವಹ್ನಿಃ ಪಿತೃಪತಿ ರ್ನೈರ್‍ಋತೋ ವರುಣೋ ಮರುತ್।
ಕುಬೇರಈಶಃ(ಪತಯಃ) (ಪೂರ್ವಾದೀನಾಂ ದಿಶಾಂಕ್ರಮಾತ್) ॥ *c* ॥೩೫॥
ಐರಾವತಃ ಪುಂಡರೀಕೋ ವಾಮನಃ ಕುಮುದೋಂಜನಃ।
ಪುಷ್ಪದಂತ ಸ್ಸಾರ್ವಭೌಮ ಸ್ಸುಪ್ರತೀಕ (ಶ್ಚ ದಿಗ್ಗಜಾಃ) ॥ *d* ॥೩೬॥
(ಕರಿಣ್ಯೋ) ಭ್ರಮುಃ ಕಪಿಲಾ ಪಿಂಗಳಾನುಪಮಾ(ಕ್ರಮಾತ್)।
ತಾಮ್ರಕರ್ಣೀ ಶುಭ್ರದಂತೀ (ಚಾಂ)ಗನಾ(ಚಾಂ)ಜನಾವತೀ ॥ *e* ॥೩೭॥
(ಕ್ಲೀಬಾ) (ವ್ಯಯಂ)ತ್ವಪದಿಶಂ (ದಿಶೋ(ರ್ಮಧ್ಯೆ) ವಿದಿಕ್(ಸ್ತ್ರಿಯಾಂ)। *f*
ಅಭ್ಯಂತರಂ(ತ್ವ)ಂತರಾಳಂ *g* ಚಕ್ರವಾಳಂ(ತು) ಮಂಡಲಂ ॥ *h* ॥೩೮॥
ಅಭ್ರಂಮೇಘೋ ವಾರಿವಾಹ ಸ್ತನಯಿತ್ನು ರ್ಬಲಾಹಕಃ।
ಧಾರಾಧರೋ ಜಲಧರ ಸ್ತಟಿತ್ವಾ ನ್ವಾರಿದೋಂಬುಭೃತ್ ॥ ॥೩೯॥
ಘನ ಜೀಮೂತ ಮುದಿರಜಲಮುಗ್ಧೂಮಯೋನಯಃ। *i*
ಕಾದಂಬಿನೀ ಮೇಘಮಾಲಾ *j* (ತ್ರಿಷು) (ಮೇಘಭವೆ)ಭ್ರಿಯಂ ॥ *k* ॥೪೦॥

---

a 16, The sky. *b* 5 The cardinal points. 1 East, 1 South, 1 West, 1 North, 1 belonging to either quarter. *c* 8, The eight regents of the cardinal points. *d* 8, The eight elephants of the cardinal points. *e* 8, The wives of those elephants. *f* 2, The intermediate points. *g* 2, The middle region. *h* 2, Circular objects. *i* 15, Clouds. *j* 2, A line of clouds. *k* 1, Any thing produced from the clouds.

*a*ಆಕಾಶ ೧೬. *b*ದಿಕ್ಕುಗಳಸಾಮಾನ್ಯ ನಾಮಗಳು ೫. ಪೂರ್ವ ೧. ದಕ್ಷಿಣ ೧ ಪಶ್ಚಿಮ ೧. ಉತ್ತರ ೧. ದಿಕ್ಕುಗಳಲ್ಲಿ ಹುಟ್ಟಿದವಸ್ತು ೧. *c*ಅಷ್ಟ ದಿಕ್ಪಾಲಕರು ೮. *d* ಕ್ರಮವಾಗಿ ಅಷ್ಟದಿಗ್ಗಜಗಳು ೮. *e*ಅಷ್ಟದಿಗ್ಗಜಗಳ ಭಾರ್ಯೆಗಳು ೮. *f*ದಿಕ್ಕುಗಳ ನಡುವೆ ಇರುವ ಮೂಲೆಗಳು ೨. *g*ಮಧ್ಯ ಪ್ರದೇಶ ೨. *h*ಮಂಡಲಾಕಾರದಿಂ ಗುಂಡಾಗಿರುವ ವಸ್ತು ೨. *i*ಮೇಘಗಳು ೧೫. *j*ಮೇಘಪಜ್ತಿ ೨. *k*ಮೇಘದಲ್ಲಿ ಹುಟ್ಟಿದ ಜಲಾದಿಗಳು ೧.

ಸ್ತನಿತಂ ಗರ್ಜಿತಂ (ಮೇಘನಿರ್ಘೋಷೇ) ರಸಿತಾದಿ ಚ । *a*
ಶಂಪಾ ಶತಹ್ರದಾ ಹ್ರಾದಿನ್ಯೈರಾವತ್ಯಃ ಕ್ಷಣಪ್ರಭಾ ॥ ॥೮೧॥
ತಡಿತ್ಸೌದಾಮಿನೀ ವಿದ್ಯುಚ್ಚಂಚಲಾ ಚಪಲಾ (ಅಪಿ ಚ) । *b*
ಸ್ಫೂರ್ಜಥುರ್ವಜ್ರನಿರ್ಘೋಷೋ *c* ಮೇಘಜ್ಯೋತಿರಿರಮ್ಮದಃ ॥ *d* ॥೮೨॥
ಇಂದ್ರಾಯುಧಂ ಶಕ್ರಧನುಃ *e* (ತದೇವ ಋಜು) ರೋಹಿತಂ । *f*
ವೃಷ್ಟಿರ್ವರ್ಷಂ (ತದ್ವಿಘಾತೇ) *g* ಅವಗ್ರಹಾವಗ್ರಹೌ (ಸಮೌ) *h* ॥೮೩॥
ಧಾರಾಸಂಪಾತ ಆಸಾರಃ *i* ಶೀಕರೋಂಬುಕಣಾಃ (ಸ್ಮೃತಾಃ) । *j*
ವರ್ಷೋಪಲ(ಸ್ತು) ಕರಕಾ *k* (ಮೇಘಚ್ಛನ್ನೇಹ್ನಿ) ದುರ್ದಿನಂ ॥ *l* ॥೮೪॥
ಅಂತರ್ಧಾ ವ್ಯವಧಾ (ಪುಂಸಿ ತ್ವಂ) ಅಂತರ್ಧಿರಪವಾರಣಂ ।
ಅಪಿಧಾನ ತಿರೋಧಾನ ಪಿಧಾನಾಚ್ಛಾದನಾನಿ (ಚ) ॥ *m* ॥೮೫॥
ಹಿಮಾಂಶುಶ್ಚಂದ್ರಮಾಶ್ಚಂದ್ರ ಇಂದುಃ ಕುಮುದಬಾಂಧವಃ ।
ವಿಧುಃ ಸುಧಾಂಶುಃ ಶುಭ್ರಾಂಶುರೋಷಧೀಶೋ ನಿಶಾಪತಿಃ ॥ ॥೮೬॥
ಅಬ್ಜೋ ಜೈವಾತೃಕಃ ಸೋಮೋ ಗ್ಲೌರ್ಮೃಗಾಂಕಃ ಕಲಾನಿಧಿಃ ।
ದ್ವಿಜರಾಜಃ ಶಶಧರೋ ನಕ್ಷತ್ರೇಶಃ ಕ್ಷಪಾಕರಃ ॥ *n* ॥೮೭॥
ಕಲಾ ತು (ಷೋಡಶೋ ಭಾಗೋ) *o* ಬಿಂಬೋಽಸ್ತ್ರೀ ಮಂಡಲಂ (ತ್ರಿಷು) । *p*
ಭಿತ್ತಂ ಶಕಲ ಖಂಡೇ (ವಾ ಪುಂಸ್ಯ) ರ್ಧೋಽರ್ಧಂ (ಸಮೇಂಶಕೇ) ॥ *q* ॥೮೮॥
ಚಂದ್ರಿಕಾ ಕೌಮುದೀ ಜ್ಯೋತ್ಸ್ನಾ *r* ಪ್ರಸಾದ(ಸ್ತು) ಪ್ರಸನ್ನತಾ । *s*
ಕಲಂಕಾಂಕೌ ಲಾಂಛನಂ (ಚ) ಚಿಹ್ನಂ ಲಕ್ಷ್ಮ (ಚ) ಲಕ್ಷಣಂ ॥ *t* ॥೮೯॥

---

a 3, Thunders of the clouds. *b* 10, Lightnings. *c* 2, The noise of a thunderbolt. *d* 2, Brightness of the clouds. *e* 2, Indra's bow. *f* 1, Indra's bow unbent. *g* 2, Rain. *h* 2, Dronght. *i* 2, Incessant rain. *j* 2, Drops of rain. *k* 2, Hail stones. *l* 1, Cloudy day. *m* 8, A cover. *n* 20, Chandra, (*the moon.*) *o* 1, One sixteenth part of the moon's diameter. *p* 2. The disk of the sun or moon. *q* 4, Fragments. *r* 3, Moonlight. *s* 2, Purity. *t* 6, A spot.

a ಮೇಘಗರ್ಜನೆ ಅಂದರೆ ಗುಡುಗು ೩. *b* ಮಿಂಚುಗಳು ೧೦. *c* ವಜ್ರ ಘಟ್ಟನೆಯಿಂದಾದ ಶಬ್ದವಂದರೆ ಸಿಡಿಲ ಧ್ವನಿ ೨. *d* ಮೇಘ ತೇಜಸ್ಸು ೨. *e* ಇಂದ್ರ ಧನುಸ್ಸಿನ ಹೆಸರು ಅಂದರೆ ಸುರ ಚಾಪವೆಂಬ ಆಕಾಶದಬಿಲ್ಲು ೨. *f* ನೆಟ್ಟಗಿರುವ ಬಿಲ್ಲು ೧. *g* ಮಳೆ ೨. *h* ಅನಾವೃಷ್ಟಿ ೨. *i* ಯೆಡೆಬಿಡದೆ ಸುರಿಯುವ ಜಡಿಮಳೆ ೨. *j* ತುಂತುರುಗಳು ೨. *k* ಆನೆಗಲ್ಲು ೨. *l* ಮೋಡ ಮುಚ್ಚಿರುವ ದುರ್ದಿನ ೧. *m* ಹೊದಿಕೆ ಮುಚ್ಚಳ ೮. *n* ಚಂದ್ರನು ೨೦. *o* ೧೬ನೇ ಅಂಶವಂದರೆ ಚಂದ್ರನಲ್ಲಿ ವೀಸಪಾಲು ೧. *p* ಚಂದ್ರಸೂರ್ಯ ಮಂಡಲಗಳು ೨. *q* ಮುರುಕು ಚೂರುಗಳು ೪. *r* ಬೆಳದಿಂಗಳು ೩. *s* ಸ್ವಚ್ಛತ್ವವು. ೨. *t* ಗುರುತು ೬.

ಸುಷಮಾ(ಪರಮಾಶೋಭಾ) a ಶೋಭಾ ಕಾಂತಿರ್ದ್ಯುತಿಶ್ಛವಿಃ b ।
ಅವಶ್ಯಾಯ(ಸ್ತು) ನೀಹಾರಸ್ತುಷಾರಸ್ತುಹಿನಂಹಿಮಂ ॥ ॥೯೦॥
ಪ್ರಾಲೇಯಂ ಹಿಮಿಕಾ c (ಚಾಥ) ಹಿಮಾನೀಹಿಮಸಂಹತಿಃ d ।
ಶೀತಂ(ಗುಣೇತದ್ವದರ್ಥಾ) e ಸ್ಸುಷಿಮಶ್ಶಿಶಿರೋಜಡಃ ॥ ॥೯೧॥
ತುಷಾರಶ್ಶೀತಲಶ್ಶೀತೋ (ಹಿಮ)ಸ್ಸಪ್ತಾನ್ಯಲಿಂಗಕಾಃ) f ।
ಧ್ರುವ ಔತ್ತಾನಪಾದಿ (ಸ್ಸ್ಯಾ) g ದಗಸ್ತ್ಯಃಕುಂಭಸಂಭವಃ ॥ ॥೯೨॥
ಮೈತ್ರಾವರುಣಿ h (ರಸ್ಯೈವ) ಲೋಪಾಮುದ್ರಾ(ಸಧರ್ಮಿಣೀ) । i
ನಕ್ಷತ್ರಮೃಕ್ಷಂ ಭಂ ತಾರಾ ತಾರಕಾಪ್ಯುಡು ವಾ(ಸ್ತ್ರಿಯಾಂ) j ॥ ॥೯೩॥
ದಾಕ್ಷಾಯಿಣ್ಯೋ (ಶ್ವಿನೀತ್ಯಾದಿ ತಾರಾ) k ಅಶ್ವಯುಗಶ್ವಿನೀ l ।
ರಾಧಾ ವಿಶಾಖಾ m ಪುಷ್ಯೇತುಸಿದ್ಧ್ಯತಿಷ್ಯೌ n ಶ್ರವಿಷ್ಠಯಾ ॥ ॥೯೪॥
(ಸಮಾ)ಧನಿಷ್ಠಾ(ಸ್ಸ್ಯುಃ) o ಪ್ರೋಷ್ಠಪದಾ ಭಾದ್ರಪದಾ(ಸ್ತ್ರಿಯಃ) p ।
ಮೃಗಶೀರ್ಷಂ ಮೃಗಶಿರ (ಸ್ತಸ್ಮಿನ್ನೇವಾ) ಗ್ರಹಾಯಣೀ q ॥ ॥೯೫॥
ಇಲ್ವಲಾ(ಸ್ತಚ್ಛಿರೋ ದೇಶತಾರಕಾ ನಿವಸಂತಿಯಾಃ) r ।
ಬೃಹಸ್ಪತಿಸ್ಸುರಾಚಾರ್ಯೋ ಗೀಷ್ಪತಿರ್ಧಿಷಣೋ ಗುರುಃ ॥ ॥೯೬॥
ಜೀವ ಆಂಗೀರಸೋ ವಾಚಸ್ಪತಿಶ್ಚಿತ್ರಶಿಖಂಡಿಜಃ s ।
ಶುಕ್ರೋ ದೈತ್ಯಗುರುಃ ಕಾವ್ಯ ಉಶನಾ ಭಾರ್ಗವಃ ಕವಿಃ t ॥ ॥೯೭॥
ಅಂಗಾರಕಃ ಕುಜೋ ಭೌಮೋ ಲೋಹಿತಾಂಗೋ ಮಹೀಸುತಃ u ।
ರೌಹಿಣೇಯೋ ಬುಧಸ್ಸೌಮ್ಯ v (ಸ್ಸಮೌ)ಸೌರಿ ಶನೈಶ್ಚರೌ w ॥ ॥೯೮॥
ತಮ (ಸ್ತು) ರಾಹು ಸ್ಸ್ವರ್ಭಾನು ಸ್ಸೈಂಹಿಕೇಯೋ ವಿಧುಂತುದಃ x ।
ಸಪ್ತರ್ಷಯೋ ಮರೀಚ್ಯತ್ರಿಮುಖಾಃ) ಚಿತ್ರಶಿಖಂಡಿನಃ y ॥ ॥೯೯॥

---

a 1, Dazzling brightness. b 4, Brightness. c 7, Dew. d 1, Thick fog. e 1, Cold. f 7, Cold objects, g 2, Polar star. h 3, Agastya *(Canopus)* i 1, Agastya's wife. j 6, Stars. k 1, A lunar asterism l 2, Ashvini, the first lunar asterism. m 2, Vishákhá, the sixteenth. n 3, Pushyami, the eighth. o 2, Dhanishthá, the twenty third. p 1, Púrva bhádra, the twenty fifth. q 3, Mrigashira, the fifth. r 1, The stars above Mrigashira. s 9, Brihaspati *(Jupiter)* t 6, Shukra *(Venus)* u 5, Angáraka (*Mars*) v 3, Budha (*Mercury*) w 2, Shani (*Saturn*) x 5, Ráhu (*the ascending node.*) y 1, The Seven Rishis (*Ursa Major.*)

a ಅಧಿಕವಾದ ಕಾಂತಿ ೧. b ಕಾಂತಿ ೪. c ಮಂಜು, ಹಿಮ ೭. d ಮಂಜಿನ ಗುಂಪು ೧. e ಶೈತ್ಯಗುಣ ೧. f ಶೈತ್ಯಗುಣವುಳ್ಳ ವಸ್ತುಗಳು ೭. g ಧ್ರುವನಕ್ಷತ್ರ ೨. h ಅಗಸ್ತ್ಯಋಷಿ ೩. i ಅಗಸ್ತ್ಯರ ಪತ್ನಿ ೧. j ನಕ್ಷತ್ರಗಳು ೬. k ಅಶ್ವಿನೀ ಮುಂತಾದ ೨೭ ನಕ್ಷತ್ರಗಳು ೧. l ಅಶ್ವಿನಿ ೨. m ವಿಶಾಖಾ ನಕ್ಷತ್ರ ೨. n ಪುಷ್ಯಮೀ ನಕ್ಷತ್ರ ೩. o ಧನಿಷ್ಠಾ ನಕ್ಷತ್ರ ೨. p ಪೂರ್ವಾಭಾದ್ರೆ ೧. q ಮೃಗಶಿರ ೩. r ಮೃಗಶಿರೆಯ ತಲೇಮೇಲೆ ಯಿರುವ ನಕ್ಷತ್ರಗಳು ೧. s ಬೃಹಸ್ಪತಿ ೯. t ಶುಕ್ರನು ೬. u ಅಂಗಾರಕನು ೫. v ಬುಧನು ೩. w ಶನೈಶ್ಚರನು ೨. x ರಾಹು ೫. y ಸಪ್ತಋಷಿಗಳು ೧.

(ರಾಶೀನಾಮುದಯೋ) ಲಗ್ನಂ (ತೇ ತು ಮೇಷ ವೃಷಾದಯಃ) *a* ।
ಸೂರ ಸೂರ್ಯಾರ್ಯಮಾದಿತ್ಯ ದ್ವಾದಶಾತ್ಮ ದಿವಾಕರಾಃ ॥ ॥೧೦೦॥
ಭಾಸ್ಕರಾಹಸ್ಕರ ಬ್ರಧ್ನ ಪ್ರಭಾಕರ ವಿಭಾಕರಾಃ ।
ಭಾಸ್ವದ್ವಿವಸ್ವತ್ಸಪ್ತಾಶ್ವ ಹರಿದಶ್ವೋಷ್ಣರಶ್ಮಯಃ ॥ ॥೧೦೧॥
ವಿಕರ್ತನಾರ್ಕ ಮಾರ್ತಾಂಡ ಮಿಹಿರಾರುಣ ಪೂಷಣಃ ।
ದ್ಯುಮಣಿಸ್ತರಣಿರ್ಮಿತ್ರಶ್ಚಿತ್ರಭಾನುರ್ವಿರೋಚನಃ ॥ ॥೧೦೨॥
ವಿಭಾವಸುರ್ಗ್ರಹಪತಿಸ್ತ್ವಿಷಾಂಪತಿರಹಃಪತಿಃ ।
ಭಾನುರ್ಹಂಸಃ ಸಹಸ್ರಾಂಶುಸ್ತಪನಃ ಸವಿತಾ ರವಿಃ *b* ॥ ॥೧೦೩॥
ಮಾಠರಃ ಪಿಂಗಲೋ ದಂಡಃ (ಚಂಡಾಂಶೋಃ ಪಾರಿಪಾರ್ಶ್ವಕಾಃ) *c* ।
ಸೂರಸೂತೋಽರುಣೋಽನೂರುಃ ಕಾಶ್ಯಪಿರ್ಗರುಡಾಗ್ರಜಃ *d* ॥ ॥೧೦೪॥
ಪರಿವೇಷ(ಸ್ತು)ಪರಿಧಿ *e* ರುಪಸೂರ್ಯಕ ಮಂಡಲೇ *f* ।
ಕಿರಣೋಸ್ರಮಯೂಖಾಂಶು ಗಭಸ್ತಿ ಘೃಣಿ ಘೃಷ್ಟಯಃ ॥ ॥೧೦೫॥
ಭಾನುಃ ಕರೋ ಮರೀಚಿಃ (ಸ್ತ್ರೀಪುಂಸಯೋ) ರ್ದೀಧಿತಿಃ (ಸ್ತ್ರಿಯಾಂ) *g* ।
(ಸ್ಯುಃ) ಪ್ರಭಾರುಗ್ರುಚಿಸ್ತ್ವಿಡ್ಭಾ ಭಾಶ್ಛವಿ ದ್ಯುತಿ ದೀಪ್ತಯಃ ॥ ॥೧೦೬॥
ರೋಚಿಃ ಶೋಚಿ (ರುಭೇ ಕ್ಲೀಬೇ) *h* ಪ್ರಕಾಶೋ ದ್ಯೋತ ಆತಪಃ *i* ।
ಕೋಷ್ಣಂ ಕವೋಷ್ಣಂ ಮಂದೋಷ್ಣಂ ಕದುಷ್ಣಂ (ತ್ರಿಷು ತದ್ವತಿ) *j* ॥ ॥೧೦೭॥
ತಿಗ್ಮಂ ತೀಕ್ಷ್ಣಂ ಖರಂ (ತದ್ವತ್) *k* ಮೃಗತೃಷ್ಣಾ ಮರೀಚಿಕಾ *l* ।

॥ ಇತಿ ದಿಗ್ವರ್ಗಃ ॥

IV. KALA-VARGA.—ಕಾಲವರ್ಗ.

ಕಾಲೋ ದಿಷ್ಟೋಽಪ್ಯನೇಹಾಪಿ ಸಮಯೋ *m* ಪ್ಯಥಪಕ್ಷತಿಃ ॥ ॥೧೦೮॥
ಪ್ರತಿಪದ್ (ದ್ವೇ) ಇಮೇ ಸ್ತ್ರೀತ್ವೇ *n* (ತದಾದ್ಯಾ)ಸ್ತಿಥಯೋ (ದ್ವಯೋಃ) *o* ।
ಘಸ್ರೋ ದಿನಾಹನೀ (ವಾ ತು) ಕ್ಲೀಬೇ ದಿವಸ ವಾಸರೌ *p* ॥ ॥೧೦೯॥

---

a 1, A sign or division of the equator. *b* 37, Súrya (*the sun.*) *c* 3, The sun's attendants. *d* 5 Aruna, the sun's charioteer (*the dawn.*) *e* 2, A halo. *f* 2, The sun's reflection. *g* 11, The sun's rays. *h* 11, The sun's brightness. *i* 3, Sunshine. *j* 4, The sun's warmth. *k* 3, The sun's heat. *l* 2, Mirage. *m* 4, Time. *n* 2, First day of a lunar fortnight. *o* 1, Lunar day. *p* 5, Day.

a ತಾತ್ಕಾಲಿಕ ಲಗ್ನ ೧. *b* ಸೂರ್ಯನು ೩೭. *c* ಸೂರ್ಯನ ಪಾರ್ಶ್ವದೊಳಗಿರುವ ಅಂಗ ದೇವತೆಗಳು ೩. *d* ಸೂರ್ಯಸಾರಥಿಯಾದ ಅರುಣನು ೫. *e* ಸೂರ್ಯ ಪರಿವೇಷವೆಂಬ ಗಗನ ಗುಡಿ ೨. *f* ಸೂರ್ಯ ಪ್ರತಿಬಿಂಬ ೨. *g* ಸೂರ್ಯ ಕಿರಣಗಳು ೧೧. *h* ಸೂರ್ಯ ಕಾಂತಿ ೧೧. *i* ಬಿಸುಲು ೩. *j* ಸ್ವಲ್ಪ ಬಿಸಿ ೪. *k* ಬಿಸಿ ೩. *l* ಬಿಸುಲು ದೊರೆಗಳು ಅಥವಾ ಬಿಸಿಲು ಕುದುರೆಗಳು ೨. *m* ಸಾಧಾರಣವಾಗಿ ಕಾಲ ೪. *n* ಪಾಡ್ಯ ೨. *o* ಪಾಡ್ಯ ಮೊದಲಾದ ೧೬ ತಿಥಿಗಳು ೧. *p* ದಿನ ೫.

ಪ್ರತ್ಯೂಷೋಽಹರ್ಮುಖಂ ಕಲ್ಯಮುಷಃ ಪ್ರತ್ಯೂಷಸೀ(ಅಪಿ) ।
ಪ್ರಭಾತಂಚ *a* ದಿನಾಂತೇ(ತು)ಸಾಯಂ *b* ಸಂಧ್ಯಾಪಿತೃಪ್ರಸೂಃ *c* ॥ ॥೧೧೦॥
ಪ್ರಾಹ್ಣಾಪರಾಹ್ಣಮಧ್ಯಾಹ್ನಾಸ್ತ್ರಿಸಂಧ್ಯಂ *d* (ಅಥ)ಶರ್ವರೀ ।
ನಿಶಾ ನಿಶೀಥಿನೀರಾತ್ರಿಸ್ತ್ರಿಯಾಮಾ ಕ್ಷಣದಾ ಕ್ಷಪಾ ॥ ॥೧೧೧॥
ವಿಭಾವರೀ ತಮಸ್ವಿನ್ಯೌರಜನೀ ಯಾಮಿನೀತಮೀ *e* ।
ತಮಿಸ್ರಾ)ತಾಮಸೀರಾತ್ರಿಃ *f* ಜ್ಯೌತ್ಸ್ನೀ(ಚಂದ್ರಿ)ಕಯಾನ್ವಿತಾ *g* ॥ ॥೧೧೨॥
(ಆಗಾಮಿವರ್ತಮಾನಾಹರ್ಯುಕ್ತಾಯಾಂನಿಶಿ) ಪಕ್ಷಿಣೀ *h* ।
ಗಣರಾತ್ರಂ(ನಿಶಾಬಹ್ವ್ಯಃ) *i* ಪ್ರದೋಷೋರಜನೀಮುಖಂ *j* ॥ ॥೧೧೩॥
ಅರ್ಧರಾತ್ರನಿಶೀಥೌ (ದ್ವೌ) *k* (ದ್ವೌ) ಯಾಮ ಪ್ರಹರೌ(ಸಮೌ) *l* ।
ಸಪರ್ವಸಂಧಿಃ (ಪ್ರತಿಪತ್ಪಂಚದಶ್ಯೋರ್ಯದಂತರಂ) *m* ॥ ॥೧೧೪॥
ಪಕ್ಷಾಂತೌಪಂಚದಶ್ಯೌ(ದ್ವೆ) *n* ಪೌರ್ಣಮಾಸೀತು ಪೂರ್ಣಿಮಾ *o* ।
(ಕಲಾಹೀನೇಸಾ)ನುಮತಿಃ *p* (ಪೂರ್ಣೇ) ರಾಕಾ(ನಿಶಾಕರೆ) *q* ॥ ॥೧೧೫॥
ಅಮಾವಾಸ್ಯಾತ್ವಮಾವಸ್ಯಾ ದರ್ಶಸ್ಸೂರ್ಯೇಂದುಸಂಗಮಃ *r* ।
(ಸಾದೃಷ್ಟೇಂದು) ಸ್ಸಿನೀವಾಲೀ *s* ಸಾನಷ್ಟೇಂದುಕಲಾ) ಕುಹೂಃ *t* ॥ ॥೧೧೬॥
ಉಪರಾಗೋಗ್ರಹೋ *u* (ರಾಹುಗ್ರಸ್ತೇ ತ್ವಿಂದೌಚಪೂಷ್ಣಿಚ) ।

---

a 6, Morning. b 2, Evening. c 2, Evening twilight. d 1, Morning, noon and evening. e 12, Night. f 1, Dark night. g 1, Moonlit night. h 1, A night and two days, or a day and two nights. i 1, Many nights taken together. j 2, First part of the night. k 2, Midnight. l 2, A watch of three hours. m 1, The junction of the fifteenth and first day of a lunar fortnight. n 2, New and full moon days. o 2, Full moon day. p 1, Full moon day on which the moon at its rising is one digit less than full. q 1, Full moon day on which the moon rises perfectly full. r 4, New moon day. s 1, New moon day on which the moon is seen for a short time. t 1, New moon day on which the moon is not seen at all. u 2, Eclipse.

a ಪ್ರಾತಃಕಾಲ ೬. b ಸಾಯಂಕಾಲ ೨. c ಸಂಧ್ಯಾಕಾಲ ೨. d ಪ್ರಾಹ್ಣ ಅಪರಾಹ್ಣ ಮಧ್ಯಾಹ್ನಗಳೆಂಬಕಾಲತ್ರಯ ೧. e ರಾತ್ರಿಯ ಕಾಲ ೧೨. f ಗಾಢಾಂಧಕಾರವಾದ ರಾತ್ರಿ ೧. g ಬೆಳತಿಂಗಳುಳ್ಳ ರಾತ್ರಿ ೧. h ಇಂದಿನ ರಾತ್ರಿ ನಾಳೀ ಹಗಲು ಸೇರಿದಷ್ಟು ಕಾಲ ೧. i ಅನೇಕ ರಾತ್ರಿಗಳು ೧. j ಪ್ರದೋಷ ಕಾಲ ೨. k ನಡುಹೊತ್ತು ರಾತ್ರಿ ೨. l ಜಾವಹೊತ್ತು ೨. m ಪಾಡ್ಯಮಿ ಹುಣ್ಣಿವೆಗಳಿಗೂ ಅಮಾವಾಸ್ಯೆ ಪಾಡ್ಯಮಿಗಳಿಗೂ ಮಧ್ಯಕಾಲ ೧. n ಅಮಾವಾಸ್ಯೆ ಹುಣ್ಣಿವೆಗಳು ೨. o ಹುಣ್ಣಿವೆ ೨. p ಚಂದ್ರೋದಯ ಕಾಲಕ್ಕೆ ಚತುರ್ದಶಿಯಾದರೂ ಪಾಡ್ಯಮಿಯಾದರೂ ಸೇರುವ ಹುಣ್ಣಿವೆ ೧. q ಸಂಪೂರ್ಣಚಂದ್ರನುಳ್ಳ ಹುಣ್ಣಿವೆ ೧. r ಅಮಾವಾಸ್ಯೆ ೪. s ಚಂದ್ರಕಳೆ ಕಾಣಿಸಿದ ಅಮಾವಾಸ್ಯೆ ೧. t ಕಾಣಿಸದೇ ಯಿರುವಚಂದ್ರಕಳೆಯುಳ್ಳ ಅಮಾವಾಸ್ಯೆ ೧. u ಗ್ರಹಣ ೨.

ಸೋಪಪ್ಲವೋ ಪರಕ್ತೌ (ದ್ವೌ) *a* ವಗ್ನ್ಯುತ್ಪಾತ ಉಪಾಹಿತಃ *b* || ||೧೧೭||
(ಏಕಯೋಕ್ತ್ಯಾ) ಪುಷ್ಪವಂತೌ (ದಿವಾಕರನಿಶಾಕರೌ) *c* |
ಅಷ್ಟಾದಶನಿಮೇಷಾ (ಸ್ತು) ಕಾಷ್ಠಾ *d* (ತ್ರಿಂಶತ್ತು ತಾಃ) ಕಲಾ *e* || ||೧೧೮||
(ತಾಸ್ತು ತ್ರಿಂಶತ್) ಕ್ಷಣಃ *f* (ಸ್ತೇತು) ಮುಹೂರ್ತೋ (ದ್ವಾದಶಾಸ್ತ್ರಿಯಾಂ) *g* |
ತೇತು ತ್ರಿಂಶದಹೋರಾತ್ರಃ *h* ಪಕ್ಷ (ಸ್ತೇ ದಶಪಂಚಚ *i* || ||೧೧೯||
(ಪಕ್ಷೌ ಪೂರ್ವಾಪರೌ) ಶುಕ್ಲ ಕೃಷ್ಣೌ *j* ಮಾಸ (ಸ್ತು) ತಾವುಭೌ) *k* |
(ದ್ವೌದ್ವೌ ಮಾಘಾದಿಮಾಸೌ ಸ್ಯಾ) ದೃತು *l* (ಸ್ತೈ) ರಯನಂ (ತ್ರಿಭಿಃ *m* ||೧೨೦||
(ಅಯನೇದ್ವೇಗತಿರುದಗ ಕ್ಷಿಣಾರ್ಕಸ್ಯ) ವತ್ಸರಃ *n* |
(ಸಮರಾತ್ರಿಂದಿವೇಕಾಲೇ) ವಿಷುವದ್ವಿಷುವಂ (ಚತತ್ *o* || ||೧೨೧||
ಪುಷ್ಯಯುಕ್ತಾ ಪೌರ್ಣಮಾಸೀ) ಪೌಷೀ *p* ಮಾಸೇತುಯತ್ರಸಾ |
ನಾಮ್ನಾಸ ಪೌಷೋ (ಮಾಘಾದ್ಯಾಶ್ಚೈವಮೇಕಾದಶಾಪರೇ) *q* || ||೧೨೨||
ಮಾರ್ಗಶೀರ್ಷೇಸಹಾಮಾರ್ಗಆಗ್ರಹಾಯಣಿಕ (ಶ್ಚಸಃ) *r* |
ಪೌಷೇ ತೈಷ ಸಹಸ್ಯೌ (ದ್ವೌ) *s* ತಪಾಮಾಘೇ *t* (ಥ) ಫಾಲ್ಗುನೇ || ||೧೨೩||

---

a 2, The sun or moon in eclipse.-*b* 2, Comet. *c* 1, Sun and moon (spoken of together.) *d* 1, Káshthá, a measure of time equal to 18 winks. *e* 1, Kalá = 30 káshthás. *f* 1, Kshana = 30 kalás. *g* 1, Muhúrta = 12 kshanas. *h* 1, Ahorátra = 30 muhúrtas, a day and night. *i* 1, Paksha = 15 ahorátras, 15 days and nights. *j* 1, The bright lunar fortnight. 1, The dark lunar fortnight. *k* 1, A month. *l* 1, Two months. *m* 1, A half year. *n* 1, A year. *o* 2, The equinox. *p* 1, Full moon day on which the moon is in the asterism Pushya, *q* 1, The month in which the above happens. The months of *r* 4, Márgashirsha. *s* 3, Pushya. *t* 3. Makha.

a ರಾಹುಗ್ರಸ್ತವಾದ ಚಂದ್ರ ಸೂರ್ಯರು ೨. *b* ಧೂಮ ಕೇತು ೨. *c* ಒಂದುಮಾತಿನಿಂದ ಸೂರ್ಯ ಚಂದ್ರರು ೧. *d* ೧೮ ಸಾರಿ ರೆಪ್ಪೆ ಆಡಿಸುವಷ್ಟುಹೊತ್ತು ೧. *e* ಅಂಥ ಕಾಷ್ಠೆಗಳು ೩೦ ಆಗುವಷ್ಟು ಹೊತ್ತು ೧. *f* ಅಂಥ ಕಲೆಗಳು ೩೦ ಆಗುವಷ್ಟು ಹೊತ್ತು ೧. *g* ಅಂಥಕ್ಷಣಗಳು ೧೨ ಆಗುವಷ್ಟು ಹೊತ್ತು ೧. *h* ಅಂಥಾ ಮುಹೂರ್ತಗಳು ೩೦ ಆಗುವಷ್ಟು ಹೊತ್ತು ೧. *i* ಅಂಥಾ ಅಹೋರಾತ್ರಿಗಳು ೧೫ ಆಗುವಷ್ಟುಕಾಲ ೧. *j* ಶುಕ್ಲಪಕ್ಷ ೧. ಕೃಷ್ಣಪಕ್ಷ ೧. *k* ಅಂಥಾ ೨ ಪಕ್ಷಗಳು ಕೂಡಿದ ತಿಂಗಳು ೧. *l* ಯೆರಡೆರಡು ತಿಂಗಳು ಕೂಡಿದ ಕಾಲ ೧. *m* ಅಂಥ ಋತುಗಳು ೩ ಕೂಡಿದಕಾಲ ೧. *n* ಅಂಥಾ ಅಯನಗಳು ೨ ಕೂಡಿದ ವರ್ಷ ೧. *o* ಸಮವಾದ ರಾತ್ರಿಗಳುಳ್ಳ ಕಾಲ ೨. *p* ಪುಷ್ಯನಕ್ಷತ್ರದಿಂದೊಡಗೂಡಿದ ಹುಣ್ಣಿಮೆ ೧. *q* ಯಾವತಿಂಗಳಲ್ಲಿ ಅಂಥಾ ಹುಣ್ಣಿಮೆ ಬರುವದೋ ಅಂಥ ಪುಷ್ಯ ಮಾಸ ೧. ಮಾರ್ಗಶೀರ್ಷ ಮಾಸ ೪. *s* ಪುಷ್ಯ ಮಾಸ ೩. *t* ಮಾಘಮಾಸ ೨.

(ಸ್ಯಾ) ತ್ತಪಸ್ಯಃ ಫಾಲ್ಗುನಿಕ *a* (ಸ್ಸ್ಯಾ)ಚ್ಚೈತ್ರೇ ಚೈತ್ರಿಕೋ ಮಧುಃ *b* ।
ವೈಶಾಖೇ ಮಾಧವೋ ರಾಧೋ *c* ಜ್ಯೈಷ್ಠೇ ಶುಕ್ರ *d* ಶ್ಶುಚಿ (ಸ್ತ್ವಯಂ) ॥ ॥೧೨೪॥
ಆಷಾಢೇ *e* ಶ್ರಾವಣೇ (ತು ಸ್ಯಾ) ನ್ನಭಾಃ ಶ್ರಾವಣಿಕ (ಶ್ಚ ಸಃ) *f* ।
(ಸ್ಯು) ರ್ನಭಸ್ಯಃ ಪ್ರೌಷ್ಠಪದ ಭಾದ್ರ ಭಾದ್ರಪದಾ (ಸ್ಸಮಾಃ) *g* ॥ ॥೧೨೫॥
(ಸ್ಯಾ) ದಾಶ್ವಿನ ಇಷೋ ಪ್ಯಾಶ್ವಯುಜೋ (ಪಿ) *h* (ಸ್ಯಾ) ತ್ತು ಕಾರ್ತಿಕೇ ।
ಬಾಹುಲೋ ರ್ಜೋ ಕಾರ್ತಿಕಿಕೋ *i* ಹೇಮಂತ *j* ಶ್ಶಿಶಿರೋ (ಸ್ತ್ರಿಯಾಂ) *k* ॥೧೨೬॥
ವಸಂತೇ ಪುಷ್ಪಸಮಯ ಸ್ಸುರಭಿ *l* ಗ್ರೀಷ್ಮ ಊಷ್ಮಕಃ ।
ನಿದಾಘ ಉಷ್ಣೋಪಗಮ ಉಷ್ಣ ಊಷ್ಮಾಗಮ ಸ್ತಪಃ *m* ॥ ॥೧೨೭॥
(ಸ್ತ್ರಿಯಾಂ) ಪ್ರಾವೃಟ್ (ಸ್ತ್ರಿಯಾಂ) ಭೂಮ್ನಿ (ವರ್ಷಾ *n* (ಅಥ) ಶರತ್ (ಸ್ತ್ರಿಯಾಂ) *o*
(ಷಡಮೀ) ಋತವಃ ಪುಂಸಿ ಮಾರ್ಗಾದೀನಾಂ ಯುಗೈಃ ಕ್ರಮಾತ್ ॥ ॥೧೨೮॥
ಸಂವತ್ಸರೋ ವತ್ಸರೋಬ್ದೋ ಹಾಯನೋ ಸ್ತ್ರೀ ಶರತ್ಸಮಾಃ *p* ।
ಮಾಸೇನ ಸ್ಯಾ ದಹೋರಾತ್ರಃ ಪೈತ್ರೋ ವರ್ಷೇಣ ದೈವತಃ ॥ ॥೧೨೯॥
ದೈವೇ ಯುಗ ಸಹಸ್ರೇ ದ್ವೇ ಬ್ರಾಹ್ಮಃ ಕಲ್ಪೌ ತು (ತೌ ನೃಣಾಂ)
ಮನ್ವಂತರಂ (ತು ದಿವ್ಯಾನಾಂ ಯುಗಾನಾ ಮೇಕಸಪ್ತತಿಃ) *q* ॥ ॥೧೩೦॥
ಸಂವರ್ತಃ ಪ್ರಳಯಃ ಕಲ್ಪಃ ಕ್ಷಯಃ ಕಲ್ಪಾಂತ (ಇತ್ಯಪಿ) *r* ।
(ಅಸ್ತ್ರೀ) ಪಂಕಂ (ಪುಮಾನ್) ಪಾಪ್ಮಾ ಪಾಪ ಕಿಲ್ಬಿಷ ಕಲ್ಮಷಂ ॥ ॥೧೩೧॥
ಕಲುಷಂ ವೃಜಿನೈ ನೋಘ ಮಂಹೋ ದುರಿತ ದುಷ್ಕೃತಂ *s* ।
(ಸ್ಯಾ) ದ್ಧರ್ಮ (ಮಸ್ತ್ರಿಯಾಂ) ಪುಣ್ಯ ಶ್ರೇಯಸೀ ಸುಕೃತಂ ವೃಷಃ *t* ॥ ॥೧೩೨॥
ಮುತ್ಪ್ರೀತಿಃ ಪ್ರಮದೋ ಹರ್ಷಃ ಪ್ರಮೋದಾ ಮೋದ ಸಮ್ಮದಾಃ ।
(ಸ್ಯಾ) ದಾನಂದ ಥುರಾನಂದಃ ಶರ್ಮ ಶಾತ ಸುಖಾನಿ (ಚ) *u* ॥ ॥೧೩೩॥
ಶ್ವಶ್ಶ್ರೇಯ ಸಂ ಶಿವಂ ಭದ್ರಂ ಕಲ್ಯಾಣಂ ಮಂಗಳಂ ಶುಭಂ ।
ಭಾವುಕಂ ಭವಿಕಂ ಭವ್ಯಂ ಕುಶಲಂ ಕ್ಷೇಮ (ಮಸ್ತ್ರಿಯಾಂ) ॥ ॥೧೩೪॥

The months of—*a* 3, Phálguna. *b* 3, Chaitra. *c* 3, Vaishákha. *d* 3, Jyeshtha. *e* 2, Ashádha. *f* 3, Shrávana. *g* 4, Bhádrapada. *h* 3, Ashvayuja. *i* 4, Kártika. *j* 1 The cool season. *k* 1, The cold season. *l* 3, Spring. *m* 7, The hot season. *n* 2, The rainy season. *o* 1, Autumn. *p* 6, Year. *q* 1, The period of a Manu = 71 ages of the gods. *r* 5, The destruction of the world. *s* 12, Sin. *t* 5, Merit. *u* 12, Joy.

[a] ಫಾಲ್ಗುನ ಮಾಸ ೩. [b] ಚೈತ್ರ ಮಾಸ ೩. [c] ವೈಶಾಖ ಮಾಸ ೩. [d] ಜ್ಯೇಷ್ಠ ಮಾಸ ೨. [e] ಆಷಾಢ ಮಾಸ ೨. [f] ಶ್ರಾವಣ ಮಾಸ ೩. [g] ಭಾದ್ರಪದ ಮಾಸ ೪. [h] ಆಶ್ವಯುಜ ಮಾಸ ೩. [i] ಕಾರ್ತೀಕ ಮಾಸ ೪. [j] ಹಿಮಂತ ಋತು ೧. [k] ಶಿಶಿರ ಋತು ೧. [l] ವಸಂತ ಋತು ೩. [m] ಗ್ರೀಷ್ಮ ಋತು ೭. [n] ವರ್ಷ ಋತು ೨. [o] ಶರದೃತು ೧. [p] ಸಂವತ್ಸರ ೬. [q] ದೇವಯುಗಗಳು ೭೧ ಆಗುವಷ್ಟು ಕಾಲ ೧. [r] ಪ್ರಳಯ ಕಾಲ ೫. [s] ಪಾಪ ೧೨. [t] ಪುಣ್ಯ ೫. [u] ಸಂತೋಷ ೧೨.

ಶಸ್ತಂ *a* (ಚಾಥತ್ರಿಷು) ದ್ರವ್ಯೇ ಪಾಪಪುಣ್ಯ ಸುಖಾದಿಚ |
ಮತಲ್ಲಿಕಾ ಮಚರ್ಚಿಕಾ ಪ್ರಕಾಂಡ ಮುದ್ಧ ತಲ್ಲಜೌ || ||೧೩೫||
ಪ್ರಶಸ್ತ ವಾಚಕಾನ್ಯಮೂ *b* ನ್ಯಯಃ (ಶುಭಾವಹೋವಿಧಿಃ) *c* |
ದೈವಂ ದಿಷ್ಟಂ ಭಾಗಧೇಯಂ ಭಾಗ್ಯಂ (ಸ್ತ್ರೀ) ನಿಯತಿರ್ವಿಧಿಃ *d* || ||೧೩೬||
ಹೇತುಃ (ನಾ) ಕಾರಣಂ ಬೀಜಂ *e* ನಿದಾನಂತ್ವಾದಿಕಾರಣಂ *f* |
ಕ್ಷೇತ್ರಜ್ಞ ಆತ್ಮಾ ಪುರುಷಃ *g* ಪ್ರಧಾನಂ ಪ್ರಕೃತಿಃ (ಸ್ತ್ರಿಯಾಂ) *h* || ||೧೩೭||
(ವಿಶೇಷಃಕಾಲಿಕೋ) ವಸ್ಥಾ *i* (ಗುಣಾ) ಸ್ಸತ್ವಂರಜಸ್ತಮಃ *j* |
ಜನು ರ್ಜನನ ಜನ್ಮಾನಿ ಜನಿರುತ್ಪತ್ತಿರುದ್ಭವಃ *k* || ||೧೩೮||
ಪ್ರಾಣೀ (ತು) ಚೇತನೋ ಜನ್ಮೀ ಜಂತು ಜನ್ಯುಶರೀರಿಣಃ *l* |
ಜಾತಿ ರ್ಜಾತಂ (ಚ) ಸಾಮಾನ್ಯಂ *m* ವ್ಯಕ್ತಿ (ಸ್ತು ಪೃಥಗಾತ್ಮಿಕಾ) *n* || ||೧೩೯||
ಚಿತ್ತಂತು ಚೇತೋ ಹೃದಯಂ ಸ್ವಾಂತಂ ಹೃನ್ಮಾನಸಂ ಮನಃ *o* |

|| ಇತಿ ಕಾಲವರ್ಗಃ ||

V. DHI-VARGA.—ಧೀವರ್ಗ.

ಬುದ್ಧಿರ್ಮನೀಷಾ ಧಿಷಣಾ ಧೀಃ ಪ್ರಜ್ಞಾ ಶೇಮುಷೀ ಮತಿಃ || ||೧೪೦||
ಪ್ರೇಕ್ಷೋಪಲಬ್ಧಿಶ್ಚಿತ್ಸಂವಿತ್ಪ್ರತಿಪಜ್ಜ್ಞಪ್ತಿಚೇತನಾಃ *p* |
(ಧೀರ್ಧಾರಣಾವತೀ) ಮೇಧಾ *q* ಸಂಕಲ್ಪಃ (ಕರ್ಮಮಾನಸಂ) *r* || ||೧೪೧||
(ಚಿತ್ತಾಭೋಗೋ) ಮನಸ್ಕಾರ *s* ಶ್ಚರ್ಚಾಸಂಖ್ಯಾ ವಿಚಾರಣಾ *t* |
ಅಧ್ಯಾಹಾರಸ್ತರ್ಕ ಊಹೋ *u* (ವಿಚಿಕಿತ್ಸಾ (ತು) ಸಂಶಯಃ || ||೧೪೨||
ಸಂದೇಹ ದ್ವಾಪರೌ *v* (ಚಾಥ) ಸಮೌನಿರ್ಣಯನಿಶ್ಚಯೌ *w* |

---

a 12, Good fortune. *b* 5, Excellent (as the latter part of a compound.) *c* 1, Good deed. *d* 6, Merit and demerit acquired in former existences. *e* 3, Motive. *f* 2, Primary cause. *g* 3, The sentient soul. *h* 2, Nature. *i* 1, Condition. *j* 3, Natural disposition. *k* 6, Birth. *l* 6, Living beings. *m* 3, Kind, genus. *n* 1, Individuality. *o* 7, Mind. *p* 14, Intellect. *q* 1, Apprehension. *r* 1, Thought. *s* 1, Wish. *t* 3, Discrimination. *u* 3, Supplying the ellipsis in a sentence. *v* 4, Doubt. *w* 2, Decision.

[a] ಶುಭ ೧೨. [b] ಶ್ರೇಷ್ಠ ವಾಚಕಗಳು ೫. [c] ಶುಭವನ್ನುಂಟು ಮಾಡುವ ಸತ್ಕರ್ಮ ೧. [d] ಪೂರ್ವಕೃತವಾದ ಶುಭಾ ಶುಭ ಕರ್ಮ ೬. [e] ಕಾರಣ ೩. [f] ಮೊದಲನೇ ಕಾರಣ ೨. [g] ಜೀವನು ೩. [h] ಸಾಂಖ್ಯರಿ ಗಭಿಮತವಾ ಪ್ರಕೃತಿ ೨. [i] ಕಾಲ ವಶದಿಂದಾದ ವಿಶೇಷ ೧. [j] ಪ್ರಕೃತಿ ಗುಣಗಳು ೩. [k] ಹುಟ್ಟುವಿಕೆ ೬. [l] ಮನುಷ್ಯರು ಮೊದಲಾದ ಪ್ರಾಣಿಗಳು ೬. [m] ಜಾತಿ ೩. [n] ಜಾತಿಗಿಂತಲೂ ಬೇರೆಯಾದ ಪದಾರ್ಥ ೧. [o] ಮನಸ್ಸು ೭. [p] ಬುದ್ಧಿ ೧೪. [q] ಜ್ಞಾಪಕ ಶಕ್ತಿಯುಳ್ಳ ಬುದ್ಧಿ ೧. [r] ಮನೋವ್ಯಾಪಾರ ೧. [s] ಮನಸ್ಸಿನ ಇಚ್ಛೆ ೧. [t] ಪ್ರಮಾಣದಿಂದ ಅರ್ಥವನ್ನು ಪರೀಕ್ಷಿಸುವಿಕೆ ೩. [u] ಅರ್ಥ ಪೂರ್ತಿಯನ್ನು ಮಾಡುವಿಕೆ ೩. [v] ಒಂದರನ್ನು ಬಹು ಬಗೆಯಾಗಿ ತಿಳಿದು ನಿಶ್ಚಯವಿಲ್ಲದೇ ಇರುವ ಸಂದೇಹ ೪. [w] ನಿಶ್ಚಯ ೨.

ಮಿಥ್ಯಾದೃಷ್ಟಿರ್ನಾಸ್ತಿಕತಾ *a* ವ್ಯಾಪಾದೋ ದ್ರೋಹಚಿಂತನಂ *b* ॥ ॥೧೪೩॥
(ಸಮೌ) ಸಿದ್ಧಾಂತ ರಾದ್ಧಾಂತೌ *c* ಭ್ರಾಂತಿರ್ಮಿಥ್ಯಾ ಮತಿರ್ಭ್ರಮಃ *d* ।
ಸಂವಿದಾಗೂಃ ಪ್ರತಿಜ್ಞಾನಂ ನಿಯಮಾಶ್ರವ ಸಂಶ್ರವಾಃ ॥ ॥೧೪೪॥
ಅಂಗೀಕಾರಾಭ್ಯುಪಗಮ ಪ್ರತಿಶ್ರವ ಸಮಾಧಯಃ *e* ।
(ಮೋಕ್ಷೇಧೀ) ರ್ಜ್ಞಾನ (ಮನ್ಯತ) *f* ವಿಜ್ಞಾನಂ (ಶಿಲ್ಪಶಾಸ್ತ್ರಯೋಃ) *g* ॥ ॥೧೪೫॥
ಮುಕ್ತಿಃ ಕೈವಲ್ಯ ನಿರ್ವಾಣ ಶ್ರೇಯೋ ನಿಶ್ರೇಯಸಾಮೃತಂ ।
ಮೋಕ್ಷೋಪವರ್ಗೋ *h* (ಥಾ) ಜ್ಞಾನಮವಿದ್ಯಾಹಂಮತಿಃ (ಸ್ತ್ರಿಯಾಂ) *i* ॥ ॥೧೪೬॥
(ರೂಪಂ ಶಬ್ದೋ ಗಂಧರಸಸ್ಪರ್ಶಾಶ್ಚ) ವಿಷಯಾ (ಅಮೀ) *j* ।
ಗೋಚರಾ ಇಂದ್ರಿಯಾರ್ಥಾಶ್ಚ ಹೃಷೀಕಂ ವಿಷಯೀಂದ್ರಿಯಂ *k* ॥ ॥೧೪೭॥
ಕರ್ಮೇಂದ್ರಿಯಂ (ತುಪಾಯ್ವಾದಿ) *l* (ಮನೋನೇತ್ರಾ) ದಿಧೀಂದ್ರಿಯಂ *m* ।
ತುವರ (ಸ್ತು) ಕಷಾಯೋ (ಸ್ತ್ರೀ) *n* ಮಧುರೋ ಲವಣಃ ಕಟುಃ ॥ ॥೧೪೮॥
ತಿಕ್ತೋಮ್ಲಶ್ಚ ರಸಾಃ (ಪುಂಸಿ ತದ್ವತ್ಸು ಷಡಮೀ ತ್ರಿಷು) *o* ।
(ವಿಮರ್ದೋತ್ಥೇ) ಪರಿಮಳೋ (ಗಂಧೇ ಜನಮನೋಹರೇ) *p* ॥ ॥೧೪೯॥
ಆಮೋದ (ಸೋತಿನಿರ್ಹಾರೀ) *q* (ವಾಚ್ಯಲಿಂಗತ್ವಮಾಗುಣಾತ್) ॥
ಸಮಾಕರ್ಷೀ ತುನಿರ್ಹಾರೀ *r* ಸುರಭಿರ್ಘ್ರಾಣತರ್ಪಣಃ ॥ ॥೧೫೦॥

---

a 2, Atheism. *b* 2, Malice. *c* 2, Doctrine. *d* 3, Misapprehension. *e* 10, Consent. *f* 1, Desire of final beatitude. *g* 1, Knowledge, science. *h* 8, Final liberation of the soul from the body. *i* 3, Ignorance. *j* 3, Sensible objects. *k* 3, Organs of sense. *l* 1, An organ of action, as the hand, foot &c. *m* 1, An organ of perception, as the mind, eye, ear, &c. *n* 2, Astringency. *o* 1, Sweetness. 1, Saltness. 1, Bitterness. 1, Acidity. *p* 1, Fragrance. *q* 1, A diffusive perfume. *r* 2, Fragrant substance.

a ಪರಲೋಕ ವಿಲ್ಲವೆಂಬ ಅಪ್ರಾಮಾಣಿಕ ಬುದ್ಧಿ ೨. *b* ದ್ರೋಹ ಮಾಡಬೇಕೆಂಬ ಕಲ್ಪಯಿಚ್ಛೆ ೨. *c* ಸಿದ್ಧಾಂತ ಅಂದರೆ ಸಾಧಿಸಿದ ಅಭಿಮತ ೨. *d* ಒಂದನ್ನು ಮತ್ತೊಂದಾಗಿ ತಿಳಿದು ನಂಬುವಿಕೆ ೩. *e* ಅಂಗೀಕಾರ ೧೦. *f* ಮೋಕ್ಷ ವಿಷಯಕವಾದ ವಿರಕ್ತಿ ೧. *g* ಮೋಕ್ಷೇತರವಾದ ಲೌಕಿಕ ಶಾಸ್ತ್ರಜ್ಞಾನ ೧. *h* ಮೋಕ್ಷ ಅಂದರೆ ಶಾಶ್ವತಸುಖ ೮. *i* ಅಜ್ಞಾನ ಅಂದರೆ ದೇಹಾತ್ಮಭ್ರಾಂತಿ ೩. *j* ಇಂದ್ರಿಯ ಗೋಚರವಸ್ತುಗಳು ೩. *k* ಇಂದ್ರಿಯ ಸಾಮಾನ್ಯ ನಾಮಗಳು ೩. *l* ವಾಕ್ಪಾಣಿ ಮುಂತಾದದ್ದು ೧. *m* ಮನೋ ನೇತ್ರಾದಿಗಳು ೧. *n* ಒಗರಾದ ರಸ ೨. *o* ಸೀಯಾಗಿರುವಿಕೆ ೧. ಉಪ್ಪಾಗಿರುವಿಕೆ ೧. ಕಾರ ೧. ಕೈಯ್ಯಿ ೧. ಹುಳಿ ೧. *p* ಅನೇಕ ಪದಾರ್ಥಗಳನ್ನು ಕುಟ್ಟುವದರಿಂದುಂಟಾದ ಸುಗಂಧ ೧. *q* ಬಹುದೂರದವರಿಗೂ ವ್ಯಾಪಿಸಲುಳ್ಳ ಸುವಾಸನೆ ೧. *r* ದೂರವಾಗಿ ವ್ಯಾಪಿಸುವ ಗಂಧದ್ರವ್ಯ ೨.

ಇಷ್ಟಗಂಧಸ್ಸುಗಂಧಿಸ್ (ಸ್ಯಾತ್) *a* ದಾಮೋದಿ ಮುಖವಾಸನಃ *b* ।
ಪೂತಿಗಂಧ (ಸ್ತು) ದುರ್ಗಂಧೋ *c* ವಿಸ್ರಂ (ಸ್ಯಾತ್) ದಾಮಗಂಧಿ (ಯತ್) *d* ॥೧೫೧॥
ಶುಕ್ಲ ಶುಭ್ರ ಶುಚಿ ಶ್ವೇತ ವಿಶದ ಶ್ಯೇತ ಪಾಂಡರಾಃ ।
ಅವದಾತಸ್ಸಿತೋ ಗೌರೋ ವಲಕ್ಷೋ ಧವಳೋ ರ್ಜುನಃ *e* ॥ ॥೧೫೨॥
ಹರಿಣಃ ಪಾಂಡುರಃ ಪಾಂಡು *f* (ರೀಷತ್ಪಾಂಡುಸ್ತು) ಧೂಸರಃ *g* ।
ಕೃಷ್ಣೇ ನೀಲಾ ಸಿತ ಶ್ಯಾಮ ಕಾಲ ಶ್ಯಾಮಲ ಮೇಚಕಾಃ *h* ॥ ॥೧೫೩॥
ಪೀತೋ ಗೌರೋ ಹರಿದ್ರಾಭಃ *i* ಪಾಲಾಶೋ ಹರಿತೋ ಹರಿತ್ *j* ।
ಲೋಹಿತೋ ರೋಹಿತೋ ರಕ್ತಃ *k* ಶೋಣಃ (ಕೋಕನದಚ್ಛವಿಃ) *l* ॥ ॥೧೫೪॥
(ಅವ್ಯಕ್ತರಾಗಸ್ತ್ವ) ರುಣಃ) *m* ಶ್ವೇತರಕ್ತಸ್ತು ಪಾಟಲಃ *n* ।
ಶ್ಯಾವ (ಸ್ಸ್ಯಾ) ತ್ಕಪಿಶೋ *o* ಧೂಮ್ರ ಧೂಮ ಲೌ ಕೃಷ್ಣಲೋಹಿತೆ *p* ॥ ॥೧೫೫॥
ಕಡಾರಃ ಕಪಿಲಃ ಪಿಂಗ ಪಿಶಂಗೌ ಕದ್ರು ಪಿಂಗಲೌ *q* ।
ಚಿತ್ರ ಕಿರ್ಮೀರ ಕಲ್ಮಾಷ ಶಬಲೈತಾ (ಶ್ಚ) ಕರ್ಬುರೆ *r* ॥ ॥೧೫೬॥
ಗುಣೆ ಶುಕ್ಲಾದಯಃ ಪುಂಸಿ ಗುಣಿ ಲಿಂಗಾ (ಸ್ತು) ತದ್ವತಿ ।

॥ಇತಿಧೀವರ್ಗಃ॥

VI. VAG-VARGA—ವಾಗ್ವರ್ಗ.

ಬ್ರಾಹ್ಮೀತು ಭಾರತೀ ಭಾಷಾ ಗೀರ್ವಾಗ್ವಾಣೀ ಸರಸ್ವತೀ ॥ ॥೧೫೭॥
ವ್ಯಾಹಾರ ಉಕ್ತಿರ್ಲಪಿತಂ ಭಾಷಿತಂ ವಚನಂ ವಚಃ *s* ।

---

a 4, Sweet smelling substance. *b* 2, Strong smelling substance, as camphor. *c* 2, Fetid substance. *d* 2, Substance smelling like raw meat. *e* 13, White. *f* 3, Yellowish white. *g* 1, Grey. *h* 7, Black. *i* 4, Yellow. *j* 3, Green. *k* 3, Red. *l* 1, Crimson. *m* 1, Dark red. *n* 1, Pale red, rose colour. *o* 2, Brown. *p* 3, Ash colour. *q* 6, Tawny. *r* 5, Variegated. *s* 13, Speech.

a ಪರಿಮಳ ದ್ರವ್ಯ ೪. *b* ಪಚ್ಚ ಕರ್ಪೂರ ಮುಂತಾದ ಮುಖ ಪರಿಮಳ ದ್ರವ್ಯ ೨. *c* ಕೆಟ್ಟ ವಾಸನೆಯುಳ್ಳವಸ್ತು ೨. *d* ಅಪಕ್ವವಾದ ಕೆಟ್ಟ ವಾಸನೆಯುಳ್ಳ ದ್ರವ್ಯ ೨. *e* ಬಿಳುಪು ಬಣ್ಣ ೧೩. *f* ಬಿಳುಪು ಪಚ್ಚೆ ಯೆರಡೂ ಬೆರತ ಬಣ್ಣ ೩. *g* ಎಳೇ ಬಿಳುಪು ೧. *h* ಕಪ್ಪು ಬಣ್ಣ ೭. *i* ಹಸುರು ಬಣ್ಣ ೪. *j* ಎಳೇ ಹಸುರು ಬಣ್ಣ ೩. *k* ಕೆಂಪು ಬಣ್ಣ ೩. *l* ಕೆಂಪು ದಾವರೇ ಬಣ್ಣ ೧. *m* ಎಳಗೆಂಪು ಬಣ್ಣ ೧. *n* ಕೆಂಪು ಬಿಳುಪು ಬೆರತಿರುವ ಬಣ್ಣ ೧. *o* ಪಚ್ಚೆ ಬೆರತ ಕೆಂಪುಬಣ್ಣ ೨. *p* ಕಾರ್ಮುಗಿಲಿನ ಕೆಂಬಾರದ ಬಣ್ಣ ೩. *q* ಗೋರೋಜನದಂತೆ ಕೆಂಪುಬೆರತ ಪಿಂಗಳ ಬಣ್ಣ ೬. *r* ಚಿತ್ರ ಬಣ್ಣ ೫. *s* ಮಾತಿನ ಹೆಸರುಗಳು ೧೩.

ಅಪಭ್ರಂಶೋ'ಪಶಬ್ದಃ *a* (ಸ್ಯಾಚ್ಛಾಸ್ತ್ರೇ) ಶಬ್ದ' (ಸ್ತು) (ವಾಚಕಃ) *b* || ||೧೫೮||
(ತಿಙ್ಸುಬಂತಚಯೋ) ವಾಕ್ಯಂ (ಕ್ರಿಯಾವಾಕಾರಕಾನ್ವಿತಾ) *c* |
ಶ್ರುತಿಃ (ಸ್ತ್ರೀ) ವೇದ'ಆಮ್ನಾಯ' *d* ಸ್ತ್ರಯೀಧರ್ಮ' (ಸ್ತು) ತದ್ವಿಧಿಃ) *e* || ||೧೫೯||
(ಸ್ತ್ರಿಯಾ) ಮೃಕ್ಸಾಮಯಜುಷೀ *f* (ಇತಿವೇದಾ'ಸ್ತ್ರಯ') ಸ್ತ್ರಯೀ *g* |
(ಶಿಕ್ಷೇತ್ಯಾದಿಶ್ರುತೇ') ರಂಗ *h* ಮೋಂಕಾರಪ್ರಣವೌ (ಸಮೌ) *i* || ||೧೬೦||
ಇತಿಹಾಸಃ ಪುರಾವೃತ್ತ' *j* ಮುದಾತ್ತಾದ್ಯಾಸ್ತ್ರಯ') ಸ್ಸ್ವರಾಃ *k* |
ಆನ್ವೀಕ್ಷಿಕೀ ದಂಡನೀತಿ' (ಸ್ತರ್ಕವಿದ್ಯಾರ್ಥಶಾಸ್ತ್ರಯೋಃ) *l* || ||೧೬೧||
ಆಖ್ಯಾಯಿಕೋ'ಪಲಬ್ಧಾರ್ಥಾ *m* ಪುರಾಣಂ ಪಂಚಲಕ್ಷಣಂ *n* |
ಪ್ರಬಂಧ ಕಲ್ಪನಾಕಥಾ *o* ಪ್ರವಲ್ಲಿಕಾ ಪ್ರಹೇಳಿಕಾ *p* || ||೧೬೨||
ಸ್ಮೃತಿ' (ಸ್ತು) ಧರ್ಮಸಂಹಿತಾ *q* ಸಮಾಹೃತಿ' (ಸ್ತು) ಸಂಗ್ರಹಃ *r* |
ಸಮಸ್ಯಾ (ತು) ಸಮಾಸಾರ್ಥಾ *s* ಕಿಂವದಂ ತೀಜನಶ್ರುತಿಃ *t* || ||೧೬೩||
ವಾರ್ತಾ ಪ್ರವೃತ್ತಿ'ರ್ವೃತ್ತಾಂತ'ಉದಂತ' (ಸ್ಸ್ಯಾ) *u* (ದಥಾ') ಹ್ವಯಃ |
ಆಖ್ಯಾ'ಹ್ವೇ ಅಭಿಧಾನಂ (ಚ) ನಾಮಧೇಯಂ (ಚ) ನಾಮ (ಚ) *v* || ||೧೬೪||
ಹೂತಿ'ರಾಕಾರಣಾ'ಹ್ವಾನೆ *w* ಸಂಹೂತಿ' (ರ್ಬಹುಭಿಃಕೃತಾ) *x* |
ವಿವಾದೋ'ವ್ಯವಹಾರ' (ಸ್ಸ್ಯಾ') *y* ದುಪನ್ಯಾಸ' (ಸ್ತು) ವಾಙ್ಮುಖಂ *z* || ||೧೬೫||

---

a 2; Ungrammatical speech. *b* 1, Word. *c* 1, Sentence. *d* 3, Veda. *e* 1, Vedic rule. *f* 1, Rig veda. 1, Sáma veda. 1, Yajur veda. *g* 1, These three vedas. *h* 1, The six vedángas. *i* 2, The holy syllable OM. *j* 2, Legend. *k* 1, The three vedic accents. *l* 2, The sciences of logic and ethics. *m* 2, Credible hisiory. *n* 2, Puránas, *o* 2, Romance. *p* 2, Enigma. *q* 2, Law. *r* 2, Compilation. *s* 2, Part of a stanza given to another person to complete it. *t* 2, Rumour. *u* 4, News. *v* 6, Name. *w* 3, Calling. *x* 1. Tumultuous exclamation. *y* 2, Law suit. *z* 2, Declaration.

[a] ಅಪಶಬ್ದ ೨. [b] ಶಾಸ್ತ್ರದಲ್ಲಿ ಅರ್ಥವನ್ನು ಹೇಳುವಂಥ ಸುಶಬ್ದ ೧. [c] ನಾಮ ಪದ ಕ್ರಿಯಾ ಪದಗಳ ಗುಂಪು ೧. [d] ವೇದ ೩. [e] ಆ ವೇದದಲ್ಲಿ ಹೇಳಿದ ಯಜ್ಞಾದಿ ವಿಧಿಗಳು ೧. [f] ಋಗ್ವೇದ೧. ಸಾಮವೇದ೧. ಯಜುರ್ವೇದ ೧. [g] ಈ ವೇದ ತ್ರಯಕ್ಕೆ ಹೆಸರು ೧. [h] ಆರು ವೇದಾಂಗಗಳು ೧. [i] ಪ್ರಣವ ೨. [j] ಭಾರತ ಮುಂತಾದ ಪುರಾತನ ಕಥೆಗಳು ೨. [k] ಉದಾತ್ತಾದಿ ಸ್ವರಗಳು ೧. [l] ಕ್ರಮವಾಗಿ ನ್ಯಾಯ ಶಾಸ್ತ್ರ ನೀತಿ ಶಾಸ್ತ್ರಗಳು ೨. [m] ಸತ್ಯವಾದ ಚರಿತ್ರೆಯುಳ್ಳ ಗ್ರಂಥ ೨. [n] ಸ್ಕಾಂದಾದಿ ಪುರಾಣಗಳು ೨. [o] ಕೆಲವು ಸತ್ಯವುಳ್ಳ ಗ್ರಂಥ ೨. [p] ಗೂಢಾರ್ಥವುಳ್ಳ ಗ್ರಂಥ ೨. [q] ಮಾನವಾದಿ ಧರ್ಮಶಾಸ್ತ್ರಗಳು ೨. [r] ಅನೇಕ ಸ್ಥಳಗಳಲ್ಲಿರುವ ಬಹ್ವರ್ಥಗಳನ್ನು ಒಂದೇ ಕಡೇ ಶೇರಿಸಿ ಸಂಕ್ಷೇಪವಾಗಿ ಹೇಳಿದ ಗ್ರಂಥ ೨. [s] ಕವಿಶಕ್ತಿ ಪರಿಜ್ಞಾನಾರ್ಥವಾಗಿ ಪೂರೈಸುವದಕ್ಕೆ ಕೊಡುವ ಪದ್ಯದ ಕೆಲವುಭಾಗ ೨. [t] ಲೋಕಪ್ರವಾದ ೨. [u] ವೃತ್ತಾಂತ ೪. [v] ನಾಮಧೇಯ ೬. [w] ಕರೆಯುವಿಕೆ ೩. [x] ಬಹುಮಂದಿ ಸೇರಿ ಕರೆಯುಸುವಿಕೆ ೧. [y] ವಿವಾದ ೨. [z] ವಾಕ್ಯಾರಂಭ ೨.

ಉಪೋದ್ಘಾತ ಉದಾಹಾರಃ *a* ಶಪನಂ ಶಪಥಃ (ಪುಮಾನ್) *b* ।
ಪ್ರಶ್ನೋಽನುಯೋಗಃ ಪೃಚ್ಛಾ (ಚ) *c* ಪ್ರತಿವಾಕ್ಯೋತ್ತರೇ (ಸಮೇ) *d* ॥ ॥೧೬೬॥
ಮಿಥ್ಯಾಭಿಯೋಗೋಽಭ್ಯಾಖ್ಯಾನಂ *e* (ಮಥ) ಮಿಥ್ಯಾಭಿಶಂಸನಂ ।
ಅಭಿಶಾಪಃ *f* ಪ್ರಣಾದಃ (ಸ್ತು) ಶಬ್ದಃ (ಸ್ಯಾ) (ದನುರಾಗಜಃ) *g* ॥ ॥೧೬೭॥
ಯಶಃ ಕೀರ್ತಿಃ ಸಮಜ್ಞಾ (ಚ) *h* ಸ್ತವಃ ಸ್ತೋತ್ರಂ ಸ್ತುತಿರ್ನುತಿಃ *i* ।
ಆಮ್ರೇಡಿತಂ (ದ್ವಿಸ್ತ್ರಿ) (ರುಕ್ತ) *j* ಮುಚ್ಚೈರ್ಘುಷ್ಟಂ (ತು) ಘೋಷಣಾ *k* ॥ ॥೧೬೮॥
ಕಾಕುಃ (ಸ್ತ್ರಿ) ಯಾಂ ವಿಕಾರೋ ಯಃ ಶೋಕಭೀತ್ಯಾದಿ ಭಿರ್ಧ್ವನೇಃ) *l* ।
ಅವರ್ಣಾಕ್ಷೇಪ ನಿರ್ವಾದ ಪರೀವಾದಾಪವಾದ(ವತ್) ॥ ॥೧೬೯॥
ಉಪಕ್ರೋಶೋ ಜುಗುಪ್ಸಾ (ಚ) ಕುತ್ಸಾ ನಿಂದಾ (ಚ) ಗರ್ಹಣೇ *m* ।
ಪಾರುಷ್ಯಮತಿ ವಾದಃ (ಸ್ಯಾತ್) *n* ಭರ್ತ್ಸನಂ (ತ್ವಪಕಾರಗೀಃ) *o* ॥ ॥೧೭೦॥
(ಯಸ್ಸನಿಂದ) ಉಪಾಲಂಭ (ಸ್ತತ್ರ ಸ್ಯಾತ್) ಪರಿಭಾಷಣಂ *p* ।
(ತತ್ರ) ತ್ವಾಕ್ಷಾರಣಾ (ಯಃ ಸ್ಯಾದಾಕ್ರೋಶೋ ಮೈಥುನಂ ಪ್ರತಿ) *q* ॥ ॥೧೭೧॥
(ಸ್ಯಾ) ದಾಭಾಷಣಮಾಲಾಪಃ *r* ಪ್ರಲಾಪೋ (ಽನರ್ಥಕಂ ವಚಃ) *s* ।
ಅನುಲಾಪೋ (ಮುಹುರ್ಭಾಷಾ) *t* ವಿಲಾಪಃ ಪರಿದೇವನಂ *u* ॥ ॥೧೭೨॥
ವಿಪ್ರಲಾಪೋ (ವಿರೋಧೋಕ್ತಿ) *v* ಸ್ಸಂಲಾಪೋ (ಭಾಷಣಂ ಮಿಥಃ) *w* ।
ಸುಪ್ರಲಾಪಸ್ಸುವಚನ *x* ಮಪಲಾಪ (ಸ್ತು) ನಿಹ್ನವಃ *y* ॥ ॥೧೭೩॥

---

a 2, Illustrating. *b* 2, Cursing. *c* 3, Question. *d* 2, Answer. *e* 2, False charge. *f* 2, False slander. *g* 1, An exclamation of joy. *h* 3, Fame. *i* 4, Praise. *j* 1, Repetition of a word through emotion. *k* 2, Shout. *l* 1. Change of voice in fear, grief &c. *m* 10, Blame. *n* 2, Abuse. *o* 1, Threat. *p* 1, Reproof. *q* 1, Accusation of adultery. *r* 2, Addressing. *s* 1, Prattle, useless speech. *t* 1, Repeating a word again and again. *u* 2, Lamentation. *v* 1, Quarrel. *w* 1, Conversation. *x* 2, Good speech. *y* 2, Denial.

a ನಿದರ್ಶನವನ್ನು ತೋರಿಸುವಿಕೆ ೨. *b* ಆಣೆ ಯಿಟ್ಟುಕೊಳ್ಳುವದು ೨. *c* ಪ್ರಶ್ನೆ ಮಾಡುವಿಕೆ ೩. *d* ಉತ್ತರ ಕೊಡುವಿಕೆ ೨. *e* ಇಲ್ಲದ್ದನ್ನು ಕಲ್ಪಿಸಿ ಆಕ್ಷೇಪಿಸುವದು ೨. *f* ಸುಳ್ಳು ಚಾಡೀ ಹೇಳುವದು ೨. *g* ವಿಶ್ವಾಸದಿಂದ ನುಡಿಯುವಿಕೆ ೧. *h* ಕೀರ್ತಿ ೩. *i* ಸ್ತೋತ್ರ ೪. *j* ಸಂತೋಷಾದಿಗಳಿಂದ ಹೇಳಿದಮಾತನ್ನೇ ಯೆರಡು ಮೂರು ಸಾರಿ ನುಡಿಯುವದು ೧. *k* ಘಟ್ಟಿಯಾಗಿ ಕೂಗುವದು ೨. *l* ಉಂಟೆಂದು ಹೇಳುವ ತಾತ್ಪರ್ಯವನ್ನು ಸೂಚಿಸುವಂತೆ ಇಲ್ಲವೆಂದು ಹೇಳುವ ಸ್ವರಭೇದ ೧. *m* ನಿಂದೆ ಅಂದರೆ ಹೀನಗಳೆಯುವಿಕೆ ೧೦. *n* ಅಪ್ರಿಯವಾಗಿ ನುಡಿಯುವಿಕೆ ೨. *o* ಜಬರಣೆ ೧. *p* ನಿಂದೆ ಯೊಡಗೂಡಿದ ದುರ್ವಾದ ೧. *q* ಮೈಥುನವನ್ನು ಕುರಿತು ಹಂಬಲಿಸಿ ಮೊರೆ ಯಿಡುವದು ೧. *r* ಹಿತವಾದ ೨. *s* ಪ್ರಯೋಜನವಿಲ್ಲದ ಮಾತು ೧. *t* ಬಾರಿಬಾರಿಗೂ ನುಡಿಯುವದು ೧. *u* ಅಳುವಿಕೆ ೨. *v* ವಿರೋಧವಾಗಿ ನುಡಿಯುವದು ೧. *w* ಪ್ರೀತಿ ಯಿಂದ ಮಾತಾಡುವದು ೧. *x* ಪರಿಶುದ್ಧ ವಾದ ಮಾತು ೨. *y* ಮೋಸಗೊಳಿಸುವ ಮಾತು ೨.

ಸಂದೇಶವಾಗ್ವಾಚಿಕಂ (ಸ್ಯಾತ್) *a* ದ್ವಾಗ್ಭೇದಾಸ್ತು ತ್ರಿಷೂತ್ತರೇ |
ಉಶತೀ (ವಾಗಕಲ್ಯಾಣೀಸ್ಯಾತ್) *b* ಕಲ್ಯಾ (ತು) ಶುಭಾತ್ಮಿಕಾ *c* || ||೧೭೪||
ಅತ್ಯರ್ಥಮಧುರಂ ಸಾಂತ್ವಂ *d* ಸಂಗತಂ ಹೃದಯಂಗಮಂ *e* |
ನಿಷ್ಠುರಂ ಪರುಷಂ *f* ಗ್ರಾಮ್ಯ ಮಶ್ಲೀಲಂ *g* ಸೂನೃತಂ (ಪ್ರಿಯೆ || ||೧೭೫||
ಸತ್ಯೇ) *h* ಥಸಂಕುಲ ಕ್ಲಿಷ್ಟಂ ಪರಸ್ಪರ ಪರಾಹತಂ *i* |
(ಲುಪ್ತವರ್ಣಪದಂ) ಗ್ರಸ್ತಂ *j* ನಿರಸ್ತಂ (ತ್ವರಿತೋದಿತಂ) *k* || ||೧೭೬||
ಅಂಬೂಕೃತಂ (ಸನಿಷ್ಠೀವ) *l* ಮಬದ್ಧಂ (ಸ್ಯಾದನರ್ಥಕಂ) *m* |
ಅನಕ್ಷರಮವಾಚ್ಯಂ (ಸ್ಯಾತ್) *n* ದಾಹತಂ (ತು) ಮೃಷಾರ್ಥಕಂ *o* || ||೧೭೭||
(ಅಥ) ಮ್ಲಿಷ್ಟಮವಿಸ್ಪಷ್ಟಂ *p* ವಿತಥಂ (ತ್ವನೃತಂ ವಚಃ) *q* |
ಸತ್ಯಂ ತಥ್ಯ ಮೃತಂ ಸಮ್ಯ ಗಮೂನಿ (ತ್ರಿಷುತದ್ವತಿ) *r* || ||೧೭೮||

|| ಇತಿವಾಗ್ವರ್ಗಃ ||

VII. SHABDADI-VARGA—ಶಬ್ದಾದಿವರ್ಗ.

ಶಬ್ದೇ ನಿನಾದ ನಿನದ ಧ್ವನಿ ಧ್ವಾನ ರವ ಸ್ವನಾಃ |
ಸ್ವಾನ ನಿರ್ಘೋಷ ನಿರ್ಹ್ರಾದ ನಾದ ನಿಸ್ವಾನ ನಿಸ್ವನಾಃ || ||೧೭೯||
ಆರವಾರಾವಸಂ ರಾವ ವಿರಾವಾ *s* (ಅಥ) ಮರ್ಮರಃ |
(ಸ್ವನಿತೇ ವಸ್ತ್ರ ಪರ್ಣಾನಾಂ) *t* ಭೂಷಣಾನಾಂ (ತು) ಶಿಂಜಿತಂ *u* | ||೧೮೦||
ನಿಕ್ವಾಣೋ ನಿಕ್ವಣಃ ಕ್ವಾಣಃ ಕ್ವಣಃ ಕ್ವಣನಮಿತ್ಯಪಿ) *v* |
(ವೀಣಾಯಾಃ ಕ್ವಣಿತೇ ಪ್ರಾದೇಃ) ಪ್ರಕ್ವಾಣ ಪ್ರಕ್ವಣಾದಯಃ *w* || ||೧೮೧||

---

a 2, Verbal message. *b* 1, Inauspicious speech. *c* 1, Auspicious speech. *d* 1, Conciliating speech. *e* 2, Apposite speech. *f* 2, Hard speech. *g* 2, Rustic speech. *h* 1, Agreeable and true speech. *i* 2, Perplexing speech. *j* 1, Inarticulate speech through weakness, haste, &c. *k* 1, Rapid speech. *l* 1, Sputtering speech. *m* 2, Unmeaning speech. *n* 2, Unpronounceable speech. *o* 2, Assertion of an impossibility. *p* 2, Unintelligible speech. *q* 1, False speech. *r* 4, True speech. *s* 17, Sounds. *t* 1, Rustling sound (as of cloth or dry leaves.) *u* 1, Tinkling sound (as of metallic ornaments.) *v* 5, Sounds of musical instruments. *w* 2, Sound of the lute.

a ಹೇಳಿ ಕಳುಹಿಸುವ ಮಾತು ೨. *b* ಅಶುಭವಾಕ್ಯ ೧. *c* ಶುಭ ವಾಕ್ಯ ೧. *d* ಬಹು ಪ್ರೀತಿವಾಕ್ಯ ೧. *e* ಮನಸ್ಸಿಗೆ ಒಪ್ಪಿದ ಮಾತು ೨. *f* ಕಠಿನವಾದ ಮಾತು ೨. *g* ಗ್ರಾಮ್ಯ ಜನರ ಮಾತು ೨. *h* ಪ್ರಿಯ ವಾಕ್ಯ ೧. *i* ಅನ್ವಯ ಕಷ್ಟವಾಕ್ಯ ೨. *j* ತ್ವರೆಯಿಂದ ವರ್ಣಲೋಪಿತವಾಕ್ಯ ೧. *k* ತ್ವರೆಯಿಂದ ಹುಟ್ಟಿದವಾಕ್ಯ ೧. *l* ಶುಂತುರಿಯಿಂದೊಡಗೂಡಿದ ವಾಕ್ಯ ೧. *m* ಹೊಂದದ ಮಾತು ೨. *n* ಹೇಳ ಬಾರದ ಮಾತು ೨. *o* ಬಹು ಅಸಂಭಾವಿತವಾದ ಮಾತು ೨. *p* ಅರ್ಥವು ತಿಳಿಯಬಾರದೇ ಯಿರುವ ಮಾತು ೨. *q* ಸುಳ್ಳುಮಾತು ೧. *r* ಸತ್ಯವಾಕ್ಯ ೪. *s* ಧ್ವನಿ, ಸದ್ದು ಸುವಿಕೆ ೧೭. *t* ಬಟ್ಟೆಗಳ ಮತ್ತು ಎಲೆಗಳ ಧ್ವನಿ ೧. *u* ಆಭರಣಗಳ ಧ್ವನಿ ೧. *v* ವೀಣಾದಿ ಸಕಲ ವಾದ್ಯಧ್ವನಿಗಳು ೫. *w* ವೀಣಾಧ್ವನಿ ೨.

ಕೋಲಾಹಲಃ ಕಲಕಲ *a* (ಸ್ತಿರಶ್ಚಾಂ) ವಾಶಿತಂ ರುತಂ *b* ।
(ಸ್ತ್ರೀ) ಪ್ರತಿ ಶ್ರುತ್ಪ್ರತಿಧ್ವಾನೆ *c* ಗೀತಂಗಾನ (ಮಿಮೇ ಸಮೇ) *d* । ||೧೯೩||

|| ಇತಿ ಶಬ್ದಾದಿ ವರ್ಗಃ ||

VIII. NATYA-VARGA.—ನಾಟ್ಯ ವರ್ಗ.

ನಿಷಾದರ್ಷಭ ಗಾಂಧಾರ ಷಡ್ಜ ಮಧ್ಯಮ ಧೈವತಾಃ ।
ಪಂಚಮ (ಶ್ಚೇತ್ಯಮೀ ಸಪ್ತ ತಂತ್ರೀಕಂಠೋತ್ಥಿತಾಸ್ಸ್ವರಾಃ) *e* । ||೧೯೪||
ಕಾಕಲೀ (ತು) ಕಲೇಸೂಕ್ಷ್ಮೇ) *f* (ಧ್ವನೌತು ಮಧುರಾಸ್ಫುಟೇ ।
ಕಲೋ *g* ಮಂದ್ರಸ್ತು (ಗಂಭೀರೆ) *h* ತಾರೋ (ತ್ಯುಚ್ಚೈ)ಸ್ತ್ರಯಸ್ತ್ರಿಷು) *i* ||೧೯೫||
ಸಮನ್ವಿತಲಯ (ಸ್ತ್ವೇಕ) ತಾಲೋ *j* ವೀಣಾ (ತು) ವಲ್ಲಕೀ ।
ವಿಪಂಚೀ *k* (ಸಾತು ತಂತ್ರೀಭಿ ಸ್ಸಪ್ತಭಿಃ) ಪರಿವಾದಿನೀ *l* । ||೧೯೬||
ತತಂ (ವೀಣಾದಿಕಂವಾದ್ಯ) *m* ಮಾನದ್ಧ (ಮುರಜಾದಿಕಂ) *n* ।
(ವಂಶಾದಿ ಕಂತು) ಸುಷಿರಂ *o* (ಕಾಂಸ್ಯಂ ತಾಲಾದಿಕಂ) ಘನಂ *p* । ||೧೯೭||
(ಚತುರ್ವಿಧ ಮಿದಂ) ವಾದ್ಯಂ ವಾದಿತ್ರಾತೋದ್ಯನಾಮಕಂ *q* ।
ಮೃದಂಗಾ ಮುರಜಾ(ಭೇದಾ) *r* ಸ್ತ್ವಂಕ್ಯಾಲಿಂಗ್ಯೋ (ರ್ಧ್ವಕಾಸ್ತ್ರಯಃ) *s* ||೧೯೮||
(ಸ್ಯಾ)ದ್ಯಶಃ ಪಟಹೋ ಢಕ್ಕಾ *t* ಭೇರೀ (ಸ್ತ್ರೀ) ದುಂದುಭಿಃ (ಪುಮಾನ್) *u* ।

---

a 2, Shout of a multitude. *b* 2, Cry of animals or birds. *c* 2, Echo. *d* 2, Singing. *e* 7, The seven musical notes (an octave.) *f* 1, Soft note. *g* 1, Low note. *h* 1, Deep note. *i* 1, High note. *j* 2, Keeping exact time between song, dance and instrumental music. *k* 3, Lute. *l* 1, Lute with seven strings. *m* 1, Any stringed instrument. *n* 1, Any drumlike instrument. *o* 1, Any wind instrument. *p* 1, Any metallic instrument which is struck in playing. *q* 3, Collective term for the above four. *r* 2, Small drum. *s* 3, Varieties of drum. *t* 2, Large drum. *u* 2, Great drum.

[a] ಗುಂಪಿನಲ್ಲಿ ಹುಟ್ಟುವ ದೊಡ್ಡ ಶಬ್ದ ೨. [b] ಮೃಗ ಪಕ್ಷ್ಯಾದಿಗಳ ಶಬ್ದ ೨. [c] ಪ್ರತಿಧ್ವನಿ ೨. [d] ಹಾಡುಗಾರಿಕೆ ೨. [e] ತಂತಿಯಿಂದಲೂ ಕೊರಳಿನಿಂದಲೂ ಹುಟ್ಟಿದ ಸಂಗೀತ ಸ್ವರಗಳು ೭. [f] ಸೂಕ್ಷ್ಮವಾದ ಅವ್ಯಕ್ತ ಮಧುರ ಧ್ವನಿ ೧. [g] ಕಿವಿಗೆ ಹಾಯಿದೋರುವ ಧ್ವನಿ ೧. [h] ಗಂಭೀರ ವಾದ ಧ್ವನಿ ೧. [i] ತೃತೀಯ ಕಾಲದಲ್ಲಿ ಅಧಿಕವಾದ ಧ್ವನಿ ೧. [j] ನೃತ್ಯಗೀತ ವಾದ್ಯಗಳು ಮೂರೂ ಸರಿಯಾಗಿ ಶೇರಿರುವಿಕೆ ೧. [k] ವೀಣೆ ೩. [l] ಯೇಳು ತಂತಿಗಳ ವೀಣೆ ೧. [m] ವೀಣೆ ಮುಂತಾದ ತಂತ್ರೀ ವಾದ್ಯಗಳು ೧. [n] ಮದ್ದಳೆ ಮುಂತಾದ ಚರ್ಮ ವಾದ್ಯಳು ೧. [o] ಪಿಳ್ಳಗೋವಿ ಮುಂತಾದ ಮುಖ ವಾದ್ಯಗಳು ೧. [p] ತಾಳ ಮುಂತಾದ ಕಂಚಿನ ವಾದ್ಯ ೧. [q] ಈ ನಾಲ್ಕು ವಿಧ ವಾದ್ಯಗಳೂ ೩. [r] ಮದ್ದಳೆ ೨. [s] ಮರ್ದಳೆಯ ಭೇದಗಳು ೩. [t] ಢಕ್ಕೆ ೨. [u] ಭೇರಿ ೨

ಆನಕಃ ಪಟಹೋಽಸ್ತ್ರೀಸ್ಯಾತ್ *a* ಕ್ರೋಣೋ (ವೀಣಾದಿವಾದನಂ) *b* || ||೧೮೮||
(ವೀಣಾದಂಡಃ) ಪ್ರವಾಳಸ್ (ಸ್ಯಾತ್) *c* ಕ್ಕಕುಭಸ್ (ಸ್ತು) ಪ್ರಸೇವಕಃ *d* |
ಕೋಲಂಬಕಸ್ (ಸ್ತುಕಾಯೋಸ್ಯಾ) *e* ಉಪನಾಹೋ ನಿಬಂಧನಂ *f* || ||೧೮೯||
(ವಾದ್ಯಪ್ರಭೇದಾ) ಡಮರು ಮಡ್ಡು ಡಿಂಡಿಮ ಝರ್ಝರಾಃ |
ಮರ್ದಳಃ ಪಣವೋ (ನ್ಯೇಚ) *g* ನರ್ತಕೀ ಲಾಸಕೀ (ಸಮೇ) *h* || ||೧೯೦||
ವಿಲಂಬಿತಂ ದ್ರುತಂ ಮಧ್ಯಂ ತತ್ವಮೋಘೋ ಘನಂಕ್ರಮಾತ್ *i* |
ತಾಲಃ (ಕಾಲಕ್ರಿಯಾಮಾನಂ) *j* ಲಯಃ (ಸಾಮ್ಯಂ) *k* ಮಥಾಸ್ತ್ರಿಯಾಂ ||೧೯೧||
ತಾಂಡವಂ ನಟನಂ ನಾಟ್ಯಂ ಲಾಸ್ಯಂ ನೃತ್ಯಂ (ಚ) ನರ್ತನಂ *l* |
ತೌರ್ಯತ್ರಿಕಂ (ನೃತ್ಯಗೀತವಾದ್ಯಂ) ನಾಟ್ಯ (ಮಿದಂತ್ರಯಂ) *m* || ||೧೯೨||
ಭ್ರಕುಂಸ (ಶ್ಚ) ಭ್ರುಕುಂಸ (ಶ್ಚ) ಭ್ರೂಕುಂಸಶ್ಚೇತಿ ನರ್ತಕಃ |
ಸ್ತ್ರೀವೇಷಧಾರೀ ಪುರುಷೋ *n* (ನಾಟ್ಯೋಕ್ತೌ) (ಗಣಿಕಾ) ಜ್ಜುಕಾ *o* || ||೧೯೩||
(ಭಗಿನೀಪತಿ) ರಾವುತ್ತಃ *p* ಭಾವೋ (ವಿದ್ವಾ) *q* (ನಥಾವುಕಃ) |
ಜನಕೋ *r* (ಯುವರಾಜ) (ಸ್ತು) ಕುಮಾರೋ ಭರ್ತೃದಾರಕಃ *s* | ||೧೯೪||
(ರಾಜಾ) ಭಟ್ಟಾರಕೋ ದೇವ *t* (ಸ್ತತ್ಸುತಾ) (ಭರ್ತೃದಾರಿಕಾ) *u* |
ದೇವೀ (ಕೃತಾಭಿಷೇಕಾಯಾ) *v* (ಮಿತರಾಸುತು) ಭಟ್ಟಿನೀ *w* || ||೧೯೫||

---

a 2, Big drum. *b* 1, Instrument worn on the finger for sounding a lute. *c* 1, Neck of a lute. *d* 2, Sounding vessel of a lute. *e* 1, Collective term for the above three. *f* 2, The parts of a lute to which the strings are attached. *g* 6, Varieties of hand drum. *h* 2, Female dancer. *i* 3, Slow, quick and moderate time in dancing. *j* 1, Musical time. *k* 1, Equal time in song, music and dance. *l* 6, Dancing. *m* 1, Dance accompanied with song and music. *n* 3, Male dancer dressed as a female. (The following terms are only appropriate to *dramatis personæ*.) *o* 1, Harlot. *p* 1, Sister's husband. *q* 1, Learned man. *r* 1, Father. *s* 2, Prime minister. *t* 2, King. *u* 1, King's daughter, princess. *v* 1, Crowned queen. *w* 1, Other wives of the king.

[a] ತಮ್ಮಟೆ ೨. [b] ವೀಣೆ ಮುಂತಾದ ವುಗಳನ್ನು ಬಾರಿಸುವ ನಖಿ ೧. [c] ವೀಣೆಯ ದಂಡಿಗೆ ತೋಳು ೧. [d] ವೀಣೆಯ ಹೆರಳು ೨. [e] ವೀಣೆಯ ತಂತಿ ಹೆರಳು ಮೊದಲಾದ ಶರೀರ ೧. [f] ವೀಣೆಯ ತಂತಿ, ಕಟ್ಟುವ ಬಾಯಿಗೂ ಬಿರಡೆಗಳಿಗೂ ಹೆಸರು ೨. [g] ಕ್ರಮವಾಗಿ ಬುಡುಬುಡುಕಿ, ಢಕ್ಕೆ, ಢಿಮುಕಿ, ಝಾಯಿ, ಮದ್ದಳೆ, ಗೋಮುಖ, ಮುಂತಾದವು ೬. [h] ಕುಣಿಯುವ ನಾಟ್ಯಗಾತಿ ೨. [i] ನಾಟ್ಯಾದಿಗಳ ಆದ್ಯಂತ ಮಧ್ಯಕಾಲಗಳು ೩. [j] ನಾಟ್ಯಾದಿಗಳ ಕಾಲ ಪರಿಮಿತಿ ೧. [k] ನೃತ್ಯಗೀತ ವಾದ್ಯಗಳ ಸರಿಯಾದ ಜಮಾವಣೆ ೧. [l] ಭರತ ಶಾಸ್ತ್ರ ಪ್ರಕಾರ ಕುಣಿಯುವ ನಾಟ್ಯ ೬. [m] ಕುಣಿಯುವದು ಹಾಡುವದು ಬಾರಿಸುವದು ಈ ಮೂರೂ ಕೂಡಿದ ನಾಟ್ಯ ೨. [n] ಹೆಣ್ಣು ವೇಷವನ್ನು ಧರಿಸಿ ಕುಣಿಯುವ ಗಂಡು ೩. [o] ಸೂಳೆ ೧. [p] ಸಹೋದರಿಯ ಗಂಡನು ೧. [q] ವಿದ್ವಾಂಸನು ೧. [r] ತಂದೆ ೧. [s] ಸರ್ವಾಧಿಕಾರಿ ೨. [t] ಅರಸನು ೨. [u] ಅರಸಿನ ಮಗಳು ೧. [v] ಪಟ್ಟಾಭಿಷಿಕ್ತಳಾದ ರಾಣಿ ೧. [w] ಮಿಕ್ಕಂಥ ರಾಜಪತ್ನಿ ೧.

ಅಬ್ರಹ್ಮಣ್ಯ(ಮವಧ್ಯೋಕ್ತೌ) *a* (ರಾಜ್ಞಃ ಸ್ಯಾಲ) (ಸ್ತು) ರಾಷ್ಟ್ರಿಯಃ *b* ।
ಅಂಬಾ (ಮಾತಾ) *c* (ಥ ಬಾಲಾ ಸ್ಯಾ) ದ್ವಾಸೂ *d* ರಾರ್ಯ (ಸ್ತು) ಮಾರಿಷಃ *e* ॥೧೯೬॥
ಅತ್ತಿಕಾ (ಭಗಿನೀಜ್ಯೇಷ್ಠಾ) *f* ನಿಷ್ಠಾ ನಿರ್ವಹಣೇ (ಸಮೇ) *g* ।
ಹಂಡೇ ಹಂಜೇ ಹಲಾ(ಹ್ವಾನೇ ನೀಚಾಂ ಚೇಟೀಂ ಸಖೀಂ ಪ್ರತಿ) *h* ॥ ॥೧೯೭॥
ಅಂಗಹಾರೋಂಗವಿಕ್ಷೇಪೋ *i* ವ್ಯಂಜಕಾಭಿನಯೌ (ಸಮೌ) *j* ।
(ನಿರ್ವೃತ್ತೇ ತ್ವಂಗಸತ್ತ್ವಾಭ್ಯಾಂ ದ್ವೇ) (ತ್ರಿ) ಷ್ವಾಂಗಿಕಸಾತ್ವಿಕೇ *k* ॥ ॥೧೯೮॥
ಶೃಂಗಾರ ವೀರ ಕರುಣಾದ್ಭುತ ಹಾಸ್ಯ ಭಯಾನಕಾಃ ॥
ಭೀಭತ್ಸ ರೌದ್ರೌ (ಚ) ರಸಾಃ *l* ಶೃಂಗಾರಃ ಶುಚಿರುಜ್ಜ್ವಲಃ *m* ॥ ॥೧೯೯॥
ಉತ್ಸಾಹವರ್ಧನೋ ವೀರಃ *n* ಕಾರುಣ್ಯಂ ಕರುಣಾ ಘೃಣಾ ।
ಕೃಪಾ ದಯಾನುಕಂಪಾ (ಸ್ಯಾ) ದನುಕ್ರೋಶೋ *o* (ಪ್ಯಥೋ) ಹಸಃ ॥ ॥೨೦೦॥
ಹಾಸೋ ಹಾಸ್ಯಂ (ಚ) *p* ಭೀಭತ್ಸಂ ವಿಕೃತಂ (ತ್ರಿಷ್ವಿದಂ ದ್ವಯಂ) *q* ।
ವಿಸ್ಮಯೋದ್ಭುತಮಾಶ್ಚರ್ಯಂ ಚಿತ್ರ *r* (ಮಪ್ಯಥ) ಭೈರವಂ । ॥೨೦೧॥
ದಾರುಣಂ ಭೀಷಣಂ ಭೀಷ್ಮಂ ಘೋರಂ ಭೀಮಂ ಭಯಾನಕಂ ।
ಭಯಂಕರಂ ಪ್ರತಿಭಯಂ *s* ರೌದ್ರಂ ತೂಗ್ರ (ಮಮೀ ತ್ರಿಷು ॥ ॥೨೦೨॥
ಚತುರ್ದಶ) *t* ದರ ತ್ರಾಸೌ ಭೀತಿರ್ಭೀಃ ಸಾಧ್ವಸಂ ಭಯಂ *u* ।
(ವಿಕಾರೋ ಮಾನಸೋ) ಭಾವೋ *v* ನುಭಾವೋ (ಭಾವಬೋಧಕಃ) *w* । ॥೨೦೩॥

---

a 1, Inviolability. *b* 1, King's brother-in-law. *c* 1, Mother. *d* 1, Little girl. *e* 1, A worthy man. *f* 1, Elder sister. *g* 2, End of a play. *h* 3, Term of address for a low woman, female slave, or a woman's female friend. *i* 2, Affected gestures in dancing. *j* 2, To disclose the thoughts by signs or gestures. *k* 2, Perspiration, horripilation &c, arising from mental emotion. *l* 8, The poetic sentiments viz. *m* 3, Love. *n* 2, Heroism. *o* 7, Pathos. *p* 3, Derision. *q* 2, Disgust. *r* 4, Surprise. *t* 9, Terror. *s* 2, Anger. *u* 6, Fear. *v* 1, Emotion or passion as an object of poetry. *w* 1, The expression of such emotion in the features.

a ಕೊಲ್ಲಕೂಡದೆಂಬ ಮಾತು ೧. *b* ಅರಸಿನ ಭಾವಮೈದುನು ೧. *c* ತಾಯಿ ೧ *d* ಚಿಕ್ಕ ಹುಡುಗಿ ೧. *e* ಪೂಜ್ಯನು ೧. *f* ಅಕ್ಕನು ೧. *g* ನಾಟಕ ಕಥೆಯನ್ನು ಮುಗಿಸುವಿಕೆ ೨. *h* ನೀಚಳನ್ನೂ ದಾಸಿಯನ್ನೂ ಸಖಿಯನ್ನೂ ಕರೆಯುವದು ೩. *i* ಕುಣಿಯುವಾಗ ಮೈ ಕುಲುಕಿಸುವಿಕೆ ೨. *j* ಹಸ್ತವಿನ್ಯಾಸಾದಿಗಳಿಂದ ಭಾವವನ್ನು ತಿಳಿಯುಸುವದು ೨. *k* ಮನೋವೃತ್ತಿಯಿಂದ ಹುಟ್ಟಿದ ಸ್ವೇದ ರೋಮಾಂಚಾದಿಗಳು ೨. *l* ಶೃಂಗಾರಾದಿ ರಸಗಳು ೮. *m* ಶೃಂಗಾರರಸ ೩. *n* ವೀರ ರಸ ೨. *o* ಕರುಣಾರಸ ೭. *p* ಹಾಸ್ಯರಸ ೩. *q* ಭೀಭತ್ಸ ರಸ ೨. *r* ಅದ್ಭುತರಸ ೪. *s* ಭಯಾನಕ ರಸ ೯. *t* ರೌದ್ರರಸ ೨. *u* ಭಯ ೬. *v* ಮನೋವಿಕಾರ ೧. *w* ಭಾವವನ್ನು ತಿಳಿಸುವ ಮುಖವಿಕಾರಾದಿಗಳು ೧.

ಗರ್ವೋ'ಭಿಮಾನೋ'ಹಂಕಾರೋ *a* ಮಾನ (ಶ್ಚಿತ್ತಸಮುನ್ನತಿಃ) *b*
ಅನಾದರಃ ಪರಿಭವಃ ಪರೀಭಾವ ಸ್ತಿರಸ್ಕ್ರಿಯಾ || ||೨೦೪||
ರೀಢಾ'ವಮಾನನಾ'ವಜ್ಞಾ'ವಹೇಳನ ಮಸೂರ್ಕ್ಷಣಂ *c* |
ಮಂದಾಕ್ಷಂ ಹ್ರೀ ಸ್ತ್ರಪಾ ವ್ರೀಡಾ ಲಜ್ಜಾ *d* (ಸಾ)ಪತ್ರಪಾ (ನ್ಯತಃ) *e* || ||೨೦೫||
ಕ್ಷಾಂತಿಸ್ತಿತಿಕ್ಷಾ *f* ಭಿಧ್ಯಾ ತು (ಪರಸ್ಯ ವಿಷಯೇಸ್ಪೃಹಾ) *g* |
ಅಕ್ಷಾಂತಿರೀರ್ಷ್ಯಾ *h* ಸೂಯಾ (ತುದೋಷಾರೋಪೋಗುಣೇಷ್ವಪಿ) *i* || ||೨೦೬||
ವೈರಂ ವಿರೋಧೋ ವಿದ್ವೇಷೋ *j* ಮನ್ಯುಶೋಕೌ (ತು)ಶುಕ್ (ಸ್ತ್ರಿಯಾಂ) *k* |
ಪಶ್ಚಾತ್ತಾಪೋ'ನುತಾಪ (ಶ್ಚ) ವಿಪ್ರತೀಸಾರ (ಇತ್ಯಪಿ *l* || ||೨೦೭||
ಕೋಪ ಕ್ರೋಧಾ'ಮರ್ಷ ರೋಷ ಪ್ರತಿಘಾ ರುಟ್ಕ್ರುಧೌ (ಸ್ತ್ರಿಯಾಂ)*m* |
(ಶುಚೌತುಚರಿತೇ) ಶೀಲ *n* ಮುನ್ಮಾದ (ಶ್ಚಿತ್ತವಿಭ್ರಮಃ) *o* || ||೨೦೮||
ಪ್ರೇಮಾ (ನಾ) ಪ್ರಿಯತಾ ಹಾರ್ದಂ ಪ್ರೇಮಸ್ನೇಹೋ *p* (ಥ) ದೋಹದಂ |
ಇಚ್ಛಾ ಕಾಂಕ್ಷಾ ಸ್ಪೃಹೇ ಹಾತೃ'ಡ್ವಾಂಛಾ ಲಿಪ್ಸಾ ಮನೋರಥಃ | ||೨೦೯||
ಕಾಮೋ'ಭಿಲಾಷ ಸ್ತರ್ಷ (ಶ್ಚ) *q* ಸೋತ್ಯರ್ಥಂ ಲಾಲಸಾ (ದ್ವಯೋಃ) *r* |
ಉಪಾಧಿ (ರ್ನಾ) ಧರ್ಮಚಿಂತಾ *s* (ಪುಂಸ್ಯಾ) ಧಿ (ರ್ಮಾನಸೀವ್ಯಥಾ) *t* || ||೨೧೦||
(ಸ್ಯಾ) ಚ್ಚಿಂತಾ ಸ್ಮೃತಿ'ರಾಧ್ಯಾನ *u* ಮುತ್ಕಂಠೋ'ತ್ಕಲಿಕೇಸಮೇ *v* |
ಉತ್ಸಾಹೋ'ಧ್ಯವಸಾಯ (ಸ್ಸ್ಯಾ) *w* (ತ್ಸ) ವೀರ್ಯ (ಮತಿಶಕ್ತಿಭಾಕ್) *x* || ||೨೧೧||
ಕಪಟೋ (ಸ್ತ್ರೀ) ವ್ಯಾಜದಂಭೋ'ಪಧಯ'ಶ್ಛದ್ಮಕೈತವೇ |
ಕುಸೃತಿ'ರ್ನಿಕೃತಿ'ಶ್ಶಾಠ್ಯಂ *y* ಪ್ರಮಾದೋ'ನವಧಾನತಾ *z* || ||೨೧೨||

---

a 3, Pride. *b* 1, Self respect. *c* 9, Disrespect. *d* 5, Shame. *e* 1, Bashfulness. *f* 2, Patience *g* 1, Covetousness. *h* 2, Envy. *i* 1, Detraction. *j* 3 Enmity. *k* 3, Grief. *l* 3, Repentance. *m* 7, Anger. *n* 1, Virtue. *o* 2, Madness. *p* 5, Friendship. *q* 12, Desire. *r* 1, Ardent desire *s* 2, Virtuous reflection. *t* 1, Mental agony. *u* 3, Anxious thought. *v* 2, Impatient longing. *w* 2, Effort. *x* 1, Power. *y* 9, Hypocrisy. *z* 2, Carelessness.

a ಅಹಂಕಾರ ೩. *b* ನಾನು ದೊಡ್ಡವನೆಂಬ ಚಿತ್ತೌನ್ನತ್ಯ ೧. *c* ತಿರಸ್ಕಾರ ೯. *d* ನಾಚಿಕೆ ೫. *e* ಹೆರರ ಬೆಳಯಿಂದುಂಟಾದ ನಾಚಿಕೆ ೧. *f* ಸೈರಣೆ ೨. *g* ಪರಸ್ವತ್ತಿನ ವಿಷಯವಾದ ಬಯಕೆ ೧. *h* ಹೊಟ್ಟೆಕಿಚ್ಚು ೨. *i* ಪರರ ಗುಣದಲ್ಲಿಯೂ ದೋಷವನ್ನೆಣಿಸುವ ಪಾಪಬುದ್ಧಿ ೧. *j* ವೈರ ೩. *k* ಶಿಟ್ಟುಗೊಂಡು ಅಳುವಿಕೆ ೩. *l* ಪಶ್ಚಾತ್ತಾಪ ೩. *m* ಸಿಟ್ಟು, ಕೋಪ ೭. *n* ಒಳ್ಳೇ ನಡತೆ ೧. *o* ಚಿತ್ತ ಚಾಂಚಲ್ಯ ೨. *p* ಸ್ನೇಹ, ವಿಶ್ವಾಸತನ ೫. *q* ಕೋರಿಕೆ ೧೨. *r* ಹೆಚ್ಚಾದ ಅಪೇಕ್ಷೆ ೧. *s* ಧರ್ಮಚಿಂತೆ ೨. *t* ಮನಸ್ಸಂಬಂಧವಾದ ವ್ಯಥೆ ೧. *u* ನೆನಸುವದು ೩. *v* ಆಸಕ್ತಿ ೨. *w* ಮಹತ್ಕಾರ್ಯ ವಿಷಯವಾಗಿ ಮಾಡುವ ಪ್ರಯತ್ನ ೨. *x* ಬಹಳ ಶಕ್ತಿಯುಳ್ಳ ಉತ್ಸಾಹ ೧. *y* ಕಪಟ ೯. *z* ಹೆಚ್ಚರಿಕೆ ತಪ್ಪಿ ಹೋಗುವದು ೨.

ಕೌತೂಹಲಂ ಕೌತುಕಂ (ಚ) ಕುತುಕಂ (ಚ) ಕುತೂಹಲಂ a ।
(ಸ್ತ್ರೀಣಾಂ) ವಿಲಾಸ ಬಿಬ್ಬೋಕ ವಿಭ್ರಮಾ ಲಲಿತಂ (ತಥಾ) ॥ ||೨೧೩||
ಹೇಲಾ ಲೀಲೇ (ತ್ಯಮೀ ಹಾವಾಃ ಕ್ರಿಯಾಃ ಶೃಂಗಾರಭಾವಜಾಃ b ।
ದ್ರವಕೇಳಿ ಪರೀಹಾಸಾಃ ಕ್ರೀಡಾ ಲೀಲಾ (ಚ) ನರ್ಮ (ಚ) c । ||೨೧೪||
ವ್ಯಾಜೋಪದೇಶೋ ಲಕ್ಷ್ಯಂ (ಚ) d ಕ್ರೀಡಾ ಖೇಲಾ (ಚ) ಕೂರ್ದನಂ e ।
ಘರ್ಮೋ ನಿದಾಘಸ್ಸ್ವೇದಃ (ಸ್ಯಾತ್) f ಪ್ರಳಯೋ (ನಷ್ಟಚೇಷ್ಟತಾ) g । ||೨೧೫||
ಅವಹಿತ್ಥಾ (ಕಾರಗುಪ್ತಿ) h (ಸ್ಸಮೌ) ಸಂವೇಗ ಸಂಭ್ರಮೌ i ।
(ಸ್ಯಾ) ದಾಚ್ಛುರಿತಕಂ ಹಾಸ ಸ್ಸೋತ್ಪ್ರಾಸಃ j (ಸ್ಸ ಮನಾ) ಕ್ಸ್ಮಿತಂ k ||೨೧೬||
(ಮಧ್ಯಮಃ ಸ್ಯಾ) ದ್ವಿಹಸಿತಂ l ರೋಮಾಂಚೋ ರೋಮಹರ್ಷಣಂ m ।
ಕ್ರಂದಿತಂ ರುದಿತಂ ಕ್ರುಷ್ಟಂ n ಜೃಂಭ (ಸ್ತು ತ್ರಿಷು) ಜೃಂಭಣಂ o ॥ ||೨೧೭||
ವಿಪ್ರಲಂಭೋ ವಿಸಂವಾದೋ p ರಿಂಖಣಂ ಸ್ಖಲನಂ (ಸಮೇ) q ।
(ಸ್ಯಾ) ನ್ನಿದ್ರಾ ಶಯನಂ ಸ್ವಾಪಃ ಸ್ವಪ್ನಃ ಸಂವೇಶ (ಇತ್ಯಪಿ) r ॥ ||೨೧೮||
ತಂದ್ರೀ ಪ್ರಮೀಲಾ s ಭ್ರುಕುಟಿ ಭ್ರೂಕುಟಿ ಭ್ರೂಕುಟಿಃ (ಸ್ತ್ರಿಯಾಂ) t ।
ಅದೃಷ್ಟಿ (ಸ್ಸ್ಯಾದಸೌಮ್ಯೇಕ್ಷ್ಣೇ) u ಸಂಸಿದ್ಧಿ ಪ್ರಕೃತೀ (ಸಮೇ) ॥ ||೨೧೯||
ಸ್ವರೂಪಂ (ಚ) ಸ್ವಭಾವ (ಶ್ಚ) ನಿಸರ್ಗ (ಶ್ಚಾ) v (ಥ) ವೇಪಥುಃ ।
ಕಂಪೋ w (ಥ) ಕ್ಷಣ ಉದ್ಧರ್ಷೋ ಮಹ ಉದ್ಧವ ಉತ್ಸವಃ x ॥ ||೨೨೦||

॥ ಇತಿ ನಾಟ್ಯವರ್ಗಃ ॥

---

a 4, Curiosity. b 6, Dalliance. c 6, Amorous play. d 3, Pretence. e 3, Game. f 3, Sweat. g 1, Fainting. h 1, Dissimulation. i 2, Haste arising from fear. j 1, Derision. k 1, Smile. l 1, Gentle laugh. m 2, Horripilation. n 3, Weeping. o 2, Yawning. p 2, Contradiction. q 2, A slip (in speech or conduct.) r 5, Sleep. s 2. Falling asleep through weariness. t 3, Frown. u 1, Look of displeasure. v 5, Natural disposition. w 2, Trembling. x 5, Festival.

a ಅಪೂರ್ವ ವಸ್ತುವನ್ನಪೇಕ್ಷಿಸುವದು ೪. b ಸ್ತ್ರೀಯರ ಮನೋವೃತ್ತಿ ವಿಶೇಷಗಳು ೬. c ಸ್ತ್ರೀ ಪುರುಷರ ಪರಿಹಾಸ ೬. d ವ್ಯಾಜ, ನೆವ ೩. e ಚಂಡು ಮೊದಲಾದ ಆಟ ೩. f ಬೆವರು ೩. g ಸುಖಾದಿಗಳಿಂದ ಮೈಮರೆಯುವಿಕೆ ೧. h ಅನುರಾಗಾದಿಗಳಿಂದಾದ ಪುಳಕಾದಿಗಳನ್ನು ಮರೆ ಮಾಚುವದು ೧. i ಭಯಾದಿಗಳಿಂದ ತಾರತಮ್ಯ ವಿಚಾರ ಜಾಗರೂಕತೆಯೆಂಬ ಮನೋವೃತ್ತಿ ೨. j ಹೀನನಗೆಯಿಂದ ಗೇಲಿಗೊಳಿಸುವಿಕೆ ೧. k ಕಿರುನಗೆ, ಗಂಭೀರವಾದ ಹಾಸ ೧. l ಮಧ್ಯಸ್ಥವಾದನಗೆ ೧. m ಮೈಗೂದಲು ಪುಳಕಿತವಾಗುವಿಕೆ ಅಂದರೆ ರೋಮಗಳು ತಲೆಯೆತ್ತಿಗೊಳ್ಳುವಿಕೆ ೨. n ರೋದನ, ಗೋಳೋಯೆಂದಳುವಿಕೆ ೩. o ಆಕಳಿಕೆ ೨. p ವಿಪರೀತವಾಗಿ ನುಡಿಯುವದು ೨. q ಜಾರುವದು ೨. r ನಿದ್ದೆ ೫. s ಗಾಢ ನಿದ್ರೆ ೨. t ಕಂಣಿನ ಹುಬ್ಬುಗಳು ಗಂಟಿಕ್ಕುವಿಕೆ ೩. u ಬಿರುನೋಟ ೧. v ಸ್ವಭಾವ ೫. w ನಡುಗುವದು ೨. x ಉತ್ಸವ ೫.

IX. PATALA-VARGA.—ಪಾತಾಳ ವರ್ಗ.

ಅಧೊ ಭುವನ ಪಾತಾಳ ಬಲಿಸದ್ಮ ರಸಾತಲಂ ।
ನಾಗ ಲೊಕೊ *a* (ಥ) ಕುಹರಂ ಸುಷಿರಂ ವಿವರಂ ಬಿಲಂ ॥ ॥೨೨೧॥
ಛಿದ್ರಂ ನಿರ್ವ್ಯಥನಂ ರೊಕಂ ರಂಧ್ರಂ ಶ್ವಭ್ರಂ ವಪಾ ಸುಷಿಃ *b* ।
ಗರ್ತಾವಟೌ (ಭುವಿಶ್ವಭ್ರೆ) *c* (ಸರಂಧ್ರೆ) ಸುಷಿರಂ (ತ್ರಿಷು) ॥ ॥೨೨೨॥
ಅಂಧ ಕಾರೊ (ಸ್ತ್ರಿಯಾಂ) ಧ್ವಾಂತಂ ತಮಿಸ್ರಂ ತಿಮಿರಂ ತಮಃ *d* ।
(ಧ್ವಾಂತೆಗಾಢೆಂ) ಧತಮಸಂ *e* (ಕ್ಷೀಣೆ) ವತಮಸಂ *f* (ತಮಃ ॥ ॥೨೨೩॥
ವಿಷ್ವ) ಕ್ಸಂತಮಸಂ *g* ।

॥ ಇತಿ ಪಾತಾಳವರ್ಗಃ ॥

X. BHOGI-VARGA.—ಭೋಗಿ ವರ್ಗ.

ನಾಗಾಃ ಕಾದ್ರವೆಯಾ *h* (ಸ್ತದೀಶ್ವರಃ ।
ಶೆಷೊನಂತೊ *i* ವಾಸುಕಿ (ಸ್ತು) ಸರ್ಪರಾಜೊ *j* (ಥ) ಗೊನಸೆ ॥ ॥೨೨೪॥
ತಿಲಿತ್ಸ (ಸ್ಸ್ಯಾ) (ದಜಗರೆ) *k* ಶಯುರ್ವಾಹಸ (ಇತ್ಯುಭೌ *l* ।
ಅಲಗರ್ದೊ ಜಲವ್ಯಾಳ *m* (ಸ್ಸಮೌ) ರಾಜಿಲದುಂಡುಭೌ *n* ॥ ॥೨೨೫॥
ಮಾಲುಧಾನೊ ಮಾತುಲಾಹಿ *o* ರ್ನಿರ್ಮುಕ್ತೊ ಮುಕ್ತಕಂಚುಕಃ *p* ।
ಸರ್ಪಃ ಪೃದಾಕು ರ್ಭುಜಗೊ ಭುಜಂಗೊ ಹಿರ್ಭುಜಂಗಮಃ ॥ ॥೨೨೬॥
ಆಶೀವಿಷೊ ವಿಷಧರ ಶ್ಚಕ್ರೀ ವ್ಯಾಳ ಸ್ಸರೀಸೃಪಃ ।
ಕುಂಡಲೀ ಗೂಢಪಾಚ್ಚಕ್ಷುಶ್ಶ್ರವಾಃ ಕಾಕೊದರಃ ಫಣೀ ॥ ॥೨೨೭॥

---

a 5, Pátála (the infernal regions.) *b* 11, Hole. *c* 2, Ditch. *d* 5, Darkness. *e* 1, Thick darkness. *f* 1, Slight darkness. *g* 1, Universal darkness. *h* 2, Nágas (serpents with human faces inhabiting Pátála.) *i* 2, Adishesha (king of the Nágas.) *j* 2, Vásuki (the principal Nága.) *k* 2, Boa constrictor. *l* 3, A variety of boa: *m* 2, Water snake. *n* 2, A snake with two heads (*amphisbæna.*) *o* 2, A variegated snake. *p* 2, A snake that has cast its slough.

[a] ಪಾತಾಳಲೋಕ ೫. [b] ರಂಧ್ರ, ತೂತು ೧೧. [c] ನೆಲದಲ್ಲಿನ ಬಿಲ, ಹಗೇವು ೨. [d] ಕತ್ತಲೆ ೫. [e] ಕಾರ್ಗತ್ತಲೆ ೧. [f] ಕಿರುಗತ್ತಲೆ ೧. [g] ಹೆಗ್ಗತ್ತಲೆ ೧. [h] ನಾಗಲೋಕದಲ್ಲಿರುವ ನರಾಕಾರದ ಹಾವುಗಳು ೨. [i] ಅಂಥ ನಾಗರಿಗೆ ಅರಸಾದ ಆದಿಶೇಷನು ೨. [j] ವಾಸುಕಿ ಯೆಂಬ ದೊಡ್ಡ ಹಾವು ೨. [k] ಹೆಬ್ಬಾವು ಎಂಬ ದೊಡ್ಡ ಹಾವು ೨. [l] ಹೆಬ್ಬಾವುಗಳು ಅಂದರೆ ದಾಸರಿಹಾವು ೨. [m] ನೀರಿನಲ್ಲಿರುವಹಾವು ೨. [n] ಎರಡು ತಲೇಉರಿಂಗಿ ಹಾವು ೨. [o] ಊಸರವಳ್ಳಿಹಾವು ೨. [p] ಪೊರೆ ಬಿಟ್ಟ ಹಾವು ೨.

ದರ್ವೀಕರೋ ದೀರ್ಘಪೃಷ್ಠೋ ದಂದಶೂಕೋ ಬಿಲೇಶಯಃ ।
ಉರಗಃ ಪನ್ನಗೋ ಭೋಗೀ ಜಿಹ್ಮಗಃ ಪವನಾಶನಃ *a* ॥ ॥೨೭೮॥
(ತ್ರಿಷ್ವಾ) ಹೇಯಂ (ವಿಷಾಸ್ಥ್ಯಾದಿ) *b* ಸ್ಫಟಾ (ಯಾಂತು) ಫಣಾ (ದ್ವಯೋಃ) *c* ।
(ಸಮೌ) ಕಂಚುಕ ನಿರ್ಮೋಕೌ *d* ಕ್ಷ್ವೇಳ (ಸ್ತು) ಗರಳಂ ವಿಷಂ ॥ ॥೨೭೯॥
(ಪುಂಸಿ ಕ್ಲೀಬೇ ಚ) *e* ಕಾಕೋಲ ಕಾಲಕೂಟ ಹಲಾಹಲಾಃ ।
ಸೌರಾಷ್ಟ್ರಿಕಃ ಶೌಕ್ಲಿಕೇಯೋ ಬ್ರಹ್ಮಪುತ್ರಃ ಪ್ರದೀಪನಃ ॥ ॥೨೮೦॥
ದಾರದೋ ವತ್ಸನಾಭ (ಶ್ಚ ವಿಷಭೇದಾ ಅಮೀ ನವ) *f* ।
ವಿಷವೈದ್ಯೋ ಜಾಂಗಲಿಕೋ *g* ವ್ಯಾಳಗ್ರಾಹ್ಯಹಿತುಂಡಿಕಃ *h* ॥ ॥೨೮೧॥

॥ ಇತಿ ಭೋಗಿ ವರ್ಗಃ ॥

XI. NARAKA-VARGA.—ನರಕ ವರ್ಗ.

(ಸ್ಯಾ) ನ್ನಾರಕ (ಸ್ತು) ನರಕೋ ನಿರಯೋ ದುರ್ಗತಿಃ ಸ್ತ್ರಿಯಾಂ *i* ।
(ತದ್ಭೇದಾ) ಸ್ತಪನಾವೀಚೀ ಮಹಾರೌರವ ರೌರವಾಃ ॥ ॥೨೮೨॥
ಸಂಘಾತಃ ಕಾಲಸೂತ್ರಂ (ಚೇತ್ಯಾದ್ಯಾ) *j* (ಸ್ಸತ್ವಾಸ್ತು) ನಾರಕಾಃ ।
ಪ್ರೇತಾ *k* ವೈತರಣೀ (ಸಿಂಧುಃ) (ಸ್ಯಾ) *l* ದಲಕ್ಷ್ಮೀಃ (ಸ್ತು) ನಿರೃತಿಃ *m* ॥ ॥೨೮೩॥
ವಿಷ್ಟಿ ರಾಜೂಃ *n* ಕಾರಣಾ (ತು) ಯಾತನಾ ತೀವ್ರವೇದನಾ *o* ।
ಪೀಡಾ ಬಾಧಾ ವ್ಯಥಾ ದುಃಖ ಮಾಮನಸ್ಯಂ ಪ್ರಸೂತಿಜಂ ॥ ॥೨೮೪॥
(ಸ್ಯಾ) ತ್ಕಷ್ಟಂ ಕೃಚ್ಛ್ರಮಾಭೀಲಂ ತ್ರಿಷ್ವೇಷಾಂ ಭೇದ್ಯಗಾಮಿಯತ್ *p* ।

॥ ಇತಿ ನರಕ ವರ್ಗಃ ॥

---

a 25, Snake. *b* 1, Any part of a snake. *c* 2, Hood of a snake. *d* 2, Slough of a snake. *e* 3, Poison. *f* 9, The nine poisons. *g* 2, Poison doctor, toxicologist. *h* 2, Snake charmer. *i* 4, Naraka (*hell.*) *j* 6, Various divisions of hell. *k* 2, Tormented spirits in hell. *l* 1, The river of hell. *m* 2, Misfortune. *n* 2, Forced labour, sending to hell. *o* 3, Agony. *p* 9, Sorrow.

a ಸಾಮಾನ್ಯವಾಗಿ ಸರ್ಪನಾಮಗಳು ೨೫. *b* ಹಾವಿನವಿಷ, ಚರ್ಮ ಮೊದಲಾದದ್ದು ೧. *c* ಹೆಡೆ ೨. *d* ಹಾವಿನ ಪೊರೆ ೨. *e* ವಿಷ ೩. *f* ಕ್ರಮವಾಗಿ ವಿಷ ಭೇದಗಳು ೯. *g* ವಿಷವನ್ನು ಯಿಳಿಸುವ ವೈದ್ಯನು ೨. *h* ಹಾವುಗಳನ್ನು ಹಿಡಿದು ಆಡಿಸುವ ಹಾವು ಜೋಗಿ ೨. *i* ಸಾಮಾನ್ಯವಾಗಿ ನರಕವೆಂಬ ಪಾಪಿಗಳ ಯಾತನಾಸ್ಥಾನ ೪. *j* ಆ ನರಕ ಭೇದಗಳು ೬. *k* ನರಕದಲ್ಲಿ ಯಾತನೆ ಪಡುತ್ತಿರುವ ಮೃತದುಃಖ ಜೀವಿಗಳು ೨. *l* ನರಕಗಳಲ್ಲಿ ಪ್ರವಹಿಸುವ ಮಹಾದುಃಖ ನದಿ ೧. *m* ನಿರ್ಭಾಗ್ಯತನ ೨. *n* ಕೆಲಸಕ್ಕಾಗಿ ಬಿಟ್ಟೀ ಹಿಡಿಯುವಿಕೆ ೨. *o* ಅತಿಶಯವಾದ ಚಿತ್ರಹಿಂಸೆ ೩. *p* ಸಾಮಾನ್ಯವಾಗಿ ದುಃಖ ಅಂದರೆ ದುಃಖ ಸಾಮಾನ್ಯನಾಮಗಳು ೯.

XII. VARI-VARGA.—ವಾರಿ ವರ್ಗ.

ಸಮುದ್ರೋಽಬ್ಧಿ ರಕೂಪಾರಃ ಪಾರಾವಾರ ಸ್ಸರಿತ್ಪತಿಃ || ||೨೩೫||
ಉದನ್ವಾ ನುದಧಿಃ ಸಿಂಧುಃ ಸರಸ್ವಾನ್ ಸಾಗರೋಽರ್ಣವಃ ||
ರತ್ನಾಕರೋ ಜಲನಿಧಿ ರ್ಯಾದಃ ಪತಿ ರಪಾಂಪತಿಃ *a* || ||೨೩೬||
(ತಸ್ಯ ಪ್ರಭೇದಾಃ) ಕ್ಷೀರೋದೋ ಲವಣೋದ (ಸ್ತಥಾಪರೇ) *b* |
ಆಪಃ (ಸ್ತ್ರೀಭೂಮ್ನಿ) ವಾರ್ವಾರಿ ಸಲಿಲಂ ಕಮಲಂ ಜಲಂ || ||೨೩೭||
ಪಯಃ ಕೀಲಾಲ ಮಮೃತಂ ಜೀವನಂ ಭುವನಂ ವನಂ |
ಕಬಂಧ ಮುದಕಂ ಪಾಥಃ ಪುಷ್ಕರಂ ಸರ್ವತೋಮುಖಂ || ||೨೩೮||
ಅಂಭೋಽರ್ಣಸ್ತೋಯಪಾನೀಯ ನೀರ ಕ್ಷೀರಾಂಬು ಶಂಬರಂ |
ಮೇಘ ಪುಷ್ಪಂ ಘನರಸಂ *c* (ತ್ರಿಷುದ್ವೇ) ಆಪ್ಯ ಮಮ್ಮಯಂ *d* | ||೨೩೯||
ಭಂಗ ಸ್ತರಂಗ ಊರ್ಮಿ (ರ್ವಾಸ್ತ್ರಿಯಾಂ) ವೀಚಿ *e* ರಥೋರ್ಮಿಷು |
(ಮಹತ್ಸು) ಲ್ಲೋಲಕಲ್ಲೋಲೌ *f* (ಸ್ಯಾ) ದಾವರ್ತೋಽಂಭಸಾಂಭ್ರಮಃ *g* ||೨೪೦||
ಪೃಷಂತಿ ಬಿಂದು ಪೃಷತಾಃ (ಪುಮಾಂಸೋ) ವಿಪ್ರುಷಃ (ಸ್ತ್ರಿಯಃ) *h* |
ಚಕ್ರಾಣಿ ಪುಟಭೇದಾಃ ಸ್ಯುಃ *i* ರ್ಭ್ರಮಾಶ್ಚ ಜಲನಿರ್ಗಮಾಃ *j* || ||೨೪೧||
ಕೂಲಂ ರೋಧಶ್ಚ ತೀರಂ ಚ ಪ್ರತೀರಂ ಚ ತಟಂ (ತ್ರಿಷು) *k* |
ಪಾರಾವಾರೇ (ಪರಾರ್ವಾಚೀ ತೀರೇ,) *l* ಪಾತ್ರಂ (ತದಂತರಂ) *m* || ||೨೪೨||
ದ್ವೀಪೋ (ಸ್ತ್ರಿಯಾ) ಮಂತರೀಪಂ (ಯದಂತರ್ವಾರಿಣಸ್ತಟಂ) *n* |
(ತೋಯೋತ್ಥಿತಂ ತತ್) ಪುಲಿನಂ *o* ಸೈಕತಂ ಸಿಕತಾಮಯಂ *p* || ||೨೪೩||
ನಿಷದ್ವರ (ಸ್ತು) ಜಂಬಾಲಃ ಪಂಕೋ (ಸ್ತ್ರೀ) ಶಾದಕರ್ದಮೌ *q* |

---

a 15, Ocean. *b* 1, Milk sea. 1, Salt sea. *c* 27, Water. *d* 2, Anything watery. *e* 4, Waves *f* 2, High waves. *g* 1, Whirlpool. *h* 4, Drops of water. *i* 2, Meandering stream. *j* 2, Water-course. *k* 5, Shore, bank. *l* 1, The opposite bank. *m* 1, The proximate bank. 1, Bed of a stream. *n* 2, Island. *o* 1, Alluvial formation. *p* 2, Sand bank. *q* 5, Mud.

a ಸಮುದ್ರ, ಕಡಲು ೧೫. *b* ಹಾಲಿನ ಕಡಲು ೧. ಉಪ್ಪು ಕಡಲು ೧. *c* ಉದಕ, ನೀರು ೨೭. *d* ಜಲಮಯ ೨. *e* ಅಲೆಗಳು ೪. *f* ದೊಡ್ಡ ಅಲೆಗಳು ೨. *g* ನೀರುಗಳ ಸುಳಿ ೧. *h* ಜಲಬಿಂದುಗಳು ೪. *i* ವಕ್ರವಾಗಿ ಹರಿಯುವ ಹೊಳೆಕಾಲುವೆಗಳ ಕುಟಿಲಗತಿ ೨. *j* ನೀರುಹರಿಯುವದಕ್ಕೆ ತಕ್ಕ ಹಾಗೆ ಕಟ್ಟಿದ ತೂಬು. ಬಚ್ಚಲು ಮುಂತಾದವು ೨. *k* ದಡ ಅಂದರೆ ನೀರಿನ ಗಟ್ಟು ೫. *l* ನೀರಿನ ಆಚೇ ದಡ ಈಚೇ ದಡಗಳು ೨. *m* ಎರಡು ದಡಗಳಿಗೂ ಮಧ್ಯೆ ನೀರು ಮಾತ್ರ ಇರುವ ಅಂತರಾಳ ೧. *n* ನೀರಿನ ಮಧ್ಯೇಯಿರುವ ದಿಣ್ಣೆ ೨. *o* ಮರಳು ದಿಣ್ಣೆ ೧. *p* ಮರಳು ದಿಬ್ಬ ೨. *q* ಕೆಸರು ೫.

ಜಲೋಚ್ಛ್ವಾಸಾಃ ಪರೀವಾಹಾಃ *a* ಕೂಪಕಾ (ಸ್ತು) ವಿದಾರಕಾಃ *b* || ||೨೪೪||
ನಾವ್ಯಂ (ತ್ರಿಲಿಂಗಂ) ನೌತಾರ್ಯೇ *c* (ಸ್ತ್ರಿಯಾಂ) ನೌಸ್ತರಣಿಸ್ತರಿಃ *d* |
ಉಡುಪಂ (ತು) ಪ್ಲವಃ ಕೋಲಃ *e* ಸ್ರೋತೋಂ (ಬುಸರಣಂ ಸ್ವತಃ) *f* || ||೨೪೫||
ಆತರಸ್ತರಪಣ್ಯಂ (ಸ್ಯಾ) *g* ದ್ರೋಣೀ ಕಾಷ್ಠಾಂಬುವಾಹಿನೀ *h* |
ಸಾಂಯಾತ್ರಿಕಃ ಪೋತವಣಿಕ್ *i* ಕರ್ಣಧಾರ (ಸ್ತು) ನಾವಿಕಃ *j* || ||೨೪೬||
ನಿಯಾಮಕಾಃ ಪೋತವಾಹಾಃ *k* ಕೂಪಕೋ ಗುಣವೃಕ್ಷಕಃ *l* |
ನೌಕಾದಂಡಃ ಕ್ಷೇಪಣೀ (ಸ್ಯಾ) *m* ದರಿತ್ರಂ ಕೇನಿಪಾತನಃ *n* || ||೨೪೭||
ಅಭ್ರಿ (ಸ್ತ್ರೀ) ಕಾಷ್ಠಕುದ್ದಾಲಃ *o* ಸೇಕಪಾತ್ರಂ (ತು) ಸೇಚನಂ *p* |
ಯಾನಪಾತ್ರಂ (ತು) ಪೋತೋ *q* (ಬ್ಧಿಭವೇ ತ್ರಿಷು) ಸಾಮುದ್ರಿಯಾಂ *r* || ||೨೪೮||
(ಕ್ಲೀಬೇ) ರ್ಧನಾವಂ (ನಾವೋರ್ಧೇ) *s* (ತೀತನೌಕೇ) ತಿನು ತ್ರಿಷು *t* |
(ತ್ರಿಷ್ವಾಗಾಧಾತ್) ಪ್ರಸನ್ನೋಚ್ಛಃ *u* ಕಲುಷೋನಚ್ಛ ಆವಿಲಃ *v* | ||೨೪೯||
ನಿಮ್ನಂ ಗಭೀರಂ ಗಂಭೀರ *w* ಮುತ್ತಾನಂ (ತದ್ವಿಪರ್ಯಯೆ) *x* |
ಅಗಾಧಮತಲಸ್ಪರ್ಶ *y* ಕೈವರ್ತೇ ದಾಶ ಧೀವರೌ *z* | ||೨೫೦||
ಆನಾಯಃ (ಪುಂಸಿ) ಜಾಲಂ (ಸ್ಯಾ) *a* ಚ್ಛಣಸೂತ್ರಂ ಪವಿತ್ರಕಂ *b* |

---

a 2, Overflow. *b* 2, A hole for water, sunk in the dry bed of a river. *c* 1, Navigable stream. *d* 3, Ship. *e* 3, A float or raft. *f* 1, Natural current. *g* 2, Freight, boat-hire. *h* 2, Boat. *i* 2, Seafaring merchant. *j* 2, Helmsman. *k* 2, Pilot. *l* 2, Mainmast. *m* 2, Oar. *n* 2, Rudder *o* 2, A wooden spade. *p* 2, Bucket. *q* 2, Rowing boat. *r* 1, Marine. *s* 1, Half a ship. *t* 1, Anything lost overboard. *u* 2, Anything pure. *v* 3, Anything impure. *w* 3, Deep. *x* 1, Shallow. *y* 2, Bottomless. *z* 3, Fisherman. *a* 2, Net. *b* 2, Strings of a net.

a ನೀರು ತುಳುಕಾಡುವಿಕೆ ೨. *b* ಜಲಮೆ ೨. *c* ಹಡಗು ಮುಂತಾದವುಗಳಿಂದ ದಾಟತಕ್ಕ ದುಸ್ತರ ಜಲವುಳ್ಳ ಹೊಳೆ ೧. *d* ಹಡಗು ೩. *e* ತೆಪ್ಪ, ಹರಿಗೋಲು ೩. *f* ತಾನಾಗಿ ಹರಿಯುತ್ತಿರುವ ಜಲಪ್ರವಾಹ ೧. *g* ನೀರಿನ ಆಚೆ ಪಡಕ್ಕೆ ದಾಟಿಸುವವನಿಗೆ ಕೊಡುವ ಕೂಲಿ ೨. *h* ನೀರಿನ ಮೇಲೆ ಚಿಲ್ಲರೆ ಸಾಮಾನುಗಳನ್ನು ತಕ್ಕೊಂಡು ಹೋಗುವ ದೋಣಿ ೨. *i* ಹಡಗಿನ ವರ್ತಕನು ೨. *j* ಹಡಗು ನಡಿಸುವವನು ೨. *k* ಹಡಗು ನಡಿಸತಕ್ಕ ಉಪಾಯವನ್ನು ಹೇಳುವವನು ೨. *l* ಹಡಗಿನ ಪೋಲಿನ ಧ್ವಜಸ್ತಂಭ ೨. *m* ಹಡಗು ನಡಿಸುವ ಗಡೆ ೨. *n* ಹಡಗಿನ ಗಡಿ ಅಂದರೆ ಲಂಗರು ೨. *o* ಉಪ್ಪು ಮುಂತಾದ್ದನ್ನು ಅಗಿಯುವ ಮರದ ಗುದ್ದಲಿ ೨. *p* ಹಡಿಗಿನೊಳಕ್ಕೆ ನುಗ್ಗಿದ ನೀರನ್ನು ಚೆಲ್ಲುವ ಗೇರಿಸೆ ೨. *q* ಚಿಕ್ಕ ಹಡಗು ೨. *r* ಸಮುದ್ರದಲ್ಲಿ ಹುಟ್ಟಿದ ವಸ್ತು ೧. *s* ಅರ್ಧ ಹಡಗು ೧. *t* ಹಡಗು ದಾಟಿ ಹೋದ ವಸ್ತು ೧ *u* ನಿರ್ಮಲ ವಸ್ತು ೨. *v* ಹೊಂಡಾಗಿರುವವಸ್ತು ೩. *w* ಆಳವಾದದ್ದು ೩. *x* ಆಳವಿಲ್ಲದ್ದು ೧. *y* ಬಹಳ ಆಳವಾದದ್ದು ೨. *z* ಮೀನು ಹಿಡಿಯುವ ಬೆಸ್ತರವನು ೩. *a* ಬಲೆ ೨. *b* ಬಲೆಯ ಹಗ್ಗ ೨.

ಮತ್ಸ್ಯಾಧಾನೀ ಕುವೇಣೀ (ಸ್ಯಾ) *a* ದ್ಬಡಿಶಂ ಮತ್ಸ್ಯವೇಧನಂ *b* || ||೨೬೧||
ಪೃಥುರೋಮಾ ಝಷೋ ಮತ್ಸ್ಯೋ ಮೀನೋ ವೈಸಾರಿಣೋಂಡಜಃ |
ವಿಸಾರಶ್ಶಕುಲೀ (ಚಾಥ) *c* ಗಂಡಕಶ್ಶಕುಲಾರ್ಭಕಃ *d* || ||೨೬೨||
ಸಹಸ್ರದಂಷ್ಟ್ರಃ ಪಾಠೀನ *e* ಉಲೂಪೀ ಶಿಶುಕಃ (ಸ್ಸಮೌ) *f* |
ನಲಮೀನಶ್ಚಿಲಿಚಿಮಃ *g* ಪ್ರೋಷ್ಠೀ (ತು) ಶಫರೀ (ದ್ವಯೋಃ) *h* || ||೨೬೩||
ಕ್ಷುದ್ರಾಂಡಮತ್ಸ್ಯಸಂಘಾತಃ ಪೋತಾಧಾನ *i* (ಮಥೋ ಝಷಾಃ) |
ರೋಹಿತೋ ಮದ್ಗುರಶ್ಶಾಲೋ ರಾಜೀವಶ್ಶಕುಲಸ್ತಿಮಿಃ | ||೨೬೪||
ತಿಮಿಂಗಿಲಾದಯಶ್ಚಾಥ *j* ಯಾದಾಂಸಿ ಜಲಜಂತವಃ ||
(ತದ್ಭೇದಾಃ) ಶಿಂಶುಮಾರೋದ್ರಶಂಕವೋ ಮಕರಾದಯಃ *l* || ||೨೬೫||
(ಸ್ಯಾ) ತ್ಕುಳೀರಃ ಕರ್ಕಟಕಃ *m* ಕೂರ್ಮೇ ಕಮಠಕಚ್ಛಪೌ *n* |
ಗ್ರಾಹೋವಹಾರೋ *o* ನಕ್ರ (ಸ್ತು) ಕುಂಭೀರೋ *p* (ಥ) ಮಹೀಲತಾ ||೨೬೬||
ಗಂಡೂಪದಃ ಕಿಂಚುಲಿಕೋ *q* ನಿಹಾಕಾ ಗೋಧಿಕಾ (ಸಮೇ) *r* |
ರಕ್ತಪಾ (ತು) ಜಲೌಕಾಯಾಂ (ಸ್ತ್ರಿಯಾಂ ಭೂಮ್ನಿ) ಜಲೌಕಸಃ *s* || ||೨೬೭||
ಮುಕ್ತಾಸ್ಫೋಟಃ (ಸ್ತ್ರಿಯಾಂ) ಶುಕ್ತಿಃ *t* ಶಂಖ (ಸ್ಸ್ಯಾ) ತ್ಕಂಬು (ರಸ್ತ್ರಿಯಾಂ) *u*
ಕ್ಷುದ್ರಶಂಖಾಶ್ಶಂಖನಖಾ *v* ಶ್ಶಂಬೂಕಾ ಜಲಶುಕ್ತಯಃ *w* || ||೨೬೮||

---

a 2, Fish basket. *b* 2, Fishing rod. *c* 8, Fish. *d* 2, Young fish. *e* 2, Sheat fish. *f* 2, Porpoise. *g* 2, Fish living among reeds. *h* 2, Flying fish. *i* 2, Shoal of young fish. *j* 1, A red fish (*Cyprinus rohita.*) 1, A kind of fish (*Silurus pelorius.*) 1, Do. (*Ophiocephalus.*) 1, Do. (*Cyprinus niloticus.*) 1, A kind of fish. 1, Whale. 1, A gigantic fabulous fish. *k* 2, Aquatic animals. *l* 1, Alligator. 1, Otter. 1, Water hog. 1, A fabulous marine monster *m* 2, Crab. *n* 3, Tortoise. *o* 2, Shark. *p* 2, Crocodile. *q* 3, Earthworm. *r* 2, Iguana. *s* 3, Leech. *t* 2, Pearl oyster. *u* 2, Shell. *v* 2, Small shell. *w* 2, Bivalve shell.

a ಮೀನುಗಳನ್ನು ಹಿಡಿದು ಹಾಕಿ ಕೊಳ್ಳುವ ಬುಟ್ಟಿ ೨. *b* ಗಾಳ ೨. *c* ಸಾಮಾನ್ಯವಾಗಿ ಮೀನುಗಳು ೮. *d* ಮೀನು ಮರಿಗಳು ೨. *e* ಸಾವಿರ ಕೋರೆಗಳುಳ್ಳ ಮೀನು ಅಂದರೆ ತುಮ್ಮಳ್ಳು ಮೀನು ೨. *f* ಶಿಶುವಿನಹಾಗೆ ಚಲುವಾದ ಉಣಿಚೆ ಮೀನು ೨. *g* ಜಂಬು ಮೀನು, ಹುಲ್ಲು ಮೀನು ೨. *h* ಹಾರು ಮೀನು, ಮಾಟು ಮೀನು ೨. *i* ಮೀನು ಮರಿಗಳ ಗುಂಪು ೨. *j* ಕೆಂಪು ಮೀನು ೧, ಯಾವಾಗಲೂ ಮುಳುಗಿಕೊಂಡಿರುವ ಮೀನು ೧, ಬಹಳ ವೇಗವುಳ್ಳ ಮೀನು ೧, ರಾಜ ಮೀನು ೧, ಶಕ್ತಿಯುಳ್ಳ ಮೀನು ೧, ನೂರುಗಾವದ ನೀಳವಾದ ಮೀನು ೧, ಅಂಥಾ ತಿಮಿ ಮೀನನ್ನು ನುಂಗುವ ಮೀನು ೧. *k* ಜಲ ಜಂತುಗಳು ೨. *l* ನೆಗಳು ೧, ನೀರುಬೆಕ್ಕು ೧, ನೀರು ಹಂದಿ ೧, ಚೋರ ಮೀನು ೧. *m* ಏಡೀಕಾಯಿ ೨. *n* ಆವೆ, ಕೂರ್ಮ ೩. *o* ಹಾವು ಮೀನು ೨. *p* ಮೊಸಳೆ ೨. *q* ಕೆಸರಿನಲ್ಲಿರುವ ಎರು ಬುಹುಳ ೩. *r* ನೀರುಡವು ೨. *s* ಜಿಗಣೆ ೩. *t* ಮುತ್ತಿನ ಚಿಪ್ಪು ೨. *u* ಶಂಖ ೨. *v* ಗುಳ್ಳೇ ಶಂಖಗಳು ೨. *w* ಕಪ್ಪೆ ಚಿಪ್ಪುಗಳು ೨.

ಭೇಕೇ ಮಂಡೂಕ ವರ್ಷಾಭೂ ಶಾಲೂರಪ್ಲವದರ್ದುರಾಃ *a* ।
ಶಿಲೀಗಂಡೂಪದೀ *b* ಭೇಕೀ ವರ್ಷಾಭ್ವೀ *c* ಕಮಠೀ ಡುಲೀ *d* ॥ ॥೨೪೯॥
(ಮದ್ಗುರಸ್ಯಪ್ರಿಯಾ) ಶೃಂಗೀ *e* ದುರ್ನಾಮಾ ದೀರ್ಘಕೋಶಿಕಾ *f* ।
ಜಲಾಶಯೋ ಜಲಾಧಾರಃ *g* (ಸ್ತತ್ರಾಗಾಧಜಲೋ) ಹ್ರದಃ *h* ॥ ॥೨೫೦॥
ಆಹಾವ (ಸ್ತು) ನಿಪಾನಂ (ಸ್ಯಾ) (ದುಪಕೂಪ ಜಲಾಶಯೇ) *i* ।
(ಪುಂಸ್ಯೇವಾಂ) ಧುಃ ಪ್ರಹಿಃ ಕೂಪ ಉದಪಾನಂ (ತು ಪುಂಸಿ ವಾ) *j* ॥ ॥೨೫೧॥
ನೇಮಿಸ್ತ್ರಿಕಾ (ಸ್ಯ) *k* ವೀನಾಹೋ ಮುಖಬಂಧನ *l* ಮಸ್ಯ ಯತ್ ।
ಪುಷ್ಕರಿಣ್ಯಾಂ (ತು) ಖಾತಂ (ಸ್ಯಾ) *m* ದಖಾತಂ ದೇವಖಾತಕಂ *n* ॥ ॥೨೫೨॥
ಪದ್ಮಾಕರ ಸ್ತಟಾಕೋ (ಸ್ತ್ರೀ) *o* ಕಾಸಾರಃ ಸ್ಸರಸೀ ಸರಃ *p* ।
ವೇಶಂತಃ ಪಲ್ವಲಂ (ಚಾ) ಲ್ಪಸರೋ *q* ವಾಪೀ (ತು) ದೀರ್ಘಿಕಾ *r* ॥ ॥೨೫೩॥
ಖೇಯಂ (ತು) ಪರಿಖಾ *s* ಧಾರ (ಸ್ತ್ವಂಭಸಾಂ ಯತ್ರ ಧಾರಣಂ *t* ।
(ಸ್ಯಾ) ದಾಲವಾಲ ಮಾವಾಲ ಮಾವಾಪೋ ಥ *u* ನದೀ ಸರಿತ್ ॥ ॥೨೫೪॥
ತರಂಗಿಣೀ ಶೈವಲಿನೀ ತಟಿನೀ ಹ್ರಾದಿನೀ ಧುನೀ ।
ಸ್ರೋತಸ್ವಿನೀ ದ್ವೀಪವತೀ ಸ್ರವಂತೀ ನಿಮ್ನಗಾಪಗಾ *v* ॥ ॥೨೫೫॥
ಗಂಗಾ ವಿಷ್ಣುಪದೀ ಜಹ್ನುತನಯಾ ಸುರನಿಮ್ನಗಾ ।
ಭಾಗೀರಥೀ ತ್ರಿಪಥಗಾ ತ್ರಿಸ್ರೋತಾ ಭೀಷ್ಮಸೂ (ರಪಿ) *w* ॥ ॥೨೫೬॥
ಕಾಲಿಂದೀ ಸೂರ್ಯತನಯಾ ಯಮುನಾ ಶಮನಸ್ವಸಾ *x* ।

---

a 6, Frog. *b* 2, Female earthworm. *c* 2, Female frog. *d* 3, Female tortoise. *e* 1, Female silurus. *f* 2, Horseleech. *g* 2, Pond. *h* 1, Deep lake. *i* 2, Watertrough for cattle. *j* 4, Draw-well. *k* 2, Any instrument for raising water. *l* 1, The cover of a well. *m* 2, A square tank. *n* 2, A natural pond or lake. *o* 2, A lotus lake. *p* 3, A lotus well. *q* 3, A small pond. *r* 2, A large pond. *s* 2, Moat. *t* 1, Canal. *u* 3, A basin round a tree for watering it. *v* 12, River. *w* 8, The Ganges. *x* 4, The Yamuná *(Jumna.)*

a ಕಪ್ಪೆಗಳು ೬. *b* ಹೆಣ್ಣು ಎರಬು ಹುಳ ೨. *c* ಹೆಣ್ಣು ಕಪ್ಪೆ ೨. *d* ಹೆಣ್ಣು ಆಮೆ ೩. *e* ಮದ್ಗುರವೆಂಬ ಹೆಣ್ಣು ಮೀನು ೧. *f* ಆನೆಯ ರಕ್ತವನ್ನು ಹೀರುವ ದೊಡ್ಡ ಜಿಗಣೆ ೨. *g* ನೀರಿರುವ ಸ್ಥಳ ೨. *h* ಆಳವಾದ ನೀರುಳ್ಳ ಸ್ಥಳ ೧. *i* ಪಶುಗಳು ನೀರು ಕುಡಿಯುವ ಬಗ್ಗೆ ಕಟ್ಟಲ್ಪಟ್ಟ ನೀರು ತೊಟ್ಟಿ ೨. *j* ಸೇದುವ ಬಾವಿ ೪. *k* ಬಾವಿಗೆ ಸಂಬಂಧಿಸಿದ ತಿರಗಣಿ, ಕಪಿಲೆ ಮುಂತಾದದ್ದು ೨. *l* ಬಾವಿಯ ಮುಚ್ಚಳ ೧. *m* ಚೌಕವಾಗಿ ತೋಡಲ್ಪಟ್ಟ ಕೊಳ ೨. *n* ದೇವತೆಗಳಿಂದ ತೋಡಲ್ಪಟ್ಟ ದೊಣೆ, ಪುಣ್ಯ ತೀರ್ಥ ೨. *o* ತಾವರೆಗಳುಳ್ಳ ಕೆರೆ ೨. *p* ತಾವರೆಗಳುಳ್ಳ ಕೊಳ ೩. *q* ಕಲ್ಪಹಾಕಿ ನಿಲ್ಲಿಸಿದ ನೀರಿನ ಕುಂಟೆ ೩. *r* ಕಲ್ಯಾಣೀ ಕೊಳ ೨. *s* ಕೋಟೆಯ ಕಂದಕ ೨. *t* ಕೆರೆಯಂಥ ದೊಡ್ಡ ಕುಂಟೆ ೧. *u* ಗಿಡಗಳ ಬುಡದಲ್ಲಿ ಮಾಡುವ ಪಾತಿ ೩. *v* ಸಾಮಾನ್ಯವಾಗಿ ನದಿ ೧೨. *w* ಗಂಗಾನದಿ ೮. *x* ಯಮುನಾ ನದಿ ೪.

ರೇವಾ (ತು) ನರ್ಮದಾಸೋಮೋದ್ಭವಾ ಮೇಖಲಕನ್ಯಕಾ *a* || ||೨೨೭||
ಕರತೋಯಾ ಸದಾನೀರಾ *b* ಬಾಹುದಾ ಸೈತವಾಹಿನೀ *c* |
ಶತದ್ರು (ಸ್ತು) ಶಿತದ್ರುಃ (ಸ್ಯಾತ್) *d* ವಿಪಾಶಾ (ತು) ವಿಪಾಟ್ (ಸ್ತ್ರಿಯಾಂ) *e* || ||೨೨೮||
ಶೋಣೋ ಹಿರಣ್ಯವಾಹಃ (ಸ್ಯಾತ್) *f* ಕುಲ್ಯಾ (ಲ್ಪಾಕೃತ್ರಿಮಾಸರಿತ್) *g* |
ಶರಾವತೀ ವೇತ್ರವತೀ ಚಂದ್ರಭಾಗಾ ಸರಸ್ವತೀ || ||೨೨೯||
ಕಾವೇರೀ (ಸರಿತೋನ್ಯಾಶ್ಚ) *h* ಸಂಭೇದಃ (ಸಿಂಧುಸಂಗಮಃ) *i* |
(ದ್ವಯೋಃ) ಪ್ರಣಾಳೀ (ಪಯಸಃಪದವ್ಯಾಂ) *j* ತ್ರಿಷುತೂತ್ತರಾ ||೨೩೦||
(ದೇವಿಕಾಯಾಂ ಸರಯ್ವಾಂಚಭವೇ) ದಾವಿಕ ಸಾರವಾ *k* ||
ಸೌಗಂಧಿಕಂ (ತು) ಕಲ್ಹಾರಂ *l* ಹಲ್ಲಕಂ ರಕ್ತ ಸಂಧ್ಯಕಂ *m* || ||೨೩೧||
(ಸ್ಯಾ)ದುತ್ಪಲಂ ಕುವಲಯಂ *n* (ಮಥ) ನೀಲಾಂಬುಜನ್ಮ (ಚ) |
ಇಂದೀವರಂಚ ನೀಲೇಸ್ಮಿನ್ *o* (ಸಿತೇ) ಕುಮುದಕೈರವೇ *p* || ||೨೩೨||
ಶಾಲೂಕ (ಮೇಷಾಂಕಂದಸ್ಯಾತ್) *q* ವಾರಿಪರ್ಣೀ ತುಕುಂಭಿಕಾ *r* |
ಜಲನೀಲೀತು ಶೈವಾಲ ಶೈವಲೆ (ಥ) *s* ಕುಮುದ್ವತೀ || ||೨೩೩||
ಕುಮುದಿನ್ಯಾಂ *t* ನಳಿನ್ಯಾಂತು ಬಿಸಿನೀ ಪದ್ಮಿನೀ ಮುಖಾಃ *u* |
(ವಾಪುಂಸಿ) ಪದ್ಮಂನಳಿನ ಮರವಿಂದಂ ಮಹೋತ್ಪಲಂ || ||೨೩೪||
ಸಹಸ್ರಪತ್ರಂ ಕಮಲಂ ಶತಪತ್ರಂ ಕುಶೇಶಯಂ |
ಪಂಕೇರುಹಂ ತಾಮರಸಂ ಸಾರಸಂ ಸರ ಸೀರುಹಂ || ||೨೩೫||

---

a 4, The Narmadá *(Nerbudda.)* *b* 2, The Karatoyá. *c* 2, The Báhudá. *d* 2, The Shatadruh *(Sutlej.)* *e* 2, The Vipáshá. *f* 2, The Shona (a male river.) *g* 1, An artificial rivulet. *h* 1, The Sharávatí. 1, The Vetrávatí. 1, The Chandrabhágá. 1, The Sarasvatí. 1, The Kávérí. *i* 1, Mouth of a river. *j* 1, Drain, watercourse. *k* 1, Any thing obtained from the river Deviká. 1, Any thing obtained from the river Sarayú. *l* Pink waterlily. *m* 2, Red waterlily. *n* 2, Waterlily. *o* 2, Blue waterlily. *p* 2, White waterlily. *q* 1, Root of the waterlily. *r* 2, The shag, a kind of cormorant. *s* 3, Duckweed. *t* 2, A group of white waterlilies. *u* 3, A Group of lotuses.

[a] ನರ್ಮದಾ ನದಿ ೪. [b] ಶಿವನ ಹಸ್ತದಲ್ಲಿ ಹುಟ್ಟಿದ ಕರತೋಯಾ ನದಿ ೨. [c] ಬಾಹುದಾ ನದಿ ೨. [d] ಶತದ್ರು ನದಿ ೨. [e] ವಿಪಾಶಾ ನದಿ ೨. [f] ಶೋಣನದ ೨. [g] ಸ್ವಲ್ಪವಾಗಿ ಅಗಿಯಲ್ಪಟ್ಟಿರುವ ಕಾಲುವೆ ೧. [h] ಶರಾವತಿ ೧, ವೇತ್ರವತಿ ೧, ಚಂದ್ರಭಾಗೆ ೧, ಸರಸ್ವತಿ ೧, ಕಾವೇರಿ ೧. [i] ನದೀ ಸಂಗಮ ೧. [j] ಗೋಮುಖ ಮೊದಲಾದವುಗಳಿಂದ ನೀರು ಹರಿಯುವ ದಾರಿ ೧. [k] ಕ್ರಮವಾಗಿ ದೇವಿಕಾ ಸರಯೂ ನದಿಗಳಲ್ಲಿ ಹುಟ್ಟಿದ ವಸ್ತುಗಳು ೨. [l] ಎಳೆಗೆಂಪುಳ್ಳ ನೈದಿಲೆ ೨. [m] ಕೆಂಪು ನೈದಿಲೆ ೨. [n] ಸಾಮಾನ್ಯವಾಗಿ ನೈದಿಲೆ ೨. [o] ಕನ್ನೈದಿಲೆ ೨. [p] ಬಿಳೀ ನೈದಿಲೆ ೨. [q] ಈ ಸೌಗಂಧಿಕಾದಿಗಳಗಡ್ಡೆ ೧. [r] ನೀರುಕಾಗಿ ೨. [s] ನೀರುಮೇಲೆ ಮುಚ್ಚಿಕೊಳ್ಳುವಪಾಚಿ ೩. [t] ಬಿಳೀನೈದಿಲೆ ಬಳ್ಳಿ ೨. [u] ಕಮಲಲತೆಯು ೩.

ಬಿಸಪ್ರಸೂನ ರಾಜೀವ ಪುಷ್ಕರಾಂಭೋರುಹಾಣಿ (೧೬) *a* ।
ಪುಂಡರೀಕಂ ಸಿತಾಂಭೋಜಂ *b* (ಮಥ) ರಕ್ತ ಸರೋರುಹಂ ॥ ॥೨೬೫॥
ರಕ್ತೋತ್ಪಲಂ ಕೋಕನದಂ *c* ನಾಳೋನಾಳಂ *d* (ಮಥಾಸ್ತ್ರಿಯಾಂ) ।
ಮೃಣಾಳಂಬಿಸಂ *e* (ಮಬ್ಜಾದಿಕದಂಬೇ) ಷಂಡಂ (ಮಸ್ತ್ರಿಯಾಂ) *f* ॥ ॥೨೬೬॥
ಕರಹಾಟಃ ಶಿಫಾಕಂದಃ *g* ಕಿಂಜಲ್ಕಃ ಕೇಸರೋ (ಸ್ತ್ರಿಯಾಂ) *h* ।
ಸಂವರ್ತಿಕಾ ನವದಳಂ *i* ಬೀಜಕೋಶೋ ವರಾಟಕಃ *j* ॥ ॥೨೬೭॥

॥ ಇತಿ ವಾರಿವರ್ಗಃ ॥

ಉಕ್ತಂಸ್ವರ್ವ್ಯೋಮದಿಕ್ಕಾಲಧೀವಾಕ್ಛಬ್ದಾದಿ ನಾಟ್ಯಕಂ ।
ಪಾತಾಳ ಭೋಗಿನರಕವಾರಿಚೈಷಾಂಚ ಸಂಗತಂ ॥ ॥೨೬೯॥
ಇತ್ಯಮರಸಿಂಹಕೃತೌ ನಾಮಲಿಂಗಾನುಶಾಸನೇ ।
ಸ್ವರ್ಗಾದಿಕಾಂಡಃ ಪ್ರಥಮಃ ಸಾಂಗಏವ ಸಮರ್ಥಿತಃ ॥ ॥೨೭೦॥

॥ಇತಿ ನಾಮಲಿಂಗಾನುಶಾಸನೇ ಪ್ರಥಮಕಾಂಡಃ॥

---

a 16, Lotus. *b* 2, White lotus flower. *c* 3, Red lotus flower. *d* 2, Stalk of the lotus or waterlily. *e* 2, Stalk of the lotus. *f* 1, A quantity of lotuses. *g* 3, Root of the lotus. *h* 2, A filament, especially of the lotus. *i* 2, The new leaf of a water lily. *j* 2, The seed vessel of the lotus.

a ತಾವರೇ ಹೂವು ೧೬. *b* ಬಿಳೀ ದಾವರೇ ಹೂವು ೨. *c* ಕೆಂಪು ತಾವರೇ ಹೂವು ೩. *d* ತಾವರೇ ದಂಟುಗಳು ೨. *e* ತಾವರೇ ಬಳ್ಳಿಯ ಕೊಳವೆಗಳು ೨. *f* ತಾವರೇ ಹೂವು ಮುಂತಾದವುಗಳ ಸಮೂಹ ೧. *g* ತಾವರೇ ಗಡ್ಡೆ ೩. *h* ತಾವರೆ ಹೂವು ಮುಂತಾದ ಯಲ್ಲಾ ಹೂವುಗಳಲ್ಲಿಯೂ ಯಿರುವ ಕುಸುರು ೨. *i* ಎಳೇ ರೇಕುಗಳು ೨. *j* ತಾವರೇ ಕಾಯಿ ೨.

PART II.

ದ್ವಿತೀಯಕಾಂಡ ಪ್ರಾರಂಭಃ

INTRODUCTION.—ಅವತರಣಿಕೆ.

ಮೂಲ॥ ವರ್ಗಾಃ ಪೃಥ್ವೀಪುರಕ್ಷ್ಮಾಭೃ ದ್ವನೌಷಧಿ ಮೃಗಾದಿಭಿಃ॥
ನೃಬ್ರಹ್ಮಕ್ಷತ್ರವಿಟ್ಛೂದ್ರೈಸ್ಸಾಂಗೋಪಾಂಗೈರಿಹೋದಿತಾಃ ॥೧॥

ಟೀಕೆ॥ ಇಹ—ಈ ಭೂಮಿಕಾಂಡವೆಂಬುವ ಎರಡನೇ ಕಾಂಡದಲ್ಲಿ। ಸಾಂಗೋಪಾಂಗೈಃ—ಅಂಗಪ್ರತ್ಯಂಗಗಳಿಂದೊಡಗೂಡಿರುವಂಥಾ। ಪೃಥ್ವೀಪುರಕ್ಷ್ಮಾಭೃದ್ವನೌಷಧಿಮೃಗಾದಿಭಿಃ। ಭೂ—ಪುರ—ಶೈಲ—ವನೌಷಧಿ—ಸಿಂಹಾದಿಗಳಿಂದಲೂ। ನೃಬ್ರಹ್ಮಕ್ಷತ್ರವಿಟ್ಛೂದ್ರೈಃ—ಮನುಷ್ಯ—ಬ್ರಹ್ಮ—ಕ್ಷತ್ರಿಯ—ವೈಶ್ಯ—ಶೂದ್ರರಿಂದಲೂ। ಉಪಲಕ್ಷಿತಾಃ—ಕೂಡಿಕೊಂಡಿರುವ। ವರ್ಗಾಃ—ಪದಸಮೂಹಗಳು। ಉದಿತಾಃ—ಹೇಳಲ್ಪಟ್ಟವೆ.

I. BHU-VARGA.—ಭೂ ವರ್ಗ.

ಭೂರ್ಭೂಮಿರಚಲಾನಂತಾ ರಸಾ ವಿಶ್ವಂಭರಾ ಸ್ಥಿರಾ।
ಧರಾ ಧರಿತ್ರೀ ಧರಣಿಃ ಕ್ಷೋಣೀ ಜ್ಯಾಕಾಶ್ಯಪೀಕ್ಷಿತಿಃ ॥ ॥೨॥
ಸರ್ವಂಸಹಾ ವಸುಮತೀ ವಸುಧೋರ್ವೀ ವಸುಂಧರಾ।
ಗೋತ್ರಾ ಕುಃ ಪೃಥಿವೀ ಪೃಥ್ವೀ ಕ್ಷ್ಮಾವನಿರ್ಮೇದಿನೀ ಮಹೀ *a* ॥ ॥೩॥
ಮೃನ್ಮೃತ್ತಿಕಾ *b* (ಪ್ರಶಸ್ತಾತು) ಮೃತ್ಸಾಮೃತ್ಸ್ನಾಚ (ಮೃತ್ತಿಕಾ) *c*।
ಉರ್ವರಾ (ಸರ್ವಸಸ್ಯಾಢ್ಯಾ) *d* (ಸ್ಯಾ) ದೂಷಃಕ್ಷಾರಮೃತ್ತಿಕಾ *e* ॥ ॥೪॥
ಊಷವಾನೂಷರೋ (ದ್ವಾವಪ್ಯನ್ಯಲಿಂಗೌ *f* ಸ್ಥಲಂಸ್ಥಲೀ *g*।

---

a 27, The earth, land. *b* 2, Soil, clay. *c* 2, Good soil. *d* 1, Fertile land. *e* 2, Saline earth. *f* 2, Salt ground. *g* 2, Firm or dry ground.

[a] ಭೂಮಿ ೨೭. [b] ಮಣ್ಣು ೨. [c] ಉತ್ತಮವಾದ ಮಣ್ಣು ೨. [d] ಪೈರುಗಳಿಂದೊಪ್ಪಿದ ಶ್ರೇಯಭೂಮಿ ೧. [e] ಚೌಳು ಮಣ್ಣು ೨. [f] ಚೌಳು ಮಣ್ಣುಳ್ಳ ಜಂಬುರು ಮಣ್ಣು ೨. [g] ತಾನಾಗಿಯೇ ಚದರವಾಗಿಯೂ ಸಮವಾಗಿಯೂ ಇರುವ ಭೂಮಿ ೨.

F

(ಸಮಾನೌ) ಮರುಧನ್ವಾ *a* ನೌ (ದ್ವೆ) ಖಿಲಾಪ್ರಹತೆಸಮೆ ॥ ॥೫॥
ತ್ರಿಷ್ವಥೊ) *b* ಜಗತೀಲೋಕೋ ವಿಷ್ಟಪಂ ಭುವನಂ ಜಗತ್ *c* ।
(ಲೋಕೋಯಂ) ಭಾರತಂವರ್ಷಂ *d* (ಶರಾವತ್ಯಾಸ್ತುಯೋವಧೇಃ ॥ ॥೬॥
(ದೇಶಃಪ್ರಾಗ್ದಕ್ಷಿಣಃ) ಪ್ರಾಚ್ಯ *e* ಉದೀಚ್ಯಃ (ಪಶ್ಚಿಮೋತ್ತರಃ) *f* ।
(ಪ್ರತ್ಯಂತೊ) ಮ್ಲೇಚ್ಛದೇಶ (ಸ್ಸ್ಯಾ) *g* (ನ್ಮಧ್ಯದೇಶಸ್ತು) ಮಧ್ಯಮಃ *h* ॥ ॥೭॥
ಆರ್ಯಾವರ್ತಃ ಪುಣ್ಯಭೂಮಿರ್ಮಧ್ಯಂ(ವಿಂಧ್ಯ ಹಿಮಾಗಯೋಃ) *i* ।
ನೀವೃಜ್ಜನಪದೌ *j* ದೇಶವಿಷಯೌ ತೂಪವರ್ತನಂ *k* ॥ ॥೮॥
(ತ್ರಿಷ್ವಾಗೋಷ್ಠಾನ್ನಡಪ್ರಾಯೆ) ನಡ್ವಾನ್ನಡ್ವಲ(ಇತ್ಯಪಿ) *l* ।
(ಕುಮುದ್ವಾನ್) (ಕುಮುದಪ್ರಾಯೆ) *m* ವೇತಸ್ವಾನ್ (ಬಹುವೇತಸೆ) *n* ॥ ॥೯॥
ಶಾದ್ವಲ (ಶ್ಶಾದಹರಿತೆ *o* ಸಜಂಬಾಲೆತು) ಪಂಕಿಲಃ *p* ।
(ಜಲಪ್ರಾಯ) (ಮನೂಪಂಸ್ಯಾ) *q* (ತ್ಪುಂಸಿ) ಕಚ್ಛ (ಸ್ತಥಾವಿಧಃ) *r* ॥ ॥೧೦॥
(ಸ್ತ್ರೀ) ಶರ್ಕರಾ ಶರ್ಕರಿಲ ಶಾರ್ಕರ ಶ್ಶರ್ಕರಾವತೀ *s* ।
(ದೇಶಏವಾದಿಮಾ) ವೇವಮುನ್ನೇಯಾಸ್ಸಿಕತಾವತೀ ॥ ॥೧೧॥
(ದೇಶೋನದ್ಯಂಬುವೃಷ್ಟ್ಯಂಬುಸಂಪನ್ನ ವ್ರೀಹಿಪಾಲಿತಃ) ।
(ಸ್ಯಾ)ನ್ನದೀ ಮಾತೃಕೋ *t* ದೇವ ಮಾತೃಕಶ್ಚ ಯಥಾಕ್ರಮಂ *u* ॥ ॥೧೨॥

---

a 2, Arid land. *b* 2, Waste or unploughed land. *c* 5, The world. *d* 1, India. *e* 1, Eastern India) *f* 1, Northern (India.) *g* 1, Country beyond India. *h* 1, Central (India.) *i* 2, Country between the Vindhya and Himálaya ranges. *j* 2, Any inhabited district. *k* 3, Country. *l* 2, A country abounding in reeds. *m* 1, A country abounding in lotuses. *n* 1, A country abounding in the myrobolan tree (*terminalia alata glabra.*) *o* 1, A country covered with young grass. *p* 1, A muddy country. *q* 1, A country covered with water. *r* 1, Swampy land. *s* 4, Stony ground. *t* 1, Irrigated country. *u* 1, Country watered by rain.

[a] ನಿರ್ಜಲ ಪ್ರದೇಶ ೨. [b] ಗೇಯದೇ ಇರುವ ಭೂಮಿ ೨. [c] ಜಗತ್ತು, ಭೂಲೋಕ ೫. [d] ಹಿಮಾಲಯಕ್ಕೂ ರಾಮ ಸೇತುವಿಗೂ ಮಧ್ಯವಾದ ಕರ್ಮ ಭೂಮಿ, ಹಿಂದೂ ದೇಶ ೧. [e] ಹಿಂದೂ ದೇಶದ ಮೂಡಲು ಭಾಗ ೧. [f] ಹಿಂದೂ ದೇಶದ ವುತ್ತರ ಭಾಗ ೧. [g] ಹಿಂದೂ ದೇಶದ ಆಚೆನ ದೇಶ ೧ [h] ಚಿತ್ರಕೂಟಾದಿ ದೇಶ ೧. ವಿಂಧ್ಯ ಹಿಮಾಲಯಗಳಿಗೆ ಮಧ್ಯ ದೇಶ ೨. [j] ಗ್ರಾಮ ಸಮೂಹ, ಹಳ್ಳೀ ಸಾಲುದೇಶ ೨. [k] ಇಂಥ ಚಿಕ್ಕ ದೇಶಗಳಿಂದ ಕೂಡಿದ ದೊಡ್ಡ ದೇಶ ೩. [l] ಶೆತ್ತೆ ಹುಲ್ಲು ಬಹಳವಾಗಿರುವ ದೇಶ ೨. [m] ಬಿಳೀ ನೈದಿಲೇ ಹೂವು ಬಹಳವಾಗಿರುವ ದೇಶ ೧. [n] ಬಹಳ ಮತ್ತೀಮರಗಳುಳ್ಳ ದೇಶ ೧. [o] ಎಳೆ ಹುಲ್ಲಿನಿಂದ ಹಚ್ಚಗಿರುವ ದೇಶ ೧. [p] ಕೆಸರಿನೊಡಗೂಡಿದ ದೇಶ ೧. [q] ನೀರು ಬಹಳವಾಗಿರುವ ದೇಶ ೧. [r] ಜೌಗು ಭೂಮಿ ೧. [s] ನರುಜು ಕಲ್ಲುಳ್ಳ ನೆಲ ೪. [t] ಹೊಳೇ ನೀರಿನಿಂದ ಬೆಳೆಯೂಗುವ ದೇಶ ೧. [u] ಮಳೇಯಿಂದಲೇ ಬೆಳೆಯಾಗುವ ದೇಶ ೧.

(ಸುರಾಜ್ಞಿ ದೇಶೇ) ರಾಜನ್ವಾನ್ a (ಸ್ಯಾತ್ತತೋಽನ್ಯತ್ರ) ರಾಜವಾನ್ b ।
ಗೋಷ್ಠಂ ಗೋಸ್ಥಾನಕಂ c (ತತ್ತು) (ಗೌಷ್ಠೀನಂ) (ಭೂತಪೂರ್ವಕಂ) d ॥ ॥೧೩॥
(ಪರ್ಯಂತಭೂಃ) ಪರಿಸರ e ಸ್ಸೇತುರಾಲೌಸ್ತ್ರಿಯಾಂಪುಮಾನ್ f ।
ವಾಮಲೂರುಶ್ಚ ನಾಕುಶ್ಚ ವಲ್ಮೀಕಂ (ಪುಂನಪುಂಸಕಂ) g ॥ ॥೧೪॥
ಅಯನಂ ವರ್ತ್ಮ ಮಾರ್ಗಾಧ್ವಪಂಥಾನಃ ಪದವೀ ಸೃತಿಃ ।
ಸರಣಿಃ ಪದ್ಧತಿಃ ಪದ್ಯಾ ವರ್ತ್ಮನ್ಯೇಕಪದೀತಿ ಚ h ॥ ॥೧೫॥
ಅತಿಪಂಥಾಸ್ಸುಪಂಥಾಶ್ಚ ಸತ್ಪಥ (ಶ್ಚಾರ್ಚಿತೇಧ್ವನಿ) i ।
ವ್ಯಧ್ವೋ ದುರಧ್ವೋ ವಿಪಥಃ ಕದಧ್ವಾ ಕಾಪಥ (ಸ್ಸಮಾಃ) j ॥ ॥೧೬॥
ಅಪಂಥಾಸ್ತ್ವಪಥಂ k (ತುಲ್ಯೇ) ಶೃಂಗಾಟಕಚತುಷ್ಪಥೇ l ।
ಪ್ರಾಂತರಂ (ದೂರಶೂನ್ಯೋಧ್ವಾ) m ಕಾಂತಾರಂ (ವರ್ತ್ಮದುರ್ಗಮಂ) n । ॥೧೭॥
ಗವ್ಯೂತಿಃ (ಸ್ತ್ರೀ) ಕ್ರೋಶಯುಗಂ o ನಲ್ವಃ (ಕಿಷ್ಕುಚತುಶ್ಶತಂ) p ।
ಘಂಟಾಪಥಸ್ಸಂಸರಣಂ q ತತ್ಪುರಸ್ಯೋಪನಿಷ್ಕರಂ r ॥ ॥೧೮॥

॥ಇತಿ ಭೂವರ್ಗಃ॥

II. PURA-VARGA—ಪುರ ವರ್ಗ.

ಪೂಃ (ಸ್ತ್ರೀ) ಪುರೀನಗರ್ಯೌ (ವಾ) ಪಟ್ಟಣಂ ಪುಟಭೇದನಂ ।
ಸ್ಥಾನೀಯಂ ನಿಗಮೋ s ನ್ಯತ್ತು ಯನ್ಮೂಲನಗರಾತ್ಪುರಂ । ॥೧೯॥
ತಚ್ಛಾಖಾನಗರಂ t ವೇಶೋ (ವೇಶ್ಯಾ ಜನಸಮಾಶ್ರಯಃ) u ।

---

a 1, Country ruled by a good king. b 1, Kingdom. c 2, Cow pen. d 1, Ancient cowpen e 1, Land contiguous to a town or village. f 2, Bridge. g 3, Ant hill. h 12, Road i 3, Good road. j 5, Bad road. k 2, Wrong way. l 2, A place where four roads meet. m 1, A short road without thoroughfare. n 1, Difficult road. o 1, A distance of 2 kroshas (or leagues.) p 1, A distance of 400 cubits (a furlong.) q 2, High road. r 1. High road to the capital. s 7, Town, city. t 1, Suburbs. u 1, The courtesans' quarter.

a ಒಳ್ಳೇ ಅರಸುಳ್ಳ ದೇಶ ೧. b ಒಳ್ಳೇ ಅರಸಿಲ್ಲದ ದೇಶ ೧. c ಆಕ್ಕಳು ಯಿರುವ ಕೋಠಿ ೧. d ಪುರಾತನವಾದ ಆಕಳುಮಂದೆ ೧. e ಗ್ರಾಮ ನಗರಾದಿಗಳ ಸಮೀಪ ಭೂಮಿ ೧. f ಕಟ್ಟೆ ೨. g ಹುತ್ತ ೩. h ದಾರಿ ೧೨. i ಒಳ್ಳೇದಾರಿ ೩. j ಕೆಟ್ಟ ದಾರಿ, ಕೇಳು ಹಾದಿ ೫. k ತಪ್ಪು ದಾರಿ, ಕಳ್ಳದಾರಿ ೨. l ನಾಲ್ಕು ದಾರಿಗಳು ಕೂಡಿದ ಚೌಕ ೨. m ಬಹು ದೂರದವರಿವಿಗೂ ಇಲ್ಲದ ದಾರಿ ಅಂದರೆ ಮೊಟುಕು ಹಾದಿ ೧. n ಚೋರಕಂಟಕ ಬಾಧೆಯುಳ್ಳ ಕಾಡುಹಾದಿ ೧. o ಯೆರಡು ಹರಿದಾರಿ ದೂರ ೧. p ೪೦೦ ಹಸ್ತ ಪರಿಮಾಣವಾದ ಹಾದಿ ೧. q ರಾಜಮಾರ್ಗ, ರಸ್ತೆ ೨. r ರಾಜಧಾನಿಗೆ ಹೋಗುವ ಮಾರ್ಗ ೧. s ಪಟ್ಟಣ ೭ t ಪಟ್ಟಣದ ಸಮೀಪದಲ್ಲಿರುವ ಚಿಕ್ಕ ಊರು ೧. u ಸೂಳೆಗೇರಿ ೧.

ಆಪಣಸ್ತು ನಿಷದ್ಯಾಯಾಂ *a* ವಿಪಣಿಃ ಪಣ್ಯವೀಥಿಕಾ *b* || ||೨೦||
ರಥ್ಯಾಪ್ರತೋಳೀರ್ವಿಶಿಖಾಸ್ಯಾ *c* ಚ್ಚಯೋವಪ್ರಮಸ್ತ್ರಿಯಾಂ *d* |
ಪ್ರಾಕಾರೋವರಣಸ್ಸಾಲಃ *e* ಪ್ರಾಚೀನಂ (ಪ್ರಾಂತತೋವೃತಿಃ) *f* || ||೨೧||
ಭಿತ್ತಿಃ (ಸ್ತ್ರೀ) ಕುಡ್ಯ *g* ಮೇಡೂಕಂ (ಯದಂತರ್ನ್ಯಸ್ತಕೀಕಸಂ) *h* |
ಗೃಹಗೇಹೋದವಸಿತ ವೇಶ್ಮ ಸದ್ಮ ನಿಕೇತನಂ || ||೨೨||
ನಿಶಾಂತವಸ್ತ್ಯಸದನ ಭವನಾಗಾರ ಮಂದಿರಂ |
ಗೃಹಾಃ (ಪುಂಸಿಚಭೂಮ್ನ್ಯೇವ) ನಿಕಾಯ್ಯನಿಲಯಾಲಯಾಃ || ||೨೩||
ವಾಸಃಕುಟೀ (ದ್ವಯೋಃ) ಶಾಲಾಸಭಾ *i* ಸಂಜವನಂ (ತ್ವಿದಂ) |
ಚತುಶ್ಶಾಲಂ *j* (ಮುನೀನಾಂತು) ಪರ್ಣಶಾಲೋಟಜೋ (ಸ್ತ್ರಿಯಾಂ) *k* || ||೨೪||
ಚೈತ್ಯಮಾಯತನಂ (ತುಲ್ಯೇ) *l* ವಾಜಿಶಾಲಾ ತುಮಂದುರಾ *m* |
ಆವೇಶನಂಶಿಲ್ಪಶಾಲಾ *n* ಪ್ರಪಾ ಪಾನೀಯಶಾಲಿಕಾ *o* || ||೨೫||
ಮಠ (ಶ್ಛಾತ್ರಾದಿನಿಲಯೋ) *p* ಗಂಜಾತುಮದಿರಾಗೃಹಂ *q* |
ಗರ್ಭಾಗಾರಂ ವಾಸಗೃಹ *r* ಮರಿಷ್ಟಂ ಸೂತಿಕಾಗೃಹಂ *s* || ||೨೬||
ವಾತಾಯನಂ ಗವಾಕ್ಷ (ಸ್ಸ್ಯಾ) *t* ನ್ಮಂಡಪೋ (ಸ್ತ್ರೀ) ಜನಾಶ್ರಯಃ *u* |
ಹರ್ಮ್ಯಾದಿ (ಧನಿನಾಂವಾಸಃ) *v* ಪ್ರಾಸಾದೋ ದೇವಭೂಭುಜಾಂ *w* || ||೨೭||
ಸೌಧೋ (ಸ್ತ್ರೀ) ರಾಜಸದನ *x* ಮುಪಕಾರ್ಯೋಪಕಾರಿಕಾ *y* |
ಸ್ವಸ್ತಿಕಸ್ಸರ್ವತೋಭದ್ರೋ ನಂದ್ಯಾವರ್ತಾದಯೋಪಿಚ || ||೨೮||

---

a 2, Shop. *b* 2, The market street. *c* 3, The high street. *d* 2, Rampart. *e* 3, Fort. *f* 1, Hedge round a village. *g* 2, Wall. *h* 1, A wall of bones. *i* 19, House. *j* 2, House with a courtyard in the centre. *k* 2, Residence of anchorites, hermitage or hut made of leaves. *l* 2, A place for sacrifices or religious worship. *m* 2, Stable for horses. *n* 2, Workshop. *o* 2, A place where water is given to passengers. *p* 1, A building inhabited by ascetics, the residence of a guru. *q* 2, Distillery. *r* 2, Bedroom. *s* 2, Lying-in chamber. *t* 2, Window, ventilator. *u* 2, Public reception room. *v* 1, Mansion. *w* 1, Palace or temple. *x* 2, Palace. *y* 2, King's residence.

a ಮಂಡಿ, ಅಂಗಡಿ ೨. *b* ಅಂಗಡಿಬೀದಿ ೨. *c* ಚಾವಡಿ ಜಗಲಿ ೩. *d* ಕೋಟೆಯ ಬಳಿಯಲ್ಲಿನ ದಿಣ್ಣೆ ೨. *e* ಕೋಟೆ ೩. *f* ಊರು ಸುತ್ತಲೂ ಹಾಕಿರುವ ಬೇಲಿ ಮುಂತಾದದ್ದು ೧. *g* ಗೋಡೆ ೨. *h* ಕನ್ನ ಕೊರೆಯಲು ಸಾಧ್ಯವಾಗಿ ಎಲುವುಗಳಿಂದಲ್ಪಟ್ಟು ಹಾಕಿದ ಗೋಡೆ ೧. *i* ಮನೆ ೧೯. *j* ನಾಲ್ಕುಕಡೆಯೂ ಕೈಸಾಲೆ ಕಟ್ಟಿದ ಮನೆ ೨. *k* ಋಷಿಗಳ ಪರ್ಣಶಾಲೆ ೨. *l* ಯಜ್ಞಶಾಲೆ ಮುಂತಾದ ಶುಚಿಸ್ಥಳ ೨. *m* ಕುದುರೇಲಾಯ ೨. *n* ಪಾಜರ ಕೆಲಸದ ಮನೆ ೨. *o* ಅರವಟ್ಟಿಗೆ ೨. *p* ಯತಿ ಬ್ರಹ್ಮಚಾರಿಗಳ ವಾಸಸ್ಥಾನ ೧. *q* ಸಾರಾಯಿ ಮಾಡುವ ಗಡಂಗು ೨. *r* ಮಲಗುವ ಮನೆ ೨. *s* ಪುರುಡಿನ ಮನೆ ೨. *t* ಗವಾಕ್ಷಿ ೨. *u* ಆಸ್ಥಾನ, ಚಾವಡಿ ೨. *v* ಧನಿಕರ ಉಪ್ಪರಿಗೆ ೧. *w* ದೇವಸ್ಥಾನ, ಅರಮನೆ ೧, *x* ರಾಜಗೃಹ ೨, *y* ಅರಸರ ಬಿಡಾರ ೨.

(ಬಚ್ಛಂದಕಪ್ರಭೇದಾಹಿ ಭವಂತೀಶ್ವರಸದ್ಮನಾಂ) *a* |
(ಸ್ತ್ರೈಗಾರಂಭೂಭುಜಾ') ಮಂತಃಪುರಂಸ್ಯಾ'ದವರೋಧನಂ || ||೨೯||
ಶುದ್ಧಾಂತ'ಶ್ಚಾ' ವರೋಧ'ಶ್ಚ *b* (ಸ್ಯಾ') ದಟ್ಟಃಕ್ಷೌಮ' (ಮಸ್ತ್ರಿಯಾಂ *c* |
ಪ್ರಘಾಣಪ್ರಘಣಾಲಿಂದಾ ಬಹಿರ್ದ್ವಾರಪ್ರಕೋಷ್ಠಕೆ *d* || ||೩೦||
ಗೃಹಾವಗ್ರಹಣೀದೇಹ' *e* ಲ್ಯಂಗಣಂಚತ್ವರಾಜಿರೆ *f* |
(ಅಧಸ್ತಾದ್ದಾರುಣಿ) ಶಿಲಾ *g* ನಾಸಾಃದಾರೂಪರಿಸ್ಥಿತಾ *h* || ||೩೧||
ಪ್ರಚ್ಛನ್ನ'ಮಂತರ್ದ್ವಾರಂಸ್ಯಾ' *i* ತ್ಪಕ್ಷದ್ವಾರಂತುಪಕ್ಷಕಃ *j* |
ವಲ್ಮೀಕ ನೀಧ್ರೆ ಪಟಲ ಪ್ರಾಂತೆ *k* ಥಪಟಲಾಛದಿಃ *l* || ||೩೨||
ಗೋಪಾನಸೀ (ತುವಲಭೀಚ್ಛಾ ದನೆವಕ್ರದಾರುಣಿ *m* |
ಕಪೋತಪಾಲಿಕಾಯಾಂತು ವಿಟಂಕಂ (ಪುನ್ನಪುಂಸಕಂ *n* || ||೩೩||
(ಸ್ತ್ರೀ) ದ್ವಾ'ರ್ದ್ವಾರಂಪ್ರತೀಹಾರಃ (ಸ್ಯಾ'). *o* ದ್ವಿತರ್ದಿಸ್ತುವೇದಿಕಾ *p* |
ತೋರಣೋ' (ಸ್ತ್ರೀ) ಬಹಿರ್ದ್ವಾರಂ *q* ಪುರದ್ವಾರಂ ತುಗೋಪುರಂ *r* || ||೩೪||
(ಕೂಟಂಪೂರ್ದ್ವಾರಿಯ) ದ್ಧಸ್ತಿನಖ (ಸ್ತಸ್ಮಿ) *s* (ನ್ನಥತ್ರಿಷು) |
'ಕಪಾಟ'ಮರರಂ (ತುಲ್ಯೆ) *t* ತದ್ವಿಷ್ಕಂಭೋ'ರ್ಗಳಂನನಾ *u* || ||೩೫||
ಆರೋಹಣಂ ಸ್ಯಾ'ತ್ಸೋಪಾನಂ *v* ನಿಶ್ರೇಣಿ'ಸ್ತ್ವ ಧಿರೋಹಿಣೀ *w* |
ಸಂಮಾರ್ಜನೀ ಶೋಧನೀಸ್ಯಾ *x* ತ್ಸಂಕರೋ'ವಕರ' (ಸ್ತಥಾ) *y* | ||೩೬||
ಕ್ಷಿಪ್ತೆ ಮುಖಂನಿಸ್ಸರಣಂ *z* ಸನ್ನಿವೇಶೋ'ನಿಕರ್ಷಣಂ *a* |

---

a 3, Paintings at the entrance of a palace or temple. *b* 4, Queen's apartments. *c* 2, Tower *d* 3, Terrace in front of a house. *e* 2, Threshold. *f* 3, Courtyard. *g* 1, Doorsill. *h* 1, the upper timber of a door. *i* 2, Secret door. *j* 2, Wicket. *k* 3, Edge of a roof. *l* 2, Roof. *m* 1, Rafter *n* 2, Dovecot, aviary. *o* 3, Doorway. *p* A raised part of the floor used as a seat. *q* 1, Outer door. *r* 1, Town or city gate. *s* 1, A raised place covering the access to a city gate *t* 2, Door. *u* 1, A wooden bolt or pin for fastening a door. *v* 2, Steps. *w* 2, Ladder. *x* 2, Broom. *y* 2, Rubbish, sweepings. *z* 2, An open space in front of a house. *a* 2, An open space in or near a town, for public use.

a ದೇವಸ್ಥಾನಾದಿಗಳಲ್ಲಿರುವ ಚಿತ್ರ ಕೆಲಸ ೩. *b* ರಾಣೀವಾಸ ೪. *c* ಯುದ್ಧ ಮಾಡುವದಕ್ಕೆ ಕೋಟೆಯ ಮೇಲೆ ಕಟ್ಟುವ ಮನೆ ೨. *d* ತಲೆ ಬಾಗಿಲನ ಮುಂದಿನ ಅಂಗಳ ೩. *e* ಬಾಗಿಲ ಹೊಸ್ತಿಲು ೨. *f* ಅಂಗಳ ೩. *g* ಬಾಗಲಿನ ಮೆಟ್ಟು ಹಲಿಗೆ ೧. *h* ಅಂಥಮೆಟ್ಟಿನ ಮೇಲೆ ಅಡ್ಡವಾಗಿ ಹಾಕಿದ ಮರದ ತುಂಡು ೧. *i* ಬಳ್ಳ ಬಾಗಿಲು ೨. *j* ದಿಡ್ಡೀಬಾಗಲು ೨. *k* ಲಾವೇ ಚೂರು ೩. *l* ಮನೆಯ ಹೊದಿಕೆ ೨. *m* ಜೂರಿಗೆ ಆಧಾರವಾದ ಮರದ ಪಟ್ಟಿ ೨. *n* ಪಕ್ಷಿಗಳು ಗೂಡಿಟ್ಟುಕೊಂಡಿರುವ ಲೋವೇ ಮರದಪಟ್ಟಿ ೨. *o* ಬಾಗಲು ೩. *p* ಜಗುಲಿ ೨. *q* ತೋರಣದ ಬಾಗಿಲು ೧. *r* ಊರು ಬಾಗಿಲು ೧. *s* ಊರುಬಾಗಿಲಿನ ಹೊರಗೆ ಹಾಕಿರುವ ದಿಣ್ಣೆ ೧. *t* ಕದ ೨. *u* ಅಗಳೀ ಮರ ೧. *v* ಮೆಟ್ಲುಗಳು ೨. *w* ನಿಚ್ಚಣಿಗೆ ೨. *x* ಪರಕೆ ೨. *y* ಗುಡಿಸಲ್ಪಟ್ಟ ಧೂಳು ೨, *z* ತಲೆ ಬಾಗಿಲಿನ ಮುಂದಿರುವ ಬೈಲು ೨, *a* ಹಾಳೀಬೈಲು ೨.

(ಸಮೌ) ಸಂವಸಥಗ್ರಾಮೌ *a* ವೇಶ್ಮಭೂರ್ವಾಸ್ತು ರಸ್ತ್ರಿಯಾಂ *b* ॥ ॥೬೭॥
ಗ್ರಾಮಾಂತಮುಪಶಲ್ಯಂ (ಸ್ಯಾ) *c* ತ್ಸೀಮಸೀಮೇ (ಸ್ತ್ರಿಯಾಮುಭೇ) *d* ।
ಘೋಷ ಅಭೀರಪಲ್ಲೀ ಸ್ಯಾ *e* ತ್ಪಕ್ಕಣಶ್ಶಬರಾಲಯಃ *f* ॥ ॥೬೮॥

॥ ಇತಿ ಪುರ ವರ್ಗಃ ॥

II. SHAILA-VARGA.—ಶೈಲ ವರ್ಗ.

ಮಹೀಧ್ರೇ ಶಿಖರಿ ಕ್ಷ್ಮಾಭೃ ದಹಾರ್ಯ ಧರ ಪರ್ವತಾಃ ।
ಅದ್ರಿಗೋತ್ರ ಗಿರಿ ಗ್ರಾವಾ ಚಲ ಶೈಲ ಶಿಲೋಚ್ಚಯಾಃ *g* ॥ ॥೬೯॥
ಲೋಕಾಲೋಕಶ್ಚಕ್ರವಾಳ *h* (ಸ್ತ್ರಿ)ಕೂಟಸ್ತ್ರಿಕಕುತ್ಸ (ಮೌ *i*) ।
ಅಸ್ತಸ್ತು ಚರಮಕ್ಷ್ಮಾಭೃ *j* ದುದಯಃ ಪೂರ್ವಪರ್ವತಃ *k* ॥ ॥೭೦॥
ಹಿಮವಾನ್ನಿಷಧೋ ವಿಂಧ್ಯೋ ಮಾಲ್ಯವಾನ್ಪಾರಿಯಾತ್ರಕಃ ।
ಗಂಧಮಾದನ (ಮನ್ಯೇಚ ಹೇಮಕೂಟಾ ದಯೋನಗಾಃ) *l* ॥ ॥೭೧॥
ಪಾಷಾಣ ಪ್ರಸ್ತರ ಗ್ರಾವೋ ಪಲಾಶ್ಮಾನಶ್ಶಿಲಾ ದೃಷತ್ *m* ।
ಕೂಟೋಸ್ತ್ರೀ ಶಿಖರಂ ಶೃಂಗಂ *n* ಪ್ರಪಾತಸ್ತು ತಟೋ ಭೃಗುಃ *o* ॥ ॥೭೨॥
ಕಟಕೋ (ಸ್ತ್ರೀ) ನಿತಂಬೋ (ದ್ರೇಃ) *p* ಸ್ನುಃಪ್ರಸ್ಥ ಸ್ಸಾನು (ರಸ್ತ್ರಿಯಾಂ) *q* ॥
ಉತ್ಸಃ ಪ್ರಸ್ರವಣಂ *r* (ವಾರಿಪ್ರವಾಹೋ) ನಿರ್ಝರೋ ಝರಃ *s* ॥ ॥೭೩॥
ದರೀತುಕಂದರೋ (ವಾಸ್ತ್ರೀ) *t* (ದೇವಖಾತ ಬಿಲೆ) ಗುಹಾ ।

---

a 2, Village. *b* 2, Building land. *c* 2, Outskirts of a village. *d* 2, Boundary mark. *e* 2, A village of herdsmen. *f* 2, A village of fowlers. *g* 13, Mountain. *h* 2, A belt of mountains supposed to surround the world. *i* 2 A mountain with three peaks. *j* 2, The western mountain behind which the sun is supposed to set. *k* 2, The eastern mountain from behind which the sun is supposed to rise. *l* 1, Himálaya mountains. 1, Nishadha mountains. 1, Vindhya mountains. 1, Mályavat mountains. 1, Páriyátra mountains. 1, Gandhamádhana mountains 1, Hemakúta mountains. *m* 7, Stone. *n* 3, Mountain peak. *o* 3, Cliff, precipice. *p* 2, Side or ridge of a mountain. *q* 3, Table land. *r* 2, A spring. *s* 2, Waterfall. *t* 2, Cave.

[a] ಗ್ರಾಮ ೨. [b] ಮನೆಯಿರುವ ಸ್ಥಳ ೨. [c] ಗ್ರಾಮದ ಸಮೀಪ ಪ್ರದೇಶ ೨. [d] ಯೆಲ್ಲೆ ಕಟ್ಟಿನ ಹದ್ದು ೨. [e] ಗೊಲ್ಲರ ಹಳ್ಳಿ ೨. [f] ಬ್ಯಾಡರ ಪಾಳ್ಯ ೨. [g] ಬೆಟ್ಟ ೧೩. [h] ಭೂಮಿಗೆ ಕೋಟೆಯ ಹಾಗೆ ಸುತ್ತಿ ಕೊಂಡಿರುವ ಬೆಟ್ಟ ೨. [i] ತ್ರಿಕೂಟ ಪರ್ವತ ೨. [j] ಅಸ್ತಮಯ ಪರ್ವತ ೨. [k] ಉದಯ ಪರ್ವತ ೨. [l] ಹಿಮವತ್ಪರ್ವತ ೧. ನಿಷಧ ಪರ್ವತ ೧. ವಿಂಧ್ಯಪರ್ವತ ೧. ಮಾಲ್ಯವತ್ಪರ್ವತ ೧. ಪಾರಿಯಾತ್ರ ಪರ್ವತ ೧. ಗಂಧಮಾದನ ಪರ್ವತ ೧. [m] ಕಲ್ಲು ೭. [n] ಪರ್ವತ ಶಿಖರ ೩. [o] ಬೆಟ್ಟದ ಜಾರು ೩. [p] ನಡಿಬೆಟ್ಟ ೨. [q] ಪರ್ವತ ದೊಳು ಸಮ ಭೂಮಿ ೩. [r] ಬೆಟ್ಟದ ಜಲಮೆ ೨. [s] ಬೆಟ್ಟದಲ್ಲಿ ಹುಟ್ಟುವ ಜಲಪ್ರವಾಹ ೨. [t] ಬೆಟ್ಟದಲ್ಲಿನ ತೊರೆ ೨.

ಗಂಹರಂ *a* ಗಂಡಶೈಲಾಸ್ತು ಚ್ಯುತಾಃ (ಸ್ಥೂಲೋಪಲಾಗಿರೇಃ) *b* || ||೪೪||
ಖನಿಃ (ಸ್ತ್ರಿಯಾಂ) ಮಾಕರಸ್ಸ್ಯಾತ್ *c* ಪ್ಪಾದಾಃ ಪ್ರತ್ಯಂತಪರ್ವತಾಃ *d* |
ಉಪತ್ಯಕಾ (ದ್ರೇರಾಸನ್ನಾಭೂಮಿ) *e* ರೂರ್ಧ್ವಮಧಿತ್ಯಕಾ *f* || ||೪೫||
ಧಾತು (ರ್ಮನಶ್ಶಿಲಾದ್ಯದ್ರೇ) *g* ಗೈರಿಕಂ (ತುವಿಶೇಷತಃ *h* |
ನಿಕುಂಜ ಕುಂಜೌ (ವಾಕ್ಲೀಬೇ ಲತಾದಿಪಿಹಿತೋದರೇ) *i* || ||೪೬||

|| ಇತಿ ಶೈಲ ವರ್ಗಃ ||

IV. VANAUSHADHI-VARGA.—ವನೌಷಧಿ ವರ್ಗ.

ಅಟವ್ಯರಣ್ಯಂ ವಿಪಿನಂ ಗಹನಂ ಕಾನನಂ ವನಂ *j* |
ಮಹಾರಣ್ಯ ಮರಣ್ಯಾನಿ *k* ಗೃಹಾರಾಮಸ್ತು ನಿಷ್ಕುಟಃ *l* || ||೪೭||
ಆರಾಮ (ಸ್ಸ್ಯಾ) ದುಪವನಂ ಕೃತ್ರಿಮಂ ವನಮೇವ ತತ್ *m* |
(ಅಮಾತ್ಯ ಗಣಿಕಾಗೇಹೋಪವನೇ) ವೃಕ್ಷವಾಟಿಕಾ *n* || ||೪೮||
(ಪುಮಾ)ನಾಕ್ರೀಡ ಉದ್ಯಾನಂ (ರಾಜ್ಞಸ್ಸಾಧಾರಣಂವನಂ) *o* |
(ಸ್ಯಾದೇತದೇವ) ಪ್ರಮದಾವನ (ಮಂತಃ ಪುರೋಚಿತಂ) *p* || ||೪೯||
ವೀಥ್ಯಾಳಿ ರಾವಳಿಃಪಙ್ಕ್ತಿ ಶ್ರೇಣೀ *q* ರೇಖಾಸ್ತು ರಾಜಯಃ *r* |

---

a 2, Natural cavern. *b* 1, Boulder. *c* 2, Mine. *d* 2, A small hill near a mountain. *e* 1, Land near the foot of a mountain. *f* 1, Land on the upper part of a mountain. *g* 1, Mineral, fossil. *h* 1, Anything produced from a mountain. *i* 2, A place overgrown with creepers. *j* 6, Forest. *k* 2, Large forest. *l* 2, A garden near a house. *m* 2, Grove. *n* 1, Pleasure grove. *o* 2, Royal public garden. *p* 1, Royal garden attached to the *harem*. *q* 5, Row, line. *r* 2, Continuous line.

[a] ದೇವ ಖಾತ ಬಿಲ, ಗವಿ ೨. [b] ಬೆಟ್ಟದಿಂದ ಜಾರಿದ ದೊಡ್ಡ ಗುಂಡುಗಳು ೧. [c] ಲೋಹ ರತ್ನಾದಿಗಳು ಹುಟ್ಟುವ ಗಣಿಗಳು ೨. [d] ದೊಡ್ಡಬೆಟ್ಟ ಸುತ್ತ ಮುತ್ತ ಇರುವ ಚಿಕ್ಕ ಬೆಟ್ಟಗಳು ೨. [e] ಪರ್ವತದ ಸಮೀಪ ಭೂಮಿ ೧. [f] ಪರ್ವತದ ಮೇಲಿರುವ ಭೂಮಿ ೧. [g] ಬೆಟ್ಟಗಳಲ್ಲಿ ಹುಟ್ಟುವ ಗಂಧಕಾದಿಗಳು ೧. [h] ಮಣ್ಣು ಕಲ್ಲುಗಳ ವಿಕಾರದಿಂದ ಬಗೆಬಗೆಯಾಗಿ ತೋರುವ ವಸ್ತುಗಳು ೧. [i] ಲತಾಗೃಹ ೨. [j] ಕಾಡು, ಅಡವಿ ೬. [k] ದೊಡ್ಡ ಅಡವಿ ೨. [l] ಮನೇ ಬಳೀಲಿರುವ ತೋಟ ೨. [m] ಕಾಡಿನ ಹಾಗೆ ಮನುಷ್ಯರಿಂದ ಹಾಕಲ್ಪಟ್ಟ ಗಿಡ ಕಟ್ಟುಳ್ಳ ಊರಾಚಿನ ತೋಟ ೨. [n] ಮಂತ್ರಿಗಳು ಸೂಳೆಯರು ಇಂಥವರ ಮನೆಯಲ್ಲಿ ಕ್ರೀಡಾರ್ಥವಾಗಿ ಹಾಕಲ್ಪಟ್ಟಿರುವ ಶೃಂಗಾರವನ ೧. [o] ಸರ್ವ ಜನರಿಗೂ ಭೋಗಾರ್ಥವಾಗಿ ಅರಸುಗಳಿಂದ ಹಾಕಲ್ಪಟ್ಟಿರುವ ಊರು ಹೊರಗಣ ತೋಟ ೨. [p] ಅರಮನೇ ರಾಣೀ ವಾಸದ ವರೆಗೆ ಮಾತ್ರ ತಕ್ಕ ಹಾಗೆ ಮಾಡಲ್ಪಟ್ಟ ಅರಸಿನ ಶೃಂಗಾರವನ ೧. [q] ಬಂತಿ, ಸಾಲು ೫. [r] ಎಡೆ ಬಿಡದೆ ಕೂಡಿಕೊಂಡಿರುವ ಬಂತಿ ೨.

ವನ್ಯಾ (ವನ ಸಮೂಹೇ ಸ್ಯಾ) *a* ದಂಕುರೋಽಭಿನವೋದ್ಭಿದಿ *b* || ||೫೦||
ವೃಕ್ಷೋ ಮಹೀರುಹಃ ಶಾಖೀ ವಿಟಪೀ ಪಾದಪಸ್ತರುಃ |
ಅನೋಕಹಃ ಕುಟಃ ಸಾಲಃ ಪಲಾಶೀ ದ್ರು ದ್ರುಮಾಗಮಾಃ *c* || ||೫೧||
ವಾನಸ್ಪತ್ಯಃ (ಫಲೈಃ ಪುಷ್ಪಾ) *d* (ತ್ತೈ, ರಪುಷ್ಪಾ) ದ್ವನಸ್ಪತಿಃ *e* |
ಓಷಧ್ಯಃ (ಫಲಪಾಕಾಂತಾಃ) *f* (ಸ್ಯು) ರವಂಧ್ಯಃ ಫಲೇಗ್ರಹಿಃ *g* || ||೫೨||
ವಂಧ್ಯೋಽಫಲೋಽವಕೇಶೀ (ಚ) *h* ಫಲವಾನ್ ಫಲಿನಃ ಫಲೀ *i* |
ಪ್ರಫುಲ್ಲೋತ್ಫುಲ್ಲ ಸಂಫುಲ್ಲ ವ್ಯಾಕೋಶ ವಿಕಚ ಸ್ಫುಟಾಃ || ||೫೩||
ಫುಲ್ಲ (ಶ್ಚೈತೇ) ವಿಕಸಿತೇ *j* (ಸ್ಯುರವಂಧ್ಯಾದಯಸ್ತ್ರಿಷು) |
ಸ್ಥಾಣು (ರಸ್ತ್ರೀ) ಧ್ರುವಃ ಶಂಕುಃ *k* (ಹ್ರಸ್ವಶಾಖಾಶಿಫಃ) ಕ್ಷುಪಃ *l* || ||೫೪||
(ಅಪ್ರಕಾಂಡೇ) ಸ್ತಂಬಗುಲ್ಮೌ *m* ವಲ್ಲೀತು ವ್ರತತಿರ್ಲತಾ *n*
(ಲತಾಪ್ರತಾನಿನೀ) ವೀರುದ್ಗುಲ್ಮಿನ್ಯುಲಪ (ಇತ್ಯಪಿ) *o* | ||೫೫||
(ನಗಾದ್ಯಾರೋಹ) ಉಚ್ಛ್ರಾಯ ಉತ್ಸೇಧಶ್ಚೋಚ್ಛ್ರಯಶ್ಚ ಸಃ *p* |
(ಅಸ್ತ್ರೀ) ಪ್ರಕಾಂಡಃ ಸ್ಕಂಧ (ಸ್ಯಾನ್ಮೂಲಾಚ್ಛಾಖಾವಧೇಸ್ತರೋಃ) *q* || ||೫೬||
(ಸಮೇ) ಶಾಖಾಲತೇ *r* ಸ್ಕಂಧಶಾಖಾ ಶಾಲೇ *s* ಶಿಫಾಜಟೇ *t* |

---

a 1, Multitude of groves. *b* 2, Shoot or sprout. *c* 13, Tree. *d* 1, A fruit bearing tree that blossoms, (as the mango.) *e* 1, A fruit bearing tree that does not blossom, (as the jack) *f* 1, A plant that dies after its fruit ripens, (as the plantain, or as paddy,) an annual. *g* 2, A plant that bears fruit in its season. *h* 3, A barren tree. *i* 3, A plant in bearing. *j* 8, Blown, as a flower. *k* 3, The trunk of a tree (of which the branches have been lopped off.) *l* 1, Any small tree. *m* 2, Shrub. *n* 3, Creeper. *o* 3, A cluster of creepers. *p* 3, Height. *q* 2, Stem of a tree. *r* 2, Branch. *s* 2, The fork or principal branch of a tree. *t* 2, A fibrous root.

[a] ತೋಟಗಳ ಗುಂಪು ೧. [b] ಹೊಸದಾಗಿ ಮೊಳತ ಮೊಳಕೆ ೨. [c] ವೃಕ್ಷಗಳು, ಮರಗಳು ೧೩. [d] ಹುವ್ವುಗಳಿಂದ ಕಾಯಿಬಿಟ್ಟು ಹಣ್ಣುಗಳು ಕೊಡುವ ಮಾವು ತೆಂಗು ಮುಂತಾದ ಗಿಡ ೧. [e] ಹುವ್ವು ಯಿಲ್ಲದೇ ಕಾಯಿ ಬಿಡುವ ಹಲಸು ಮುಂತಾದ ಗಿಡಗಳು ೧. [f] ಹಣ್ಣುಗಳು ಬಿಟ್ಟ ಕೂಡ್ಲೇ ಗಿಡವೇ ಒಣಗಿಹೋಗುವ ಬಾಳೆ ಮುಂತಾದ ಗಿಡಗಳು ೧. [g] ಬಂಜೆಯಾಗದೇ ಕ್ಲುಪ್ತವಾಗಿ ಫಲ ಬಿಡುವ ಗಿಡ, ಫಲವೃಕ್ಷ ೨. [h] ಬಂಜೆ ಮರ ೩. [i] ತತ್ಕಾಲದಲ್ಲಿ ಹಣ್ಣು ಬಿಟ್ಟಿರುವ ಮರ ೩. [j] ಅರಳಿದ ಪುಷ್ಪ ಮುಂತಾದದ್ದು ೮. [k] ಮೋಟು, ೩. [l] ಹ್ರಸ್ವಗಳಾದ ರೆಂಬೆಗಳೂ ಬಿಳಲುಗಳೂ ಇರುವ ಗುಜ್ಜು ಮರ ೧. [m] ದಪ್ಪವಾದ ಮಧ್ಯ ದೂಲವಿಲ್ಲದೆ ತುಂಬಾ ಯೆಲೆಗಳುಳ್ಳ ಮರ ೨. [n] ಬಳ್ಳಿ, ಲತೆ ೩. [o] ಬಳ್ಳಿಗಳ ಗುಂಪುಳ್ಳ ಪೊದೆ ೩. [p] ಪರ್ವತಾದಿಗಳ ಉದ್ದ, ಬಹಳ ಯೆತ್ತರ ೩. [q] ಬೇರು ಮೊದಲು ರೆಂಬೆಗಳ ವರಿಗೂ ಇರುವ ಗಿಡದ ಮಧ್ಯಭಾಗ ೨. [r] ರೆಂಬೆಗಳು ೨. [s] ಗಿಡದ ಕೆಳಗೆ ಯಿಳಿ ಬಿದ್ದಿರುವ ಗಿಡದ ಬಿಳಲು ೨. [t] ಗಿಡದ ಕೆಳಕ್ಕೆ ಬಿಟ್ಟಿರುವ ಗಿಡದ ಸೆಣಬು ೨.

(ಶಾಖಾ ಶಿಫೇ)ವರೋಹ (ಸ್ಸ್ಯಾನ್ಮೂಲಾಚ್ಚಾಗ್ರಂಗತಾಲತಾ) *a* || ||೫೭||
ಶಿರೋಗ್ರಂ ಶಿಖರಂ (ವಾನಾ) *b* ಮೂಲಂಬುಧ್ನೋಂಘ್ರಿ ನಾಮಕಃ *c* |
ಸಾರೋ ಮಜ್ಜಾ (ನಮೌ) *d* ತ್ವಕ್ (ಸ್ತ್ರೀ) ವಲ್ಕಂವಲ್ಕಲ ಮಸ್ತ್ರಿಯಾಂ *e* ||೫೮||
ಕಾಷ್ಠಂದಾರ್ *f* ವಿಂಧನಂ ತ್ವೇಧ ಇಧ್ಮ ಮೇಧಸ್ಸಮಿತ್ (ಸ್ತ್ರಿಯಾಂ) *g* |
ನಿಷ್ಕುಹಃ ಕೋಟರಂ (ವಾನಾ) *h* ವಲ್ಲರೀ ಮಂಜರೀ (ಸ್ತ್ರಿಯ) *i* || ||೫೯||
ಪತ್ರಂ ಪಲಾಶಂ ಛದನಂ ದಳಂಪರ್ಣಂ ಛದಃ (ಪುಮಾನ್) *j* |
ಪಲ್ಲವೋ ಸ್ತ್ರೀ ಕಿಸಲಯಂ *k* ವಿಸ್ತಾರೋ ವಿಟಪೋ (ಸ್ತ್ರಿಯಾಂ) *l* || ||೬೦||
(ವೃಕ್ಷಾದೀನಾಂಫಲಂ) ಸಸ್ಯಂ *m* ವೃಂತಂ ಪ್ರಸವ ಬಂಧನಂ *n* |
(ಆಮೇಫಲೆ) ಶಲಾಟು (ಸ್ಸ್ಯಾ) *o* (ಚ್ಛುಷ್ಕೆ) ವಾನ (ಮುಭೆತ್ರಿಷು) *p* || ||೬೧||
ಕ್ಷಾರಕೋ ಜಾಲಕಂ (ಕ್ಲೀಬೆ) *q* ಕಲಿಕಾ ಕೋರಕೋ (ಸ್ತ್ರಿಯಾಂ) *r* |
(ಸ್ಯಾ) ದ್ಗುಚ್ಛಕಸ್ತು ಸ್ತಬಕಃ *s* ಕುಡ್ಮಲೋ ಮುಕುಳೋ (ಸ್ತ್ರಿಯಾಂ) *t* ||೬೨||
(ಸ್ತ್ರಿಯಃ) ಸುಮನಸಃ ಪುಷ್ಪಂ ಪ್ರಸೂನಂ ಕುಸುಮಂ ಸುಮಂ *u* |
ಮಕರಂದಃ ಪುಷ್ಪರಸಃ *v* ಪರಾಗಸ್ಸುಮನೋರಜಃ *w* || ||೬೩||
[ದ್ವಿಹೀನಂ ಪ್ರಸವೆ ಸರ್ವಂಹರೀತಕ್ಯಾದಯ(ಸ್ತ್ರಿಯಾಂ)] |
ಅಶ್ವತ್ಥವೈಣವ ಪ್ಲಾಕ್ಷ ನೈಯಗ್ರೋಧೈಂಗುದಂಫಲೆ || ||೬೪||

---

a 1, A pendant branch that takes fresh root, (as those of the banyan.) *b* 3, Top of a tree. *c* 3, Root. *d* 2, Hardness. *e* 3, Bark, rind. *f* 2, Wood. *g* 5, Fuel. *h* 2, The hollow of a tree. *i* 2, A compound pedicel. *j* 6, Leaf. *k* 2, A sprout. *l* 2, The branch of a tree with its new shoots. *m* 1, Fruit, grain. *n* 2, Foot-stalk, pedicel or peduncle of a leaf or fruit. *o* 1, Unripe fruit. *p* 1, Withered fruit. *q* 2, Ovary. *r* 2, Enlarged ovary, or fruit just formed. *s* 2, Cluster of blossoms. *t* 2, An opening bud. *u* 5, Flower, blossom. *v* 2, The nectar of a flower. *w* 2, The pollen or farina of a flower.

a ಮರದ ಬುಡದಿಂದ ತುದಿವರಿಗೂ ಹಬ್ಬಿರುವ ಬಳ್ಳಿ ೧. *b* ಗಿಡದ ತುದಿ ೩. *c* ಮರದ ಬುಡ ೩. *d* ಮರದ ಚೇಗು ೨. *e* ನಾರು ೩. *f* ಕಟ್ಟಿಗೆ ೨. *g* ಸಮಿಧೆಗಳು ೫. *h* ಮರದ ತೊರ್ರ ೨. *i* ಹುವ್ವಿನ ಗೊಂಚಲು ೨. *j* ಎಲೆಗಳು ೬. *k* ತಳಿರು, ಚಿಗುರು ೨. *l* ಕೊಂಬೆಗಳು, ಸಣ್ಣ ರೆಂಬೆಗಳು, ಕುಡಿಗಳು, ಚಿಗುರು ಮುಂತಾದ ಗುಂಪು; ಶಾಖಾ ವಿಸ್ತಾರ ೨. *m* ಮರಗಳು ಮೊದಲಾದವುಗಳ ಫಲ ೧. *n* ಹಣ್ಣಿನ ತೊಟ ೨. *o* ಪಕ್ವವಾಗದೇ ಯಿರುವ ಯಳೆಗಾಯಿ ೧. *p* ಒಣಗಾಯಿ ೧. *q* ಹಸರುಗಾಯಿ, ಹೊಂಬಾಳೆ ೨. *r* ಕಾಯಿಗೆ ಬಂದಮೊಗ್ಗು ೨. *s* ಅನೇಕ ಪುಷ್ಪಗಳ ಗೊಂಚಲುಗಳು ೨. *t* ಆಗಲಾನೇ ಅರಳತಕ್ಕ ಮೊಗ್ಗು ೨. *u* ಹುವ್ವು ೫. *v* ಹುವ್ವಿನ ಜೇನು ೨. *w* ಹುವ್ವಿನೊಳಗಿನ ಧೂಳು, ಅಲರಪುಡಿ ೨.

ಬಾರ್ಹತಂಜಕ *a* (ಫಲೆಜಂಬ್ವಾ) ಜಂಬೂ (ಸ್ತ್ರೀ) ಜಂಬು ಜಾಂಬವಂ *b* ।
[ಪುಷ್ಪೇಜಾತಿ ಪ್ರಭೃತಯಸ್ಸ್ವಲಿಂಗಾ (ವ್ರೀಹಯಃಫಲೆ) ॥ ॥೯೫॥
ವಿದಾರ್ಯಾದ್ಯಾಸ್ತು ಮೂಲೆಪಿಪುಷ್ಪೇಕ್ಲೀಬೆ ಪಿಪಃಟಲಾ]।
ಬೋಧಿದ್ರುಮಶ್ಚಲದಳಃ ಪಿಪ್ಪಲಃ ಕುಂಜರಾಶನಃ ॥ ॥೬೬॥
ಅಶ್ವತ್ಥೋ *c* ಥಕಪಿತ್ಥೆ (ಸ್ಯು) ರ್ದಧಿತ್ಥಗ್ರಾಹಿಮನ್ಮಥಾಃ ।
(ತಸ್ಮಿನ್) ದಧಿಫಲಃ ಪುಷ್ಪಫಲದಂತ ಶಠಾವಪಿ *d* ॥ ॥೬೭॥
ಉದುಂಬರೆ ಜಂತುಫಲೋ ಯಜ್ಞಾಂಗೋ ಹೇಮದುಗ್ಧಕಃ *e* ।
ಕೋವಿದಾರೆ ಚಮರಿಕಃಕುದ್ದಾಲೋ ಯುಗಪತ್ರಕಃ *f* ॥ ॥೬೮॥
ಸಪ್ತಪರ್ಣೋವಿಶಾಲತ್ವಕ್ ಶಾರದೋ ವಿಷಮಚ್ಛದಃ *g* ।
ಆರಗ್ವಧೆ ರಾಜವೃಕ್ಷ ಶಂಪ್ಯಾಕ ಚತುರಂಗುಲಾಃ ॥ ॥೬೯॥
ಆರೆವತ ವ್ಯಾಧಿಘಾತ ಕೃತ ಮಾಲ ಸುವರ್ಣಕಾಃ *h* ।
(ಸ್ಯು) ರ್ಜಂಬೀರೆ ದಂತಶಠ ಜಂಭ ಜಂಬೀರ ಜಂಭಲಾಃ *i* ॥ ॥೭೦॥
ವರುಣೋ ವರಣಸ್ಸೇತು ಸ್ತಿಕ್ತಶಾಕಃ ಕುಮಾರಕಃ *j* ।
ಪುನ್ನಾಗೆ ಪುರುಷಸ್ತುಂಗಃ ಕೆಸರೋದೆವವಲ್ಲಭಃ *k* ॥ ॥೭೧॥
ಪಾರಿಭದ್ರೆ ನಿಂಬತರುರ್ಮಂದಾರಃ ಪಾರಿಜಾತಕಃ *l* ।
ತಿನಿಶೆ ಸ್ಯಂದನೋ ನೇಮೀರಥದ್ರು ರತಿಮುಕ್ತಕಃ ॥ ॥೭೨॥
ವಂಜುಳಶ್ಚಿತ್ರಕೃಚ್ಚಾ *m* (ಥದ್ವೌ) ನೀತನಕತೀತನೌ ।
ಆಮ್ರಾತಕೆ *n* ಮಧೂಕೆತು ಗುಡಪುಷ್ಪ ಮಧುದ್ರುಮೌ ॥ ॥೭೩॥
ವಾನಪ್ರಸ್ಥ ಮಧುಷ್ಠೀಲೌ *o* (ಜಲಜೆತ್ರ) ಮಧೂಲಕಃ *p*।

---

a Fruit of the—1, Sacred fig tree (*ficus religiosa.*) 1, Bamboo (*bambusa.*) 1, Waved-leaf fig tree (*ficus infectoria.*) 1, Banyan (*ficus indica.*) 1, Indian almond tree (*terminalia catappa.*) 1, Nightshade (*solanum jacquinii.*) *b* 3, Fruit of the rose apple tree (*eugenia jambu.*) *c* 5, The sacred fig tree (*ficus religiosa.*) *d* 7, The wood apple tree (*feronia elephantum.*) *e* 4, The glomerous fig tree (*ficus glomerata.*) *f* 4, The mountain ebony tree (*bauhinia variegata.*) *g* 4, The tree *alstonia scholaris.* *h* 8, The tree *cassia fistula.* *i* 5, The lime or lemon (*citrus limo-*[illegible]) *j* 5, The tree *capparis trifoliata.* *k* 5, A kind of euphorbia (*rottlera tinctoria.*) *l* 4, The [illegible] tree (*jatropha multifida.*) *m* 7, A kind of mimosa (*dalbergia ougeinensis.*) *n* 3, The hog plum, (*sp*[illegible] *ondias mangifera.*) *o* 5, The tree *bassia latifolia.* *p* 1, The water *bassia latifolia.*

[a] ಅಶ್ವತ್ಥಾ[illegible] ಫಲ ೬. [b] ನೇರಳೇ ಹಣ್ಣು ೩. [c] ಅಳಲೀ ಮರ, ಅಶ್ವತ್ಥ ೫. [d] ಬ್ಯಾಲದ ಮರ ೭. [e] [illegible] ಅತ್ತೀ ಮರ ೪. [f] ಕೆಂಗಾಂಚಾಣ ಹುವ್ವಿನ ಗಿಡ ೪. [g] ಪಿಳಲೀ ಬಾಳೇ ಗಿಡ ೪. [h] ಕಕ್ಕೆ ಗಿಡ ೮. [i] [illegible] ನಿಂಬೇ ಗಿಡ ೫. [j] ವಸಲೇ ಗಿಡ ೫. [k] ಸುರಗೀ ಮರ, ಸುರಹೊನ್ನೆ ೫. [l] ಹಾಲಿವಾಣದ [illegible] ಮರ ೪. [m] ಹುಲಿಗೆ ಮರ, ಹೊಂಗೆ ೭. [n] ಅಂಬಟೆ ಗಿಡ ೩. [o] ಹಿಪ್ಪೇ ಗಿಡ ೫. [p] ನೀರು ಹಿಪ್ಪೇ ಮರ ೧.

ಪೀಲೌಗುಡ ಫಲಃಸ್ರಂಸೀ *a* (ತಸ್ಮಿಂಸ್ತು ಗಿರಿಸಂಭವೆ) ||೨೪||
ಅಕ್ಷೋಟಕಂ ದರಾಲ್ಗೌ (ದ್ವೌ) *b* ವಂಕೋಲೆತು ನಿಕೋಚಕಃ *c* |
ಪಲಾಶೆ ಕಿಂಶುಕಃ ಪರ್ಣೋ ವಾತಪೋತೋ *d* ಥವೆತಸೆ || ||೨೫||
ರಥಾಭ್ರಪುಷ್ಪವಿದುಲ ಶೀತ ವಾನೀರ ವಂಜುಲಾಃ *e* |
(ದ್ವೌ) ಪರಿವ್ಯಾಧ ವಿದುಲೌ ನಾದೆಯೀಚಾಂಬುವೆತಸೆ *f* || ||೨೬||
ಶೋಭಾಂಜನೆ ಶಿಗ್ರು ತೀಕ್ಷ್ಣ ಗಂಧಕಾಕ್ಷೀಬ ಮೋಚಕಾಃ *g* |
(ರಕ್ತೋಸೌ) ಮಧುಶಿಗ್ರುಸ್ಸ್ಯಾತ್ *h* ಅರಿಷ್ಟಃಫೆನಿಲ (ಸ್ಸಮೌ) *i* || ||೨೭||
ಬಿಲ್ವೇ ಶಾಂಡಿಲ್ಯಶೈಲೂಷೌ ಮಾಲೂರ ಶ್ರೀಫಲಾ (ವಪಿ) *j* |
ಪ್ಲಕ್ಷೋ ಜಟೀ ಪರ್ಕಟೀಸ್ಯಾತ್ *k* ನ್ಯಗ್ರೋಧೋ ಬಹುಪಾದ್ವಟಃ *l* || ||೨೮||
ಗಾಲವಶ್ಶಾಬರೋ ಲೋಧ್ರಸ್ತಿರೀಟಸ್ತಿಲ್ವಮಾರ್ಜನೌ *m* |
ಆಮ್ರಶ್ಚೂತೋ ರಸಾಲೋ (ಸೌ) *n* ಸಹಕಾರೋ ತಿಸೌರಭಃ *o* || ||೨೯||
ಕುಂಭೋಲೂಖಲಕಂ (ಕ್ಲೀಬೆ) ಕೌಶಿಕೋ ಗುಗ್ಗುಲುಃ ಪುರಃ *p* |
ಶೆಲುಶ್ಶ್ಲೇಷ್ಮಾತಕಶ್ಶೀತ ಉದ್ದಾಲೋ ಬಹುವಾರಕಃ *q* || ||೩೦||
ರಾಜಾದನಂ ಪ್ರಿಯಾಲಶ್ಚ ಸನ್ನಕದ್ರುರ್ಧನುಃಪಟಃ *r* |
ಗಂಭಾರೀ ಸರ್ವತೋಭದ್ರಾ ಕಾಶ್ಮರೀ ಮಧುಪರ್ಣಿಕಾ || ||೩೧||
ಶ್ರೀಪರ್ಣೀ ಭದ್ರಪರ್ಣೀಚ ಕಾಶ್ಮರ್ಯಶ್ಚಾ *s* (ಪ್ಯಥದ್ವಯೋಃ) |
ಕರ್ಕಂಧೂರ್ಬದರೀ ಕೋಲೀ ಘೋಂಟಾ *t* ಕುವಲಫೇನಿಲೆ || ||೩೨||

---

a 3, The tree *careya arborea.* *b* 2, A mountain species of the same. *c* 2, The tree *alangium hexapetalum.* *d* 4, The bastard teak (*butea frondosa.*) *e* 7, The ratan (*calamus rotang.*) *f* 4, A kind of the same growing in water. *g* 5, The Indian horse-radish tree (*moringa pterygosperma.*) *h* 1, A red kind of the same. *i* 2, The soap nut tree (*sapindus saponaria.*) *j* 5, The Bengal quince (*ægle marmelos.*) *k* 3, The waved-leaf fig tree (*ficus infectoria*) *l* 3, The banyan (*ficus indica.*) *m* 6, A benzoin tree (*symplocos racemosa.*) *n* 3, The mango tree (*mangifera indica.*) *o* 1, A tree bearing a fragrant sort of mango. *p* 5, A tree yielding a fragrant gum resin bdellium (*amyris commiphora.*) *q* 5, The tree *cordia myxa.* *r* 4, The tree *buchanania latifolia,* *s* 7, The tree *gmelina arborea.* *t* 4, The jujube tree (*zizyphus jujuba.*)

a ಗೋಣಿ ಮರ, ಗೋಣಿ ನಾರುಪ್ರಸಿದ್ಧ ೩. *b* ಬೆಟ್ಟದ ಗೋಣಿ ಮರ ೨. *c* ಅಂಕೋಲೆ ಗಿಡ ೨. *d* ಮುತ್ತುಗದ ಗಿಡ ೪. *e* ಹಿಬ್ಬೇ ಗಿಡ ೭. *f* ನೀರು ಹೀಬ್ಬೆ ಗಿಡ ೪. *g* ನುಗ್ಗೇ ಮರ ೫. *h* ಕೆಂಪು ಹುವ್ವುಗಳುಳ್ಳ ನುಗ್ಗೇಮರ ೧. *i* ರಂಗುವಾಳದ ಗಿಡ ೨. *j* ಬಿಲ್ವ ವೃಕ್ಷ ೫. *k* ಜುಲ್ಲೀ ಗಿಡ ೩. *l* ಆಲದ ಮರ, ವಟ ವೃಕ್ಷ ೩. *m* ಲೋಧ್ರ ಗಿಡ, ೬. *n* ಮಾವಿನ ಗಿಡ ೩. *o* ಕೇವಲ ಪರಿಮಳವುಳ್ಳ ಮಾವಿನ ಗಿಡ ೧. *p* ಗುಗ್ಗಿಳ ಗಿಡ, ಧೂಪದ ಗಿಡ ೫. *q* ಚಳ್ಳೇ ಮರ ೫. *r* ಮೊರಪೀ ಗಿಡ, ಮೊರಟೀ ಗಿಡ ೪. *s* ಶ್ರೀವನೆಯ ಮರ, ಕೆಲವರು ಇದಕ್ಕೆ ಕುಂಬಳ ಗಿಡ ಅನ್ನುತ್ತಾರೆ ೭. *t* ಎಳಚೀ ಗಿಡ ೪.

ಸೌವೀರಂ ಬದರಂ ಕೋಲ *a* (ಮಥಸ್ಯಾ) ತ್ಸ್ವಾದುಕಂಟಕಃ ।
ವಿಕಂಕತಸ್ಸ್ರುವಾವೃಕ್ಷೋ ಗ್ರಂಥಿಲೋ ವ್ಯಾಘ್ರಪಾ (ದಪಿ) *b* ॥ ॥೮೩॥
ಐರಾವತೋ ನಾಗರಂಗೋ *c* ನಾದೇಯೀ ಭೂಮಿಜಂಬುಕಾ *d* ।
ತಿಂದುಕಃ ಸ್ಫೂರ್ಜಕಃ ಕಾಲಸ್ಕಂಧಶ್ಚ ಶಿತಿಸಾರಕೇ *e* ॥ ॥೮೪॥
ಕಾಕೇಂದುಃ ಕುಲಕಃ ಕಾಕಪೀಲುಕಃ ಕಾಕತಿಂದುಕೇ *f* ।
ಗೋಲೀಢೋ ಝಾಟಲೋ ಘಂಟಾ ಪಾಟಲಿ ರ್ಮೋಕ್ಷಮುಷ್ಕಕೌ *g* ॥ ॥೮೫॥
ತಿಲಕಃ ಕ್ಷುರಕಃ ಶ್ರೀಮಾ *h* (ನ್ಸಮೌ) ಪಿಚುಲಝಾಬುಕೌ *i* ।
ಶ್ರೀಪರ್ಣಿಕಾ ಕುಮುದಿಕಾ ಕುಂಭೀ ಕೈಡರ್ಯಕಟ್ಫಲೌ *j* ॥ ॥೮೬॥
ಕ್ರಮುಕಃ ಪಟ್ಟಿಕಾಖ್ಯಃ (ಸ್ಯಾ) ತ್ಪಟ್ಟೀ ಲಾಕ್ಷಾಪ್ರಸಾದನಃ *k* ।
ತೂದಸ್ತು ಪೂಗಃ ಕ್ರಮುಕೋ ಬ್ರಹ್ಮಣ್ಯೋ ಬ್ರಹ್ಮದಾರು ಚ ॥ ॥೮೭॥
ತೂಲಂ ಚ ನೀಪಪ್ರಿಯಕ ಕದಂಬಾಸ್ತು ಹಲಿಪ್ರಿಯೇ *m* ।
ವೀರವೃಕ್ಷೋರುಷ್ಕರೋಗ್ನಿಮುಖೀ ಭಲ್ಲಾತಕೀ (ತ್ರಿಷು) *n* ॥ ॥೮೮॥
ಗರ್ದಭಾಂಡೇ ಕಂದರಾಳ ಕಪೀತನಸುಪಾರ್ಶ್ವಕಾಃ ।
ಪ್ಲಕ್ಷಶ್ಚ *o* ತಿಂತ್ರಿಡೀ ಚಿಂಚಾ ಮ್ಲಿಕಾ *p* ಥೋಪೀತಸಾಲಕೇ ॥ ॥೮೯॥
ಸರ್ಜಕಾಸನ ಬಂಧೂಕಪುಷ್ಪ ಪ್ರಿಯಕ ಜೀವಕಾಃ *q* ।
ಸಾಲೆ ತುಸರ್ಜಕಾರ್ಶ್ಯಾಶ್ವ ಕರ್ಣಕಾಸ್ಸಸ್ಯ ಸಂವರಃ *r* ॥ ॥೯೦॥
ನದೀಸರ್ಜೋ ವೀರತರು ರಿಂದ್ರದ್ರುಃ ಕಕುಭೋರ್ಜುನಃ *s* ।
ರಾಜಾದನೆ ಫಲಾಧ್ಯಕ್ಷೆ ಕ್ಷೀರಿಕಾಯಾ *t* ಮಥದ್ವಯೋಃ ॥ ॥೯೧॥

---

a 5, The fruit of the jujube tree. *b* 5, A kind of plum tree (*flacourtia sapida.*) *c* 2, A tree producing a kind of bitter orange. *d* 2, A round and bad kind of the same. *e* 4, A kind of ebony. 4, Another kind. *g* 6, The tree *bryonia callosa.* *h* 3, A kind of *cyrtandrea.* *i* 2, The tree *tamarix indica.* *j* 5, The teak tree (*tectona grandis.*) *k* 4, A tree on which lac is produced. *l* 6, The areca nut tree (*areca catechu.*) *m* 4, The tree *nauclea cadamba.* *n* 4, The marking nut plant (*semecarpus anacardium.*) *o* 5, The tree *ficus tuberculata.* *p* 3, The tamarind tree (*tamarindus indica.*) *q* 6, The tree *terminalia alata tomentosa.* *r* 5, The sal tree (*shorea robusta.*) *s* 5, The red sal. *t* 3, The tree *mimusops kanki.*

a ಎಳಚೀ ಅಣ್ಣು, ದೋರೇ ಅಣ್ಣು ೫. *b* ಹಲುವಮಾಣಿಕ ಗಿಡ, ಹುಳಿಪೇಲ ೫. *c* ಹೇರಳೆಗಿಡ ೨. *d* ಕಾಗಿಹೇರಳೆಗಿಡ ೨. *e* ತುಂಬರಗಿಡ ೪. *f* ಕಾಕಿತೂಪರೇ ಗಿಡ ೪. *g* ಮೊಕ್ಕಮರ ೬. *h* ತಿಲಕದ ಮರ ೩. *i* ಕಕ್ಕೇಗಿಡ ೨. *j* ಕಿರಿಯ ಶಿವನೀಮರ, ಶ್ಯಾಗದಮರವೆಂದು ಕೆಲವರು ೫. *k* ಕೆಂಪು ಅರಗಿನ ಗಿಡ ೪. *l* ಹುವರಿಕೆ ಮರ ೬. *m* ಕಡಹದ ಗಿಡ, ಈಚಲು ಮರ ೪. *n* ಗೇರುಮರ ೪. *o* ಬಸರೀ ಗಿಡ ೫. *p* ಹುಣಿಶೇಮರ ೩. *q* ಹೊನ್ನೇ ಮರ ೬. *r* ಮತ್ತೀ ಮರ, ಮದ್ದೀಮರ ೫. *s* ತೋರ ಮತ್ತೀ ಗಿಡ, ಕೆಂಪು ಮತ್ತೀ ಗಿಡ ೫. *t* ಹಾಲೇಗಿಡ ೩.

ಇಂಗುದೀ ತಾಪಸತರು a ಭೂರ್ಜೇಚರ್ಮಿ ಮೃದುತ್ವಚೌ b ।
ಪಿಚ್ಛಿಲಾ ಪೂರಣೀ ಮೋಚಾ ಚಿರಾಯುಃ ಶಾಲ್ಮಲಿರ್ದ್ವಯೋಃ c ॥ ॥೯೨॥
ಪಿಚ್ಛಾತುಶಾಲ್ಮಲೀವೇಷ್ಟೇ d ರೋಚನಃ ಕೂಟಶಾಲ್ಮಲೀ e ।
ಚಿರಿಬಿಲ್ವೋ ನಕ್ತಮಾಲಃ ಕರಜಶ್ಚ ಕರಂಜಕೇ f ॥ ॥೯೩॥
ಪ್ರಕೀರ್ಯಃ ಪೂತಿಕರಜಃ ಪೂತಿಕಃ ಕಲಿಕಾರಕಃ g ।
(ಕರಂಜಭೇದಾ) ಷಡ್ಗ್ರಂಥೋ ಮರ್ಕಟ್ಯಂಗಾರವಲ್ಲರೀ h ॥ ॥೯೪॥
ರೋಹೀರೋಹಿತಕಃ ಪ್ಲೀಹಶತ್ರು ದಾಡಿಮಪುಷ್ಪಕಃ i ।
ಗಾಯತ್ರೀ ಬಾಲತನಯಃ ಖದಿರೋ ದಂತಧಾವನಃ j ॥ ॥೯೫॥
ಅರಿಮೇದೋ ವಿಟ್ಖದಿರೇ k ಕದರಃ (ಖದಿರೇಸಿತೇ) ।
ಸೋಮವಲ್ಕೋ l ಪ್ಯಥವ್ಯಾಘ್ರಪುಚ್ಛಗಂಧರ್ವಹಸ್ತಕೌ ॥ ॥೯೬॥
ಏರಂಡ ಉರುಬೂಕಶ್ಚ ರುಚಕಶ್ಚಿತ್ರಕ(ಶ್ಚಸಃ) ।
ಚಂಚುಃ ಪಂಚಾಂಗುಲೋ ಮಂಡವರ್ಧಮಾನವ್ಯಡಂಬಕಾಃ m ॥ ॥೯೭॥
(ಅಲ್ಪಾಶಮೀ) ಶಮೀರಃ (ಸ್ಯಾ) n ಚ್ಛಮೀ ಸಕ್ತುಫಲಾಶಿವಾ o ।
ಪಿಂಡೀತಕೋ ಮರುವಕಃ ಶ್ವಸನಃ ಕರಹಾಟಕಃ ॥ ॥೯೮॥
ಶಲ್ಯಶ್ಚ ಮದನೇ p ಶಕ್ರಪಾದಪಃ ಪಾರಿಭದ್ರಕಃ ।
ಭದ್ರದಾರು ದ್ರುಕಿಲಿಮಂ ಪೀತದಾರುಚ ದಾರುಚ ॥ ॥೯೯॥
ಪೂತಿಕಾಷ್ಠಂಚ (ಸಪ್ತಸ್ಯುರ್ದೇವದಾರುಣಿ) q (ಥದ್ವಯೋಃ) ।
ಪಾಟಲಿಃ ಪಾಟಲಾ ಮೋಘಾ ಕಾಚಸ್ಥಾಲೀ ಫಲೇರುಹಾ ॥ ॥೧೦೦॥
ಕೃಷ್ಣವೃಂತಾ ಕುಬೇರಾಕ್ಷೀ r ಶ್ಯಾಮಾ (ತು) ಮಹಿಲಾಹ್ವಯಾ ।

---

a 2, The tree *terminalia catappa.* *b* 3, A kind of birch. *c* 5, The silk-cotton tree (*bombax heptaphyllum.*) *d* 3, Its resin. *e* 2, A red kind of silk cotton tree. *f* 4, The tree *pongamia glabra.* *g* 4, The plant *cæsalpinia bonducella.* *h* 3, Varieties of *pongamia glabra.* *i* 4, A thorny kind of *butea frondosa.* *j* 4, The catechu tree (*acacia catechu.*) *k* 2, The false catechu. *l* 2, The white catechu. *m* 11, The castor-oil plant (*ricinus communis.*) *n* 1, The tree *acacia sumac* *o* 3, A large kind of the same. *p* 6, A thorny shrub (*vangueria spinosa.*) *q* 7, The deodar (*cedrus deodara.*) *r* 7, The trumpet flower tree (*bignonia suaveolens.*)

a ಗಾರೆಗಿಡ ೨. b ಭುಜಪತ್ರೀ ಗಿಡ ೩. c ಬೂರಗದ ಗಿಡ ೫. d ಬೂರಗೇ ಬಂಕೆ ೨. e ಕೆಂಪು ಬೂರಗ ೨. f ಹುಲಿಗಿಲಿ ಮರ, ಇದಕ್ಕೆ ಹೊಂಗೇ ಮರವನ್ನುವರು ೪. g ಕಪಸೀ ಗಿಡ, ನಾಲಿಗಿಡವೆಂದು ಕೆಲವರು h ಗಂಟುಗಳುಳ್ಳ ಹುಲಗಿಲಿ ಗಿಡಕ್ಕೂ ಕೆಂಪು ಬಣ್ಣದ ಗೊಂಚಲುಗಳುಳ್ಳ ಹುಲಗಿಲಗಿಡಕ್ಕೂ ಹೆಸರು. i ಮುಳ್ಳುಮುತ್ತಗದಗಿಡ ೪. j ತರೆಯುದಮರ, ಕಗ್ಗಲೀ ಮರ ೪. k ದುರ್ಗಂಧವುಳ್ಳ ಕಗ್ಗಲೀ ಗಿಡ l ಬಿಳಿ ಕಗ್ಗಲಿ ಮರ ೨. m ಹರಳು ಗಿಡ, ಹರಳೆಣ್ಣೆ ಪ್ರಸಿದ್ಧ ೧೧. n ಕಿರಿಬನ್ನೀ ಮರ ೧. o ಬನ್ನೀಮರ ೩. p ಮಂಗಾರೆ ಗಿಡ ೬. q ದೇವದಾರು ವೃಕ್ಷ ೭. r ಹಸರುಪಾದರೀ, ಇದಕ್ಕೆ ಹೆಗ್ಗಜುಗವೆಂದು ಕೆಲವರು ೭.

ಲತಾ ಗೋವಂದಿನೀಗುಂದ್ರಾಪ್ರಿಯಂಗುಃ ಫಲಿನೀಫಲೀ ॥ ॥೧೦೧॥
ವಿಷ್ವಕ್ಸೇನಾ ಗಂಧಫಲೀ ಕಾರಂಭಾ ಪ್ರಿಯಕ (ಶ್ಚ ಸಾ) *a* ।
ಮಂಡೂಕಪರ್ಣ ಪತ್ರೋರ್ಣ ನಟ ಕಟ್ವಂಗ ಟುಂಟುಕಾಃ ॥ ॥೧೦೨॥
ಶ್ಯೋನಾಕ ಶುಕನಾಸರ್ಕ್ಷ ದೀರ್ಘವೃಂತ ಕುಟನ್ನಟಾಃ ।
ಶೋಣಕಶ್ಚಾರಳೌ *b* ತಿಷ್ಯಫಲಾ (ತ್ವಾ) ಮಲಕೀ (ತ್ರಿಷು) ॥ ॥೧೦೩॥
ಅಮೃತಾಚವಯಸ್ಥಾಚ *c* ತ್ರಿಲಿಂಗಸ್ತು ವಿಭೀತಕಃ ।
ಅಕ್ಷಸ್ತುಷಃ ಕರ್ಷಫಲೋ ಭೂತಾವಾಸಃ ಕಲಿದ್ರುಮಃ *d* ॥ ॥೧೦೪॥
ಅಭಯಾ (ತ್ವ) ವ್ಯಥಾಪಥ್ಯಾ ವಯಸ್ಥಾ ಪೂತನಾಮೃತಾ ।
ಹರೀತಕೀ ಹೈಮವತೀ ಚೇತಕೀ ಶ್ರೇಯಸೀ ಶಿವಾ *e* ॥ ॥೧೦೫॥
ಪೀತದ್ರುಸ್ಸರಳಃ ಪೂತಿಕಾಷ್ಠಂಚಾ *f* ಥದ್ರುಮೋತ್ಪಲಃ ।
ಕರ್ಣಿಕಾರಃ ಪರಿವ್ಯಾಧೋ *g* ಲಕುಚೋ ಲಿಕುಚೋ ಡಹುಃ *h* ॥ ॥೧೦೬॥
ಪನಸಃ ಕಂಟಕಿಫಲೋ *i* ನಿಚುಲೋಂಬುಜ ಇಜ್ಜಲಃ *j* ।
ಕಾಕೋದುಂಬರಿಕಾಫಲ್ಗುರ್ಮಲಪೂರ್ಜಘನಫಲಾ *k* ॥ ॥೧೦೭॥
ಅರಿಷ್ಟಸ್ಸರ್ವತೋಭದ್ರ ಹಿಂಗುನಿರ್ಯಾಸ ಮಾಲಕಾಃ ।
ಪಿಚುಮಂದಶ್ಚ ನಿಂಬೋ *l* ಥಪಿಚ್ಛಿಲಾಗುರುಶಿಂಶುಪಾ *m* ॥ ॥೧೦೮॥
ಕಪಿಲಾ ಭಸ್ಮಗರ್ಭಾ ಸಾ *n* ಶಿರೀಷಸ್ತು ಕಪೀತನಃ ।
ಭಂಡಿಲೋಪ್ಯ *o* ಥಚಾಂಪೇಯಶ್ಚಂಪಕೋ ಹೇಮಪುಷ್ಪಕಃ *p* ॥ ॥೧೦೯॥
(ಏತಸ್ಯ ಕಲಿಕಾ) ಗಂಧಫಲೀ (ಸ್ಯಾ) *q* ದಥಕೇಸರೇ ।
ವಕುಳೋ *r* ವಂಜುಳೋಶೋಕೇ *s* (ಸಮೌ) ಕರಕ ದಾಡಿಮೌ *t* ॥ ॥೧೧೦॥

---

a 12, A medicinal plant. *b* 12, The tree *bignonia indica.* *c* 4, The tree *phyllanthus emblica.* *d* 6, The plant *terminalia belerica.* *e* 11, The plant *terminalia citrina.* *f* 3, A sort of pine (*pinus longifolia.*) *g* 3, The hill lotus tree, a sort of *cassia.* *h* 3, The elephant lime tree. *i* 2, The jack tree (*artocarpus integrifolia.*) *j* 3, The tree *barringtonia acutangula.* *k* 4, The opposite leaved fig tree (*ficus racemosa.*) *l* 6, The neem tree (*melia azadarach.*) *m* 3, The sissoo tree (*dalbergia sissoo.*) *n* 2, A fragrant kind of the same. *o* 3, The tree *acacia sirisa.* *p* 3, The champaka tree (*michelia champaca.*) *q* 1, A champaka bud. *r* 2, The tree *mimusops elengi.* *s* 2, The ashoka tree (*uvaria longifolia.*) *t* 2, The pomegranate tree (*punica granatum.*)

[a] ಪ್ರೇಂಕಣ ಗಿಡ ೧೨. [b] ಹೆಮ್ಮರ, ದೊಡ್ಡ ಮರ, ತಿಗಡು ಮರ ೧೨. [c] ನೆಲ್ಲೀ ಮರ ೪. [d] ತಾರೇ ಗಿಡ ೬. [e] ಅಳಲೇ ಗಿಡ ೧೧. [f] ಸರಳದೇವದಾರು ೩. [g] ಬೆಟ್ಟ ತಾವರೆ ಗಿಡ ೩. [h] ಗಜ ನಿಂಬೇ ಗಿಡ ೩. [i] ಹಲಸಿನ ಗಿಡ ೨. [j] ಗನ್ನೇರಳೆಗಿಡ, ನೀರು ಹಲಸಿನ ಗಿಡವನ್ನುವರು ೩. [k] ಕಲ್ಲತ್ತೀ ಗಿಡ, ಇದೇ ಬ್ರಹ್ಮ ಮೇಡಿ ೪. [l] ಬೇವಿನ ಗಿಡ ೬. [m] ಅಗುರು ಗಿಡ ೩. [n] ಪರಿಮಳಯುಕ್ತವಾದ ಅಗುರು ೨. [o] ಬಾಗೇ ಮರ ೩. [p] ಸಂಪಿಗೇ ಮರ ೩. [q] ಈ ಸಂಪಿಗೆ ಮೊಗ್ಗು ೧. [r] ಪವಳದ ಹೂವಿನ ಗಿಡ, ವಕುಳ ವೃಕ್ಷ ೧. [s] ಅಶೋಕ ವೃಕ್ಷ ೨. [t] ದಾಡಿಂಬೇ ಗಿಡ ೨.

ಚಾಂಪೇಯಃ ಕೇಸರೋ ನಾಗಕೇಸರಃ ಕಾಂಚನಾಹ್ವಯಃ *a* ।

ಜಯಾ ಜಯಂತೀ ತರ್ಕಾರೀ ನಾದೇಯೀ ವೈಜಯಂತಿಕಾ *b* ॥ ॥೧೧೧॥

ಶ್ರೀಪರ್ಣಮಗ್ನಿಮಂಥಃ (ಸ್ಯಾತ್) ಕ್ಷಣಿಕಾ ಗಣಿಕಾರಿಕಾ ।

ಜಯಾ *c* (ಥ) ಕುಟಜಃ ಶಕ್ರೋ ವತ್ಸಕೋ ಗಿರಿಮಲ್ಲಿಕಾ *d* ॥ ॥೧೧೨॥

(ಏತಸ್ಯೈವ) ಕಲಿಂಗೇಂದ್ರಯವಭದ್ರಯವಂ (ಫಲೇ) *e* ।

ಕೃಷ್ಣಪಾಕಫಲಾವಿಗ್ನಸುಷೇಣಾಃ ಕರಮರ್ದಕೇ *f* ॥ ॥೧೧೩॥

ಕಾಲಸ್ಕಂಧಸ್ತಮಾಲಃ (ಸ್ಯಾ) ತ್ತಾಪಿಂಛೋಽ (ಪ್ಯ) *g* ಥ ಸಿಂಧುಕಃ ।

ಸಿಂಧುವಾರೇಂದ್ರಸುರಸಾನಿರ್ಗುಂಡೀಂದ್ರಾಣಿಕೇತ್ಯಪಿ *h* ॥ ॥೧೧೪॥

ವೇಣೀ ಗರಾಗರೀ ದೇವತಾಡೋ ಜೀಮೂತ (ಇತ್ಯಪಿ) *i* ।

ಶ್ರೀಹಸ್ತಿನೀ (ತು) ಭೂರುಂಡೀ *j* ತೃಣಶೂನ್ಯಂ ತು ಮಲ್ಲಿಕಾ ॥ ॥೧೧೫॥

ಭೂಪದೀ ಶೀತಭೀರುಶ್ಚ *k* (ಸೈವಾಸ್ಫೋಟಾ) ವನೋದ್ಭವಾ *l* ।

ಶೇಫಾಲಿಕಾ ತು ಸುವಹಾ (ನಿರ್ಗುಂಡೀ ನೀಲಿಕಾ ಚ ಸಾ) *m* ॥ ॥೧೧೬॥

(ಸಿತಾಸಾ) ಶ್ವೇತಸುರಸಾ ಭೂತವೇಶ್ಯ *n* (ಥ) ಮಾಗಧೀ ।

ಗಣಿಕಾ ಯೂಥಿಕಾಂಬಷ್ಠಾ *o* (ಸಾ ಪೀತಾ) ಹೇಮಪುಷ್ಪಿಕಾ *p* ॥ ॥೧೧೭॥

ಅತಿಮುಕ್ತಃ ಪುಂಡ್ರಕಸ್ಸ್ಯಾದ್ವಾಸಂತೀ ಮಾಧವೀ ಲತಾ *q* ।

ಸುಮನಾ ಮಾಲತೀ ಜಾತಿಃ *r* ಸಪ್ತಲಾ ನವಮಾಲಿಕಾ *s* ॥ ॥೧೧೮॥

---

a 4, The tree *mesna ferrea.* *b* 5, A thorny yellow myrobalan tree. *c* 5, A small kind of the emblic myrobalan tree (*phylanthus emblica.*) *d* 4 A medicinal plant (*wrightia antidysenterico*) *e* 3, Its fruit. *f* 4, A kind of black berry tree. *g* 3, The tree *xanthochymus pictorius.* *h* 5, The tree *vitex negundo.* *i* 4, Kuskus or lemon grass (*andropogon.*) *j* 2, The shrub *abrus precatorius.* *k* 4, The Arabian jasmine (*jasminum zambac.*) *l* 1, The wild jasmine. *m* 2, The shrub *vitex trifolia.* *n* 2, A white kind of the same. *o* 4, A kind of jasmine (*jasminum auriculatum.*) *p* 1, The yellow jasmine. *q* 5, A large creeper (*gaertnera racemosa.*) *r* 3, The large flowered jasmine (*jasminum grandiflorum.*) *s* 2, The double jasmine.

[a] ನಾಗಸಂಪಿಗೇ ಮರ, ಇದಕ್ಕೆ ನಾಗಕೇಸರವೆಂದು ೪. [b] ತಕ್ಕಲೆ ಗಿಡ ೫. [c] ನೆಲ್ಲೀ ಗಿಡದಲ್ಲಿ ವಿಶೇಷಗಳು ೫. [d] ಕಟ್ಟು ಮಲ್ಲಿಗೆ ವಿಶೇಷಗಳು ೪. [e] ಕೊಡಸಿಗಿನ ಹಣ್ಣು ೩. [f] ಕವಳಿಕೆ ಹಣ್ಣು ೪. [g] ತಮಾಲ ವೃಕ್ಷ, ತಣ್ಣಗಿರುವ ಹೊಂಗೇ ಮರ ೩. [h] ಪಾವಿಲಿ ಗಿಡ, ಲಕ್ಕೀ ಗಿಡ [i] ದೇವ ತಾಳೆ ವೃಕ್ಷ ೪. [j] ಹಣ್ಣಿಗಿಡ ಅಂದರೆ ಗುಲಗುಲು ಗಿಡ ೨. [k] ಮಲ್ಲಿಗೇ ಗಿಡ ೪. [l] ಕಾಡು ಮಲ್ಲಿಗೆ ೧. [m] ಕರೀ ಲಕ್ಕಿಲಿ ೨. [n] ಬಿಳೀ ಹುವ್ವುಗಳುಳ್ಳ ಲಕ್ಕಿಲಿ ೨. [o] ಕಾಡು ಮಲ್ಲಿಗೆಯಲ್ಲಿ ವಂದು ಬಗೇ ಗಿಡ ೪. [p] ಕಾಡಿನಲ್ಲಿ ಹುಟ್ಟುವ ಹಸರು ಮಲ್ಲಿಗೆ ೧. [q] ಕಾಡು ಯಿರುವಂತಿಗೆ ೫. [r] ಜಾಜೀಗಿಡ ೩. [s] ಏರಜಾಜೀ ಗಿಡ, ತೆಜಾಜೆಯೆಂದು ೨.

ಮಾಷ್ಯ್ಯಂಕುಂದಂ *a* ರಕ್ತಕಸ್ತು ಬಂಧೂಕೋ ಬಂಧು ಜೀವಕಃ *b* ||
ಸಹಾ ಕುಮಾರೀ ತರಣಿ *c* ರಮ್ಲಾನಸ್ತು ಮಹಾ ಸಹಾ *d* || ||೧೧೯||
(ತತ್ರಶೋಣೇ) ಕುರವಕಃ *e* (ಸ್ತತ್ರಪೀತೆ) ಕುರಂಟಕಃ *f* ||
ನೀಲೀ ಝಿಂಟೀ (ದ್ವಯೋ) ರ್ಬಾಣಾದಾಸೀ ಚಾರ್ತಗಳಶ್ಚ ಸಃ *g* || ||೧೨೦||
ಸೈರೆಯಕಸ್ತು ಝಿಂಟೀ (ಸ್ಯಾ) *h* ತ್ತಸ್ಮಿನ್ಕುರವಕೋಽ (ರುಣೇ) *i* |
(ಪೀತಾ) ಕುರಂಟಕೋ ಝಿಂಟೀ (ತಸ್ಮಿನ್ ಸಹಚರೀ (ದ್ವಯೋಃ) *j* || ||೧೨೧||
ಉಡ್ರಪುಷ್ಪಂ ಜಪಾ *k* ವಜ್ರಪುಷ್ಪಂ (ಪುಷ್ಪಂ ತಿಲಸ್ಯ ಯತ್) *l* |
ಪ್ರತಿಹಾಸ ಶತಪ್ರಾಸ ಚಂಡಾತ ಹಯ ಮಾರಕಾಃ || ||೧೨೨||
ಕರವೀರೇ *m* ಕರೀರೇ (ತು) ಕ್ರಕರ ಗ್ರಂಥಿಲಾವುಭೌ *n* |
ಉನ್ಮತ್ತಃ ಕಿತವೋ ಧೂರ್ತೋ ಧತ್ತೂರಃ ಕನಕಾಹ್ವಯಃ || ||೧೨೩||
ಮಾತುಲೋ ಮದನ (ಶ್ಚಾ *o* ಸ್ಯ ಫಲೆ) ಮಾತುಲಪುತ್ರಕಃ *p* |
ಫಲಪೂರೋ ಬೀಜಪೂರೋ ರುಚಕೋ ಮಾತುಲುಂಗಕೇ *q* || ||೧೨೪||
ಸಮೀರಣೋ ಮರುವಕಃ ಪ್ರಸ್ಥಪುಷ್ಪಃ ಫಣಿಜ್ಜಕಃ |
ಜಂಬೀರೋ (ಪ್ಯ *r* ಥ) ಪರ್ಣಾಸೇ ಕಠಿಂಜರಕುಠೇರಕೌ *s* || ||೧೨೫||
(ಸಿತೇ) ರ್ಜಕೋ (ತ್ರ) *t* ಪಾಠೀತು ಚಿತ್ರಕೋ ವಹ್ನಿಸಂಜ್ಞಕಃ *u* |
ಅರ್ಕಾಹ್ವವಸುಕಾಸ್ಫೋಟಗಣರೂಪವಿಕೀರಣಾಃ || ||೧೨೬||
ಮಂದಾರಶ್ಚಾರ್ಕಪರ್ಣೋ *v* (ತ್ರಶುಕ್ಲೇ) ಲರ್ಕ ಪ್ರತಾಪಸಾ *w* |

---

a 2, The many flowered jasmine (*jasminum multiflorum.*) *b* 3, The plant *pentapetes phoenicea.* *c* 3, A small amaranth. *d* 2, A large amaranth. *e* 1, The crimson amaranth. *f* 1, The yellow amaranth. *g* 5, The blue amaranth. *h* 2, The thorny amaranth. *i* 1, The crimson thorny amaranth. *j* 3, The yellow thorny amaranth. *k* 2, The China rose tree. *l* 1, The gingeli plant (*sesamum indicum.*) *m* 5, The oleander plant (*nerium odorum.*) *n* 3, A leafless plant (*capparis aphylla.*) *o* 7, The thorn apple tree (*datura metel.*) *p* 1, Its fruit. *q* 4, The citron tree (*citrus medica.*) *r* 5, The mint plant (*mentha.*) *s* 3, A plant like sweet thyme (*thymus*) *t* 1, A white kind of the same. *u* 3, The Ceylon leadwort (*plumbago zelanica.*) *v* 7, The plant *asclepias gigantea.* *w* 2, A white kind of the same.

a ಮಲ್ಲೀಗಿಡ, ಕೋಲು ಮಳ್ಳೀಗಿಡ ೨. *b* ಕೆಂಪುರೋಜಾ ಗಿಡ ೩. *c* ಸಣ್ಣಗೋರಂಟ ೩. *d* ದೊಡ್ಡ ಗೋರಂಟಿ ೨. *e* ಕೆಂಪು ಹುವ್ವುಗಳುಳ್ಳ ದೊಡ್ಡ ಗೋರಂಟೆ ೧. *f* ಹಸರು ಹುವ್ವುಳ್ಳ ಗೋರಂಟ ೧. *g* ಕಾರೀಹುವ್ವುಳ್ಳ ಗೋರಂಟ ೫. *h* ಮುಳ್ಳು ಗೋರಂಟ ೨. *i* ಕೆಂಪುಹುವ್ವುಳ್ಳ ಮುಳ್ಳುಗೋರಂಟೆ ೧. *j* ಹಳ್ದಿಗಿರುವ ಮುಳ್ಳುಗೋರಂಟ ೩. *k* ದಾಸಿವಾಳದ ಗಿಡ ೨. *l* ಯೆಳ್ಳುಹುವ್ವು ೧. *m* ಗನ್ನೇರಳೆ ೫. *n* ಮುಳ್ಳುಅಜ್ಜ, ಸಾರೇಬಿದರೆಂತಲೂ ಬಿದರು ಕೊಂಜೆಂತಲೂ ಪುಂಟು ೩. *o* ಉಮ್ಮತ್ತೀಗಿಡ ೭. *p* ಇದರ ಕಾಯಿ ೧. *q* ಮಾದಾಳಗಿಡ ೪. *r* ಮರುಗ ೫. *s* ಕಗ್ಗೊಲೆಗಿಡ, ಕಮ್ಮಗಗ್ಗರೆ ೩. *t* ಬಿಳೀಗಗ್ರ ಗಿಡ *u* ಚಿತ್ರಮೂಲದ ಗಿಡ ೩. *v* ಎಕ್ಕದ ಗಿಡ ೭. *w* ಬಿಳೇ ಎಕ್ಕೆ ಗಿಡ ೨.

ಶಿವಮಲ್ಲೀ ಪಾಶುಪತಾ ಏಕಾಷ್ಠೀಲೋಽಬಕೋಽವಸುಃ *a* ॥ ॥೧೦೭॥
ವಂದಾ ವೃಕ್ಷಾದನೀ ವೃಕ್ಷ ರುಹಾ ಜೀವಂತಿಕೇ (ತ್ಯಪಿ) *b* ।
ವತ್ಸಾದನೀ ಛಿನ್ನರುಹಾ ಗುಡೂಚೀ ತಂ ತ್ರಿಕಾಽಮೃತಾ ॥ ॥೧೦೮॥
ಜೀವಂತಿಕಾ ಸೊಮವಲ್ಲೀ ವಿಶಲ್ಯಾ ಮಧುಪರ್ಣ್ಯಪಿ *c* ।
ಮೂರ್ವಾದೇವೀ ಮಧುರಸಾ ಮೋರಟಾ ತೇಜನೀ ಸ್ರುವಾ ॥ ॥೧೦೯॥
ಮಧೂಲಿಕಾ ಮಧುಶ್ರೇಣೀ ಗೋಕರ್ಣೀ ಪೀಲುಪರ್ಣ್ಯಪಿ *d* ।
ಪಾಠಾಂಬಷ್ಠಾ ವಿದ್ಧಕರ್ಣೀ ಸ್ಥಾಪನೀ ಶ್ರೇಯಸೀ ಶಿವಾ ॥ ॥೧೧೦॥
ಏಕಾಷ್ಠೀಲಾ ಪಾಪಚೆಲೀ ಪ್ರಾಚೀನಾ ವನತಿಕ್ತಕಾ *e* ।
ಕಟುಃ ಕಟುಂಭರಾ ಶೋಕಾ ರೋಹಿಣೀ ಕಟುರೋಹಿಣೀ ॥ ॥೧೧೧॥
ಮತ್ಸ್ಯಪಿತ್ತಾ ಕೃಷ್ಣ ಭೇದೀ ಚಕ್ರಾಂಗೀ ಶಕುಲಾದನೀ *f* ।
ಆತ್ಮಗುಪ್ತಾಽಜಹಾಽವ್ಯಂಡಾ ಕಂಡೂರಾ ಪ್ರಾವೃಷಾಯಣೀ ॥ ॥೧೧೨॥
ಋಶ್ಯಪ್ರೋಕ್ತಾ ಶೂಕಶಿಂಬಿಃ ಕಪಿಕಚ್ಛುಶ್ಚ ಮರ್ಕಟೀ *g* ।
ಚಿತ್ರೋಪಚಿತ್ರಾ ನ್ಯಗ್ರೋಧೀ ದ್ರವಂತೀ ಶಂಬರೀ ವೃಷಾ ॥ ॥೧೧೩॥
ಪ್ರತ್ಯಕ್ಶ್ರೇಣೀ ಸುತಶ್ರೇಣೀ ರಂಡಾ ಮೂಷಕಪರ್ಣ್ಯಪಿ *h* ।
ಅಪಾಮಾರ್ಗಃ ಶೈಖರಿಕೋ ಧಾಮಾರ್ಗವ ಮಯೂರಕೌ ॥ ॥೧೧೪॥
ಪ್ರತ್ಯಕ್ಪರ್ಣೀ ಕೇಶವಲ್ಲೀ ಕಿಣಿಹೀ ಖರಮಂಜರೀ *i* ।
ಹಂಜಿಕಾ ಬ್ರಾಹ್ಮಣೀ ಪದ್ಮಾ ಭಾರ್ಗೀ ಬ್ರಾಹ್ಮಣಯಷ್ಟಿಕಾ ॥ ॥೧೧೫॥
ಅಂಗಾರವಲ್ಲೀ ಬಾಲೆಯ ಶಾಕ ಬರ್ಬರ ವರ್ಧಕಾಃ *j* ।
ಮಂಜಿಷ್ಠಾ ವಿಕಸಾ ಜಿಂಗೀ ಸಮಂಗಾ ಕಾಲಮೇಷಿಕಾ ॥ ॥೧೧೬॥
ಮಂಡೂಕ ಪರ್ಣೀ ಭಂಡೀರೀ ಭಾಂಡೀ ಯೋಜನವಲ್ಲ್ಯಪಿ *k* ।
ಯಾಸೋಽಯವಾಸೋಽ ದುಸ್ಪರ್ಶೋ ಧನ್ವಯಾಸಃ ಕುನಾಶಕಃ ॥ ॥೧೧೭॥
ರೋದನೀ ಕಚ್ಛುರಾಽನಂತಾ ಸಮುದ್ರಾಂತಾ ದುರಾಲಭಾ *l* ।

---

a 5, The *æschynomene grandiflora*. *b* 4, Any parasitic plant. *c* 9, The soma or moon-plant (*asclepias aphylla.*) *d* 10, The plant *aletris hyacinthoides*. *e* 10, A kind of ginger. *f* 9, The black hellebore: *g* 9. The cowhage or cowitch plant. *h* 10, The plant *salvinia cucullata*. *i* 8, The plant *achyranthes aspera*. *j* 9, The plant *ovieda verticillata, Roxb*. *k* 9, The Bengal madder (*rubia manjith, Roxb.*) *l* 10, The plant *cassia esculenta*.

a ಬಕ ಪುಷ್ಪ ೫. *b* ಬದನಿಕೆ ೪. *c* ಅಮೃತ ಬಳ್ಳಿ ೯. *d* ಹೆಗ್ಗುರಟಿಕೆ, ಕುರಟಿಕೆ ಬೀಜ ಪ್ರಸಿದ್ಧ ೧೦. *e* ಅಗುರು ಕೊಂತಿ, ಅಗುಳು ಕೊಂತಿ ೧೦. *f* ಕಟುಕ ರೋಹಿಣಿ ೯. *g* ನಸಗುನ್ನಿ ಗಿಡ, ಕಪಿತುರಚೀ ಗಿಡವೆಂದು ಕೆಲವರು ೯. *h* ಎಲಿಯಾಲದ ಮರ, ಇಲಿ ಕಿವಿಯ ಗಿಡ ೧೦. *i* ಉತ್ತರಣೇ ಗಿಡ ೮. *j* ಭಾರಂಗಿ, ಗಂಟು ಭಾರಂಗಿ ಯೆಂಬುವ ಗಂಧಿಕ ದ್ರವ್ಯ ೯. *k* ಮಂಜಿಷ್ಟೆ, ಇದು ಗಂಧಿಕ ದ್ರವ್ಯ ೯. *l* ತೀಟಕ ಸಂಧಿ ೧೦.

ಪೃಶ್ನಿಪರ್ಣೀ ಪೃಥಕ್ಪರ್ಣೀ ಚಿತ್ರಪರ್ಣ್ಯಂಘ್ರಿಪರ್ಣಿಕಾ a || ||೧೩೮||
ಕ್ರೋಷ್ಟುವಿನ್ನಾ ಸಿಂಹಪುಚ್ಛೀ ಕಲಶೀ ಧಾವನೀ ಗುಹಾ b |
ನಿದಿಗ್ಧಿಕಾ ಸ್ಪೃಶೀ ವ್ಯಾಘ್ರೀ ಬೃಹತೀ ಕಂಟಕಾರಿಕಾ || ||೧೩೯||
ಪ್ರಚೋದನೀ ಕುಲೀ ಕ್ಷುದ್ರಾ ದುಸ್ಪರ್ಶಾ ರಾಷ್ಟ್ರಿಕೇತ್ಯಪಿ c |
ನೀಲೀ ಕಾಲಾ ಕ್ಲೀತಕಿಕಾ ಗ್ರಾಮೀಣಾ ಮಧುಪರ್ಣಿಕಾ || ||೧೪೦||
ರಂಜನೀ ಶ್ರೀಫಲೀ ತುತ್ಥಾ ದ್ರೋಣೀ ಡೋಲಾ ಚ ನೀಲಿನೀ d |
ಅವಲ್ಗುಜಃ ಸೋಮರಾಜೀ ಸುವಲ್ಲೀ ಸೋಮವಲ್ಲಿಕಾ || ||೧೪೧||
ಕಾಲಮೇಷೀ ಕೃಷ್ಣಫಲಾ ವಾಗುಜೀ ಪೂತಿಫಲ್ಯಪಿ e |
ಕೃಷ್ಣೋಪಕುಲ್ಯಾ ವೈದೇಹೀ ಮಾಗಧೀ ಚಪಲಾ ಕಣಾ || ||೧೪೨||
ಊಷಣಾ ಪಿಪ್ಪಲೀ ಶೌಂಡೀ ಕೋಲಾ f (ಥ) ಕರಿಪಿಪ್ಪಲೀ |
ಕಪಿವಲ್ಲೀ ಕೋಲವಲ್ಲೀ ಶ್ರೇಯಸೀ ವಶಿರಃ (ಪುಮಾನ್) g || ||೧೪೩||
ಚವ್ಯಂ ತು ಚವಿಕಾ h ಕಾಕಚಿಂಚೀ ಗುಂಜಾ (ತು) ಕೃಷ್ಣಲಾ i |
ಪಲಂಕಷಾ ತ್ವಿಕ್ಷುಗಂಧಾ ಶ್ವದಂಷ್ಟ್ರಾ ಸ್ವಾದುಕಂಟಕಃ || ||೧೪೪||
ಗೋಕಂಟಕೋ ಗೋಕ್ಷುರಕೋ ವನಶೃಂಗಾಟ (ಇತ್ಯಪಿ) j |
ವಿಶ್ವಾ ವಿಷಾ ಪ್ರತಿವಿಷಾ ತಿವಿಷೋಪವಿಷಾರುಣಾ || ||೧೪೫||
ಶೃಂಗೀ ಮಹೌಷಧಂ (ಚಾ k ಥ) ಕ್ಷೀರಾವೀ ದುಗ್ಧಿಕಾ (ಸಮೇ) l |
ಶತಮೂಲೀ ಬಹುಸುತಾ ಭೀರುರಿಂದೀವರೀ ವರೀ || ||೧೪೬||
ಋಷ್ಯಪ್ರೋಕ್ತಾ ಭೀರುಪತ್ರೀ ನಾರಾಯಣೀ ಶತಾವರೀ |
ಅಹೇರು m (ರಥ) ಪೀತದ್ರುಕಾಲೇಯಕ ಹರಿದ್ರವಃ || ||೧೪೭||
ದಾರ್ವೀ ಪಚಂಪಚಾ ದಾರುಹರಿದ್ರಾ ಪರ್ಜನೀತ್ಯಪಿ n |
ವಚೋಗ್ರಗಂಧಾ ಷಡ್ಗ್ರಂಥಾ ಗೋಲೋಮೀ ಶತಪರ್ವಿಕಾ o || ||೧೪೮||

---

a 4, The plant *hedysarum lagopodoides*. b 5, The plant *hemionitis cordifolia, Roxb.* c 10, The egg-plant or brinjal (*solanum jacquini.*) d 11, The indigo plant (*indigofera tinctoria.*) e 8, The shrub *guilandina bonducella*. f 10, The long pepper plant (*chavica roxburghii.*) g 5, The elephant pepper plant. h 2, Another kind of pepper. i 3, A variety of the shrub *abrus*, (the berry forms the smallest jewellers' weight.) j 7, A small kind of *calotropis*. k 8, Betuline, a resinous substance obtained from the birch (*betula.*) l 2, A small kind of *mimusops*. m 10, The plant *asparagus racemosa*. n 7, The plant *curcuma zantorhiza*. o 5, The orris plant (*iris florentina.*)

a ನರಿ ಹೊನ್ನೇ ಗಿಡ ೪. b ನರಿ ಬಾಲದ ಹುಲ್ಲು ೫. c ಹೆಗ್ಗುಳ್ಳ ೧೦. d ನೀಲೀ ಗಿಡ ೧೧. e ಬಾಹುಚಿಗೆ ಗಿಡ ೮. f ಹಿಪ್ಪಲೀ ಗಿಡ ೧೦. g ಗಜ ಹಿಪ್ಪಲೀ ೫. h ಚವ್ಯ, ಗಂಧಿಕ ದಿನಸು ೨. i ಮಣಿಗಳ ಗುಲಿಗಂಜೀ ಬಳ್ಳಿ ೩. j ಪಳ್ಳೇರು ಗಿಡ ೭. k ಅತಿ ಬಜೇ, ಗಂಧಿಕ ದ್ರವ್ಯ ವಿಶೇಷ ೮. l ಹಾಲು ತೊಟ್ಟಿನ ಗಿಡ ೨. m ಹಿಲ್ಲ ಹಿಚ್ಚರ ಅಂದರೆ ಅಸಡಿಯನ್ನು ವರು ೧೦. n ಮರದರಿಶಿನ ೭. o ಬಜೆ ೫.

(ಶುಕ್ಲಾ) ಹೈಮವತೀ *a* ವೈದ್ಯಮಾತೃಸಿಂಹ್ಯೌ (ತು) ವಾಶಿಕಾ ।
ವೃಷೋಽಟರೂಷಃ ಸ್ಸಿಂಹಾಸ್ಯೋ ವಾಶಕೋ ವಾಜಿದಂತಕಃ *b* ॥ ॥೧೪೯॥
ಆಸ್ಫೋಟಾ ಗಿರಿಕರ್ಣೀ (ಸ್ಯಾ) ದ್ವಿಷ್ಣುಕ್ರಾಂತಾಽಪರಾಜಿತಾ *c* ।
ಇಕ್ಷುಗಂಧಾ ತುಕಾಂಡೇಕ್ಷುಃ ಕೋಕಿಲಾಕ್ಷೇಕ್ಷುರ ಕ್ಷುರಾಃ *d* ॥ ॥೧೫೦॥
ಶಾಲೇಯಃ ಸ್ಸ್ಯಾಚ್ಛೀತ ಶಿವಾ ಛತ್ರಾ ಮಧುರಿಕಾ ಮಿಸಿಃ ।
ಮಿಶ್ರೇಯಾ (ಪ್ಯ *e* ಥ) ಸಿಂಹುಂಡೋ ವಜ್ರದ್ರುಃ ಸ್ನುಕ್ಸ್ನುಹೀ ಗುಡಾ ॥ ॥೧೫೧॥
ಸಮಂತದುಗ್ಧಾ *f* (ಥೋ) ವೆಲ್ಲಮ ಮೋಘಾ ಚಿತ್ರತಂಡುಲಾ ।
ತಂಡುಲಶ್ಚ ಕ್ರಿಮಿಘ್ನಶ್ಚ ವಿಡಂಗಂ (ಪುನ್ನಪುಂಸಕಂ) *g* ॥ ॥೧೫೨॥
ಬಲಾ ವಾಟ್ಯಾಲಕೋ *h* ಘಂಟಾರವಾ ತು ಶಣಪುಷ್ಪಿಕಾ *i* ।
ಮೃದ್ವೀಕಾ ಗೋಸ್ತನೀ ದ್ರಾಕ್ಷಾ ಸ್ವಾದ್ವೀ ಮಧುರಸೇತಿ ಚ *j* ॥ ॥೧೫೩॥
ಸರ್ವಾನುಭೂತಿಸ್ಸರಳಾ ತ್ರಿಪುಟಾ ತ್ರಿವೃತಾ ತ್ರಿವೃತ್ ।
ತ್ರಿಭಂಡೀ ರೇಚನೀ *k* ಶ್ಯಾಮಾ ಪಾಲಿಂದ್ಯೌ (ತು) ಸುಷೇಣಿಕಾ ॥ ॥೧೫೪॥
ಕಾಲಾ ಮಸೂರವಿದಳಾಽರ್ಧಚಂದ್ರಾ ಕಾಲಮೇಷಿಕಾ *l* ।
ಮಧುಕಂ ಕ್ಲೀತಕಂ ಯಷ್ಟಿಮಧುಕಂ ಮಧುಯಷ್ಟಿಕಾ ॥ ॥೧೫೫॥
ವಿದಾರೀ ಕ್ಷೀರಶುಕ್ಲೇಕ್ಷುಗಂಧಾ ಕ್ರೋಷ್ಟ್ರೀ (ಚಯಾಸಿತಾ) *n* ।
(ಅನ್ಯಾ) ಕ್ಷೀರವಿದಾರೀ ಸ್ಯಾನ್ಮಹಾಶ್ವೇತರ್ಕ್ಷಗಂಧಿಕಾ *o* ॥ ॥೧೫೬॥
ಲಾಂಗಲೀ ಶಾರದೀ ತೋಯಪಿಪ್ಪಲೀ ಶಕುಲಾದನೀ *p* ।
ಖರಾಶ್ವಾ ಕಾರವೀ ದೀಪ್ಯೋ ಮಯೂರೋ ಲೋಚಮಸ್ತಕಃ *q* ॥ ॥೧೫೭॥
ಗೋಪೀ ಶ್ಯಾಮಾ ಶಾರಿಬಾ (ಸ್ಯಾ) ದ್ಚಂದನೋತ್ಪಲ ಶಾರಿಬಾ *r* ।

---

a 1, A white kind of the same. *b* 8, The plant *aristolochia bractea.* *c* 4, The plant *clitorea ternat.* *d* 5, A kind of tares (*lolium.*) *e* 6, A kind of fennel (*anethum panmorium, Roxb.*) *f* 6, The milk hedge plant (*euphorbia tirucalli.*) *g* 6, A medicinal herb. (*embelia ribes.*) *h* 2, A small kind of castor oil plant. *i* 2, A kind of hemp plant (*crotalaria juncea.*) *j* 5, The grape vine (*vitis vinifera.*) *k* 7, The plant *ipomœa turpethum.* *l* 7, A blue kind of the same. *m* 4, Liquorice (*glycyrrhiza glabra.*) *n* 4, A white gourd (*cucurbita.*) *o* 3, A kind of ground gourd. *p* 4, A water plant (*jussieuea repens.*) *q* 5, A kind of bishop's weed (*sison amomum.*) *r* 5, A medicinal herb (*periploca indica.*)

[a] ಬಿಳೀ ಬಜೆ ೧. [b] ಆಡು ಮುಟ್ಟದ ಗಿಡ ೮. [c] ವಿಷ್ಣು ಕ್ರಾಂತ ೪. [d] ಕೋಳವಂಕೆ ೫. [e] ಸಬ್ಬಸಿಕೇ ೬. [f] ಕಳ್ಳಿ, ಬೊಂಕೆ ಕಳ್ಳಿ ೬. [g] ವಾಯಿವಿಳಂಗ [h] ಚಿಟ್ಟರಳು ಗಿಡ ೨. [i] ಗಿಲಿಗಿಂಚೆ ಗಿಡ ೨. [j] ದ್ರಾಕ್ಷೆ ೫. [k] ಕೆಚ್ಚನೇ ತಗಡೆ ೭. [l] ಕರಿಲಾಲ್ ತಿಗಡೆ ೭. [m] ಅತಿಮಧುರ, ಯಷ್ಟಿಮಧುಕ, ಮಿತ್ರಾಲಕಡಿ ೪. [n] ಬಿಳೀ ಕುಂಬಳ, ನೆಲ ಕುಂಬಳ ೪. [o] ಕರೀ ನೆಲ ಕುಂಬಳ ೩. [p] ನೀರು ಹಿಪ್ಪಲೀ ೪. [q] ವೋಮು ೫. [r] ಸುಗಂಧಪಾಲ, ಸೊಗದೇ ಬೇರು ೫.

ಯೋಗ್ಯಮೃದ್ಧಿಃ ಸ್ಸಿದ್ಧಿಲಕ್ಷ್ಮ್ಯೌ (ವೃದ್ಧೇರಪ್ಯಾಹ್ವಯಾ ಇಮೇ) *a* || ||೧೫೮||
ಕದಳೀ ವಾರಣಬುಸಾ ರಂಭಾ ಮೋಚಾಂಶುಮತ್ಫಲಾ ।
ಕಾಷ್ಠೀಲಾ *b* ಮುದ್ಗಪರ್ಣೀ ತು ಕಾಕಮುದ್ಗಾ ಸಹೇ (ತ್ಯಪಿ) *c* || ||೧೫೯||
ವಾರ್ತ್ತಾಕೀ ಹಿಂಗುಲೀ ಸಿಂಹೀ ಭಂಟಾಕೀ ದುಷ್ಪ್ರಧರ್ಷಿಣೀ *d* ।
ನಾಕುಲೀ ಸುರಸಾ ನಾಗ ಸುಗಂಧಾ ಗಂಧನಾಕುಲೀ || ||೧೬೦||
ನಕುಲೇಷ್ಟಾ ಭುಜಂಗಾಕ್ಷೀ ಛತ್ರಾಕೀ ಸುವಹಾ (ಚ ಸಾ) *e* ।
ವಿದಾರಿಗಂಧಾಂಶುಮತೀ ಸಾಲಪರ್ಣೀ ಸ್ಥಿರಾ ಧ್ರುವಾ *f* || ||೧೬೧||
ತುಂಡಿಕೇರೀ ಸಮುದ್ರಾಂತಾ ಕಾರ್ಪಾಸೀ ಬದರೇ (ತಿ ಚ) *g* ।
ಭಾರದ್ವಾಜೀ ತು (ಸಾ ವನ್ಯಾ) *h* ಶೃಂಗೀ ತು ವೃಷಭೋ ವೃಷಃ *i* || ||೧೬೨||
ಗಾಂಗೇರುಕೀ ನಾಗಬಲಾ ಝಷಾ ಹ್ರಸ್ವಗವೇಧುಕಾ *j* ।
ಧಾಮಾರ್ಗವೋ ಘೋಷಕ (ಸ್ಸ್ಯಾ) *k* ನ್ಮಹಾಜಾಲೀ (ಸಪೀತಕಃ) *l* || ||೧೬೩||
ಜ್ಯೋತ್ಸ್ನೀ ಪಟೋಲಿಕಾ ಜಾಲೀ *m* ನಾದೇಯೀ ಭೂಮಿಜಂಬುಕಾ *n* ।
(ಸ್ಯಾ) ಲ್ಲಾಂಗಲೀತ್ಯಗ್ನಿಶಿಖಾ *o* ಕಾಕಾಂಗೀ ಕಾಕನಾಸಿಕಾ *p* || ||೧೬೪||
ಗೋಧಾಪದೀ ತು ಸುವಹಾ *q* ಮುಸಲೀ ತಾಳಮೂಲಿಕಾ *r* ।
ಅಜಶೃಂಗೀ ವಿಷಾಣೀ (ಸ್ಯಾ) *s* ದ್ಗೋಜಿಹ್ವಾ ದಾರ್ವಿಕೇ (ಸಮೇ) *t* || ||೧೬೫||
ತಾಂಬೂಲವಲ್ಲೀ ತಾಂಬೂಲೀ ನಾಗವಲ್ಲ್ಯ *u* (ಪ್ಯಥ ದ್ವಿಜಾ ।

---

a 4, The name of a drug. *b* 6, The plantain tree (*musa sapientum.*) *c* 3, A wild kind of green gram. *d* 5, The egg-plant or brinjal (*solanum melongena.*) *e* 8, The ichneumon plant. *f* 5, A sensitive plant allied to *rottleria tinctoria*. *g* 4, The cotton plant (*gossypium.*) *h* 1, A wild kind of cotton plant. *i* 3, A kind of drug. *j* 4, The gourd *cucumis sulcatus*. *k* 2, A bitter kind. *l* 1, A wild kind. *m* 3, The snake gourd (*trichosanthes anguina.*) *n* 2, The plant (*flacourtia sepiaria*) *o* 2, The plant *gloriosa superba*. *p* 2, A small gourd (*bryonia grandis.*) *q* 2, A scandent shrub (*cissus pedata.*) *r* 2, The plant *curculigo orchioides*. *s* 2, The plant *odina wodier*. *t* 2, The plant *hibiscus esculentus*. *u* 3, The betel vine (*chavica betel.*)

a ವೃದ್ಧಿಯೆಂಬುವ ಗ್ರಂಧಿಕ ದ್ರವ್ಯ ೪. *b* ಬಾಳೇ ಗಿಡ, ರಸ ಬಾಳೆ ಮುಂತಾದ ೧೦ ವಿಧವಾದ ಬಾಳೇ ೬. *c* ಕಾಡು ಹೆಸರು ಗಿಡ ೩. *d* ಬದನೇ ಗಿಡ ೫. *e* ಸರ್ಪಾಕ್ಷಿಗಿಡ, ನಂಜಾರೆ ಗಿಡ, ಮುಂಗೀ ಮೇವು ಗಿಡ ಯೆನ್ನುವರು ೮. *f* ಮೂರೆಲೆ ಹೊನ್ನೆ ೫. *g* ಹತ್ತೀ ಗಿಡ ೪. *h* ಕಾಡು ಹತ್ತೀ ಗಿಡ ೧. *i* ಹೆರಗೆ ಹಾಲೆಯ ಹೆಸರು ವೃಷಭವೆಂಬುವ ಮೂಲಿಕೆ ೨. *j* ಹೀರೇ ಗಿಡ ೪. *k* ಕಯ್ಯೆ ಹೀರೆ ೨. *l* ಹಚ್ಚಗಿರುವ ಹುವ್ವುಳ್ಳ ಕಾಡು ಹೀರೆ ೧. *m* ಪಡವಲ ಗಿಡ ೩. *n* ನಾಯಿನೇರಳೇ, ನೆಲ ನೇರಳೇ ೨. *o* ಕೊಲು ಕುಟಕನ ಗಿಡ ೨. *p* ಕಾಗಿ ತೊಂಡೇ ಗಿಡ ೨. *q* ಹಂಸ ಪಾದಿ ಗಿಡ ೨. *r* ನೆಲತಾಟಿ, ಸಾಲಾಮಿಶ್ರಿ ೨. *s* ಕುರಟಿಕೆ ಗಿಡ ೨. *t* ಯೆತ್ತುನಾಲಿಗೆ ಗಿಡ ೨. *u* ವೀಳ್ಯದೆಲೇ ಬಳ್ಳಿ ೩.

ಹರೇಣೂ ರೇಣುಕಾ ಕೌಂತೀ ಕಪಿಲಾ ಭಸ್ಮಗಂಧಿನೀ *a* || ||೧೬೬||
ಏಲಾವಾಲುಕಮೈಲೇಯಂ ಸುಗಂಧಿ ಹರಿವಾಲುಕಂ |
ವಾಲುಕಂ (ಚಾ *b* ಥ) ಪಾಲಂಕ್ಯಾ ಮುಕುಂದಃ ಕುಂದು ಕುಂದುರೂ *c* || ||೧೬೭||
ಬಾಲಂ ಹ್ರೀಬೇರ ಬರ್ಹಿಷ್ಠೋದೀಚ್ಯಂ ಕೇಶಾಂಬುನಾಮ ಚ *d* |
ಕಾಲಾನುಸಾರ್ಯ ವೃದ್ಧಾಶ್ಮಪುಷ್ಪ ಶೀತಶಿವಾ (ನಿತು) || ||೧೬೮||
ಶೈಲೇಯಂ *e* ತಾಲಪರ್ಣೀತು ದೈತ್ಯಾ ಗಂಧಕುಟೀ ಮುರಾ |
ಗಂಧಿನೀ *f* ಗಜಭಕ್ಷ್ಯಾತು ಸುವಹಾ ಸುರಭೀ ರಸಾ || ||೧೬೯||
ಮಹೇರಣಾ ಕುಂದುರುಕೀ ಸಲ್ಲಕೀ ಹ್ಲಾದಿನೀತಿಚ *g* |
ಅಗ್ನಿಜ್ವಾಲಾ ಸುಭಿಕ್ಷಾತು ಧಾತಕೀ ಧಾತುಪುಷ್ಪಿಕಾ *h* || ||೧೭೦||
ಪೃಥ್ವೀಕಾ ಚಂದ್ರಬಾಲೈಲಾ ನಿಷ್ಕುಟಿರ್ಬಹುಲಾ *i* ಥಸಾ |
(ಸೂಕ್ಷ್ಮೋ) ಪಕುಂಚಿಕಾ ತುತ್ಥಾ ಕೋರಂಗೀ ತ್ರಿಪುಟಾ ತ್ರುಟಿಃ *j* || ||೧೭೧||
ವ್ಯಾಧಿಃ ಕುಷ್ಠಂ ಪಾರಿಭಾವ್ಯಂ ವಾಪ್ಯಂ ಪಾಕಲಮುತ್ಪಲಂ *k* |
ಶಂಖಿನೀ ಚೋರಪುಷ್ಪೀ ಸ್ಯಾತ್ಕೇಶಿ *l* (ನ್ಯಥ) ವಿತುನ್ನಕಃ || ||೧೭೨||
ಝಟಾಮಲಾಜ್ಝಟಾ ತಾಲೀ ಶಿವಾ ತಾಮಲಕೀತಿಚ *m* |
ಪ್ರಪೌಂಡರೀಕಂ ಪೌಂಡರ್ಯ *n* ಮಥತುನ್ನಃ ಕುಬೇರಕಃ || ||೧೭೩||
ಕುಣಿಃ ಕಚ್ಛಃ ಕಾಂತಲಕೋ ನಂದಿವೃಕ್ಷೋ *o* ಥರಾಕ್ಷಸೀ |
ಚಂಡಾ ಧನಹರೀ ಕ್ಷೇಮ ದುಷ್ಪತ್ರ ಗಣಹಾಸಕಾಃ *p* || ||೧೭೪||
ವ್ಯಾಳಾಯುಧಂ ವ್ಯಾಘ್ರನಖಂ ಕರಂಜಂ ಚಕ್ರಕಾರಕಂ *q* |

---

a 6, The plant *colodendron inerme, Heyne.* *b* The plant *bryonia callosa.* *c* 4, Gum olibanum. *d* 5, A kind of grass yielding a perfume (*andropogon schoenanthus.*) *e* 5, A kind of benzoin (*lichen rotundatus.*) *f* 5, A kind of drug. *g* 8, The clearing nut plant (*strychnos potatorum.*) *h* 4, The plant *bauhenia spicata.* *i* 5, A kind of cardamom plant. *j* 5, A smaller kind. *k* 6, A medicinal plant (*costus.*) *l* 3, A kind of grass (*andropogon aciculatum.*) *m* 7, A small kind of *phyllanthus emblica.* *n* 2, Root of the white lotus (*nymphæa.*) *o* 6, The plant *nerium coronarium.* *p* 6, The plant *paronia adorata.* *q* 4, The plant *galedupa arborea.*

[a] ರೇಣುಕ ಎಂಬುವ ಗ್ರಂಧಿಕ ದ್ರವ್ಯ ೬. [b] ಸುರಸುರಕೀ ೫. [c] ಕುಂದರುಷ್ಕವೆಂಬುವ ಗ್ರಂಧಿದ್ರವ್ಯವು ೪. [d] ಮುಡುವಾಳ ಲಾಮಂಚದಲ್ಲಿ ಭೇದ ೫. [e] ಕಲ್ಲುಹುವ್ವು ೫. [f] ಮುಲೆಯೆಂಬುವ ಗ್ರಂಧಿಕ ದಿನಸು ೫. [g] ತದಾಕಿನ ಗಿಡ ೮. [h] ಧಾತಕೀ ಕುಸುಮ, ಅರೆಹುವ್ವು ೪. [i] ದೊಡ್ಡಯಾಲಕ್ಕಿ ೫. [j] ಸಣ್ಣಯಾಲಕ್ಕಿ ೫. [k] ಚಂಗಲಕೋಷ್ಟ ೬. [l] ಕಡಿಯಾಲದಗಿಡ ಹಕ್ಕಿರಕೆ ಸೊಪ್ಪು ೩. [m] ಕಿರಿನೆಲ್ಲೀ ಗಿಡ ೭. [n] ಬಿಳೇನೈದಲೆ ಗಡ್ಡೆ. [o] ನಂದೀಯೆಂಬುವ ಮರ ೬. [p] ಕರೀಕಚೋರ, ಬಲರಾಕ್ಷಸೀಗಡ್ಡೆ ೬. [q] ಹುಣಿಯಾಗುರು ಗಿಡ ೪.

ಸುಷಿರಾ ವಿದ್ರುಮಲತಾ ಕಪೋತಾಂಘ್ರಿರ್ನಟೀ ನಳೀ ॥ ॥೧೭೫॥
ಧಮನ್ಯಂಜನಕೇಶೀ ಚ *a* ಹನುರ್ಹಟ್ಟವಿಲಾಸಿನೀ ।
ಶುಕ್ತಿಃ ಶಂಖಃ ಖುರಃ ಕೋಲದಳಂ ನಖಂ *b* ಮಥಾಢಕೀ ॥ ॥೧೭೬॥
ಕಾಕ್ಷೀ ಮೃತ್ಸ್ನಾ ತುವರಿಕಾ ಮೃತ್ತಾಲಕಸುರಾಷ್ಟ್ರಜೆ *c* ।
ಕುಟನ್ನಟಂ ದಾಶಪುರಂ ವಾನೇಯಂ ಪರಿಪೇಲವಂ ॥ ॥೧೭೭॥
ಪ್ಲವ ಗೋಪುರ ಗೋನರ್ದ ಕೈವರ್ತೀ ಮುಸ್ತಕಾನಿಚ *d* ।
ಗ್ರಂಥಿಪರ್ಣಂ ಶುಕಂ ಬರ್ಹಂ ಪುಷ್ಪಂ ಸ್ಥೌಣೆಯ ಕುಕ್ಕುರೆ *e* ॥ ॥೧೭೮॥
ಮರುನ್ಮಾಲಾತು ಪಿಶುನಾ ಸ್ಪೃಕ್ಕಾದೇವೀ ಲತಾ ಲಘುಃ ।
ಸಮುದ್ರಾಂತಾ ವಧೂಃ ಕೋಟಿವರ್ಷಾ ಲಂಕೋಪಿಕೇತ್ಯಪಿ *f* ॥ ॥೧೭೯॥
ತಪಸ್ವಿನೀ ಜಟಾಮಾಂಸೀ ಜಟಿಲಾ ಲೋಮಶಾ ಮಿಷೀ *g* ।
ತ್ವಕ್ಪತ್ರಮುತ್ಕಟಂ ಭೃಂಗಂ ತ್ವಚಂ ಚೋಚಂ ವರಾಂಗಕಂ *h* ॥ ॥೧೮೦॥
ಕರ್ಚೂರಕೋ ದ್ರಾವಿಡಕಃ ಕಲ್ಪಕೋ ವೇಧಮುಖ್ಯಕಃ *i* ।
ಒಷಧ್ಯೋ (ಜಾತಿಮಾತ್ರೇಸ್ಯು) *j* (ರಜಾತೌ) ಸರ್ವಮೌಷಧಂ *k* ॥ ॥೧೮೧॥
ಶಾಕಾಖ್ಯಂ ಪತ್ರಪುಷ್ಪಾದಿ *l* ತಂಡುಲೀಯೋಲ್ಪಮಾರಿಷಃ *m* ।
ವಿಶಲ್ಯಾಗ್ನಿಶಿಖಾನಂತಾ ಫಲಿನೀ ಶಕ್ರಪುಷ್ಪಿಕಾ *n* ॥ ॥೧೮೨॥
ಸ್ಯಾದೃಕ್ಷಗಂಧಾ ಛಗಲಾಂತ್ರ್ಯಾವೇಗೀ ವೃದ್ಧದಾರಕಃ ।
ಜುಂಗೋ *o* ಬ್ರಾಹ್ಮೀತುಮತ್ಸ್ಯಾಕ್ಷೀ ವಯಸ್ಥಾ ಸೋಮವಲ್ಲರೀ *p* ॥ ॥೧೮೩॥
ಪಟುಪರ್ಣೀ ಹೈಮವತೀ ಸ್ವರ್ಣಕ್ಷೀರೀ ಹಿಮಾವತೀ *q* ।

---

a 7, A kind of drug or perfume. *b* 7, Another kind. *c* 6, A wild kind of pigeon pea (*cajanus.*) *d* 8, A sort of grass (*cyperus rotundus, Rox.*) *e* 6, A medicinal plant (*artemisia indica*) *f* 10, A medicinal plant. *g* 6, The Indian spikenard (*valeriana jatamansi, Rox.*) *h* A clove (*myristica caryophylla.*) *i* 4, The zedoary or *curcuma zerumbet, Rox.* *j* 1, Any creeper. *k* 1, Medicine. *l* 1, A pot herb, any vegetable. *m* 2, The *amaranthus campestris* *n* 5, The *sida cordifolia.* *o* 5, The *sphæranthus indicus.* *p* 4, The pot-herb *achyranthes triandra.* *q* 4, A medicinal earth.

[a] ನಳೀ ಯೆಂಬುವ ಗ್ರಂಥ್ಯ ದ್ರವ್ಯ ೭. [b] ನಖ ವೆಂಬುವ ಗ್ರಂಥಿಕ ದ್ರವ್ಯ ೭. [c] ತುವರೀ, ಕಾಡು ತೊಗರೀ ಗಿಡವನ್ನುವರು ೬. [d] ತುಂಗೇ ಗಡ್ಡೆಗಳು ೮. [e] ಮಾಚೀ ಪತ್ರಿ ೬. [f] ಸ್ಪೃಕ್ಕಾ, ಸುಂಕೇ ಬೇರು ೧೦. [g] ಜಟಾಮಾಂಸಿ ೬. [h] ಲವಂಗ ೭. [i] ಗಂಧಕಚೋರ ೪. [j] ಆಕಾರಮಾತ್ರದಿಂದಲೇ ಹೇರೇಯಾಗಿ ಕಾಣಬರುತ್ತಿರುವ ಲತಾ ಜಾತಿಗಳಲ್ಲಿ ವರ್ತಿಸುವದು ೧. [k] ರೋಗ ನಿವಾರಣವಾದ ಎಲ್ಲಾ ಔಷಧಗಳು ೧. [l] ಕಾಯಿಪಲ್ಯಗಳು ೧. [m] ಕೀರೇ ಸೊಪ್ಪು ೨. [n] ಚಂಣಿ ಬಿದರು ಸೊಪ್ಪು ೫. [o] ಅನಂತನಗೊಂಡೆ ಸೊಪ್ಪು ೫. [p] ಹೊನಗೊನೇ ಸೊಪ್ಪು ೪. [q] ಘಂಟಾಮಣೀ ಸೊಪ್ಪು, ಕಂಕೋಷ್ಠ ೪.

ಹಯಪುಚ್ಛೀತು ಕಾಂಭೋಜೀ ಮಾಷಪರ್ಣೀ ಮಹಾಸಹಾ a || ||೧೪೪||
ತುಂಡಿಕೇರೀ ರಕ್ತಫಲಾ ಬಿಂಬಿಕಾ ಪೀಲುಪರ್ಣ್ಯಪಿ b |
ಬರ್ಬರಾ ಕಬರೀ ತುಂಗೀ ಖರಪುಷ್ಪಾ ಜಗಂಧಿಕಾ c || ||೧೪೫||
ಏಲಾಪರ್ಣೀತುಸುವಹಾ ರಾಸ್ನಾ ಯುಕ್ತರಸಾ ಚ ಸಾ d |
ಚಾಂಗೇರೀ ಚುಕ್ರಿಕಾ ದಂತಶಠಾಂಬಷ್ಠಾಮ್ಲಲೋಣಿಕಾ e || ||೧೪೬||
ಸಹಸ್ರವೇಧೀ ಚುಕ್ರೋಮ್ಲವೇತಸಃ ಶತವೇಧ್ಯಪಿ f |
ನಮಸ್ಕಾರೀ ಗಂಧಕಾರೀ ಸಮಂಗಾ ಖದಿರೇತ್ಯಪಿ g || ||೧೪೭||
ಜೀವಂತೀ ಜೀವನೀ ಜೀವಾ ಜೀವನೀಯಾ ಮಧುಸ್ರವಾ h |
ಕೂರ್ಚಶೀರ್ಷೋ ಮಧುರಕಃ ಶೃಂಗ ಹ್ರಸ್ವಾಂಗ ಜೀವಕಾಃ i || ||೧೪೮||
ಕಿರಾತತಿಕ್ತೋ ಭೂನಿಂಬೋನಾರ್ಯತಿಕ್ತೋ j ಥ ಸಪ್ತಲಾ
ವಿಮಲಾ ಸಾತಲಾ ಭೂರಿ ಫೇನಾ ಚರ್ಮಕಷೇತ್ಯಪಿ k || ||೧೪೯||
ವಾಯಸೋಲೀ ಸ್ವಾದುರಸಾ ವಯಸ್ಥಾ l ಥ ಮಕೂಲಕಃ |
ನಿಕುಂಭೋ ದಂತಿಕಾ ಪ್ರತ್ಯಕ್ಶ್ರೇಣ್ಯುದುಂಬರ ಪರ್ಣ್ಯಪಿ m || ||೧೫೦||
ಅಜಮೋದಾ ತೂಗ್ರಗಂಧಾ ಬ್ರಹ್ಮದರ್ಭಾ ಯವಾನಿಕಾ n |
(ಮೂಲೆ) ಪುಷ್ಕರಕಾಶ್ಮೀರ ಪದ್ಮಪತ್ರಾಣಿ (ಪೌಷ್ಕರೆ) o || ||೧೫೧||
ಅವ್ಯಥಾತಿಚರಾ ಪದ್ಮಾ ಚಾರಟೀ ಪದ್ಮಚಾರಿಣೀ p |
ಕಾಂಪಿಲ್ಯಃ ಕರ್ಕಶಶ್ಚಂಡೋ ರಕ್ತಾಂಗೋ ರೋಚನೀತ್ಯಪಿ q || ||೧೫೨||

---

a 4, The wild pulse *phascolus mungo.* *b* 4, The vegetable *bryonia grandis.* *c* 5; A small shrub (*cleone pentaphylla.*) *d* 4, A kind of sarsaparilla (*smilax china.*) *e* 5, The yellow wood sorrel (*oxalis corniculata.*) *f* 4, Another kind of sorrel. *g* 4, A sensitive plant. *h* 5, A certain pot herb. *i* 5, A kind of drug. *j* 3, Chiretta or a sort of gentian (*gentiana cherayta, Rox.*) *k* 5, A certain shrub. *l* 3, A medicinal shrub (*aleria blongifolia.*) *m* 5, The croton oil plant (*croton tiglium.*) *n* 4, The seed of bishop's weed (*sison ammi.*) *o* 3, The root of a blue lotus (*costus speciosus.*) *p* 5, The Cashmere hill lotus. *q* 5, The name of a plant.

[a] ಕಾಡು ವುದ್ದಿನ ಗಿಡ ೪. [b] ಕೆಂಪುತೊಂಡೆ ಗಿಡ ೪. [c] ನಾರಂಬಾಳೆ ಗಿಡ ೫. [d] ಸಣ್ಣ ದುಂಪರಾಷ್ಮೆ ೪. [e] ಪುಲ್ಲಂಬರಚಿ ಸೊಪ್ಪು ೫. [f] ಬಚ್ಚಲು ಹುಣಿಸೆ ೪. [g] ಮುಟ್ಟು ಮುಡುಗು ಗಿಡ ೪. [h] ಕಿರಿಹಾಲೇ ಸೊಪ್ಪು ೫. [i] ಹಕ್ಕೀಳ್ಳೀ ಗಿಡ ೫. [j] ನೆಲಬೇವು ೩. [k] ಸಂಮುಗಾರೆ ಯೆಂಬುವದು ಸಂಖರೇಣಿ ೫. [l] ಕಾಕೋಲೀ ಸೊಪ್ಪು ೩. [m] ಜಾಪಾಳ ಶಕ್ತಿಯೆಂತಲೂ, ಕರೆ ಉಮ್ಮತ್ತೆಯೆಂತಲೂ ಹೇಳುತ್ತಾರೆ ೫. [n] ಅಜಾಮೋದ, ವೋಮು ಕಾಳು ೪. [o] ತಾವರೆಗಡ್ಡೆ ಕಾಶ್ಮೀರದಲ್ಲಿ ನೆಲತಾವರೆ ಗಡ್ಡೆ ೩. [p] ಕಾಶ್ಮೀರದೇಶದಲ್ಲಿರುವ ಬೆಟ್ಟದಾವರೆ ೫. [q] ಕಂಪಿಲ್ಯದ ಹೆಸರು, ರೋಚನೀ ಯೆಂಬುವ ಔಷಧಿ ೫.

ಪ್ರಪುನ್ನಾಟಸ್ತ್ವೇಡಗಜೋ ದದ್ರುಘ್ನಶ್ಚಕ್ರಮರ್ದಕಃ |
ಪದ್ಮಾಟ ಉರಣಾಕ್ಷಶ್ಚ a ಪಲಾಂಡುಸ್ತು ಸುಕಂದಕಃ b || ||೧೯೩||
ಲತಾರ್ಕದುದ್ರುಮೌ ತತ್ರ ಹರಿತೇ c ಥ ಮಹೌಷಧಂ |
ಲಶುನಂ ಗೃಂಜನಾರಿಷ್ಟ ಮಹಾಕಂದರಸೋನಕಾಃ d || ||೧೯೪||
ಪುನರ್ನವಾ ತು ಶೋಥಘ್ನೀ e ವಿತುನ್ನಂ ಸುನಿಷಣ್ಣಕಂ f |
ಸ್ಯಾದ್ವಾತಕಃ ಶೀತಲೋಽಪರಾಜಿತಾ ಶಣಪರ್ಣ್ಯಪಿ g || ||೧೯೫||
ಪಾರಾವತಾಂಘ್ರಿಃ ಕಟಭೀ ಪಣ್ಯಾ ಜ್ಯೋತಿಷ್ಮತೀ ಲತಾ h |
ವಾರ್ಷಿಕಂ ತ್ರಾಯಮಾಣಾ (ಸ್ಯಾತ್) ತ್ರಾಯಂತೀ ಬಲಭದ್ರಿಕಾ i || ||೧೯೬||
ವಿಷ್ವಕ್ಸೇನಪ್ರಿಯಾ ಗೃಷ್ಟಿರ್ವಾರಾಹೀ ಬದರೇತ್ಯಪಿ j |
ಮಾರ್ಕವೋ ಭೃಂಗರಾಜಃ (ಸ್ಯಾತ್) k ಕಾಕಮಾಚೀ ತು ವಾಯಸೀ l || ||೧೯೭||
ಶತಪುಷ್ಪಾ ಸಿತಚ್ಛತ್ರಾತಿಚ್ಛತ್ರಾ ಮಧುರಾ ಮಿಸಿಃ |
ಅವಾಕ್ಪುಷ್ಪೀ ಕಾರವೀ ಚ m ಸರಣೀ ತು ಪ್ರಸಾರಣೀ || ||೧೯೮||
(ತಸ್ಯಾಂ) ಕಟಂಭರಾ ರಾಜಬಲಾ ಭದ್ರಬಲೇತ್ಯಪಿ n |
ಜನೀ ಜತೂಕಾ ರಜನೀ ಜತುಕೃಚ್ಚಕ್ರವರ್ತಿನೀ || ||೧೯೯||
ಸಂಸ್ಪರ್ಶಾ o ಥ ಶಟೀ ಗಂಧಮೂಲೀ ಷಡ್ಗ್ರಂಥಿಕೇತ್ಯಪಿ |
ಕರ್ಚೂರೋಽಪಿ ಪಲಾಶೋ p (ಥ) ಕಾರವೇಲ್ಲಃ ಕಠಿಲ್ಲಕಃ || ||೨೦೦||
ಸುಷವೀ ಚಾ q ಥ ಕುಲಕಂ ಪಟೋಲಸ್ತಿಕ್ತಕಃ ಪಟುಃ r |
ಕೂಷ್ಮಾಂಡಕಸ್ತು ಕರ್ಕಾರು s ರುರ್ವಾರುಃ ಕರ್ಕಟೀ (ಸ್ತ್ರಿಯೌ) t || ||೨೦೧||

---

a 6, The *cassia tora*. *b* 2, The onion (*allium.*) *c* 2, A cultivated kind. *d* 6, Garlic. *e* 2, Hogweed. *f* 2, A certain creeper. *g* 4, The *coronilla sesban*. *h* 5, the heartpea (*halicacabum cardiospermum.*) *i* 4, A certain creeper (*dalbergia.*) *j* 4, An esculent root (*dioscorea.*) *k* 2, The shrub *eclipta prostrata*. *l* 2, A vegetable, *solanum indicum*. *m* 7, A large kind of the fennel *anethum panmorium*. *n* 5, A medicinal plant. *o* 6, The bramble (*rubus.*) *p* 5; The knotty zedoary. *q* 3, The creeper *momordica charantia*. *r* 4, A bitter creeper, *trichosanthes laciniata*. *s* 2, A gourd *cucurbita lagenaria*. *t* 2, A kind of cucumber.

[a] ತಗಸೆರ್ಗೆ ಗಿಡ, ತಗಚಿ, ತಗ್ಗಚ್ಚಿ ೬. [b] ನೀರುಳ್ಳಿ ೨. [c] ತೋಟದ ನೀರುಳ್ಳಿ ೨. [d] ಬೆಳ್ಳುಳ್ಳಿ ಗಡ್ಡೆ ೬. [e] ಕೊಮ್ಮೆ ಗಿಡ ೨. [f] ನೀರು ಚಂಚಲಿ ೨. [g] ಸಿಡಿಲೊಲ್ಲದ ಗಿಡ ೪. [h] ಕಂಗೊಂದಿ ಗಿಡ ೫. [i] ನೀರಾಮೆ ಬಳ್ಳಿ, ೪. [j] ಹಾವುಟೀ ಬಳ್ಳಿ ೪. [k] ಗರಗದ ಸೊಪ್ಪು ೨. [l] ಕಾಚೀ ಗಿಡ ೨. [m] ಕಾಡಸಬ್ಬಸಿಗೆ [n] ಹಿರೀಯ ಹಸಾರಣೀ ಗಿಡ, ಸಾರಣಿ ಗಿಡ ೫. [o] ಕೊರಿಂದೇ ಗಿಡ, ಚಕ್ರವರ್ತಿ ಸೊಪ್ಪು ೬. [p] ಗಂಟೇ ಕಚೋರ ೫. [q] ಹಾಗಲ ಗಿಡ ೩. [r] ಹುಚ್ಚು ಪಡವಲ ಗಿಡ ೪. [s] ಕುಂಬಳ ಗಿಡ ೨. [t] ಸೌತೇ ಗಿಡ ೨.

ಇಕ್ಷ್ವಾಕುಃ ಕಟುತುಂಬೀ (ಸ್ಯಾತ್) *a* ತುಂಬ್ಯಲಾಬೂ (ರುಭೇಸಮೇ) *b*
ಚಿತ್ರಾ ಗವಾಕ್ಷೀ ಗೋತುಂಬಾ *c* ವಿಶಾಲ್ಯಾತ್ವಿಂದ್ರವಾರುಣೀ *d* ॥ ॥೧೦೨॥
ಅರ್ಶೋಘ್ನಃ ಸೂರಣಃ ಕಂದೋ *e* ಗಂಡೀರ(ಸ್ತು) ಸಮಷ್ಠಿಲಾ *f* ।
ಕಲಂಬ್ಯುಪೋದಿಕಾ (ಸ್ತ್ರೀತು) ಮೂಲಕಂ ಹಿಲಮೋಚಿಕಾ ॥ ॥೧೦೩॥
ವಾಸ್ತುಕಂ (ಶಾಕಭೇದಾಃಸ್ಯುಃ) *g* ದೂರ್ವಾ(ತು) ಶತಪರ್ವಿಕಾ ।
ಸಹಸ್ರವೀರ್ಯಾ ಭಾರ್ಗವ್ಯೌ ರುಹಾನಂತಾ *h* (ಥಸಾಸಿತಾ) ॥ ॥೧೦೪॥
ಗೋಲೋಮೀ ಶತವೀರ್ಯಾಚ *i* ಗಂಡಾಲೀ ಶಕುಲಾಕ್ಷಕಃ *j* ।
ಕುರುವಿಂದೋ ಮೇಘನಾಮಾ ಮುಸ್ತಾಮುಸ್ತಕ (ಮಸ್ತ್ರಿಯಾಂ) *k* ॥೧೦೫॥
(ಸ್ಯಾದ್)ಭದ್ರ ಮುಸ್ತಕೋ ಗುಂದ್ರಾ *l* ಚೂಡಾಲಾ ಚಕ್ರಲೋಚ್ಚಟಾಃ *m* ।
ವಂಶೇ ತ್ವಕ್ಸಾರ ಕರ್ಮಾರ ತ್ವಚಿಸಾರ ತೃಣಧ್ವಜಾಃ ॥ ॥೧೦೬॥
ಶತಪರ್ವಾ ಯವಫಲೋ ವೇಣು ಮಸ್ಕರ ತೇಜಸಃ *n* ।
(ವೇಣವಃ) ಕೀಚಕಾ (ಸ್ತೇಸ್ಯುರ್ಯೇಸ್ವನಂತ್ಯನಿಲೋದ್ಧತಾಃ) *o* ॥ ॥೧೦೭॥
ಗ್ರಂಥಿ(ರ್ನಾ) ಪರ್ವ ಪರುಷೀ *p* ಗುಂದ್ರ(ಸ್ತೇ)ಜನಕಶ್ಶರಃ *q* ।
ನಡ(ಸ್ತು)ಧಮನಃ ಪೋಟಗಳೋ *r* (ಥೋ)ಕಾಶ (ಮಸ್ತ್ರಿಯಾಂ) ॥ ॥೧೦೮॥
ಇಕ್ಷುಗಂಧಾ ಪೋಟಗಳಃ *s* (ಪುಂಸಿಭೂಮನಿತು) ಬಲ್ವಜಾಃ *t* ।

---

a 2, The bottle gourd (*lagenaria vulgaris*) *b* 2, A sweet gourd. *c* 3, The plant *bryonia callosa.* *d* 2, The colocynth plant (*citrullus colocynthus.*) *e* 3, Any bulbous esculent root. *f* 2, A medicinal plant, *solanum speciosum.* *g* 1, A creeping annual purslane (*basella alba.*) 1, *Basella lucida.* 1, The radish (*raphanus sativa.*) 1, A kind of pot herb. 1, A pot herb (*chenopodium album.*) *h* 6, The grass *panicum dactylon.* *i* 2, The same with a white blossom. *j* 2, A creeping kind. *k* 4, A fragrant grass (*cyperus rotundus.*) *l* 2, A kind of the same. *m* 3, A knotty kind. *n* 10, A hollow kind of bamboo. *o* 1, The hollow sound of the wind passing through bamboos. *p* 3, The joints or knots in a bamboo stem. *q* 3, A kind of reed. *r* 3, Another kind. *s* 3, The grass *saccharum sara.* *t* 1, The grass *saccharum cylindricum.*

[a] ಹುಚ್ಚು ಸೋರೇಗಿಡ ೨. [b] ಸಿಹಿಸೋರೇಗಿಡ ೨. [c] ಹೆಮುಕ್ಕರ ಹೆಸರು ೩. [d] ಹಾವುಮೆಕ್ಕೇಗಿಡ, ಪಾಪಟೆಗಿಡವೆಂನುವರು ೨. [e] ಚೂರ್ಣದ ಗಡ್ಡೆ ೩. [f] ಆಂಧ್ರದಲ್ಲಿಯೇರು ಪಂಗ, ದಾನಂಡಿವಾಡೀ ದೇಶದಲ್ಲಿ ಇವರ ಕಾಯಿಗಳು ಮೋತೋ ಯೆಂಬದಾಗಿ ಪಕ್ವಗಳ ಹುಣ್ಣಿಗೆ ಕಟ್ಟುವರು ೨. [g] ಬಸಳೆ ಬಚ್ಚಲಿ ಸೊಪ್ಪು, ಕಾವುಬಚ್ಚಲಿ, ಮೂಲಂಗಿ, ಚಕ್ರವರ್ತೀಸೊಪ್ಪು ಅಂತು ೫ ವಿಧ. [h] ಗರಿಕೇ ಹುಲ್ಲು ೬. [i] ಬಿಳೀಗರಿಕೇಹುಲ್ಲು ೨. [j] ಬಿಳಿಗರಿಕೆ ಅನ್ನುವರು ೨. [k] ನೀಳವಾದ ತುಂಗೆಗಡ್ಡೆ ೪. [l] ಕೆಂಪು ಛಾಯೇ ಭದ್ರಮುಸ್ತೆಗಳು ೨. [m] ಒಂದು ಗಡ್ಡೆಯೊಳಗೆ ಅನೇಕ ಮೋತೆಗಳುಳ್ಳ ಗಂಟೆ ಮುಸ್ತೆಗಳು ೩. [n] ಬಿದುರು ೧೦. [o] ಗಾಳಿಯಿಂದ ಹೊಡೆಯಲ್ಪಟ್ಟು ಕೂಗುತ್ತಿರುವ ಬಿದರು ೧. [p] ಬಿದರು ಗೆಣ್ಣುಗಳು ೩. [q] ಕಾಗಿ ಬಿದರು ೩. [r] ದೇವನಾಳದ ಗಡ್ಡೆ ೩. [s] ಜಂಬು ಹುಲ್ಲು ೩. [t] ನಾನಾ ಬಗೆ ಸಣ್ಣ ಹುಲ್ಲು ೧.

ರಸಾಲ ಇಕ್ಷು *a* (ಸ್ತದ್ಭೇದಾಃ) ಪುಂಡ್ರಕಾಂತಾರಕಾದಯಃ *b* || ||೨೦೯||
(ಸ್ಯಾ)ದ್ವೀರಣಂ ವೀರತರಂ *c* (ಮೂಲೇಽಸ್ಯೋ) ಶೀರ(ಮಸ್ತ್ರಿಯಾಂ) |
ಅಭಯಂ ನಲದಂ ಸೇವ್ಯಮಮೃಣಾಲಂ ಜಲಾಶಯಂ || ||೨೧೦||
ಲಾಮಜ್ಜಕಂ ಲಘುಲಯಮವದಾಹೇಷ್ಟಕಾಪಥೇ *d* |
(ನಡಾದಯ)ಸ್ತೃಣಂ (ಗರ್ಮುಚ್ಛ್ಯಾಮಾಕ ಪ್ರಮುಖಾ ಅಪಿ) *e* || ||೨೧೧||
(ಅಸ್ತ್ರೀ)ಕುಶಂ ಕುಥೋ ದರ್ಭಃ ಪವಿತ್ರ *f* (ಮಥ) ಕತ್ತೃಣಂ |
ಪೌರ ಸೌಗಂಧಿಕ ಧ್ಯಾಮ ದೇವ ಜಗ್ಧ ಕರೌಹಿಷಂ *g* || ||೨೧೨||
ಛತ್ರಾತಿಛತ್ರ ಪಾಲಘ್ನೌ *h* ಮಾಲಾತೃಣಕ ಭೂಸ್ತೃಣೇ *i* |
ಶಷ್ಪಂ ಬಾಲ ತೃಣಂ *j* ಘಾಸೋ ಯವಸ *k* ಸ್ತೃಣಮರ್ಜುನಂ *l* || ||೨೧೩||
(ತೃಣಾನಾಂ ಸಂಹತಿ) ಸ್ತೃಣ್ಯಾ *m* ನಡ್ಯಾತು (ನಡಸಂಹತಿಃ *n* |
ತೃಣರಾಜಾಹ್ವಯಸ್ತಾಲೋ *o* ನಾಳಿಕೇರಸ್ತು ಲಾಂಗಲೀ *p* || ||೨೧೪||
ಘೋಂಟಾ(ತು) ಪೂಗಃ ಕ್ರಮುಕೋ ಗುವಾಕಃ ಖಪುರೋ *q* (ಸ್ಯತು |
ಫಲ)ಮುದ್ವೇಗ *r* (ಮೇತೇಚಹಿಂತಾಲಸಹಿತಾ ಸ್ತ್ರಯಃ) || ||೨೧೫||
ಖರ್ಜೂರಃ ಕೇತಕೀ ತಾಳೀ ಖರ್ಜೂರೀ (ಚ)ತೃಣದ್ರುಮಾಃ *s* ||

|| ಇತಿ ವನೌಷಧಿ ವರ್ಗಃ ||

---

a 2, The sugar cane (*saccharum officinarum.*) *b* 3, The white sugar cane. *c* 2, A grass used for thatching (*andropogon muricatum.*) *d* 10, Kus-kus (*andropogon.*) *e* 1, Grass, or any gramineous plant. *f* 4, Sacrificial grass (*poa cynosuroides.*) *g* 6, Spice grass (*andropogon schœnanthus.*) *h* 3, A mushroom. *i* 2, A fragrant grass. *j* 2, Young grass. *k* 2, Fodder grass. *l* 2, Mixed grass. *m* 1, A bundle of grass. *n* 1, A bundle of reeds. *o* 2, The palmyra palm (*borassus flabelliformis.*) *p* 2, The cocoa-nut palm (*cocos nucifera.*) *q* 5, The areca palm (*areca catechu*) *r* 1, The areca nut. *s* 1, The marshy date tree—1, the date tree *phœnix sylvestris*—1, the tree *pandanus odoratissimus*—1, *The tree corypha taliera, Rox.*—1, the toddy date tree.

a ಕಬ್ಬಿನ ಹೆಸರು ೨. *b* ರಸ್ತಾಳೆ ಮುಂತಾದ್ದು ೩. *c* ಮರಕಬ್ಬು, ಲಾಳೀ ಕಡ್ಡಿ ೨. *d* ಕಬ್ಬಿನ ಸೋಗೆ, ಸೊನಂಗೀ ೧೦. *e* ನಡಶಬ್ದ ಮೊದಲುಗೊಂಡು ಇದುವರಿವಿಗೂ ಹೇಳಲ್ಪಟ್ಟ ಶಬ್ದಗಳ ಅರ್ಥಗಳೂ ನವಣೇ ಮತ್ತು ಸಾವೆ ಮುಂತಾದ ಧಾನ್ಯ ವಾಚಕಗಳೆಲ್ಲವೂ ತೃಣ ಶಬ್ದವಾಚ್ಯವು. *f* ದರ್ಭೆ ಹುಲ್ಲು ೪. *g* ಕಾಚೀ ಹುಲ್ಲು ೬. *h* ಛತ್ರಾಕಾರವಾದ ಹುಲ್ಲು ೩. *i* ಮಾರವಳೀ ಹುಲ್ಲು, ಚಿಟ್ಟು ಹುಲ್ಲು ೨. *j* ಎಳೇ ಹುಲ್ಲು ೨. *k* ಪಶುಗಳು ತಿನ್ನತಕ್ಕ ಹುಲ್ಲು ೨. *l* ಬೆರಕೇ ಹುಲ್ಲು ೨. *m* ಹುಲ್ಲುವಾಮೆ ೧. *n* ಬರಬುಗಳಲ್ಲಿ ಗುಂಪಾಗಿ ಬೆಳದಿರುವ ಹುಲ್ಲು ೧. *o* ತಾಳೇ ಮರ ೨. *p* ತೆಂಗಿನ ಮರ ೨. *q* ಅಡಿಕೇ ಮರ ೫. *r* ಅಡಿಕೇ ಫಸಲು ೧. *s* ಕಿರತಾಳೇ ಗಿಡ ೧. ನಾರಿಕೇಳ ೧. ಅಡಿಕೆ ೧. ಖರ್ಜೂರ ೧. ಗೇದಿಗೆ ಗಿಡ, ಶ್ರೀತಾಳವಾಲೇ ಗಿಡ ೧. ಈಚಲ ಮರ ೧. ಇವೆಲ್ಲಾ ತೃಣರಾಜ ವೃಕ್ಷಗಳು.

V. SIMHADI VARGA.—ಸಿಂಹಾದಿ ವರ್ಗ.

ಸಿಂಹೋ ಮೃಗೇಂದ್ರಃ ಪಂಚಾಸ್ಯೋ ಹರ್ಯಕ್ಷಃ ಕೇಸರೀ ಹರಿಃ *a* || ||೨೧೬||
ಶಾರ್ದೂಲ ದ್ವೀಪಿನೌ ವ್ಯಾಘ್ರೇ *b* ತರಕ್ಷು(ಸ್ತು) ಮೃಗಾದನಃ *c* |
ವರಾಹಸ್ಸೂಕರೋ ಘೃಷ್ಟಿಃ ಕೋಲಃ ಪೋತ್ರೀ ಕಿರಿಃ ಕಿಟಿಃ || ||೨೧೭||
ದಂಷ್ಟ್ರೀ ಘೋಣೀ ಸ್ತಬ್ಧರೋಮಾ ಕ್ರೋಡೋ ಭೂದಾರ (ಇತ್ಯಪಿ) *d* ||
ಕಪಿ ಪ್ಲವಂಗ ಪ್ಲವಗ ಶಾಖಾಮೃಗ ವಲೀಮುಖಾಃ || ||೨೧೮||
ಮರ್ಕಟೋ ವಾನರಃ ಕೀಶೋ ವನೌಕಾ *e* (ಅಥ) ಭಲ್ಲುಕೇ |
ಋಕ್ಷಾಚ್ಛಭಲ್ಲಭಾಲ್ಲೂಕಾ *f* ಗಂಡಕೇ ಖಡ್ಗಖಡ್ಗಿನೌ *g* || ||೨೧೯||
ಲುಲಾಯೋ ಮಹಿಷೋ ವಾಹ ದ್ವಿಷತ್ಕಾಸರಸೈರಿಭಾಃ *h* |
(ಸ್ತ್ರಿಯಾಂ) ಶಿವಾ ಭೂರಿಮಾಯು ಗೋಮಾಯು ಮೃಗಧೂರ್ತಕಾಃ || ||೨೨೦||
ಸೃಗಾಲ ವಂಚಕ ಕ್ರೋಷ್ಟೃ ಫೇರು ಫೇರವ ಜಂಬುಕಾಃ *i* |
ಓತುರ್ಬಿಡಾಲೋ ಮಾರ್ಜಾರಃ ವೃಷದಂಶಕ ಆಖುಭುಕ್ *j* || ||೨೨೧||
(ತ್ರಯೋ) ಗೌಧೇರ ಗೌಧಾರ ಗೌಧೇಯಾ (ಗೋಧಿಕಾತ್ಮಜೇ) *k* |
ಶ್ವಾವಿತ್ತು ಶಲ್ಯಃ *l* (ಸ್ತಲ್ಲೋಮ್ನಿ) ಶಲಲೀ ಶಲಲಂ ಶಲಂ *m* || ||೨೨೨||
ವಾತಪ್ರಮೀ ರ್ವಾತಮೃಗಃ *n* ಕೋಕಸ್ತ್ವೀಹಾಮೃಗೋ ವೃಕಃ *o* |
ಮೃಗೇ ಕುರಂಗ ವಾತಾಯು ಹರಿಣಾ ಜಿನಯೋನಯಃ *p* || ||೨೨೩||
ಏಣೀಯ (ಮೇಣ್ಯಾಕ್ಷ್ಯ ವರ್ಣಾದ್ಯ) ಮೇಣ) ಸ್ತ್ರೈಣ (ಮುಭೇತ್ರಿಷು) *q* |
ಕದಲೀ ಕಂದಲೀ ಚೀನಶ್ಚಮೂರು ಪ್ರಿಯಕಾವಪಿ || ||೨೨೪||
ಸಮೂರು (ಶ್ಚೇತಿಹರಿಣಾ ಅಮೀ ಅಜಿನಯೋನಯಃ) *r* |

---

a 6, Lion. *b* 3, Tiger. *c* 2, Hyena. *d* 12, Boar. *e* 9, Monkey. *f* 4, Bear. *g* 3, Rhinoceros. *h* 5, Male buffalo. 10, Jackal. *j* 5, Cat. *k* 3, Iguana. *l* 2, Porcupine. *m* 3, Quills of the porcupine. *n* 2, A swift antelope. *o* 3, Wolf. *p* 5, Deer. *q* Any product—1, of the she-antelope; 1, of the he-antelope, (as flesh, skin, horns &c.) *r* 6, Various kinds of deer.

a ಸಿಂಹ ೬. *b* ದೊಡ್ಡ ಹುಲಿ ೩. *c* ಕಿವಂಗಿ ೨. *d* ಕಾಡು ಹಂದಿ ೧೨. *e* ಕೋತಿ ೯. *f* ಕರಡಿ ೪. *g* ಖಡ್ಗ ಮೃಗ ೩. *h* ಕಾಡು ಕೋಣ ೫. *i* ನರಿ ೧೦. *j* ಬೆಕ್ಕು ೫. *k* ಉಡವೆ, ಉಡ ೩. *l* ಮುಳ್ಳು ಹಂದಿ ೨. *m* ಮುಳ್ಳು ಹಂದಿಯ ಕೂದಲು, ವರಾಹ ಕಟ್ಟು ೩. *n* ವಾಯು ಮೃಗ, ಗಾಳಿಗೆ ಯೆದುರಾಗಿ ನಡಿಯುವ ಸ್ವಭಾವವುಳ್ಳ ಹುಲ್ಲೆಯೆಂಬುವ ಮೃಗ ೨. *o* ತೋಳ ೩. *p* ಜಿಂಕೆ ೫. *q* ಹೆಣ್ಣು ಹುಲ್ಲೆ ಕರದ ಚರ್ಮ ಮುಂತಾದವು ೧. ಗಂಡು ಜಿಂಕೆಯ ಕೃಷ್ಣಾಜಿನ ಕೊಂಬು ಮುಂತಾದ್ದು ೧. *r* ದೊಡ್ಡ ಹೊಟ್ಟೆ ಕಪ್ಪಾದ ಮುಂಗಾಲುಗಳುಳ್ಳ ಕಡಹ ೧. ಹಕ್ಕಿ ಬಣ್ಣವಾಗಿ ೩೦ ಅಂಗುಲುದ್ದವಿರುವ ದುಪ್ಪೀ ೧. ಬಾಲವಿಲ್ಲದ ಕಡಹ ೧. ತುಂಬಾ ಬೆಳೆದಿರುವ ಕೆಂಪು ಕೂದಲುವುಳ್ಳ ಹುಲ್ಲೆ ೧. ಬಿಳೀ ಕೂದಲುವುಳ್ಳ ತೋರವಾದ ಕತ್ತಿನಿಂದೊಡಗೂಡಿದ ದುಪ್ಪಿಯಂಥಾ ಮೃಗ. ೧.

ಕೃಷ್ಣಸಾರ ರುರು ನ್ಯಂಕು ರಂಕು ಶಂಬರ ರೌಹಿಷಾಃ || ||೧೦೫||
ಗೋಕರ್ಣ ಪೃಷತೈಣರ್ಶ್ಯ ರೋಹಿತಾಶ್ಚಮರೋ (ಮೃಗಾಃ) *a* |
ಗಂಧರ್ವಶ್ಶರಭೋ ರಾಮಸ್ಸೃಮರೋ ಗವಯಶ್ಶಶಃ *b* || ||೧೦೬||
(ಇತ್ಯಾದಯೋಮೃಗೇಂದ್ರಾದ್ಯಾ ಗವಾದ್ಯಾಃ) ಪಶು (ಜಾತಯಃ) *c* |
ಉಂದುರುರ್ಮೂಷಿಕೋಪ್ಯಾಖುಃ *d* ಗಿರಿಕಾ ಬಾಲಮೂಷಿಕಾ *e* || ||೧೦೭||
ಚುಂಚುಂದರೀ ಗಂಧಮೂಷೀ *f* ದೀರ್ಘದೇಹೀ ತುಮೂಷಿಕಾ *g* |
ಸರಟಃ ಕೃಕಲಾಸಸ್ಸ್ಯಾತ್ *h* ನ್ಮುಸಲೀ ಗೃಹಗೋಧಿಕಾ *i* || ||೧೦೮||
ಲೂತಾಸ್ತ್ರೀ ತಂತುವಾಯೋರ್ಣನಾಭ ಮರ್ಕಟಕಾ (ಸ್ಸಮಾಃ) *j* ||
ನೀಲಂಗು(ಸ್ತು) ಕ್ರಿಮಿಃ *k* ಕರ್ಣಜಲೂಕಾ ಶತಪದ್ಯುಭೇ *l* || ||೧೦೯||
ವೃಶ್ಚಿಕಶ್ಶೂಕಕೀಟಸ್ಸ್ಯಾತ್ *m* ಅಲಿದ್ರೋಣೌತು ವೃಶ್ಚಿಕೇ *n* |
ಪಾರಾವತಃ ಕಲರವಃ ಕಪೋತೋಥ *o* ಶಶಾದನಃ || ||೧೧೦||

---

a 11, Varieties of antelope or deer. *b* 1, A kind of spotted deer; 1, a fabulous animal with eight legs and stronger than the lion, a gryphon 1, a large deer; 1, a large kind of the Tartary ox (*bos grunniens;*) 1, a wild ox (*bos gavæus;*) 1, a hare or rabbit. *c* 1, Beast. *d* 3, Rat. *e* 2, Mouse. *f* 2, A kind of mouse. *g* 2, Bandicoot or pig-rat (*mus giganteus.*) *h* 2, The gecko (*lacerta gecko.*) *i* 2, House-lizard. *j* 4, Spider. *k* 2, Insect, worm, animalcule. *l* 2, Centipede. *m* 2, Scorpion. *n* 3, Red scorpion. *o* 3, Dove or pigeon.

a ಕರೀ ಗಂಡು ಜಿಂಕೆ ೧. ಕರೀ ಮಚ್ಚೆಗಳುಳ್ಳ ದುಪ್ಪಿ ೧. ತಲೆ ಬಾಗಿ ನಡೆಯುವ ಗಂಡು ಜಿಂಕೆ ೧. ಬಿಳೀ ಕೂದಲು ಬಹಳವಾಗಿರುವ ಹುಲ್ಲೆ ೧. ಕೆಂಪು ಬಣ್ಣದ ಹುಲ್ಲೆ ಹೋರಿ, ಸಾರಗ ೧. ಬೆಟ್ಟ ಕುರಿ, ಬೆಟ್ಟ ಹುಲ್ಲೆ ೧. ಚುಕ್ಕೆ ದುಪ್ಪಿ ೧. ವಿಶಾಲವಾದ ಕಣ್ಣುಗಳುಳ್ಳ ಕರೀ ಹುಲ್ಲೇಗರ ೧. ಗಂಡು ಮುಶ್ರಿ ೧. ಚೌರೀ ಬಾಲದ ಮೃಗ ೨. *b* ಕತ್ತೆ ಕಿರುಬ ೧. ಎಂಟು ಕಾಲುಗಳಿಂದಲೂ ಎರಡು ಮುಖಗಳಿಂದಲೂ ಉಗ್ರವಾಗಿರುವ ಸಿಂಹನಾಶಕ ಮೃಗ ೧. ಹಿರಿಯ ದುಪ್ಪಿ, ವಿಷಹರ ಮೃಗ ೧. ದೊಡ್ಡ ಚೌರೀ ಮೃಗ ೧. ಮೊಲ ೧. *c* ಇವೇ ಮೊದಲಾಗಿವುಳ್ಳ ಗಂಧರ್ವಾದಿ ಶಬ್ದಗಳಿಗೂ, ಹೇಳಲ್ಪಟ್ಟ ಸಿಂಹಾದಿ ಶಬ್ದಗಳಿಗೂ ಮುಂದೆ ವೈಶ್ಯ ವರ್ಗದಲ್ಲಿ ಹೇಳಲ್ಪಡುವ ಗವಾದಿ ಶಬ್ದಗಳಿಗೂ ಸಹಾ ಭೂಮಿಯಲ್ಲಿ ಮನುಷ್ಯರ ಹಾಗೆ ಯೋನಿಜಗಳಾದ ಬುದ್ಧಿ ಶಕ್ತಿಯಿಲ್ಲದ ಪಶು ಜಾತಿಗಳೆಂಬ ಹೆಸರು ೧. *d* ಇಲೀ ೩. *e* ಚಿಟ್ಟಲೀ ೨. *f* ಚುಂಚಿಲೀ ೨. *g* ಹೆಗ್ಗಣ ೨. *h* ತೊಂಡೆ, ತೊಂಡೆಕ್ಯಾತ, ಹಾವು ರಾಣಿ ೨. *i* ಹಲ್ಲೀ, ಗೌಳಿ ೨. *j* ಜೇಡ ಹುಳ ೪. *k* ಚೇಡೆ ಮುಂತಾದ ನಾನಾ ಬಗೆ ಹುಳುವು ೨. *l* ಜರ್ರಿ ೨. *m* ಕಣಜದ ಹುಳ, ಚೇಳು ೨. *n* ಕೆಂಪು ಚೇಳು ೩. ಎಲ್ಲಾ ಬಗೆ ಚೇಳಿಗೂ ಹೆಸರು *o* ಪಾರಿವಾಣದ ಹಕ್ಕಿ ೩.

ಪತ್ರೀ ಶ್ಯೇನ *a* ಉಲೂಕಸ್ತು ವಾಯಸಾರಾತಿಪೇಚಕೌ *b* ।
ವ್ಯಾಘ್ರಾಟ(ಸ್ತು) ಭರದ್ವಾಜಃ *c* ಖಂಜರೀಟ(ಸ್ತು)ಖಂಜನಃ *d* ॥ ॥೨೩೧॥
ಲೋಹಪೃಷ್ಠಸ್ತು ಕಂಕಸ್ಸ್ಯಾತ್ *e* (ಅಥ) ಚಾಷಃ ಕಿಕೀದಿವಿಃ *f* ।
ಕಲಿಂಗ ಭೃಂಗ ಧೂಮ್ಯಾಟಾ *g* (ಅಥಸ್ಯಾತ್) ಛತ್ರಪತ್ರಕಃ ॥ ॥೨೩೨॥
ದಾರ್ವಾಘಾಟೋ *h* ಥಸಾರಂಗಸ್ತೋಕಕಶ್ಚಾತಕ (ಸ್ಸಮಾಃ) *i* ।
ಕೃಕವಾಕುಸ್ತಾಮ್ರಚೂಡಃ ಕುಕ್ಕುಟಶ್ಚರಣಾಯುಧಃ *j* ॥ ॥೨೩೩॥
ಚಟಕಃ ಕಲವಿಂಕಸ್ಸ್ಯಾತ್ (ತಸ್ಯಸ್ತ್ರೀ) ಚಟಕಾ(ತಯೋಃ)
(ಪುಮಪತ್ಯೇ) ಚಾಟಕೈರ (ಸ್ತ್ರ್ಯಪತ್ಯೇ) ಚಟಕೈ (ವಚ) *k* ॥ ॥೨೩೪॥
ಕರ್ಕರೇಟುಃ ಕರೇಟುಸ್ಸ್ಯಾತ್ *l* ಕೃಕಣಕ್ರಕರೌ (ಸಮೌ) *m* ।
ವನಪ್ರಿಯಃ ಪರಭೃತಃ ಕೋಕಿಲಃಪಿಕ (ಇತ್ಯಪಿ) *n* ॥ ॥೨೩೫॥
ಕಾಕೇತು ಕರಟಾರಿಷ್ಟ ಬಲಿಪುಷ್ಟ ಸಕೃತ್ಪ್ರಜಾಃ ।
ಧ್ವಾಂಕ್ಷಾತ್ಮಘೋಷ ಪರಭೃದ್ಬಲಿಭುಗ್ವಾಯಸಾ (ಅಪಿ) ॥ ॥೨೩೬॥
ಚಿರಂಜೀವೀ ಚೈಕದೃಷ್ಟಿರ್ಮೌಕಲಿಃ ಪಿಕವರ್ಧನಃ *o* ।
ದ್ರೋಣಕಾಕಸ್ತು ಕಾಕೋಲೋ *p* ದಾತ್ಯೂಹಃ ಕಾಲಕಂಠಕಃ *q* ॥ ॥೨೩೭॥
ಆತಾಯಿ ಚಿಲ್ಲೌ *r* ದಾಕ್ಷಾಯ್ಯ ಗೃಧ್ರೌ *s* ಕೀರ ಶುಕೌ(ಸಮೌ) *t* ।
ಕ್ರುಙ್ಕ್ರೌಂಚೋ *u* (ಥ) ಬಕಃ ಕಹ್ವಃ *v* ಪುಷ್ಕರಾಹ್ವ(ಸ್ತು)ಸಾರಸಃ *w* ॥೨೩೮॥

---

a 3, Hawk or falcon. *b* 3, Owl. *c* 2, A black long-tailed bird, the king-crow. *d* 2, Wag-tail. *e* 2, Heron. *f* 2, Jay. *g* 3, The fork-tailed shrike (*lanius cœrulescens*) *h* 2, Wood pecker. *i* 3, The chátaka bird (*cuculus melanoleucus*) *j* 4, A cock, a fowl in general. *k* 2, Cock-sparrow; 1, hen-sparrow 1, young cock-sparrow 1, young hen-sparrow. *l* 2, Crane. *m* 2, A kind of partridge (*perdix sylvatica.*) *n* 4, The Indian cuckoo (*cuculus indicus.*) *o* 14, Crow. *p* 2, Raven. *q* 2, Gallinule, water-hen, or coot. *r* 2, Wild turkey. *s* 2, Kite. *t* 2, Parrot. *u* 2, A kind of heron or curlew. *v* 2, A kind of crane (*ardea nivea*) or perhaps the booby, a kind of pelican. *w* 2, The Indian crane or cyrus (*ardea sibirica.*)

a ಗಿಡುಗನ ಹಕ್ಕಿ ೩. *b* ಗೂಬೆ ೩. *c* ಭರದ್ವಾಜ ಹಕ್ಕಿ ೨. *d* ಗೀಜಾಗ ಹಕ್ಕಿ ೨. *e* ಕಬ್ಬಾರೆ ಹದ್ದು ೨. *f* ಹಂಗನ ಹಕ್ಕಿ, ಶಕುನದ ಹಕ್ಕಿ ೨. *g* ಕುಕ್ಕುಟಿಯೆಂಬ ಹಕ್ಕಿ ೩. *h* ಮರಗುಟಕನ ಹಕ್ಕಿ ೨. *i* ಚಾತಕ ಪಕ್ಷಿ ೩. *j* ಕೋಳಿ ೪. *k* ಗಂಡು ಗುಬ್ಬಚ್ಚಿ ೨. ಹೆಣ್ಣು ಗುಬ್ಬಚ್ಚಿ ೧. ಗಂಡು ಗುಬ್ಬಚ್ಚಿ ಪಿಳ್ಳೆ ೨. ಹೆಣ್ಣು ಗುಬ್ಬಚ್ಚಿ ಪಿಳ್ಳೆ ೧. *l* ಕೊಕ್ಕರೇ ೨. *m* ಕಬ್ಬಕ್ಕಿ, ಕಾಡು ಕೋಳಿ, ಕಾಡು ಬಕ ೨. *n* ಕೋಗಿಲೆ ೪. *o* ಕಾಗೆಗಳು ೧೪. *p* ಮುವಿ ಕಾಗೆ ೨. *q* ಭರತ ಪಕ್ಷಿ, ಕೆಲವರು ನೀರು ಕಾಗೆಯನ್ನುವರು ೨. *r* ಮುಂಡ ಮುಳಕನ ಹಕ್ಕಿ, ಕೆಂಪು ಕಾಗೆ, ಚಿಪಟೇ ಹಕ್ಕಿಯೆಂದು ಸಹಾ ಅನ್ನುವರು ೨. *s* ಹದ್ದುಗಳು ೨. *t* ಗಿಳಿಗಳು ೨. *u* ಕೊಕ್ಕರೆ ೨. *v* ದೊಡ್ಡ ಕೊಕರೆ ೨. *w* ಸಾರಸ ಹಕ್ಕಿ, ನೀರು ಹಕ್ಕಿ ೨.

ಕೋಕಶ್ಚಕ್ರಶ್ಚಕ್ರವಾಕೋ ರಥಾಂಗಾಹ್ವಯನಾಮಕಃ *a* ।
ಕಾದಂಬಃ ಕಲಹಂಸಸ್ಸ್ಯಾತ್ *b* ಉತ್ಕ್ರೋಶ ಕುರರೌ (ಸಮೌ) *c* ॥ ॥೨೩೯॥
ಹಂಸಾಸ್ತು ಶ್ವೇತಗರುತಶ್ಚಕ್ರಾಂಗಾ ಮಾನಸೌಕಸಃ *d* ।
ರಾಜಹಂಸಾಃ (ಸ್ತು ತೇ ಚಂಚು ಚರಣೈರ್ಲೋಹಿತೈಸ್ಸಿತಾಃ) *e* ॥ ॥೨೪೦॥
(ಮಲಿನೈ) ರ್ಮಲ್ಲಿಕಾಖ್ಯಾಸ್ತೇ *f* ಧಾರ್ತರಾಷ್ಟ್ರಾಃ (ಸ್ಸಿತೇತರೈಃ) *g* ।
ಶರಾರಿರಾಟಿ ರಾತಿಶ್ಚ *h* ಬಲಾಕಾ ಬಿಸಕಂಠಿಕಾ *i* ॥ ॥೨೪೧॥
(ಹಂಸಸ್ಯಯೋಷಿ) ದ್ವರಟಾ *j* (ಸಾರಸಸ್ಯತು) ಲಕ್ಷ್ಮಣಾ *k* ।
ಜತುಕಾಜಿನಪತ್ರಾ (ಸ್ಯಾ) *l* ತ್ಪರೋಷ್ಣೀ ತೈಲಪಾಯಿಕಾ *m* ॥ ॥೨೪೨॥
ವರ್ವಣಾ ಮಕ್ಷಿಕಾ (ನೀಲಾ) *n* ಸರಘಾ ಮಧುಮಕ್ಷಿಕಾ *o* ।
ಪತಂಗಿಕಾಪುತ್ತಿಕಾ (ಸ್ಯಾ) *p* ದ್ದಂಶಸ್ತು ವನಮಕ್ಷಿಕಾ *q* ॥ ॥೨೪೩॥
ದಂಶೀ (ತಜ್ಜಾತಿರಲ್ಪಾಸ್ಯಾ) *r* ದ್ಗಂಧೋಲೀ ವರಟಾ (ದ್ವಯೋಃ) *s* ।
ಭೃಂಗಾರೀ ಚೀರುಕಾ ಚೀರೀ ಝಿಲ್ಲಿಕಾ ಚ (ಸಮಾ ಇಮಾಃ) *t* ॥ ॥೨೪೪॥
(ಸಮೌ) ಪತಂಗ ಶಲಭೌ *u* ಖದ್ಯೋತೋ ಜ್ಯೋತಿರಿಂಗಣಃ *v* ।
ಮಧುವ್ರತೋ ಮಧುಕರೋ ಮಧುಲಿಣ್ಮಧುಪಾಲಿನಃ ॥ ॥೨೪೫॥
ದ್ವಿರೇಫ ಪುಷ್ಪಲಿಡ್ಭೃಂಗ ಷಟ್ಪದ ಭ್ರಮರಾಲಯಃ ।

---

a 4, The ruddy goose (*anas casarca.*) *b* 2, A kind of duck or goose, perhaps the teal or drake. *c* 2, Osprey. *d* 4, A goose, gander, swan, phœnicopterus. *e* A white goose with red legs and bill, a flamingo. *f* 1, A gannet, or kind of goose with brown legs and bill. *g* 1, A sort of goose with black legs and bill. *h* 3, The bird *turdus ginginianus.* *i* 2, A kind of crane or curlew. *j* 1, A female swan. *k* 1, The female of the Indian crane. *l* 2, A cricket or cicada. *m* 2, A cockroach. *n* 2, A fly. *o* 2, Honey-bee. *p* 2, A kind of bee. *q* 2, A gadfly. *r* 1, Another kind. *s* 2, Wasp. *t* 4, A kind of cricket. *u* 2, A small grass hopper. *v* 2, A fire-fly.

[a] ಚಕ್ರವಾಕ ಪಕ್ಷಿ, ಕೋಕಿಲ ಹಕ್ಕಿ ೪. [b] ಧೂಮ್ರ ವರ್ಣಗಳಾದ ಕಾಲುಗಳೂ ಮೂಗೂವುಳ್ಳ ಹಂಸ ಪಕ್ಷಿ ೨. [c] ಕುರವ ಹಕ್ಕಿ ೨. [d] ಸಾಮಾನ್ಯವಾಗಿ ಹಂಸ ಪಕ್ಷಿಗಳು ೪. [e] ಕೆಂಪಾದ ಕಾಲುಗಳೂ ಮೂಗೂವುಳ್ಳ ಬಿಳೀ ಹಂಸೆ ೧. [f] ಮಲಿನವಾದ ಕಾಲೂ ಮೂಗೂವುಳ್ಳ ಬಿಳೀ ಹಂಸ ಪಕ್ಷಿ ೧. [g] ಕಪ್ಪಾದ ಮೂಗೂ ಕಾಲಡಿಗಳೂವುಳ್ಳ ಬಿಳೀ ಹಂಸ ಪಕ್ಷಿ ೧. [h] ಸರಕಾಟದ ಹಕ್ಕಿ ೩. [i] ಕೊರಳು ವುದ್ದವಾಗಿಯೂ ಬಿಳಪಾಗಿರುವ ದೊಡ್ಡ ಹಕ್ಕಿ ೨. [j] ಹಂಸ ಪಕ್ಷಿ ಹೆಂಡತಿ, ಹೆಣ್ಣಾಂಚೆ ೧. [k] ಹೆಣ್ಣು ಜಲ ಪಕ್ಷಿ ೧. [l] ಕಬಟೆ ಹಕ್ಕಿ, ಕತ್ತಲ ಹಕ್ಕಿ, ಜಿಗಟೆ ೨. [m] ಹೊಡೆಪಾಗ ೨. [n] ಕರೀ ನೊಣ ೨. [o] ಜೇನು ನೊಣ ೨. [p] ಹೆಣ್ಣು ಪತಂಗದ ಹುಳ ೨. [q] ಕಾಡು ನೊಣ ೨. [r] ಚಿಕ್ಕ ಕಾಡು ನೊಣ, ಕಾಡು ಸೊಳ್ಳೆ ೧. [s] ಕೆಂಪು ತುಂಬಿ, ಕಣಜದ ಹುಳ ೨. [t] ರೆಕ್ಕೆಗಳುಳ್ಳ ಯಿರುವೆಗಳು ೪. [u] ಪತಂಗದ ಹುಳ, ಮಿಡಿತೆಗೂ ಹೆಸರು ೨. [v] ಕತ್ತಲೆಯಲ್ಲಿ ದೀಪದ ಹಾಗೆ ಹೊಳೆಯುವ ಮಿಣುಕು ೨.

ಇಂದಿಂದಿರಶ್ಚಂಚರೀಕೋ ರೋಲಂಬೋ ಬಂಭರ (ಶ್ಚಸಃ) *a* || ||೨೪೬||
ಮಯೂರೋ ಬರ್ಹಿಣೋ ಬರ್ಹೀ ನೀಲಕಂಠೋ ಭುಜಂಗಭುಕ್ ।
ಶಿಖಾವಳಶ್ಶಿಖೀ ಕೇಕೀ ಮೇಘನಾದಾನುಲಾಸ್ಯ (ಪಿ) *b* || ||೨೪೭||
ಕೇಕಾ (ವಾಣೀ ಮಯೂರಸ್ಯ) *c* (ಸಮೌ) ಚಂದ್ರಕ ಮೇಚಕೌ *d* ।
ಶಿಖಾ ಚೂಡಾ *e* ಶಿಖಂಡಸ್ತು ಪಿಂಛಬರ್ಹೇ (ನಪುಂಸಕೇ) *f* || ||೨೪೮||
ಖಗವಿಹಂಗ ವಿಹಗ ವಿಹಂಗಮ ವಿಹಾಯಸಃ ।
ಶಕುಂತ ಪಕ್ಷಿ ಶಕುನಿ ಶಕುಂತ ಶಕುನ ದ್ವಿಜಾಃ || ||೨೪೯||
ಪತತ್ರಿ ಪತ್ರಿ ಪತಗ ಪತತ್ಪತ್ರ ರಥಾಂಡಜಾಃ ।
ನಗೌಕೋವಾಜಿ ವಿಕಿರ ವಿವಿಷ್ಕಿರ ಪತತ್ರಯಃ || ||೨೫೦||
ನೀಡೋದ್ಭವಾ ಗರುತ್ಮಂತಃ ಪಿತ್ಸಂತೋ ನಭಸಂಗಮಾಃ *g* ।
(ತೇಷಾಂವಿಶೇಷಾ) ಹಾರೀತೋ ಮದ್ಗುಃ ಕಾರಂಡವಃ ಪ್ಲವಃ || ||೨೫೧||
ತಿತ್ತಿರಿಃ ಕುಕ್ಕುಭೋ ಲಾವೋ ಜೀವಂಜೀವ ಚಕೋರಕಃ ।
ಕೋಯಷ್ಟಿಕಷ್ಟಿಟ್ಟಿಭಕೋ ವರ್ತಕೋ ವರ್ತಿಕಾದಯಃ *h* || ||೨೫೨||
ಗರುತ್ಪಕ್ಷ ಛದಾಃಪತ್ರಂ ಪತತ್ರಂ ಚತನೂರುಹಂ *i* ।
(ಸ್ತ್ರೀ) ಪಕ್ಷತಿಃ ಪಕ್ಷಮೂಲಂ *j* ಚಂಚುಸ್ತ್ರೋಟ (ರುಭೇಸ್ತ್ರಿಯೌ) *k* || ||೨೫೩||
ಪ್ರಡೀನೋಡ್ಡೀನಸಂಡೀನಾ (ನ್ಯೇತಾಃ ಖಗಗತಿಕ್ರಿಯಾಃ) *l* ।

---

a 15, Bee. *b* 9, Peacock. *c* 1, The cry of the peacock. *d* 2, The eyes in a peacock's tail. *e* 2, A peacock's crest. *f* 3, A peacock's tail, *g* 27, Bird. *h* 1, The green pigeon; 1, an aquatic bird, the diver or shag; 2, kinds of duck 1, the francoline partridge; 1, a wild cock (*phasianus gallus;*) 1, a kind of quail (*perdix chinensis:*) 1, a kind of pheasant 1, the Greek partridge (*perdix rufa;*) 1, a kind of bird; 1, a wag tail (*parra jacuna* or *goensis;*) 2, kinds of quail. *i* 6, Wings. *j* 2, The root of a wing. *k* 2, Beak. *l* 1, Flying forward; 1, flying up; 1, flying together.

a ತುಂಬಿ, ದುಂಬಿ, ಕಜ್ಜುವ ಜೇರಜಿಂಪೆ, ಭೃಂಗ ೧೫. *b* ನವಿಲು, ಚಿತ್ತಾರದ ರೆಕ್ಕೆ ಕೋಳಿ ೯. *c* ಮಯೂರಧ್ವನಿ, ನವಿಲು ಕೂಗು ೧. *d* ನವಿಲುಗರೀ ಮೇಲ್ಗಡೆ ಚಿತ್ರವಾಗಿರುವ ಚಂದ್ರರೇಖೆ ೨. *e* ನವಿಲು ಜುಟ್ಟು ೨. *f* ನವಿಲು ಗರಿ, ಅಥವಾ ರೆಕ್ಕೆ ೩. *g* ಸಾಮಾನ್ಯವಾಗಿ ನಾನಾ ಬಗೆ ಪಕ್ಷಿ ಜಾತಿ ೨೭. *h* ಹಸುಬನ ಹಕ್ಕಿ ೧. ನೀರು ಕಾಗಿ ೧. ಬಣ್ಣಗಳಿಂದ ಚಿತ್ರವಾಗಿರುವ ನೀರು ಹಕ್ಕಿ ೧. ಚಿಕ್ಕ ನೀರ ಕೋಳಿ ೧. ವೇದದ ಪಕ್ಷಿ ೧. ಗುಂಮವಕ್ಕಿ ೧. ಲಾವಿಗೇ ಹಕ್ಕಿ ೧. ನವಿಲು ರೆಕ್ಕೆ ಬೆಬ್ಬಕ್ಕಿ ೧. ಚಕೋರ ಪಕ್ಷಿ ೧. ಕೀಡು ಬಾಲದ ಹಕ್ಕಿ ೧. ಲಕುಮುಖೇ ಹಕ್ಕಿ ೧. ಕೆಂದಲೇ ಹಕ್ಕಿ ೧. ಗಿಡಿಮಿಡಿ ಹಕ್ಕಿ ಈ ೧೩ ರುನ್ನೂ ಪಕ್ಷಿಜಾತಿ ವಿಶೇಷಗಳು *i* ರೆಕ್ಕೆಗಳು ೬. *j* ರೆಕ್ಕೆಗಳ ಬುಡ ೨. *k* ಪಕ್ಷಿಯ ಮೂಗು ೨. *l* ಹಾರಾಡುವಿಕೆ, ನೆಗೆಯುವಿಕೆ ೧. ಓಡುವಿಕೆ, ಹಾಯುವಿಕೆ ೧. ಗಮಿಸುವಿಕೆ, ವಾಲುವಿಕೆ ೧. ಯುಳಿಯುವಿಕೆ ೧.

ಪೇಶೀ ಕೋಶೋ (ದ್ವಿಹೀನೇಂ) ಡಂ *a* ಕುಲಾಯೋ ನೀಡ (ಮಸ್ತ್ರಿಯಾಂ) *b* ||೨೫೪||
ಪೋತಃ ಪಾಕೋ ರ್ಭಕೋ ಡಿಂಭಃ ಪೃಥುಕಃ ಶಾವಕಃ ಶಿಶುಃ *c* ||
(ಸ್ತ್ರೀಪುಂಸೌ) ಮಿಥುನಂ ದ್ವಂದ್ವಂ *d* ಯುಗ್ಮಂ ತು ಯುಗಳಂ ಯುಗಂ *e* ||೨೫೫||
ಸಮೂಹ ನಿವಹ ವ್ಯೂಹ ಸಂದೋಹ ವಿಸರ ವ್ರಜಾಃ ।
ಸ್ತೋಮೌಘ ನಿಕರ ವ್ರಾತ ವಾರ ಸಂಘಾತ ಸಂಚಯಾಃ || ||೨೫೬||
ಸಮುದಾಯಃ ಸಮುದಯಃ ಸಮವಾಯಶ್ಚಯೋ ಗಣಃ ।
(ಸ್ತ್ರಿಯಾಂ ತು) ಸಂಹತಿರ್ಬೃಂದಂ ನಿಕುರುಂಬಂ ಕದಂಬಕಂ *f* || ||೨೫೭||
(ಬೃಂದಭೇದಾಃ) (ಸಮೈಃ) ರ್ವರ್ಗಃ *g* ಸಂಘಸಾರ್ಥೌ ತು (ಜಂತುಭಿಃ) *h* ।
(ಸಜಾತೀಯೈಃ) ಕುಲಂ *i* ಯೂಥಂ (ತಿರಶ್ಚಾಂ ಪುನ್ನಪುಂಸಕಂ) *j* ||೨೫೮||
(ಪಶೂನಾಂ) ಸಮಜೋ *k* (ನ್ಯೇಷಾಂ) ಸಮಾಜೋ *l* (ಥ ಸಧರ್ಮಿಣಾಂ) ।
(ಸ್ಯಾ) ನ್ನಿಕಾಯಃ *m* ಪುಂಜರಾಶೀ ತೂತ್ಕರಃ ಕೂಟ (ಮಸ್ತ್ರಿಯಾಂ) *n* ||೨೫೯||
ಕಾಪೋತ ಶೌಕ ಮಾಯೂರ ತೈತ್ತಿರಾದೀನಿ (ತದ್ಗಣೇ) *o* ।
(ಗೃಹಾಸಕ್ತಾಃ ಪಕ್ಷಿಮೃಗಾಃ) ಛೇಕಾಸ್ತೇ ಗೃಹ್ಯಕಾಶ್ಚ ತೇ *p* || ||೨೬೦||

|| ಇತಿ ಸಿಂಹಾದಿ ವರ್ಗಃ ||

---

a 3, Egg. *b* 2, Nest. *c* 7, The young of any animal. *d* 2, Pairing. *e* 3, Pair or couple. *f* 22, Any collection, as a group, flock, crowd, multitude, heap, &c. *g* 1, A class, a multitude of similar things. *h* 2, An assembly of living creatures. *i* 1, A tribe. *j* 1, A multitude of birds or beasts. *k* 1, A herd of beasts. *l* 1, An assembly of rational beings. *m* 1, A class, or congregation of people of similar opinions. *n* 4, A heap or mass, as of grain. *o* 1, A flight of pigeons; 1, a flock of parrots; 1, a flock of peacocks; 1, a flight of partridges. *p* 2, A tame or domesticated animal or bird.

a ಹಕ್ಕಿಗಳ ಮೊಟ್ಟೆ, ಕೋಶ, ಮೊದಲಾದವರ ಮೊಟ್ಟೆಗಳು ೩. *b* ಪಕ್ಷಿಗಳ ಗೂಡು ೨. *c* ಸಾಮಾನ್ಯವಾಗಿ ಸಕಲ ಪ್ರಾಣಿಗಳ ಪಿಳ್ಳೆಗಳು ೭. *d* ದಂಪತಿಗಳು, ಹೆಣ್ಣು ಗಂಡು ಜೋತೆ ೨. *e* ಸಾಮಾನ್ಯವಾಗಿ ಜೊತೆ ೩. *f* ಸಾಧಾರಣವಾಗಿ ಗುಂಪು, ಸಂಘ, ರಾಶಿ ೨೨. *g* ಒಂದೇ ಪ್ರಕಾರ ಪರಸ್ಪರ ಸಮಾನಗಳಾಗಿರುವ ಪದಾರ್ಥಗಳ ಗುಂಪು, ಸಮಾನ ವಸ್ತುಗಣ ೧. *h* ಪ್ರಾಣಿಗಳ ಸಮೂಹ ೨. *i* ಸಮಾನ ಜಾತಿಗಳಾದ ಪ್ರಾಣಿಗಳ ಗುಂಪಿಗೆ ವಿಶೇಷನಾಮ ೧. *j* ಮನುಷ್ಯನು ವಿನಹಾ ಪಕ್ಷಿ ಜಂತುಗಳ ಗುಂಪಿಗೂ ಯೂಥವೆಂದು ವಿಶೇಷ ನಾಮ ೧. *k* ಪಶುಗಳ ಹಿಂಡಿಗೆ ಮಾತ್ರ ಸಮಜವೆಂಬುವದು, ಆಕಳು ಮಂದೆ ೧. *l* ಪಶುಗಳಲ್ಲದೆ ಜ್ಞಾನ ಜಂತುಗಳ ಸಮಾಜ ಅಥವಾ ಗುಂಪು ೧. *m* ಒಂದು ಬಗೆಯಾದ ನಡತೆಯುಳ್ಳಂಥಾವರ ಗುಂಪಿಗೆ ವಿಶೇಷನಾಮ ೧. *n* ಧಾನ್ಯಾದಿಗಳ ರಾಶಿ ೪. *o* ಪಾರಿವಾಳ ಹಕ್ಕಿಗಳ ಗುಂಪು ೧. ಗಿಣಿಗಳ ಹಿಂಡು ೧. ನವಿಲುಗಳ ಗುಂಪು ೧. ವೇದಪಕ್ಷಿಗಳ ಗುಂಪು ೧. ಆದಿ ಶಬ್ದದಿಂದ ಈ ಮೇರೆ. *p* ಮನೆಯಲ್ಲಿ ಸಾಕಲ್ಪಟ್ಟ ಹಕ್ಕಿಗಳು, ಮತ್ತು ಮೃಗಗಳು ೨.

ರ್ಯಾಣೀ (ಸ್ವಯ) ಮರ್ಯಾಸ್ಯಾತ್ *a* ಕ್ಷತ್ರಿಯಾ ಕ್ಷತ್ರಿಯಾಣ್ಯಪಿ *b* ।
ಉಪಾಧ್ಯಾಯಾಪ್ಯುಪಾಧ್ಯಾಯೀ *c* (ಸ್ಯಾ) ದಾಚಾರ್ಯಾ (ಪಿಚಸ್ವತಃ) *d* ॥೧೪॥
ಆಚಾರ್ಯಾಣೀ (ತುಪುಂಯೋಗೇ) *e* (ಸ್ಯಾ) ದರ್ಯೀ ಕ್ಷತ್ರಿಯೀ (ತಥಾ) *f* ।
ಉಪಾಧ್ಯಾಯಾನ್ಯುಪಾಧ್ಯಾಯೀ *g* ಪೋಟಾ (ಸ್ತ್ರೀ ಪುಂಸಲಕ್ಷಣಾ) *h* ॥೧೫॥
ಪತ್ನೀ ವೀರಭಾರ್ಯಾ *i* ವೀರಮಾತಾ (ತು) ವೀರಸೂಃ *j* ।
ತಾಪತ್ಯಾ ಪ್ರಜಾತಾಚ ಪ್ರಸೂತಾಚ ಪ್ರಸೂತಿಕಾ *k* ॥ ॥೧೬॥
ತ್ರೀ) ನಗ್ನಿಕಾಕೋಟವೀಸ್ಯಾ *l* ದ್ದೂತೀಸಂಚಾರಿಕೆ (ಸಮೇ) *m* ।
ಾತ್ಯಾಯನ್ಯ (ರ್ಧವೃದ್ಧಾಯಾ ಕಾಷಾಯವಸನಾಧವಾ) *n* ॥ ॥೧೭॥
ೈರಂಧ್ರೀ (ಪರವೇಶ್ಮಸ್ಥಾ ಸ್ವವಶಾ ಶಿಲ್ಪಕಾರಿಕಾ) *o* ।
ಸಿಕ್ನೀ (ಸ್ಯಾದವೃದ್ಧಾಯಾ ಪ್ರೇಷ್ಯಾಂತಃ ಪುರಚಾರಿಣೀ) *p* ॥ ॥೧೮॥
ವಾರಸ್ತ್ರೀಗಣಿಕಾ ವೇಶ್ಯಾ ರೂಪಾಜೀವಾ *q* (ಥಸಾಜನೈಃ) ।
(ಸತ್ಕೃತಾ) ವಾರಮುಖ್ಯಾ (ಸ್ಯಾ) *r* ತ್ಕುಟ್ಟನೀ ಶಂಭಲೀ (ಸಮೇ) *s* ॥೧೯॥

---

a 2, A female of the Vaishya caste. *b* 2, A female of the Kshatrya caste. *c* 2, A female teacher. *d* 1, A learned woman. *e* 1, The wife of a religious teacher. *f* 1, The wife of a Vaishya; 1, the wife of a Kshatrya. *g* 2, The wife of a learned teacher. *h* 1, Hermaphrodite. *i* 2, The wife of a hero. *j* 2, The mother of a hero. *k* 4, A woman lying-in. *l* 2, Nude female. *m* 2, Handmaid. *n* 1, A middle-aged widow. *o* 1, An independent female artist or decorator of the person, working in another's house, (a lady's maid.) *p* 1, A female attendant in a seraglio, (a maid-of-honour.) *q* 4, A dancing-girl. *r* 1, A skilled dancing-girl. *s* 2, A procuress.

[a] ವೈಶ್ಯ ಜಾತಿಯಲ್ಲಿ ಹುಟ್ಟಿ ವೈಶ್ಯನಿಗಾದರೂ ಇತರನಿಗಾದರೂ ಹೆಂಡತಿಯಾದವಳು ೨. [b] ಕ್ಷತ್ರಿಯ ಜಾತೀಲಿ ಹುಟ್ಟಿ ಕ್ಷತ್ರಿಯನಿಗಾದರೂ ಇತರನಿಗಾದರೂ ಹೆಂಡತಿಯಾದವಳು ೨. [c] ವಿದ್ಯೆ ಕಲಿಸುವವಳು ೨. [d] ಮಂತ್ರಾರ್ಥಗಳನ್ನು ಹೇಳಲುಳ್ಳ ಪಂಡಿತಳು ೧. [e] ವಿದ್ಯಾ ಗುರುವಿನ ಹೆಂಡತಿ ೧. [f] ತಾನು ಶೂದ್ರಳಾದಾಗ್ಯೂ ವೈಶ್ಯನ ಹೆಂಡತಿ ೧. ತಾನು ವೈಶ್ಯಳಾದಾಗ್ಯೂ ಕ್ಷತ್ರಿಯನ ಹೆಂಡತಿ ೧. [g] ಪಂತನಾದ ಉಪಾಧ್ಯನ ಹೆಂಡತಿ ೨. [h] ಪುರುಷ ಲಕ್ಷಣವುಳ್ಳ ಶಿಖಂಡಿ ೧. [i] ವೀರನಾದವನ ಹೆಂಡತಿ ೨. [j] ವೀರನನ್ನು ಹೆತ್ತ ತಾಯಿ ೨. [k] ಮಕ್ಕಳನ್ನು ಹೆರುವಳ ಹೆಸರು ೪. [l] ಬಟ್ಟೆಯುಡದೇ ಬೆತ್ತಲೇ ಯಿರುವವಳು ೨. [m] ದೂತಿಕೆ ೨. [n] ಅರ್ಧ ಮುದಿಕಿಯಾಗಿಯೂ ಕೆಂಪು ಶೀರೆ ಉಟ್ಟಿರುವಳಾಗಿಯೂ ಮುಂಡೆಯಾಗಿಯೂ ಯಿರುವಳು ೧. [o] ತಾನು ಸ್ವತಂತರಳಾಗಿ ಕಂಡವರ ಮನೆಯೊಳಗಿದ್ದು ಹೆಂಗಸರಿಗೆ ಗಂಧ ಲೇಪನಾದ್ಯಲಂಕಾರ ಚಮತ್ಕಾರವನ್ನು ಮಾಡುವಳು ೧. [p] ಮುದುಕಿಯಲ್ಲದೇ ರಾಜ ಸ್ತ್ರೀಯರಿಗೆ ಚಾಕರಳಾಗಿ ಅಂತಃಪುರದಲ್ಲಿಯೇ ಇರುವವಳು ೧. [q] ಸೂಳೆ ೪. [r] ಜನರಿಂದ ಬಹುಮಾನ ಹೊಂದಲ್ಪಟ್ಟ ನಟೀಯಾದ ಸೂಳೆ ೧. [s] ತಲೇ ಹಿಡಿಕಿಯಾದ ಕುಂಟ್ಲ ಗಿತ್ತಿ ೨.

ವಿಪ್ರಶ್ನಿಕಾತ್ವೀಕ್ಷಣಿಕಾ ದೈವಜ್ಞಾ *a* ಥರಜಸ್ವಲಾ ।
ಸ್ತ್ರೀಧರ್ಮಿಣ್ಯವಿರಾತ್ರೇಯೀ ಮಲಿನೀ ಪುಷ್ಪವತ್ಯ (ಪಿ) ॥ ॥೨೮೦॥
ಋತುಮತ್ಯ ಪ್ಯುದಕ್ಯಾಪಿ *b* (ಸ್ಯಾ) ದ್ರಜಃ ಪುಷ್ಪಮಾರ್ತವಂ *c* ।
ಶ್ರದ್ಧಾಳು ದೋಹದವತೀ *d* ನಿಷ್ಕಳಾ ವಿಗತಾರ್ತವಾ *e* ॥ ॥೨೮೧॥
ಆಪನ್ನಸತ್ವಾಸ್ಯಾ ದ್ಗುರ್ವಿಣ್ಯಂ ತರ್ವತ್ನೀಚಗರ್ಭಿಣೀ *f* ।
(ಗಣಿಕಾದೇಸ್ತು) ಗಾಣಿಕ್ಯಂ ಗಾರ್ಭಿಣ್ಯಂ ಯೌವತಂ (ಗಣೇ) *g* ॥ ॥೨೮೨॥
ಪುನರ್ಭೂರ್ದಿಧಿಷೂ (ರೂಢಾದ್ವಿ) *h* (ಸ್ತಸ್ಯಾ) ದಿಧಿಷುಃ (ಪತಿಃ) *i* ।
(ಸತುದ್ವಿಜೋ) ಗ್ರೇದಿಧಿಷು (ಸ್ಸೈವಯಸ್ಯ ಕುಟುಂಬಿನೀ) *j* ॥ ॥೨೮೩॥
ಕಾನೀನಃ (ಕನ್ಯಕಾಜಾತಸ್ಸುತೋ) *k* (ಥ) ಸುಭಗಾಸುತಃ ।
ಸೌಭಾಗಿನೇಯಃ *l* (ಸ್ಯಾ) ತ್ಪಾರಸ್ತ್ರೈಣೇಯ (ಸ್ತುಪರಸ್ತ್ರಿಯಾಃ) *m* ॥೨೮೪॥
ಪೈತೃಷ್ವಸೇಯಃ (ಸ್ಯಾ) ತ್ಪೈತೃಷ್ವಸ್ರೀಯಶ್ಚ (ಪಿತೃಷ್ವಸುಃ) *n* ।
ಸುತೋಮಾತೃಷ್ವಸು (ಶ್ಚೈವಂ) *o* ವೈಮಾತ್ರೇಯೋ ವಿಮಾತೃಜಃ *p* ॥೨೮೫॥
ಅಥಬಾಂಧಕಿನೇಯಃ ಸ್ಯಾದ್ಬಂಧುಲಶ್ಚಾ ಸತೀಸುತಃ ।
ಕೌಲಟೇಯಃ ಕೌಲಟೇರೋ *q* (ಭಿಕ್ಷುಕೀತು ಸತೀಯದಿ) ॥ ॥೨೮೬॥
(ತದಾ) ಕೌಲಟಿನೇಯೋ (ಸ್ಯಾಃ) ಕೌಲಟೇಯೋ (ಪಿಚಾತ್ಮಜಃ) *r* ।

---

a 3, A female fortune-teller. *b* 8, A menstruous female. *c* 3, Menses. *d* 2, A pregnant woman longing for any thing. *e* 1, A woman who has ceased to menstruate. *f* 4, A pregnant woman. *g* 1, A band of dancing-girls; 1, a number of pregnant women; 1, a group of young girls. *h* 2, A woman married a second time. *i* Her husband. *j* 1, A Brahman who has married a widow. *k* 1, Son of an unmarried woman. *l* 2, Son of a rich mother. *m* 1, Son born of adultery. *n* 2, Father's sister's son. *o* 2 Mother's sister's son. *p* 2, Step-mother's son. *q* 5, Bastard. *r* 2, Son of a destitute woman of good character.

a ಕಣಿ ಮುಂತಾದ ಶಕುನಗಳು ಹೇಳುವವಳು ೩. *b* ಹೊಲೆಯಾದವಳು ೮. *c* ಹೊಲೆಯ ಹೆಸರು ೩. *d* ಬಸುರಿಂದ ಬೈಕೆವುಳ್ಳವಳು ೨. *e* ಹೊಲೆ ನಿಂತು ಹೋದ ಮುದಿಕಿಯಂಥಾವಳು ೧. *f* ಬಸುರಿಯಾದವಳು ೪. *g* ಗಣಿಕಾದಿ ಸಮೂಹ ಅಂದರೆ ಸೂಳೆಯರ ಗುಂಪು ೧. ಬಸುರಿಯರ ಗುಂಪು ೧. ಪ್ರಾಯದ ಹುಡಿಗಿಯರ ಗುಂಪು ೧. *h* ಎರಡು ಸಾರಿ ಮದುವೆಯಾದವಳು ೨. *i* ಮದಿವೆಯಾಗಿದ್ದವಳನ್ನು ಪುನರ್ವಿವಾಹ ಮಾಡಿ ಕೊಂಡವನು ೧. *j* ಒಂದು ಸಾರಿ ಯಾರಿಗೊ ಮದಿವೆಯಾಗಿದ್ದವಳನ್ನು ಪುನರ್ವಿವಾಹ ಮಾಡಿಕೊಂಡ ಬ್ರಾಹ್ಮಣನು ೧. *k* ಮದಿವೆಯಾಗದ ಹುಡಿಗೀ ಹೆತ್ತ ಮಗನು ೧. *l* ಭಾಗ್ಯವಂತಳ ಮಗನು ೨. *m* ಅನ್ಯನ ಹೆಂಡತೀಯಲ್ಲಿ ಅನ್ಯನಿಗೆ ಹುಟ್ಟಿದವನು ೧. *n* ಸೋದರ ಅತ್ತೇ ಮಗನು ೨. *o* ತಾಯಿಯ ಒಡಹುಟ್ಟಿದವಳ ಮಗ ೨. *p* ಮಲತಾಯಿ ಮಗನು ೨. *q* ಹಾದರಗಿತ್ತಿಯ ಮಗನು ೫. *r* ಪತಿವ್ರತೆಯಾಗಿಯೂ ಭಿಕ್ಷಾರ್ಥಿಯಾಗಿಯೂ ಯಿರುವವಳ ಮಗನು ೨.

ಆತ್ಮಜಸ್ತನಯಸ್ಸೂನುಸ್ಸುತಃ ಪುತ್ರಃ *a* (ಸ್ತ್ರಿಯಾಂತ್ವಮೀ) || ||೨೮೭||
(ಆಹುರ್ದುಹಿತರಂ ಸರ್ವೇ) *b* ಅಪತ್ಯಂ ತೋಕಂ (ತಯೋಸ್ಸಮೇ) *c* |
(ಸ್ವಜಾತೇ) ತ್ವೌರಸೋರಸ್ಯೌ *d* ತಾತಸ್ತು ಜನಕಃ ಪಿತಾ. *e* || ||೨೮೮||
ಜನಯಿತ್ರೀ ಪ್ರಸೂರ್ಮಾತಾ ಜನನೀ *f* ಭಗಿನೀಸ್ವಸಾ *g* |
ನನಾಂದಾತು (ಸ್ವಸಾಃಪತ್ಯುಃ) *h* ನಪ್ತ್ರೀಪೌತ್ರೀ (ಸುತಾತ್ಮಜಾ) *i* | ||೨೮೯||
(ಭಾರ್ಯಾಸ್ತು ಭ್ರಾತೃವರ್ಗಸ್ಯ) ಯಾತರಃ (ಸ್ಯುಃ ಪರಸ್ಪರಂ) *j* |
ಪ್ರಜಾವತೀ ಭ್ರಾತೃಜಾಯಾ *k* ಮಾತುಲಾನೀತುಮಾತುಲೀ *l* || ||೨೯೦||
(ಪತಿಪತ್ನ್ಯೋಃ ಪ್ರಸೂಃ) ಶ್ವಶ್ರೂಃ *m* ಶ್ವಶುರ (ಸ್ತು ಪಿತಾತಯೋಃ) *n* |
(ಪಿತುರ್ಭ್ರಾತಾ) ಪಿತೃವ್ಯಃಸ್ಯಾತ್ *o* (ಮಾತುರ್ಭ್ರಾತಾತು) ಮಾತುಲಃ *p* || ||೨೯೧||
ಸ್ಯಾಲಾ (ಸ್ಯುಃ) (ಭ್ರಾತರಃ ಪತ್ನ್ಯಾಃ) *q* (ಸ್ವಾಮಿನೋ) ದೇವೃದೇವರೌ *r* |
ಸ್ವಸ್ರೀಯೋ ಭಾಗಿನೇಯಃ (ಸ್ಯಾತ್) *s* ಜಾಮಾತಾ (ದುಹಿತುಃಪತಿಃ) *t* || ||೨೯೨||
ಪಿತಾಮಹಃ (ಪಿತೃಪಿತಾತತ್ಪಿತಾ) ಪ್ರಪಿತಾಮಹಃ *u* |
(ಮಾತು)ರ್ಮಾತಾಮಹಾದ್ಯೇವಂ *v* ಸಪಿಂಡಾಸ್ತು ಸನಾಭಯಃ *w* || ||೨೯೩||

---

a 5, Son. *b* 2, (The same with feminine terminations) Daughter. *c* 2, Infant child. *d* 2, A legitimate son. *e* 3, Father. *f* 4, Mother. *g* 2, Sister. *h* 1, Husband's sister. *i* 2, Grand-daughter. *j* 1, Husband's brother's wife. *k* 2, Elder brother's wife. *l* 2, Mother's brother's wife. *m* 1, Mother-in-law. *n* 1, Father-in-law. *o* 1, Father's brother. *p* 1, Mother's brother. *q* 1, Wife's brothers. *r* 2, Husband's brothers. *s* 2, Sister's son. *t* 1, Son-in-law. *u* 1, Father's father; 1, father's grandfather. *v* 1, Mother's father; 1, Mother's grandfather. *w* 2, A kinsman to the seventh generation in descent from a common ancestor.

a ಹೆತ್ತ ಮಗನು ೫. *b* ಇವು ಸ್ತ್ರೀಲಿಂಗವಾದರೆ ಮಗಳು ೫. *c* ಗಂಡು ಕೂಸಿಗೂ ಹೆಣ್ಣು ಕೂಸಿಗೂ ಸಹಾ ಹೆಸರು ೨. *d* ತನ್ನ ಜಾತಿಯಲ್ಲಿ ಮದಿವೆ ಮಾಡಿ ಕೊಂಡ ಹೆಂಡತಿಯಲ್ಲಿ ತನ್ನ ವೀರ್ಯಕ್ಕೆ ಹುಟ್ಟಿದ ಮಗ ೨. *e* ತಂದೆ ೩. *f* ತಾಯಿ ೪. *g* ಒಡ ಹುಟ್ಟಿದವಳು ೨. *h* ಗಂಡನ ಒಡ ಹುಟ್ಟಿದವಳು ೧. *i* ಮಗನ ಮಗಳು ಅಥವಾ ಮಗಳ ಮಗಳು ೨. *j* ಪತಿ ಹುಟ್ಟಿದವರ ಹೆಂಡತೀರು ವಾರಗಿತ್ತೀರು ೧. *k* ಒಡಹುಟ್ಟಿದವನ ಹೆಂಡತಿ, ಅಣ್ಣನ ಹೆಂಡತಿ ಅತ್ತಿಗೆಯೆಂಬದು ೨. *l* ಸೋದರ ಮಾವನ ಹೆಂಡತಿ ೨. *m* ಗಂಡನ ತಾಯಿಗೂ ಹೆಂಡತೀ ತಾಯಿಗೂ ಸಹಾ ೧. *n* ಗಂಡನ ತಂದೆಗೂ ಹೆಂಡತೀ ತಂದೆಗೂ ಸಹಾ ೧. *o* ತಂದೆಗೆ ಒಡಹುಟ್ಟಿದವನು, ಚಿಕ್ಕಪ್ಪ ದೊಡ್ಡಪ್ಪ ೧. *p* ಸೋದರ ಮಾವನು ೧. *q* ಹೆಂಡತೀಗೆ ಒಡ ಹುಟ್ಟಿದವರು ಅಥವಾ ಭಾವ ಮೈದಂದರು ೧. *r* ಗಂಡನಿಗೆ ಒಡಹುಟ್ಟಿದ ಗಂಡಸುರು, ಮೈದೆಂದಿರು ೨. *s* ಅಕ್ಕನ ಮಗ, ತಂಗೀ ಮಗ, ಅಥವಾ ಸೋದರಳಿಯ ೨. *t* ಮಗಳ ಗಂಡ, ಅಳಿಯ ೧. *u* ತಾತ ೧ ಮುತ್ತಾತ ೧. *v* ಮಾತಾ ಮಹನು, ತಾಯಿಯ ತಂದೆ ೨. *w* ಪಿಂಡಕುಲ ಮುಖ್ಯ ಸಂಬಂಧಿಯಾದ ಜ್ಞಾತಿ, ಏಳು ತಲಾಂತರಗಳಿಗೆ ಒಳಗಾದ ಜ್ಞಾತಿ ೨.

ಸಮಾನೋದರ್ಯ ಸೋದರ್ಯಸ ಗರ್ಭ್ಯಸ ಹಜಾ (ಸ್ಸಮಾಃ) *a* ।
ಸಗೋತ್ರಬಾಂಧವ ಜ್ಞಾತಿ ಬಂಧುಸ್ವಸ್ವ ಜನಾ (ಸ್ಸಮಾಃ) *b* ॥ ॥೨೯೪॥
ಜ್ಞಾತೇಯಂ ಬಂಧುತಾ (ತೇಷಾಂಕ್ರಮಾದ್ಭಾವಸಮೂಹಯೋಃ) *c* ।
ಧವಃ ಪ್ರಿಯಃ ಪತಿರ್ಭರ್ತಾ *d* ಜಾರಸ್ತೂಪಪತಿ (ಸ್ಸಮೌ) *e* । ॥೨೯೫॥
(ಅಮೃತೇಜಾರಜಃ) ಕುಂಡೋ *f* (ಮೃತೇಭರ್ತರಿ) ಗೋಳಕಃ *g* ।
(ಭ್ರಾತ್ರೀಯೋ ಭ್ರಾತೃಜೋ *h* (ಭ್ರಾತೃಭಗಿನ್ಯೌ) ಭ್ರಾತರಾ (ವುಭೌ) *i* ॥೨೯೬॥
ಮಾತಾ ಪಿತ ರೌಪಿತರೌಮಾತರ ಪಿತರೌ (ಪ್ರಸೂಜನಯಿತಾರೌ) *j* ।
ಶ್ವಶ್ರೂಶ್ವಶುರೌಶ್ವಶುರೌ *k* ಪುತ್ರೌ (ಪುತ್ರಶ್ಚದುಹಿತಾಚ) *l* ॥ ॥೨೯೭॥
ದಂಪತೀ ಜಂಪತೀ ಜಾಯಾ ಪತೀ ಭಾರ್ಯಾಪತೀ (ಚತೌ) *m* ।
ಗರ್ಭಾಶಯೋ ಜರಾಯುಃ *n* ಪುಂಸ್ಯುಲ್ಬಂಚ ಕಲಲೋಸ್ತ್ರಿಯಾಂ *o* ॥ ॥೨೯೮॥
ಸೂತಿಮಾಸೋ ವೈಜನನೋ *p* ಗರ್ಭೋಭ್ರೂಣ (ಇಮೌಸಮೌ) *q* ।
ತೃತೀಯಾಪ್ರಕೃತಿಃ ಷಂಡಃ ಕ್ಲೀಬಂ ಪಂಡೋನಪುಂಸಕಂ *r* ॥ ॥೨೯೯॥

---

a 4, Children of the same mother. *b* 6, A kinsman entitled to the same family name. *c* 1, Right of inheritance; 1, relationship. *d* 4, Husband. *e* 2, Paramour. *f* 1, The son of an adulteress born before the death of her husband. *g* 1, Such a son born after the husband's death. *h* 2, Brother's son. *i* 1, Elder brother and younger sisters, or elder sister and younger brothers. *j* 3, Parents. *k* 2, Parents-in-law. *l* 2, Son and daughter. *m* 4, Husband and wife. *n* 2, After-birth. *o* 2, Fœtus. *p* 2, Month of confinement. *q* 2, Womb, embryo. *r* 5, Eunuch.

a ಒಂದು ತಾಯಿ ಮಕ್ಕಳು, ವಡ ಹುಟ್ಟಿದವರು ೪. *b* ಒಂದು ಕುಲದಲ್ಲಿ ಹುಟ್ಟಿದವರು, ಗೋತ್ರದಾಯಾದಿ ೬. *c* ಜ್ಞಾತಿತನ ಮತ್ತು ನೆಂಟತನ ೨. *d* ಗಂಡನು ೪. *e* ಮಿಂಡಗಾರನು ೨. *f* ಗಂಡನುಸಾಯದೇ ಯಿರುವಾಗಲೇ ಮಿಂಡನ ದೆಶೆಯಿಂದ ಹುಟ್ಟಿದ ಮಗನು ೧. *g* ಗಂಡನು ಸತ್ತ ಮೇಲೆ ಮಿಂಡನ ದೆಶೆಯಿಂದ ಹುಟ್ಟಿದ ಮಗನು ೧. *h* ವಡಹುಟ್ಟಿದವನ ಮಗ, ಅಂಣನ ಮಗ, ತಮ್ಮನ ಮಗ ೨. *i* ಅಂಣನತಂಗೀರು, ಅಥವಾ ಅಕ್ಕನ ತಂಮಂದಿರು ೧. *j* ತಾಯಿ ತಂದೆಗಳು ಇಬ್ಬರಿಗೂ ಹೇಳುವದಕೆ ವೊಂದೇ ಹೆಸರು ೩. *k* ಅತ್ತೆ ಮಾವಂದಿರಿಬ್ಬರಿಗೂ ಕೂಡಿ ಹೇಳುವದಕ್ಕೆ ಹೆಸರು ೨. *l* ಮಗನಿಗೂ ಮಗಳಿಗೂ ಸಹಾ ಹೇಳುವದು ೨. *m* ಗಂಡಾ ಹೆಂಡತೀರಿಬ್ಬರಿಗೂ ಒಂದೇ ಹೆಸರು ೪. *n* ಬಸುರೊಳಗೆ ಸುತ್ತಿಕೊಂಡಿರುವ ಮಾಪಿಚೀಲ ೨. *o* ಬಸುರೊಳಗೆ ಇರುವ ಪಿಂಡ ೨. *p* ಬಸುರಾದವಳು ಹೆರುವ ತಿಂಗಳು ೨. *q* ಬಸುರು, ಗರ್ಭ ೨. *r* ನಪುಂಸಕನು, ಶಿಖಂಡಿ ೫.

ಶಿಶುತ್ವಂ ಶೈಶವಂ ಬಾಲ್ಯಂ *a* ತಾರುಣ್ಯಂ ಯೌವನಂ (ಸಮೆ) *b* ।
(ಸ್ತ್ರೀ) ಸ್ಥಾನ್ನಿವಿರಂತು ವೃದ್ಧತ್ವಂ *c* ವೃದ್ಧಸಂ (ಘೌಘ) ವಾರ್ಧಕಂ *d* ॥೩೯॥
ಪಲಿತಂ (ಜರಸಾಕೌಕ್ಲ್ಯಂಕೇಶಾದೌ) *e* ವಿಸ್ರಸಾಜರಾ *f* ।
(ಸ್ತ್ರೀ) ಧುಗ್ಧಸ್ತನಶಿಶುರ್ಡಿಂಭಕಸ್ತನಪಾಶ್ಚಸ್ತನಂಧಯಃ *g* ॥ ॥೪೦॥
ಬಾಲ (ಸ್ತುಸ್ತ್ರೀ) ಮಾಣವಕೋ *h* ವಯಸ್ಥಸ್ತರುಣೋ ಯುವಾ *i* ।
ಪ್ರವಯಾ ಸ್ಥವಿರೋ ವೃದ್ಧೋ ಜೀನೋ ಜೀರ್ಣೋ ಜರ (ಸ್ತ್ರೀಪಿ) *j* ॥ ॥೪೧॥
ವರ್ಷೀಯಾಂದಶಮೀಜ್ಯಾಯಾನ್ *k* ಪೂರ್ವಜಸ್ತ್ವಗ್ರಿಯೋಗ್ರಜಃ *l* ।
ಜಘನ್ಯಜೇಸ್ಯುಃ ಕನಿಷ್ಠಯವೀಯೋ ವರಜಾನುಜಾಃ *m* ॥ ॥೪೨॥
ಅಮಾಂಸೋ ದುರ್ಬಲಶ್ಛಾತೋ *n* ಬಲವಾನ್ ಮಾಂಸಲೋಂಸಲಃ *o* ।
ತುಂದಿಲಸ್ತುಂದಿಭಸ್ತುಂದೀ ಬೃಹತ್ಕುಕ್ಷಿಃ ಪಿಚಂಡಿಲಃ *p* ॥ ॥೪೩॥
ಅವಟೀಟೋ ವನಾಟಶ್ಚಾವಭ್ರಟೋ ನತ ನಾಸಿಕೇ *q* ।
ಕೇಶವಃ ಕೇಶಿಕಃ ಕೇಶೀ *r* ವಲಿನೋ ವಲಿಭ (ಸ್ಸಮೌ) *s* ॥ ॥೪೪॥
ವಿಕಲಾಂಗಸ್ತು ಪೋಗಂಡಃ *t* ಖರ್ವೋ ಹ್ರಸ್ವಶ್ಚ ವಾಮನಃ *u* ।
ಖರಣಾಸ್ಸ್ಯಾತ್ಖುರಣಸೋ *v* ವಿಗ್ರೋ ವಿಗತ ನಾಸಿಕಃ *w* ॥ ॥೪೫॥

---

a 3, Childhood. *b* 2, Youth. *c* 2, Old age. *d* 1, A number of old people. *e* 1, Greyness through age. *f* 2, Extreme old age. *g* 4, An infant at the breast. *h* 2, Boy. *i* 3, Young man. *j* 6, Old man. *k* 3, Very aged man. *l* 3, Elder brother. *m* 6, Younger brother *n* 3, Weak man. *o* 3, Strong man. *p* 5, A pot-bellied man. *q* 4, A flat-nosed man. *r* 3, A man with beautiful hair. *s* 2, A wrinkled man. *t* 2, A man with some bodily defect or deformity. *u* 3, Short man. *v* 2, Sharp-nosed man. *w* 2, Noseless man.

a ಹದಿನಾರು ವರುಷಗಳಿಗೆ ಕಡಿಮೆಯಾದ ವಯಸ್ಸು ೩. *b* ಪ್ರಾಯ ೨. *c* ೫೦ ವರುಷಗಳಿಗೆ ಮಿಂಚಿದ ವಯಸ್ಸು ೨. *d* ಮುದಿತನಕ್ಕೂ, ಮುದುಕರ ಗುಂಪಿಗೂ ೧. *e* ಮುದಿತನದಿಂದ ಕೂದಲು ನೆರತು ಹೋಗುವಿಕೆ ೧. *f* ಬಹಳ ಮುದಿತನ, ಕೇವಲ ಮುಪ್ಪು ೨. *g* ಮೊಲೇ ಕುಡಿಯುವ ಎಳೇ ಕೂಸು, ೪. *h* ಹದಿನಾರು ವರುಷಗಳಿಗಿಂತಲೂ ಕಡಿಮೆಯಾಗಿರುವ ಹುಡಗ ೨. *i* ಪ್ರಾಯದ ಹುಡುಗ, ೩. *j* ಮುದುಕನು ೬. *k* ಬಹಳ ಮುದುಕ ೧೦ನೇ ಅವಸ್ಥೆಗೆ ಸಮೀಪವಾಗಿವುಳ್ಳವನು ೩. *l* ಅಣ್ಣನು ೩. *m* ತಮ್ಮನು ೬. *n* ಬಡಬಡಕಲು ಮೈವುಳ್ಳವನು, ಅಶಕ್ತನು ೩. *o* ಬಲಿಷ್ಠ ಶಕ್ತಿಯುಳ್ಳವನು ೩. *p* ದೊಡ್ಡ ಹೊಟ್ಟೆಯುಳ್ಳವನು, ಹೊಟ್ಟೆಬಾನನು ೫. *q* ನಡ್ಡಿ ಮೂಗುಳ್ಳವನು ೪. *r* ಒಳ್ಳೇ ಮಂಡಿ ಕೂದಲುವುಳ್ಳವನು ೩. *s* ಹೊಟ್ಟೆಯ ಮೇಲೆ ರೇಖೆ ರೇಖೆಗಳಾಗಿ ತ್ರಿವಳಿಗಳೆಂಬ ಚರ್ಮದ ಮಡಿತೆಗಳುಳ್ಳವನು ೧. *t* ಸಾಮಾನ್ಯವಾಗಿ ಕುಂಟರು ಕುರುಡರು ಮುಂತಾದವರೆಲ್ಲರಿಗೂ ೨. *u* ಕೋಟನು, ಗಿಡ್ಡನು ೩. *v* ಗಂಟು ಮೂಗಿನವನು ೨. *w* ಮೂಗಿಲ್ಲದವನು ೨.

ಖುರಣಾಃಸ್ಸ್ಯಾತ್ಖುರಣಸಃ *a* ಪ್ರಜ್ಞುಃಪ್ರಗತ ಜಾನುಕಃ *b* ।
ಊರ್ಧ್ವಜ್ಞುರೂರ್ಧ್ವಜಾನುಃ (ಸ್ಯಾತ್) *c* ಸಂಜ್ಞುಸ್ಸಂಹತಜಾನುಕಃ *d* ॥ ||೩೦೬||
(ಸ್ಯಾದೇ)ಡೆಬಧಿರಃ *e* ಕುಬ್ಜೆ ಗಡುಲಃ *f* ಕುಕರೆ ಕುಣಿಃ *g* ।
ಪೃಶ್ನಿರಲ್ಪತನೌ *h* ಶ್ರೋಣಃಪಂಗೌ *i* ಮುಂಡಸ್ತು ಮುಂಡಿತೆ *j* ॥ ||೩೦೭||
ವಲಿರಃ ಕೇಕರೆ *k* ಖೋಡೆ ಖಂಜ *l* (ಸ್ತ್ರಿಷು) ಜರಾವರಾಃ ।
ಜಟುಲಃಕಾಲಕಃ ಪಿಪ್ಲುಸ್ತಿಲಕಸ್ತಿಲ ಕಾಲಕಃ *m* ॥ ||೩೦೮||
ಅನಾಮಯಂ (ಸ್ಯಾ) ದಾರೋಗ್ಯಂ *n* ಚಿಕಿತ್ಸಾ (ರುಕ್ಪ್ರತಿಕ್ರಿಯಾ) *o* ।
ಭೇಷಜೌಷಧ ಭೈಷಜ್ಯಾನ್ಯಗದೋಜಾಯು (ರಿತ್ಯಪಿ) *p* ॥ ||೩೧೦||
(ಸ್ತ್ರೀ) ರುಗ್ರುಜಾ ಚೋಪತಾಪರೋಗವ್ಯಾಧಿ ಗದಾಮಯಾಃ *q* ।
(ಪುಮಾನ್) ಯಕ್ಷ್ಮಾಕ್ಷಯಶೋಷಃ *r* ಪ್ರತಿಶ್ಯಾಯಸ್ತು ಪೀನಸಃ *s* ॥ ||೩೧೧||
(ಸ್ತ್ರೀ) ಕ್ಷುತ್ಕ್ಷುತಂ ಕ್ಷವಃ(ಪುಂಸಿ) *t* ಕಾಸಸ್ತು ಕ್ಷವಥುಃ(ಪುಮಾನ್) *u* ।
ಶೋಫಸ್ತು ಶ್ವಯಥುಶ್ಶೋಥಃ *v* ಪಾದಸ್ಫೋಟೋ ವಿಪಾದಿಕಾ *w* ॥ ||೩೧೨||
ಕಿಲಾಸಂಸಿಧ್ಮ *x* ಕಚ್ಛ್ವಾಂತು ಪಾಮಪಾಮೆ ವಿಚರ್ಚಿಕಾ *y* ।
ಕಂಡೂಃ ಖರ್ಜೂಶ್ಚ ಕಂಡೂಯಾ *z* ವಿಸ್ಫೋಟಃ ಪಿಟಕ (ಸ್ತ್ರಿಷು) *a* ॥ ||೩೧೩||

---

a 2, Snub-nosed man. *b* 2, Bandy-legged man. *c* 2, Straight-kneed man. *d* 2, Knock-kneed man. *e* 2, Deaf man. *f* 2, Hump-backed man. *g* 2, A man with a crooked or withered arm. *h* 2, Dwarf. *i* 2, Cripple. *j* 2, Bald man. *k* 2, Squinting man. *l* 2, Lame man. *m* 5, A mole or natural mark on the body. *n* 2, Health. *o* 1, The practice of medicine. *p* 5, Medicine. *q* 7, Disease. *r* 3, Consumption. *s* 2, Cattarrh, *t* 3, Sneezing. *u* 2, Cough. *v* 3, Swelling or tumour. *w* 2, Leprosy. *x* 2, Blotch, scab. *y* 4, Itch, mange. *z* 3, Itching. *a* 2, Boil.

a ಪೀನಸೇ ಮೂಗು, ಕೊಕ್ಕೆ ಮೂಗಿನವನು ೨. *b* ಬೊಂಡಕೊಂಡು ದೂರವಾಗಿ ಅಗಲವಾದ ಮೊಳಕಾಲುಗಳುಳ್ಳವನು ೨. *c* ಉನ್ನತವಾದ ಮೊಳಕಾಲುಳ್ಳವನು ೨. *d* ಪೊಂದುಕೊಂಡು ತಗುಲುವ ಮೊಳಕಾಲುಗಳುಳ್ಳವನು ೨. *e* ಕಿವುಡ ೨. *f* ಗೂನುಂಟಾಗಿ ಎಲುವುಗಳು ಬೊಗ್ಗಿ ಗಂಟಿಕ್ಕಿದ ಗುಜ್ಜಾರಿ ೨. *g* ಕೈ ಯಿಲ್ಲದವನು, ಜೊಟ್ಟುಕೈಯಿವುಳ್ಳವನು ೨. *h* ಚಿಕ್ಕ ಮೈಯವನು, ಗಿಡ್ಡ ಬಡಕಲನು ೨. *i* ಕಾಲಿಲ್ಲದ ಕುಂಟ ೨. *j* ತಲೆ ಮೇಲೆ ಕೂದಲು ಇಲ್ಲದ ಬೋಳು ತಲೆಯವನು ೨. *k* ಮೆಳ್ಳ ಕಣ್ಣಿನವನು ೨. *l* ತೊಡೆಗಳ ವರೆಗೂ ಕಾಲುಗಳೇ ಇಲ್ಲದ ಕುಂಟನು ೨. *m* ಕರೀ ಮಚ್ಚೆ, ಹುಟ್ಟು ಮಚ್ಚೆ ೫. *n* ರೋಗವಿಲ್ಲದೆ ಇರುವಿಕೆ ೨. *o* ರೋಗಕ್ಕೆ ಶಾಮಕವಾಗಿ ಔಷಧಾದಿಗಳು ಮಾಡುವಿಕೆ ೧. *p* ರೋಗಹರವಾದ ಮದ್ದು ೫. *q* ರೋಗದ ಹೆಸರು ೭. *r* ಕ್ಷಯ ರೋಗದ ಹೆಸರು ೩. *s* ಪೀನಸಿ ರೋಗ ೨. *t* ಸೀನುಗಳು ೩. *u* ಕೆಮ್ಮಲು, ಗೂರುಬ್ಬುಸ ೨. *v* ಬಾತು ಕೊಳ್ಳುವಿಕೆ ೩. *w* ಕಾಲುಗಳು ಒಡಿಯುವ ಕುಷ್ಠ ರೋಗ ವಿಶೇಷ ೨. *x* ಸಿಬ್ಬು ೨. *y* ಕಜ್ಜಿ, ತುರಿಕಜ್ಜಿ ೪. *z* ನವೆ, ತುರಿ ೩. *a* ಬೊಕ್ಕೆ, ಹುಣ್ಣಿನ ಬೊಕ್ಕೆ ೨.

ವ್ರಣೋ (ಸ್ತ್ರಿಯಾ) ಮೀರ್ಮ ಮರುಃ (ಕ್ಲೀಬೇ) *a* ನಾಡೀವ್ರಣಃ (ಪುಮಾನ್) *b* |
ಕೋಠೋ ಮಂಡಲಕಂ *c* ಕುಷ್ಠಶ್ವಿತ್ರೇ *d* ದುರ್ನಾಮಕಾರ್ಶಸೀ *e* || ||೨೧೪||
ಆನಾಹಸ್ತು ನಿಬಂಧಃಸ್ಯಾತ್ *f* ಗ್ರಹಣೀರುಕ್ಪ್ರವಾಹಿಕಾ *g* |
ಪ್ರಚ್ಛರ್ದಿಕಾ ವಮಿ (ಶ್ಚಸ್ತ್ರೀಪುಮಾಂಸ್ತು) ವಮಥು (ಸ್ಸಮಾಃ) *h* || ||೨೧೫||
(ವ್ಯಾಧಿಭೇದಾ) ವಿದ್ರಧಿಃ (ಸ್ತ್ರೀ) ಜ್ವರ ಮೇಹ ಭಗಂದರಾಃ *i* |
ಅಶ್ಮರೀ ಮೂತ್ರಕೃಚ್ಛ್ರಂ ಸ್ಯಾತ್ *j* (ಪೂರ್ವೇ ಶುಕ್ರಾವಧೇಸ್ತ್ರಿಷು) || ||೨೧೬||
ರೋಗಹಾರ್ಯ್ಗದಂಕಾರೋ ಭಿಷಗ್ವೈದ್ಯೌ ಚಿಕಿತ್ಸಕೇ *k* |
ವಾರ್ತೋ ನಿರಾಮಯಃ ಕಲ್ಯ ಉಲ್ಲಾಘೋ (ನಿರ್ಗತೋ ಗದಾತ್) *l* || ||೨೧೭||
ಗ್ಲಾನಗ್ಲಾಸ್ನೂ ಆಮಯಾವೀ ವಿಕೃತೋ ವ್ಯಾಧಿತೋಽಪಟುಃ |
ಆತುರೋಽಭ್ಯಮಿತೋಽಭ್ಯಾಂತಃ *m* ಸಮೌ ಪಾಮನ ಕಚ್ಛುರೌ *n* || ||೨೧೮||
ದದ್ರುಣೋ ದದ್ರುರೋಗೀ ಸ್ಯಾತ್ *o* ದರ್ಶೋರೋಗಯುತೋಽರ್ಶಸಃ *p* |
ವಾತಕೀ ವಾತರೋಗೀ ಸ್ಯಾತ್ *q* ಸಾತಿಸಾರೋಽತಿಸಾರಕೀ *r* || ||೨೧೯||
(ಸ್ಯುಃ ಕ್ಲಿನ್ನಾಕ್ಷೇ) ಚುಲ್ಲ ಚಿಲ್ಲ ಪಿಲ್ಲಾಃ (ಕ್ಲಿನ್ನೇಽಕ್ಷ್ಣಿ ಚಾಪ್ಯಮೀ) *s* |
ಉನ್ಮತ್ತ ಉನ್ಮಾದವತಿ *t* ಶ್ಲೇಷ್ಮಲಃ ಶ್ಲೇಷ್ಮಣಃ ಕಫೀ *u* || ||೨೨೦||

---

a 3, Abscess. *b* 1, Fistula. *c* 2, A kind of leprosy with circular spots. *d* 2, White leprosy *e* 2, Piles. *f* 2, Obstruction. *g* 2, Diarrhœa. *h* 3, Vomiting. *i* 1, Internal abscess or inflammation; 1, fever; 1, inflammation of the urethra; 1, a venereal affection. *j* 2, Stone in the bladder. *k* 5, Physician. *l* 4, Convalescent. *m* 6, Invalid. *n* 2, One affected with cutaneous eruption. *o* 2, Leper. *p* 2, One subject to hæmorrhoids. *q* 2, Gouty patient *r* 2, One suffering from dysentery. *s* 3, A sick man whose eyes are continually watering *t* 2, Madman. *u* 3, A man with a phlegmatic affection.

a ಹುಣ್ಣು ೩. *b* ನಾರು ಹುಣ್ಣಿನ ಹೆಸರು ೧. *c* ಮಂಡಲಾಕಾರವಾದ ಕುಷ್ಠ ೨. *d* ಬಿಳೀ ಕುಷ್ಠ, ತೊಣ್ಣು ೨. *e* ಮೂಲವ್ಯಾಧಿ, ಮೊಳೇ ರೋಗ ೨. *f* ಹೊಟ್ಟೇ ಉಬ್ಬರ, ಮೂತ್ರ ಕಟ್ಟಿ ಕೊಳ್ಳುವಿಕೆ ೨. *g* ಗ್ರಹಣೀ ರೋಗ, ಭೇದಿಗಳಾಗುವಿಕೆ ೨. *h* ಕಕ್ಕು ರೋಗ, ವಾಂತಿ, ವಮನ ೩. *i* ಹೊಟ್ಟೆಯೊಳು ಗಡ್ಡೆ ಬೆಳೆಯುವಿಕೆ ೧. ಅಜೀರ್ಣದಿಂದ ಮೈ ಬಿಸಿಯಾಗುವಿಕೆ ೧, ವಸ್ತಿ ಗರ್ಭದೋಷದಿಂದ ರೇತಸ್ಸು ಕರಗಿ ತಡೆಯಿಲ್ಲದೇ ಸೋರುವಿಕೆ ೧, ಉಪಸ್ಥಗಳ ಬಳಿಯಲ್ಲಿ ಹುಟ್ಟುವ ಹುಣ್ಣು ೧. *j* ಮೂತ್ರ ಸುರಿಯದ ಕಷ್ಟವಾದ ತಡೆ, ಬಹುಮೂತ್ರ ೨. *k* ವೈದ್ಯನು ೫. *l* ರೋಗದಿಂದ ಈಚೆಗೆ ಬಂದವನು, ಆರೋಗ್ಯ ಪಡೆದವನು ೪. *m* ರೋಗವುಳ್ಳವನು ೬. *n* ಮೈಗೆ ತೀಟೆ, ಕಜ್ಜೀ ವುಳ್ಳವನು ೨. *o* ದದ್ದುಗಳುಳ್ಳವನು ೨. *p* ಮೂಲ ರೋಗದವನು ೨. *q* ವಾತ ರೋಗದವನು ೨. *r* ಅತಿಸಾರರೋಗ, ಭೇದಿಯಾಗುವವನು ೨. *s* ರೋಗದಿಂದ ಕೊಳೆತ ನೀರು ಸುರಿಯುವ ಕಣ್ಣುವುಳ್ಳವನು ೩. *t* ಹುಚ್ಚು ಹಿಡಿದವನು ೨. *u* ಶ್ಲೇಷ್ಮ ವ್ಯಾಧಿಯುಳ್ಳವನು ೩.

ನ್ಯುಬ್ಜೋ (ಭುಗ್ನರುಜಾ) *a* ವೃದ್ಧನಾಭೌ ತುಂಡಿಲತುಂಡಿಭೌ *b* ।
ಕಿಲಾಸೀ ಸಿಧ್ಮಲೋಂ *c* ಧೋದೃ *d* ಮೂರ್ಛಾಲೇ ಮೂರ್ತ ಮೂರ್ಛಿತೌ *e* ||೬೧||
ಶುಕ್ರಂ ತೇಜೋ ರೇತಸೀ ಚ ಬೀಜ ವೀರ್ಯೇಂದ್ರಿಯಾ (ಣಿಚ) *f* ।
ಮಾಯುಃ ಪಿತ್ತಂ *g* ಕಫಃ ಶ್ಲೇಷ್ಮಾ *h* (ಸ್ತ್ರಿಯಾಂತು) ತ್ವಗಸೃಗ್ಧರಾ *i* ||೬೨||
ಪಿಶಿತಂ ತರಸಂ ಮಾಂಸಂ ಪಲಲಂ ಕ್ರವ್ಯಮಾಮಿಷಂ *j* ।
ಉತ್ತಪ್ತಂ ಶುಷ್ಕಮಾಂಸಂ (ಸ್ಯಾತ್ತ) ದ್ವಲ್ಲೂರಂ (ತ್ರಿಲಿಂಗಕಂ) *k* || ||೬೩||
ರುಧಿರೇಸೃಗ್ಲೋಹಿತಾಸ್ರ ರಕ್ತ ಕ್ಷತಜ ಶೋಣಿತಂ *l* ।
ಬುಕ್ಕಾಗ್ರಮಾಂಸಂ *m* ಹೃದಯಂ ಹೃತ್ *n* ಮೇದಸ್ತು ವಪಾ ವಸಾ *o* || ||೬೪||
(ಪಶ್ಚಾದ್ಗ್ರೀವಾಸಿರಾ) ಮನ್ಯಾ *p* ನಾಡೀತು ಧಮನಿಃ ಸಿರಾ *q* ।
ತಿಲಕಂ ಕ್ಲೋಮ *r* ಮಸ್ತಿಷ್ಕಂ ಗೋರ್ದಂ *s* ಕಿಟ್ಟಂ ಮಲೋ (ಸ್ತ್ರಿಯಾಂ) *t* ||೬೫||
ಅಂತ್ರಂ ಪುರೀತ *u* ದ್ಗುಲ್ಮಸ್ತು ಪ್ಲೀಹಾ ಪುಂಸ್ಯ *v* (ಥ) ವಸ್ನಸಾ ।
ಸ್ನಾಯುಃ (ಸ್ತ್ರಿಯಾಂ) *w* ಕಾಲಖಂಡ ಯಕೃತೀ (ತು ಸಮೇ ಇಮೇ) *x* || ||೬೬||

---

a 1, One bent with sickness. *b* 3, Corpulent man. *c* 2, Blotchy man. *d* 2, Blind man *e* 3, Epileptic. *f* 6, Semen. *g* 2, Bile. *h* 2, Phlegm. *i* 2, Skin. *j* 6, Flesh. *k* 3, Dried flesh. *l* 7, Blood, *m* 2, Flesh used in sacrifice. *n* 2, Heart. *o* 1, Marrow; 1, caul of fat 1, fat adeps. *p* 1, The tendon forming the nape of the neck. *q* 3, Any tubular organ of the body, as an artery, vein, intestine, &c. *r* 2, Right lobe of the lungs. *s* 2, Brain. *t* 2, Any bodily excretion. *u* 2, Entrail. *v* 2, Spleen. *w* 2, Tendon, muscle. *x* 2, Liver.

[a] ರೋಗದಿಂದ ದುರ್ಬಲನಾಗಿ ಕಂದಿ ಹೋದವನು ೧. [b] ಬೊಜ್ಜೆ ಬೆಳೆದು ಆಳವಾಗಿ ಗುಂಡೀ ಕಾಣಿಸುವ ಹೊಕ್ಕಳುಳ್ಳವನು ೩. [c] ಸಿಬ್ಬವೆಂಬ ಚರ್ಮದೋಷವಾದ ಮಚ್ಚೆಗಳುಳ್ಳವನು ೨. [d] ಕುರುಡನು ೨. [e] ಮೂರ್ಛೆ ರೋಗವುಳ್ಳವನು ೩. [f] ರೇತಸ್ಸು ೬. [g] ಪೈತ್ಯ ೨ [h] ಕಫ ೨. [i] ಚರ್ಮ, ತೊಗಲು ೨. [j] ಮಾಂಸ ೬. [k] ಒಣಗಿದ ಮಾಂಸ ೩. [l] ರಕ್ತದ ಹೆಸರು ೭. [m] ಶ್ರೌತದಲ್ಲಿ ವೃಕ್ಕ್ಯವೆಂದು ಪ್ರಸಿದ್ಧವಾದ ಪೊಳ್ಳೇ ಮಾಂಸ ೨. [n] ಎದೆಯಗುಂಡಿಗೆ ೨. [o] ಹೃದಯದಲ್ಲಿಯೂ ಎಲುವುಗಳಲ್ಲಿಯೂ ಯಿರುವ ಮೆದಳು ೧; ಹೊಟ್ಟೆಯ ಕೆಳಗೆ ಬಟ್ಟೆಯೋಪಾದಿಯಲ್ಲಿರುವ ಪರೆ ಮಾಂಸ ೧; ಎಲ್ಲಾ ಮಾಂಸಗಳಲ್ಲಿಯೂ ಉತ್ತಮವಾದ ಕೊಬ್ಬು ೧. [p] ತಲೆಯೊಳಗಿರುವ ನರ ೧. [q] ಸಾಮಾನ್ಯವಾಗಿ ನರಗಳು ೩. [r] ಹೊಟ್ಟೆಯ ಬಲದ ಅಳ್ಳೆಯೊಳಿರುವ ನೀರು ಚೀಲ ೨. [s] ಎಲುವುಗಳ ಗೂಡಿನಲ್ಲಿರುವ ಮೆದಳು ೨. [t] ಶರೀರದ ಕೊಳಕು, ಕೊಬ್ಬಿಗೂ, ರೇತಸ್ಸಿಗೂ, ರಕ್ತಕ್ಕೂ, ಮೆದಳಿಗೂ ಉಚ್ಚೆಗೂ, ಹೇಲಿಗೂ, ಕಿವಿ ಗುಗ್ಗಿಗೂ, ಸಿಂಬಳಕ್ಕೂ, ಶ್ಲೇಷ್ಮಕ್ಕೂ, ಕಣ್ಣೀರಿಗೂ, ಕಣ್ಣಿನ ಗೀಜಿಗೂ, ಬೆವರಿಗೂ ಈ ಮುಂತಾದವಕ್ಕೆ ೨. [u] ಕರುಳುಗಳು ೨. [v] ಎಡೆಯೊಳಗಡೇ ಯಿರುವ ಕಪ್ಪಾದ ಮಾಂಸ ೨. [w] ಸಣ್ಣಗಿರುವ ನರಗಳು ೨. [x] ಹೊಟ್ಟೆ ಬಲಗಡೆಯಲ್ಲಿ ಕಪ್ಪಾಗಿರುವ ಮಾಂಸ ೨.

ಸೃಣಿಕಾ ಸ್ಯಂದನೀ ಲಾಲಾ *a* ದೂಷಿಕಾ (ನೇತ್ರಯೋರ್ಮಲಂ) *b* ।
ಮೂತ್ರಂ ಪ್ರಸ್ರಾವ *c* ಉಚ್ಚಾರಾವಸ್ಕರೌ ಶಮಲಂ ಶಕೃತ್ ॥ ॥೧೨೭॥
ಪುರೀಷ ಗೂಥಂ ವರ್ಚಸ್ಕಮ (ಸ್ತ್ರೀ) ವಿಷ್ಠಾವಿಶೌ (ಸ್ತ್ರಿಯೌ) *d* ।
(ಸ್ಯಾ) ತ್ಕರ್ಪರಃ ಕಪಾಲೋಽಸ್ತ್ರೀ *e* ಕೀಕಸಂ ಕುಲ್ಯ ಮಸ್ಥಿ ಚ *f* ॥ ॥೧೨೮॥
(ಸ್ಯಾಚ್ಛರೀರಾಸ್ಥ್ನಿ) ಕಂಕಾಳಃ *g* (ಪೃಷ್ಠಾಸ್ಥ್ನಿ ತು) ಕಶೇರುಕಾ *h* ।
(ಶಿರೋಸ್ಥ್ನಿ ತು) ಕರೋಟಿಃ (ಸ್ತ್ರೀ) *i* ಪಾರ್ಶ್ವಾಸ್ಥನಿ ತು) ಪರ್ಶುಕಾ *j* ॥ ॥೧೨೯॥
ಅಂಗಂ ಪ್ರತೀಕೋಽವಯವೋಽಪಘನೋಽ *k* ಥ ಕಳೇಬರಂ ।
ಗಾತ್ರಂ ವಪುಸ್ಸಂಹನನಂ ಶರೀರಂ ವರ್ಷ್ಮವಿಗ್ರಹಃ ॥ ॥೧೩೦॥
ಕಾಯೋ ದೇಹಃ (ಕ್ಲೀಬಪುಂಸೋ (ಸ್ತ್ರಿಯಾಂ) ಮೂರ್ತಿಸ್ತನುಸ್ತನೂಃ *l* ।
ಪಾದಾಗ್ರಂ ಪ್ರಪದಂ *m* ಪಾದಃ ಪದಂಘ್ರಿಶ್ಚರಣೋಽ (ಸ್ತ್ರಿಯಾಂ) *n* ॥ ॥೧೩೧॥
(ತದ್ಗ್ರಂಥೀ) ಘುಟಿಕೇ ಗುಲ್ಫೌ *o* (ಪುಮಾನ್) ಪಾರ್ಷ್ಣಿ (ಸ್ತಯೋರಧಃ *p* ।
ಜಂಘಾ ತು ಪ್ರಸೃತಾ *q* ಜಾನೂರು ಪರ್ವಾಷ್ಠೀವ (ದಸ್ತ್ರಿಯಾಂ) *r* ॥ ॥೧೩೨॥
ಸಕ್ಥಿ (ಕ್ಲೀಬೇ ಪುಮಾ) ನೂರು *s* (ಸ್ತತ್ಸಂಧಿಃ ಪುಂಸಿ) ವಂಕ್ಷಣಃ *t* ।
ಗುದಂತ್ವಪಾನಂಪಾಯುರ್ನಾ *u* ವಸ್ತಿ (ರ್ನಾಭೇರಧೋದ್ವಯೋಃ) *v* ॥ ॥೧೩೩॥
ಕಟೋ (ನಾ) ಶ್ರೋಣಿಫಲಕಂ *w* ಕಟಿ ಶ್ರೋಣಿಃ ಕಕುದ್ಮತೀ *x* ।
(ಪಶ್ಚಾ) ನ್ನಿತಂಬಃ (ಸ್ತ್ರೀಕಟ್ಯಾಃ) *y* (ಕ್ಲೀಬೇತು) ಜಘನಂ (ಪುರಃ) *z* ॥ ॥೧೩೪॥
(ಕೂಪಕೌತು ನಿತಂಬಸ್ಥೌ ದ್ವಯಹೀನೇ) ಕುಕುಂದರೇ *a* ।

---

a 3, Saliva. *b* 1, Concretion on the eyes. *c* 2, Urine. *d* 8, Fæces, dung. *e* 2, Glane *f* 3, Bone. *g* 1, Skeleton. *h* 1, Spine, backbone. *i* 1 Skull. *j* 1, Rib. *k* 4, Limb. *l* 12, Body *m* 2, Tip of the toes. *n* 4, Foot. *o* 2, Ancle. *p* 1, Heel. *q* 2, Calf of the leg *r* 3, Knee. *s* 2, Thigh. *t* 1, Groin. *u* 3, Anus. *v* 1, Abdomen. *w* 2, Loins. *x* 3, Hip. *y* 1, Buttocks. (of the female) *z* 1. The haunches, or hip and loins. *a* 1, The cavities of the loins.

a ಬಾಯಿ ಜೊಲ್ಲು ೩. *b* ಕಣ್ಣಿನ ಗೀಜು ೧. *c* ಮೂತ್ರ ೨. *d* ಅಮೇಧ್ಯ ೮. *e* ಕಪಾಲದ ಮೂಳೆ ೨. *f* ಎಲುಬು ೩. *g* ಮೈಯೊಳಗಿರುವ ಎಲುವುಗಳ ಸಮೂಹ ೧. *h* ಬೆನ್ನೆಲುಬು ೧. *i* ತಲೆ ಎಲುಬು ೧. *j* ಪಕ್ಕದ ಎಲುವಿನಹೆಸರು ೧. *k* ಕೈ ಕಾಲು ಮುಂತಾದ ಅಂಗಗಳು ೪. *l* ಶರೀರ ೧೨. *m* ಪಾದದ ಕೊನೆ ೨. *n* ಕಾಲಿನ ಅಡಿ ೪. *o* ಆ ಪಾದದ ೨ ಪಕ್ಕಗಳಲ್ಲಿಯೂ ಯಿರುವ ಮೂಳೆ, ಚೀಲ ಮಂಡೆ ೨. *p* ಚೀಲ ಮಂಡೆ ಕೆಳಗಡೇ ಪ್ರದೇಶ ೧. *q* ಕಣ ಕಾಲು ೨. *r* ಮೊಳಕಾಲು ೩. *s* ತೊಡೆಗಳು ೨. *t* ಆ ತೊಡೆಗಳಿಗೂ ಅಂಡಗಳಿಗೂ ಮಧ್ಯೆ ಯಿರುವ ಸಂಧಿ ೧. *u* ಗುದಸ್ಥಾನ ೩. *v* ಹೊಕ್ಕಳು ಕೆಳಗಣ ಕಿರಿ ಹೊಟ್ಟೆ ೧. *w* ಸೊಂಟ ೨. *x* ಪಿರ್ರೆಗಳು ೩. *y* ಸ್ತ್ರೀಯರ ಅಂಡುಗಳು ದೊಡ್ಡ ಪಾನ ಪ್ರದೇಶ ೧. *z* ಸ್ತ್ರೀಯರ ಭಗದ ಮೇಲ್ಗಡೆ, ಅಂಡಗಳ ಮುಂಭಾಗದ ದಿಮ್ಮಿ, ಮಡಿ ಕಟ್ಟು ೧. *a* ಹೆಂಗಸರ ಅಂಡುಗಳ ಮೇಲಿರುವ ಗುಣಿಗಳು ೧.

(ಸ್ತ್ರಿಯಾಂ) ಸ್ಫಿಚೌ ಕಟಿಪ್ರೋಥಾ *a* ವುಪಸ್ಥೌ (ವಕ್ಷ್ಯಮಾಣಯೋಃ) *b* || ||೭೭೫||
ಭಗೋ ಯೋನಿ (ರ್ದ್ವಯೋಃ) *c* ಶಿಶ್ನೋ ಮೇಢ್ರೋ ಮೇಹನ ಶೇಫಸೀ |
ಮುಷ್ಕೋಂಡಕೋಶೋ ವೃಷಣಃ *e* (ಪೃಷ್ಠವಂಶಾಧರೇ) ತ್ರಿಕಂ *f* || ||೭೭೬||
ಪಿಚಂಡಕುಕ್ಷೀ ಜಠರೋದರಂ ತುಂದಂ *g* ಸ್ತನೌ ಕುಚೌ *h* |
ಚೂಚುಕಂತು ಕುಚಾಗ್ರಂ ಸ್ಯಾ (*i* ನ್ನ ನಾ) ಕ್ರೋಡಂ ಭುಜಾಂತರಂ || ||೭೭೭||
ಉರೋ ವತ್ಸಂ ಚ ವಕ್ಷಶ್ಚ *j* ಪೃಷ್ಠಂತು (ಚರಮಂ ತನೋಃ) *k* |
ಸ್ಕಂಧೋ ಭುಜಶಿರೋಂಸೋ ಸ್ತ್ರೀ *l* (ಸಂಧೀ ತಸ್ಯೈವ) ಜತ್ರುಣೀ *m* || ||೭೭೮||
ಬಾಹುಮೂಲೇ (ಉಭೌ) ಕಕ್ಷೌ *n* ಪಾರ್ಶ್ವ (ಮಸ್ತ್ರೀ ತಯೋರಧಃ) *o* |
ಮಧ್ಯಮಂ (ಚಾ) ವಲಗ್ನಂ ಚ ಮಧ್ಯೋಸ್ತ್ರೀ *p* ದ್ವೌ ಪರೌ ದ್ವಯೋಃ || ||೭೭೯||
ಭುಜ ಬಾಹೂ ಪ್ರವೇಷ್ಟೋ ದೋಃ *q* ಸ್ಯಾತ್ ಕಫೋಣಿಸ್ತು ಕೂರ್ಪರಃ *r* |
(ಅಸ್ಯೋಪರಿ) ಪ್ರಗಂಡಸ್ಸ್ಯಾತ್ *s* ಪ್ರಕೋಷ್ಠ (ಸ್ತಸ್ಯ ಚಾಪ್ಯಧಃ) *t* || ||೭೮೦||
(ಮಣಿಬಂಧಾ ದಾಕನಿಷ್ಠಂ ಕರಸ್ಯ) ಕರಭೋ (ಬಹಿಃ) *u* |
ಪಂಚಶಾಖಃ ಶಯಃ ಪಾಣಿ *v* ಸ್ತರ್ಜನೀ (ಸ್ಯಾತ್) ಪ್ರದೇಶಿನೀ *w* || ||೭೮೧||
ಅಂಗುಳ್ಯಃ ಕರಶಾಖಾಸ್ಸ್ಯುಃ *x* (ಪುಂಸ್ಯಂ) ಗುಷ್ಠಃ ಪ್ರದೇಶಿನೀ |
ಮಧ್ಯಮಾನಾಮಿಕಾ (ಚಾಪಿ) ಕನಿಷ್ಠಾ ಚೇತಿ ತಾಃ ಕ್ರಮಾತ್ *y* || ||೭೮೨||

---

a 2, Buttock. *b* 1, Pudendum. *c* 2, Vulva. *d* 4, Penis. *e* 3, Testicle. *f* 1, Chine-bone. *g* 5, Belly, stomach. *h* 2, Breast. *i* 2, Nipple. *j* 5, Chest. *k* 1, Back. *l* 3, Shoulder *m* 1, Clavicle. *n* 2, Arm-pit. *o* 1, Side. *p* 3, Middle, waist. *q* 4, Arm. *r* 2, Elbow. *s* 1, Upper arm. *t* 1, Fore arm. *u* 1 Metacarpus, the hand from the wrist to the root of the fingers. *v* 3, Hand. *w* 2, Fore-finger. *x* 2, Fingers. *y* 1, Thumb; 1, fore-finger; 1, middle finger; 1, ring finger; 1, little finger.

a ಅಂಡುಗಳ ಮೇಲೆ ಉತ್ತರವಾಗಿರುವ ಸ್ಥಳ ೨. *b* ಮುಂದೆ ಹೇಳುವ ಉಪಸ್ಥ ಶಿಶ್ನಗಳಿಗೆ ೧. *c* ಯೋನಿ, ೨. *d* ಶಿಶ್ನ ೪. *e* ವೃಷಣ ೩. *f* ಬೆನ್ನು ಮೂಳೆಗೆ ಬುಡ ಬೆನ್ನೆಲುವಿನ ಕೆಳಗಡೆ ೧. *g* ಹೊಟ್ಟೆ, ಬೊಜ್ಜು ೫. *h* ಸ್ತನಗಳು, ಮೊಲೆಗಳು ೨. *i* ಮೊಲೆಗಳ ತೊಟ್ಟು ೨. *j* ಎದೆಯ ಹೆಸರು ೫. *k* ಮೈಯ ಹಿಂದುಗಡೆ, ಬೆನ್ನು ೧. *l* ಹೆಗಲು, ಭುಜ ೩. *m* ಕಂಕಳೆಲುವಿನ ಸಂಧಿ ೧. *n* ಕಂಕಳು ೨. *o* ಕಂಕಳ ಕೆಳಗಡೆ ಪಕ್ಕ ೧. *p* ಸೊಂಟ, ನಡುವು ೩. *q* ತೋಳುಗಳು ೪. *r* ಮೊಣಕೈಗಳು ೨. *s* ಮೇಲು ತೋಳು ೧. *t* ಮೊಣಕೈ ಕೆಳಗಡೆ ಮುಂಗೈಯಿ ೧. *u* ಮಣಿಕಟ್ಟು ಮೊದಲುಗೊಂಡು ಕಿರಿಬೆರಳು ವರಿವಿಗೂ ಕೈ ಮೇಲ್ಗಡೆ ೧. *v* ಮಣಿಕಟ್ಟಿನಿಂದಲೂ ಬೆರಳುಗಳಿಂದ ಕೂಡಿದ ಸಂಪೂರ್ಣಹಸ್ತ ೩. *w* ಹೆಬ್ಬೆರಳೊತ್ತಿನ ತರ್ಜನೀ ಬೆರಳು ೨. *x* ಸಾಮಾನ್ಯವಾಗಿ ಬೆರಳುಗಳು ೨. *y* ಹೆಬ್ಬೆರಳು ೧; ಹೆಬ್ಬೆಟ್ಟಿನ ಹತ್ತು ಬೆರಳು ೧; ನಡು ಬೆರಳು ೧; ಪವಿತ್ರದ ಬೆರಳು ೧; ಕಿರಿ ಬೆರಳು ೧ ಈ ೫ ಬೇರೆ ಬೇರೆ ಬೆಟ್ಟುಗಳ ಹೆಸರು.

ಪುನರ್ಭವಃ ಕರರುಹೋ ನಖೋಽಸ್ತ್ರೀ ನಖರೋಽ (ಸ್ತ್ರಿಯಾಂ) *a* ।
ಪ್ರಾದೇಶತಾಲಗೋಕರ್ಣಾಸ್ತರ್ಜನ್ಯಾದಿಯುತೇ ತತೇ ॥ ॥೩೩॥
ಅಂಗುಷ್ಠೇ *b* ಸಕನಿಷ್ಠೇ ಸ್ಯಾದ್ವಿತಸ್ತಿರ್ದ್ವಾದಶಾಂಗುಲಃ *c* ।
(ಪಾಣೌ) ಚಪೇಟ ಪ್ರತಲ ಪ್ರಹಸ್ತಾ (ವಿಸ್ತೃತಾಂಗುಲೌ) *d* ॥ ॥೩೪॥
(ದ್ವೌ ಸಂಹತೌ) ಸಂಹತಲಃ (ಪ್ರತಲೌ ವಾಮದಕ್ಷಿಣೌ) *e* ।
(ಪಾಣಿರ್ನಿಕುಬ್ಜಃ) ಪ್ರಸೃತಿ *f* (ಸ್ತೌ ಯುತಾ) ವಂಜಲಿಃ (ಪುಮಾನ್) *g* ॥೩೫॥
(ಪ್ರಕೋಷ್ಠೇ ವಿಸ್ತೃತಕರೇ) ಹಸ್ತೋ *h* (ಮುಷ್ಟ್ಯಾ ತು ಬದ್ಧಯಾ) ।
ಸರತ್ನಿಸ್ಸ್ಯಾ *i* ದರತ್ನಿ (ಸ್ತು ನಿಷ್ಕನಿಷ್ಠೇನ ಮುಷ್ಟಿನಾ) *j* ॥ ॥೩೬॥
ವ್ಯಾಮೋ (ಬಾಹ್ವೋಸ್ಸಕರಯೋಸ್ತತಯೋಸ್ತಿರ್ಯಗಂತರಂ) *k* ।
(ಊರ್ಧ್ವವಿಸ್ತೃತದೋಃಪಾಣಿ ನೃಮಾನೇ) ಪೌರುಷಂ (ತ್ರಿಷು) *l* ॥ ॥೩೭॥
ಕಂಠೋ ಗಲೋಽಥ *m* ಗ್ರೀವಾಯಾಂ ಶಿರೋಧಿಃ ಕಂಧರೇ (ತ್ಯಪಿ) *n* ।
ಕಂಬುಗ್ರೀವಾ (ತ್ರಿರೇಖಾಸಾ) *o* ವಟುರ್ಘಾಟಾ ಕೃಕಾಟಿಕಾ *p* ॥ ॥೩೮॥

---

a 4, Nail. *b* 3, Span from the thumb to the fore-finger. *c* 2, Span from the thumb to the little finger. *d* 3, The open hand with the fingers extended. *e* 1, The two hands thus open brought together, palms upwards. *f* 1, The palm hollowed as if to hold liquids. *g* 1, The two hands thus hollowed brought together, palms upwards. *h* 1, A cubit measured from the elbow to the tip of the middle finger. *i* 1, A cubit measured from the elbow to the end of the closed fist. *j* 1, A cubit measured from the elbow to the tip of the little finger. *k* 1, A fathom measured across the chest from one extremity to the other of the two arms extended. *l* 1, The height of a man with arm elevated and fingers extended. *m* 2, Throat. *n* 3, Neck. *o* 1, A neck marked with three lines like a shell, (a sign of exalted fortune.) *p* 3, Nape of the neck.

[a] ಉಗುರುಗಳು ೪. [b] ಪೆರ್ಬೆಟ್ಟು ಮೊದಲಾದವುಗಳಿಂದೊಡಗೂಡಿದ ಹೆಬ್ಬೆಟ್ಟು ಚಾಚಲ್ಪಟ್ಟ ಪರಿಮಾಣಕ್ಕೆ ಚೋಟುದ್ದ, ಚೋಟಗಲ, ಚೋಟೆತ್ತರ ೩. [c] ಕಿರಿ ಬೆರಳುನಿಂದೊಡಗೂಡಿ ಚಾಚಲ್ಪಟ್ಟ ಹೆಬ್ಬೆಟ್ಟಿನ ಅಳತೆ, ಗೇಣು ೨. [d] ಚಾಚಲ್ಪಟ್ಟ ಬೆರಳುಗಳುಳ್ಳ ಅಂಗೈಯಿ ೩. [e] ಚಾಚಲ್ಪಟ್ಟ ಬೆರಳುಗಳುಳ್ಳದ್ದಾಗಿಯೂ ಅಂಗೈಯಿಗಳು ಯರಡೂ ಕೂಡಿ ಕೊಂಡದ್ದಾಗಿಯೂ ಯಿರುವ ಮುಗಿದ ಯಡಬಲ ಕೈಗಳೆರಡಕ್ಕೂ ೧. [f] ಬೊಗ್ಗಿದ ಅಂಗೈ ಹೆಸರು, ಶಾರೆ, ೧. [g] ಬೊಗ್ಗಿಸಿ ಕೇಾಸಲ್ಪಟ್ಟ ಎ ಅಂಗೈಗಳ ಹೆಸರು, ಬಗಸೆ ೧. [h] ಚಾಚಲ್ಪಟ್ಟ ಕೈಯುಳ್ಳ ಹಸ್ತ ಅಂದರೆ ಮೊಳ ೧. [i] ಹಿಡಿಯೊಡಗೂಡಿದ ಮೊಳ ಅಂದರೆ ಹಿಡಿಕಡಿಮೆ ಮೊಳ ೧. [j] ಕಿರಿಬೆರಳಿಂದೊಡಗೂಡಿದ ಮೊಳ ೧. [k] ಕೈಗಳಿಂದೊಡಗೂಡಿದ ಅಡ್ಡವಾಗಿ ಚಾಚಲ್ಪಟ್ಟ ತೋಳುಗಳೆರಡರ ಯದೆ ಪ್ರದೇಶ, ಮಾರು ೧. [l] ಮೇಲಕ್ಕೆ ಎತ್ತಿ ಚಾಚಲ್ಪಟ್ಟ ಕೈಯುಳ್ಳ ಮನುಷ್ಯನ ಅಳತೆ ಅಂದರೆ ಆಳುಕೈಯುದ್ದ ೧. [m] ಕುತ್ತಿಗೆ, ಕತ್ತು ೨. [n] ಕೊರಳು ೩. [o] ಮೂರು ರೇಖೆಗಳುಳ್ಳ ಕೊರಳು ೧. [p] ಹೆಗ್ಗತ್ತು ೩.

ವಕ್ತ್ರಾಸ್ಯೇ ವದನಂ ತುಂಡಮಾನನಂ ಲಪನಂ ಮುಖಂ *a* ।

(ಕ್ಲೀಬೇ) ಘ್ರಾಣಂ ಗಂಧವಹಾ ಘೋಣಾ ನಾಸಾ ಚ ನಾಸಿಕಾ *b* ॥ ||೨೪೯||

ಓಷ್ಠಾಧರೌ ತು ರದನಚ್ಛದೌ ದಶನ ವಾಸಸೀ *c* ।

(ಅಧಸ್ತಾತ್) ಚಿಬುಕಂ *d* ಗಂಡೌ ಕಪೋಲೌ *e* (ತತ್ಪರಾ) ಹನುಃ *f* ॥ ||೨೫೦||

ರದನಾ ದಶನಾ ದಂತಾ ರದಾ *g* ಸ್ತಾಲು ತು ಕಾಕುದಂ *h* ।

ರಸಜ್ಞಾ ರಸನಾ ಜಿಹ್ವಾ *i* (ಪ್ರಾಂತಾವೋಷ್ಠಸ್ಯ) ಸೃಕ್ಕಿಣೀ *j* ॥ ||೨೫೧||

ಲಲಾಟಮಲಿಕಂ ಗೋಧಿ *k* (ರೂರ್ಧ್ವೇ ದೃಗ್ಭ್ಯಾಂ) ಭ್ರುವೌ (ಸ್ತ್ರಿಯಾಂ) *l* ।

ಕೂರ್ಚ (ಮಸ್ತ್ರೀ ಭ್ರುವೋರ್ಮಧ್ಯಂ) *m* ತಾರಕಾ (ಕ್ಷ್ಣಃ) ಕನೀನಿಕಾ *n* ॥ ||೨೫೨||

ಲೋಚನಂ ನಯನಂ ನೇತ್ರಮೀಕ್ಷಣಂ ಚಕ್ಷುರಕ್ಷಿಣೀ ।

ದೃಗ್ದೃಷ್ಟೀ ಚಾ *o* ಸ್ರು ನೇತ್ರಾಂಬು ರೋದನಂ ಚಾಸ್ರಮಸ್ರು ಚ *p* ॥ ||೨೫೩||

ಅಪಾಂಗೌ (ನೇತ್ರಯೋರಂತೌ) *q* ಕಟಾಕ್ಷೋ (ಪಾಂಗದರ್ಶನೇ) *r* ।

ಕರ್ಣ ಶಬ್ದಗ್ರಹೌ ಶ್ರೋತ್ರಂ ಶ್ರುತಿಃ ಸ್ತ್ರೀ ಶ್ರವಣಂ ಶ್ರವಃ *s* ॥ ||೨೫೪||

ಉತ್ತಮಾಂಗಂ ಶಿರಃ ಶೀರ್ಷಂ ಮೂರ್ಧಾ (ನಾ) ಮಸ್ತಕೋ (ಸ್ತ್ರಿಯಾಂ) *t* ।

ಚಿಕುರಃ ಕುಂತಲೋ ವಾಲಃ ಕಚಃ ಕೇಶಃ ಶಿರೋರುಹಃ *u* ॥ ||೨೫೫||

(ತದ್ವೃಂದೇ) ಕೈಶಿಕಂ ಕೈಶ್ಯ *v* ಮಲಕಾಶ್ಚೂರ್ಣಕುಂತಲಾಃ *w* ।

(ತೇ ಲಲಾಟೇ) ಭ್ರಮರಕಾಃ *x* ಕಾಕಪಕ್ಷಃ ಶಿಖಂಡಕಃ *y* ॥ ||೨೫೬||

ಕಬರೀ ಕೇಶವೇಶೋ *z* (ಥ) ಧಮ್ಮಿಲ್ಲ (ಸ್ಸಂಯತಾಃ ಕಚಾಃ) *a* ।

---

a 7, Mouth, face. *b* 5. Nose. *c* 4, Lip. *d* 1, Chin. *e* 2, Cheek. *f* 1, Jaw. *g* 4, Teeth. *h* 2, Palate. *i* 1, Tongue. *j* 1, Corner of the mouth. *k* 3, Brow, forehead. *l* 1, Eye-brow. *m* 1, Top of the nose where the eyebrows meet. *n* 2, Pupil of the eye. *o* 8, Eye. *p* 5. Tear. *q* 1, Outer corner of the eye. *r* 1, A side look. *s* 6, Ear. *t* 5, Head. *u* 6, Hair of the head *v* 2, Bunch of hair. *w* 2, Curls, ringlets. *x* 1, Forelock. *y* 2, Side locks. *z* 2, Chignon or bunch in which Hindu women tie up their hair. *a* 1, The braid or fillet of a woman's hair.

a ಬಾಯಿ ೭. *b* ಮೂಗು ೫. *c* ತುಟಿಗಳು ೪. *d* ಗಡ್ಡ ೧. *e* ಕೆನ್ನೆ ೨. *f* ಕೆನ್ನೆ ಮೇಲ್ಭಾಗಕ್ಕೂ, ಕಟವಾಯಿ ಕೆಳತಲೆಗೂ ೧. *g* ಹಲ್ಲುಗಳು ೪. *h* ದವಡೆಗಳು, ಒಳದವಡೆ, ಹೊರದವಡೆ ೨. *i* ನಾಲಿಗೆ ೧. *j* ಜೊಲ್ಲುನೀರು ಸುರಿಯುವದಕ್ಕೆ ತಕ್ಕ ಬಾಯಿ ೧. *k* ಹಣೆ ೩. *l* ಕಣ್ಣುಬ್ಬು, ಕಣ್ಣಿನ ಮೇಲ್ಭಾಗ ೧. *m* ಭ್ರೂಮಧ್ಯ, ಹುಬ್ಬುಗಂಟಿನ ಸ್ಥಳ ೧. *n* ಕಣ್ಣಿನ ಗುಡ್ಡು ೨. *o* ಕಣ್ಣುಗಳು ೮. *p* ಕಣ್ಣಿನಲ್ಲಿ ಸುರಿಯುವ ನೀರು ೫. *q* ಕಣ್ಣುಗಳ ಕೊನೆಗಳು, ಕಟಾಕ್ಷದ ಕಣ್ಣು ೧. *r* ಕಡೆಕಣ್ಣು ನೋಟ ೧. *s* ಕಿವಿಗಳು ೬. *t* ತಲೆ, ಶಿರಸ್ಸು ೫. *u* ತಲೇಕೂದಲು, ಮಂಡೆಕೂದಲು ೬. *v* ಕೂದಲುಗುಂಪು, ಕೂದಲು ಕುಚ್ಚು ೨. *w* ಮುಂಗುರುಳು, ಕುರುಳು ೨. *x* ಜೋಲಾಡುವ ಮುಂಗುರುಳು, ಸುಳಿ ಮುಂಗುರುಳು ೧. *y* ಜುಲ್ಫಾ ಕೂದಲು ೨. *z* ತುರುಬು ೨. *a* ತಲೆಕೂದಲ ಗಂಟು ೧.

ಶಿಖಾ ಚೂಡಾ ಕೇಶಪಾಶೀ *a* (ವ್ರತಿನಸ್ತು) ಜಟಾ ಸಟಾ *b* ॥ ॥೧೩೭॥
ವೇಣೀ ಪ್ರವೇಣೀ *c* ಶೀರ್ಷಣ್ಯ ಶಿರಸ್ಯೌ (ವಿಶದೇ ಕಚೇ) *d* ।
ಪಾಶಃ ಪಕ್ಷಶ್ಚ ಹಸ್ತ (ಶ್ಚ ಕಲಾಪಾರ್ಥಾಃ ಕಚಾತ್ಪರೇ) *e* ॥ ॥೧೩೮॥
ತನೂರುಹಂ ರೋಮ ಲೋಮ *f* (ತದ್ವೃದ್ಧೌ) ಶ್ಮಶ್ರು (ಪುಂ ಮುಖೇ) *g* ।
ಆಕಲ್ಪವೇಷೌ ನೈಪಥ್ಯಂ ಪ್ರತಿಕರ್ಮ ಪ್ರಸಾಧನಂ *h* ॥ ॥೧೩೯॥
(ದಶೈತೇ ತ್ರಿಷು) ಅಲಂಕರ್ತಾ ಲಂಕರಿಷ್ಣುಶ್ಚ *i* ಮಂಡಿತಃ ।
ಪ್ರಸಾಧಿತೋಽಲಂಕೃತ (ಶ್ಚ) ಭೂಷಿತಶ್ಚ ಪರಿಷ್ಕೃತಃ *j* ॥ ॥೧೪೦॥
ವಿಭ್ರಾಡ್ಭ್ರಾಜಿಷ್ಣುರೋಚಿಷ್ಣೂ *k* ಭೂಷಣಂಸ್ಯಾ ದಲಂಕ್ರಿಯಾ *l* ।
ಅಲಂಕಾರಸ್ತ್ವಾ ಭರಣಂ ಪರಿಷ್ಕಾರೋ ವಿಭೂಷಣಂ ॥ ॥೧೪೧॥
ಮಂಡನಂ (ಚಾ *m* ಥ) ಮುಕುಟಂ ಕಿರೀಟಂ (ಪುನ್ನಪುಂಸಕಂ) *n* ।
ಚೂಡಾಮಣಿಶ್ಶಿರೋರತ್ನಂ *o* ತರಲೋ (ಹಾರಮಧ್ಯಗಃ) *p* ॥ ॥೧೪೨॥
ಬಾಲಪಾಶ್ಯಾ ಪಾರಿತಥ್ಯಾ *q* ಪತ್ರಪಾಶ್ಯಾ ಲಲಾಟಿಕಾ *r* ।

---

a 3, The lock worn by Hindu men on the top of the head or scalp. *b* 2, Matted locks, such as those of rishis. *c* 2, The hair plaited or braided in chains. *d* 2, Hair which is limp and does not tangle. *e* 3, Bunch or tuft (when forming compounds with a word signifying hair.) *f* 3, Hair of the body. *g* 1, Hair of a man's face, mustachios, whiskers, beard. *h* 5, Personal embellishment, as attire, ornaments &c. *i* 2, A man of artistic taste employed to decorate the person. *j* 5, A person thus adorned. *k* 3, A person shining with ornaments. *l* 2, The act of decorating the person. *m* 5, Ornaments, jewels. *n* 2, Crown, diadem. *o* 2, A jewel worn in a rest or on the head. *p* 1, The central gem of a necklace. *q* 2, A plate of gold worn by Hindu women on their braided hair. *r* 2, A head ornament worn by females, consisting of a brooch or locket suspended on the forehead from the parting of the hair.

[a] ಶಿಖೆ, ಜುಟ್ಟು ೩. [b] ವ್ರತನೇಮವುಳ್ಳವರ ಜಡೆಗಳು, ಮುಣುಕು ಕೂದಲು, ಜಡೆ, ತ್ರಿಗಳು ೨. [c] ಹೆಣಿಯಲ್ಪಟ್ಟ ಜಡೆ, ಕೂದಲು ಹೆಣಿತ ಜಡೆ ೨. [d] ಪೊಂದಿಕೊಂಡು ಸೇರದೇ ಸಿಕ್ಕಿಲ್ಲದ ಕೂದಲು ೨. [e] ಕೇಶಪರ್ಯಾಯ ಶಬ್ದಗಳ ಮೇಲೆ ಪ್ರಯೋಗಿಸಲ್ಪಟ್ಟವಾದ ಶಬ್ದಗಳು ಕೇಶ ಸಮೂಹ ವಾಚಕಗಳಾಗುವವು ೩. [f] ಮೈ ಕೂದಲು ೩. [g] ಗಂಡಸರ ಮುಖದಲ್ಲಿ ಬೆಳೆದ ಕೂದಲು ಅಂದರೆ, ಗಡ್ಡ, ದಾಡೀ ಮೀಸೆ ೧. [h] ಸುವರ್ಣವಸ್ತ್ರ ಮಾಲ್ಯಾದಿಗಳಿಂದ ಮಾಡಿದ ಅಲಂಕಾರ ೫. [i] ಅಲಂಕರಿಸುವವನು ೨. [j] ಅಲಂಕರಿಸಲ್ಪಟ್ಟವನು ೫, [k] ಭೂಷಣಾದಿಗಳಿಂದ ಪ್ರಕಾಶಿಸುವವನು ೩. [l] ಅಲಂಕಾರ ಮಾಡುವಿಕೆ ೨. [m] ಆಭರಣಗಳು, ಒಡವೆ ೫. [n] ಕಿರೀಟ, ಸುವರ್ಣ ರತ್ನ ವಸ್ತ್ರಾದಿಗಳಿಂದ ರಚಿಸಿದ ಶಿರೋರತ್ನ ೨. [o] ತಲೆಯೊಳಗೆ ಧರಿಸತಕ್ಕ ಮಾಣಿಕ್ಯವೆಂಬ ರತ್ನಾಭರಣ ೨. [p] ಹಾರದ ನಡುವೆ ಯಿರುವ ನಾಯಕಮಣಿ, ಪದಕದಮಣಿ, ಹಾರಕ್ಕೆ ಶಿಖಾಮಣಿ, ಸರದ ಮುಖಮಣಿ ೧. [q] ಹೆಂಗಸರ ಜಡೆಗಳಲ್ಲಿ ಧರಿಸಿಕೊಳ್ಳುವ ರಾಗಟೆ ಮುಂತಾದದ್ದು ೨. [r] ಹಣೆಗಿಟ್ಟುಕೊಳ್ಳುವ ಬಾಸಿಂಗದ ತೊಡಿವೆ, ಬೈತಲೇ ಬೊಟ್ಟು ೨.

ಕರ್ಣಿಕಾ ತಾಳಪತ್ರಂಸ್ಯಾ *a* ತ್ಕುಂಡಲಂ ಕರ್ಣವೇಷ್ಟನಂ *b* ॥ ॥೨೬೩॥

ಗ್ರೈವೇಯಕಂ ಕಂಠಭೂಷಾ *c* ಲಂಬನಂಸ್ಯಾಲ್ಲಲಂತಿಕಾ *d* ।

(ಸ್ವರ್ಣೈಃ) ಪ್ರಾಲಂಬಿಕಾ *e* (ಥೋ) ರಸ್ಸೂತ್ರಿಕಾ (ಮೌಕ್ತಿಕೈಃ ಕೃತಾ) *f* ॥೨೬೪॥

ಹಾರೋ ಮುಕ್ತಾವಳೀ *g* ದೇವಚ್ಛಂದೋ (ಸೌಶತಯಷ್ಟಿಕಾ) *h*

(ಹಾರಭೇದಾಯಷ್ಟಿಭೇದಾ) ದ್ಗುಚ್ಛಗುಚ್ಛಾರ್ಧ ಗೋಸ್ತನಾಃ ॥ ॥೨೬೫॥

ಅರ್ಧಹಾರೋ ಮಾಣವಕ *i* ಏಕಾವ (ಳ್ಯೇಕಯಷ್ಟಿಕಾ) *j* ।

(ಸೈವ) ನಕ್ಷತ್ರಮಾಲಾ (ಸ್ಯಾತ್ಸಪ್ತವಿಂಶತಿ ಮೌಕ್ತಿಕಾ) *k* ॥ ॥೨೬೬॥

ಆವಾಪಕಃ ಪಾರಿಹಾರ್ಯಃ ಕಟಕಂ ವಲಯೋಸ್ತ್ರಿಯಾಂ *l* ।

ಕೇಯೂರ ಮಂಗದಂ (ತುಲ್ಯೇ) *m* ಅಂಗುಳೀಯ ಕಮೂರ್ಮಿಕಾ *n* ॥ ॥೨೬೭॥

(ಸಾಕ್ಷರಾಂ) ಗುಳಿಮುದ್ರಾ (ಸಾ) *o* ಕಂಕಣಂ ಕರ ಭೂಷಣಂ *p* ।

(ಸ್ತ್ರೀಕಟ್ಯಾಂ) ಮೇಖಲಾ ಕಾಂಚೀ ಸಪ್ತಕೀ ರಶನಾ (ತಥಾ) ॥ ॥೨೬೮॥

(ಕ್ಲೀಬೇ) ಸಾರಸನಂ (ಚಾ *q*. ಥಪುಂಸ್ಕಟ್ಯಾಂ) ಶೃಂಖಲಂ (ತ್ರಿಷು) *r* ।

---

a 2, A trinket for the ear. *b* 2, Ear-ring. *c* 2, A close necklace. *d* 2, A necklace hanging as low as the navel. *e* 1. Such a necklace made of gold. *f* 1, Such a necklace made of pearls. *g* 2, A string of pearls. *h* 1, A necklace containing 100 strings of pearls. *i* 1, Varieties of pearl necklace, viz: 1, one of 32 strings; 1, one of 16; 1, one of 40 or 4; 1, one of 54; 1, one of 108; 1, one of 20. *j* 1, A necklet or single necklace. *k* 1, A necklace of 27, pearls. *l* 4, Bracelet. *m* 2, An ornament worn as an epaulette or shoulder-knot. *n* 2, Finger-ring. *o* 1, Seal-ring, signet-ring *p* 2, A bracelet of pearls or gems. *q* 5, A woman's zone or girdle, consisting of a silver or gold belt, sometimes set with little bells. *r* 1, A chain of silver, worn as a man's girdle or zone.

a ಕಿವಿಗೆ ಇಟ್ಟುಕೊಳ್ಳುವ ವಾಲೆ, ಸರಪಣಿ ಬುಗುಡಿ ಮುಂತಾದ್ದು ೨. *b* ಕಿವಿಗಿಟ್ಟುಕೊಳ್ಳುವ ಹತ್ತಕಡಗು, ಗುಂಡು ಕುಂಡಲ ೨. *c* ಕೊರಳಲ್ಲಿ ಹಂಕವಾಗಿ ಧರಿಸಲ್ಪಟ್ಟ ಪದಿವೆ, ಅಡ್ಡಿಕೆ, ವೃತ್ತಂಡೆ, ಚಿಂತಾಕ, ತಾಳಿ ಮುಂತಾದ್ದು ೨. *d* ಜೋಮಾಲೇಸರ, ಕಂಠೀಸರ, ಮಣಿಗಳ ಹಾರ ಮುಂತಾದ್ದು ೨. *e* ಕಂಠೀಸರ, ಚಂದ್ರಹಾರ, ಗೋಂಧೀ ಸರ ಮುಂತಾದ್ದು ೧. *f* ಮುತ್ತಿನ ಕಂಠೀಸರ, ಮುತ್ತಿನ ಲಡಿಗಳುಳ್ಳ ಕಂಠೀಸರ ೧. *g* ಒಂದಕ್ಕೊಂದು ಹತ್ತರವಾಗಿ ಪೋಣಿಸಿರುವ ಮುತ್ತಿನ ದಂಡೆ ೨. *h* ಅನೇಕ ಸರಗಳುಳ್ಳ ಮುತ್ತಿನ ಕಂಠೀಸರ ೧. *i* ಸರಗಳ ಲೆಕ್ಕ ಭೇದದಿಂದ ಬೇರೆ ಬೇರೆ ಹೆಸರುಗಳು ೩೨ ವುಳ್ಳದ್ದು ೧೬ ವುಳ್ಳದ್ದು ೪೦ ಅಥವಾ ೪ ವುಳ್ಳದ್ದು ೫೪ ವುಳ್ಳದ್ದು ೧೦೮ ವುಳ್ಳದ್ದು ೨೦ ವುಳ್ಳದ್ದು. *j* ಒಂದು ಸರ ವುಳ್ಳದ್ದು. *k* ೨೭ ಮುತ್ತುವುಳ್ಳ ನಕ್ಷತ್ರ ಮಾಲೆ ೧. *l* ಕಂಗಣ ಬಾಂಚೆಗಳು ಮುಂತಾದ ಹಸ್ತಾಭರಣಗಳು ೪. *m* ನಾಗಮುರಿಗೆ, ಬಾಜೂಬಂದಿ, ವಂಕಿ ೨. *n* ಉಂಗರಗಳು, ಅಂಗುಳ್ಯಾಭರಣ ೨. *o* ಅಕ್ಷರಗಳು ಕೆತ್ತಲ್ಪಟ್ಟ ಮೊಹರು ಬಿಲ್ಲೆಯುಳ್ಳ ಉಂಗುರ, ಮುದ್ರೆ ಉಂಗರ ೧. *p* ಮುತ್ತಿನ ತೋಡೆ ರತ್ನಕಂಕಣ ಮುಂತಾದ ಹಸ್ತಾಭರಣ ೨. *q* ಹೆಂಗಸರ ಡಾಬು ೫. *r* ಪುರುಷನ ಉಡುಧಾರ, ಕಟಿಸೂತ್ರ ೧.

ಪಾದಾಂಗದಂ ತುಲಾಕೋಟಿರ್ಮಂಜೀರೋ ನೂಪುರೋಽ (ಸ್ತ್ರಿಯಾಂ) ||೧೬೯||
ಹಂಸಕಃ ಪಾದಕಟಕಃ *a* ಕಿಂಕಿಣೀ ಕ್ಷುದ್ರಘಂಟಿಕಾ *b* |
ತ್ವಕ್ಫಲಕ್ರಿಮಿ ರೋಮಾಣಿ (ವಸ್ತ್ರಯೋನಿ) *c* (ರ್ದಶತ್ರಿಷು) || ||೧೭೦||
ವಾಲ್ಕಂ ಕ್ಷೌಮಾದಿ *d* ಫಾಲಂ ತು ಕಾರ್ಪಾಸಂ ಬಾದರಂ (ಚ ತತ್) *e* |
ಕೌಶೇಯಂ (ಕ್ರಿಮಿಕೋಶೋತ್ಥಂ) *f* ರಾಂಕವಂ (ಮೃಗರೋಮಜಂ) *g* || ||೧೭೧||
ಅನಾಹತಂ ನಿಷ್ಪ್ರವಾಣಿ ತಂತ್ರಕಂ (ಚ ನವಾಂಬರೇ) *h* |
(ತತ್ಸ್ಯಾ ದ್) ಉದ್ಗಮನೀಯಂ (ಯದ್ಧೌತಯೋರ್ವಸ್ತ್ರಯೋರ್ಯುಗಂ) *i* ||೧೭೨||
ಪತ್ರೋರ್ಣಂ (ಧೌತಕೌಶೇಯಂ) *j* (ಬಹುಮೂಲ್ಯಂ) ಮಹಾಧನಂ *k* |
ಕ್ಷೌಮಂ ದುಕೂಲಂ (ಸ್ಯಾ *l* ದ್ದ್ವೇ ತು) ನಿವೀತಂ ಪ್ರಾವೃತಂ (ತ್ರಿಷು) *m* ||೧೭೩||
(ಸ್ತ್ರಿಯಾಂ ಬಹುತ್ವೇ ವಸ್ತ್ರಸ್ಯ) ದಶಾ ಸ್ಯುರ್ವಸ್ತಯೋ (ದ್ವಯೋಃ) *n* |
ದೈರ್ಘ್ಯಮಾಯಾಮ ಆರೋಹಃ *o* ಪರಿಣಾಹೋ ವಿಶಾಲತಾ *p* || ||೧೭೪||
ಪಟಚ್ಚರಂ ಜೀರ್ಣವಸ್ತ್ರಂ *q* (ಸಮೌ) ನಕ್ತಕ ಕರ್ಪಟೌ *r* |
ವಸ್ತ್ರಮಾಚ್ಛಾದನಂ ವಾಸಶ್ಚೈಲಂ ವಸನಮಂಶುಕಂ *s* || ||೧೭೫||
ಸುಚೇಲಕಃ ಪಟೋಽ (ಸ್ತ್ರೀ ಸ್ಯಾ) *t* ದ್ವರಾಶಿಃ ಸ್ಥೂಲಶಾಟಕಃ *u* |

---

a 9, An anklet. *b* 2, Tinkling bells, such as are worn round the ankle by public dancers. *c* Sources of clothing, viz: 1, fibrous bark; 1, fruit, as the cotton-pod; 1, the silk-worm; 1, hair or wool. *d* 2, A garment of bark, as worn by hermits. *e* 3, Cotton cloth. *f* 1, Silk cloth. *g* 1, Cloth made from hair or wool. *h* 3, New or unbleached cloth. *i* 1, A pair of bleached cloths. *j* 1, Washed silk cloth. *k* 1, Costly raiment.. *l* 2, White silk cloth. *m* 2, A man's upper cloth or scarf. *n* 2, The ends of a cloth. *o* 3, Length. *p* 2, Breadth. *q* 2, Old cloth. *r* 2, Torn cloth. *s* 6, Cloth, garment. *t* 2, Fine cloth. *u* 2, Coarse cloth.

a ಅಂದಿಗೆ, ಕಾಲುಸರಪಣಿ, ಕಾಲುಕಡಗ, ಕಾಲು ತೊಡೆಗೆ ೯. *b* ಕಿರುಘಂಟೆ, ಕಿರುಗೆಜ್ಜೆ ೨. *c* ನಾರು, ಕಾಯಿ, ಹುಳ, ರೋಮ ಈ ಮೊದಲಾದವು ಮುಗುಟ ಕಿತ್ತಾನಾರು ಮುಂತಾದವುಗಳ ಉತ್ಪತ್ತಿ ಸ್ಥಾನ ೪. *d* ನಾರು ಸೀರೆ ೨. *e* ನೂಲು ಬಟ್ಟೆ ೩. *f* ರೇಶ್ಮೇಹುಳ, ಚುರಡೆ ಗುಚ್ಚು ಮುಂತಾದವುಗಳಿಂದೆ ಉಂಟುಸಿ ಶೆಗಿಯತಕ್ಕ ಮುಗುಟ ಮುಂತಾದ್ದು ೧. *g* ಶಾಲು, ಬನಾತು, ಜುರನಿಷ ಮೊದಲಾದ್ದು ೧. *h* ಹೊಸಬಟ್ಟೆ ೩. *i* ಬಟ್ಟೆಗಳು, ಮಡಿ ಪಂಚೆ ಜೊತೆ, ಧೋತ್ರದ ಜೊತೆ ೧. *j* ತೊಳೆದ ಪಟ್ಟೇಸೀರೆ ಮುಂತಾದ್ದು ೧. *k* ಬಹಳ ಕ್ರಯವುಳ್ಳ ಭಾರೀಬಟ್ಟೆ ೧. *l* ಬಿಳೀ ಪಟ್ಟೇಮಡಿ ೨. *m* ಹೊದಿಯುವ ಬಟ್ಟೆ, ಅಂಗವಸ್ತ್ರ ೨. *n* ಬಟ್ಟೆಯ ಬದ್ದಿಗೆ ಅಂಚಿಗೂ, ಕಂಬೀಗೂ ೨. *o* ವೃದ್ಧವಾಗಿರುವಿಕೆ, ಲಾಂಗವಾಗಿರುವಿಕೆ, ಎತ್ತರವಾಗಿರುವಿಕೆ ೩. *p* ಅಗಲ, ಅಡ್ಡಗಲ ೨. *q* ಹಳೇಬಟ್ಟೆ, ೨. *r* ಚಿಂದೀಬಟ್ಟೆ, ಹರುಕುಬಟ್ಟೆ ೨. *s* ಸಾಮಾನ್ಯವಾಗಿ ಬಟ್ಟೆ, ಉಡುವ ಧೋತ್ರ, ಸೀರೆ, ಪಾವಡೆ, ಸಿರಗೆ ೬. *t* ನಯ್ಯೇ ಸೀರೆ, ನಯ್ಯೇ ಧೋತ್ರ ೨. *u* ಜಚ್ಚಡ, ಪರದೆ ಘಾಡ ಮುಂತಾದ ದಪ್ಪವಾದ ಬಟ್ಟೆ ೨.

ನಿಚೋಳಃ ಪ್ರಚ್ಛದಪಟಃ *a* (ಸಮೌ) ರಲ್ಲಕ ಕಂಬಳೌ *b* ॥ ॥೧೭೬॥
ಅಂತರೀಯೋ ಪಸಂವ್ಯಾನ ಪರಿಧಾನಾನ್ಯಧೋಂಶುಕೇ *c* ।
(ದ್ವೌ) ಪ್ರಾವಾರೋತ್ತರಾಸಂಗೌ (ಸಮೌ) ಬೃಹತಿಕಾ (ತಥಾ) ॥ ॥೧೭೭॥
ಸಂವ್ಯಾನ ಮುತ್ತರೀಯಂ (ಚ) *d* ಚೋಳಃ ಕೂರ್ಪಾಸಕೋ (ಸ್ತ್ರಿಯಾಂ) *e* ।
ನಿಶಾರ (ಸ್ತು ಪ್ರಾವರಣೇ ಹಿಮಾನಿಲನಿ ವಾರಣೇ) *f* ॥ ॥೧೭೮॥
(ಅರ್ಧೋರುಕಂ ವರಸ್ತ್ರೀಣಾಂ ಸ್ಯಾ) ಚ್ಚಂಡಾತಕ (ಮಂಶುಕಂ) *g* ।
(ಸ್ಯಾತ್ತ್ರಿಷು) ಷ್ವಾಪ್ರಪದೀನಂ (ತತ್ಪ್ರಾಪ್ನೋತ್ಯಾ ಪ್ರಪದಂಹಿಯತ್) *h* ॥ ॥೧೭೯॥
(ಅಸ್ತ್ರೀ) ವಿತಾನಮುಲ್ಲೋಚೋ *i* ದೂಷ್ಯಾದ್ಯಂ ವಸ್ತ್ರವೇಶ್ಮನಿ *j* ।
ಪ್ರತಿಸೀರಾಜವನಿಕಾ (ಸ್ಯಾ) ತ್ತಿರಸ್ಕರಣೀ (ಚಸಾ) *k* ॥ ॥೧೮೦॥
ಪರಿಕರ್ಮಾಂಗಸಂಸ್ಕಾರಃ (ಸ್ಯಾ *l*) ನ್ಮಾರ್ಷ್ಟಿರ್ಮಾರ್ಜನಾ ಮೃಜಾ *m* ।
ಉದ್ವರ್ತನೋತ್ಸಾದನೇ (ದ್ವೇಸಮೇ) *n* ಆಪ್ಲಾವ ಆಪ್ಲವಃ ॥ ॥೧೮೧॥
ಸ್ನಾನಂ *o* ಚರ್ಚಾತು ಚರ್ಚಿಕ್ಯಂ ಸ್ಥಾಸಕೋ *p* ಥಪ್ರಬೋಧನಂ ।
ಅನುಬೋಧಃ *q* ಪತ್ರಲೇಖಾ ಪತ್ರಾಂಗುಳಿ (ರಿಮೇಸಮೇ) *r* ॥ ॥೧೮೨॥

---

a 2, A coverlet or sheet. *b* 2, A blanket. *c* 4, A lower garment. *d* 5, An upper garment. *e* 2, Jacket or bodice. *f* 1, A warm covering. *g* 1, Tight drawers or breeches reaching to the middle of the thigh. *h* 1, A sewn petticoat. *i* 2, A canopy or awning. *j* 2, Tent. *k* 3, Curtain or cloth screen. *l* 2, Cleansing and adorning the body. *m* 3, Perfuming the body. *n* 2, Unguent, applied to the body before bathing. *o* 3, Bathing, ablution. *p* 3, Anointing the body. *q* 2, Any fragrant essence or essential oil. *r* 2, Marbled figures drawn with musk or gold-dust upon the cheeks or breasts.

a ಮೇಲು ಹಾಸಿಗೆ, ಹಾಸಿಗೆ ಮೇಲೂ ಹಾಸುವ ನೌರುಬಟ್ಟೆ ೨. *b* ರತ್ನಕಂಬಳಿ, ಸಣ್ಣ ಕಂಬಳಿ ೨. *c* ಉಟ್ಟುಕೊಳ್ಳುವದಕ್ಕೆ ಮಾಡಲ್ಪಟ್ಟ ಧೋತ್ರ ಶೀರೆಮುಂತಾದ್ದು ೪. *d* ಉತ್ತರೀಯ, ಮೇಲು ಹೊದ್ದಿಕೆ ೫. *e* ಗಂಡಸರ ಅಂಗೀಗಳೂ, ಹೆಂಗಸರ ಕುಪ್ಪಸಗಳೂ ಸಹ ೨. *f* ಹಚ್ಚಡ ಮುಂತಾದ ವಸ್ತ್ರ ವಿಶೇಷ ೧. *g* ಅರತೊಡೆ ಚಲ್ಲಡ, ಚಡ್ಡಿ ಅರ್ಧ ಪಾಯಿಜಾಮಾ ೧. *h* ಕಾಲಿನವರಿವಿಗೂ ಯಿರುವ ವಸ್ತ್ರ ಅಂದರೆ, ಪಾಯಿಜಾಮು, ಕಳೀಪಾವಡೆ ನಿಲುವಂಗಿ ಈ ಮೊದಲಾದ್ದು ೧. *i* ಮನೆ ಮೇಲ್ಗಡೆ ಕಟ್ಟುವ ಚಿತ್ರದ ಬಟ್ಟೆ ೨. *j* ಬಟ್ಟೆಯಿಂದ ಕಟ್ಟಲ್ಪಟ್ಟ ಮನೆಗೆ ಹೆಸರು ಅಂದರೆ ಗುಡಾರೆ, ಡೇರಾ ೨. *k* ತೆರೆಬಟ್ಟೆ, ಪರದೆ ೩. *l* ಶರೀರದ ಮೈಲಿ ಕೊಳೆ ಹೋಗಲಾಡಿಸಿಕೊಳ್ಳುವಿಕೆ ೨. *m* ಶ್ರೀಗಂಧ, ಕುಂಕುಮ ಕೇಸರಿ ಮುಂತಾದ್ದನ್ನು ಮೈಗೆ ಹಾಕಿ ಪೂಜ್ಜಿಕೊಳ್ಳುವಿಕೆ ೩. *n* ಉರುತಣಿ, ಮೈಗೆ ಉಜ್ಜಿ ತೊಳಿಯುವ ಪುಡಿ ೨. *o* ಸ್ನಾನ, ತಲೆಮುಂತಾದ ಸರ್ವಾಂಗಗಳನ್ನು ನೀರಿನಲ್ಲಿ ಮುಣಗಿಸಿ ತೊಳಿಯುವಿಕೆ ೩. *p* ಕುಂಕುಮ ಮುಂತಾದ ಅಂಗಾರದ ಹಿಟ್ಟು, ಗಂಧಪುಡಿ, ಬುಕ್ಕಿಹಿಟ್ಟು ೩. *q* ಸುಗಂಧ ದ್ರವ್ಯಗಳಲ್ಲಿ ಅಣಗಿ ಕೊಂಡಿರುವ ತೈಲಾದ್ಯುತ್ತೇಜಕ ಸಾಮಗ್ರೀ ೨. *r* ಸ್ತ್ರೀಯರ ಬೊಳೆಗಳ ಮುಂತಾದ ಅಂಗಗಳಲ್ಲಿ ಕಸ್ತೂರಿ ಬಣ್ಣಗಳಿಂದ ಬರೆಯಲ್ಪಡುವ ಮಕರಿಕಾ ಪತ್ರಾದಿ ಚಿತ್ರಗಳು ೨.

ತಮಾಲಪತ್ರತಿಲಕ ಚಿತ್ರಕಾಣಿ ವಿಶೇಷಕಂ ।
(ದ್ವಿತೀಯಂಚ ತುರೀಯಂಚನ ಸ್ತ್ರಿಯಾಂ) *a* (ಮಥ) ಕುಂಕುಮಂ ॥ ॥೩೮೭॥
ಕಾಶ್ಮೀರ ಜನ್ಮಾಗ್ನಿಶಿಖಂ ವರಂ ಬಾಹ್ಲೀಕಪೀತನೇ ।
ರಕ್ತಸಂಕೋಚಪಿಶುನೆ ಧೀರಲೋಹಿತ ಚಂದನಂ *b* ॥ ॥೩೮೮॥
ಲಾಕ್ಷಾ ರಾಕ್ಷಾ ಜತು (ಕ್ಲೀಬೇ) ಯಾವೋಲಕ್ತೋ ದ್ರುಮಾಮಯಃ *c* ।
ಲವಂಗಂ ದೆ ವಕುಸುಮಂ ಶ್ರೀಸಂಜ್ಞ (ಮಥ) *d* ಜಾಪಕಂ ॥ ॥೩೮೯॥
ಕಾಲೆಯಕಂ (ಚ) ಕಾಲಾನುಸಾರ್ಯಂ (ಚಾಥ) *e* ಸಮಾರ್ಥಕಂ) ।
ವಂಶಿಕಾಗರು ರಾಜಾರ್ಹ ಲೋಹ ಕ್ರಿಮಿಜ ಜೋಂಗಕಂ *f* ॥ ॥೩೯೦॥
ಕಾಲಾಗರ್ವಗರುಃ *g* (ಸ್ಯಾತ್ತು) ಮಂಗಳ್ಯಂ (ಮಲ್ಲಿಗಂಧಿಯತ್ರ) *h* ।
ಯಕ್ಷಧೂಪಸ್ಸರ್ಜರಸೋ ರಾಳಸ್ಸರ್ವರಸಾವಪಿ ॥ ॥೩೯೧॥
ಬಹುರೂಪೋ (ಪ್ಯಥ) *i* ವೃಕಧೂಪಕೃತ್ರಿಮ ಧೂಪಕಾ *j* ।
ತುರುಷ್ಕಃ ಪಿಂಡಕಸ್ಸಿಲ್ಹೋ ಯಾವನೋಸ್ಯಥ *k* ಪಾಯಸಃ ॥ ॥೩೯೨॥
ಶ್ರೀವಾಸೋ ವೃಕ್ಷಧೂಪೋಪಿ ಶ್ರೀವೇಷ್ಟ ಸರಳದ್ರವೌ *l* ।
ಮೃಗನಾಭಿ ರ್ಮೃಗಮದಃ ಕಸ್ತೂರೀಚಾಥ *m* ಕೋಲಕಂ ॥ ॥೩೯೩॥
ತಕ್ಕೋಲಕಂ ಕೋಶಫಲ *n* (ಮಥ) ಕರ್ಪೂರ (ಮಸ್ತ್ರಿಯಾಂ) ।
ಘನಸಾರಶ್ಚಂ ದ್ರಸಂಜ್ಞಸ್ಸಿ ತಾಭ್ರೋಹಿ ಮಬಾಲುಕಾ *o* ॥ ॥೩೯೪॥
ಗಂಧಸಾರೋ ಮಲಯಜೋ ಭದ್ರಶ್ರೀಶ್ಚಂದನೋ (ಸ್ತ್ರಿಯಾಂ) *p* ।

---

a 4, A star or wafer of black, scarlet or gold, painted on the forehead. *b* 11, Saffron or a fragrant cosmetic. *c* 6, Lac, the animal dye. *d* 3, Cloves. *e* 3, A yellow fragrant wood. *f* 6, A sweet scented wood; xylaloe, a superior kind of sandal. *g* 2, A black sort of aloe wood (*aquilaria agallochum.*) *h* 1, The same with a jasmine scent. *i* 5, A fragrant resin, perhaps of the sál tree (*shorea robusta.*) *j* 2, Compounded perfume. *k* 4, Olibanum, the resin of the *boswellia serrata.* *l* 5, Turpentine. *m* 3, Musk. *n* 3, The aromatic fruit of the *clerodendron inerme.* *o* 5, Camphor. *p* 4, Sandal perfume.

a ಹಣೆಗಿಟ್ಟುಕೊಳ್ಳುವ ತಿಲಕ, ಬೊಟ್ಟು ೪. *b* ಕುಂಕುಮ ಕೇಸರಿ ೧೧. *c* ಅರುಗು, ಕೆಂಪರಗು, ಬಣ್ಣದ ಅರಗು ೬. *d* ಲವಂಗದ ಹುವ್ವು, ಲವಂಗ ೩. *e* ಹಳದೀ ಅಗರುಚಕ್ಕೆ, ಶ್ರೀಗಂಧ, ಕಪ್ಪಾದ ನಾನಾಬಗೆ ಸುಗಂಧ ದ್ರವ್ಯಗಳು ೩. *f* ಅಗರು, ಶ್ವೇತಾಗರು ೬. *g* ಕೃಷ್ಣಾಗರು ೨. *h* ಮಲ್ಲಿಗೆ ಹುವ್ವಿನ ವಾಸನೆಯುಳ್ಳ ಕೃಷ್ಣಾಗರು ೧. *i* ಸಜ್ಜರಸ ೫. *j* ಅನೇಕ ಪರಿಮಳ ವಸ್ತುಗಳನ್ನು ಕೇರಿಸಿ ಮಾಡಿದ ಧೂಪ ೨. *k* ಅರಬ್ಬೀಸ್ತಾನ ತುರುಕರ ದೇಶದಲ್ಲಿ ಹುಟ್ಟುವ, ಅಂದುಗ ಬಂಕೆಯನ್ನುವ ಹಾಲುಮಡ್ಡಿ ೪. *l* ಸರಳ ದೇವದಾರು, ರ್‍ಯಾಳದ ಬಂಕೆ ೫. *m* ಕಸ್ತೂರಿ, ಕತ್ತುರಿ ೩. *n* ತಕ್ಕೋಲದ ಮರ, ತಕ್ಕೋಲದ ಬಂಕೆ, ಪರಿಮಳದ ಚಕ್ಕೆ ೩. *o* ಕರ್ಪೂರ ೫. *p* ಚಂದನದ ಗಿಡ, ಚಂದನ ೪.

ತೈಲಪರ್ಣಿಕ ಗೋಶೀರ್ಷ ಹರಿಚಂದನ (ಮಸ್ತ್ರಿಯಾಂ) *a* || ||೪೯೧||
ತಿಲಪರ್ಣೀ (ತು) ಪತ್ರಾಂಗಂ ರಂಜನಂರಕ್ತಚಂದನಂ |
ಕುಚಂದನಂ *b* (ಚಾಥ) ಜಾತಿಕೋಶ ಜಾತಿಫಲೆ (ಸಮೆ) *c* || ||೪೯೨||
(ಕರ್ಪೂರಾಗರುಕಸ್ತೂರೀ:ತಕ್ಕೋಲೈ) ರ್ಯಕ್ಷಕರ್ದಮಃ *d* |
ಗಾತ್ರಾನುಲೇಪ ನೀವರ್ತಿರ್ವರ್ಣಕಂ (ಸ್ಯಾ) ದ್ವಿಲೇಪನಂ *e* || ||೪೯೩||
ಚೂರ್ಣಾನಿ ವಾಸಯೋಗಾ (ಸ್ಸ್ಯು) *f* ರ್ಭಾವಿತಂವಾಸಿತಂ (ತ್ರಿಷು) *g* |
(ಸಂಸ್ಕಾರೋ ಗಂಧಮಾಲ್ಯಾದ್ಯೈರ್ಯಸ್ಸ್ಯಾತ್ತ) ದಧಿವಾಸನಂ *h* || ||೪೯೪||
ಮಾಲ್ಯಂ ಮಾಲಾ ಸ್ರಜೋ (ಮೂರ್ಧ್ನಿ) *i* (ಕೇಶಮಧ್ಯೇತು) ಗರ್ಭಕಂ *j* |
ಪ್ರಭ್ರಷ್ಟಕಂ (ಶಿಖಾಲಂಬಿ) *k* (ಪುರೋನ್ಯಸ್ತಂ) ಲಲಾಮಕಂ *l* || ||೪೯೫||
ಪ್ರಾಲಂಬ (ಮೃಜುಲಂಬಿಸ್ಯಾತ್ಕಂಠಾ) *m* ದ್ವೈಕಕ್ಷಕಂ ತುತತ್ |
(ಯತ್ತಿರ್ಯಕ್ ಕ್ಷಿಪ್ತಮುರಸಿ) *n* (ಶಿಖಾ) ಸ್ವಾಪೀಡಶೇಖರೌ *o* || ||೪೯೬||

---

a 3, Yellow sandal. *b* 5, Red sandal.. *c* 2, Nutmeg. *d* 1, A perfume compounded of powdered sandal wood, camphor, *agallochium*, musk and saffron. *e* 4, Perfume for the person. *f* 2, Aromatic powder. *g* 2, Scented. *h* 1, Scenting one's self. *i* 3, Wreath or chaplet. *j* 1, Scented flowers concealed in the hair. *k* 1, Strings of flowers hanging from the back of the head. *l* 2, A chaplet of flowers falling over the forehead. *m* 1, Garland for the neck. *n* 1, A garland worn across the chest, under the right arm and over the left shoulder. *o* 1, A chaplet for the crown of the head.

[a] ಬಹಳ ಬಣ್ಣಗಿರುವ ಬಿಳೀ ಚಂದನ ೧, ಬಹಳ ಪರಿಮಳವುಳ್ಳ ಚಂದನ ೧, ಮಾ ಮಿಡಿಹಣ್ಣಿನ ವಾಸನೆವುಳ್ಳ ಚಂದನ ೧, ಅರಸಿನ ಬಣ್ಣವುಳ್ಳ ಚಂದನವೆಂದು ಕೆಲವರು ೩. [b] ಕೆಂಪುಬಣ್ಣದ ಚಂದನ ವೃಕ್ಷ ೫. [c] ಜಾಜಿಕಾಯಿ ೨. [d] ಕರ್ಪೂರ, ಅಗರು ಕಸ್ತೂರಿ, ತಕ್ಕೋಲ ಈ ೪ ರಿಂದೊಡಗೂಡಿದ ಗಂಧಪರಿಮಳ ೧. [e] ಸುಗಂಧ ದ್ರವ್ಯಗಳನ್ನು ಕುಟ್ಟಿ ಅರೆದಮುದ್ದೆ, ಗಂಧದಬಿಲ್ಲೆ, ಮೈಗೆ ಹಚ್ಚಿಕೊಳ್ಳುವದಕ್ಕಾಗಿ ಮಾಡಿದ ಗಂಧ ೨. ಈ ೪ ಗಂಧದ ಮುದ್ದೆ. [f] ಗಂಧದಪುಡಿ, ಗಂಧದಹುಡಿ, ಬುಕ್ಕಿಟ್ಟು ೨. [g] ವಾಸನೆ ಕಟ್ಟಿದವಸ್ತು ೨. [h] ಗಂಧ ಪುಷ್ಪ ತೈಲ ಲೇಪಾದಿಗಳಿಂದ ಪರಿಮಳವುಂಟಾಗುವಂತೆ ಸಂಬಂಧ ಪಡಿಸಿ ಸೊಗಸು ಮಾಡುವದು ೧. [i] ಮಂಡೆಯೊಳಗೆ ಯಿರುವ ಹುವ್ವಿನದಂಡೆ, ಮುಡಿದ ಹೂಮಾಲೆ ೩. [j] ತುರುಬು ಮುಂತಾದ ಕೇಶಪಾಶದ ನಡುವೆ ಹೊರಗೆ ಕಾಣದ ಹಾಗೆ ಮುಡುಕೊಂಡಿರುವ ಹುವ್ವು ೧. [k] ಜುಟ್ಟಿನಲ್ಲಿ ನ್ಯಾಲಾಡುವ ಹುವ್ವು ೧. [l] ಮುಖದ ಮೇಲೆ ಜೋಲಾಡುವಂತೆ ಮುಂದು ಕಡೆಗೆ ಕಟ್ಟಿಕೊಂಡ ಹುವ್ವು ೧. [m] ಕತ್ತಿನಿಂದ ಯೆದೆಯ ಮೇಲೆ ನೆಟ್ಟಗೆ ಜೋಲಾಡುವಂತೆ ಹಾಕಿಕೊಂಡ ಹುವ್ವಿನ ಹಾರ ೧. [n] ವಕ್ಷಸ್ಥಲದಲ್ಲಿ ಜನಿವಾರದ ಹಾಗೆ ಅಡ್ಡವಾಗಿ ಕೊರಳು ಮೇಲಿಂದ ಹಾಕಿಕೊಳ್ಳಲ್ಪಟ್ಟ ಹುವ್ವಿನ ಹಾರ ೧. [o] ಜುಟ್ಟು ಗಂಟಿನ ಮೇಲೆ ಸುತ್ತಿಕೊಂಡಿರುವ ಹುವ್ವು, ಜಡೆ ಮೇಲೆ ಕಾಣುವಂತೆ ಮುಡುಕೊಂಡ ಹುವ್ವಿನ ಸರ ೧.

ರಚನಾ (ಸ್ಯಾ) ತ್ಪರಿಸ್ಪಂದ *a* ಆಭೋಗಃ (ಪರಿಪೂರ್ಣತಾ) *b* ।
ಉಪಧಾನಂ (ತೂ) ಪಬರ್ಹಃ *c* ಶಯ್ಯಾಯಾಂಶಯನೀಯ (ವತ್) ॥ ॥೧೯೭॥
ಶಯನಂ *d* ಮಂಚಪರ್ಯಂಕ ಪಲ್ಯಂಕಾಃ ಖಟ್ವಯಾ (ಸಮಾಃ) *e* ।
ಗೇಂದುಕಃ ಕಂದುಕೋ *f* ದೀಪಃ ಪ್ರದೀಪಃ *g* ಪೀಠಮಾಸನಂ *h* ॥ ॥೧೯೮॥
ಸಮುದ್ಗಕಸ್ಸಂಪುಟಕಃ *i* ಪ್ರತಿಗ್ರಾಹಃ ಪತದ್ಗ್ರಹಃ *j* ।
ಪ್ರಸಾಧನೀ ಕಂಕತಿಕಾ *k* ಪಿಷ್ಟಾತಃ ಪಟವಾಸಕಃ *l* ॥ ॥೧೯೯॥
ದರ್ಪಣೇ ಮುಕುರಾದರ್ಶೌ *m* ವ್ಯಜನಂ ತಾಳವೃಂತಕಂ *n* ।

॥ ಇತಿ ಮನುಷ್ಯ ವರ್ಗಃ ॥

VII. BRAHMA-VARGA—ಬ್ರಹ್ಮ ವರ್ಗ.

ಸಂತತಿರ್ಗೋತ್ರಜನನ ಕುಲಾನ್ಯಭಿಜನಾನ್ವಯೌ ॥ ॥೨೦೦॥
ವಂಶೋನ್ವವಾಯಸ್ಸಂತಾನೋ *o* ವರ್ಣಾಃ (ಸ್ಯುರ್ಬ್ರಾಹ್ಮಣಾದಯಃ) *p* ।
ರಾಜಬೀಜೀ ರಾಜವಂಶ್ಯೋ *q* ಬೀಜ್ಯ (ಸ್ತು) ಕುಲಸಂಭವಃ *r* ॥ ॥೨೦೧॥

---

a 2, Dressing the hair, stringing flowers, weaving wreaths, suspending garlands. *b* 1, Fullness, plenty. *c* 2, Cushion or pillow. *d* 3, Bed, mattress. *e* 4, Cot, bedstead. *f* 2, A ball to play with. *g* 2, Lamp. *h* 2, Seat, chair, stool. *i* 2, Casket. *j* 2, Spittoon used in chewing betel. *k* 2, Comb. *l* 2, Scented powder, pulvil. *m* 3, Mirror, looking glass. *n* 2, Fan. *o* 9, Race, line, stock, tribe, extraction. *p* 1, Caste. *q* 2, One of royal descent. *r* 2, One descended regularly from some family.

a ಪುಷ್ಪಗಂಧ ತಾಂಬೂಲ ವಸ್ತ್ರಾಭರಣ ಧೂಪರಸ ವರ್ಣ ಚಿತ್ರಾದ್ಯಲಂಕಾರಗಳಲ್ಲಿ ಶೃಂಗಾರ ರಸಾನಂದ ವಿಶೇಷ ವೈಲಕ್ಷಣ್ಯ ಸ್ಫೂರ್ತಿಯುಂಟಾಗುವಂತೆ ಕೆಲಸದಲ್ಲಿ ಚಾತುರ್ಯವಂ ತೋರಿಸುವಿಕೆ ೨. *b* ಪದಾರ್ಥಗಳಿಗಾಗಲಿ, ಕೆಲಸಗಳಿಗಾಗಲಿ ಕೊರತೆ ಯಿಲ್ಲದೆ ಸಾಕಾದ ಮಟ್ಟಿಗೆ ತುಂಬಿರುವಿಕೆ ೧. *c* ತಲೆದಿಂಬು ೨. *d* ಹಾಸಿಗೆ, ಜಾನ, ಸುಪ್ಪತ್ತಿಗೆ, ಲೇಪು ೩. *e* ಮಂಚ, ಪಟ್ಟೇಮಂಚ, ಚಪ್ಪರಮಂಚ, ತೂಗುಮಂಚ ೪. *f* ಚೆಂಡು, ಆಡುವ ಚೆಂಡು ೨. *g* ದೀವಿಗೆ, ಬತ್ತೀ ದೀವಿಗೆ, ಕರ್ಪೂರ ದೀವಿಗೆ, ಬೈಣದ ಬತ್ತಿ ೨. *h* ಕೂತುಕೊಳ್ಳುವ ಗದ್ದಿಗೆ, ಮಣೆ, ಪೀಠ, ಬೆಂಚು, ಕುರ್ಚಿ ೨. *i* ಕರಾಟ, ಭರಣಿ, ಸಂಪುಟ ೨. *j* ಪಡಗದ ಹೆಸರು, ಹಿಡಿದುಗುಳಿಗೆಯುವ ಸಾಧನ ೨. *k* ಬಾಚಣಿಗೆ, ಕೂದಲು ಸಿಕ್ಕು ಬಿಡಿಸುವ ಸೀರಣಿಗೆ ೨. *l* ಬಟ್ಟೆಗಳಿಗೆ ಪರಿಮಳ ಕಟ್ಟುವ ಪರಿಮಳ ದ್ರವ್ಯ ೨. *m* ಕನ್ನಡಿ ೩. *n* ಬೀಸಣಿಗೆ ೨. *o* ಕುಲದ ಹೆಸರು, ವಂಶ, ಗೋತ್ರ ೯. *p* ಬ್ರಾಹ್ಮಣ ಜಾತಿಗಳು ಮುಂತಾದ್ದು ೧. *q* ರಾಜವಂಶದಲ್ಲಿ ಹುಟ್ಟಿದವನು ೨. *r* ಯಾವದಾದರೂ ಒಂದು ವಂಶದಲ್ಲಿ ಹುಟ್ಟಿದವನು, ಕುಲಸ್ಥನು ೨.

ಮಹಾಕುಲ ಕುಲೀನಾರ್ಯ ಸಭ್ಯಸಜ್ಜನ ಸಾಧವಃ *a*।
ಬ್ರಹ್ಮಚಾರೀ ಗೃಹೀವಾನ ಪ್ರಸ್ಥೋ ಭಿಕ್ಷುಃ *b* (ಶ್ಚತುಷ್ಟಯೇ) ॥ ॥೪೦೨॥
ಆಶ್ರಮೋ (ಸ್ತ್ರೀ) *c* ದ್ವಿಜಾತ್ಯಗ್ರ ಜನ್ಮಭೂದೇವ ಬಾಡಬಾಃ।
ವಿಪ್ರ (ಶ್ಚ) ಬ್ರಾಹ್ಮಣೋ *d* (ಸೌ) ಷಟ್ಕರ್ಮಾ (ಯಾಗಾದಿಭಿರ್ಯುತಃ) *e* ॥ ॥೪೦೩॥
ವಿದ್ವಾನ್ವಿಪಶ್ಚಿದ್ದೋಷಜ್ಞಸ್ಸನ್ಸುಧೀಃ ಕೋವಿದೋ ಬುಧಃ।
ಧೀರೋ ಮನೀಷೀಜ್ಞಃ ಪ್ರಾಜ್ಞಸ್ಸಂಖ್ಯಾ ವಾನ್ಪಂಡಿತಃಕವಿಃ ॥ ॥೪೦೪॥
ಧೀಮಾಂತ್ಸೂರಿಃ ಕೃತೀಕೃಷ್ಟಿರ್ಲಬ್ಧ ವರ್ಣೋ ವಿಚಕ್ಷಣಃ।
ದೂರದರ್ಶೀ ದೀರ್ಘದರ್ಶೀ *f* ಶ್ರೋತ್ರಿಯಚ್ಛಾಂದಸೌ (ಸಮೌ) *g* ॥ ॥೪೦೫॥
ಉಪಾಧ್ಯಾ ಯೋಧ್ಯಾಪಕೋ *h* (ಥನಿಷೇಕಾದಿಕೃ) ದ್ಗುರುಃ *i*।
(ಮಂತ್ರವ್ಯಾಖ್ಯಾಕೃ) ದಾಚಾರ್ಯ *j* ಆದೇಷ್ಟಾ (ತ್ವಧ್ವರೆ) ವ್ರತೀ ॥ ॥೪೦೬॥
(ಯಷ್ಟಾಚ) ಯಜಮಾನ (ಶ್ಚ) *k* (ಸಸೋಮವತಿ) ದೀಕ್ಷಿತಃ *l*।

---

a 6, One of noble birth. *b* 1, A bachelor religious student: the name borne by Brahmans from childhood when they are betrothed, to manhood when they are regularly married; 1, a householder: a Brahman who, after having finished his studies, performs the duties of the father of a family; 1, a recluse or hermit: the third stage of a Brahman's life, when, having seen his son's son, he retires to a life of religious exercise in the forest; 1, a mendicant: the last stage of a Brahman's life, after the age of 70, when having done with worldly affairs he subsists upon alms alone. *c* 1, State or stage of life, either of the preceding four. *d* 6, A Brahman or twice-born. *e* 1, A Brahman who performs the six appointed religious acts. *f* 20, A learned man; 2, a far-seeing wise man. *g* 2, A Brahman well versed in the vedas. *h* 2, A religious teacher, one who instructs in the vedas. *i* 1, A father. *j* 1, A spiritual guide, one who initiates in the mysteries of religion. *k* 1, An instructor in the rules of sacrifice; 3, one who has a sacrifice performed; 1, a sacrificer. *l* 1, One who has celebrated a sacrifice.

a ಒಳ್ಳೆ ಕುಲದಲ್ಲಿ ಹುಟ್ಟಿ ಪ್ರಸಿದ್ಧರಾದ ಪ್ರಬಲ ಕುಲದಲ್ಲಿ ಹುಟ್ಟಿದವನು ೬. *b* ಕ್ರಮವಾಗಿ ಮುಂಜಿಯಾಗಿ ಜಿತೇಂದ್ರಿಯತ್ವಾದಿ ಧರ್ಮವುಳ್ಳವನಿಗೂ, ಮದುವೆಯಾಗಿ ಯಜ್ಞಾದಿ ನಿರತನಿಗೂ, ಅರಣ್ಯದಲ್ಲಿ ತಪಸ್ಸು ಮಾಡುವವನಿಗೂ, ಶಾಸ್ತ್ರೀಯವಾಗಿ ಸರ್ವ ಸಂಗ ವರ್ಜಿತನಾದ ವಿರಕ್ತನಿಗೂ ಬೇರೆ ಬೇರೆ ಒಂದೊಂದು ೪. *c* ಬ್ರಹ್ಮಚರ್ಯಕ್ಕೂ, ಗಾರ್ಹಸ್ಥ್ಯಕ್ಕೂ ವಾನಪ್ರಸ್ಥಕ್ಕೂ, ಸನ್ಯಾಸಕ್ಕೂ ಸಹಾ ಹೆಸರು ೧. *d* ಬ್ರಾಹ್ಮಣನು ೬. *e* ಯಜನ ಯಾಜನಾಧ್ಯಯನಾಧ್ಯಾಪನ ದಾನಪ್ರತಿಗ್ರಹಗಳೆಂಬ ೬ ಕರ್ಮಗಳಿಂದ ಕೂಡಿದ ಬ್ರಾಹ್ಮಣನು ೧. *f* ವಿದ್ವಾಂಸನು ೨೦ ಹಿಂದು ಮುಂದು ಯೋಚನೆಯುಳ್ಳವನು ೨. ಅನುಭವಿಕನಾದ ವಿದ್ವಾಂಸನು ೨. *g* ವೇದವನ್ನು ಓದಿದವನು ೨. *h* ವೇದವನ್ನು ಓದಿಸುವವನು ೨. *i* ನಾಮಕರಣಾದಿಗಳಿಂದ ತನ್ನನ್ನು ಪರಿಶುದ್ಧನಾಗಿಹೆತ್ತಂಥಾ ತಂದೆ ೧. *j* ಮಂತ್ರಗಳಿಗೆ ಅರ್ಥವನ್ನು ತಿಳಿಸಿ ಕರ್ಮ ಧರ್ಮ ಜ್ಞಾನಗಳನ್ನು ತೋರಿದ ವಿದ್ಯಾ ಗುರು ೧. *k* ಯಜ್ಞ ವಿಷಯಕವಾಗಿ ಉಪದೇಶ ಮಾಡುವ ಗುರು ೧. ಯಜ್ಞವನ್ನು ಮಾಡಿದ ಯಜಮಾನನು ೩. ಯಜ್ಞವನ್ನು ಮಾಡುವವನು ೪. *l* ಸೋಮಯಾಜಿ ೧.

(ಇಜ್ಯಾಶೀಲೊ) ಯಾಯಜೂಕೊ *a* ಯಜ್ವಾ (ತುವಿಧಿನೆಷ್ಟವಾನ್) *b* || ||೪೦೭||
(ಸಗೀಷ್ಪತೀಷ್ಟ್ಯಾ) ಸ್ಥಪತಿಃ *c* ಸೊಮಪೀಥೀ (ತು) ಸೊಮಪಾಃ *d* |
ಸರ್ವವೇದಾಃ (ಸ್ಸಯೆನೆಷ್ಟೊಯಾಗಸ್ಸರ್ವಸ್ವದಕ್ಷಿಣಃ) *e* || ||೪೦೮||
ಅನೂಚಾನಃ (ಪ್ರವಚನೆಸಾಂಗೆಧೀತೀ ಗುರೊಸ್ತುಯಃ *f* |
(ಲಬ್ಧಾನುಜ್ಞಃ) ಸ್ಸಮಾವೃತ್ತಃ *g* ಸುತ್ವಾ (ತ್ವಭಿಷವೆಕೃತೆ) *h* || ||೪೦೯||
ಛಾತ್ರಾಂತೆವಾಸಿ ನೌಶಿಷ್ಯೆ *i* ಶೈಕ್ಷಾಃ ಪ್ರಾಥಮಕಲ್ಪಿಕಾಃ *j* |
(ಏಕಬ್ರಹ್ಮವ್ರತಾಚಾರಾಮಿಥಃ) ಸ್ಸಬ್ರಹ್ಮಚಾರಿಣಃ *k* || ||೪೧೦||
ಸತೀರ್ಥ್ಯಾ (ಸ್ತ್ವೇಕಗುರವಃ) *l* (ಶ್ಚಿತವಾನಗ್ನಿ) ಮಗ್ನಿಚಿತ್ *m* |
(ಪಾರಂಪರ್ಯೋಪದೇಶೆಸ್ಯಾ) ದೈತಿಹ್ಯಮಿತಿಹಾ (ವ್ಯಯಂ) *n* || ||೪೧೧||

---

a 1, A frequent performer of sacrifices. *b* 1, A sacrificer in due form according to the ritual of the veda. *c* 1, A performer of the *brihaspati* sacrifice. *d* 2, One who drinks the juice of the soma or moon-plant in a sacrifice. *e* 1, One who performing the *vishvajit* or other such sacrifice, divides all his property among the priests. *f* 1, One thoroughly versed in the vedas. *g* 1, A pupil who has performed the appointed ceremonies on the completion of his religious studies. *h* 1, An offerer of the soma juice, a student who has performed his ablutions preparatory or subsequent to a sacrifice. *i* 3, Pupil, disciple. *j* 2, A beginner, one who has just entered upon his studies. *k* 1, A fellow-disciple or fellow-student of the vedas. *l* 1, A fellow-student. *m* 1, One who has arranged a sacrificial fire. *n* 2, Oral tradition.

a ಯಜ್ಞಗಳನ್ನು ಮಾಡುತ್ತಲೇ ಯಿರುವ ಸ್ವಭಾವವುಳ್ಳವನು ೧. *b* ಯಥಾಶಾಸ್ತ್ರವಾಗಿ ಯಜ್ಞವನ್ನು ಮಾಡಿದವನು ೧. *c* ಬೃಹಸ್ಪತಿ ಸವನವೆಂಬ ಯಜ್ಞವನ್ನು ಮಾಡಿದವನು ೧. *d* ಯಜ್ಞದಲ್ಲಿ ಸೋಮಪಾನ ಮಾಡಿದ ಯಾಜಮಾನನು, ಸೋಮಪರಾದ ಋತ್ವಿಜರಿಗೂ ಹೆಸರು ೨. *e* ತನಗೆ ವುಂಟಾದ ಸ್ವತ್ತುಗಳೆಲ್ಲವನ್ನು ದಾನದ್ರವ್ಯವಾಗಿ ಕೊಡತಕ್ಕ ವಿಶ್ವಜಿದ್ಯಾಜಕನು ೧. *f* ಗುರುವಿನ ಬಳಿ ಷಡಂಗಸಹಿತವಾಗಿ ವೇದಗಳನ್ನು ವೋದಿಕೊಂಡವನು ೧. *g* ವೇದಾಧ್ಯಯನವನ್ನು ಮಾಡಿದ ಬಳಿಕ ಮದುವೆ ಮಾಡಿಕೊಳ್ಳುವದಕ್ಕೆ ಗುರುವಿನಿಂದ ಅಪ್ಪಣೆ ಪಡೆಕೊಂಡವನು ೧. *h* ಸೋಮಲತೆಯನ್ನು ಕುಟ್ಟುವದು ಮುಂತಾದವುಗಳ ಪ್ರಯತ್ನ ಚಾತುರ್ಯಗಳುಳ್ಳವನು ೧. *i* ಶಿಷ್ಯನು, ಗುರುಕುಲವಾಸಿ ೩. *j* ಪ್ರಥಮಶಿಕ್ಷೇ ವಿದ್ಯಾರ್ಥಿ ೨. *k* ವೊಂದೇ ಗುರುವಿನ ಬಳಿ ವೊಂದೇ ವೇದವನ್ನು ವೋದುವದಕ್ಕೆ ಒಂದೇ ವ್ರತವನ್ನು ಆಚರಿಸುವ ಅನೇಕ ಶಿಷ್ಯರೊಳಗೆ ಪರಸ್ಪರವಾಗಿ ಸಬ್ರಹ್ಮಚಾರಿಯೆನಿಸಿಕೊಂಡವನು ೧. *l* ವೊಂದು ಗುರುವಿನ ಬಳಿಯಲ್ಲಿ ಯಾವುದಾದರು ವಿದ್ಯೆಯನ್ನಾದರೂ ಓದಿದ ಸತೀರ್ಥ್ಯರು, ವೊಬ್ಬನೇ ಗುರುವುಳ್ಳವರು ೧. *m* ಅಗ್ನಿಚಯವನ್ನು ಮಾಡಿದವನು, ಆಹಿತಾಗ್ನಿ ೧. *n* ಪಾರಂಪರ್ಯೋಪದೇಶ, ಗುರು ಪರಮ ಗುರು ಪರಾಪರಗುರು ಕ್ರಮದಿಂದ ನಂಬಿಕೆಯೊಡನೆ ರಹಸ್ಯವಾಗಿ ತಿಳಿಸುವ ವುಪದೇಶ, ಹಿರಿಯರ ಹೇಳಿಕೆಯಿಂದ ನಂಬತಕ್ಕ ಕಥೆ ೨.

ಉಪಜ್ಞಾ (ಜ್ಞಾನಮಾದ್ಯಂಸ್ಯಾತ್) *a* (ಜ್ಞಾತ್ವಾರಂಭ) ಉಪಕ್ರಮಃ *b* |
ಯಜ್ಞಸ್ಸವೋಽಧ್ವರೋ ಯಾಗಸ್ಸಪ್ತತಂತು ರ್ಮಖಃ ಕ್ರತುಃ *c* || ||೪೧೨||
ಪಾಠೋ ಹೋಮ (ಶ್ಚ) ತಿಥೀನಾಂಸ ಪರ್ಯಾತರ್ಪಣಂಬಲಿಃ |
(ಏತೇಪಂಚ ಮಹಾಯಜ್ಞಾ ಬ್ರಹ್ಮಯಜ್ಞಾ ದಿನಾಮಕಾಃ) *d* || ||೪೧೩||
ಸಮಜ್ಯಾ ಪರಿಷದ್ಗೋಷ್ಠೀ ಸಭಾ ಸಮಿತಿ ಸಂಸದಃ |
ಆಸ್ಥಾನೀ (ಕ್ಲೀಬ) ಮಾಸ್ಥಾನಂ (ಸ್ತ್ರೀನಪುಂಸಕಯೋ) ಸ್ಸದಃ *e* || ||೪೧೪||
ಪ್ರಾಗ್ವಂಶಃ (ಪ್ರಾಗ್ಘವಿರ್ಗೆಹಾ) *f* ತ್ಸದಸ್ಯಾ ವಿಧಿದರ್ಶಿನಃ *g* |
ಸಭಾಸದಸ್ಸಭಾಸ್ತಾರಾಸ್ಸಭ್ಯಾಸ್ಸಾಮಾಜಿಕಾ (ಶ್ಚತೇ) *h* || ||೪೧೫||
ಅಧ್ವರ್ಯೂದ್ಗಾತೃ ಹೋತಾರೋ (ಯಜುಸ್ಸಾಮ ಗ್ವಿದಃ ಕ್ರಮಾತ್) *i* |
(ಆಗ್ನೀಧ್ರಾದ್ಯಾ ಧಿಷ್ಣ್ಯೈರ್ವಾರ್ಯಾ) ಋತ್ವಿಜೋ ಯಾಜಕಾ (ಶ್ಚತೇ) *j* || ||೪೧೬||
ವೇದಿಃ (ಪರಿಷ್ಕೃತಾಭೂಮಿಃ) *k* (ಸಮೇ) ಸ್ಥಂಡಿಲ ಚತ್ವರೇ *l* |
ಚಷಾಲೋ ಯೂಪ ಕಟಕಃ *m* ಕುಂಬಾ (ಸುಗಹನಾವೃತಿಃ *n* || ||೪೧೭||

---

a 1, Intuition. *b* 1, Beginning. *c* 7, Sacrifice. *d* 1, The five great ceremonies or sacraments, viz: 1, reading or recital of the vedas; 1, oblation of clarified butter, burnt-offering; 1, rites of hospitality; 1, oblation to the manes, drink-offering; 1, religious offering in general, presentation of food to all created beings by throwing a portion into the air. *e* 9, An assembly or meeting. *f* 1, A shed on the east of the sacrificial hall for the use of the officiating priests. *g* 2, An inspector or directer of a sacrifice, a referee who sees that it is performed according to rule. *h* 4, One of a company or assembly. *i* 1, The priest who recites the hymns of the Yajur veda at a sacrifice; 1, the one who recites from the Sama veda; 1, the one who recites from the Rig-veda. *j* 1, A priest who takes any part in a sacrifice. *k* 1, Ground prepared for sacrifice. *l* 2, A square marked out in that ground for the sacrificial fire. *m* 3, A ring round the top of a sacrificial post. *n* 1, A railing or fence round a sacrificial hall.

a ಉಪದೇಶ ವಿಲ್ಲದೆ ತಾನಾಗಿ ಮೊದಲು ಹುಟ್ಟಿದ ತಿಳುವಳಿಕೆ ೧. *b* ಈ ಮೇರೆ ಸಿದ್ಧಿಸುವದೆಂಬ ನಿಶ್ಚಯದಿಂದ ಆರಂಭಿಸುವಿಕೆ ೧. *c* ಯಜ್ಞದ ಹೆಸರು ೭. *d* ವೇದಪಾರಾಯಣ ೧. ಔಪಾಸನೆ ೧. ವೈಶ್ವದೇವ ೧. ಅನ್ನದಾನ ೧. ಪಿತೃತರ್ಪಣ ೧. ಈ ಮೊದಲಾದ ೫ ಯಜ್ಞಗಳು ೧. *e* ಸಾಮಾನ್ಯವಾದ ಸಭೆ ೯. *f* ಹೋಮದ್ರವ್ಯ ವಿಡುವ ಮನೆಗಿಂತಲೂ ಮೂಡಲಲ್ಲಿ ಯಜಮಾನ ಮೊದಲಾದವರಿಗೆ ಇರುವದಕ್ಕೆ ನಿರ್ಮಿಸಿದ ಮನೆ ೧. *g* ಯಜ್ಞದಲ್ಲಿ ಸರಿನೋಡುತ್ತಿರುವ ಋತ್ವಿಕ್ಕನು ೨. *h* ಸಭೆಯಲ್ಲಿರುವರು, ಸಭಿಕರ ಹೆಸರು ೪. *i* ಯಜುರ್ವೇದ ತಂತ್ರಜ್ಞನೇ ಅಧ್ವರ್ಯು, ಸಾಮಗಾನಜ್ಞನೇ ಉದ್ಗಾತೃ, ಋಗ್ವೇದ ಪ್ರಯೋಗಜ್ಞನೇ ಹೋತೃ ೩. *j* ಯಜ್ಞಕರ್ತನಿಂದ ದಕ್ಷಿಣೆ ಮೊದಲಾದ್ದು ಕೊಟ್ಟು ಕರ್ಮವನ್ನು ನಿರೂಪಿಸತಕ್ಕ ಆಗ್ನೀಧ್ರನೆ ಮೊದಲಾದ ೧೬ ಜನ ನಿರ್ವಾಹಕರ್ತರು ೧. *k* ಯಜ್ಞಕ್ಕೆ ಶುದ್ಧಿ ಮಾಡಿದ ಸ್ಥಳ ೧. *l* ಅಗ್ನಿಹೋತ್ರವನ್ನು ಪ್ರತಿಷ್ಠೆ ಮಾಡುವದಕ್ಕೆ ಸಂಸ್ಕರಿಸಲ್ಪಟ್ಟ ಸ್ಥಾನ ೨. *m* ಯೂಪಸ್ತಂಭದಲ್ಲಿ ಮರದಿಂದ ಮಾಡಿದ ಬಳೆ ೩. *n* ಯಜ್ಞಶಾಲೆ ಸುತ್ತಲೂ ಕಟ್ಟಿದ ಬೇಲಿ, ಮೇಲು ಮುಚ್ಚಳ ಸಹಿತ ೧.

(ಯೂಪಾಗ್ರಂ) ತರ್ಮ *a* (ನಿರ್ಮಂಥ್ಯದಾರುಣಿ) ತ್ವರಣಿ (ರ್ದ್ವಯೋಃ) *b* ।
ದಕ್ಷಿಣಾಗ್ನಿ ಗಾರ್ಹಪತ್ಯಾಹವನೀಯೌ (ತ್ರಯೋಗ್ನಯಃ) *c* ॥ ॥೪೧೮॥
(ಅಗ್ನಿತ್ರಯಮಿದಂ) ತ್ರೇತಾ *d* ಪ್ರಣೀತ (ಸ್ಸಂಸ್ಕೃತೋನಲಃ) *e* ।
ಸಮೂಹ್ಯ ಪರಿಚಾಯ್ಯೋಪಚಾಯ್ಯಾ (ಅಗ್ನೌಪ್ರಯೋಗಿಣಃ) *f* ॥ ॥೪೧೯॥
(ಯೋಗಾರ್ಹಪತ್ಯಾದಾನೀಯ ದಕ್ಷಿಣಾಗ್ನೌ ಪ್ರಣೀಯತೇ ।
ತಸ್ಮಿನ್) ಆನಾಯ್ಯೋ *g* (ಥಾ) ಗ್ನಾಯೀ ಸ್ವಾಹಾ (ಚ) ಹುತಭುಕ್ಪ್ರಿಯಾ *h* ॥೪೨೦॥
(ಋ) ಕ್ಸಾಮಿಧೇನೀ ಧಾಯ್ಯಾ (ಚಯಾಸ್ಯಾದಗ್ನಿ ಸಮಿಂಧನೇ) *i* ।
(ಗಾಯತ್ರೀಪ್ರಮುಖಂ) ಛಂದೋ *j* (ಹವ್ಯಪಾಕೇ) ಚರುಃ (ಪುಮಾನ್) *k* ॥೪೨೧॥
ಆಮಿಕ್ಷಾ (ಸಾಶೃತೋಷ್ಣೇ ಯಾಕ್ಷೀರೇಸ್ಯಾ ದ್ದಧಿಯೋಗತಃ) *l* ।
ಧವಿತ್ರಂ (ವ್ಯಜನಂತದ್ಯ ದ್ರಚಿತಂ ಮೃಗಚರ್ಮಣಾ) *m* ॥ ॥೪೨೨॥
ಪೃಷದಾಜ್ಯಂ (ಸದಧ್ಯಾಜ್ಯೇ) *n* ಪರಮಾನ್ನಂ (ತು) ಪಾಯಸಂ *o* ।-

---

a 1, The top of a sacrificial post. *b* 1, Dry wood used at a sacrifice for kindling fire by attrition. *c* 3, Kinds of sacred fire. *d* 1, A collective term for the above three. *e* 1, Consecrated fire. *f* 3, Sacrificial fire. *g* 1, The sacred *ahavaniyya* fire placed with the sacred *dakshinagni* fire. *h* 3, The wife of the god of fire, a goddess presiding over burnt offerings. *i* 2, A prayer used on adding fuel to the sacrificial fire. *j* 1, Poetical metre. *k* 1, An oblation to the gods, of boiled rice. *l* 1, One of curds. *m* 1, A fan of deer skin for blowing up the sacrificial fire. *n* 1, Clarified butter mixed with curds for an oblation. *o* 2, Rice pudding, milk boiled with rice and sugar.

a ಯೂಪಸ್ತಂಭದ ಕೊನೆ ೧. *b* ಕಡದು ವರೆಗೊಂಡು ಅಗ್ನಿಯಂ ಹುಟ್ಟಿಸುವ ಅರಣಿ ಯೆಂಬ ಮರ ೧ *c* ತಮ್ಮ ಹೆಸರುಗಳಿಂದ ಪ್ರಸಿದ್ಧವಾದ ಶ್ರೌತಾಗ್ನಿ ೩. *d* ಮೂರು ಅಗ್ನಿಗಳಿಗೂ ೧ ಹೆಸರು ೧. *e* ಮಂತ್ರದಿಂದ ಸಂಸ್ಕರಿಸಲ್ಪಟ್ಟ ಹುತನಾದ ಅಗ್ನಿ ೧. *f* ಪರಿಸ್ತರಣಾಲಂಕರಣಾದ್ಯುಪಚಾರಂಗಳಂ ಮಾಡುವ ಋತ್ವಿಕ್ಕರು ೩. *g* ಆಹವನೀಯ್ಯಸ್ಥಾನದಿಂದ ತೆಗದು ದಕ್ಷಿಣಾಗ್ನಿಯಲ್ಲಿ ಪ್ರಯಣನವೆಂದು ಸಂಸ್ಕರಿಸಲ್ಪಡುವಂಥಾ ಅಗ್ನಿ ೧. *h* ಅಗ್ನಿಹೋತ್ರನ ಹೆಂಡತಿಯಾದ ಸ್ವಾಹಾ ದೇವಿ ೩. *i* ಅಗ್ನಿಯನ್ನು ಪ್ರಜ್ವಲಿಸುವದಕ್ಕೆ ಹೇಳಬೇಕಾದ ಮಂತ್ರ ೨. *j* ಗಾಯತ್ರೀ ಮುಂತಾದ ೨೬ ಛಂದಸ್ಸುಗಳು ೧. *k* ಅಗ್ನಿಯಲ್ಲಿ ಹೋಮ ಮಾಡತಕ್ಕ ಪಕ್ವಾನ್ನ ೧. *l* ಕಾಯಿಸಲ್ಪಟ್ಟ ಬಿಸಿಹಾಲಿನಲ್ಲಿ ಮೊಸರು ಶೇರಿ ಪೆಪ್ಪು ಕಟ್ಟಿ ವಡದಂತೆ ಸಪ್ಪೆಯಾಗಿರುವದಕ್ಕೆ ೧. *m* ಯಜ್ಞದಲ್ಲಿ ಅಗ್ನಿ ಪ್ರಜ್ವಲನ ಮಾಡುವದಕ್ಕೆ ಕೃಷ್ಣಾಜಿನದಿಂದ ಮಾಡಲ್ಪಟ್ಟ ಬೀಸಣಿಗೆ ೧. *n* ಮಸರು ಬೆರತ ತುಪ್ಪ ೧. *o* ಹಾಲು ಹಾಕಿ ಪಕ್ವವಾಗಿ ಅಡಿಗೆ ಮಾಡಿದ ಅನ್ನ ೨.

ಹವ್ಯಕವ್ಯೆ (ದೈವಪೈತ್ರೆ ಅನ್ನೆ) *a* ಪಾತ್ರಂ (ಸ್ರುವಾದಿಕಂ) *b* ॥ ॥೪೦೩॥
ಧ್ರುವೋಪಭೃಜ್ಜುಹೂ (ರ್ನಾತು) ಸ್ರುವೋ (ಭೇದಾಸ್ಸ್ರುಚಃಸ್ತ್ರಿಯಃ) *c* ।
ಉಪಾಕೃತಃ (ಪಶುರಸೌಯೋಭಿಮಂತ್ರ್ಯ ಕ್ರತೌಹತಃ) *d* ॥ ॥೪೦೪॥
ಪರಂಪರಾಕಂ ಶಸನಂ ಪ್ರೋಕ್ಷಣಂ (ಚವಧಾರ್ಥಕಂ) *e* ।
(ವಾಚ್ಯಲಿಂಗಾಃ) ಪ್ರಮೀತೋಪಸಂಪನ್ನ ಪ್ರೋಕ್ಷಿತಾ (ಹತೇ) *f* ॥ ॥೪೦೫॥
ಸಾಂನಾಯ್ಯಂ ಹವಿ *g* (ರಗ್ನೌತುಹುತಂತ್ರಿಷು) ವಷಟ್ಕೃತಂ *h* ।
ದೀಕ್ಷಾಂತೋವಭೃಥೋ (ಯಜ್ಞೇ) *i* (ತತ್ಕರ್ಮಾರ್ಹಂತು) ಯಜ್ಞಿಯಂ ॥೪೦೬॥
(ತ್ರಿಷ್ವ) *j* (ಥಕ್ರತುಕರ್ಮೇ) ಷ್ಟಂ *k* ಪೂರ್ತಂ (ಖಾತಾದಿಕರ್ಮಯತ್) *l* ।
ಅಮೃತಂ ವಿಘಸೋ (ಯಜ್ಞ ಶೇಷಭೋಜನ ಶೇಷಯೋಃ) *m* ॥ ॥೪೦೭॥
ತ್ಯಾಗೋವಿಹಾಪಿತಂ ದಾನ ಮುತ್ಸರ್ಜನ ವಿಸರ್ಜನೇ ।
ವಿಶ್ರಾಣನಂ ವಿತರಣಂ ಸ್ಪರ್ಶನಂ ಪ್ರತಿಪಾದನಂ ॥ ॥೪೦೮॥
ಪ್ರಾದೇಶನಂ ನಿರ್ವಪಣ ಮಪವರ್ಜನ ಮಂಹತಿಃ *n* ।
(ಮೃತಾರ್ಥಂತ ದಹದಾನಂ ತ್ರಿಷುಸ್ಯಾ) ದೌರ್ಧ್ವದೈಹಿಕಂ *o* ॥ ॥೪೦೯॥

---

a 1, An offering to the gods; 1, an offering to the manes of deceased ancestors. *b* 1, A vessel in general. *c* 4, A wooden ladle for pouring ghee at sacrifices. *d* 1, The carcase of a sacrificed animal. *e* 3, Immolation of the consecrated animal. *f* 3, Animal consecrated for sacrifice. *g* 2, An article fit to be offered in sacrifice. *h* 1, Oblation with fire made with the exclamation *vashat*. *i* 2, The final ablution on the termination of a sacrifice. *j* 1, Suitable to a sacrifice. *k* 1, Any sacrificial act. *l* 1, Any pious work. *m* 2, The residue of sacrificial food. *n* 13, Giving away, donation. *o* 1, Obsequies, funeral ceremonies.

a ದೇವ ಯೋಗ್ಯವಾದ ಅನ್ನಕ್ಕೆ ಹವ್ಯವೆಂತಲೂ, ಪಿತೃ ಯೋಗ್ಯವಾದ ಅನ್ನಕೆ ಕವ್ಯವೆಂತಲೂ ೨. *b* ಮರದಲ್ಲಿ ತೊಲಿ ಹೊಡದು ಮಾಡಿದ ಯಜ್ಞ ಪಾತ್ರೆಗಳು ೧. *c* ೪ ಬಗೆ ಸೃಕ್ಕುಗಳು ೪. *d* ಯಜ್ಞದಲ್ಲಿ ಮಂತ್ರಗಳಿಂದ ಕೊಲ್ಲಲ್ಪಟ್ಟ ಪಶು ೧. *e* ಯಜ್ಞದಲ್ಲಿ ವೇದೋಕ್ತ ಪ್ರಕಾರ ಪಶುವಿಶಸನವೆಂಬ ಶ್ರೌತ ಪಶುವಧೆ ೩. *f* ಯಜ್ಞದಲ್ಲಿ ಕೊಲ್ಲಲ್ಪಡುವ ಪಶು ಮುಂತಾದವುಗಳು ೩. *g* ಹೋಮ ಮಾಡತಕ್ಕ ಚರುಪು ರೋಡಾಶಾದಿ ಹವಿಸ್ಸು ೨. *h* ಅಗ್ನಿಯಲ್ಲಿ ಹೋಮ ಮಾಡಲ್ಪಟ್ಟಿರುವ ಹವಿಸ್ಸು ೧. *i* ಪ್ರಾಯಶ್ಚಿತ್ತಾರ್ಥವಾಗಿಯೂ, ಸಂಪೂರ್ತಿಗಾಗಿಯೂ ಮಾಡಲ್ಪಡುವ ಅವಭೃಥೇಷ್ಟಿ ಸ್ನಾನ ೨. *j* ಯಜ್ಞ ಕರ್ಮಕ್ಕೆ ಯೋಗ್ಯವಾದ ವಸ್ತುವು ೧. *k* ಯಜ್ಞದಲ್ಲಿ ಮಾಡಬೇಕಾದ ಸತ್ಕರ್ಮ ೧. *l* ಭೂಮಿ, ಕೆರೆ, ಗುಡಿ, ಛತ್ರ, ತೋಪು ಮುಂತಾದ ಧರ್ಮ ಕಾರ್ಯಗಳು ೧. *m* ಚರುವು, ಪುರೋಡಾಶ, ಯಜ್ಞಶೇಷಕ್ಕೂ, ಭೋಜನ ಶೇಷಕ್ಕೂ ಸಹ ೨. *n* ತನ್ನ ಸ್ವತ್ತನ್ನು ಪುಣ್ಯಕ್ಕಾಗಿ ಕೊಡುವದು ೧೩. *o* ಸತ್ತು ಹೋದವರಿಗೆ ಸದ್ಗತಿಯುಂಟಾಗುವದಕ್ಕಾಗಿ, ಅನ್ನದಾನ, ವಸ್ತ್ರದಾನ ತಿಂಗಳ ಮಾಸಿಕದಲ್ಲಿಯೂ, ಸಂವತ್ಸರ ಶ್ರಾದ್ಧದಲ್ಲಿಯೂ ಮಾಡುವದಕ್ಕೆ ೧.

(ಪಿತೃದಾನಂ) ನಿವಾಪಃ (ಸ್ಯಾತ್) *a* ಶ್ರಾದ್ಧಂ (ತತ್ಕರ್ಮಶಾಸ್ತ್ರತಃ) *b* ।
ಅನ್ವಾಹಾರ್ಯಂ ಮಾಸಿಕೇಂ *c* (ಶೋಷ್ಟಮೋಹ್ನಃ) ಕುತಪೋ (ಸ್ತ್ರಿಯಾಂ) *d* ॥೪೩೦॥
ಪರ್ಯೇಷಣಾ ಪರೀಷ್ಟಿ (ಶ್ಚಾ) ನ್ವೇಷಣಾ (ಚ) ಗವೇಷಣಾ *e* ।
ಸನಿಸ್ತ್ವಧ್ಯೇಷಣಾ *f* ಯಾಚ್ಞಾಭಿಶಸ್ತಿರ್ಯಾಚನಾರ್ಥನಾ *g* ॥ ॥೪೩೧॥
(ಷಟ್ತುತ್ರಿ) ಷ್ವರ್ಘ್ಯ (ಮರ್ಘಾರ್ಥೇ) *h* ಪಾದ್ಯಂ (ಪಾದಾಯವಾರಿಣಿ) *i* ।
(ಕ್ರಮಾ) ದಾತಿಥ್ಯಾತಿಥೇಯೇ (ಅತಿಥ್ಯರ್ಥೇತ್ರಸಾಧುನಿ) *j* ॥ ॥೪೩೨॥
(ಸ್ಯು) ರಾವೇಶಿಕಆಗಂತುರತಿಥಿ (ರ್ನಾಗೃಹಾಗತೇ) *k* ।
ಪೂಜಾ ನಮಸ್ಯಾಪಚಿತಿಸ್ಸಪರ್ಯಾರ್ಚಾರ್ಹಣಾ (ಸ್ಸಮಾಃ) *l* ॥ ॥೪೩೩॥
ವರಿವಸ್ಯಾ (ತು) ಶುಶ್ರೂಷಾ ಪರಿಚರ್ಯಾ (ಪ್ಯು) ಪಾಸನಂ *m* ।
ವ್ರಜ್ಯಾಟಾಟ್ಯಾ ಪರ್ಯಟನಂ *n* ಚರ್ಯಾ (ತ್ವೀರ್ಯಾಪಥೇಸ್ಥಿತಿಃ) *o* ॥ ॥೪೩೪॥
ಉಪಸ್ಪರ್ಶ (ಸ್ತ್ವಾ) ಚಮನ *p* (ಮಥ) ಮೌನ (ಮಭಾಷಣಂ) *q* ।

---

a 1, Offering to the *manes.* *b* 1, Ceremonies observed at fixed periods in memory of deceased parents, &c. *c* 2, A monthly ceremony of that kind. *d* 1, The eighth part of the day, about noon. *e* 4, Searching. *f* 2, Respectful solicitation. *g* 4, Begging, asking. *h* 1, Worthy, venerable. *i* 1, Water for cleaning the feet. *j* 2, Hospitality. *k* 3, Guest. *l* 6, Worship, reverence. *m* 4, Service, obedience. *n* 3, Wandering about as a mendicant. *o* 1, Conduct. *p* 2, Sipping water three times before or after religious ceremonies, meals, &c. repeating the while the 24 names of Vishnu. *q* 1, Silence, taciturnity.

a ಪಿತೃಗಳು ತೃಪ್ತಿಪಡುವದಕ್ಕಾಗಿ ಮಾಡುವ ತಿಲೋದಕ ಪಿಂಡ ಪ್ರದಾನಗಳು ೧. *b* ಶಾಸ್ತ್ರೋಕ್ತ ಪ್ರಕಾರವಾಗಿ ಮಾಡುವ ಬ್ರಾಹ್ಮಣ ಭೋಜನ ಪಿಂಡ ಪ್ರದಾನಾದಿ ಶ್ರಾದ್ಧ ಪ್ರಯೋಜನ ೧. *c* ತಿಂಗಳು ತಿಂಗಳಿಗೂ ಮಾಡತಕ್ಕ ದರ್ಶ ಶ್ರಾದ್ಧ ೨. *d* ಅಹಃಪರಿಮಾಣದಲ್ಲಿ ೮ನೇ ಭಾಗ, ಈ ಕಲ್ಪದಲ್ಲಿ ಅಹಸ್ಸು ೬೦ ಘಳಿಗೆ ಆಗಿದ್ದರೆ ೧೪ ಘಳಿಗೆ ಮೇಲೆ ೧೬ ಘಳಿಗೆ ವರಿವಿಗೂ ಕುತುಪ ಕಾಲವಾಯಿತು ೧. *e* ಶ್ರಾದ್ಧಾದಿಗಳಲ್ಲಿ ನಿಮಂತ್ರಣಕ್ಕೆ ಯೋಗ್ಯನಾದ ಬ್ರಾಹ್ಮಣನನ್ನು ಹುಡುಕುವಿಕೆ ೪. *f* ಪೂಜ್ಯರಾದವರನ್ನು ಯಾವ ಪ್ರಸ್ತ ಪ್ರಯೋಜನಗಳಲ್ಲಿಯೂ ಸತ್ಕಾರ ಪೂರ್ವಕವಾಗಿ ನಿಯೋಗಿಸುವಿಕೆ ೨. *g* ಬೇಡುವಿಕೆ, ಕೇಳಿಕೊಳ್ಳುವಿಕೆ ೪. *h* ಪೂಜೆಗೆ ಯೋಗ್ಯವಾದ ಅರ್ಘ್ಯೋದಕ ೧. *i* ಕಾಲು ತೊಳೆಯುವದಕ್ಕೆ ತಕ್ಕ ನೀರು ೧. *j* ಅತಿಥಿಗೋಸ್ಕರವಾದ ಅನ್ನಾದಿ ದ್ರವ್ಯಗಳು, ಅತಿಥಿಗೆ ಮಾಡತಕ್ಕ ಭಕ್ತಿ ಉಪಚಾರ ೨. *k* ಮನೆಗೆ ಬಂದ ಅತಿಥಿಗಳು ೩. *l* ಪೂಜೆ, ಅರ್ಚನೆ ೬. *m* ಶುಶ್ರೂಷೆ, ಹೇಳಿದ ಹಾಗೆ ಮಾಡುವಿಕೆ ೪. *n* ತಿರಿದುಂಬುವದಕ್ಕಾಗಿ ತಿರುಗುವಿಕೆ ೩. *o* ಸನ್ಯಾಸಿಗಳು ನಡಿಯುವದು, ನಿಲ್ಲುವದು, ಕೂತು ಕೊಳ್ಳುವದು; ಮಲಗುವದು ಮುಂತಾದ ಯತ್ಯಾಚಾರ ಕ್ರಮ ೧. *p* ಶುದ್ಧಾಚಮನ, ಶುದ್ಧೋದಕವನ್ನು ಮಂತ್ರ ಹೇಳಿ ಕೈಯಿಂದ ಕುಡಿಯುವಿಕೆ ೨. *q* ಮಾತಾಡದೇನೇ ಸುಮ್ಮನೆ ಇರುವಿಕೆ ೧.

ಆನುಪೂರ್ವೀ (ಸ್ತ್ರಿಯಾಂವಾ) ವೃತ್ಪರಿಪಾಟಿ ರನುಕ್ರಮಃ ॥ ॥೪೩೫॥
ಪರ್ಯಾಯ (ಶ್ಚಾ) *a* ತಿಪಾತ (ಸ್ತು ಸ್ಯಾ)ತ್ಪರ್ಯಯ ಉಪಾತ್ಯಯಃ *b* ।
(ನಿಯಮೊ) ವ್ರತ (ಮಸ್ತ್ರೀ) *c* (ತಚ್ಚೋ ಪವಾಸಾದಿ) ಪುಣ್ಯಕಂ *d* ॥ ॥೪೩೬॥
ಉಪವಸ್ತಂ ತೂಪವಾಸೋ *e* ವಿವೇಕಃ (ಪೃಥಗಾತ್ಮತಾ) *f* ।
(ಸ್ಯಾ) ದ್ಬ್ರಹ್ಮವರ್ಚಸಂ (ವೃತ್ತಾಧ್ಯಯನರ್ಧಿ) *g* (ರಥಾಂಜಲಿಃ ॥ ॥೪೩೭॥
ಪಾಠೆ) ಬ್ರಹ್ಮಾಂಜಲಿಃ *h* (ಪಾಠೆವಿಪ್ರುಷೊ) ಬ್ರಹ್ಮಬಿಂದವಃ *i* ।
(ಧ್ಯಾನಯೊಗಾಸನೆ) ಬ್ರಹ್ಮಾಸನಂ *j* ಕಲ್ಪೊ ವಿಧಿಕ್ರಮೌ *k* ॥ ॥೪೩೮॥
ಮುಖ್ಯಃ (ಸ್ಯಾತ್ಪ್ರಥಮಃಕಲ್ಪೊ) *l* ನುಕಲ್ಪಸ್ತು (ತತೊಧಮಃ) *m* ।
(ಸಂಸ್ಕಾರಪೂರ್ವಂಗ್ರಹಣಂಸ್ಯಾ) ದುಪಾಕರಣಂ (ಶ್ರುತೆಃ) *n* ॥ ॥೪೩೯॥
(ಸಮೆತು) ಪಾದಗ್ರಹಣಮಭಿವಾದನ (ಮಿತ್ಯುಭೆ) *o* ।
ಭಿಕ್ಷುಃಪರಿವ್ರಾಟ್ಕರ್ಮಂದೀ ಪಾರಾಶರ್ಯಪಿಮಸ್ಕರೀ *p* ॥ ॥೪೪೦॥
ತಪಸ್ವೀ ತಾ ಪಸಃಪಾರಿ ಕಾಂಕ್ಷೀವಾಚಂ ಯಮೊಮುನಿಃ *q* ।

---

a 5, Regular succession, order. *b* 3, Neglect, forgetfulness. *c* 1, A vowed observance. *d* 1, Fasting from religious motives. *e* 2, Fasting. *f* 1, Prudence, judgment. *g* 1, Holiness. *h* 1, Joining the two hands together while reading the vedas. *i* 1, Sputtering while reading the vedas. *j* 1, Sitting in the posture of meditation. *k* 3, A religious rule or sacred precept. *l* 1, The chief or principal rule. *m* 1, A subordinate rule. *n* 1, The beginning of holy study *o* 2, Prostration, reverence. *p* 5, Religious mendicant. *q* 3, Ascetic, devotee; 2, hermit.

a ವೇದ ಶಾಸ್ತ್ರಗಳ ಮೊದಲು ಕೊನೆ ಮುಂತಾದ ಕ್ರಮದ ಹೆಸರು ೫. *b* ಕ್ರಮವನ್ನು ತಪ್ಪಿ ಮಧ್ಯೆ ಕೆಲವು ಭಾಗವನ್ನು ಮರೆತು ತಪ್ಪಿ ಹೋಗುವಿಕೆ ೩. *c* ಶಾಸ್ತ್ರೋಕ್ತವಾದ ಕಟ್ಟೆ ೧. *d* ಅನ್ನವಿಲ್ಲದೇ ಪ್ರಾಣ ನಿರೋಧ ಮಾಡುವದು ೧. *e* ಯಜ್ಞಕರ್ತನು ಅಗ್ನಿದೇವ- ತೀರ್ಥಾದಿಗಳ ಸಮೀಪದಲ್ಲಿ ವುಪವಾಸವಿರುವದು, ಯಾವ ಬಗೆ ವುಪವಾಸಕ್ಕೂ ಸಹ ೨. *f* ಪ್ರಕೃತಿ ಪುರುಷರು ಬೇರೆಯೆಂಬುವ ವಿವೇಕ ೧. *g* ವಳ್ಳೇ ನಡತೆ, ವೇದ ಶಾಸ್ತ್ರಗಳ ವೃದ್ಧಿ ೧. *h* ದೇವರಿಗೂ ಗುರುವುಗಳಿಗೂ ನಮಸ್ಕಾರ ಭಾವವನ್ನು ತೋರಿಸುವ ಕೈ ಮುಗಿಯುವಿಕೆ ೧. *i* ವೇದ ಪಾಠದ ಸಮಯದಲ್ಲಿ ಬಾಯಿಂದ ಹೊರಡುವ ತುಂತುರಿಗಳು ೧. *j* ಸ್ವಸ್ತಿಕ ಪದ್ಮ ಮೊದಲಾದ ಯೋಗಾಸನಗಳು ೧. *k* ಹೀಗೆಯೇ ಮಾಡಬೇಕೆಂಬ ವೇದೋಕ್ತವಾದ ವಿಧಾನ ೩. *l* ಮೊದಲು ಹೇಳಲ್ಪಟ್ಟ ವಿಧಾನ ೧. *m* ಬಳಿಕ ಅದಕ್ಕಿಂತಲೂ ಕಂಮಿಯಾಗಿ ಹೇಳಿದ ವಿಧಾನ ೧. *n* ಸಂಸ್ಕಾರ ಪೂರ್ವಕವಾಗಿ ವೇದವನ್ನು ಗ್ರಹಿಸಿ ನಿಯಮದಿಂದಾ ವೋದಿಕೊಳ್ಳುವಿಕೆ ೧. *o* ಗೋತ್ರನಾಮ ಪ್ರವರಗಳನ್ನು ಹೇಳಿಕಾಲಿಗೆರಗುವದಕ್ಕೆ ೨. *p* ಸನ್ಯಾಸಿ ೫. *q* ತಪಸ್ಸುಳ್ಳವನು ೩, ಮೌನ ವ್ರತವುಳ್ಳವನು ೨.

(ತಪಃಕ್ಲೇಶ ಸಹೋ) ದಾಂತೋ *a* ವರ್ಣಿನೋ ಬ್ರಹ್ಮಚಾರಿಣಃ *b* ॥ ||೪೪೧||
ಋಷಯಸ್ಸತ್ಯವಚಸಃ *c* ಸ್ನಾತಕಸ್ತ್ವಾಪ್ಲುತೋ (ವ್ರತೀ) *d* ।
(ಯೇನಿರ್ಜಿತೇಂದ್ರಿಯಗ್ರಾಮಾ) ಯತಿನೋ ಯತಯ (ಶ್ಚತೇ) *e* ॥ ||೪೪೨||
(ಯಃಸ್ಥಂಡಿಲೇವ್ರತವಶಾಚ್ಛೇತೆ) ಸ್ಥಂಡಿಲಶಾಯ್ಯ (ಸೌ) ।
ಸ್ಥಾಂಡಿಲ (ಶ್ಚಾ *f* ಥ) ವಿರಜಸ್ತಮಸಃ (ಸ್ಯು) ರ್ದ್ವಯಾತಿಗಾಃ *g* ॥ ||೪೪೩||
ಪವಿತ್ರಃ ಪ್ರಯತಃಪೂತಃ *h* ಪಾಷಂಡಾಸ್ಸರ್ವ ಲಿಂಗಿನಃ *i* ।
(ಪಾಲಾಶೋದಂಡ) ಆಷಾಢೋ *j* (ವ್ರತೇ) ರಾಂಭ (ಸ್ತು ವೈಣವಃ) *k* ॥ ||೪೪೪||
(ಅಸ್ತ್ರೀ) ಕಮಂಡಲುಃ ಕುಂಡೀ *l* (ವ್ರತಿನಾಮಾಸನಂ) ಬೃಸೀ *m* ।
ಅಜಿನಂ ಚರ್ಮ ಕೃತ್ತಿಃ (ಸ್ತ್ರೀ) *n* ಭೈಕ್ಷಂ ಭಿಕ್ಷಾಕದಂಬಕಂ *o* ॥ ||೪೪೫||
ಸ್ವಾಧ್ಯಾಯ (ಸ್ಸ್ರ್ಯಾ)ಜ್ಜಪ *p* ಸ್ಸುತ್ಯಾಭಿಷವಸ್ಸವನಂ (ಚಸಾ) *q* ।
(ಸರ್ವೈನಸಾಮಪಧ್ವಂಸಿಜಪ್ಯಂತ್ರಿ) ಷ್ವಘಮರ್ಷಣಂ *r* ॥ ||೪೪೬||

---

a 1, One who has subdued his passions. *b* 2, Religious student. *c* 2, A holy man gifted with miraculous powers. *d* 2, An initiated householder. *e* 2, A sage whose passions are completely under subjection. *f* 2, A devotee who sleeps on the place prepared for a sacrifice. *g* 2, A man of gentle temper, one freed from passion and ignorance. *h* 3, A man of purity. *i* 2, Heretic. *j* 1, The staff of an ascetic. *k* 1, The bamboo staff of a hermit. *l* 2, The bow of an ascetic. *m* 1, The seat used by a holy man, generally an antelope's hide. *n* 3, Hide of any animal. *o* 2, Mendicity, begging. *p* 2, Inaudible reading of the vedas. *q* 3, Extracting the soma juice, ablution. *r* 1, Reciting mentally while a little water in the palm of the right hand is held to the nose.

a ತಪಸ್ಸಿನ ಕಷ್ಟವನ್ನು ಸಹಿಸಿಕೊಳ್ಳುವವನು ೧. *b* ಬ್ರಹ್ಮಚಾರಿ ೨. *c* ಋಷಿ ೨. *d* ವೇದವನ್ನು ಓದಿ ವ್ರತ ಸ್ನಾತಕಗಳನ್ನು ಮಾಡಿ ವ್ರತವುಳ್ಳವನಾಗಿ ತೀರ್ಥ ಸ್ನಾನ ಶೀಲನಾದ ಬ್ರಹ್ಮಚಾರಿ ೨. *e* ಇಂದ್ರಿಯಗಳನ್ನೆಲ್ಲವನ್ನೂ ಜಯಿಸಿದವನು ೨. *f* ಯಾವ ಪುರುಷನು ವ್ರತ ವಶದಿಂದ ನೆಲದಲ್ಲಿ ಮಲಗುತ್ತಾನೋ ಅಂಥವನು ೨. *g* ರಜೋಗುಣವನ್ನೂ, ತಮೋಗುಣವನ್ನೂ ಬಿಟ್ಟ ಸಾತ್ವಿಕನು ೨. *h* ಪವಿತ್ರನಾದವನು, ಪರಿಶುದ್ಧನು ೩. *i* ಆರಾಧ್ಯ, ವೇದ ಬಾಹ್ಯರಾದ ಜೈನ, ಬೌದ್ಧ, ಕಾಪಾಲಿಕ, ಕ್ಷಪಣಕ, ನಾಸ್ತಿಕ, ಮ್ಲೇಚ್ಛಾದಿಗಳು ೨. *j* ವ್ರತದಲ್ಲಿ ಬ್ರಾಹ್ಮಣನು ಹಿಡಿದುಕೊಳ್ಳುವ ದಂಡ ೧. *k* ವ್ರತದಲ್ಲಿ ಹಿಡಿಯುವ ಬಿದುರು ಕೋಲು ೧. *l* ಕಮಂಡಲವೆಂಬ ಭಿಕ್ಷು ತಪಸ್ವಿಗಳ ಜಲಪಾತ್ರ ೨. *m* ವ್ರತಸ್ಥರು ಜಪಾದಿಗಳಿಗೆ ಹಾಸಿಕೊಳ್ಳುವ ದರ್ಭಾಸನ ಮುಂತಾದ ಆಸನಗಳು ೧. *n* ಯಾವ ಬಗೆ ಚರ್ಮಕ್ಕೂ ೩. *o* ತಿರಿದು ತಂದ ಪದಾರ್ಥಗಳ ಗುಂಪು ೨. *p* ತಮ್ಮ ಶಾಖೆಯಾದ ವೇದವನ್ನು ನಿಯಮದಿಂದ ಓದುವಿಕೆ ೨. *q* ಸ್ನಾನಕ್ಕೂ ಸೋಮಲತೆಯನ್ನು ಕುಟ್ಟಿ ರಸ ಹಿಂಡುವದಕ್ಕೂ ೩. *r* ಸಮಸ್ತ ಪಾಪಗಳನ್ನು ಪರಿಹರಿಸುವ ಶಕ್ತಿಯುಳ್ಳ ಜಪಿಸತಕ್ಕ ಮಂತ್ರಗಳು ೧.

ದರ್ಶಶ್ಚ ಪೂರ್ಣಮಾಸ (ಶ್ಚ ಯಾಗೌ ಪಕ್ಷಾಂತಯೋಃ ಪೃಥಕ್) *a* ।
(ಶರೀರಸಾಧನಾಪೇಕ್ಷಂ ನಿತ್ಯಂ ಯತ್ಕರ್ಮ ತತ್) ಯಮಃ *b* ॥ ॥೩೪೭॥
ನಿಯಮ (ಸ್ತು ಸ ಯತ್ಕರ್ಮ ನಿತ್ಯಮಾಗಂತು ಸಾಧನಂ) *c* ।
ಕ್ಷೌರಂ ತು ಭದ್ರಾಕರಣಂ ಮುಂಡನಂ ವಪನಂ ತಥಾ *d* ॥ ॥೩೪೮॥
ಉಪವೀತಂ (ಯಜ್ಞಸೂತ್ರಂ ಪ್ರೋದ್ಧೃತೇ ದಕ್ಷಿಣೇ ಕರೆ) *e* ।
ಪ್ರಾಚೀನಾವೀತ (ಮನ್ಯಸ್ಮಿ *f* ನ್ನಿವೀತಂ (ಕಂಠಲಂಬಿತಂ) *g* ॥ ॥೪೪೯॥
(ಅಂಗುಳ್ಯಗ್ರೇ) ದೈವಂ ತೀರ್ಥಂ (ಸ್ವಲ್ಪಾಂಗುಷ್ಠ್ಯೋರ್ಮಧ್ಯೇ) ಕಾಯಂ ।
(ಮಧ್ಯೇಂಗುಷ್ಠಾಂಗುಳ್ಯೋಃ) ಪೈತ್ರಂ (ಮೂಲೇಂಗುಷ್ಠಸ್ಯ) ಬ್ರಾಹ್ಮಂ) *h* ॥೪೫೦॥
(ಸ್ಯಾ) ದ್ಬ್ರಹ್ಮಭೂಯಂ ಬ್ರಹ್ಮತ್ವಂ ಬ್ರಹ್ಮಸಾಯುಜ್ಯ (ಮಿತ್ಯಪಿ) *i* ।
ದೇವಭೂಯಾದಿಕಂ (ತದ್ವತ್) *j* ಕೃಚ್ಛ್ರಂ (ಸಾಂತಪನಾದಿಕಂ) *k* ॥ ॥೪೫೧॥
(ಸನ್ಯಾಸವತ್ಯನಶನೇ ಪುಮಾನ್) ಪ್ರಾಯೋ *l* (ಥ) ವೀರಹಾ ।
ನಷ್ಟಾಗ್ನಿಃ *m* ಕುಹನಾ (ಲೋಭಾನ್ಮಿಥ್ಯೇರ್ಯಾಪಥಕಲ್ಪನಾ) *n* ॥ ॥೪೫೨॥

---

a A sacrifice performed—1, on the day of new moon; 1, on the day of full moon. *b* 1, Restraining the passions. *c* 1, Voluntary religious observance. *d* 4, Shaving. *e* 1, The sacred thread worn over the left shoulder. *f* 1, The sacred thread worn (contrary to custom) over the right shoulder. *g* 1, The sacred thread worn round the neck, as at certain religious ceremonies. *h* 1, Letting water drop over the tips of the fingers, in honour of the gods; 1, letting it drop over the roots of the third and little fingers, in honour of the rishis; 1, letting it drop between the thumb and forefinger, in honour of the *manes*; 1, letting it drop over the thumb, in honour of Brahma. *i* 3, Absorption into the godhead. *j* 1, Absorption into an inferior deity. *k* 1, Penance. *l* 1, Fasting to death. *m* 2, A Brahman who has suffered the sacred domestic fire to become extinct. *n* 1, Delusion.

a ಕೃಷ್ಣ ಪಕ್ಷ ಮುಗಿಯುವಾಗ ಮಾಡತಕ್ಕ ಯಾಗಕ್ಕೆ ದರ್ಶವೆಂತಲೂ, ಶುಕ್ಲ ಪಕ್ಷ ಮುಗಿಯುವಾಗ ಮಾಡತಕ್ಕ ಯಾಗಕ್ಕೆ ಪೂರ್ಣ ಮಾಸವೆಂತಲೂ ೨. *b* ತನ್ನ ಶರೀರ ವಂದೇ ಕಾರಣವಾಗಿ ಬೇಕಾದ್ದಾಗಿಯೂ ಎಂದಿಗೂ ಬಿಡದೇ ಆಚರಿಸತಕ್ಕದ್ದಾಗಿಯೂ ಯಿರುವ ಶಾಂತ್ಯಾದಿ ರೂಪವಾದ ಇಂದ್ರಿಯ ನಿಗ್ರಹ ೧. *c* ಮೃತ್ತಿಕಾಶೌಚ ಸ್ನಾನ ಮುಂತಾದ ಕರ್ಮ ೧. *d* ಕ್ಷೌರ, ಶಾಸ್ತ್ರೀಯ ಕ್ಷೌರ ೪. *e* ಸವ್ಯವೆನಿಸಿದ ಕರ್ಮೋಕ್ತವಾದ ಜನಿವಾರ ೧. *f* ಅಪಸವ್ಯವಾದ ಜನಿವಾರ ೧. *g* ಕಂಠದಲ್ಲಿ ಜೋಲಾಡುತ್ತಿರುವ ನಿವೀತಿಯಾದ ಜನಿವಾರ ೧. *h* ದೇವ ಸಂಬಂಧವಾದ ತೀರ್ಥ ೧, ಋಷಿ ಸಂಬಂಧವಾದ ತೀರ್ಥ ೧, ಪಿತೃ ಸಂಬಂಧವಾದ ತೀರ್ಥ ೧, ಬ್ರಹ್ಮ ಸಂಬಂಧವಾದ ತೀರ್ಥ ೧. *i* ಬ್ರಹ್ಮ ಸಾಯುಜ್ಯವನ್ನು ಹೊಂದುವಿಕೆ ೩. *j* ದೇವ ಸ್ವರೂಪವಾಗುವಿಕೆ ೧. *k* ಚಾಂದ್ರಾಯಣಾದಿಗಳು ೧. *l* ಸರ್ವ ಸಂಗ ಪರಿತ್ಯಾಗದಿಂದೊಡಗೂಡಿದ ಉಪವಾಸ ೧. *m* ಉತ್ಸರ್ಗೇಷ್ಟಿಯನ್ನು ಮಾಡಿ ಗಾರ್ಹಪತ್ಯಾಗ್ನಿಯನ್ನು ಬಿಟ್ಟವನು ೨. *n* ಸಟೆಯಾಗಿ ಸನ್ಯಾಸಿ ವೇಷದಿಂದ ತಿರುಕೊಂಡು ತಿನ್ನುವಿಕೆ ೧.

ವ್ರಾತ್ಯಃ (ಸಂಸ್ಕಾರಹೀನಃಸ್ಯಾತ್) *a* ಅಸ್ವಾಧ್ಯಾಯೋ ನಿರಾಕೃತಿಃ *b* ।
ಧರ್ಮಧ್ವಜೀ ಲಿಂಗವೃತ್ತಿಃ *c* ರವಕೀರ್ಣೀ (ಕ್ಷತವ್ರತಃ) *d* ॥ ॥೪೫೩॥
(ಸುಪ್ತೆಯಸ್ಮಿನ್ನಸ್ತಮೆತಿ ಸುಪ್ತೆಯಸ್ಮಿನ್ನುದೇತಿಚ ।
ಅಂಶುಮಾನ್) ಅಭಿನಿರ್ಮುಕ್ತಾಭ್ಯುದಿತೌ (ಕ್ರಮಾದುಭೌ) *e* ॥ ॥೪೫೪॥
ಪರಿವೇತ್ತಾ (ನುಜೋನೂಢೆಜ್ಯೇಷ್ಠೆ ದಾರಪರಿಗ್ರಹಾತ್) *f* ।
ಪರಿವಿತ್ತಿ (ಸ್ತುತಜ್ಜ್ಯಾಯಾನ್) *g* ವಿವಾಹೋಪಯಮೌ (ಸಮೌ ॥ ॥೪೫೫॥
ತಥಾ) ಪರಿಣಯೋದ್ವಾಹೋ ಪಯಾಮಃ ಪಾಣಿಪೀಡನಂ *h* ।
ವ್ಯವಾಯೋಗ್ರಾಮ್ಯಧರ್ಮೋ ಮೈಥುನಂ ನಿಧುವನಂರತಂ *i* ॥ ॥೪೫೬॥
ತ್ರಿವರ್ಗೋ (ಧರ್ಮಕಾಮಾರ್ಥೈ) *j* ಶ್ಚತುರ್ವರ್ಗ (ಸ್ಸಮೋಕ್ಷಕೈಃ) *k* ।
(ಸಬಲೈಸ್ತೈ) ಶ್ಚತುರ್ಭದ್ರಂ *l* ಜನ್ಯಾ (ಸ್ಸ್ನಿಗ್ಧಾವರಸ್ಯಯೇ) *m* ॥ ॥೪೫೭॥

॥ ಇತಿ ಬ್ರಹ್ಮವರ್ಗಃ ॥

VIII. KSHATRIYA-VARGA.—ಕ್ಷತ್ರಿಯ ವರ್ಗ.

ಮೂರ್ಧಾಭಿಷಿಕ್ತೋ ರಾಜನ್ಯೋ ಬಾಹುಜಃ ಕ್ಷತ್ರಿಯೋ ವಿರಾಟ್ *n* ।
ರಾಜ್ಞಿರಾಟ್ಪಾರ್ಥಿವಕ್ಷ್ಮಾಭೃನ್ನೃಪ ಭೂಪ ಮಹೀಕ್ಷಿತಃ *o* ॥ ॥೪೫೮॥

---

a 1, An outcaste. *b* 2, One who does not study the vedas. *c* 2, A religious hypocrite, (lit: one who displays the flag of virtue.) *d* 1, A violater of the vow of chastity. *e* 1, One asleep at sunset; 1, one asleep at sunrise, *f* 1 A younger brother married before his elder. *g* 1, An unmarried elder brother, the younger being married. *h* 6, Marriage. *i* 5, Connection. *j* 1, The three objects of worldly desire—wealth, pleasure, virtue. *k* 1, The four objects of human pursuit—wealth, pleasure, virtue, final beatitude. *l* 1, One devoted to all the above four. *m* 1, The friend of a bridegroom. *n* 5, A kshatriya, one born in the military caste. *o* 7, King.

a ಉಪನಯನವಿಲ್ಲದೆ ಕರ್ಮಾಧಿಕಾರವಿಲ್ಲದವನು, ಅಪರಿಶುದ್ಧನು ೧. *b* ವೇದವನ್ನು ಓದದೆ ಯಿರುವವನು ೨. *c* ಯೋಗ್ಯವಾದ ವೇಷ ಧರಿಸಿ ಬದುಕುವವನು ೨. *d* ಪರಸ್ತ್ರೀ ಗಮನದಿಂದ ವ್ರತಭಂಗವಾದವನು ೧. *e* ಸಾಯಂಕಾಲದಲ್ಲಿ ಮಲಗಿ ನಿದ್ದೆ ಹೋಗುವ ನಿರ್ಮುಕ್ತನೆಂಬ ಪಾಪಿಷ್ಠನು ೧; ಸೂರ್ಯೋದಯ ಕಾಲದಲ್ಲಿ ಮಲಗುವ ಅಭ್ಯುದಿತನೆಂಬ ಪಾಪಿಷ್ಠ ೧. *f* ಅಣ್ಣನಿಗೆ ಮದುವೆ ಇಲ್ಲದೇ ತಮ್ಮನು ಮದುವೆಯಾಗಿರುವನು ಪಾಪಿಷ್ಠ ೧. *g* ಅಂಥಾ ಪರಿವೇತ್ತನೆಂಬ ಪಾಪಿಷ್ಠನ ಅಣ್ಣ ೧. *h* ಮದುವೆ ೬. *i* ಸ್ತ್ರೀ ಸಂಗಮ, ರತಿ ೫. *j* ೩ ಪುರುಷಾರ್ಥಗಳ ಕೂಟ ೧. *k* ಮೋಕ್ಷದೊಡಗೂಡಿದ ಧರ್ಮ, ಕಾಮಾರ್ಥಗಳು ನಾಲ್ಕು ೧. *l* ೪ ಬಲವುಳ್ಳ ಪುರುಷಾರ್ಥಗಳು ೧. *m* ಮದವಣಿಗನ ಸ್ನೇಹಿತ ೧. *n* ರಾಜ್ಯಾಧಿಕಾರದ ಅರಸು, ಆತನ ವಂಶದಲ್ಲಿ ಹುಟ್ಟಿದವರು ೫. *o* ಪ್ರಜೆಗಳನ್ನು ಸಲಹುವ ಅರಸು, ಆತನ ಆಜ್ಞೆ ಮೇರೆ ನಡಿಸುವ ಮಂತ್ರಿ ೭.

(ರಾಜಾತು ಪ್ರಣತಾಶೇಷ ಸಾಮಂತಸ್ಸ್ಯಾತ್) ಅಧೀಶ್ವರಃ *a* ।
ಚಕ್ರವರ್ತೀ ಸಾರ್ವಭೌಮೋ *b* (ನೃಪೋನ್ಯೋ) ಮಂಡಲೇಶ್ವರಃ *c* ॥ ॥೪೫೯॥
(ಯೇನೇಷ್ಟಂ ರಾಜಸೂಯೇನ ಮಂಡಲಸ್ಯೇಶ್ವರಶ್ಚ ಯಃ ।
ಶಾಸ್ತಿ ಯಶ್ಚಾಜ್ಞಯಾ ರಾಜ್ಞಸ್ಸ) ಸಮ್ರಾಟ್ *d* (ಅಥ) ರಾಜಕಂ ॥ ॥೪೬೦॥
ರಾಜನ್ಯಕಂ (ಚ ನೃಪತಿಕ್ಷತ್ರಿಯಾಣಾಂ ಗಣೇ ಕ್ರಮಾತ್) *e* ।
ಮಂತ್ರೀ ಧೀಸಚಿವೋಽಮಾತ್ಯೋ *f* (ನ್ಯೇ) ಕರ್ಮಸಚಿವಾ (ಸ್ತತಃ) *g* ॥ ॥೪೬೧॥
ಮಹಾಮಾತ್ರಾಃ ಪ್ರಧಾನಾನಿ *h* ಪುರೋಧಾ (ಸ್ತು) ಪುರೋಹಿತಃ *i* ।
(ದ್ರಷ್ಟರಿ ವ್ಯವಹಾರಾಣಾಂ) ಪ್ರಾಡ್ವಿವಾಕಾಕ್ಷದರ್ಶಕೌ *j* ॥ ॥೪೬೨॥
ಪ್ರತೀಹಾರೋ ದ್ವಾರಪಾಲ ದ್ವಾಸ್ಥ ದ್ವಾಸ್ಥಿತ ದರ್ಶಕಾಃ *k* ।
ರಕ್ಷಿವರ್ಗ (ಸ್ತ್ವ) ನೀಕಸ್ಥಃ *l* (ಅಥಾ) ಧ್ಯಕ್ಷಾಧಿಕೃತೌ (ಸಮೌ) *m* ॥ ॥೪೬೩॥
ಸ್ಥಾಯುಕೋ (ಧಿಕೃತೋ ಗ್ರಾಮೇ) *n* ಗೋಪೋ (ಗ್ರಾಮೇಷು ಭೂರಿಷು) *o* ।
ಭೌರಿಕಃ (ಕನಕಾಧ್ಯಕ್ಷೋ) *p* (ರೂಪ್ಯಾಧ್ಯಕ್ಷಸ್ತು) ನೈಷ್ಕಿಕಃ *q* ॥ ॥೪೬೪॥

---

a 1, Chief feudatory king. *b* 2, Emperor. *c* 1, Monarch, sovereign ruler. *d* 1, Paramount sovereign, viz: one who has performed the *Rájasúya* sacrifice, rules the whole continent from Himálaya to Cape Comorin, and imposes his commands on foreign kings. *e* 2, An assemblage of kings. *f* 3, Minister, counciller. *g* 1, Executive minister. *h* 2, Nobleman, royal councillor. *i* 2, Family priest. *j* 2, Judge. *k* 5, Doorkeeper, porter. *l* 2, Body-guard. *m* 2, Superintendent, the chief of an official department. *n* 1, The head man or overseer of a village. *o* 1, The head man of several villages or a district. *p* 1, Treasurer, especially of gold in a royal treasury. *q* 1, Master of the mint.

a ತನಗೆ ವಿಧೇಯರಾಗಿ ದೇಶದ ಸುತ್ತಲೂ ಯಿರುವ ಅರಸುಗಳಲ್ಲಿ ಬಲಿಷ್ಠನಾದವನು ೧. *b* ಭೂಮಿಗೆಲ್ಲಾ ಒಬ್ಬನೆ ಅರಸಾದವನು ೨. *c* ಸಾರ್ವಭೌಮನಾದ ಮಹಾ ರಾಜನಗಿಂತಲೂ ಬೇರೆಯಾಗಿ, ಇನ್ನೊಂದು ಭೂಮಿ ಆಳುತ್ತಿರುವ ಮಹಾ ರಾಜನು ೧. *d* ರಾಜಸೂಯ ಯಾಗ ಮಾಡಿದವ ೧, ಆ ಸೇತು ಹಿಮಾಚಲದ ಮಧ್ಯಮ ಭೂಮಿ ಪಾಲಿಸುವ ೧, ರಾಜರನ್ನು ತನ್ನ ಆಜ್ಞೆಯಿಂದ ಶಿಕ್ಷಿಸುವನು ೧. *e* ಪ್ರಜೆಗಳನ್ನು ಆಳುವರ ಗುಂಪು ೨. *f* ಆಲೋಚನೆಯನ್ನು ಹೇಳುವ ಮಂತ್ರಿ ೩. *g* ಮಂತ್ರಿಗಿಂತಲೂ ಕಡಿಮೆಯಾಗಿ ಆಲೋಚನೆ ಹೇಳುವ ಅಧಿಕಾರಿ ೧. *h* ದಳವಾಯಿ ಮುಂತಾದವರು ೨. *i* ಪುರೋಹಿತ ೨. *j* ನ್ಯಾಯ ನಿರ್ಣಾಯಕನು, ಧರ್ಮಾಧಿಕಾರಿ, ಜಡ್ಜಿ ೨. ಬಾಗಿಲು ಕಾಯುವ ಜವಾನನು ೫. *l* ಮೈಗಾವಲು ಸೇನೆ ೨. *m* ಇಲಾಖೆ ಮೊಖ್ತೇಸರರು, ಎಲ್ಲಾ ಅಧಿಕಾರಿಗಳು ೨. *n* ಗ್ರಾಮ ಮುನಸಿಫ್ ಮುಂತಾದವರು ೧. *o* ಅನೇಕ ಗ್ರಾಮಗಳ ಅಧಿಕಾರವುಳ್ಳ ಶೇಕದಾರ, ಮಾಮಲೆದಾರ ಮುಂತಾದವರು ೧. *p* ಖಜಾನೆ ಅಧಿಕಾರಿ ೧. *q* ಟಂಕಸಾಲೆ ಅಧಿಕಾರಿ ೧.

(ಅಂತಃಪುರೇತ್ವ ಧಿಕೃತಸ್ಸ್ಯಾತ್) ಅಂತರ್ವಂಶಿಕೋ (ಜನಃ) *a* ।
ಸೌವಿದಲ್ಲಾಃ ಕಂಚುಕಿನಃ ಸ್ಥಾಪತ್ಯಾ ಸ್ಸೌವಿದಾ (ಶ್ಚತೆ) *b* ॥ ॥೪೬॥
ಷಂಡೋ ವರ್ಷವರ (ಸ್ತುಲ್ಯೌ) *c* ಸೇವಕಾರ್ಥ್ಯನುಜೀವಿನಃ *d* ।
(ವಿಷಯಾನಂತರೋರಾಜಾ) ಶತ್ರುರ್ಮಿತ್ರ (ಮತಃಪರಂ) *e* ॥ ॥೪೭॥
ಉದಾಸೀನಃ (ಪರತರಃ) *f* ಪಾರ್ಷ್ಣಿಗ್ರಾಹ (ಸ್ತುಪೃಷ್ಠತಃ) *g* ।
ರಿಪೌ ವೈರಿ ಸಪತ್ನಾರಿ ದ್ವಿಷದ್ದ್ವೇಷಣ ದುರ್ಹೃದಃ ॥ ॥೪೮॥
ದ್ವಿಡ್ವಿಪಕ್ಷಾಹಿ ತಾಮಿತ್ರ ದಸ್ಯು ಶಾತ್ರವ ಶತ್ರವಃ ।
ಅಭಿಯಾತಿ ಪರಾರಾತಿ ಪ್ರತ್ಯರ್ಥಿಪರಿಪಂಥಿನಃ *h* ॥ ॥೪೯॥
ಸ್ನಿಗ್ಧೋ ವಯಸ್ಯಸ್ಸವಯಾ *i* (ಅಥ) ಮಿತ್ರಂ ಸಖಾ ಸುಹೃತ್ *j* ।
ಸಖ್ಯಂ ಸಾಪ್ತಪದೀನಂ ಸ್ಯಾ *k* ದನುರೋಧೋ ನುವರ್ತನಂ *l* ॥ ॥೫೦॥
ಯಥಾರ್ಹವರ್ಣಃ ಪ್ರಣಿಧಿರ ಪಸರ್ಪಶ್ಚ್ಚರಃ ಸ್ಪಶಃ ।
ಚಾರ (ಶ್ಚ) ಗೂಢಪುರುಷ *m* ಶ್ಚಾಪ್ತ ಪ್ರತ್ಯಯಿತೌ (ಸಮೌ) *n* ॥ ॥೫೧॥
ಸಾಂವತ್ಸರೋ ಜ್ಯೌತಿಷಿಕೋ ದೈವಜ್ಞ ಗಣಕಾ (ವಪಿ ।
ಸ್ಯು) ರ್ಮೌಹೂರ್ತಿಕ ಮೌಹೂರ್ತಜ್ಞಾನಿ ಕಾರ್ತಾಂತಿಕಾ (ಅಪಿ) *o* ॥ ॥೫೨॥
ತಾಂತ್ರಿಕೋ ಜ್ಞಾತಸಿದ್ಧಾಂತ *p* ಸ್ಸತ್ರೀ ಗೃಹಪತಿ (ಸ್ಸಮೌ) *q* ।
ಲಿಪಿಕಾರೋ ಕ್ಷರಚಣೋ ಕ್ಷರಚುಂಚು (ಶ್ಚ) ಲೇಖಕೇ *r* ॥ ॥೫೩॥

---

a 1, Superintendent of the female apartments. *b* 4, A guard or attendant of the women's apartment. *c* 2, Eunuch. *d* 3, Servant. *e* 1, Hostile king; 1, friendly or allied king. *f* 1, Neutral king. *g* 1, An enemy in the rear. *h* 19, Enemy, foe. *i* 3, A friend, especially of the same age. *j* 3, Friend, in general. *k* 2, Friendship. *l* 2, Compliance. *m* 7, Spy. *n* 2, Trusty friend. *o* 8, Astronomer, astrologer, fortune-teller. *p* 2, One versed in a system so as to be an authority. *q* 2, A liberal man, one who daily dispenses charity. *r* 4, Scribe, writer, clerk.

a ಅಂತಃಪುರದೊಳಗೆ ಅಧಿಕಾರವುಳ್ಳವರು ೧. *b* ಅಂತಃಪುರದಲ್ಲಿ ಕಾದಿರುವವರು, ಜನಾನಿಕಾವಲುಗಾರರು ೪. *c* ಷಂಡ, ಖೋಜಾದವನು ೨. *d* ಚಾಕರನು, ಸೇವಕನು ೩. *e* ತನ್ನ ದೇಶಕ್ಕೆ ಅಂತಲೂ ಆಚೇ ದೇಶದ ಅರಸು ೧, ಶತ್ರು ದೇಶಕ್ಕೆ ಅಂತಲೂ ಆಚೆ ದೇಶದ ಅರಸು ೧. *f* ಮಿತ್ರ ದೇಶಕ್ಕೆ ಅಂತಲೂ ಆಚೇ ದೇಶದ ಅರಸು ೧. *g* ಗೆಲ್ಲುವದಕ್ಕೆ ಹೋಗುವ ಅರಸಿಗೆ ಹಿಂದೆ ಯಿರುವ ಶತ್ರು ೧. *h* ಶತ್ರುವುಗಳು ೧೯. *i* ಸಮಾನ ವಯಸ್ಸುಳ್ಳ ಸ್ನೇಹಿತ ೩. *j* ಸ್ನೇಹಿತನು ೩. *k* ಸ್ನೇಹ ೨. *l* ಅನುಸರಿಸಿ ಯಿರುವದು ೨. *m* ಗೂಢಚಾರನು, ವಿಷಯವನ್ನು ತಂದು ಅರಿಕೆ ಮಾಡುವವನು ೭. *n* ಆಪ್ತನು, ಯಥಾರ್ಥವಾದಿ ೨. *o* ಜ್ಯೋತಿಷ್ಕನು ೮. *p* ಒಂದು ಶಾಸ್ತ್ರದಲ್ಲಿ ಪಂಡಿತನು ೨. *q* ಸದಾ ದಾನವನ್ನು ಮಾಡುವವನು ೨. *r* ಬರೆಯುವವನು, ರೈಟರ್, ಗುಮಾಸ್ತ ೪.

(ಲಿಖಿತಾಕ್ಷರಸಂಸ್ಥಾನೆ) ಲಿಪಿರ್ಲಿಭಿ (ರುಭೇಸ್ತ್ರಿಯೌ) *a* ।
(ಸ್ಯಾತ್) ಸಂದೇಶಹರೋದೂತೋ *b* ದೌತ್ಯಂ (ತದ್ಭಾವಕರ್ಮಣೋಃ) *c* ॥ ॥೪೭೩॥
ಅಧ್ವನೀನೋಧ್ವಗೋಧ್ವನ್ಯಃ ಪಾಂಥಃ ಪಥಿಕ (ಇತ್ಯಪಿ) *d* ।
ಸ್ವಾಮ್ಯಮಾತ್ಯ ಸುಹೃತ್ಕೋಶ ರಾಷ್ಟ್ರ ದುರ್ಗ ಬಲಾನಿಚ ॥ ॥೪೭೪॥
ರಾಜ್ಯಾಂಗಾನಿ ಪ್ರಕೃತಯಃ (ಪೌರಾಣಾಂಶ್ರೇಣಯೋಪಿಚ) *e* ।
ಸಂಧಿ (ರ್ನಾ) ವಿಗ್ರಹೋಯಾನಮಾಸ ನಂದ್ವೈಧಮಾಶ್ರಯಃ ॥ ॥೪೭೫॥
ಷಡ್ಗುಣಾ *f* ಶ್ಶಕ್ತಯ (ಸ್ತಿಸ್ರಃ) ಪ್ರಭಾವೋತ್ಸಾಹಮಂತ್ರಜಾಃ *g* ।
ಕ್ಷಯಸ್ಥಾನಂ (ಚ) ವೃದ್ಧಿ (ಶ್ಚ) ತ್ರಿವರ್ಗೋ (ನೀತಿವೇದಿನಾಂ *h*) ॥ ॥೪೭೬॥
(ಸ) ಪ್ರತಾಪಃ ಪ್ರಭಾವಶ್ಚ (ಯತ್ತೇಜಃ ಕೋಶದಂಡಜಂ) *i* ।
ಸಾಮದಾನೇ ಭೇದದಂಡಾ (ವಿತ್ಯುಪಾಯಚತುಷ್ಟಯಂ) *j* ॥ ॥೪೭೭॥
ಸಾಹಸಂತು ದಮೋದಂಡ *k* ಸ್ಸಾಮ ಸಾಂತ್ವ *l* (ಮುಭೌಸಮೌ) ।

---

a 2, Writing, written character. *b* 2, Messenger. *c* 1, Message, errand. *d* 5, Traveller, wayfarer. *e* 7, The seven requisites of a regal administration; viz: 1, a monarch; 1, a prime minister; 1, an ally; 1, treasure; 1, territory; 1, a stronghold; and 1, an army. 1, Population. *f* 6, The six means of defence, viz: 1, mediation; 1, war 1, marching; 1, halting; 1, stratagem; 1, recourse to protection. *g* 3, The three powers of monarchy, viz; 1, majesty; 1, energy; 1, counsel. *h* 1, Inferiority to an enemy; 1, equality with an enemy; 1, superiority to an enemy. *i* 2, Majesty, dignity. *j* 4, The four means of overcoming an enemy, viz: 1, conciliation; 1, presents; 1, creating dissension; 1, chastising. *k* 3, Punishment, chastisement. *l* 2, Conciliation.

a ಬರೆಯಲ್ಪಟ್ಟ ಅಕ್ಷರಗಳ ಆಕಾರ, ಲಿಪಿ ೨. *b* ದೂತನು ೨. *c* ದೂತನು ಮಾಡತಕ್ಕ ಕೆಲಸ ೧. *d* ದಾರಿ ನಡಿಯುವವನು ೫. *e* ಅರಸು ೧, ಮಂತ್ರಿ ೧, ಸ್ನೇಹಿತ ೧, ಬೊಕ್ಕಸ ೧, ರಾಜ್ಯಕ್ಕೆ ಸೇರಿದ ದೇಶ ೧, ಪಟ್ಟಣ, ಕೋಟೆ, ಕಂದಕ, ಪಾಳೆ ಮುಂತಾದ ಸ್ಥಾನ ೧, ಪುರ ಜನಗಳ ಸೇನೆ ೧ ಈ ೭ ರಾಜ್ಯಾಂಗಗಳು. *f* ಸಲ್ಲಾ ಮಾಡುವದು ೧, ಕಲಹ ೧, ದಂಡೆತ್ತಿ ಯುದ್ಧಕ್ಕೆ ಹೊರಡುವಿಕೆ ೧, ಠಾಣ್ಯಾ ಮಾಡುವದು ೧, ಭೇದ ಬುದ್ಧಿಯನ್ನು ಕಲ್ಪಿಸುವಿಕೆ ೧, ಗೆಲ್ಲುವದಕ್ಕೆ ತನಗಿಂತಲೂ ಬಲವಂತನನ್ನು ಸಂಪಾದಿಸಿಕೊಳ್ಳುವದು ೧, ಈ ೬ ಷಡ್ಗುಣಗಳು. *g* ಪ್ರಭು ಶಕ್ತಿ ೧, ಉತ್ಸಾಹ ಶಕ್ತಿ ೧, ಮಂತ್ರ ಶಕ್ತಿ ೧, ಯೆಂಬ ಶಕ್ತಿತ್ರಯ ಪರಾಕ್ರಮದಿಂದ ವುಂಟಾದ ಜಿಗೀಷೆ. *h* ಶತೃಗಳಿಗಿಂತಲೂ ತಾನು ಕಡಿಮೆಯಾಗಿರುವಿಕೆ ೧, ಶತೃವೂ ತಾನೂ ಸಮವಾಗಿರುವಿಕೆ ೧, ಶತೃವಿಗಿಂತಲೂ ತಾನು ಅಧಿಕವಾಗಿರುವಿಕೆ ೧. *i* ಭಂಡಾರದಿಂದಲೂ, ದಂಡು ಗುನ್ನೆಗಾರಿ ತೆತ್ತಿಸಿಕೊಳ್ಳುವದರಿಂದ ವುಂಟಾದ ಪ್ರಭು ಕಳೆ ೨. *j* ಜಯವನ್ನು ಪಡಿಯುವದಕ್ಕೆ ವುಪಾಯಗಳು ಹೊಂದಿಸಿ ಕೊಡುವ ಸಯುಕ್ತಿಕ ಮಾದದ್ದು ೪. *k* ದಂಡೋಪಾಯ ೩. *l* ಸಾಮೋಪಾಯ ೨.

ಭೇದೋಪಜಾಪಾ *a* ವುಪಧಾ (ಧರ್ಮಾದ್ಯೈರ್ಯತ್ಪರೀಕ್ಷಣಂ) *b* ‖ ‖೩೭೪‖
(ಪಂಚತ್ರಿ)ಷ್ವ ಷಡಕ್ಷೀಣೋ (ಯಸ್ತೃತೀ ಯಾದ್ಯಗೋಚರಃ) *c* ।
ವಿವಿಕ್ತವಿಜನ ಚ್ಛನ್ನನಿಶ್ಶಲಾಕಾ (ಸ್ತಥಾ) ರಹಃ ‖ ‖೩೭೫‖
ರಹಶ್ಚೋಪಾಂಶು (ಚಾಲಿಂಗೇ) *d* ರಹಸ್ಯಂ (ತದ್ಭವೇತ್ರಿಷು) *e* ।
(ಸಮೌ) ವಿಸ್ರಂಭವಿಶ್ವಾಸೌ *f* ಭ್ರೇಷೋ (ಭ್ರಂಶೋಯಥೋಚಿತಾತ್) *g* ‖ ‖೩೭೬‖
ಅಭ್ರೇಷನ್ಯಾಯಕಲ್ಪಾ (ಸ್ತು) ದೇಶರೂಪಂ ಸಮಂಜಸಂ *h* ।
ಯುಕ್ತಮೌಪಯಿಕಂ ಲಭ್ಯಂ ಭಜಮಾನಾಭಿನೀತವತ್ ‖ ‖೩೭೭‖
ನ್ಯಾಯ್ಯಂ (ಚತ್ರಿಷುಷಟ್ *i*) ಸಂಪ್ರಧಾರಣಾ (ತುಸಮರ್ಥನಂ) *j* ।
ಅವವಾದಸ್ತು ನಿರ್ದೇಶೋ ನಿದೇಶಶ್ಶಾಸನಂ (ಚಸಃ) ‖ ‖೩೭೮‖
ಶಿಷ್ಟಿ (ಶ್ಚಾ) ಜ್ಞಾ (ಚ) *k* ಸಂಸ್ಥಾ (ತು) ಮರ್ಯಾದಾ ಧಾರಣಾಸ್ಥಿತಿಃ *l* ।
ಆಗೋಪರಾಧೋಮಂತು (ಶ್ಚ) *m* (ಸಮೇ) ತೂದ್ದಾನ ಬಂಧನೇ *n* ‖ ‖೩೭೯‖
ದ್ವಿಪಾದ್ಯೋ (ದ್ವಿಗುಣೋದಂಡೋ) *o* ಭಾಗಧೇಯಃ ಕರೋಬಲಿಃ *p* ।
(ಘಟ್ಟಾದಿದೇಯಂ) ಶುಲ್ಕೋ (ಸ್ತ್ರೀ) *q* ಪ್ರಾಭೃತಂತು ಪ್ರದೇಶನಂ ‖ ‖೩೮೦‖
ಉಪಾಯನಮುಪಗ್ರಾಹ್ಯ ಮುಪಹಾರ (ಸ್ತಥೋ) ಪದಾ *r* ।

---

a 2, Creating dissension. *b* 1, A false pretence, especially on the part of a king to prove his ministers. *c* 1, Secrecy (lit: concealment from six eyes, i. e. a third party.) *d* 7, Solitary place. *e* 1, A secret. *f* 2, Trust, confidence, affection. *g* 1, Declension, falling from propriety. *h* 5, Propriety, fitness, justice. *i* 6. Right, proper, fit. *j* 1, Deliberation, determining the propriety or impropriety of anything. *k* 6, Command, direction. *l* 4, Rectitude, respect. *m* 3. Fault, guilt. *n* 2, Confining. *o* 1, Double punishment. *p* 3, Tax, tribute, royal revenue. *q* 1, Toll, duty, impost. *r* 6, The present or offering made to a king on being admitted to an audience.

a ಭೇದೋಪಾಯ ೨. *b* ಅರಸು ತನ್ನ ಮಂತ್ರಿ ಮುಂತಾದವರ ಗುಣಗಳನ್ನು ಪರೀಕ್ಷಿಸುವದು ೧. *c* ಮೂರನೇಯವನಿಗೆ ತಿಳಿಯದ ಇಬ್ಬರ ಏಕಾಂತ ೧. *d* ಏಕಾಂತಕ್ಕೆ ತಕ್ಕ ವಿಜನವಾದ ಸ್ಥಳ ೭. *e* ಏಕಾಂತದಲ್ಲಿ ಹುಟ್ಟಿದ ವಸ್ತು, ಅಥವಾ ಸಂಗತಿ ೧. *f* ವಿಶ್ವಾಸ, ನಂಬಿಕೆ, ಅಭಿಮಾನ ೨. *g* ವುಚಿತ ವೃತ್ತಿ ಕೆಡುವಿಕೆ ೧. *h* ತನಿಗೆ ವುಚಿತವಾದ ಧರ್ಮಗಳು ತಪ್ಪದೇ ತಕ್ಕ ಹಾಗೆ ನಡದು ಕೊಳ್ಳುವದು ೫. *i* ತಿಳುವಳಿಕೆಯುಳ್ಳವರು ಒಡಂಬಡ ತಕ್ಕಂಥಾದ್ದು ೬. *j* ಯುಕ್ತಾಯುಕ್ತಗಳಲ್ಲಿ ಇದೇ ಯುಕ್ತವೆಂಬ ನ್ಯಾಯದಿಂದ ನಿರ್ಧರಿಸ ತಕ್ಕದ್ದು ೧. *k* ಹೀಗೆ ನಡದು ಕೊಳ್ಳಬೇಕೆಂದು ಅಧಿಕಾರದಿಂದ ವಿಧಿಸುವದು ೬. *l* ಮರ್ಯಾದೆ ೪. *m* ಅಪರಾಧ, ತಪ್ಪು ೩. *n* ಕಟ್ಟಿ ಹಾಕುವದು, ತಡೆ ಪಡಿಸುವದು ೨. *o* ಎರಡಷ್ಟು ದಂಡ ತೆಗದು ಕೊಳ್ಳುವದು ೧. *p* ಅರಸಿಗೆ ಕೊಡತಕ್ಕ ಕಾಣಿಕೆ ಕಪ್ಪ ಮೊದಲಾದ್ದು ೩. *q* ಅರಸಿಗೆ ಕೊಡತಕ್ಕ ಸುಂಕ, ತೀರ್ವೆ ೧. *r* ರಾಜ ದರ್ಶನಕ್ಕಾಗಿ ತರ ತಕ್ಕ ಕಾಣಿಕೆ ೬.

ಯೌತಕಾ (ದಿತುಯದ್ದೇಯಂ) ಸುದಾಯೋ' ಹರಣಂ (ಚತತ್) *a* || ||೪೮೫||
ತತ್ಕಾಲಸ್ತು ತದಾತ್ವಂಸ್ಯಾ *b* (ದುತ್ತರಃಕಾಲ) ಆಯತಿಃ *c* |
ಸಾಂದೃಷ್ಟಿಕಂ (ಫಲಂಸದ್ಯ) *d* ಉದರ್ಕಃ (ಫಲಮುತ್ತರಂ) *e* || ||೪೮೬||
ಅದೃಷ್ಟಂ (ವಹ್ನಿತೋಯಾದಿ) *f* ದೃಷ್ಟಂ (ಸ್ವಪರಚಕ್ರಜಂ) *g* |
(ಮಹೀಭುಜಾ) ಮಹಿಭಯಂ (ಸ್ವಪಕ್ಷಪ್ರಭವಂಭಯಂ) *h* || ||೪೮೭||
ಪ್ರಕ್ರಿಯಾ (ತ್ವ) ಧಿಕಾರಸ್ಸ್ಯಾ *i* ಚ್ಚಾಮರಂತು ಪ್ರಕೀರ್ಣಕಂ *j* |
ನೃಪಾಸನಂ (ಚಯತ್) ಭದ್ರಾಸನಂ *k* ಸಿಂಹಾಸನಂ (ತುತತ್) || ||೪೮೮||
(ಹೈಮಂ) *l* ಛತ್ರಂ (ತ್ವಾ) ತಪತ್ರಂ (ರಾಜ್ಞಸ್ತು) ನೃಪಲಕ್ಷ್ಮ(ತತ್) *m* |
ಭದ್ರಕುಂಭಃ ಪೂರ್ಣಕುಂಭೋ' *n* ಭೃಂಗಾರಃ ಕನಕಾಲುಕಾ *o* || ||೪೮೯||
ನಿವೇಶಃ ಶಿಬಿರಂ (ಷಂಢೇ) *p* ಸಜ್ಜನಂ (ತೂ') ಪರಕ್ಷಣಂ *q* |
ಹಸ್ತ್ಯಶ್ವರಥ ಪಾದಾತಂ ಸೇನಾಂಗಂ (ಸ್ಯಾಚ್ಚತುಷ್ಟಯಂ) *r* || ||೪೯೦||
ದಂತೀ ದಂತಾ ವಲೋ'ಹಸ್ತೀ ದ್ವಿರದೋ'ನೇ ಕಪೋ'ದ್ವಿಪಃ |
ಮತಂಗಜೋ'ಗ ಜೋನಾಗಃ ಕುಂಜರೋ' ವಾರಣಃ ಕರೀ || ||೪೯೧||

---

a 3, Nuptial gift. *b* 2, The present. *c* 1, The future. *d* 1, Immediate consequence. *e* 1, Future or remote consequence. *f* 1, Fate, terror inspired by any thing invisible. *g* 1, Fear arising from a king's own subjects or from a foreign king. *h* 1, Apprehension of treachery in one's own party. *i* 2, Power. *j* 2, A fly-brush or fly-whisker composed of the tail of the Tartary ox (*bos grunniens*). *k* 2, A throne or royal seat. *l* 1, A throne of state, a golden throne supported by figures of lions. *m* 2, A gilt umbrella or canopy of state (an ensign of royalty.) *n* 2, A vase of water placed at the entrance of a palace or other building. *o* 2. A golden vase. *p* 2, Camp. *q* 2, A guard. *r* 1. A component part of an army, viz: 1, elephants; 1, cavalry; 1, chariots. 1, infantry.

a ಮದುವೆ ಕಾಲದಲ್ಲಿ ಅಳಿಯನಿಗೆ, ಮಗಳಿಗೆ ಕೊಡತಕ್ಕ ಬಹುಮಾನ ೩. *b* ವರ್ತಮಾನ ಕಾಲ ೨. *c* ಭವಿಷ್ಯತ್ಕಾಲ ೧. *d* ತತ್ಕಾಲದಲ್ಲಿ ವುಂಟಾಗುವ ಪ್ರಯೋಜನ ೧. *e* ಭವಿಷ್ಯತ್ಫಲ ೧. *f* ಬೆಂಕಿ, ನೀರು, ಗಾಳಿ ಮುಂತಾದವುಗಳಿಂದುಂಟಾಗುವ ಭಯ ೧. *g* ತನ್ನ ಗುಂಪಿನಿಂದಲೂ, ಅನ್ಯರ ಗುಂಪಿನಿಂದಲೂ ಉಂಟಾಗುವ ಭಯ ೧. *h* ತನ್ನವರಿಂದಲೇ ತನಗೆ ವುಂಟಾಗುವ ಭೀತಿ, ಅಂತಃ ಕಲಹ ೧. *i* ಅಧಿಕಾರ, ಪ್ರಜೆಗಳ ಕಾರ್ಯ ನಿರ್ವಾಹ ೨. *j* ಬಾಲ ಚೌರೀ ಚಾಮರ ೨. *k* ಅರಸು ಕುಳಿತು ಕೊಳ್ಳುವ ಗದ್ದಿಗೆ, ಭದ್ರ ಪೀಠ ೨. *l* ಚಿನ್ನದಿಂದಾದ ಅರಸಿನ ಸಿಂಹಾಸನ ೧. *m* ಕೊಡೆ, ಅರಸುಗಳಿಗೆ ಹಿಡಿಯುತಕ್ಕ ಛತ್ರಿ, ರಾಜರಿಗೆ ಸಲ್ಲತಕ್ಕ ಚಿಹ್ನೆ ೨. *n* ಅರಮನೆಗೆ ಮೊದಲಾದ ಬಾಗಿಲುಗಳಲ್ಲಿ ಯಿರಿಸುವ ಪೂರ್ಣ ಕಲಶ ೨. *o* ಚಿನ್ನದ ಬಟ್ಟಲು, ಚಿನ್ನದ ಹೂಜಿ ೨. *p* ದಂಡು ಇಳಿದಿರುವ ಸ್ಥಳ ೨. *q* ದಂಡು ಕಾವಲುಗಾಗಿ ಸುತ್ತಲು ಇರುವ ಪಹರೆ ೨. *r* ಆನೇ ದಂಡು, ಕುದುರೆ ದಂಡು ತೇರು ಮತ್ತು ಯೋಧರು ಈ ೪ ಸೇನಾಂಗ ೧.

ಇಭಃ ಸ್ತಂಬೆ ರಮಃ ಪದ್ಮೀ *a* ಯೂಥನಾಥ (ಸ್ತು) ಯೂಥಪಃ *b* ।
ಮದೋತ್ಕಟೋ ಮದಕಲಃ *c* ಕಲಭಃ ಕರಿಶಾಬಕಃ *d* ॥ ||೪೯೨||
ಪ್ರಭಿನ್ನೋ ಗರ್ಜಿತೋ ಮತ್ತಃ *e* (ಸ್ಸಮೌ) ವುದ್ವಾಂತ ನಿರ್ಮದೌ *f* ।
ಹಾಸ್ತಿಕಂ ಗಜತಾ (ಬೃಂದೇ) *g* ಕರಿಣೀ ಧೇನುಕಾ ವಶಾ *h* ॥ ||೪೯೩||
ಗಂಡಃ ಕಟೋ *i* ಮದೋ ದಾನಂ *j* ವಮಥುಃ (ಕರಶೀಕರಃ) *k* ।
ಕುಂಭೌ (ತು ಶಿರಸಃ ಪಿಂಡೌ) *l* ತಯೋರ್ಮಧ್ಯೇ) ವಿದುಃ (ಪುಮಾನ್) *m* ||೪೯೪||
ಅವಗ್ರಹೋ (ಲಲಾಟಂ ಸ್ಯಾ) *n* ದೀಷಿಕಾ (ತ್ವಕ್ಷಿಕೂಟಕಂ) *o* ।
(ಅಪಾಂಗದೇಶೋ) ನಿರ್ಯಾಣಂ *p* (ಕರ್ಣಮೂಲಂ ತು) ಚೂಲಿಕಾ *q* ॥ ||೪೯೫||
(ಅಧಃ ಕುಂಭಸ್ಯ) ವಾಹಿತ್ಥಂ *r* ಪ್ರತಿಮಾನ (ಮಧೋಸ್ಯಯತ್) *s* ।
ಆಸನಂ (ಸ್ಕಂಧದೇಶಸ್ಸ್ಯಾತ್) *t* ಪದ್ಮಕಂ (ಬಿಂದುಜಾಲಕಂ) *u* ॥ ||೪೯೬||
ಪಕ್ಷಭಾಗಃ (ಪಾರ್ಶ್ವಭಾಗೋ) *v* ದಂತಭಾಗ (ಸ್ತು ಯೋಗ್ರತಃ) *w* ।
(ದ್ವೌ ಪೂರ್ವ ಪಶ್ಚಾಜ್ಜಂಘಾದಿದೇಶೌ) ಗಾತ್ರಾವರೇ (ಕ್ರಮಾತ್) *x* ॥ ||೪೯೭||
ತೋತ್ರಂ ವೈಣುಕ *y* ಮಾಲಾನಂ ಬಂಧಸ್ತಂಭೇಥ *z* ಶೃಂಖಲೇ ।

---

a 15, Elephant. *b* 2, The chief elephant of a herd. *c* 2, An elephant in rut. *d* 2, Young elephant. *e* 3, A furious elephant. *f* 2, An elephant not in rut, quiet. *g* 2, A herd of elephants. *h* 3, Femele elephant. *i* 2, Elephant's temple. *j* 2, The juice that flows from an elephant's temples when in rut. *k* 1, Water ejected from the elephant's trunk. *l* 1, The two frontal globes of an elephant. *m* 1, The space between those globes. *n* 1, Elephant's forehead. *o* 1, Pupil of the elephant's eye. *p* 1, Outer corner of an elephant's eye. *q* 1, Root of an elephant's ear. *r* 1, An elephant's forehead just below the frontal globes. *s* 1, The part of the forehead below that. *t* 1, An elephant's shoulder. *u* 1, Coloured marks on the face and trunk of an elephant. *v* 1, The side or flank of an elephant. *w* 1, The fore part of an elephant. *x* 1, A forelimb or fore part of the body of an elephant; 1, the hind part. *y* 2, A goad or spike for punishing an elephant. *z* 2, A post to which an elephant is tied.

[a] ಆನೆಗಳು ೧೫. [b] ಆನೆಗಳ ಗುಂಪಿನಲ್ಲಿ ಮುಖ್ಯವಾದ ಗಜ, ದೊಡ್ಡ ಆನೆ ೨. [c] ಮದವೇರಿದ ಆನೆ ೨. [d] ಆನೇ ಮರಿ ೨. [e] ಮದಸೋರುತ್ತಿರುವ ಆನೆ ೩. [f] ಮದವಿಲ್ಲದ ಆನೆ ೨. [g] ಆನೇ ಗುಂಪು ೨. [h] ಹೆಣ್ಣಾನೆ ೩. [i] ಆನೆಯ ಕಟವಾಯಿ ೨. [j] ಮದದ ಬೆವರು ೨. [k] ಸೊಂಡಿಲೊಳಗಿಂದಾ ಹೊರಗೆ ಬಂದ ನೀರು ೧. [l] ಆನೆಯ ಕುಂಭಸ್ಥಳ ೧. [m] ಆ ಕುಂಭಸ್ಥಳಗಳೆರಡರ ಮಧ್ಯಭಾಗ [n] ಆನೆಯ ಹಣೆ ೧. [o] ಆನೆಯ ಕಣ್ಣು ಗುಡ್ಡೆ ೧. [p] ಆನೆಯ ಕಡೆ ಕಣ್ಣು ೧. [q] ಆನೆಯ ಕಿವಿಯ ಬುಡ ೧. [r] ಆನೆಯ ಕುಂಭಸ್ಥಲದ ಕೆಳಗಡೆ ೧. [s] ಈ ವಾಹಿತ್ಥವೆಂಬುವದಕ್ಕೆ ಕೆಳಗಡೆ ೧. [t] ಆನೆಯ ಭುಜ ೧. [u] ಪ್ರಾಯದ ಆನೆಗೆ ಪದ್ಮಾಕಾರವಾಗಿ ಯೇಳುವ ಸಿಬ್ಬು ೧. [v] ಆನೆಯ ಉಭಯ ಪಾರ್ಶ್ವಗಳು ೧. [w] ಆನೆಯ ಮುಂಭಾಗ, ಗಜದಂತಸ್ಥಳ ೧. [x] ಆನೆಯ ಮುಂಗಾಲು ಮುಂತಾದ ಕೆಳಗಡೆ ಶರೀರ ೧. [y] ಆನೆಯನ್ನು ತಿವಿದು ಶಿಕ್ಷಿಸುವ ತಿವಿಗೋಲು ೨. [z] ಆನೆಯನ್ನು ಕಟ್ಟಿ ಹಾಕುವ ಕಂಭದಂಥಾ ಗೂಟ ೨.

ಅಂದುಕೋ ನಿಗಳೋ(ಸ್ತ್ರೀ)ಸ್ಯಾ *a* ದಂಕುಶೋ(ಸ್ತ್ರೀ) ಸೃಣಿ(ರ್ದ್ವಯೋಃ *b* ||೪೯೮||
ದೂಷ್ಯಾ ಕಕ್ಷ್ಯಾ ವರತ್ರಾ (ಸ್ಯಾ) *c* ತ್ಕಲ್ಪನಾ ಸಜ್ಜನಾ (ಸಮೆ) *d* ।
ಪ್ರವೇಣ್ಯಾಸ್ತರಣಾವರ್ಣಃ ಪರಿಸ್ತೋಮಃ ಕುಥೋ (ದ್ವಯೋಃ) *e* || ||೪೯೯||
ವೀತಂ (ತ್ವ) ಸಾರಂ ಹಸ್ತ್ಯಶ್ವಂ) *f* ವಾರೀ (ತುಗಜಬಂಧನೆ) *g* ।
ಘೋಟಕೇ ವೀತಿ ತುರಗ ತುರಂಗಾಶ್ವ ತುರಂಗಮಾಃ || ||೫೦೦||
ವಾಜಿ ವಾಹಾರ್ವಗಂಧರ್ವ ಹಯ ಸೈಂಧವ ಸಪ್ತಯಃ *h* ।
ಆಜಾನೆಯಾಃ (ಕುಲೀನಾ) ಸ್ಸ್ಯು *i* ರ್ವಿನೀತಾ (ಸ್ಸಾಧುವಾಹಿನಃ) *j* || ||೫೦೧||
ವನಾಯುಜಾಃ ಪಾರಸೀಕಾಃ ಕಾಂಭೋಜಾ ಬಾಹ್ಲಿಕಾ ಹಯಾಃ *k* ।
ಯಯು (ರಶ್ವೋಶ್ವಮೆಧೀಯೋ) *l* ಜವನ (ಸ್ತು) (ಜವಾಧಿಕಃ) *m* || ||೫೦೨||
ಪೃಷ್ಠ್ಯಃ ಸ್ಥೌರೀ *n* (ಸಿತಃ) ಕರ್ಕೋ *o* ರಥ್ಯೋ (ವೋಢಾರಥಸ್ಯಯಃ *p*) ।
(ಬಾಲಃ) ಕಿಶೋರೋ *q* ವಾಮ್ಯಶ್ವಾ ಬಡಬಾ *r* ಬಾಡಬಂ (ಗಣೆ) *s* || ||೫೦೩||
(ತ್ರಿಷ್ವಾ) ಶ್ವೀನಂ (ಯದಶ್ವೇನ ದಿನೆನೈಕೇನಗಮ್ಯತೆ) *t* ।

---

a 3, A chain or fetter for an elephant. *b* 2, A book used for driving an elephant. *c* 3, A leathern girth for an elephant. *d* 2, Caparisoning or adorning an elephant. *e* 5, An elephant's housings or trappings. *f* 1, A weak elephant or horse. *g* 1, A pitfall for catching elephants or a rope for binding them on capture. *h* 13, Horse. *i* 1, A horse of good breed. *j* 1, A trained horse. *k* 1, A Vanáyu (name of a country) horse; 1, A Persian horse; 1, Kamboja horse; 1, a Balkh (or Tartar) horse. *l* 1, A horse fit for the *ashvamedha* sacrifice. *m* 1, A fleet horse. *n* 2, A pack-horse or *tat*. *o* 1, White horse. *p* 1, Draught-horse. *d* 1, Colt. *r* 3, Mare. *s* 1, Group of mares. *t* 1, A day's journey for a horse.

a ಆನೆಯನ್ನು ಕಟ್ಟಿ ಹಾಕುವ ಲೋಹದ ಸರಪಣಿ ೩. *b* ಅಂಕುಶ, ದೋಟಿ ಗೋಲು ೨. *c* ಆನೆಯ ಟೊಂಕಕ್ಕೆ ಕಟ್ಟುವ ತೊಗಲು ಪಟ್ಟಿ ೩. *d* ಆನೆಗೆ ಬಣ್ಣ ಬೊಡಗೆ, ಚಿತ್ರಮುಡಿಗೆಯಿಂದಲೂ ಶೃಂಗಾರ ಮಾಡುವದು ೨. *e* ಆನೆಯ ಬೆನ್ನು ಮ್ಯಾಲೆ ಹಾಸುವ ಚಿತ್ರದ ಕಂಬಳಿ ೫. *f* ಬಲವಿಲ್ಲದೆ ಬಂಡಾದ ಆನೆ, ಕುದರೆ ೧. *g* ಆನೆಯನ್ನು ಹಿಡಿಯುವ ಕಪ್ಪಲು ೧. *h* ಕುದರೆಗಳು ೧೩. *i* ಉತ್ತಮವಾದ ಕುದುರೆ ೧. *j* ಎಳೆಯಲಾಪುವ ಕುದರೆ, ಚೆನ್ನಾಗಿ ಹೊರಲುಳ್ಳ ಕುದರೆ ೧. *k* ವಾನಾಯುಜವು, ಪಾರಸೀಕವು, ಕಾಂಭೋಜವು, ಬಾಹ್ಲಿಕವು, ಈ ೪ ದೇಶಗಳಲ್ಲಿ ಹುಟ್ಟಿದ ಕುದರೆಗಳು ೪. *l* ಅಶ್ವ ಮೇಧ ಯಾಗಕ್ಕೆ ತಕ್ಕ ಕುದರೆ ೧. *m* ಅರಬ್ಬೀ ಟಾಂಕ್ಣಾ, ಪೈಗೋ ಟಾಂಕ್ಣಾ ೧. *n* ಹೊರೆಯನ್ನು ಹೊರುವ ಕರ್ನಾಟಕದ ತಟ್ಟು ೨. *o* ಬಿಳೀ ಬಣ್ಣದ ಕುದರೆ ೧. *p* ರಥವನ್ನು ಯೆಳಕೊಂಡು ವೋಡುವ ಕುದರೆ ೧. *q* ಮರಿಕುದರೆ ೧. *r* ಹೆಣ್ಣು ಕುದರೆ, ಗೋಳಿಗೆ ಕುದರೆ ೩. *s* ಹೆಣ್ಣು ಕುದರೆಗಳ ಗುಂಪು ೧. *t* ಕುದರೆ ವೊಂದು ದಿನಕ್ಕೆ ಯೆಷ್ಟು ದೂರಾ ನಡಿಯುತ್ತದೊ ಅಷ್ಟು ದೂರ ೧.

ಕಕ್ಷ್ಯಂ (ತುಮಧ್ಯಮಶ್ವಾನಾಂ) *a* ಹೇಷಾ ಹ್ರೇಷಾ (ಚನಿಸ್ವನೇ) *b* ॥ ॥೫೦೪॥
ನಿಗಾಳ (ಸ್ತುಗಳೋದ್ದೇಶೇ) *c* (ಬೃಂದೇ) ತ್ವಾಶ್ವೀಯಮಾಶ್ವ (ವತ್) *d* ।
ಆಸ್ಕಂದಿತಂ ಧೌರಿತಕಂ ರೇಚಿತಂ ವಲ್ಗಿತಂ ಪ್ಲುತಂ ॥ ॥೫೦೫॥
(ಗತಯೋಮೂಃಪಂಚ) ಧಾರಾ *e* (ಘೋಣಾ (ತು) ಪ್ರೋಥ (ಮಸ್ತ್ರಿಯಾಂ) *f* ।
ಕವಿಕಾ (ತು) ಖಲೀನೋಸ್ತ್ರೀ *g* ಶಫಂ (ಕ್ಲೀಬೇ) ಖುರಃ (ಪುಮಾನ್) *h* ॥ ॥೫೦೬॥
ಪುಚ್ಛೋ (ಸ್ತ್ರೀ) ಲೂಮ ಲಾಂಗೂಲೇ ವಾಲಹಸ್ತ (ಶ್ಚ) ವಾಲಧಿಃ *i* ।
(ತ್ರಿಷು) ಪರಾವೃತ್ತಲುಠಿತಾ (ಪರಾವೃತ್ತಿಮು ಹುರ್ಭುವಿ) *j* ॥ ॥೫೦೭॥
(ಯಾನೇಚಕ್ರಿಣಿಯುದ್ಧಾರ್ಥೇ) ಶತಾಂಗಸ್ಸ್ಯಂದನೋರಥಃ *k* ।
(ಅಸೌ) ಪುಷ್ಯರಥ (ಶ್ಚಕ್ರಯಾನಂ ನಸಮರಾಯಯತ್) *l* ॥ ॥೫೦೮॥
ಕರ್ಣೀರಥಃ ಪ್ರವಹಣಂ ಡಯನಂ (ಚಸಮಂತ್ರಯಾಂ) *m* ।
(ಕ್ಲೀಬೇ) ನಃ ಶಕಟೋ (ಸ್ತ್ರೀಸ್ಸ್ಯಾ *n*) ದ್ಗಂತ್ರೀ ಕಂಬಳಿ ವಾಹ್ಯಕಂ *o* ॥ ॥೫೦೯॥
ಶಿಬಿಕಾಯಾಪ್ಯಯಾನಂ (ಸ್ಯಾ) *p* ದ್ದೋಲಾ ಪ್ರೇಂಖಾ (ದಿಕಾಸ್ತ್ರಿಯಾಂ) *q* ।
(ಉಭೌತು) ದ್ವೈಪವೈಯಾಘ್ರೌ (ದ್ವೀಪಿಚರ್ಮಾವೃತೇರಥೇ) *r* ॥ ॥೫೧೦॥
(ಪಾಂಡುಕಂಬಳಸಂವೀತಸ್ಸ್ಯಂದನಃ) ಪಾಂಡುಕಂಬಳೀ *s* ।

---

a 1, A horse's middle or back. *b* 2, Neighing. *c* 2, A lucky curl on a horse's neck. *d* 2, Group of horses. *e* Paces of a horse, viz: 1, gentle walk; 1, fast walk; 1, amble, 1, gallop; 1, capering. 1, The above five. *f* 1, Horse's nose. *g* 2, Bridle. *h* 2, Hoof. *i* 5, Tail. *j* 2, A horse's rolling on the ground. *k* 3, War-chariot, car. *l* 1, Carriage, coach. *m* 3, A litter or conveyance borne by men. *n* 2, Cart. *o* 2, Bullock cart. *p* 2, Palanquin. *q* 2, Swing. *r* 2, A car covered with tiger-skin. *s* 1, A car covered with white flannel.

a ಕುದರೆಯ ಮಧ್ಯಪ್ರದೇಶ ೧. *b* ಕುದರೆ ಕೂಗು, ಅಶ್ವ ಧ್ವನಿ ೨. *c* ಕುದರೆಯ ಕೊರಳು ಮೇಲ್ಗಡೆ ದೇವಮಣಿ ೧. *d* ಕುದುರೆಗಳ ಗುಂಪು ೨. *e* ಅಶ್ವಗತಿ ವಿಶೇಷ ಹ್ಯಾಗಂದರೆ:—ಎಸ್ಪೆ ನಡಿಗೆ ೧, ಬಿರು ನಡಿಗೆ ೧, ಬಿಗು ನಡೆ ೧, ಹಾರುತ್ತಾ ಸುತ್ತಿರುಗುವದು ೧, ಕುಣಿದಾಟದ ನಡಿಗೆ, ಈ ೫ ಅಶ್ವಧಾರೆಗಳು ೧. *f* ಕುದುರೆಯ ಮೂಗು ೧. *g* ಬಾಯಿ ಚಿಕ್ಕ, ಲಗಾಂ ೨. *h* ಕುದುರೆಯ ಕಾಲು ಗೊರಸು, ಕತ್ತೆ ಮುಂತಾದ್ದೆಲ್ಲಕ್ಕೂ ೨. *i* ಕುದರೆ ಮುಂತಾದ ಜಂತುಗಳ ಬಾಲ ೫. *j* ಬಾರಿ ಬಾರಿಗೂ ನೆಲದ ಮ್ಯಾಲೆ ಬಿದ್ದು ಹೊರಳಾಡಿ ಮೇಲಕ್ಕೆ ಯೆದ್ದ ಕುದರೆ ೨. *k* ಯುದ್ಧಕ್ಕೆ ಮಾಡಲ್ಪಟ್ಟ ರಥ, ಮತ್ತು ಪಿರಂಗೀ ಭಂಡಿ ೩. *l* ಸಾರಟು, ಪೆಟ್ಟಿಗೆ ಘಾಡಿ, ಬಗ್ಗಿ, ಕಲಶ ಕುಚ್ಚಿನ ತೇರು ೧. *m* ಮನುಷ್ಯರು ಹೊರುವ ವಿಮಾನ, ಡೋಲಿ ೩. *n* ಭಂಡಿ, ಘಾಡಿ, ಚಕ್ರ ೨. *o* ಎತ್ತುಗಳು ಕಟ್ಟತಕ್ಕ ಭಂಡಿ ೨. *p* ಮೇನಾ, ಪಾಲಕ್ಕಿ ೨. *q* ವುಯ್ಯಾಲೆ, ತೂಗು ಮಂಚ ೨. *r* ಹುಲಿ ಚರ್ಮ ಹೊದ್ದಿಕೆವುಳ್ಳಂಥ ರಥ ೨. *s* ಬಿಳೀ ಕಂಬಳಿ ಪ್ಲಾನಲ್ ಮುಂತಾದ್ದರಿಂದ ಹೊದ್ದಿಸಲ್ಪಟ್ಟ ರಥ ೧.

(ರಥೇ) ಕಾಂಬಳ ವಾಸ್ತ್ರಾದ್ಯಾಃ (ಕಂಬಳಾದಿಭಿರಾವೃತೇ *a*) ॥ ॥೫೧೧॥
(ತ್ರಿಷುದ್ವೈಪಾದಯೊ) ರಥ್ಯಾರಥಕಡ್ಯಾ (ರಥವ್ರಜೇ *b*) ।
ಧೂಃ (ಸ್ತ್ರೀಕ್ಲೀಬೇ) ಯಾನಮುಖಂಸ್ಯಾತ್ *c* (ರಥಾಂಗ) ಮುಪಸ್ಕರಃ *d* ॥ ॥೫೧೨॥
ಚಕ್ರಂ ರಥಾಂಗಂ *e* (ತಸ್ಯಾಂತೇ) ನೇಮಿಃ (ಸ್ತ್ರೀಸ್ಯಾ) ತ್ಪ್ರಧಿಃಪುಮಾನ್ *f* ।
ಪಿಂಡಿಕಾ ನಾಭಿ *g* (ರಕ್ಷಾಗ್ರ ಕೀಲಿಕೇತುದ್ವಯೋ) ರಣಿಃ *h* ॥ ॥೫೧೩॥
ರಥಗುಪ್ತಿರ್ವರೂಥೋ (ನಾ *i* ಕೂಬರ (ಸ್ತು) ಯುಗಂಧರಃ *j* ।
ಅನುಕರ್ಷೋ (ದಾರ್ವಧಸ್ಥಂ) *k* ಪ್ರಾಸಂಗೋ (ನಾಯುಗಾದ್ಯುಗಃ) *l* ॥ ॥೫೧೪॥
(ಸರ್ವಂಸ್ಯಾ ದ್ವಾಹನಂ) ಯಾನಂ ಯುಗ್ಯಂ ಪತ್ರಂ ಚಧೋರಣಂ *m* ।
ಪರಂಪರಾವಾಹನಂ (ಯತ್ತು) ದ್ವೈನೀತಕ (ಮಸ್ತ್ರಿಯಾಂ) *n* ॥ ॥೫೧೫॥
ಆಧೋರಣಾ ಹಸ್ತಿಪಕಾ ಹಸ್ತ್ಯಾರೋಹಾ ನಿಷಾದಿನಃ *o* ।
ನಿಯಂತಾ ಪ್ರಾಜಿತಾ ಯಂತಾ ಸೂತಃ ಕ್ಷತ್ತಾ (ಚ) ಸಾರಥಿಃ ॥ ॥೫೧೬॥
ಸವ್ಯೇಷ್ಠ ದಕ್ಷಿಣಸ್ಥ (ಚ) ಸಂಜ್ಞಾ ರಥಕುಟುಂಬಿನಃ *p* ।
ರಥಿನಸ್ಸ್ಯಂ ದನಾರೋಹಾ *q* ಅಶ್ವಾರೋಹಾ (ಸ್ತು) ಸಾದಿನಃ *r* ॥ ॥೫೧೭॥
ಭಟಾ ಯೋಧಾ (ಶ್ಚ) ಯೋದ್ಧಾರ *s* ಸ್ಸೇನಾರಕ್ಷಾ (ಸ್ತು) ಸೈನಿಕಾಃ *t* ।

---

a 1, A car covered with flannel; 1, one covered with cotton cloth. *b* 2. A collection of cars. *c* 2, Front of a car or vehicle. *d* 1, Parts of a carriage, as axle-tree &c., *e* 2, Wheel. *f* 2, Tire of a wheel. *g* 2, Axle-box. *h* 1, Cross-pin at the end of the axle. *i* 2, An apparatus or fender encompassing a war-chariot, to secure it from being injured by weapons or collision. *j* 2, Pole of a car. *k* 1, A piece of wood under the pole. *l* 1, The yoke. *m* 4. Any kind of vehicle. *n* 2, A vehicle that requires a line of men or horses, &c. to draw it, (such as an idol car.) *o* 4, Elephant-driver, or rider on an elephant. *p* 8, Charioteer, driver *q* 2, Warrior in a car. *r* 2, Horseman, rider. *s* 3, Soldiers, fighting men. *t* 2, Sentinels.

a ಕಂಬಳಿಯಿಂದಹೊದಿಯಲ್ಪಟ್ಟ ತೇರು, ರಥಮುಂತಾದ್ದು ೨. *b* ರಥ ಸಮೂಹ ೨. *c* ರಥಮೊದಲಾದ ವಾಹನಗಳ ಮುಂಭಾಗ ೨. *d* ಅಚ್ಚು, ಕಡಾಣಿ, ಬಳೆಮುಂತಾದ ಬಂಡಿಯ ಅವಯವ ೧. *e* ಚಕ್ರದ ಕಣ್ಣು, ಚಕ್ರ ೨. *f* ಆ ಬಂಡೀ ಚಕ್ರದಲ್ಲಿ ಅಚ್ಚುಸೇರುವ ಕಣ್ಣಿನ ಸುತ್ತೂ ಯಿರುವ ಲೋಹದ ಬಳೆ ೨. *g* ಬಂಡಿಯ ಕಣ್ಣಿನ ನಡುತೂಬು ೨. *h* ಚಕ್ರಗಳು ಕಳಚಿಬಾರದಂತೆ ಕೊನೆಯಲ್ಲಿರುವ ಕಡಾಣಿ ೧. *i* ರಥವನ್ನು ರಕ್ಷಿಸುವ ಚರ್ಮದ ಬುರಕಿ, ಅದಕ್ಕಾಗಿ ಮಾಡಿರುವ ಸ್ಥಾನಕ್ಕೂ ೨. *j* ನೊಗ ೨. *k* ಆ ನೊಗದ ಕೆಳಗಿರುವ ಕೋಲ್ ಹಲಿಗೆ, ಸಾರಥಿ ಕೂತುಕೊಳ್ಳುವ ಹಲಿಗೆ ೧. *l* ಎನೇದಾದ ನೊಗ ೧. *m* ನಾನಾ ಬಗೆಯಾದ ವಾಹನಗಳು ೪. *n* ತೇರೆನ್ನು ಹೊತ್ತು ಇರತಕ್ಕಂಥಾ ಕೀಲು ೨. *o* ಆನೆ ಮಾವಟಿಗ, ಆನೆ ಹತ್ತುವ ಪ್ರಭು ೪. *p* ಸಾರಥಿ, ಬಂಡಿ ಹೊಡಿಯುವವನು ೮. *q* ತೇರೇರುವ ಧೊರೆ ೨. *r* ಕುದರೆ ಹತ್ತುವ ಸವಾರ ೨. *s* ಯುದ್ಧ ಮಾಡುವವರು ೩. *t* ದಂಡು ಕಾದುಕೊಂಡಿರುವ ತಳವಾರರು ೨.

(ಸೇನಾಯಾಂಸಮವೇತಾಯೇ) ಸೈನ್ಯಾ (ಸ್ತೇ) ಸೈನಿಕಾ (ಶ್ಚತೇ) *a* ॥ ॥೫೧೮॥
(ಬಲಿನೋಯೇಸಹಸ್ರೇಣ) ಸಾಹಸ್ರಾ (ಸ್ತೇ) ಸಹಸ್ರಿಣಃ *b* ।
ಪರಿಧಿಸ್ಥಃಪರಿಚರಃ *c* ಸೇನಾನೀರ್ವಾಹಿನೀಪತಿಃ *d* ॥ ॥೫೧೯॥
ಕಂಚುಕೋ ವಾರವಾಣೋ (ಸ್ತ್ರೀ) *e* ಯತ್ತುಮಧ್ಯೇಸಕಂಚುಕಾಃ ।
(ಬಧ್ನಂತಿತತ್) ಸಾರಸನಾ (ಮ) ಧಿಕಾಂಗ *f* (ಥ) ಶೀರ್ಷಕಂ ॥ ॥೫೨೦॥
ಶೀರ್ಷಣ್ಯಂ (ಚ) ಶಿರಸ್ತ್ರೇ *g* (ಥ) ತನುತ್ರಂ ವರ್ಮದಂಶನಂ ।
ಉರಶ್ಛದಃ ಕಂಕಟಕೋಜಾಗರಃ ಕವಚೋ (ಸ್ತ್ರಿಯಾಂ) *h* ॥ ॥೫೨೧॥
ಆಮುಕ್ತಃ ಪ್ರತಿಮುಕ್ತ (ಶ್ಚ) ಪಿನದ್ಧ (ಶ್ಚಾ) ಪಿನದ್ಧವತ್ ।
ಸನ್ನದ್ಧೋ ವರ್ಮಿತಸ್ಸಜ್ಜೋ ದಂಶಿತೋ ವ್ಯೂಢಕಂಕಟಃ ॥ ॥೫೨೨॥
(ತ್ರಿಷ್ವಾಮುಕ್ತಾದಯೋ) *i* (ವರ್ಮಭೃತಾಂ) ಕಾವಚಿಕಂ (ಗಣೇ) *j* ।
ಪದಾತಿಪತ್ತಿಪದಗಪಾದಾತಿಕಪದಾಜಯಃ ॥ ॥೫೨೩॥
ಪದ್ಗ (ಶ್ಚ) ಪದಿಕ (ಶ್ಚಾ *k* ಥ) ಪಾದಾತಂ (ಪತ್ತಿಸಂಹತಿಃ) *l* ।
ಶಸ್ತ್ರಾಜೀವೇ ಕಾಂಡಪೃಷ್ಠಾಯುಧೀಯಾಯುಧಿಕಾ (ಸ್ಸಮಾಃ)*m* ॥ ॥೫೨೪॥
ಕೃತಹಸ್ತಸ್ಸುಪ್ರಯೋಗವಿಶಿಖಃ ಕೃತಪುಂಖ (ವತ್) *n* ।
ಅಪರಾದ್ಧಪೃಷತ್ಕೋ (ಸೌಲಕ್ಷ್ಯಾದ್ಯಶ್ಚ್ಯುತಸಾಯಕಃ) *o* ॥ ॥೫೨೫॥
ಧನ್ವೀ ಧನುಷ್ಮಾನ್ ಧಾನುಷ್ಕೋ ನಿಷಂಗ್ಯಸ್ತ್ರೀಧನುರ್ಧರಃ *p* ।

---

a 2, Army drawn up for battle. *b* 2, Commander of a thousand men. *c* 2, Camp-follower. *d* 2, General. *e* 2. Armour. *f* 2, Belt or girdle. *g* 3, Helmet. *h* 7, Greaves, leggings. *i* 4, Accoutred, dressed; 5, armed. *j* 1, Group of men in armour. *k* 7, Foot-soldier, infantry. *l* 1, A regiment of infantry. *m* 4, One who lives by the profession of arms, a man-at-arms, mercenary. *n* 3, Skilled archer, unerring marksman (dead shot.) *o* 1, An archer who misses his aim. *p* 6, Bowman.

a ದಂಡಿನಲ್ಲಿ ಯುದ್ಧ ಮಾಡುವದಕ್ಕೆ ಕೂಡಿದ ಯುದ್ಧರಂಗ ೨. *b* ಯಾರು ಸಾವಿರ ಜನ ಸೈನ್ಯ ವುಳ್ಳವರೋ ಅಂಥವರು ೨. *c* ದಂಡಿನ ಸುತ್ತಲೂ ಕಾದಿರುವ ಥಾಜು ೨. *d* ಸೇನಾಧಿಪತಿ, ದಳವಾಯಿ ೨. *e* ಕಾಬಸದ ಹಾಗೆ ಮೈಗೆ ಗುತ್ತವಾಗಿರುವ ಅಂಗಿ ೨. *f* ಸೊಂಟದ ಮಧ್ಯೆ ಬಲಕ್ಕಾಗಿ ಬಿಗಿಯಾಗಿ ಕಟ್ಟುವ ನಡಿಕಟ್ಟು ೨. *g* ಲೋಹದ ಟೊಪ್ಪಿ, ಕುಲಾವಿ ಮೊದಲಾದ ಶಿರಸ್ತ್ರಾಣ ೩. *h* ಯುದೆಗೆ ರಕ್ಷಕವಾದ ತೊಗಲು ದಿಂಮೆ, ಪಾದರಕ್ಷೆ ೭. *i* ಕಾಲಿಗೆ ಕೆರ ಮೋಜಾ ಹಾಗಿರುವ ತೊಗಲಿನ ರಕ್ಷೆ ಕಟ್ಟಿಕೊಂಡಿರುವವನು ೫. *j* ಕವಚ ಮುಂತಾದ ಮೈತೊಡಿಗೆ ತೊಟ್ಟು ಯಿರುವವರ ಗುಂಪು ೧. *k* ಕಾಲು ನಡೆಯ ಭಟರು, ಬಾರ್ ಶಿಪಾಯಿಗಳು ೭. *l* ಕಾಲು ನಡೆಯ ಭಟರ ಸೈನ್ಯ ೧. *m* ಆಯುಧವನ್ನು ಧರಿಸಿ ಜೀವನ ಮಾಡುವವರು ೪. *n* ಗುರಿಕಾರ, ಬಿಲ್ಲಿಂದೆಸೆಯುವ ಗುರಿಯುಳ್ಳವನು ೩. *o* ಯಾವ ಗುರಿಕಾರ ಬಿಲ್ಲಿಂದೆಸೆದ ಗುರಿತಪ್ಪಿ ಹೋಯಿತೊ ಅಂಥವನು ೧. *p* ಬಿಲ್ಲುಗಾರನು ೬.

(ಸ್ಯಾ) ತ್ಕಾಂಡವಾಂ (ಸ್ತು) ಕಾಂಡೀರ *a* (ಶ್ಯಾಕ್ತೀಕ (ಶಕ್ತಿಹೇತಿಕಃ) *b* ॥ ॥೫೬॥
ಯಾಷ್ಟೀಕ ಪಾರಶ್ವಧಿಕೌ (ಯಷ್ಟಿಸ್ವಧಿತಿಹೇತಿಕೌ) *c* ।
ನೈಸ್ತ್ರಿಂಶಿಕೋ (ಸಿಹೇತಿಸ್ಸ್ಯಾ) *d* (ತ್ಸಮೌ)ಪ್ರಾಸಿಕ ಕೌಂತಿಕೌ *e* ॥ ॥೫೭॥
ಚರ್ಮೀ ಫಲಕಪಾಣಿಃ (ಸ್ಯಾತ್) *f* ಪತಾಕೀ ವೈಜಯಂತಿಕಃ *g* ।
ಅನುಪ್ಲವಸ್ಸಹಾಯ (ಶ್ಚಾ) ನುಚರೋಭಿಚರ (ಸ್ಸಮಾಃ) *h* ॥ ॥೫೮॥
ಪುರೋಗಾಗ್ರೇಸರ ಪ್ರಷ್ಠಾಗ್ರತಸ್ಸರ ಪುರಸ್ಸರಾಃ ।
ಪುರೋಗಮಃ ಪುರೋಗಾಮೀ *i* ಮಂದಗಾಮೀ ತುಮಂಥರಃ *j* ॥ ॥೫೯॥
ಜಂಘಾಲೋತಿಜವ *k* (ಸ್ತುಲ್ಯೌ)ಜಂಘಾಕರಿಕ ಜಾಂಘಿಕೌ *l* ।
ತರಸ್ವೀ ತ್ವರಿತೋ ವೇಗೀ ಪ್ರಜವೀ ಜವನೋಜವಃ *m* ॥ ॥೬೦॥
ಜಯ್ಯೋ (ಯಶ್ಶಕ್ಯತೇಜೇತುಂ) *n* ಜೇಯೋ (ಜೇತವ್ಯಮಾತ್ರಕೇ) *o* ।
ಜೈತ್ರಸ್ತುಜೇತಾ *p* (ಯೋಗಚ್ಛತ್ಯಲಂವಿದ್ವಿಷತಃಪ್ರತಿ ॥ ॥೬೧॥
ಸೋ) ಭ್ಯಮಿತ್ರೋಭ್ಯಮಿತ್ರೀಯೋಪ್ಯಭ್ಯಮಿತ್ರೀಣ (ಇತ್ಯಪಿ) *q* ।
ಊರ್ಜಸ್ವಲ (ಸ್ಸ್ಯಾ) ದೂರ್ಜಸ್ವೀ (ಯಊರ್ಜೋತಿಶಯಾನ್ವಿತಃ) *r* ॥ ॥೬೨॥
(ಸ್ಯಾತ್) ಉರಸ್ವಾನುರಸಿಲೋ *s* ರಥಿಕೋರಥಿರೋರಥೀ *t* ।

---

a 2, Archer. *b* 1, Spearman. *c* 1, Clubman; 1, man armed with a battle-axe. *d* 1, Swordsman. *e* 2, Lancer. *f* 2, Shield-bearer. *g* 2, Standard-bearer. *h* 4, Man in the rear rank. *i* 7, Man in the front rank. *j* 2, One who marches slowly. *k* 2, One who marches quickly. *l* 2, Courier. *m* 6, Sharp, active man. *n* 1, One fit to be conquered. *o* 1, One whom it is necessary to conquer. *p* 2, Victor, conqueror. *q* 3, One who faces his foe. *r* 2, A powerful man. *s* 2, A brave man. *t* 3, One who fights from a car.

a ಬಾಣಗಳೇ ಆಯುಧವಾಗಿಯುಳ್ಳವನು ೨. *b* ಶಕ್ತಿಯೇ ಆಯುಧವಾಗಿಯುಳ್ಳವನು ೧. *c* ದೊಣ್ಣೆಯೂ ಗಂಡ ಕೊಡಲಿಯೂ ಆಯುಧವಾಗಿ ಪುಳ್ಳವನು ೨. *d* ಕತ್ತಿಯೇ ಆಯುಧವಾಗಿ ವುಳ್ಳವನು ೧. *e* ಈಟಿಯೇ ಆಯುಧವಾಗಿ ವುಳ್ಳವನು ೨. *f* ಖೇಡ್ಯವುಳ್ಳವನು ೨. *g* ನಿಶಾನಿ ಹಿಡಿಯುವವನು ೨. *h* ಜೊತೆಯಾಗಿ ಬಂದ ಸಹಾಯಕ ೪. *i* ಮುಂದುಗಡೆ ನಡಿಯುವ ಫೌಜಿಗದವನು ೭. *j* ಮೆಲ್ಲಗೆ ನಡಿಯುವವನು ೨. *k* ಬೇಗ ನಡಿಯುವವನು ೨. *l* ದೂರವಾಗಿ ವೇಗದೊಡನೆ ಹೋಗಿ ಅಲ್ಲಿ ಸಮಾಚಾರವನ್ನು ತಂದ ದೆಶೆಯಿಂದ ದ್ರವ್ಯ ಸಂಪಾದನೆ ಮಾಡಿ ಜೀವಿಸುವವನು ೨. *m* ಜಾಗ್ರತೆಯೂ, ವೇಗವೂ, ತ್ವರೆಯೂ ವುಳ್ಳವನು ೬. *n* ಜಯಿಸಲ್ಪಡ ತಕ್ಕವನು ೧. *o* ಪ್ರಕೃತದ ಉದ್ಯೋಗದಲ್ಲಿ ಗೆಲ್ಲತಕ್ಕವನು ೧. *p* ಜಯಶಾಲಿ ೨. *q* ಯಾವನು ಶತೃಗಳನ್ನು ಜಯಿಸುವದಕ್ಕೆ ಹೋರಾಡುತ್ತಾನೆಯೋ ಅವನು ೩. *r* ಬಹಳ ಬಲಿಷ್ಠ ೨. *s* ಧೈರ್ಯಶಾಲಿ ೨. *t* ರಥ ಯೇರಿ ಯುದ್ಧ ಮಾಡುವವನು ೩.

(ಕಾಮಂಗಾಮ್ಯ) ಸುಕಾಮೀನೋ *a* ಹ್ಯತ್ಯಂತೀನ (ಸ್ತಥಾಭೃಶಂ) *b* ॥ ॥೩೩೬॥
ಶೂರೋವೀರ (ಶ್ಚ) ವಿಕ್ರಾಂತೋ *c* ಜೇತಾ ಜಿಷ್ಣು (ಶ್ಚ) ಜಿತ್ವರಃ *d* ।
ಸಾಂಯುಗೀನೋ (ರಣೇಸಾಧು) *e* (ಶ್ಯಸ್ತ್ರಾಜೀವಾದಯಸ್ತ್ರಿಷು) ॥ ॥೩೩೭॥
ಧ್ವಜಿನೀ ವಾಹಿನೀ ಸೇನಾ ಪೃತನಾನೀಕಿನೀ ಚಮೂಃ ।
ವರೂಥಿನೀ *f* ಬಲಂ ಸೈನ್ಯಂ ಚಕ್ರಂ (ಚಾ) ನೀಕ (ಮಸ್ತ್ರಿಯಾಂ) *g* ॥ ॥೩೩೮॥
ವ್ಯೂಹ (ಸ್ತು) ಬಲವಿನ್ಯಾಸೋ *h* (ಭೇದಾ) ದಂಡಾದಯೋ (ಯುಧಿ) *i* ।
ಪ್ರತ್ಯಾಸಾರೋ (ವ್ಯೂಹಪಾರ್ಷ್ಣಿಃ) *j* (ಸೈನ್ಯಪೃಷ್ಠೇ) ಪ್ರತಿಗ್ರಹಃ *k* ॥ ॥೩೩೯॥
(ಏಕೇಭೈಕರಥತ್ರ್ಯಶ್ವಾ) ಪತ್ತಿಃ (ಪಂಚಪದಾತಿಕಾ) *l* ।
(ಪತ್ತ್ಯಂಗೈಸ್ತ್ರಿಗುಣೈಸ್ಸರ್ವೈಃ ಕ್ರಮಾದಾ) ಖ್ಯಾ (ಯಥೋತ್ತರಂ) ॥ ॥೩೪೦॥
ಸೇನಾಮುಖಂ ಗುಲ್ಮಗಣೌ ವಾಹಿನೀ ಪೃತನಾ ಚಮೂಃ ।
ಅನೀಕಿನೀ *m* ದಶಾನೀಕಿ (ನ್ಯಕ್ಷೌಹಿಣ್ಯ) *n* ಥಸಂಪದಿ ॥ ॥೩೪೧॥

---

a 1, One who fights independently of others. *b* 1, One who fights to excess. *c* 3, Hero. *d* 2, One sure to conquer. *e* 1, One skilled in war. *f* 7, An army composed of the four arms, elephants, cavalry, chariots and infantry. *g* 4, Any one of the above four arms. *h* 2, Military array, arrangement of troops in various positions. *i* 1, Array of troops in a line. *j* 1, Rear of an army, supporting force. *k* 1, Reserve of an army. *l* 1, A fraction of an army, consisting of one elephant, one chariot, three horsemen and five foot-soldiers. *m* 7, Seven increasing estimates of an army on the basis of the foregoing fraction, trebling at each step: the last estimate will therefore consist of 2187 elephants, 2187 chariots, 6561 cavalry, 10935 infantry. *n* 1, A force ten times this last.

a ಯುದ್ಧದಲ್ಲಿ ನುಗ್ಗಿ ಹೋಗುವ ಸ್ವತಂತ್ರನು ೧. *b* ಯುದ್ಧಾದಿಗಳಲ್ಲಿ ಹತೋಟಿ ತಪ್ಪಿ ವೀರಾವೇಶದಿಂದ ಬಹಳವಾಗಿ ನುಗ್ಗುವವನು ೧. *c* ಪರಾಕ್ರಮಿಯಾದ ವೀರನು ೩. *d* ಜಯದಲ್ಲಿ ಪ್ರೌಢನಾದ ಅದೃಷ್ಟಶಾಲಿ ೨. *e* ಯುದ್ಧ ವಿದ್ಯೆಯನ್ನು ಚೆನ್ನಾಗಿ ತಿಳಿದವನು ೧. *f* ಚತುರಂಗ ಬಲದೊಳಗೆ ಕೂಡಿದ ಸೇನೆ ೭. *g* ಗಜಾದಿ ಸೇನಾಂಗಗಳು ೪. *h* ಯುದ್ಧದಲ್ಲಿ ಸಾಲಾಗಿ ನಿಲ್ಲಿಸಲ್ಪಟ್ಟ ಶಕಟವ್ಯೂಹ ಪದ್ಮವ್ಯೂಹ ಮುಂತಾದ ಸೇನೆ ೨. *i* ಸೈನ್ಯವನ್ನು ಸಾಲಾಗಿ ನಿಲ್ಲಿಸುವದು ದಂಡವ್ಯೂಹ, ಒಂದರ ಹಿಂದೆ ಮತ್ತೊಂದು ಭೋಗ ವ್ಯೂಹ, ಗುಂಪಾಗಿ ನಿಲ್ಲಿಸುವದು ಮಂಡಲ ವ್ಯೂಹ, ಬೇರೇ ಬೇರೆಯಾಗಿ ನಿಲ್ಲುವದು ಅಸಂಹತ ವ್ಯೂಹ, ಪದ್ಮದ ಆಕಾರ ದಂತೆ ಯಿರುವದು ಪದ್ಮವ್ಯೂಹ ಈ ಮೊದಲಾದವು ಸೇನಾವಿನ್ಯಾಸಗಳು ೧. *j* ಅಂಥಾದ್ದಕ್ಕೆ ಕಾವಲಿರುವ ಕುಮ್ಮಕ್ಕು ಫೌಜು ೧. *k* ಸಮಯ ಬಂದಾಗ್ಯೆ ಪೋದುಗುವದಕ್ಕೆ ೨೦೦ ಬಿಲ್ಲಿನಿಗೆ ದೂರದಲ್ಲಿರುವದು ೧. *l* ೧ ಆನೆ, ೧ ರಥ, ೩ ಕುದುರೆಗಳು, ೫ ಕಾಲಾಳುಗಳು ಇವುಗಳಿಗೆ ಪತ್ತಿಯೆಂದು ೧. *m* ಬೇರೆ ಬೇರೆ ಹೆಸರುಗಳುಳ್ಳ ಸೇನಾ ವಿಶೇಷಗಳು ೭. ಹ್ಯಾಗಂದರೆ ಪತ್ತಿಗೆ ಮೂರರಷ್ಟು ಸೇನಾ ಮುಖ, ಇವಕ್ಕೆ ಮೂರರಷ್ಟು ಗುಲ್ಮ, ಹೀಗೆಯೇ ವೃಹಿಸುವದು *n* ಅಕ್ಷೌಹಿಣಿ ಅಂದರೆ; ಆನೆ ೨೧೮೭೦, ರಥ ೨೧೮೭೦, ಕುದುರೆ ೬೫೬೧೦, ಕಾಲಾಳುಗಳು ೧೦೯೩೫೦ ಉಳ್ಳ ಸೇನೆ ೧.

ಸಂಪತ್ತಿಃ ಶ್ರೀ (ಶ್ಚ) ಲಕ್ಷ್ಮೀ (ಶ್ಚ) *a* ವಿಪತ್ತ್ಯಾಂ ವಿಪದಾಪದೌ *b* ।
ಆಯುಧಂತು ಪ್ರಹರಣಂ ಶಸ್ತ್ರಮಸ್ತ್ರಂ *c* (ಮಥಾಸ್ತ್ರಿಯಾಂ) ॥ ॥೫೩೯॥
ಧನುಶ್ಚಾಪೌ ಧನ್ವ ಶರಾಸನ ಕೋದಂಡ ಕಾರ್ಮುಕಂ ।
ಇಷ್ವಾಸೋಪ್ಯ *d* (ಥಕರ್ಣಸ್ಯ) ಕಾಲಪೃಷ್ಠಂ (ಶರಾಸನಂ) *e* ॥ ॥೫೪೦॥
(ಕಪಿಧ್ವಜಸ್ಯ) ಗಾಂಡೀವ ಗಾಂಡಿವಾ (ಪುನ್ನಪುಂಸಕೆ) *f* ।
(ಕೋಟಿರಸ್ಯ) ಟನೀ *g* ಗೋಧಾತಲಂ (ಜ್ಯಾಘಾತವಾರಣೆ) *h* ॥ ॥೫೪೧॥
ಲಸ್ತಕ (ಸ್ತು ಧನುರ್ಮಧ್ಯಂ) *i* ಮೌರ್ವೀ ಜ್ಯಾಶಿಂಜಿನೀ ಗುಣಃ *j* ।
(ಸ್ಯಾತ್) ಪ್ರತ್ಯಾಲೀಢ ಮಾಲೀಢ (ಮಿತ್ಯಾದಿಸ್ಥಾನಪಂಚಕಂ) *k* ॥ ॥೫೪೨॥
ಲಕ್ಷ್ಯಂ ಲಕ್ಷಂ ಶರವ್ಯಂ (ಚ) *l* ಶರಾಭ್ಯಾಸ ಉಪಾಸನಂ *m* ।
ಪೃಷತ್ಕ ಬಾಣ ವಿಶಿಖಾ ಅಜಿಂಹಗ ಖಗಾಶುಗಾಃ ॥ ॥೫೪೩॥
ಕಲಂಬ ಮಾರ್ಗಣ ಶರಾಃ ಪತ್ರೀ ರೋಪ ಇಷು (ರ್ದ್ವಯೋಃ) *n* ।
ಪ್ರಕ್ಷ್ವೇಡನಾ (ಸ್ತು) ನಾರಾಚಾಃ *o* ಪಕ್ಷೋ ವಾಜ *p* (ತ್ರಿಷೂತ್ತರೆ) ॥ ॥೫೪೪॥
ನಿರಸ್ತಃ (ಪ್ರಹಿತೆಬಾಣೆ) *q* (ವಿಷಾಕ್ತೆ) ದಿಗ್ಧಲಿಪ್ತಕೌ *r* ।
ತೂಣೋಪಾಸಂಗತೂಣೀರ ನಿಷಂಗಾ ಇಷುಧಿ (ರ್ದ್ವಯೋಃ) ॥ ॥೫೪೫॥
ತೂಣ್ಯಾಂ *s* ಖಡ್ಗ (ತು) ನಿಸ್ತ್ರಿಂಶ ಚಂದ್ರಹಾಸಾಸಿರಿಷ್ಟಯಃ ।

---

a 4, Fortune. *b* 3, Misfortune. *c* 4, Weapon. *d* 7, Bow. *e* 1, The name of Karna's bow. *f* 2, The name of Arjuna's bow. *g* 1, The notched extremity of a bow. *h* 2, A leathern guard worn by archers on the hand to prevent its being injured by the bow-string. *i* 1, The middle of a bow, where it is grasped. *j* 4, Bow-string. *k* 5, The attitude of an archer in drawing the bow, one leg advanced. *l* 3, Mark for arrows, target. *m* 2, Archery practice. *n* 12, Arrow. *o* 2, A kind of long arrow. *p* 2, Feather of an arrow. *q* 1, An arrow flying through the air after being shot from the bow. *r* 2, Poisoned arrow. *s* 6, Quiver.

a ಐಶ್ವರ್ಯ ೪. *b* ಬಡತನ, ಕಷ್ಟ ೩. *c* ಕತ್ತಿ, ಪಿರಂಗಿ ಮುಂತಾದ ಆಯುಧಗಳು ೪. *d* ಬಿಲ್ಲು, ಧನಸ್ಸು ೭. *e* ಕರ್ಣನೆಂಬವನ ಬಿಲ್ಲು ೧. *f* ಹನುಮಂತನೇ ರಥ ಚಿಹ್ನವಾಗುಳ್ಳ ಅರ್ಜುನನ ಬಿಲ್ಲು ೨. *g* ಬಿಲ್ಲಿನ ಕೊನೆ ೧. *h* ಬಿಲ್ಲನ್ನು ತೀಡುವಾಗ ಕೈ ಕೊರಿಯದಂತೆ ಕೈಗೆ ಹಾಕಿಕೊಳ್ಳುವ ತೊಗಲಿನ ಚೀಲ ೨. *i* ಕೋದಂಡದ ಮಧ್ಯ ಪ್ರದೇಶ, ಬಿಲ್ಲಿನ ಕೈಪಿಡಿ ೧. *j* ಬಿಲ್ಲಿನ ನಾರು, ಬಿಲ್ಲಿಗೆ ಬಿಗಿಯುವ ತೊಗಲಿನ ಹಗ್ಗ ೪. *k* ಬಿಲ್ಲುಗಾರರು ಕೋಲುಗಳನ್ನು ಎಸದು ಯುದ್ಧ ಮಾಡುವದಕ್ಕೆ ಹೊಂಚಿಕೆಯಾಗಿ ಮುಂಡಿ ಹೂರಿ ಕುಳಿತುಕೊಳ್ಳುವದಕ್ಕೆ ೫ ಸ್ಥಾನ ಪಂಚಕವೆಂದು ೨. *l* ಗುರಿ, ಗುರಿಯ ಗುರ್ತು ೩. *m* ಬಿಲ್ಲಿನಲ್ಲಿ ಬಾಣವೆಸೆಯುವ ಧನುರ್ವಿದ್ಯೆಯನ್ನು ಕಲಿತು ಕೊಳ್ಳುವಿಕೆ ೨. *n* ಬಾಣಗಳು, ಅಂಬುಗಳು ೧೨. *o* ನಾರಸ, ನಿಡುಗೋಲು ೨. *p* ಬಾಣದ ರೆಕ್ಕೆ ೨. *q* ಎಸೆಯಲ್ಪಟ್ಟ ಬಾಣ ೧. *r* ವಿಷ ಪೂಶಿಯಲ್ಪಟ್ಟ ಬಾಣ ೨. *s* ಸರಳ ಬತ್ತಳಿಕೆ ೬.

ಕೌಕ್ಷೇಯಕೋ ಮಂಡಲಾಗ್ರಃ ಕರವಾಲಃ ಕೃಪಾಣ (ವತ್) *a* ॥ ॥೫೪೬॥
ತ್ಸರುಃ (ಖಡ್ಗಾದಿಮುಷ್ಟೌ ಸ್ಯಾತ್) *b* ಮೇಖಲಾ (ತನ್ನಿಬಂಧನಂ) *c* ।
ಫಲಕೋ (ಸ್ತ್ರೀ) ಫಲಂ ಚರ್ಮ *d* ಸಂಗ್ರಾಹೋ (ಮುಷ್ಟಿರಸ್ಯ ಯಃ) *e* ॥ ॥೫೪೭॥
ದ್ರುಘಣೋ ಮುದ್ಗರಘನೌ *f* (ಸ್ಯಾತ್) ಈಲೀ ಕರವಾಲಿಕಾ *g* ।
ಭಿಂಡಿಪಾಲಃ ಸೃಗ (ಸ್ತುಲ್ಯೌ) *h* ಪರಿಘಃ ಪರಿಘಾತನಃ *i* ॥ ॥೫೪೮॥
(ದ್ವಯೋಃ) ಕುಠಾರಃ ಸ್ವಧಿತಿಃ ಪರಶು (ಶ್ಚ) ಪರಶ್ವಧಃ *j* ।
(ಸ್ಯಾ) ಚ್ಛುರಿಕಾ (ಚಾ) ಸಿಪುತ್ರೀ (ಚ) ಛುರಿಕಾ (ಚಾ) ಸಿಧೇನುಕಾ *k* ॥ ॥೫೪೯॥
(ವಾ ಪುಂಸಿ) ಶಲ್ಯಂ ಶಂಕು (ರ್ನಾ) *l* ಸರ್ವಲಾ ತೋಮರೋ (ಸ್ತ್ರಿಯಾಂ) *m* ।
ಪ್ರಾಸ (ಸ್ತು) ಕುಂತಃ *n* ಕೋಣ (ಸ್ತು ಸ್ತ್ರಿಯಃ) ಪಾಳ್ಯಶ್ರಿಕೋಟಯಃ *o* ॥ ॥೫೫೦॥
ಸರ್ವಾಭಿಸಾರಸ್ಸರ್ವೌಘಸ್ಸರ್ವಸನ್ನಹನಾರ್ಥಕಃ *p* ।
ಲೋಹಾಭಿಸಾರೋ (ಸ್ತ್ರಭೃತಾಂ ರಾಜ್ಞಾಂ ನೀರಾಜನಾವಿಧಿಃ) *q* ॥ ॥೫೫೧॥
(ಯತ್ಸೇನಯಾಭಿಗಮನಮರೌ ತತ್) ಅಭಿಷೇಣನಂ *r* ।
ಯಾತ್ರಾ ವ್ರಜ್ಯಾಭಿನಿರ್ಯಾಣಂ ಪ್ರಸ್ಥಾನಂ ಗಮನಂ ಗಮಃ *s* ॥ ॥೫೫೨॥
(ಸ್ಯಾತ್) ಆಸಾರಃ ಪ್ರಸರಣಂ *t* ಪ್ರಚಕ್ರಂ (ಚಲಿತಾರ್ಥಕಂ) *u* ।

---

a 9, Sword. *b* 1, Hilt of a sword. *c* 1, Sword-knot, sword-belt. *d* 3, A shield, of leather *e* 1, The gripe of a shield. *f* 3, A club or mace, a weapon formed like a hammer. *g* 2, A small sword. *h* 2, A small arrow or dart blown from a tube, an iron staff for smiting with. *i* 2, A club or stick mounted with iron. *j* 4, Battle-axe. *k* 4, Knife. *l* 2, Dart, pike, javelin. *m* 2, Lance, hog-spear. *n* 2, A bearded dart. *o* 4, The sharp edge of a sword or other cutting instrument. *p* 3, An army in battle array, prepared for engagement. *q* 1, Lustration of arms. *r* 1, Advance of the enemy. *s* 6, March. *t* 2, Surrounding an enemy. *u* 1, An army on the march.

[a] ಖಡ್ಗ, ಕತ್ತಿ, ಪಟ್ಟಾಕತ್ತಿ ೯. [b] ಕತ್ತಿಯ ಪಿಡಿ ೧. [c] ಆಯುಧವು ಜಾರಿ ಹೋಗದ ಹಾಗೆ ಕಟ್ಟುವದು ೧. [d] ಘೇಂಡಾ ಮೃಗದ ಚರ್ಮದ ಖೇಡ್ಯ ೩. [e] ಹಲಿಗೆಯನ್ನು ಹಿಡಿದು ಕೊಳ್ಳುವದಕ್ಕೆ ತಕ್ಕ ಪಿಡಿ ೧. [f] ಕಬ್ಬಿಣದ ಕುಸುಮಾರಿ, ಗುದಿಗೆ ೩. [g] ಈಟೀ ಕತ್ತಿ, ಈಳಿಗೇ ಕತ್ತಿ ೨. [h] ಮೊರುದ್ದ ಗುದಿಗೆ ೨. [i] ಮರದ ದೂಲ, ದೊಣ್ಣೇ ಕಬ್ಬಿಣ ಕಟ್ಟು ಹಾಕಿರುವದು ೨. [j] ಗಂಡ ಕೊಡಲಿ ೪. [k] ಚೂರಿ, ಚಾಕು ೪. [l] ಮುಳ್ಳು ಕೋಲು, ಮೊಶೆ ಗೂಟ ೨. [m] ಮರದ ಸಿಳ್ಳೆ, ಡಾಣೆ ಮುಂತಾದ ಆಯುಧ ೨. [n] ಈಟೀ ಕೋಲು ೨. [o] ಆಯುಧಗಳ ಬಾಯಿ ಧಾರೆ ೪. [p] ಸಕಲ ಸೇನೆಯೂ ಕಾಳಗಕ್ಕೆ ಅಣಿಯಾಗುವಿಕೆ ೩. [q] ಆಯುಧಗಳನ್ನು ಧರಿಸಿ ಯುದ್ಧಕ್ಕೆ ಹೋಗುವ ಅರಸುಗಳಿಗೆ ರಕ್ಷೆಯಾಗಿ ಆರತಿಯನ್ನು ನಿವಾಳಿಸಿದ ಬೆಳಕು ೧. [r] ಶತ್ರುಗಳಿಗೆ ಯೆದುರಾಗಿ ದಂಡೆತ್ತಿ ಹೋಗುವಿಕೆ ೧. [s] ಜಯಾರ್ಥವಾಗಿ ಹೊರಟ ಅರಸಿನ ಪ್ರಯಾಣ ೬. [t] ಎಲ್ಲಾ ಕಡೆಯಲ್ಲಿಯೂ ಸೇನೆ ಮುತ್ತಿ ಕೊಳ್ಳುವಿಕೆ ೨. [u] ದಂಡು ಸ್ಥಲ ಬಿಟ್ಟು ಹೋಗುವದು ೧.

(ಅಹಿತಾನ್ಪ್ರತ್ಯಭೀತಸ್ಯರಣೇಯಾನ್) ಮಭಿಕ್ರಮಃ *a* || ||೫೫೩||
ವೈತಾಳಿಕಾ ಬೋಧಕರಾ *b* ಶ್ಚಾಕ್ರಿಕಾ ಘಾಂಟಿಕಾ (ಸ್ಸಮಾಃ) *c* |
(ಸ್ಯು) ರ್ಮಾಗಧಾ (ಸ್ತುಮಗಧಾ *d* ವಂದಿನಃ ಸ್ತುತಿಪಾಠಕಾಃ *e* || ||೫೫೪||
ಸಂಶಪ್ತಕಾ (ಸ್ತುಸಮಯಾತ್ಸಂಗ್ರಾಮಾದನಿವರ್ತಿನಃ) *f* |
ರೇಣು (ರ್ದ್ವಯೋಸ್ಸ್ತ್ರಿಯಾಂ) ಧೂಳಿಃ ಪಾಂಸು (ರ್ನಾನದ್ವಯೋ) ರಜಃ || ||೫೫೫||
ಚೂರ್ಣೇ ಕ್ಷೋದ *g* ಸ್ಸಮುತ್ಪಿಂಜ ಪಿಂಜಲೌ (ಭೃಶಮಾಕುಲೇ) *h* |
ಪತಾಕಾ ವೈಜಯಂತೀ (ಸ್ಯಾ) ತ್ಕೇತನಂಧ್ವಜ (ಮಸ್ತ್ರಿಯಾಂ) *i* || ||೫೫೬||
(ಸಾ) ವೀರಾಶಂಸನಂ (ಯುದ್ಧಭೂಮಿರ್ಯಾತಿಭಯಪ್ರದಾ) *j* |
(ಅಹಂಪೂರ್ವಮಹಂಪೂರ್ವಮಿ) ತ್ಯಹಂಪೂರ್ವಿಕಾ (ಸ್ತ್ರಿಯಾ) *k* || ||೫೫೭||
ಆಹೋಪುರುಷಿಕಾ (ದರ್ಪಾದ್ಯಾಸ್ಯಾತ್ಸಂಭಾವನಾತ್ಮನಿ) *l* |
ಅಹಮಹಮಿಕಾ (ತುಸಾಸ್ಯಾತ್ಪರಸ್ಪರಂಯೋಭವತ್ಯಹಂಕಾರಃ) *m* || ||೫೫೮||
ದ್ರವಿಣಂತರಸ್ಸಹೋ ಬಲ ಶೌರ್ಯಾಣಿ ಸ್ಥಾಮ ಶುಷ್ಮಂ (ಚ) |
ಶಕ್ತಿಃಪರಾಕ್ರಮ ಪ್ರಾಣಾ *n* ವಿಕ್ರಮ (ಸ್ತ್ವತಿಶಕ್ತಿತಾ) *o* || ||೫೫೯||
ವೀರಪಾಣಂ (ತು ಯತ್ಪಾನಂ ವೃತ್ತೇಭಾವಿನಿವಾರಣೇ) *p* |

---

a 2, Going forth to battle without fear of the enemy. *b* 2, Bards whose principal duty is to awaken a king at dawn with music and song. *c* 2, Bards who sing a king's praises with ringing of bells before him. *d* 2, Bards who recite the genealogies of kings. *e* 2, Heralds, panegyrists. *f* 1, Picked soldiers sworn never to recoile, and stationed to prevent the flight of the rest. *g* 6, Dust. *h* 2, Army in confusion. *i* 4. Flag, banner. *j* 1, A field of battle, a place of fear. *k* 1, Emulation. *l* 1, Conceit, assurance. *m* 1, Boasting, bragging. *n* 10, Powers ability, might, spirit, pluck. *o* 1, Energy, heroism. *p* 1, Drink taken during battle.

a ಶತ್ರುಗಳ ಭಯವಿಲ್ಲದೆ ಯುದ್ಧಾರ್ಥಿಯಾದವನ ಪ್ರಯಾಣ ೧. *b* ರಾತ್ರಿ ಮಲಗಿದ ಅರಸುಗಳನ್ನು ಬೆಳಗಿನಝಾವದಲ್ಲಿ ಸ್ತೋತ್ರ ಮಾಡಿ ನಿದ್ರೆಯೆಬ್ಬಿಸುವ ಪಾಠಕರು ೨. *c* ಅನೇಕರು ಸೇರಿ ಸ್ತೋತ್ರಮಾಡುವರು, ಘಂಟೆ ರಾಗಮಾಲಿಕೆ ಮುಂತಾದ ವಾದ್ಯಗಳಿಂದ ನಿದ್ರೆ ಯೆಬ್ಬಿಸುವವರು ೨. *d* ವಂಶಾವಳಿಯನ್ನು ಪಠಿಸುವವರು ೨. *e* ಪರಾಕ್ರಮಾದಿಗಳನ್ನು ಸ್ತುತಿಸುವವರು ೨. *f* ಕಾಳಗದಿಂದ ಹಿಂದಕ್ಕೆ ತಿರುಗದೆ ಯಿರುವವರು, ಆಣೆ ಯಿಟ್ಟುಕೊಳ್ಳುವವರು ೧. *g* ಧೂಳಿ ೬. *h* ಬಹಳ ಕಳವಳಗೊಳ್ಳುವವರು, ಸೇನೆ ೨. *i* ತೇರಿನಲ್ಲಿರುವ ನಿಶಾನಿ ೪. *j* ಬಹಳ ಅಂಜಿಕೆಯನ್ನುಂಟು ಮಾಡುವ ಕಾಳಗ ನಡಿಯುವಸ್ಥಳ ೧. *k* ನಾನು ಮುಂದು ತಾನು ಮುಂದು ಯೆಂಬದಾಗಿ ಮಾಡುವ ಕೆಲಸ ೧. *l* ಗರ್ವದಿಂದ ತನ್ನ ಸಮಾನ ಯಾರೂ ಯಿಲ್ಲವೆಂದು ತನ್ನೊಳಗೆ ತಾನು ಭಾವಿಸುವಿಕೆ ೧. *m* ನಾನೇ ಘಟಕನೆಂದು ವೀರ ಭಟರು ವೊಬ್ಬರೊಳಗೆ ಮತ್ತೊಬ್ಬರು ಅಹಂಕಾರ ಪಡುವಿಕೆ ೧. *n* ಸಾಮರ್ಥ್ಯ ೧೦. *o* ಹೆಚ್ಚಾದ ಬಲ, ಶಕ್ತಿ ೧. *p* ಕಾಳಗ ನಡಿಯುತ್ತಿರುವಾಗಲೂ, ನಡಿಯಬೇಕಾದಾಗಲೂ ವೀರ ಭಟರು ಆಯಾಸ ವಿಲ್ಲದಂತೆ ಮದ್ಯ ಪಾನ ಮಾಡುವಿಕೆ ೧.

ಯುದ್ಧಮಾಯೋಧನಂ ಜನ್ಯಂ ಪ್ರಧನಂ ಪ್ರವಿದಾರಣಂ ॥ ॥೫೬೦॥
ಮೃಧಮಾಸ್ಕಂದನಂ ಸಂಖ್ಯಂ ಸಮೀಕಂ ಸಾಂಪರಾಯಿಕಂ ।
(ಅಸ್ತ್ರಿಯಾಂ) ಸಮರಾನೀಕ ರಣಾಃ ಕಲಹವಿಗ್ರಹೌ ॥ ॥೫೬೧॥
ಸಂಪ್ರಹಾರಾಭಿ ಸಂಪಾತ ಕಲಿ ಸಂಸ್ಫೋಟ ಸಂಯುಗಾಃ ।
ಅಭ್ಯಾಮರ್ದಸ ಮಾಘಾತ ಸಂಗ್ರಾಮಾಭ್ಯಾಗಮಾಹವಾಃ ॥ ॥೫೬೨॥
ಸಮುದಾಯಃ (ಸ್ತ್ರಿಯಾಂ) ಸಂಯತ್ಸಮಿತ್ಯಾಜಿ ಸಮಿತ್ಯುಧಃ *a* ।
ನಿಯುದ್ಧಂ (ಬಾಹುಯುದ್ಧೆ) *b* (ಥ) ತುಮುಲಂ (ರಣಸಂಕುಲೆ *c* ॥ ॥೫೬೩॥
ಕ್ಷ್ವೇಡಾತುಸಿಂಹನಾದ (ಸ್ಸ್ಯಾತ್) *d* (ಕರಿಣಾಂಘಟನಾ) ಘಟಾ *e* ।
ಕ್ರಂದನಂ (ಯೋಧಸಂರಾವೇ) *f* ಬೃಂಹಿತಂ (ಕರಿಗರ್ಜಿತಂ) *g* ॥ ॥೫೬೪॥
ವಿಸ್ಫಾರೋ (ಧನುಷಃಸ್ವಾನಃ) *h* ಪಟಹಾ ಡಂಬರೌ (ಸಮೌ) *i* ।
ಪ್ರಸಭಂ (ತು) ಬಲಾತ್ಕಾರೋ ಹಠೋ *j* (ಥ) ಸ್ಖಲಿತಂ ಛಲಂ *k* ॥ ॥೫೬೫॥
ಅಜನ್ಯಂ (ಕ್ಲೀಬ) ಮುತ್ಪಾತ ಉಪಸರ್ಗ (ಸ್ಸಮಂತ್ರಯಂ) *l* ।
ಮೂರ್ಛಾ (ತು) ಕಶ್ಮಲಂ ಮೋಹೋ *m* ಪ್ಯವಮರ್ದ (ಸ್ತು) ಪೀಡನಂ *n* ॥೫೬೬॥
ಅಭ್ಯವಸ್ಕಂದನಂತ್ವಭ್ಯಾಸಾದನಂ *o* ವಿಜಯೋ ಜಯಃ *p* ।
ವೈರಶುದ್ಧಿಃ ಪ್ರತೀಕಾರೋ ವೈರನಿರ್ಯಾತನಂ (ಚಸಾ) *q* ॥ ॥೫೬೭॥

---

a 31, War, battle. *b* 1, Fighting with fists, boxing. *c* 1, Tumultuous combat, melée. *d* 2, War-whoop, battle-cry, *e* 1, A troop of elephants assembled for battle. *f* 1, Shouting. *g* 1. The roar of elephants. *h* 1, The twang of bows. *i* 2, Drum, kettle-drum. *j* 3, Force, violence. *k* 2, Error or mistake in fighting. *l* 3, A portent or prodigy, as an earth-quake, comet &c. *m* 3, Fainting, swooning. *n* 2, Capture, seizure. *o* 2, Acquiring a foreign territory by stratagem. *p* 2. Conquest, victory. *q* 3, Revenge, retaliation.

a ಯುದ್ಧ, ಕಲಹ ೩೧. *b* ಭುಜ ಯುದ್ಧ, ಜಟ್ಟಿಗರ ಕುಸ್ತಿ, ಕೈಕಾಳಗ ೧. *c* ಎರಡು ಸೇನೆಗಳೂ ಸೇರಿ ದೊಂಬಿಯಾಗಿ ಹೋರಾಡುವಿಕೆ, ದ್ವಂದ್ವಯುದ್ಧ ೧. *d* ವೀರ ಭಟರು ಕಿರಚಿ ಬೊಬ್ಬೆ ಯಿಡುವಿಕೆ, ಸಿಂಹನಾದ ೨. *e* ಆನೆಗಳ ಗುಂಪು ೧. *f* ವೀರಾವೇಶ, ಕಾಳಗದ ಕಷ್ಟದಿಂದ ಕಿರಚಿಕೊಳ್ಳುವದು ೧. *g* ಆನೆಗಳ ಕೂಗು ೧. *h* ಬಿಲ್ಲಿನ ಧ್ವನಿ, ಧನುಷ್ಟಂಕಾರ ೧. *i* ಕಾಳಗದಲ್ಲಿ ಬಾರಿಸುವ ತಮ್ಮಟೆ ೨. *j* ಬಲಾತ್ಕಾರ, ನಿರ್ಬಂಧ ಪಡಿಸುವದು ೩. *k* ಮರ್ಯಾದೆಯನ್ನು ತಪ್ಪಿ ಹೋಗುವಿಕೆ ೨. *l* ಉತ್ಪಾತ, ಮಾರೀರೋಗ, ರಕ್ತದಮಳೆ, ಹಗಲು ನಕ್ಷತ್ರ ಕಾಣುವಿಕೆ, ನೆಲನಡುಗುವಿಕೆ ೩. *m* ಮೈಮರೆಯುವಿಕೆ, ಮೂರ್ಛೆ ೩. *n* ಹಗೆ ಮಾಡುವಿಕೆ ೨. *o* ಮೋಸದಿಂದ ಪರ ಚಕ್ರವನ್ನು ಆಕ್ರಮಿಸುವಿಕೆ ೨. *p* ಗೆಲ್ಲುವಿಕೆ, ಜಯ ೨. *q* ಹಗೆ ತೀರಿಸಿಕೊಳ್ಳುವಿಕೆ, ದ್ವೇಷವನ್ನು ಸಮಯ ಸಿಕ್ಕಿದಾಗ ಕೆಲಸದಿಂದ ತೋರಿಸಿ ತೃಪ್ತಿ ಹೊಂದುವದು ೩.

ಪ್ರದ್ರಾವೋದ್ದ್ರಾವ ಸಂದ್ರಾವ ಸಂದ್ರಾವಾ ವಿದ್ರವೋ ದ್ರವಃ ।
ಅಪಕ್ರಮೋಽಪಯಾನಂಚ *a* (ರಣೇಭಂಗಃ) ಪರಾಜಯಃ *b* ॥ ॥೫೬೪॥
ಪರಾಜಿತ ಪರಾಭೂತೌ (ತ್ರಿಷು) ನಷ್ಟ ತಿರೋಹಿತೌ *c* ।
ಪ್ರಮಾಪಣಂ ನಿಬರ್ಹಣಂ ನಿಕಾರಣಂ ನಿಶಾರಣಂ ॥ ॥೫೬೫॥
ಪ್ರವಾಸನಂ ಪರಾಸನಂ ನಿಷೂದನಂ ನಿಹಿಂಸನಂ ।
ನಿರ್ವಾಪಣಂ ಸಂಜ್ಞಪನಂ ನಿರ್ಗ್ರಂಥನ ಮಪಾಸನಂ ॥ ॥೫೬೬॥
ನಿಸ್ತರ್ಹಣಂ ನಿಹನನಂ ಕ್ಷಣನಂ ಪರಿವರ್ಜನಂ ।
ನಿರ್ವಾಸನಂ ವಿಶಸನಂ ಮಾರಣಂ ಪ್ರತಿಘಾತನಂ ॥ ॥೫೬೭॥
ಉದ್ವಾಸನ ಪ್ರಮಥನ ಕ್ರಥನೋಜ್ಜಾಸನಾನಿ (ಚ) ।
ಆಲಂಭ ಪಿಂಜ ವಿಶರ ಘಾತೋನ್ಮಾಥ ವಧಾ (ಅಪಿ) *d* ॥ ॥೫೬೮॥
(ಸ್ಯಾತ್) ಪಂಚತಾ ಕಾಲಧರ್ಮೋ ದಿಷ್ಟಾಂತಃ ಪ್ರಲಯೋಽತ್ಯಯಃ ।
ಅಂತೋ ನಾಶೋ (ದ್ವಯೋ) ರ್ಮೃತ್ಯು ರ್ಮರಣಂ ನಿಧನೋ (ಸ್ತ್ರಿಯಾಂ) *e* ॥ ॥೫೬೯॥
ಪರಾಸುಃ ಪ್ರಾಪ್ತಪಂಚತ್ವ ಪರೇತ ಪ್ರೇತಸಂಸ್ಥಿತಾಃ ।
ಮೃತ ಪ್ರಮೀತೌ ತ್ರಿಷ್ವೇತೆ *f* ಚಿತಾ ಚಿತ್ಯಾ ಚಿತಿಃ (ಸ್ತ್ರಿಯಾಂ) *g* ॥ ॥೫೭೦॥
ಕಬಂಧೋ (ಸ್ತ್ರೀ) ಕ್ರಿಯಾಯುಕ್ತ ಮಪಮೂರ್ಧಕಳೇಬರಂ) *h* ।
ಸ್ಮಶಾನಂ (ಸ್ಯಾತ್) ಪಿತೃವನಂ *i* ಕುಣಪಶ್ಶವ (ಮಸ್ತ್ರಿಯಾಂ) *j* ॥ ॥೫೭೧॥
ಪ್ರಗ್ರಹೋಪಗ್ರಹೌ ಬಂದ್ಯಾಂ *k* ಕಾರಾ (ಸ್ಯಾತ್) ಬಂಧನಾಲಯೇ *l* ।
(ಪುಂಸಿಭೂಮ್ನಿ) ಅಸವಃ ಪ್ರಾಣಾಶ್ಚೈವಂ *m* ಜೀವೋಽಸುಧಾರಣಂ *n* ॥ ॥೫೭೨॥
ಆಯುರ್ಜೀವಿತಕಾಲೋ ನಾ *o* ಜೀವಾತುರ್ಜೀವನೌಷಧಂ *p* ।

॥ ಇತಿ ಕ್ಷತ್ರಿಯವರ್ಗಃ ॥

---

a 8, Flight, escape. *b* 1, Defeat. *c* 4, A fugitive in concealment. *d* 30, Killing, slaughter. *e* 10, Dying, death. *f* 7, Dead. *g* 3, Funeral pile. *h* 1, Headless trunk retaining vitality. *i* 2, Cemetery, a place where bodies are burned or buried. *j* 2, Corpse. *k* 3, Prisoner, especially of war. *l* 2, Prison, dungeon. *m* 1, Life, breath. *n* 2, Living, alive. *o* 2, Life-time, duration of life. *p* 2, A medicine to prolong life, or of sufficient efficacy to quicken the dead.

a ಪಲಾಯನವಾಗುವಿಕೆ, ತಪ್ಪಿಸಿಕೊಂಡು ಓಡಿ ಹೋಗುವದು ೮. *b* ಕಾಳಗದಲ್ಲಿ ಸೋತು ಹೋಗುವದು ೧. *c* ಸೋತು ಓಡಿ ಹೋಗಿ ಅಡಿತು ಕೊಂಡವನು ೪. *d* ಕೊಲ್ಲುವದು, ಸಂಹಾರ ಮಾಡುವಿಕೆ ೩೦. *e* ಸಾಯುವದು, ಮರಣ ೧೦. *f* ಸತ್ತವನು ೭. *g* ಹೆಣವನ್ನು ಸುಡುವದಕ್ಕೆ ಸೇರಿಸಿದ ಕಟ್ಟಿಗೆ, ಚಿತಿ ೩. *h* ತಲೆ ಹೋಗಿ ಕುಣಿದಾಡುವ ಮುಂಡ್ಯ ೧. *i* ಸ್ಮಶಾನ, ಸುಡುಗಾಡು ೨. *j* ಹೆಣ ೨. *k* ಸೆರೆಮನೆಯೊಳಗಿರುವ ಬಂದಿವಾನ ೩. *l* ಬಂದೀಖಾನೆ, ಸೆರೆಮನೆ ೨. *m* ಪ್ರಾಣಗಳು, ಜೀವ ವಾಯುವುಗಳು ೧. *n* ಪ್ರಾಣಗಳನ್ನು ಧರಿಸುವದು, ಬದಿಕಿರುವದು ೨. *o* ಆಯುಷ್ಯ, ಬದಿಕಿರುವ ಕಾಲ ೨. *p* ಬದಿಕಿಸುವಮದ್ದು, ಸಂಜೀವನ ಮದ್ದು ೨.

IX. VAISHYA-VARGA.—ವೈಶ್ಯ ವರ್ಗ.

ಊರವ್ಯಾ ಊರುಜಾ ಆರ್ಯಾ ವೈಶ್ಯಾ ಭೂಮಿಸ್ಪೃಶೋ ವಿಶಃ *a* || ||೫೭೭||
ಆಜೀವೋ ಜೀವಿಕಾ ವಾರ್ತಾ ವೃತ್ತಿರ್ವರ್ತನ ಜೀವನೇ *b* |
(ಸ್ತ್ರಿಯಾಂ) ಕೃಷಿಃ ಪಾಶುಪಾಲ್ಯಂ ವಾಣಿಜ್ಯಂ (ಚೇತಿವೃತ್ತಯಃ) *c* || ||೫೭೮||
ಸೇವಾ ಶ್ವವೃತ್ತಿ *d* ರನೃತಂ (ಕೃಷಿ) *e* (ರುಂಛಶಿಲಂ) ತ್ವೃತಂ *f* |
(ದ್ವೇಯಾಚಿತಾಯಾಚಿತಯೋರ್ಯಥಾಸಂಖ್ಯಂ) ಮೃತಾಮೃತೇ *g* || ||೫೭೯||
ಸತ್ಯಾನೃತಂ (ವಣಿಗ್ಭಾವಃ) *h* (ಸ್ಯಾತ್) ಋಣಂ ಪರ್ಯುದಂಚನಂ |
ಉದ್ಧಾರೋ *i* ರ್ಥಪ್ರಯೋಗಸ್ತು ಕುಸೀದಂ ವೃದ್ಧಿಜೀವಿಕಾ *j* || ||೫೮೦||
(ಯಾಚ್ಞಯಾಪ್ತಂ) ಯಾಚಿತಕಂ *k* (ನಿಮಯಾ) ದಾಪಮಿತ್ಯಕಂ *l* |
ಉತ್ತಮರ್ಣಾಧಮರ್ಣೌ (ದ್ವೌ ಪ್ರಯೋಕ್ತೃಗ್ರಾಹಕೌ ಕ್ರಮಾತ್) *m* || ||೫೮೧||
ಕುಸೀದಿಕೋ ವಾರ್ಧುಷಿಕೋ ವೃದ್ಧ್ಯಾಜೀವಶ್ಚ ವಾರ್ಧುಷಿಃ *n* |
ಕ್ಷೇತ್ರಾಜೀವಃ ಕರ್ಷಕಶ್ಚ ಕೃಷಿಕಶ್ಚ ಕೃಷೀವಲಃ *o* || ||೫೮೨||

---

a 6, A merchant, a man of the third Hindu caste. *b* 6, Livelihood, means of subsistence. *c* 1, Farming, cultivation of the soil; 1, the business of a grazier, rearing and keeping cattle; 1, traffic, trade, commerce. *d* 2, Service, servitude. *e* 1, Living by cultivation of the soil *f* 1, Living by gleaning. *g* 1, Living by begging; 1, living by honest labour. *h* 1, Living by trade or commerce. *i* 3, Debt. *j* 3, Interest. *k* 1, Loan, anything obtained by begging, *l* 1, Profit obtained by barter or exchange. *m* 1, Creditor; 1, debtor. *n* 4, Money-lender, banker. *o* 4, Farmer.

a ನಗರ್ತರು, ಕೋಮಟಿ ಎಂಬ ವೈಶ್ಯರು ೬. *b* ಸಾಮಾನ್ಯವಾಗಿ ಜೀವನೋಪಾಯ ೬. *c* ಉತ್ತು ಬೆಳೆಯುವದು, ಗೋಮಹಿಷ್ಯಾದಿಗಳ ಪಾಲಿಸುವದು, ಕೊಂಡು ಮಾರುವದು, ಇವು ಪ್ರತ್ಯೇಕವಾಗಿ ವೈಶ್ಯ ಜೀವನ ೩. *d* ಚಾಕರಿ ಮಾಡಿ ಜೀವಿಸುವದು ೨. *e* ಉತ್ತು ಬೆಳದು ಜೀವಿಸುವಿಕೆ ೧. *f* ಪೈರು ಕೇರಿಗಳಲ್ಲಿ ಬಿದ್ದು ಇರುವ ಕಾಳುಗಳನ್ನು ಆರಸಿ ತಿನ್ನುವದಕ್ಕೆ ಉಂಛ ವೃತ್ತಿ ೧. ಗದ್ದೆಗಳಲ್ಲಿಯಾಗಲಿ ಕಣದಲ್ಲಿಯಾಗಲಿ ಆದು ತಿಂದು ಜೀವಿಸುವದಕ್ಕೆ ಶಿಲ್ಪ ವೃತ್ತಿ ೧. *g* ಮೃತವೆಂದರೆ ಯಾಚನೆ, ಅಮೃತವೆಂದರೆ ಅಯಾಚನೆ ೨. *h* ವರ್ತಕತನ, ವ್ಯಾಪಾರ ೧. *i* ಸಾಲ, ಕಡ ೩. *j* ಹಣದ ಬಡ್ಡಿ, ತಲವಾಸಿ ೩. *k* ಕೇಳುವದ್ದರಿಂದ ಹೊಂದಲ್ಪಟ್ಟದ್ದು, ಎರವು ತಂದದ್ದು ೧. *l* ಒಂದು ಪದಾರ್ಥ ಕೊಟ್ಟು ಮತ್ತೊಂದು ಪದಾರ್ಥ ತೆಗದು ಕೊಳ್ಳುವದ್ದರಿಂದ ಆಗುವ ಲಾಭ, ಗೊತ್ತಾಗಿ ಬರುವ ಲಾಭ ೧. *m* ಉತ್ತಮರ್ಣನೆಂದರೆ ಸಾಲಾ ಕೊಟ್ಟವನು, ಅಧಮರ್ಣನೆಂದರೆ ಸಾಲಾ ತೆಗದು ಕೊಂಡವನು ೨. *n* ಬಡ್ಡಿ, ತಲವಾಸಿ, ಮುಂತಾದ ಚುಂಗಡಿ ಲಾಭದಿಂದ ಬದುಕುವವನು ೪. *o* ಬೆಳೆ ಇಡಿಸಿ ಬದುಕುವವನು, ಆರಂಬಗಾರು, ಕೃಷಿ ಜೀವಿ ೪.

(ಕ್ಷೆತ್ರಂ) ವ್ರೈಹೆಯ ಶಾಲೆಯಂ (ವ್ರೀಹಿಶಾಲ್ಯುದ್ಭವೊಚಿತಂ) *a* ।
ಯವ್ಯಂ ಯವಕ್ಯಂ ಷಷ್ಟಿಕ್ಯಂ (ಯವಾದಿಭವನಂಹಿಯತ್) *b* ॥ ॥೫೮೩॥
ತಿಲ್ಯ ತ್ರೈಲೀನ (ವ) ನ್ಮಾಷೊ (ಮಾಣುಭಂಗಾ ದ್ವಿರೂಪತಾ) *c* ।
ಮೌದ್ಗೀನ ಕೌದ್ರವೀಣಾದಿ (ಶೆಷಧಾನ್ಯೊದ್ಭವೊಚಿತಂ) *d* ॥ ॥೫೮೪॥
ಬೀಜಾಕೃತಂ ತೂಪ್ತಕೃಷ್ಟಂ *e* ಸೀತ್ಯಂ ಕೃಷ್ಟಂ ಚಹಲ್ಯ (ವತ್) *f* ।
ತ್ರಿಗುಣಾಕೃತಂ ತೃತೀಯಾಕೃತಂ ತ್ರಿಹಲ್ಯಂ ತ್ರಿಸೀತ್ಯ (ಮಪಿತಸ್ಮಿನ್) *g* ॥ ॥೫೮೫॥
ದ್ವಿಗುಣಾಕೃತೆತುಸರ್ವಂ ಪೂರ್ವಂಶಂಬಾಕೃತ (ಮಪೀಹ) *h* ।
(ದ್ರೊಣಾಢಕಾದಿವಾಪಾದೌ) ದ್ರೌಣಿಕಾಢಕಿಕಾ (ದಯಃ) *i* ॥ ॥೫೮೬॥
(ಖಾರೀವಾಪಸ್ತು) ಖಾರೀಕ *j* (ಉತ್ತಮರ್ಣಾದಯಸ್ತ್ರಿಷು) ।
(ಪುನ್ನಪುಂಸಕಯೊ) ರ್ವಪ್ರಂ ಕೆದಾರಂ ಕ್ಷೆತ್ರ *k* (ಮಸ್ಯತು) ॥ ॥೫೮೭॥
ಕ್ಯೆದಾರಕಂ (ಸ್ಯಾತ್) ಕ್ಯೆದಾರ್ಯಂ ಕ್ಷೈತ್ರಂ ಕ್ಯೆದಾರಿಕಂ (ಗಣೆ) *l* ।
ಲೊಷ್ಟಾನಿ ಲೊಷ್ಟವಃಪುಂಸಿ *m* ಕೊಟಿಶೊ ಲೊಷ್ಟಭೆದನಃ *n* ॥ ॥೫೮೮॥
ಪ್ರಾಜನಂ ತೊದನಂ ತೊತ್ರಂ *o* ಖನಿತ್ರಮವದಾರಣಂ *p* ।

---

a 2, Land fit for the cultivation of rice, wet or irrigated land. *b* 2, Land fit for barley; 1, land fit for *shashtika* rice, (a rice which comes to maturity in 60 days, hence its name.) *c* 2, Land fit for *sesamum indicum*, a plant which yields oil. *d* 1, Land fit for pulse (*phaseolus radiatus*) or green gram; 1, land fit for the grain *paspalum frumentaceum*. *e* 2, A field ploughed or harrowed after sowing. *f* 3, Ploughed land. *g* 4, Land ploughed three times over. *h* 5, Land ploughed twice. *i* 2, A field which may be sown with a *drona* or *ádhaka* (about a peck) of grain. *j* 1, A field that may be sown with one *khári* of grain (=3 to 4 bushels.) *k* 3, Paddy-field. *l* 4, Group of paddy-fields. *m* 2, A clod, a lump of earth. *n* 2, A clod-breaker, a wooden instrument like a mallet. *o* 3, Goad. *p* 2, Spade or hoe.

[a] ಭತ್ತ, ಅಕ್ಕಿ, ಬೆಳೆಯುವ ನೀರಾವರಿ ಭೂಮಿ ೨. [b] ಯವೆಗಳು, ಯವೆ ಕೆಗಳು, ಷಷ್ಟಿಕೆಗಳು ಬೆಳೆಯುವ ಕ್ಷೇತ್ರ ೩. [c] ಎಳ್ಳನ್ನ ಬೆಳೆಯುವ ಭೂಮಿ ತಿಲ್ಯಂ, ತೈಲೀನಂ ೨. ಹೀಗೆಯೇ ಉದ್ದು ಮೊದಲಾದವುಗಳಿಗೆ ಪ್ರೊಹಿಸತಕ್ಕದ್ದು ೨. [d] ಹೆಸರು, ಆರಕ, ಮುಂತಾದ್ದು ಬೆಳೆಯುವ ಭೂಮಿ ೨. [e] ಮೊದಲು ಬಿತ್ತಿ ಬಳಿಕ ಗೆಯಿದ ಕ್ಷೇತ್ರ ೨. [f] ಉತ್ತ ಭೂಮಿ ೩. [g] ಮೂರು ಸಾಲು ವುತ್ತ ಭೂಮಿ ೪. [h] ಸಂಬಾಕೃತಂ ಎಂಬುವದು ಸಹ ಯೆರಡು ಸಾಲುಉತ್ತ ಭೂಮಿ ೫. [i] ಇಕ್ಕಳ ಬೀಜವರೀ ನೆಲಕ್ಕೂ, ಬಳ್ಳ ಬೀಜವರೀ ನೆಲಕ್ಕೂ ೨. [j] ೧ ಖಂಡಗ ಬೀಜವರೀ ನೆಲ ೧. [k] ಕ್ಷೇತ್ರ, ನೆಲ್ಲು ಗದ್ದೆ ೩. [l] ಈ ಗದ್ದೆಗಳಗುಂಪು, ಗದ್ದೆಗಳ ತಾಕು ೪. [m] ಮಣ್ಣು ಗಡ್ಡೆ, ಹೆಂಟೆ ೨. [n] ಮಣ್ಣು ಗಡ್ಡೆ ಹೊಡಿಯುವ ಕೊತ್ತಿ, ಗುದ್ದಲೀಗೂ ೨. [o] ತಿವಿಗೋಲು, ಮುಳ್ಳುಗೋಲು ೩. [p] ಅಗತೆಯ ಕೈ ಗುದ್ದಲಿ ೨.

ದಾತ್ರಂ ಲವಿತ್ರ *a* ಮಾಬಂಧೋ ಯೋಕ್ತ್ರಂ ಯೋತ್ರ *b* (ಮಥೋ ಹಲಂ) || ||೫೮೯||
ನಿರೀಷಂ ಕುಟಕಂ *c* ಫಾಲಃ ಕೃಷಕೋ *d* ಲಾಂಗಲಂ ಹಲಂ |
ಗೋದಾರಣಂ ಚ ಸೀರೋ *e* ಥ ಶಮ್ಯಾ (ಸ್ತ್ರೀ) ಯುಗಕೀಲಕಂ *f* || ||೫೯೦||
ಈಷಾ ಲಾಂಗಲದಂಡ (ಸ್ಸ್ಯಾತ್) *g* ಸೀತಾ ಲಾಂಗಲಪದ್ಧತಿಃ *h* |
(ಪುಂಸಿ) ಮೇಧಿಃ (ಖಲೇದಾರುನ್ಯಸ್ತಂ ಯತ್ಪಶುಬಂಧನೇ) *i* || ||೫೯೧||
ಆಶುರ್ವ್ರೀಹಿಃ ಪಾಟಲಸ್ಸ್ಯಾ *j* ಚ್ಛಿತಶೂಕಯವೌ (ಸಮೌ) *k* |
ತೋಕ್ಮ (ಸ್ತುತ್ರ ಹರಿತೇ *l*) ಕಲಾಯಸ್ತು ಸತೀನಕಃ || ||೫೯೨||
ಹರೇಣು ಖಂಡಿಕೌ (ಚಾಸ್ಮಿನ್) *m* ಕೋರದೂಷಸ್ತು ಕೋದ್ರವಃ *n* |
ಮಂಗಲ್ಯಕೋ ಮಸೂರೋ *o* ಥ ಮಕುಷ್ಟಕ ಮಯುಷ್ಟಕೌ || ||೫೯೩||
ವನಮುದ್ಗೇ *p* ಸರ್ಷಪೇ (ತು ದ್ವೌ) ತುಂತುಭ ಕದಂಬಕೌ *q* |
ಸಿದ್ಧಾರ್ಥ (ಸ್ತ್ವೇಷ ಧವಲೋ) *r* ಗೋಧೂಮಃ ಸುಮನ (ಸ್ಸಮೌ) *s* || ||೫೯೪||
(ಸ್ಯಾ) ದ್ಯಾವಕಸ್ತು ಕುಲ್ಮಾಷ *t* ಶ್ಚಣಕೋ ಹರಿಮಂಥಕಃ *u* |
(ದ್ವೌ ತಿಲೇ) ತಿಲಪೇಜಶ್ಚ ತಿಲಪಿಂಜಶ್ಚ (ನಿಷ್ಫಲೇ *v*) || ||೫೯೫||
ಕ್ಷವಃ ಕ್ಷುತಾಭಿಜನನೋ ರಾಜಿಕಾ ಕೃಷ್ಣಿಕಾಸುರೀ *w* |

---

a 2, Sickle. *b* 3, The tie of the yoke of a plough, a halter. *c* 2, An iron plough *d* 2, Plough-share. *e* 4, Plough. *f* 2, The pin of a yoke. *g* 2, The pole of a plough. *h* 2, Furrow. *i* 1, The stake on a threshing-floor to which cattle are tied. *j* 3, Red paddy. *k* 2, Barley (*hordeum hexastichon.*) *l* 1, Green barley. *m* 4, Peas. *n* 2, The grain *paspalum scrobiculatum.* *o* 2, A sort of lentil (*ervum hirsutum.*) *p* 3, A wild pulse (*phaseolus radiatus.*) *q* 3, A sort of mustard (*sinapis dichotoma.*) *r* 1, White mustard. *s* 2, Wheat *t* 2, A grain resembling barley (*dolichos catiang.*) *u* 2, Chick-pea or Bengal gram (*cicer arietinum.*) *v* 2, An inferior kind of sesame. *w* 5, Black mustard (*sinapis racemosa.*)

a ಕುಳಗೆ ಮಚ್ಚು, ಮಚ್ಚು ಕತ್ತಿ, ಕೈಬಾಚಿ, ಕುಡಲಿ, ಕುಡುಗೋಲು ೨. *b* ಪಶುಗಳ ಕೊರಳಿಗೆ ಕಟ್ಟುವ ಚೊತ್ತಿಗೆ, ಕಟ್ಟು ಮಣಿ ೩. *c* ಮರವಿಲ್ಲದ ಕಬ್ಬಿಣದ ನೇಗಲು, ಹಲವೆಂಬ ನೇಗಲೂ ೨. *d* ಮರಲು, ಉಳುವ ನೇಗಲಂತಾ ಕೆತ್ತುವ ದೋಕರಿ ೨. *e* ನೇಗಲು ೪. *f* ನೊಗದ ಕಣ್ಣಿಗೆ ತಗಿಲು ಹಾಕುವ ಮೊಳೆ ೨. *g* ಈಷು ಕೋಲು ೨. *h* ನೇಗಲುಗಳಿಂದ ಗೀಚಲ್ಪಟ್ಟ ಸಾಲು ೨. *i* ಕಣದಲ್ಲಿ ಯೆತ್ತುಗಳನ್ನು ಕಟ್ಟಿ ಹಾಕುವದಕ್ಕಾಗಿ ನೆಟ್ಟಲ್ಪಟ್ಟ ಮೇಟಿ, ಗೂಟ, ಅಟ್ಟದ ಕಂಭ ೧. *j* ಕೆಂಬಾರದ ಭತ್ತ, ಕೆಂಪು ನೆಲ್ಲು ೩. *k* ಯವೆಗಳೆಂಬ ಧಾನ್ಯ, ಬಾಲದ ಬಿಳೀದಪ್ಪ ಭತ್ತ ೨. *l* ಹಳದೀ ಯವೆಗಳು ೧. *m* ನೆಲ ಕಡಲೆ ೪. *n* ಹಾರಕ ೨. *o* ಕಾಡು ಕಡಲೆ ೨. *p* ಕಾಡು ಹೆಸರು ಕಾಳು ೩. *q* ಸಾಸಿವೆ ೩. *r* ಬಿಳೀ ಸಾಸುವೆ ೧. *s* ಗೋಧಿವೆ, ಗೋಧಿ ೨. *t* ಅಲಸಂದಿ, ಕಾಡು ಉದ್ದು ೨. *u* ಬ್ಯಾಳೆ ಕಡಲೆ, ಬುಳ್ಳೆ ಕಡಲೆ ೨. *v* ಎಳ್ಳು, ಕಾಡೆಳ್ಳು, ಹುಚ್ಚೆಳ್ಳು ೨. *w* ಕರೀ ಸಾಸಿವೆ, ಹುಚ್ಚು ಸಾಸಿವೆ ೫.

(ಸ್ತ್ರಿಯೌ) ಕಂಗು ಪ್ರಿಯಂಗೂ (ದ್ವೆ) *a* ಅತಸೀ (ಸ್ಯಾ) ದು'ಮಾಕ್ಷುಮಾ ||೧೯೬||
ಮಾತುಲಾನೀ ತು ಭಂಗಾ (ಯಾಂ) *c* (ವ್ರೀಹಿಭೇದ) ಸ್ತ್ವಣುಃ (ಪುಮಾನ್) *d* |
ಕಿಂಶಾರುಸ್ಸಸ್ಯಶೂಕಂ ಸ್ಯಾ *e* ತ್ಕಣಿಶಂ ಸಸ್ಯಮಂಜರೀ *f* || ||೧೯೭||
ಧಾನ್ಯಂ ವ್ರೀಹಿಸ್ತಂಬಕರಿ *g* ಸ್ತಂಬೋ ಗುಚ್ಛ (ಸ್ತೃಣಾದಿನಃ) *h* |
ನಾಳೀ ನಾಳಂ (ಚ ಕಾಂಡೋಽಸ್ಯ) *i* ಪಲಾಲೋ' (ಸ್ತ್ರೀ) ಸನಿಷ್ಫಲಃ) *j* || ||೧೯೮||
ಕಡಂಗರೋ'ಬುಸಂ (ಕ್ಲೀಬೆ) *k* (ಧಾನ್ಯತ್ವಚಿ) ತುಷಃ (ಪುಮಾನ್) *l* |
ಶೂಕೋ' ಸ್ತ್ರೀ (ಶ್ಲಕ್ಷ್ಣತೀಕ್ಷ್ಣಾಗ್ರೆ *m*) ಶಮೀ ಶಿಂಬಾ *n* (ತ್ರಿಷೂತ್ತರೆ) ||೧೯೯||
ಋದ್ಧಮಾ'ವಸಿತಂ (ಧಾನ್ಯಂ) *o* ಪೂತಂ (ತು) ಬಹುಳೀಕೃತಂ *p* |
(ಮಾಷಾದಯ) ಶ್ಶಮೀಧಾನ್ಯೆ ಶೂಕಧಾನ್ಯೆ (ಯವಾದಯಃ) || ||೨೦೦||
ಶಾಲಯಃ (ಕಲಮಾದ್ಯಾಶ್ಚ) (ಷಷ್ಟಿಕಾದ್ಯಾಶ್ಚ ಪುಂಸ್ಯಮೀ) *q* |
(ತೃಣಧಾನ್ಯಾನಿ) ನೀವಾರಾಃ *r* (ಸ್ತ್ರೀ) ಗವೇಧುರ್ಗವೇಧುಕಾ *s* || ||೨೦೧||
ಅಯೋಗ್ರಂ ಮುಸಲೋ' (ಸ್ತ್ರೀಸ್ಯಾ) *t* ದುದೂಖಲಮು'ಲೂಖಲಂ *u* |
ಪ್ರಸ್ಫೋಟನಂ ಶೂರ್ಪ (ಮಸ್ತ್ರೀ) *v* ಚಾಲನೀ ತಿತಉಃ (ಪುಮಾನ್) *w* || ||೨೦೨||

---

a 2, The grain *panicum italicum.* *b* 3, Common flax (*linum usitatissimum.*) *c* 2, Hemp (*cannabis sativa.*) *d* 1, A very small kind of rice. *e* 2, The beard of grain. *f* 2, Ear of grain. *g* 3, Corn, grain. *h* 2, The stem of grain or grass. *i* 2, A hollow or tubular stalk. *j* 1, Straw. *k* 2, Pithless or empty grain, trash. *l* 1, Husk of grain, especially of rice. *m* 1, The awn of barley, an insect's bristles. *n* 2, A pod or legume. *o* 2, Ground or pounded grain. *p* 2, Winnowed grain. *q* 1, Leguminous grain; 1, awned or bearded grain 1, grain, which grows in water, as paddy. *r* 1, Wild corn. *s* 2, Wild wheat. *t* 2, A rice-pounder, or club for beating rice. *u* 2, The mortar in which grain is pounded. *v* 2, A winnowing basket. *w* 2, A sieve.

a ಸವಣೆ ೨. *b* ಕರೀ ಅಗಸೆ, ಯುಳ್ಳಗಸೆ ೩. *c* ಸೆಣಬು ೨. *d* ಜೀರಿಗೆ ಸಂಬಾರದ ಭತ್ತ ೧. *e* ಭತ್ತದ ಸುಂಕು, ಭತ್ತದ ವೂಗು ೨. *f* ನೆಲ್ಲು ಮುಂತಾದ ಧಾನ್ಯದ ತೆನೆಗಳು ೨. *g* ಸಾಧಾರಣವಾಗಿ ಧಾನ್ಯ ೩. *h* ಹುಲ್ಲು ಮುಂತಾದವುಗಳ ಗಂಟಿಕೆ ೨. *i* ಹುಲ್ಲು ಮುಂತಾದವುಗಳ ದಂಟು ೨. *j* ಫಲವಿಲ್ಲದ ಹೊಟ್ಟು, ಜಳ್ಳು ೧. *k* ಜಳ್ಳು ತೆನೆಯ ಹುಲ್ಲು ೨. *l* ಸಿಪ್ಪೆ, ಹೊಟ್ಟು ೧. *m* ಕೊನೇಲಿ ಚೊನಚಾಗಿಯೂ ಹದವಾಗಿಯೂ ಇರುವ ಯೆಲ್ಲಾ ಬಗೆ ಮುಳ್ಳು ೧. *n* ಕಾಯಿ ಧಾನ್ಯವನ್ನು ಹೊಡದ ಸಿಪ್ಪೆ, ಮತ್ತು ತೌಡು ೨. *o* ಕುಟ್ಟಿದ ಧಾನ್ಯ, ಬೀಸಿದ ಧಾನ್ಯ, ಸುಲಿಯಲ್ಪಟ್ಟ ಧಾನ್ಯ, ತುಳಿಸಿದ್ದು ೨. *p* ತೂರಿದ ಧಾನ್ಯ, ರಾಶಿ ಮಾಡಿದ ಧಾನ್ಯ ೨. *q* ವುದ್ದು, ಹೆಸರು ೧. ಭತ್ತ ರಾಜ ಮೊದಲಾದ ಅರವತ್ತು ದಿನಕ್ಕೆ ಬೆಳದು ಬರುವ ಚಿಲ್ಲರೆ ಧಾನ್ಯ ೧. *r* ಯಾರಿಂದಲೂ ಬಿತ್ತಲ್ಪಡದೆ ತಾನಾಗಿ ಬೆಳದ ಯಜ್ಞ ಭತ್ತ, ಸವಣೆಮುಂತಾದ್ದು ೧. *s* ಕಾಡು ಗೋಧಿ ೨. *t* ವನಿಕೆ ೨. *u* ವರಳು ೨. *v* ಮರ, ಮೊರ ೨. *w* ಜಲ್ಲಡಿ ೨.

ಸ್ಯೂತ ಪ್ರಸೇವೌ *a* ಕಂಡೋಲ ಪಿಟೌ *b* ಕಟ ಕಿಲಿಂಜಕೌ ।
(ಸಮಾನೌ) *c* ರಸವತ್ಯಾಂತು ಪಾಕಸ್ಥಾನಂ ಮಹಾನಸಂ *d* ॥ ॥೬೦೩॥
ಪೌರೋಗವ (ಸ್ತದಧ್ಯಕ್ಷ) *e* ಸ್ಸೂಪಕಾರಾಸ್ತು ಬಲ್ಲವಾಃ ।
ಆರಾಳಿಕಾ ಆಂಧಸಿಕಾಸ್ಸೂದಾ ಔದನಿಕಾ ಗುಣಾಃ *f* ॥ ॥೬೦೪॥
ಆಪೂಪಿಕಃ ಕಾಂದವಿಕೋ ಭಕ್ಷ್ಯಕಾರ (ಇಮೇತ್ರಿಷು) *g* ।
ಅಶ್ಮಂತಮುದ್ಧಾನಮಧಿಶ್ರಯಣೀ ಚುಲ್ಲಿರಂತಿಕಾ *h* ॥ ॥೬೦೫॥
ಅಂಗಾರಧಾನಿಕಾಂಗಾರ ಶಕಟ್ಯಪಿ ಹಸಂ (ತ್ಯಪಿ) ।
ಹಸ (ನ್ಯಪ್ಯ *i* (ಥನಸ್ತ್ರೀಸ್ಯಾ) ದಂಗಾರೋಲಾತಮುಲ್ಮುಕಂ *j* ॥ ॥೬೦೬॥
(ಕ್ಲೀಬೇಂ) ಬರೀಷಂ ಭ್ರಾಷ್ಟ್ರೋ) *k* ನಾ) ಕಂದು (ರ್ವಾ) ಸ್ವೇದನೀ (ಸ್ತ್ರಿಯಾಂ) *l* ।
ಅಲಂಜರ (ಸ್ಸ್ಯಾ) ನ್ಮಣಿಕಃ *m* ಕರ್ಕರ್ಯಾಳುರ್ಗಳಂತಿಕಾ *n* ॥ ॥೬೦೭॥
ಪಿಠರಃ ಸ್ಥಾಲ್ಯುಖಾ ಕುಂಡಂ *o* ಕಲಶ (ಸ್ತುತ್ರಿಷುದ್ವಯೋಃ) ।
ಘಟಃ ಕುಟನಿಪಾ *p* (ಸ್ಸ್ಯಾ) ಚ್ಛರಾವೋ ವರ್ಧಮಾನಕಃ *q* ॥ ॥೬೦೮॥
ಋಜೀಷಂ ಪಿಷ್ಟಪಚನಂ *r* ಕಂಸೋ (ಸ್ತ್ರೀ) ಪಾನಭಾಜನಂ *s* ।
ಕುತೂಃ (ಕೃತ್ತೇಸ್ನೇಹಪಾತ್ರಂ) *t* (ಸೈವಾಲ್ಪಾ) ಕುತುಪಃ (ಪುಮಾನ್) *u* ॥ ॥೬೦೯॥
(ಸರ್ವಮಾವಪನಂ) ಭಾಂಡಂ ಪಾತ್ರಾಮತ್ರೇಚಭಾಜನಂ *v* ।

---

a 2, A small basket. *b* 2, Basket. *c* 2, Mat. *d* 3, Kitchen, cook-room. *e* 1, An overseer of the kitchen (*chef de cuisine.*) *f* 7, Cook. *g* 3, Confectioner. *h* 5, Fire place, hearth. *i* 4, Chafing-dish or portable grate. *j* 3, Charcoal, live coal. *k* 2, A metal plate used as a gridiron. *l* 2, An iron plate or pan for baking cakes on. *m* 2, A large earthen water-jar. *n* 3, An earthen water-jar with a small mouth. *o* 4, Earthen pot. *p* 4, Water-pot. *q* 2, A lid or cover, also a flat dish. *r* 2, Frying-pan. *s* 2, 2 Cup, goblet, porringer. *t* 1, A large skin-bottle for oil. *u* 1, A smaller one. *v* 4, Vessel, utensil.

[a] ಬಿದರು ತಟ್ಟೆಗಳಿಗೂ, ಮಕ್ಕರಿಗಳಿಗೂ ೨. [b] ಗೂಡೆ, ಹೆಡಿಗೆ ೨. [c] ಚಾಪೆ, ಸಾಪೆ ೨. [d] ಪಾಕಶಾಲೆ, ಅಡಿಗೆ ಮನೆ ೩. [e] ಅಡಿಗೇ ಶಾಲೆಗೆ ಅಧಿಕಾರಿಯಾದವನು ೧. [f] ಅಡಿಗೆಯವನು, ಬಾಣಸಿಗನು ೩. [g] ಕಜ್ಜಾಯ ಮುಂತಾದ್ದು ಭಕ್ಷ್ಯಗಳು ಮಾಡುವವನು ೩. [h] ಒಲೆ, ಪ್ರೊಲೆ ೫. [i] ಅಗ್ಗಿಷ್ಟಿಕೆ, ಅಗ್ಗಿಷ್ಟ ೪. [j] ಬೆಂಕೀ ಬಂಡ, ಕೊಳ್ಳಿ, ಬೆಂಕಿಯ ಕೊಳ್ಳಿ ೩. [k] ಹುರಿಯುವ ಹೆಂಚು, ಬಾಣಲಿ ೨. [l] ಕಬ್ಬಿಣದ ಕಾವಲಿ ಹೆಂಚು ೨. [m] ಗುಡಾಣ ೨. [n] ಮಣ್ಣು ಗಡಿಗೆ ೩. [o] ಮಡಿಕೆ, ಮಗೆ, ಕುಡಿಕೆ ೪. [p] ಕೊಡ, ತಂಬಿಗೆ, ಕುಂಬಾರನು ಮಾಡಿದ ಹರುವಿ ೪. [q] ಮುಚ್ಚಳ, ಶರಾವೆ ೨. [r] ಬಾಣಲಿ, ಗಾರಿಗೇ ಮುಚ್ಚಳ, ಹಿಟ್ಟು ತೊಳಿಸುವ ಗಂಗಳ ೨. [s] ಬಟ್ಟಲು, ಪಂಚಪಾತ್ರೆ, ಹೂಜೆ, ಸ್ಥಾಲಿ ೨. [t] ತೊಗಲ ಬುದ್ದಲಿ, ಸಿದ್ದಿಗೆ ಬುರಡೆ ೧. [u] ಚಿಕ್ಕದಾದ ಚರ್ಮದ ಕೈ ಬುದ್ಲಿ ೧. [v] ಗುಡಾಣ ಪಾತ್ರ, ಬುರುಡೆ, ಮಡಿಕೆ ಮುಂತಾದ ಸಕಲವು ೪.

ದರ್ವಿಃ ಕಂಬಿಃ ಖಜಾಕಾ ಚ a (ಸ್ಯಾತ್) ತರ್ದೂರ್ದಾರುಹಸ್ತಕಃ b || ||೬೧೦||
(ಅಸ್ತ್ರೀ) ಶಾಕಂ ಹರಿತಕಂ ಶಿಗ್ರು c ರಸ್ಯ ತು ನಾಡಿಕಾ) |
ಕಡಂಬಶ್ಚ ಕಲಂಬಶ್ಚ d ವೇಸವಾರ ಉಪಸ್ಕರಃ e || ||೬೧೧||
ತಿಂತ್ರಿಡೀಕಂ (ಚ) ಚುಕ್ರಂ (ಚ) ವೃಕ್ಷಾಮ್ಲಂ f (ಅಥ) ವೆಲ್ಲಜಂ |
ಮರೀಚಂ ಕೋಲಕಂ ಕೃಷ್ಣಮೂಷಣಂ ಧರ್ಮಪತ್ತನಂ g || ||೬೧೨||
ಜೀರಕೋ ಜರಣೋಽಜಾಜೀ ಕಣಾ h (ಕೃಷ್ಣೇ ತು ಜೀರಕೇ) |
ಸುಷವೀ ಕಾರವೀ ಪೃಥ್ವೀ ಪೃಥುಃ ಕಾಲೋಪಕುಂಚಿಕಾ i || ||೬೧೩||
ಆರ್ದ್ರಕಂ ಶೃಂಗಬೇರಂ) ಸ್ಯಾತ್ j (ಅಥ) ಛತ್ರಾ ವಿತುನ್ನಕಂ |
ಕುಸ್ತುಂಬುರು (ಚ) ಧಾನ್ಯಾಕಂ k (ಅಥ) ಶುಂಠೀ ಮಹೌಷಧಂ || ||೬೧೪||
(ಸ್ತ್ರೀನಪುಂಸಕಯೋ) ರ್ವಿಶ್ವಂ ನಾಗರಂ ವಿಶ್ವಭೇಷಜಂ l |
ಆರನಾಳಕಸೌವೀರಕುಲ್ಮಾಷಾಭಿಷುತಾ (ನಿಚ) || ||೬೧೫||
ಅವಂತಿಸೋಮಧಾನ್ಯಾಮ್ಲಕುಂಜಲಾ (ನಿಚ) ಕಾಂಜಿಕೇ m |
ಸಹಸ್ರವೇಧಿ ಜತುಕಂ ಬಾಹ್ಲೀಕಂ ಹಿಂಗು ರಾಮಠಂ n || ||೬೧೬||
(ತತ್ಪತ್ರೀ) ಕಾರವೀ ಪೃಥ್ವೀ ಬಾಷ್ಪಿಕಾ ಕಬರೀ ಪೃಥುಃ o |
ನಿಶಾಖ್ಯಾ ಕಾಂಚನೀ ಪೀತಾ ಹರಿದ್ರಾ ವರವರ್ಣಿನೀ p || ||೬೧೭||
(ಸಾಮುದ್ರಂ ಯತ್ತು ಲವಣಂ) ಅಕ್ಷೀಬಂ ವಶಿರಂ (ಚ ತತ್) q |
ಸೈಂಧವೋಽ (ಸ್ತ್ರೀ) ಶೀತಶಿವಂ ಮಾಣಿಬಂಧಂ (ಚ ಸಿಂಧುಜೇ) r || ||೬೧೮||

---

a 3, Spoon. b 2, Wooden spoon. c 3, A pot-herb, any vegetable. d 2, Edil.le stalk of a vegetable. e 2, The seasoning put in curry. f 3, Tamarind. g 6, Pepper. h 4, Cumin seed. i 6, A black kind. j 2, Ginger. k 4, Coriander seed. l 5, Dried ginger. m 7, The water in which rice has boen boiled, gruel. n 5, Asafœtida. o 5, The asafœtida plant (*ferula asafœtida.*) p 5, Turmeric. q 2, Sea-salt. r 3, Rock-salt produced in Sindh.

a ಸೌಟು, ಮಿಳ್ಳೆ, ಉದ್ಧರಣೆ ೩. b ಮರದ ಸೌಟು ೨. c ತರಕಾರಿ ಕೀ ಪಲ್ಯ, ಹುಳಿ ಪಲ್ಯ, ಸೊಪ್ಪು ೩. d ಸೊಪ್ಪಿನ ಕಾವು, ತರಕಾರಿಯ ದಂಟು ೨. e ಹಿಂಗು, ಜೀರಿಗೆ ಮುಂತಾದ ಸಂಬಾರ, ಮಸಾಲೆ ೨. f ಹುಣಿಸೆ ಹಣ್ಣು, ಹುಣಿಸೆ ಮರ ೩. g ಮೆಣಸು ಕಾಳು ೬. h ಜೀರಿಗೆ ೪. i ಕರೀ ಜೀರಿಗೆ ೬. j ಹಸೀ ಶೊಂಠಿ ೨. k ಕೊತ್ತುಂಬರಿ ಬೀಜ ೪. l ಒಣಗಿದ ಶೊಂಠಿ ೫. m ಗಂಜಿ, ಉಕ್ಕು ತಿಳಿಗಂಜಿ, ಕಲಗಚ್ಚಿಗೂ ಅಂಬಲಿ ಸಹ ೭. n ಹಿಂಗು ೫. o ಆ ಹಿಂಗಿನ ಮರ ೫. p ಅರಿಸಿನ ೫. q ಸಮುದ್ರದಲ್ಲಿ ಹುಟ್ಟಿದ ಉಪ್ಪು, ಸಮುದ್ರ ಲವಣ, ಕಲ್ಲುಪ್ಪು ೨. r ಸೈಂಧವ ಲವಣ ೩.

ರೌಮಕಂ ವಸುಕಂ *a* ಪಾಕ್ಯಂ ಬಿಡಂ (ಚಕೃತಕೇದ್ವಯಂ) *b* ।
ಸೌವರ್ಚಲೇಽಕ್ಷ ರುಚಕೇ *c* ತಿಲಕಂ (ತತ್ರಮೇಚಕೇ) *d* ॥ ॥೪೧೯॥
ಮತ್ಸ್ಯಂಡೀ ಫಾಣಿತಂ (ಖಂಡವಿಕಾರೇ) *e* ಶರ್ಕರಾ ಸಿತಾ *f* ।
ಕೂರ್ಚಿಕಾ (ಕ್ಷೀರವಿಕೃತಿಸ್ಸ್ಯಾತ್) *g* ರಸಾಲಾತು ಮಾರ್ಜಿತಾ *h* ॥ ॥೪೨೦॥
(ಸ್ಯಾತ್) ತೇಮನಂತು ನಿಷ್ಠಾನಂ *i* (ತ್ರಿಲಿಂಗಾವಾಸಿತಾವಧೇಃ) ।
ಶೂಲಾಕೃತಂ ಭಟಿತ್ರಂ ಚಶೂಲ್ಯ *j* ಮುಖ್ಯಂತು ಪೈಠರಂ *k* ॥ ॥೪೨೧॥
ಪ್ರಣೀತಮುಪಸಂಪನ್ನಂ *l* ಪ್ರಯಸ್ತಂ (ಸ್ಯಾತ್ಸುಸಂಸ್ಕೃತಂ) *m* ।
(ಸ್ಯಾತ್) ಪಿಚ್ಛಿಲಂತು ವಿಜಿಲಂ *n* ಸಂಮೃಷ್ಟಂ ಶೋಧಿತಂ (ಸಮೇ) *o* ॥ ॥೪೨೨॥
ಚಿಕ್ಕಣಂ ಮಸೃಣಂ ಸ್ನಿಗ್ಧಂ *p* (ತುಲ್ಯೇ) ಭಾವಿತ ವಾಸಿತೇ *q* ।
ಆಪಕ್ವಂ ಪೌಲಿರಭ್ಯೂಷೌ *r* ಲಾಜಾಃ (ಪುಂಭೂಮ್ನಿ) ಚಾಕ್ಷತಾಃ *s* ॥ ॥೪೨೩॥
ಪೃಥುಕಃ (ಸ್ಯಾ) ಚ್ಚಿಪಿಟಕೋ *t* ಧಾನಾ (ಭ್ರಷ್ಟ) {ಯವೇಸ್ತ್ರಿಯಾಂ} *u* ।

---

a 2, A kind of salt. *b* 2, Saltpetre, explosive salt, nitre. *c* 3, Natron, alkali. *d* 1, A black salt. *e* 2, Sugar-candy. *f* 2, Sugar. *g* 1, Cheese. *h* 2, Curds mixed with sugar and spices. *i* 2, A sauce of milk and flour, batter. *j* 3, Roasted meat. *k* 2, Anything cooked in the kind of pot called *pithara*. *l* 2, Dressed, cooked, done. *m* 1, Seasoned, spiced. *n* 2, Greasy, moist. *o* 2, Cleaned, purified, refined. *p* 3, Smooth, slippery, emollient. *q* 2, Perfumed, scented. *r* 3, A mash of half-boiled corn. *s* 2, Fried grain, parched corn. *t* 2, Rice wetted, parched, and flattened. *u* 1, Parched grain.

a (ರುಮ) ಎಂಬ ಗಣಿಯೊಳಗೆ ಹುಟ್ಟುವ ಉಪ್ಪು, ಚೌಳುಪ್ಪು ೨. *b* ಶೋಧಿಸಿ ತೆಗೆದ ಉಪ್ಪು, ಮತ್ತು ಪೆಟ್ಲುಪ್ಪು, ಬಾಣ ಲವಣ ೨. *c* ಸೌವರ್ಚಲವಣ ೩. *d* ಕರೀ ಸೌವರ್ಚಲ ಲವಣ ೧, *e* ಶರ್ಕರಾ ವಿಕಾರವೆಂದರೆ, ಗಣ್ಣೆಯ ಹಾಗೆ ಕಾದ ಕಬ್ಬಿನ ಹಾಲು, ಅರ್ಧ ಪಾಕವಾಗಿ ಕಾಸಿದ ಹಾಲು, ಮೊಗದಂ ಸಕ್ಕರೆ, ಖಂಡ ಸಕ್ಕರೆ ೨. *f* ರಾಯಿ ಪುಡೀ ಸಕ್ಕರೆ ೨. *g* ಹಾಲಿನ ಗಿಣ್ಣು ೧. *h* ಮೊಸರು ಕಡದು ಮಾಡಿದ ಮಜ್ಜಿಗೆ, ಮರೀಚ ಕೃತವಾದ ಲೇಹ್ಯ, ಒಗ್ಗರಸಿದ ಸಂಬಾರದ ಮಜ್ಜಿಗೆ ೨. *i* ಮಜ್ಜಿಗೆ ಪಳಿದಾ, ಹಸಿಯಾಳೆ, ಮೊಸರು ಚಟ್ಣಿ ೨. *j* ಕುಡುಗೋಲಿಗೆ ಚುಚ್ಚಿ ಪಕ್ವ ಮಾಡುವ ಭಕ್ಷ್ಯ, ಸುಟ್ಟು ನಂಜಿ ಕೊಳ್ಳುವ ಪದಾರ್ಥ ೩. *k* ಮಡಿಕೆಯಲ್ಲಿ ಕುದಿಸಿ ತೊಳಸಿದ ಹಿಟ್ಟು ೨. *l* ಪಾಕದಿಂದ, ರಸದಿಂದ, ಶಾಕಾದಿ ಸಮಗ್ರದಿಂದ ಮಾಡಿದ ರುಚಿಯಾದ ಅಡಿಗೆ ೨. *m* ಉದ್ದಿನ ಬೇಳೆ, ಕಡಲೆ, ಸಾಸುವೆ, ಜೀರಿಗೆ, ಮೆಣಸಿನ ಕಾಯಿ ತುಪ್ಪದಿಂದ ಒಗ್ಗರಿಸಿ, ಹಿಂಗು, ಮುಂತಾದ್ದರಿಂದ ಕಲ್ಪಿಸಿದ ರುಚಿಯಾದ ಪದಾರ್ಥ ೧. *n* ಜಿಡ್ಡುಳ್ಳದ್ದು ೨. *o* ಜಾಲಿಸಿ ಕಲ್ಲು ಇಲ್ಲದೆ ಮಾಡಿದ ಪದಾರ್ಥ ೨. *p* ನಯವಾದ, ಮೆತ್ತಗಿರುವ, ಬಿರತು ಕೊಂಡಂತೆ ಮಾಡಿದ ಅಡಿಗೆ ೩. *q* ಅಟ್ಟು ವಾಸನೆ ಕಟ್ಟಿದ ಪದಾರ್ಥ ೨. *r* ಉಸಳಿ, ಗುಗ್ಗರಿ ೩. *s* ಅರಳು, ಮುರುಕಿಲ್ಲದ ಅಕ್ಕಿಯ ಕಾಳು ೨. *t* ಅವಲಕ್ಕಿ ೨. *u* ಬೊರುಗು ೧.

ಪೂಪೋಽಪೂಪಃ ಪಿಷ್ಟಕ (ಸ್ಸ್ಯಾತ್) *a* ಕರಂಭೋ (ದಧಿಸಕ್ತವಃ) *b* || ||೬೪||
ಭಿಸ್ಸಾ (ಸ್ತ್ರೀ) ಭಕ್ತಮಂಧೋಽನ್ನಮೋದನೋಽ (ಸ್ತ್ರೀಸ) ದೀದಿವಿಃ *c* |
ಭಿಸ್ಸಟಾ ದಗ್ಧಿಕಾ *d* (ಸರ್ವರಸಾಗ್ರೇ) ಮಂಡ (ಮಸ್ತ್ರಿಯಾಂ) *e* || ||೬೫||
ಮಾಸರಾಚಾಮ ನಿಸ್ರಾವಾ (ಮಂಡೇಭಕ್ತಸಮುದ್ಭವೇ) *f* |
ಯವಾಗೂರುಷ್ಣಿಕಾ ಶ್ರಾಣಾ ವಿಲೇಪೀ ತರಳಾ (ಚಸಾ) *g* || ||೬೬||
ಗವ್ಯಂ (ತ್ರಿಷುಗವಾಂಸರ್ವಂ) *h* ಗೋವಿಡ್ಗೋಮಯ ಮ(ಸ್ತ್ರಿಯಾಂ) *i* |
(ತತ್ತುಶುಷ್ಕಂ) ಕರೀಷೋಽ *j* (ಸ್ತ್ರೀ) ದುಗ್ಧಂಕ್ಷೀರಂ ಪಯ (ಸ್ಸಮಂ) *k* ||೬೭||
ಪಯಸ್ಯ-(ಮಾಜ್ಯದಧ್ಯಾದಿ-*l*-ದ್ರಪ್ಸಂ (ದಧಿಘನೇತರತ್) *m* |
ಘೃತಮಾಜ್ಯಂ ಹವಿಸ್ಸರ್ಪಿ *n* ರ್ನವನೀತಂ ನವೋದ್ಧೃತಂ *o* || ||೬೮||
(ತತ್ತು) ಹಯ್ಯಂಗವೀನಂ (ಯದ್ಧ್ಯೋಗೋದೋಹೋದ್ಭವಂಘೃತಂ) *p* |
ದಂಡಾಹತಂ ಕಾಲಶೆಯ ಮರಿಷ್ಟ (ಮಪಿ) ಗೋರಸಃ *q* || ||೬೯||
ತಕ್ರಂ ಹ್ಯುದಶ್ವಿ ನ್ಮಥಿತಂ (ಪಾದಾಂಬ್ವರ್ಧಾಂಬುನಿರ್ಜಲಂ) *r* |
(ಮಂಡಂದಧಿಭವಂ) ಮಸ್ತು *s* ಪೀಯೂಷೋಽ (ಭಿನವಂಪಯಃ) *t* || ||೭೦||

---

a 3, A cake. *b* 1, A cake of flour or meal mixed with curds. *c* 6, Boiled rice, food *d* 2, Rice spoiled in cooking, burnt or smoked rice. *e* 1, Skim, scum, froth, foam, barm *f* 3, The scum of boiled rice. *g* 5, Rice-gruel. *h* 1, Any product of the cow. *i* 2, Cow-dung. *j* 2, A cake of dried cow-dung used for fuel. *k* 3, Milk. *l* 1, Anything made from milk, as *ghee*, curds, butter &c. *m* 1, Thick curds. *n* 4, Clarified butter, *ghee*. *o* 2, Butter *p* 1, Butter made from milk which has been standing a day. *q* 4, Butter-milk. *r* 3. Butter-milk diluted with water—1, in the proportion of three parts of the former to one part of the latter; 1, in equal parts. 1, Undiluted butter-milk. *s* 1, Whey. *t* 1. The milk of a cow during the first seven days after calving.

a ದೋಸೆ, ಹೋಳಿಗೆ, ಒಬ್ಬಟ್ಟು, ಸಾರಸತ್ತು, ಪೂರಿ ಕಡುಬು ಇವುಗಳು ೩. *b* ಮೊಸರುನಲ್ಲಿ ಕಲಿಸಿದ ಹಿಟ್ಟು ೧. *c* ಅನ್ನ, ಬೋನ ೬. *d* ಸೀತು ಹೋದ ಅನ್ನ ೨. *e* ತುಪ್ಪ, ಎಣ್ಣೆ, ಮೊಸರು, ಹಾಲು ಮುಂತಾದ್ದು ಕೆನೆ ಸಹಿತ ೧. *f* ಬೋನದ ಕೆನೆ ಗಂಜಿ ೩. *g* ಅಂಬಲಿಯಾದ ಗಂಜಿ, ಬಿಸಿಯಾದ ಗಂಜಿ ೫. *h* ಹಸುವಿನ ಹಾಲು, ಮೊಸರು ಬೆಣ್ಣೆ, ಗಂಜಳ, ಸಗಣಿ ೧. *i* ಹಸುವಿನ ಸಗಣಿ ೨. *j* ಒಣ ಸಗಣಿ, ಕಾಡು ಬೆರಣಿ, ಮುಂತಾದ್ದು ೨. *k* ಹಾಲು ೩. *l* ಹಾಲುನಿಂದ ಹುಟ್ಟುವ ತುಪ್ಪ, ಮೊಸರು, ಬೆಣ್ಣೆ ೧. *m* ಘನವಲ್ಲದ ಮೊಸರು, ತಳದಲ್ಲಿರುವ ಮೊಸರಿಗೆ ದ್ರಪವೆಂದು, ಮಧ್ಯೆ ಇರುವ ಭಾಗಕ್ಕೆ ಘನವೆಂತಲೂ, ಮೇಲ್ಭಾಗಕ್ಕೆ ಶರವೆಂತಲೂ ೧. *n* ತುಪ್ಪ ೪. *o* ಬೆಣ್ಣೆ ೨. *p* ಆಕಳು ಕರೆದ ಹಾಲಿನಿಂದ ಹುಟ್ಟಿದ ತುಪ್ಪ, ಬೆಣ್ಣೆ ೧. *q* ಕಡದು ಕಡೆ ತೆಗೆದ ಹಸುವಿನ ಮಜ್ಜಿಗೆ ೪. *r* ಕಡದ ಹಾಗ ಪಾಲು ನೀರು ಬೆರೆಸಿದ ಮಜ್ಜಿಗೆ, ತಕ್ರ,— ಅರ್ಧ ಪಾಲು ನೀರು ಬೆರಿಸಿದಕ್ಕೆ ಉದಶ್ವಿತ್, ನೀರು ಬೆರಿಯದೆ ಯಿರುವದಕ್ಕೆ ಮಥಿತ, ೩. *s* ಮೊಸರುನಲ್ಲಿ ಹುಟ್ಟಿದ ತಿಳಿಯಾದ ಕೆನೆ ೧. *t* ೭ ದಿನಗಳ ವಳಗಾಗಿನ ಗಿಣ್ಣು ಹಾಲು ೧.

ಅಶನಾಯಾ ಬುಭುಕ್ಷಾ ಕ್ಷುತ್ *a* ಗ್ರಾಸಸ್ತು (ಕಬಳಾರ್ಥಕಃ) *b* ।
ಸಪೀತಿಃ (ಸ್ತ್ರೀತುಲ್ಯಪಾನಂ) ಸಗ್ಧಿಃ (ಸ್ತ್ರೀ ಸಹಭೋಜನಂ) *c* ॥ ॥೬೩೧॥
ಉದನ್ಯಾತು ಪಿಪಾಸಾ ತೃಟ್ತರ್ಷೋ *d* ಜಗ್ಧಿಸ್ತುಭೋಜನಂ ।
ಜೇಮನಂ ಲೇಪ ಆಹಾರೋ ನಿಘಸೋನ್ಯಾದ (ಇತ್ಯಪಿ) *e* ॥ ॥೬೩೨॥
ಸೌಹಿತ್ಯಂ ತರ್ಪಣಂ ತೃಪ್ತಿಃ *f* ಫೇಲಾ (ಭುಕ್ತಸಮುಜ್ಝಿತಂ) *g* ।
ಕಾಮಂ ಪ್ರಕಾಮಂ ಪರ್ಯಾಪ್ತಂ ನಿಕಾಮೇಷ್ಟಂ ಯಥೇಪ್ಸಿತಂ *h* ॥ ॥೬೩೩॥
ಗೋಪೇಗೋಪಾಲ ಗೋಸಂಖ್ಯ ಗೋಧುಗಾಭೀರ ವಲ್ಲವಾಃ *i* ।
(ಗೋಮಹಿಷ್ಯಾದಿಕಂ) ಪಾದಬಂಧನಂ *j* (ದ್ವಾಗವೀಶ್ವರೇ) ॥ ॥೬೩೪॥
ಗೋಮಾನ್ ಗೋಮೀ *k* ಗೋಕುಲಂತು ಗೋಧನಂ (ಸ್ಯಾದ್ಗವಾಂವ್ರಜೇ) *l* ।
(ತ್ರಿಷ್ವಾ) ಶಿತಂ ಗವೀನಂ (ತದ್ಗಾವೋಯತ್ರಾಶಿತಾಃಪುರಾ) *m* ॥ ॥೬೩೫॥
ಉಕ್ಷಾ ಭದ್ರೋ ಬಲೀವರ್ದ ಋಷಭೋವೃಷಭೋವೃಷಃ ।
ಅನಡ್ವಾನ್ ಸೌರಭೇಯೋಗೌ *n* (ಉಕ್ಷ್ಣಾಂಸಂಹತಿ) ರೌಕ್ಷಕಂ *o* ॥ ॥೬೩೬॥
ಗವ್ಯಾ ಗೋತ್ರಾ (ಗವಾಂ) *p* (ವತ್ಸಧೇನ್ವೋ) ರ್ವಾತ್ಸಕ ಧೈನುಕೇ *q* ।
(ವೃಷೋಮಹಾನ್) ಮಹೋಕ್ಷ (ಸ್ಯಾತ್) *r* ವೃದ್ಧೋಕ್ಷ (ಸ್ತು) ಜರದ್ಗವಃ *s* ॥೬೩೭॥
(ಉತ್ಪನ್ನಉಕ್ಷಾ) ಜಾತೋಕ್ಷ *t* (ಸ್ಸದ್ಯೋಜಾತಸ್ತು) ತರ್ಣಕಃ *u* ।
ಶಕೃತ್ಕರಿಸ್ತು ವತ್ಸ (ಸ್ಸ್ಯಾತ್) *v* ದ್ದಮ್ಯ ವತ್ಸತರೌ (ಸಮೌ) *w* ॥ ॥೬೩೮॥

---

a 3, Hunger. *b* 2, Mouthful. *c* 1, Drinking in company; 1, eating in company. *d* 4, Thirst. *e* 7, A meal, repast. *f* 3, Satisfaction, satiating. *g* 1, Remnants of a meal. *h* 6, Excess. *i* 8, Cowherd. *j* 1, One who keeps cattle. *k* 2, Owner of cattle. *l* 2, Property in cows. *m* 2, Pasture ground. *n* 9, Bull, bullock. *o* 1, Herd of oxen. *p* 2, Herd of cows. *q* 1, Herd of calves; 1, herd of milch cows. *r* 1, A large bull. *s* 2, Old bullock. *t* 1, An active pack-bullock. *u* 1, New-born calf. *v* 2, A calf up to the age of one year. *w* 2, A young ox of an age to be trained either for draught or for carrying burdens.

[a] ಹಸಿವು ೩. [b] ನುಂಗುವದಕ್ಕೆ ತಕ್ಕ ಆಹಾರ, ಕವಳ, ತುತ್ತು ೨. [c] ಸಹ ಭೋಜನ, ಪಂಙ್ತಿ ಭೋಜನ ೧. [d] ಬಾಯರಿಕೆ, ದಾಹ ೪. [e] ಭೋಜನ, ಊಟ, ಆರೋಗಣೆ ೭. [f] ತಣಿವು, ತೃಪ್ತಿ ೩. [g] ಉಂಡು ಮಿಕ್ಕ ಎಂಜಲು ೧. [h] ಬಹಳವಾದದ್ದು, ಯಥೇಷ್ಟವಾದದ್ದು ೬. [i] ಗೊಲ್ಲರವನು ೮. [j] ಆಕಳು, ಯೆಮ್ಮೆಗಳು ಮುಂತಾದ ಕಾಲುದನ ೧. [k] ದನಗಳ ಯಜಮಾನ ೨. [l] ಹಸುವುಗಳ ಮಂದೆ ೨. [m] ಮುನ್ನು ಹಸುವುಗಳನ್ನು ಮೇಯಿಸಲ್ಪಟ್ಟ ಸ್ಥಳ ೨. [n] ಎತ್ತುಗಳು, ವೃಷಭ ೯. [o] ಎತ್ತುಗಳ ಗುಂಪು ೧. [p] ಗೋವುಗಳ ಸಮೂಹ ೨. [q] ಎಳೆಗರುಗಳ ಹಿಂಡು, ಈತ ಹಸುವುಗಳ ಗುಂಪು ೨. [r] ದೊಡ್ಡ ಯೆತ್ತು, ಗೂಳಿ ೧. [s] ಮುದಿ ಯೆತ್ತು ೨. [t] ಹೊರೆಯನ್ನು ಹೊರುವ ಚಲುವಾದ ಹೋರಿ ೧. [u] ಆಗಲೇ ಹುಟ್ಟಿದ ಕರುವು ೧. [v] ಒಂದು ವರುಷದೊಳಗಣ ಕರುವು ೨. [w] ಹೊರುವ, ಯೆಳೆಯುವ, ಉಳುವ ಎಲ್ಲಕ್ಕೂ ಸಮವಾದ ಹೋರಿ ೨.

ಆರ್ಷಭ್ಯ (ಷ್ಷಂಡತಾಯೋಗ್ಯಃ) *a* ಷಂಡೋ ಗೋಪತಿರಿಟ್ಚರಃ *b* ।
(ಸ್ಕಂಧಪ್ರದೇಶೇಽಸ್ಯ) ವಹಃ *c* ಸಾಸ್ನಾ (ತು) ಗಲಕಂಬಲಃ *d* ॥ ||೬೯||
(ಸ್ಯಾ) ನ್ನಸ್ತಿತಸ್ತು ನಸ್ತೋತಃ *e* ಪ್ರಷ್ಠವಾಡ್ಯುಗಪಾರ್ಶ್ವಗಃ *f* ।
(ಯುಗಾದೀನಾಂತು ವೋಢಾರೋ) ಯುಗ್ಯ ಪ್ರಾಸಂಗ್ಯ ಶಾಕಟಾಃ *g* ॥ ||೭೦||
(ಖನತ್ಯನೇನ ತದ್ವೋಢಾಸ್ಯೇದಂ) ಹಾಲಿಕ ಸೈರಿಕೌ *h* ।
ಧೂರ್ವಹೇ ಧುರ್ಯ ಧೌರೇಯ ಧುರೀಣಾ (ಸ್ಸ) ಧುರಂಧರಾಃ *i* ॥ ||೭೧||
(ಉಭಾ) ವೇಕಧುರೀಣೈಕಧುರಾವೇಕ ಧುರಾವಹೇ *j* ।
(ಸತು) ಸರ್ವಧುರೀಣೋ (ಽಥ) ಭದ್ರ (ಸ್ಸರ್ವಧುರಾವಹಃ) *k* ॥ ||೭೨||
ಮಾಹೇಯೀ ಸೌರಭೇಯೀ ಗೌರುಸ್ರಾ ಮಾತಾ (ಚ) ಶೃಂಗಿಣೀ ।
ಅರ್ಜುನ್ಯಘ್ನ್ಯಾ ರೋಹಿಣೀ (ಸ್ಯಾ) *l* (ದುತ್ತಮಾಗೋಷು) ನೈಚಿಕೀ *m* ॥ ||೭೩||
(ವರ್ಣಾದಿಭೇದಾತ್ಸಂಜ್ಞಾಸ್ಸ್ಯುಃ) ಶಬಳೀ ಧವಳಾದಯಃ *n* ।
ದ್ವಿಹಾಯನೀ ದ್ವಿವರ್ಷಾ (ಗೌ) *o* ರೇಕಾಬ್ದಾತ್ವೇಕಹಾಯನೀ *p* ॥ ||೭೪||
ವಶಾ ವಂಧ್ಯಾ *q* ಽವತೋಕಾ (ತು) ಸ್ರವದ್ಗರ್ಭಾ *r* (ಥ) ಸಂಧಿನೀ ।

---

a 1, A calf intended to be reared as a sacred bull. *b* 3, Sacred bull. *c* 1, Shoulder of a bull. *d* 2, Dewlap. *e* 2, An ox through whose nose a cord has been tied. *f* 2, An ox under training for the yoke. *g* 1, Yoked ox; 1, an ox put in a yoke for practice; 1, draught ox. *h* 2, Ploughman, relating to a plough. *i* 5, A beast of burthen. *j* 3, A beast of burthen trained to one particular kind of work. *k* 2, One trained to any kind of work. *l* 9, Cow. *m* 1, A good milch cow. *n* 1, Brindled cow; 1, white cow. *o* 2, A two-year-old cow. *p* 2, Heifer of one year old. *q* 2, Barren cow. *r* 2, A cow miscarrying.

a ಗೂಳಿ ಬಸವನಾಗತಕ್ಕ ಯೋಗ್ಯ ಹೋರಿ ಕರ ೧. *b* ಗೂಳಿ ಹೋರಿ ೩. *c* ಎತ್ತಿನ ಭುಜ ಶಿರಸ್ಸು ೧. *d* ಗಂಗದೊಗಲು ೨. *e* ಮೂಗರಾಣಿಯ ಹಾಕಿದ ಯೆತ್ತು ೨. *f* ತಿದ್ದಲ್ಪಡುತ್ತಾಯಿರುವ ಎತ್ತು ೨. *g* ನೊಗವನ್ನು ಹೊರುವ ಯೆತ್ತು ೧; ಉಳುವ ಯೆತ್ತಿನ ಬಳಿಯಲ್ಲಿ ಅಭ್ಯಾಸಕ್ಕೋಸ್ಕರ ಸುಮ್ಮನೇ ಕಟ್ಟಲ್ಪಟ್ಟ ಯೆತ್ತು ೧; ಬಂಡಿಯನ್ನು ಸೆಳೆಯುವ ಯೆತ್ತು ೧. *h* ನೇಗಲನ್ನು ಹಿಡಿಯುವವನು, ನೇಗಲು ಹೊರುವವನು ೨. *i* ಬಂಡಿ, ಗೋಣಿ, ನೇಗಲು ಮೊದಲಾದ ಭಾರವನ್ನು ಹೊತ್ತು ಯೆಳೆಯುವ ಎತ್ತು ೫. *j* ಬಂಡಿ ಮುಂತಾದ ಹೊರೆಗಳಲ್ಲಿ ಯಾವದನ್ನಾದರೂ ಒಂದು ಹೊರುವಿಕೆ ೩. *k* ನಾನಾ ಬಗೆ ಭಾರಗಳನ್ನು ಹೊರುವದಕ್ಕೆ ತಿದ್ದಿದ ಯೆತ್ತು ೨. *l* ಹಾಲು ಕರೆಯುವದಾಗಿಯೂ ಕರುವುಳ್ಳದ್ದಾಗಿಯೂ, ಬಿಳೀ ಬಣ್ಣವುಳ್ಳದ್ದಾಗಿಯೂ ಯಿರುವ ಆಕಳು ೯. *m* ಆಕಳುಗಳಲ್ಲಿ ಒಳ್ಳೇ ಆಕಳು ೧. *n* ಬಣ್ಣ ಮೊದಲಾಗಿ ಉಳ್ಳ [illegible] ಆಕಾರ ಮುಂತಾದವುಗಳು ೨. *o* ಎರಡು ವರುಷ ವಯಸ್ಸುಳ್ಳ ಆಕಳು ೨. *p* ಒಂದು ವರುಷದ ಆಕಳು ೨. *q* ಬಂಜೆಯಾದ ಆಕಳು ೨. *r* ಹೊಟ್ಟೆ ಇಳಿದ ಆಕಳು, ಕಂದು ಹಾಕಿದ್ದು ೨.

(ಆಕ್ರಾಂತಾವೃಷಭೇಣಾ *a* (ಥ) ವೇಹದ್ಗರ್ಭೋಪಘಾತಿನೀ *b* । ||೬೪೫||
(ಕಾಲ್ಯೋ) ಪಸರ್ಯಾ (ಪ್ರಜನೇ) *c* ಪ್ರಷ್ಠೌಹೀ (ಬಾಲಗರ್ಭಿಣೀ) *d* ।
(ಸ್ಯಾತ್) ಅಚಂಡೀ (ತು) ಸುಕರಾ *e* ಬಹುಸೂತಿಃ ಪರೇಷ್ಟುಕಾ *f* ॥ ||೬೪೬||
ಚಿರಸೂತಾ ಬಷ್ಕಯಣೀ *g* ಧೇನು (ಸ್ಸ್ಯಾ) ನ್ನವಸೂತಿಕಾ *h* ।
ಸುವ್ರತಾ ಸುಖಸಂದೋಹ್ಯಾ *i* ಪೀನೋಧ್ನೀ ಪೀವರಸ್ತನೀ *j* ॥ ||೬೪೭||
ದ್ರೋಣಕ್ಷೀರಾ ದ್ರೋಣದುಘಾ *k* ಧೇನುಷ್ಯಾ (ಬಂಧಕೇಸ್ಥಿತಾ) *l* ।
ಸಮಾಂಸಮೀನಾ (ಸಾಯೈವಪ್ರತಿವರ್ಷಂ ಪ್ರಸೂಯತೇ) *m* ॥ ||೬೪೮||
ಊಧಸ್ತು (ಕ್ಲೀಬ) ಮಾಪೀನಂ *n* (ಸಮೌ) ಶಿವಕ ಕೀಲಕೌ *o* ।
(ನಪುಂಸಿ) ದಾಮ ಸಂದಾನಂ *p* (ಪಶುರಜ್ಜುಸ್ತು) ದಾಮನೀ *q* ॥ ||೬೪೯||
ವೈಶಾಖ ಮಂಥ ಮಂಥಾನ ಮಂಥಾನೋ ಮಂಥದಂಡಕೇ *r* ।
ಕುಠರೋ ದಂಡ ವಿಷ್ಕಂಭೋ *s* ಮಂಥನೀ ಗರ್ಗರೀ (ಸಮೇ) *t* ॥ ||೬೫೦||
ಉಷ್ಟ್ರೇ ಕ್ರಮೇಳಕ ಮಯ ಮಹಾಂಗಾಃ *u* ಕರಭ (ಶ್ಶಿಶುಃ) *v* ।
(ಕರಭಾಃಸ್ಯುಃ) ಶೃಂಖಲಕಾ (ದಾರವೈಃಪಾದ ಬಂಧನೈಃ *w* ॥ ||೬೫೧||

---

a 1, A cow which has taken a bull. *b* 2, A cow with a stillborn calf. *c* 1, A cow of an age to calve. *d* 1, A cow in calf for the first time. *e* 2, A gentle cow. *f* 2, A fruitful cow. *g* 2, A cow that calves at long intervals. *h* 2, A cow that has just calved. *i* 2, A cow that milks easily. *j* 2, A cow with large udders. *k* 2, A cow which gives a *drona* of milk (=about 3¾ quarts.) *l* 1, A cow in pound. *m* 1, A cow which calves every year. *n* 2, Udder. *o* 2, The peg to which a cow or other beast is tied. *p* 2, A rope for tying up cattle. *q* 1, A rope for tying up a cow. *r* 5, Churning-stick. *s* 2, Churning-staff (French *ribot*.) *t* 2, Churn *u* 4, Camel. *v* 1, Young camel. *w* 1, A fettered young camel.

a ಗೂಳಿ ಹಾಯ್ದು ಹಿಂಬಾಲಿಸಿದ ಆಕಳು ೧. *b* ಸತ್ತ ಕರವನ್ನು ಈತ ಆಕಳು ೨. *c* ಈಯಲಾಗಿ ಹೆರಿಯ ಸಮಯಕ್ಕೆ ಋತುವಾದ ಆಕಳು ೧. *d* ಬಾಲಗರ್ಭಿಣಿ ೧. *e* ಸಾಧುವಾದ ಆಕಳು ೨. *f* ಅನೇಕ ಹೆರಿಗೆಗಳು ಈತದ್ದು ೨. *g* ಬಹು ಕಾಲಕ್ಕೆ ಯಿಯ್ಯಲಾದದ್ದು, ಹೆರಿಗೆ ಇಲ್ಲದೆ ನಿಂತ ಆಕಳು ೨. *h* ಹೊಸದಾಗಿ ಈತ ಆಕಳು ೨. *i* ಸುಲಭವಾಗಿ ಹಾಲು ಕರಿಯಿಸುವ ಆಕಳು ೨. *j* ಹೆಗ್ಗೆಚ್ಚಲ ಆಕಳು ೨. *k* ಇಕ್ಕಳ ಹಾಲು ಕರಿಯುವ ಆಕಳು ೨. *l* ಸೆರೆಯಲ್ಲಿ ಸಿಕ್ಕಿದ ಆಕಳು, ಅಡವು ಹಾಕಲ್ಪಟ್ಟ ಆಕಳು ೧. *m* ಯಾವ ಆಕಳು ವರ್ಷ ವರ್ಷಕ್ಕೊಯಿಯ್ಯುತ್ತೊ ಅದು ೧. *n* ಕೆಚ್ಚಲು ೨. *o* ದನಗಳನ್ನು ಕಟ್ಟು ಹಾಕುವ ಗೂಟ ೨. *p* ದನಗಳನ್ನು ಕಟ್ಟಿ ಹಾಕುವ ಕುಣಿಕೆ, ತಲಗು ೨. *q* ಪಶುಗಳನ್ನು ಕಟ್ಟು ಹಾಕುವ ಹಗ್ಗ, ಕಣ್ಣಿ ೧. *r* ಕಡಗೋಲು ೫. *s* ಕಡಿಯುವ ಕಂಭ ೨. *t* ಮೊಸರುಕಡಿಯುವ ಗಡಿಗೆ, ಗುಡಾಣ ೨. *u* ಒಂಟೆ ೪. *v* ಒಂಟೇ ಮರಿ ೧. *w* ಮರದ ಸಂಕೋಲೆಯಿಂದ ಕೂಡಿದ ವೊಂಟೆ ಮರಿಗಳು ೧.

ಅಜಾ ಛಾಗೀ *a* ತುಭಶ್ಛಾಗಬಸ್ತಚ್ಛಗಲಕಾ ಅಜೇ *b* ।
ಮೇಂಢೋರಭ್ರೋರಣೋರ್ಣಾಯು ಮೇಷ ವೃಷ್ಣಯ ಏಡಕೇ *c* ॥ ॥೬೫೨॥
(ಉಷ್ಟ್ರೋರಭ್ರಾಜಬೃಂದೇಸ್ಯಾ) ದೌಷ್ಟ್ರಕೌರಭ್ರಕಾಜಕಂ *d* ।
ಚಕ್ರೀವಂತಸ್ತು ಬಾಲೇಯಾ ರಾಸಭಾ ಗರ್ದಭಾಃ ಖರಾಃ *e* ॥ ॥೬೫೩॥
ವೈದೇಹಕಸ್ಸಾರ್ಥವಾಹೋ ನೈಗಮೋ ವಾಣಿಜೋ ವಣಿಕ ।
ಪಣ್ಯಾಜೀವೋಪ್ಯಾಪಣಿಕಃ ಕ್ರಯವಿಕ್ರಯಿಕಶ್ಚಸಃ *f* । ॥೬೫೪॥
ವಿಕ್ರೇತಾ (ಸ್ಯಾ) ದ್ವಿಕ್ರಯಿಕಃ *g* ಕ್ರಾಯಿಕಃ ಕ್ರಯಿಕ (ಸ್ಸಮೌ) *h* ।
ವಾಣಿಜ್ಯಂತು ವಣಿಜ್ಯಾ (ಸ್ಯಾ) *i* ನ್ಮೂಲ್ಯಂ ವಸ್ನೋಪ್ಯವಕ್ರಯಃ *j* ॥ ॥೬೫೫॥
ನೀವೀ ಪರಿಪಣಂ ಮೂಲಧನಂ *k* ಲಾಭೋ (ಧಿಕಂಫಲಂ) *l* ।
ಪರಿದಾನಂ ಪರೀವರ್ತೋ ನೈಮೇಯ ನಿಮಯಾ (ವಪಿ) *m* ॥ ॥೬೫೬॥
(ಪುಮಾನ್) ಉಪನಿಧಿರ್ನ್ಯಾಸಃ *n* ಪ್ರತಿದಾನಂ (ತದರ್ಪಣಂ) *o* ।
(ಕ್ರಯೇಪ್ರಸಾರಿತಂ) ಕ್ರಯ್ಯಂ ಕ್ರೇಯಂ (ಕ್ರೇತವ್ಯಮಾತ್ರಕೇ) *p* ॥ ॥೬೫೭॥
ವಿಕ್ರೇಯಂ ಪಣಿತವ್ಯಂ ಚಪಣ್ಯಂ (ಕ್ರಯ್ಯಾದಯಸ್ತ್ರಿಷು) *q* ।
(ಕ್ಲೀಬೇ) ಸತ್ಯಾಪನಂ ಸತ್ಯಂಕಾರಸ್ಸತ್ಯಾಕೃತಿಃ (ಸ್ತ್ರಿಯಾಂ) *r* । ॥೬೫೮॥
ವಿಪಣೋ ವಿಕ್ರಯ *s* (ಸ್ಸಂಖ್ಯಾಃಸಂಖ್ಯೇಯೇಷ್ವಾದಶತ್ರಿಷು) ।
(ವಿಂಶತ್ಯಾದ್ಯಾಸ್ಸದೈಕತ್ವೇಸರ್ವಾಸ್ಸಂಖ್ಯೇಯಸಂಖ್ಯಯೋಃ) ॥ ॥೬೫೯॥

---

a 2, Goat. *b* 5, He-goat. *c* 7, Sheep. *d* 1, Group of camels; 1, herd of goats; 1, flock of sheep. *e* 5, Ass. *f* 8, Merchant, trader, shopkeeper, dealer, hawker. *g* 2, Seller. *h* 2, Buyer. *i* 2, Traffic, trade, commerce. *j* 2, Price, value. *k* 3, Capital, stock. *l* 1, Profit. *m* 4, Barter, exchange of commodities. *n* 2, Deposit of goods for safe-keeping. *o* 1, The re-delivery of a deposit. *p* 1, Goods exposed for sale; 1, goods in stock. *q* 3, Articles fit for sale. *r* 3, Money advanced. *s* 2, Selling.

a ಆಡು ೨. *b* ಗಂಡಾಡು, ಹೋತ ೫. *c* ಕುರಿ ೭. *d* ಒಂಟೆಗಳ ಗುಂಪಿಗೆ ಔಷ್ಟ್ರಕವೆಂದು, ಕುರಿಗಳ ಗುಂಪಿಗೆ ಔರಭ್ರಕವೆಂದು, ಆಡುಗಳ ಗುಂಪಿಗೆ ಆಜಕವೆಂದು ೩. *e* ಕತ್ತೆ ೫. *f* ವರ್ತಕತನ ಮಾಡುವವನು, ದುಕಾನದಾರ ೮. *g* ಮಾರುವವನು ೨. *h* ಕೊಳ್ಳುವವನು ೨. *i* ವರ್ತಕತನ, ವ್ಯಾಪಾರ ೨. *j* ಬೆಲೆ, ಕ್ರಯದ ಕಿಮ್ಮತು ೩. *k* ಬಂಡವಾಳ ೩. *l* ಹೆಚ್ಚಾಗಿ ಬಂದ ಪ್ರಯೋಜನ, ನಫೆ ೧. *m* ಒಂದು ಬಗೆ ಜಿನಸು ಕೊಟ್ಟು ಅದಕ್ಕೆ ಬದಲಾಗಿ ಮತ್ತೊಂದು ಜಿನಸು ತೆಗದು ಕೊಳ್ಳುವದು ೪. *n* ಬಚ್ಚಿಡುವಿಕೆ ೨. *o* ಬಚ್ಚಿಟ್ಟದ್ದನ್ನು ಮರಳಿ ಕೊಡುವಿಕೆ ೧. *p* ಕೊಳ್ಳುವದಕ್ಕಾಗಿ ಅಂಗಡಿಯಲ್ಲಿಟ್ಟದ್ದು ೧; ಕೊಳ್ಳದ ಹೊರ್ತು ಅಂಗಡಿಯಲ್ಲಿಡಲ್ಪಟ್ಟದ್ದೆಲ್ಲಾ ೧. *q* ಮಾರತಕ್ಕ ವಸ್ತುಗಳು ೩. *r* ವ್ಯಾಪಾರದ ವಪ್ಪಂದ, ಸಂಚಕಾರ ೩. *s* ಮಾರುವದು ೨.

(ಸಂಖ್ಯಾರ್ಥೇ ದ್ವಿಬಹುತ್ವೇಸ್ತ) ಸ್ತಾಸುಚಾನವತೇಃಸ್ತ್ರಿಯಃ) ।
(ಪಂಕ್ತಿಶತಸಹಸ್ರಾದಿಕ್ರಮಾದ್ದಶ ಗುಣೋತ್ತರಂ) ॥ ॥೬೬೦॥
ಪೌತವಂ ದ್ರುವಯಂ ಪಾಯ್ಯ (ಮಿತಿಮಾನಾರ್ಥಕಂತ್ರಯಂ) *a* ।
ಮಾನಂ (ತುಲಾಂಗುಳಿಪ್ರಸ್ಥೈಃ) *b* (ಗುಂಜಾಃಪಂಚಾ) ದ್ಯಮಾಷಕಃ *c* ॥ ॥೬೬೧॥
(ತೇಷೋಡಶಾ) ಕ್ಷಃ ಕರ್ಷೋ (ಸ್ತ್ರೀ) *d* ಪಲಂ (ಕರ್ಷಚತುಷ್ಟಯಂ) *e* ।
ಸುವರ್ಣಬಿಸ್ತ (ಹೇಮ್ನೋಕ್ಷೇ) *f* ಕುರುಬಿಸ್ತ (ಸ್ತುತತ್ಪಲೇ) *g* ॥ ॥೬೬೨॥
ತುಲಾ (ಸ್ತ್ರಿಯಾಂಪಲಶತಂ) *h* ಭಾರಃ ಸ್ಯಾ (ದ್ವಿಂಶತಿಸ್ತುಲಾಃ) *i* ।
ಆಚಿತೋ (ದಶಭಾರಾಸ್ಸ್ಯು) *j* (ಶ್ಯಾಕಟೋಭಾರ) ಆಚಿತಃ *k* ॥ ॥೬೬೩॥
ಕಾರ್ಷಾಪಣಃ ಕಾರ್ಷಿಕ (ಸ್ಸ್ಯಾ) *l* (ತ್ಕಾರ್ಷಿಕೇತಾಮ್ರಿಕೇ) ಪಣಃ *m* ।
(ಅಸ್ತ್ರಿಯಾ) ಮಾಢಕದ್ರೋಣೌ ಖಾರೀ ವಾಹೋನಿಕುಂಚಕಃ ॥ ॥೬೬೪॥
ಕುಡವಃ ಪ್ರಸ್ಥ (ಇತ್ಯಾದ್ಯಾಃ ಪರಿಮಾಣಾರ್ಥಕಾಃಪೃಥಕ್) *n* ।

---

a 3, Measure of any kind. *b* 1, Measuring in general. *c* 1, *Adyamáshaka*, the smallest goldsmith's weight, equal to five seeds of the *abrus*. *d* 2, *Karsha*=16 *ádyamáshakas* (about ¼oz.) *e* 1, *Palam*=4 *karshas*. *f* 2, A weight of gold equal to 16 *máshas* or about 75 grains troy. *g* 1, A weight of one *palam* of gold, about 2 ounces. *h* 1, *Tula*=100 *palams*. *i* 1, *Bhára*=20 *tulas*. *j* 1, *Achita*=10 *bháras*. *k* 1, A cart-load. *l* 2, A weight of silver equal to a *kársha* (q. v.) *m* 1, A similar weight of copper. *n* Measures of grain—1, *ádhaka* (=7lb. 11oz. avoir.) 1, *drona*=4 *ádhakas*; 1, *khári*=5 *dronas*; 1, *váha*=20 *kháris*; 1, *nikunchaka*, a pottle or small pail-full; 1, *kudava*=4 *nikunchakas* (containing 12 handfuls); 1, *pra[illegible]ka*=4 *kudavas*.

a ಮಾನ ಶಬ್ದ ಅರ್ಥವುಳ್ಳ ತ್ರಾಸು, ಬಳ್ಳ, ಸೇರಳು ೩. *b* ಮಾನವು ತ್ರಾಸು, ತಕ್ಕಡಿ, ಚಿಂತಾಲು, ತೂಗ ಕೋಲು, ಹಣ, ವರಹ, ತೊಲೆ, ಮಣ, ಬೆರಳು, ಕಾಳು, ಗುರ್ತು, ಲಿಖ್ಯ, ಗಿದ್ನ್ಯ, ಚಟಾಕು, ಪಾವು, ಪಡಿ, ಸೇರು, ಬಳ್ಳ, ಕೊಳಗ, ಖಂಡಿ ಮುಂತಾದ್ದು. *c* ೫ ಗುಲಗಂಜೀ ತೂಕ ೧. *d* ೧೬ ಆದ್ಯಮಾಷಕಗಳ ತೂಕ, ಅಂದರೆ ೮೦ ಗುಲಗಂಜಿ ತೂಕ ೨. *e* ಬ್ಯಾಳೆ ತೂಕದ ಗುಲಗಂಜಿ ೨೪೦ಕ್ಕೆ ಸರಾಸರಿ ೧ ರೂಪಾಯಿ ತೂಕ, ಇದೇ ಕನಿಷ್ಠ, ೨ ರೂಪಾಯಿ ತೂಕ ಮಧ್ಯಮ, ೪ ರೂಪಾಯಿ ತೂಕ ಉತ್ತಮ ೧. *f* ೮೦ ಗುಲಗಂಜೀ ತೂಕಕ್ಕೆ ಅಕ್ಷ ೨. *g* ಚಿನ್ನದ ಪಲ ಅಂದರೆ ೧ ಅಥವಾ ೨ ಅಥವಾ ೪ ರೂಪಾಯಿ ತೂಕದ ಚಿನ್ನಕ್ಕೆ ಪಲ ೧. *h* ನೂರು ಪಲ ತೂಕದ ಚಿನ್ನ ಅಂದರೆ ೧೨ ಸೇರು ೧. *i* ೨೦ ತೊಲೆಗಳ ತೂಕದ ಚಿನ್ನ ೨೦ ದುಡ್ಡು ತೂಕ ೧. *j* ೧೦ ಭಾರಗಳ ತೂಕ ಅಂದರೆ ೨೦೦ ತೊಲೆಗಳು ೧. *k* ಭಂಡೀ ಮೇಲೆ ಹೊರತಕ್ಕ ಭಾರ ೧. *l* ೨ ಗುಲಗಂಜಿ ತೂಕದ ಬೆಳ್ಳಿ, ರಾಜಾ ರೂಪಾಯಿ ತೂಕ ೧೬ ಮಾಷಗಳಾದರೆ ೧ ಕರ್ಷ ೨. *m* ಕರ್ಷ ತೂಕದ ತಾಂಮ್ರ ಅಂದರೆ ಮೈಸೂರ ಆನೇ ದುಡ್ಡು ತೂಕ ೧. *n* ನಾಗಳ, ಖಂಡುಗ, ಇಪ್ಪತ್ತು ಖಂಡಗ, ಸೊಲಿಗೆ, ಬಳ್ಳ ಮುಂತಾದ್ದು ೧.

(ಭಾಗಸ್ತುರೀಯಃ) ಪಾದ (ಸ್ಸ್ಯಾತ್) *a* ಅಂಶಭಾಗೌತು ವಂಟಕಃ *b* || ||೬೬೫||
ದ್ರವ್ಯಂ ವಿತ್ತಂ ಸ್ವಾಪತೆಯಂ ರಿಕ್ಥಮೃಕ್ಥಂ ಧನಂ ವಸು |
ಹಿರಣ್ಯಂ ದ್ರವಿಣಂ ದ್ಯುಮ್ನ ಮರ್ಥ ರೈ ವಿಭವಾ (ಅಪಿ) *c* || ||೬೬೬||
(ಸ್ಯಾ) ತ್ಕೋಶ (ಶ್ಚ) ಹಿರಣ್ಯಂ (ಚಹೇಮರೂಪ್ಯೇಕೃತಾಕೃತೆ) *d* |
(ತಾಭ್ಯಾಂಯದನ್ಯತ್ತು) ಕುಪ್ಯಂ *e* ರೂಪ್ಯಂ (ತದ್ದ್ವಯಮಾಹತಂ *f*) ||೬೬೭||
ಗಾರುತ್ಮತಂ ಮರಕತಮಶ್ಮಗರ್ಭೋಹರಿನ್ಮಣಿಃ *g* |
ಶೋಣರತ್ನಂಲೋಹಿತಕಃ ಪದ್ಮರಾಗೋ *h* ಥ ಮೌಕ್ತಿಕಂ || ||೬೬೮||
ಮುಕ್ತಾಥ *i* ವಿದ್ರುಮಃ (ಪುಂಸಿ) ಪ್ರವಾಳಂ (ಪುನ್ನಪುಂಸಕಂ) *j* |
ರತ್ನಂ ಮಣಿ (ರ್ದ್ವಯೋರಶ್ಮಜಾತೌಮುಕ್ತಾದಿಕೆಪಿಚ) *k* || ||೬೬೯||
ಸ್ವರ್ಣಂ ಸುವರ್ಣಂ ಕನಕಂ ಹಿರಣ್ಯಂ ಹೇಮ ಹಾಟಕಂ |
ತಪನೀಯಂ ಶಾತಕುಂಭಂ ಗಾಂಗೇಯಂ ಭರ್ಮ ಕರ್ಬುರಂ || ||೬೭೦||
ಚಾಮೀಕರಂ ಜಾತರೂಪಂ ಮಹಾರಜತ ಕಾಂಚನೆ |
ರುಕ್ಮಂಕಾರ್ತಸ್ವರಂ ಜಾಂಬೂನದಮಷ್ಟಾಪದೋ (ಸ್ತ್ರಿಯಾಂ) *l* || ||೬೭೧||
(ಅಲಂಕಾರಸುವರ್ಣಂಯ) ಚ್ಛೃಂಗೀಕನಕ (ಮಿ ತ್ಯದಃ) *m* |
ದುರ್ವರ್ಣಂರಜತಂ ರೂಪ್ಯಂ ಖರ್ಜೂರಂ ಶ್ವೇತ (ಮಿತ್ಯಪಿ) *n* || ||೬೭೨||
ರೀತಿಃ (ಸ್ತ್ರಿಯಾ) ಮಾರಕೂಟೋ (ನಸ್ತ್ರಿಯಾ) *o* ಮಥತಾಮ್ರಕಂ |
ಶುಲ್ಬಂ ಮ್ಲೇಚ್ಛ ಮುಖಂ ದ್ವ್ಯಷ್ಟ ವರಿಷ್ಠೋದುಂಬರಾಣಿಚ *p* || ||೬೭೩||
ಲೋಹೋ (ಸ್ತ್ರೀ) ಶಸ್ತ್ರಕಂ ತೀಕ್ಷ್ಣಂ ಪಿಂಡಂ ಕಾಲಾಯಸಾಯಸೀ |
ಅಶ್ಮಸಾರೋ *q* (ಥ) ಮಂಡೂರಂ ಸಿಂಹಾಣ (ಮಪಿತನ್ಮಲೆ) *r* || ||೬೭೪||

---

a 1, One-fourth. *b* 3, Any part or fraction. *c* 13, Money. *d* 2, Treasure bullion. *e* 1, Metal, excepting the precious metals. *f* 1, Coin of gold or silver. *g* 4, Emerald. *h* 3, Ruby. *i* 2, Pearl. *j* 2, Coral. *k* 2, Gem, precious stone. *l* 18, Gold. *m* 1, Gold made into ornaments. *n* 5, Silver. *o* 2, Brass. *p* 6, Copper. *q* 7, Iron. *r* 2, Iron ore.

a ನಾಲ್ಕನೇ ಪಾಲು ೧. *b* ಕೆಲವು ಭಾಗ, ಹಿಸ್ಸೆ, ಪಾಲು ೩. *c* ಧನ, ದ್ರವ್ಯ, ಹಣ ೧೩. *d* ಕಳಗಿ ಗಟ್ಟಿವಡಿವೆ ಮಾಡಿದ್ದು, ಗಣಿಯಿಂದ ತೆಗೆದು ಕರಗದೆ ಇರುವದು ಈ ೨ ಬಗೆ ಚಿನ್ನ ೨. *e* ತಾಂಮ್ರ, ಹಿತ್ತಾಳೆ, ಕಂಚು ಮುಂತಾದ್ದು ೧. *f* ಅರಸಿನ ಮುದ್ರೆ ಹೊಡದ ಬೆಳ್ಳಿ, ಭಂಗಾರದ ನಾಣ್ಯ ೧. *g* ಪಚ್ಚೆಗಳು, ಗರುಡ ಪಚ್ಚೆ ೪. *h* ಕೆಂಪುಗಳು, ಕೆಂಪು ಕಲ್ಲುಗಳು ೩. ಮುತ್ತುಗಳು ೨. *j* ಹವಳ ಹವಳಗಳು ೨. *k* ಮುತ್ತುಗಳು ಮುಂತಾದ ನವರತ್ನ ಮಣಿಗಳು ೨. *l* ಭಂಗಾರ, ಚಿನ್ನ ೧೮. *m* ವಡಿವೆಯಾಗಿ ಮಾಡಿದ ಭಂಗಾರ, ಆಭರಣವಾಗಿರುವದು ೧. *n* ಬೆಳ್ಳಿ ೫. *o* ಹಿತ್ತಾಳಿ ೨. *p* ತಾಮ್ರ ೬. *q* ಕಬ್ಬಿಣ ೭. *r* ಕಬ್ಬಿಣದ ಕಿಟ್ಟ ೨.

(ಸರ್ವಂಚ ತೈಜಸಂ) ಲೋಹಂ *a* (ವಿಕಾರಸ್ತ್ವಯಸಃ) ಕುಶೀ *b* ।
ಕ್ಷಾರಃ ಕಾಚೋ *c* (ಥ) ಚಪಲೋ ರಸಸ್ಸೂತಶ್ಚ ಪಾರದೇ *d* ॥ ||೬೭೫||
ಗವಲಂ (ಮಾಹಿಷಂಶೃಂಗ) *e* ಮಭ್ರಕಂ ಗಿರಿಜಾಮಲೇ *f* ।
ಸ್ರೋತೋಂಜನಂ ತು ಸೌವೀರಂ ಕಾಪೋತಾಂಜನ ಯಾಮುನೇ *g* ॥ ||೬೭೬||
ತುತ್ಥಾಂಜನಂ ಶಿಖಿಗ್ರೀವಂ ವಿತುನ್ನಕ ಮಯೂರಕೇ ।
ಕರ್ಪರೀ *h* ದಾರ್ವಿಕಾ ಕ್ವಾಥೋದ್ಭವಂ ತುತ್ಥ ರಸಾಂಜನಂ ॥ ||೬೭೭||
ರಸಗರ್ಭಂ ತಾರ್ಕ್ಷ್ಯಶೈಲಂ *i* ಗಂಧಾಶ್ಮನಿ (ತು) ಗಂಧಕಃ ।
ಸೌಗಂಧಿಕ(ಶ್ಚ) *j* ಚಕ್ಷುಷ್ಯಾ ಕುಲಾಲ್ಯೌ ತು ಕುಳುತ್ಥಿಕಾ *k* ॥ ||೬೭೮||
ರೀತಿಪುಷ್ಪಂ ಪುಷ್ಪಕೇತುಃ ಪೌಷ್ಪಕಂ ಕುಸುಮಾಂಜನಂ *l* ।
ಪಿಂಜರಂ ಪೀತನಂ ತಾಲಮಾಲಂ ಚ ಹರಿತಾಲಕೇ *m* ॥ ||೬೭೯||
ಗೈರೇಯಮರ್ಥ್ಯಂ ಗಿರಿಜ ಮಶ್ಮಜಂ ಚ ಶಿಲಾಜತು *n* ।
[illegible]ಗಂಧ ರಸ ಪ್ರಾಣ ಪಿಂಡ ಗೋಪ ರಸಾ (ಸ್ಸಮಾಃ) *o* ॥ ||೬೮೦||
[illegible] ಫೇನ *p* ಸ್ಸಿಂದೂರಂ ನಾಗಸಂಭವಂ *q* ।
ನಾಗಸೀಸ[illegible] ತ್ರಪು ಪಿಚ್ಚಟಂ ॥ ||೭೮೧||
ರಂಗ ವಂಗೇಪ್ಯ *s* ಥ[illegible]ತಕಮಲೋತ್ತರಂ ।
(ಸ್ಯಾ) ತ್ಕುಸುಂಭಂ ವಹ್ನಿಶಿಖಂ [illegible]ಜನ (ಮಿತ್ಯಪಿ *u*) ॥ ||೬೮೨||
ಮೇಷಕಂಬಳ ಊರ್ಣಾಯು [illegible]ರ್ಣಂ (ಶಶಲೋಮನಿ) *w* ।

---

a 1, Metal in general. *b* 1, A[illegible] made of iron. *c* 2, Any vitrified substance, as glass. *d* 4, Mercury, quicksilver. *e* 1, [illegible] horn. *f* 3, Talc, mica resembling glass. *g* 4, Antimony. *h* 5, Blue vitriol, s[illegible] of copper. *i* 6, A kind of collyrium. *j* 3, Sulphur, brimstone. *k* 3, A kind of colly[illegible]. *l* 4, The calx of brass, considered as a collyrium. *m* 5, Yellow orpiment (*arsenicum flavum*.) *n* 5, Bitumen, red chalk. *o* 6, A scented grass of which blinds are made, (*andropogon muricatum*). *p* 2, Sea-foam. *q* 2, Red lead, minium. *r* 4, Lead. *s* 4, Tin. *t* 2, Cotton. *u* 4, Safflower (*carthamus tinctorius*), which yields a crimson dye. *v* 2, A blanket of sheep's wool. *w* 1, A blanket of rabbit's hair.

a ಚಿನ್ನ, ಬೆಳ್ಳಿ, ತಾಮ್ರ, ಸತ್ತು, ತವರ, ಕಬ್ಬಿಣ, ಉಕ್ಕು, ಹಿತ್ತಾಳೆ, ಕಂಚು ಮುಂತಾದ್ದಕ್ಕೆ ಲೋಹ ೧. *b* ಕಬ್ಬಿಣದಿಂದ ಮಾಡಿದ್ದೆಲ್ಲಾ ವಸ್ತು ೧. *c* ಗಾಜು, ಶೋಧಿಸಿದ ಮಣಿ ೨. *d* ಪಾದರಸ ೪. *e* ಎಮ್ಮೆಯ ಕೊಂಬು ೧. *f* ಅಭ್ರಕ ೩. *g* ಸೌವೀರಾಂಜನ ೪. *h* ಮೈಲು ತುತ್ಥ ೫. *i* ರಸಾಂಜನ ೬. *j* ಗಂಧಕ ೩. *k* ಕುಳುತ್ಥಾಂಜನ ೩. *l* ಕುಸುಮಾಂಜನ ೪. *m* ಹರಿದಳ ೫. *n* ಶಿಲಾಜಿತ್ತು, ಕರ್ಪೂರ ಶಿಲಾಜಿತ್ತು ೫. *o* ಬಾಣಂತೀ ಬಾಳ ೬. *p* ಸಮುದ್ರದ ನೊರೆ ೨. *q* ಸಿಂದೂರ, ಚಂದ್ರ ಪುಡಿ ೨. *r* ಸೀಸ ೪. *s* ತಗರ ೪. *t* ಹರಳೆ, ಹಾಸಿಗೆಯುದು ೨. *u* ಕುಸುಂಬಾ ಬಣ್ಣದ ಹುವ್ವು ೪. *v* ಕುರಿಯ ಕೂದಿಲಿನಿಂದ ನೆಯಿದ ಕಂಬಳಿ ೨. *w* ಮೊಲದ ಕೂದಲ ಕಂಬಳಿ ೧.

ಮಧು ಕ್ಷೌದ್ರಂ (ಮಾಕ್ಷಿಕಾದಿ) *a* ಮಧೂಚ್ಛಿಷ್ಟಂ (ತು) ಸಿಕ್ಥಕಂ *b*. || ||೬೪೩||
ಮನಃಶಿಲಾ ಮನೋ ಗುಪ್ತಾ ಮನೋಹ್ವಾ ನಾಗಜಿಹ್ವಿಕಾ ।
ನೈಪಾಲೀ ಕುನಟೀ ಗೋಳಾ *c* ಯವಕ್ಷಾರೋ ಯವಾಗ್ರಜಃ || ||೬೪೪||
ಪಾಕ್ಯೋ *d* ಥ ಸರ್ಜಿಕಾ ಕ್ಷಾರಃ ಕಾಪೋತಃ ಸುಖವರ್ಚಕಃ ।
ಸೌವರ್ಚಲಂ (ಸ್ಯಾ) ದ್ರುಚಕಂ *e* ತ್ವಕ್ಕ್ಷೀರಾ ವಂಶರೋಚನಾ *f* || ||೬೪೫||
ಶಿಗ್ರುಜಂ ಶ್ವೇತಮರಿಚಂ *g* ಮೋರಟಂ (ಮೂಲಮೈಕ್ಷವಂ) *h* ।
ಗ್ರಂಥಿಕಂ ಪಿಪ್ಪಲೀಮೂಲಂ ಚಟಕಾಶಿರ (ಇತ್ಯಪಿ) *i* || ||೬೪೬||
ಗೋಲೋಮೀ ಭೂತಕೇಶೋ(ನಾ) *j* ಪತ್ರಾಂಗಂ ರಕ್ತಚಂದನಂ *k* ।
ತ್ರಿಕಟು ತ್ರ್ಯೂಷಣಂ ವ್ಯೋಷಂ *l* ತ್ರಿಫಲಾ (ತುಫಲತ್ರಿಕಂ) *m* || ||೬೪೭||

|| ಇತಿ ವೈಶ್ಯ ವರ್ಗಃ ||

X. SHUDRA-VARGA.—ಶೂದ್ರ ವರ್ಗ.

ಶೂದ್ರಾ (ಶ್ಚಾ) ವರವರ್ಣಾ (ಶ್ಚ) ವೃಷಲಾ (ಶ್ಚ) ಜಘನ್ಯಜಾಃ *n* ।
(ಆಚಂಡಾಲಾತ್ತು) ಸಂಕೀರ್ಣಾ (ಅಂಬಷ್ಠಕರಣಾದಯಃ) *o* || ||೬೪೮||
(ಶೂದ್ರಾವಿಶೋಸ್ತು) ಕರಣೋ *p* ಂಬಷ್ಠೋ (ವೈಶ್ಯಾದ್ವಿಜನ್ಮನೋಃ) *q* ।
(ಶೂದ್ರಾಕ್ಷತ್ರಿಯಯೋ) ರುಗ್ರೋ *r* ಮಾಗಧಃ (ಕ್ಷತ್ರಿಯಾವಿಶೋಃ) *s* || ||೬೪೯||

---

a 2, Honey. *b* 2, Beeswax. *c* 7, Red arsenic. *d* 3, Saltpetre. *e* 5, Natron, alkali. *f* 2, Bambu manna, bambu rice. *g* 2, Moringa seed. *h* 1, Root of the sugar-cane. *i* 3, Root of the long-pepper. *j* 2, Indian spikenard (*valeriana jatamansi*). *k* 2, Red sandal-wood. *l* 3, A collective name for the three spices—black pepper, dry ginger and long pepper. *m* 1, A collective name for the three kinds of myrobalan—*phyllanthea emblica, terminalia chebula,* and *terminalia speciosa.* *n* 4, Shudra, a man of the fourth Hindu caste. *o* 1, One of a mixed caste, or impure origin from the mixture of castes. *p* 1, Offspring of a Vaishya father and Shudra mother. *q* 1, Offspring of a Brahman father and Vaishya mother. *r* 1, Offspring of a Kshatriya father and Shudra mother. *s* 1, Offspring of a Vaishya father and Kshatriya mother.

a ಮೂರು ಬಗೆ ಜೇನುಗಳು ೨. *b* ಜೇನು ಮೇಣ ೨. *c* ಮಣಿಶಿಲೆ ೭. *d* ಯವಕ್ಷಾರ ೩. *e* ಸದ್ಯಕ್ಷಾರ ೫. *f* ತವಕ್ಷೀರ ೨. *g* ನುಗ್ಗೇ ಬೀಜ ೨. *h* ಕಬ್ಬಿನ ಬೇರು ೧. *i* ಹಿಪ್ಪಲಿ ೩. *j* ಜಟಾಮಾಂಸಿ, ಭೂತಕೇಶವೆಂಬ ಹುಲ್ಲು ೨. *k* ರಕ್ತಚಂದನ ೨. *l* ಶುಂಠಿ, ಹಿಪ್ಪಲಿ, ಮೆಣಸು ೩. *m* ಅಳಲೇ ಕಾಯಿ, ತಾರೇಕಾಯಿ, ನೆಲ್ಲೀಕಾಯಿ ಎಂಬ ತ್ರಿಫಲಗಳು ೧. *n* ಶೂದ್ರರು ೪. *o* ಚಂಡಾಲ ಪರಿಯಂತರವೂ ಗುಂಪು, ಅಂಬಷ್ಠಕರಣಾದಿ ಜಾತಿ ಸಂಕರ ಜಾತಿ ೧. *p* ವೈಶ್ಯನಿಗೆ ಹುಟ್ಟಿದವನು ೧. *q* ವೈಶ್ಯ ಸ್ತ್ರೀಯಲ್ಲಿ ಬ್ರಾಹ್ಮಣನಿಗೆ ಹುಟ್ಟಿದವನು ೧. *r* ಶೂದ್ರನಿಗೂ, ಕ್ಷತ್ರಿಯನಿಗೂ ಹುಟ್ಟಿದವನು ೧. *s* ಕ್ಷತ್ರಿಯ ಸ್ತ್ರೀಗೂ ವೈಶ್ಯನಿಗೂ ಹುಟ್ಟಿದವನು ೧.

ಮಾಹಿಷ್ಯೋ (ರ್ಯಾಕ್ಷತ್ರಿಯಯೋಃ) *a* ಕ್ಷತ್ತಾ (ರ್ಯಾಶೂದ್ರಯೋಸ್ಸುತಃ) *b* ।
(ಬ್ರಾಹ್ಮಣ್ಯಾಂಕ್ಷತ್ರಿಯಾತ್) ಸೂತ *c* (ಸ್ತಸ್ಯಾಂ) ವೈದೇಹಕೋ (ವಿಶಃ) *d* ॥೬೯೦॥
ರಥಕಾರ (ಸ್ತುಮಾಹಿಷ್ಯಾತ್ಕರಣ್ಯಾಂಯಸ್ಯಸಂಭವಃ) *e* ।
(ಸ್ಯಾ) ಚ್ಚಂಡಾಲ (ಸ್ತುಜನಿತೋಬ್ರಾಹ್ಮಣ್ಯಾಂ ವೃಷಲೇನಯಃ) *f* ॥ ॥೬೯೧॥
ಕಾರುಶ್ಶಿಲ್ಪೀ *g* (ಸಂಹತೈಸ್ತೈರ್ದ್ವಯೋ) ಶ್ಶ್ರೇಣಿ (ಸ್ಸಜಾತಿಭಿಃ) *h* ।
ಕುಲಿಕಃ (ಸ್ಯಾತ್) ಕುಲಶ್ರೇಷ್ಠೀ *i* ಮಾಲಾಕಾರ (ಸ್ತು) ಮಾಲಿಕಃ *j* ॥ ॥೬೯೨॥
ಕುಂಭಕಾರಃ ಕುಲಾಲಃ *k* (ಸ್ಯಾತ್) ಪಲಗಂಡ (ಸ್ತು) ಲೇಪಕಃ *l* ।
ತಂತುವಾಯಃ ಕುವಿಂದ (ಸ್ಸ್ಯಾ) *m* ತ್ತುನ್ನವಾಯ (ಸ್ತು) ಸೌಚಿಕಃ *n* ॥ ॥೬೯೩॥
ರಂಗಾಜೀವಶ್ಚಿತ್ರಕರಃ *o* ಶಸ್ತ್ರಮಾರ್ಜೋಸಿಧಾವಕಃ *p* ।
ಪಾದೂಕೃಚ್ಚರ್ಮಕಾರ (ಸ್ಸ್ಯಾ) *q* ದ್ವ್ಯೋಕಾರೋ ಲೋಹಕಾರಕಃ *r* ॥ ॥೬೯೪॥
ನಾಡಿಂಧಮಸ್ಸ್ವರ್ಣಕಾರಃ ಕಲಾದೋ ರುಕ್ಮಕಾರಕಃ *s* ।
(ಸ್ಯಾ) ಚ್ಛಾಂಖಿಕಃ ಕಾಂಬವಿಕ *t* ಶ್ಶೌಲ್ಬಿಕಸ್ತಾಮ್ರಕುಟ್ಟಕಃ *u* ॥ ॥೬೯೫॥

---

a 1, Offspring of a Kshatriya father and Vaishya mother. *b* 1, Offspring of a Shudra father and Kshatriya mother. *c* 1, Offspring of a Kshatriya father and Brahman mother. *d* 1, Offspring of a Vaishya father and Brahman mother. *e* 1, Son of a *Mâhishya* father and *Karani* mother, by profession a coachmaker. *f* 1, Offspring of a Shudra father and Brahman mother. *g* 2, Artisan, mechanic, especially a carpenter, weaver, barber, washerman, or shoemaker. *h* 1, A guild or company of artisans following the same business. *i* 2, The head of a trade-guild. *j* 2, Flower-seller, florist, weaver of garlands for sale. *k* 2, Potter. *l* 2, Bricklayer, plasterer. *m* 2, Weaver. *n* 2, Tailor. *o* 2, Painter. *p* 2, Grinder, sharpener of cutting instruments. *q* 2, Shoemaker, tanner or worker in leather. *r* 2, Smith. *s* 4, Goldsmith. *t* 2, A maker of ornaments from shells (cameos). *u* 2, Coppersmith, brazier.

a ವೈಶ್ಯ ಸ್ತ್ರೀಗೂ ಕ್ಷತ್ರಿಯನಿಗೂ ಹುಟ್ಟಿದವನು ೧. *b* ಶೂದ್ರನಿಗೆ ಹುಟ್ಟಿದವನು ೧. *c* ಕ್ಷತ್ರಿಯನದೆಸೆಯಿಂದ ಹುಟ್ಟಿದವನು ೧. *d* ವೈಶ್ಯನ ದೆಸೆಯಿಂದ ಹುಟ್ಟಿದವನು ೧. *e* ಕೆಳಗೆ ಹೇಳಲ್ಪಟ್ಟ ಕರಣ ಸ್ತ್ರೀಯಲ್ಲಿ ಕೆಳಗೆ ಹೇಳಲ್ಪಟ್ಟ ಮಾಹಿಷ್ಯ ಪುರುಷನಿಂದ ಹುಟ್ಟಿದವನು ೧. *f* ಬ್ರಾಹ್ಮಣ ಸ್ತ್ರೀಯಲ್ಲಿ ಶೂದ್ರನಿಂದ ಹುಟ್ಟಲ್ಪಟ್ಟವನು ೧. *g* ಅಗಸಾಲನು, ನೇಯಿಗೆಯವನು, ಅಗಸನಿಗೂ, ಪಾದರಕ್ಷೆಗಳವನಿಗೂ ೨. *h* ಆ ಶಿಲ್ಪಿಗಳಿಂದ ಆದ ಸಮೂಹ ೧. *i* ಶಿಲ್ಪಿ ಕುಲದಲ್ಲಿ ಪ್ರಧಾನನಾದವನು ೨. *j* ಹುವ್ವಾಡಿಗನು ೨. *k* ಕುಂಬಾರನು ೨. *l* ಸುಣ್ಣದಗಾರೆ ಮಾಡುವವನು ೨. *m* ನೇಯಿಗೆಯವನು ೨. *n* ಚಿಪ್ಪಿಗರವನು ೨. *o* ಚಿತ್ತಾರ ಬರಿಯುವವನು ೨. *p* ಸಾಣೆಗಾರ ೨. *q* ಪಾದರಕ್ಷಕಗಳನ್ನು ಹೊಲಿಯುವವನು ೨. *r* ಕಂಚುಗಾರ, ಲೋಹಗಳನ್ನು ಮಾಡುವ ಪ್ರಸಿದ್ಧನು ೨. *s* ಅಗಸಾಲಿಗನು ೪. *t* ಶಂಖದಿಂದ ಕೈ ಬಳೆ ಮೊದಲಾದದ್ದನ್ನು ಮಾಡಿ ಮಾರುವವನು ೨. *u* ಚಂಬು ಕುಟ್ಟಿಗನು ೨.

ತಕ್ಷಾ (ತು) ವರ್ಧಕಿಸ್ತ್ವಷ್ಟಾ ರಥಕಾರ (ಶ್ಚ) ಕಾಷ್ಠತಟ್ *a* ।
(ಗ್ರಾಮಾಧೀನೋ) ಗ್ರಾಮತಕ್ಷಃ *b* ಕೌಟತಕ್ಷೋ (ನಧೀನಕಃ) *c* ॥ ॥೯೬॥
ಕ್ಷುರೀ ಮುಂಡೀ ದಿವಾಕೀರ್ತಿ ನಾಪಿತಾಂತಾವಸಾಯಿನಃ *d* ।
ನಿರ್ಣೇಜಕ (ಸ್ಸ್ಯಾ) ದ್ರಜಕ *e* ಶೌಂಡಿಕೋ ಮಂಡಹಾರಕಃ *f* ॥ ॥೯೭॥
ಜಾಬಾಲ (ಸ್ಸ್ಯಾ) ದಜಾಜೀವೀ *g* ದೇವಾಜೀವ (ಸ್ತು) ದೇವಲಃ *h* ।
(ಸ್ಯಾತ್) ಮಾಯಾ ಶಾಂಬರೀ *i* ಮಾಯಾಕಾರ (ಸ್ತು) ಪ್ರಾತಿಹಾರಕಃ *j* ॥ ॥೯೮॥
ಶೈಲಾಲಿನ (ಸ್ತು) ಶೈಲೂಷಾ ಜಾಯಾಜೀವಾಃ ಕೃಶಾಶ್ವಿನಃ ।
ಭರತಾ (ಇತ್ಯಪಿ) ನಟಾ *k* ಶ್ಚಾರಣಾ (ಸ್ತು) ಕುಶೀಲವಾಃ *l* ॥ ॥೯೯॥
ಮಾರ್ದಂಗಿಕಾ ಮೌರಜಿಕಾಃ *m* ಪಾಣಿವಾದಾ (ಸ್ತು) ಪಾಣಿಘಾಃ *n* ।
ವೇಣುಧ್ಮಾ (ಸ್ಸ್ಯು) ರ್ವೈಣವಿಕಾಃ *o* ವೀಣಾವಾದಾ (ಸ್ತು) ವೈಣಿಕಾಃ *p* ॥ ॥೧೦೦॥
ಜೀವಾಂತಕಶ್ಶಾಕುನಿಕೋ *q* (ದ್ವೌ) ವಾಗುರಿಕ ಜಾಲಿಕೌ *r* ।
ವೈತಂಸಿಕಃ ಕೌಟಿಕಶ್ಚ ಮಾಂಸಿಕ (ಶ್ಚ ಸಮಂತ್ರಯಂ) *s* ॥ ॥೧೦೧॥
ಭೃತಕೋ ಭೃತಿಭುಕ್ಕರ್ಮಕರೋ ವೈತನಿಕ (ಶ್ಚ ಸಃ) *t* ।
ವಾರ್ತಾವಹೋ ವೈವಧಿಕೋ *u* ಭಾರವಾಹ (ಸ್ತು) ಭಾರಿಕಃ *v* ॥ ॥೧೦೨॥
ವಿವರ್ಣಃ ಪಾಮರೋ ನೀಚಃ ಪ್ರಾಕೃತ (ಶ್ಚ) ಪೃಥಗ್ಜನಃ ।
ನಿಹೀನೋಪಸದೋ ಜಾಲ್ಮಃ ಕ್ಷುಲ್ಲಕ (ಶ್ಚೇ) ತರ (ಶ್ಚ ಸಃ) *w* ॥ ॥೧೦೩॥

---

a 5, Carpenter, joiner. *b* 1, Village carpenter. *c* 1, A master-carpenter one who is his own master and accepts no work away from his workshop. *d* 5, Barber. *e* 2, Washerman. *f* 2, Toddy-seller. *g* 2, Shepherd. *h* 2, A paid priest (generally of an inferior order) attached to a temple. *i* 2, Conjuring, juggling. *j* 2, Juggler, conjurer. *k* 6, Dancer, actor, mime. *l* 2, Strolling player. *m* 2, A player on the little drum *mridanga*=tabor or tabret. *n* 2, A player on cymbals or any similar instrument. *o* 2, A player on a flute or wind instrument. *p* 2, A player on the Indian lute or a stringed instrument. *q* 2, Fowler, bird-catcher. *r* 2, Hunter, one who snares animals. *s* 3, Vendor of flesh or meat. *t* 4, Hired labourer, hireling, *coolie*. *u* 2, Chandler, small pedlar. *v* 2, Carrier, porter. *w* 10, A man of a low caste, a mean man, a wretch.

a ಬಡಿಗೆಯುವನು ೫. *b* ಊರಿಗೆ ಅಧೀನವಾಗಿ ಗೆಯ್ಯುವ ಬಡಿಗೆಯವನು ೧. *c* ಒಬ್ಬನ ಅಧೀನವಾಗದೆ ಕೂಲಿ ಮಾಡುವ ಬಡಿಗ ೧. *d* ನಾಯಿಂದರವನು ೫. *e* ಅಗಸನು ೨. *f* ಹೆಂಡಾ ಮಾರುವವನು ೨. *g* ಕುರುಬನು ೨. *h* ಕೂಲಿಗೆ ದೇವರ ಪೂಜೆ ಮಾಡುವವನು, ಪೂಜಾರಿ ೨. *i* ಇಂದ್ರಜಾಲ ಮೊದಲಾದ್ದು ೨. *j* ಮಾಯೆ ಮಾಡುವವನು ೨. *k* ನಟ್ಟುವನು ೬. *l* ಆಟಗಾರನು ೨. *m* ಮದ್ದಲೆ ಬಡಿಯುವವನು ೨. *n* ಕೈ ತಾಳ ಹೊಡಿಯುವವನು ೨. *o* ಪಿಳಂಗೋವಿ ಊದುವವನು ೨. *p* ವೀಣೆಯನ್ನು ನುಡಿಸುವವನು ೨. *q* ಹಕ್ಕಿಯ ಬೇಟೆಗಾರ ೨. *r* ಮೃಗದ ಬಲೆಗಾರ ೨. *s* ಕೂನ್ಯಗಾರ, ಮಾಂಸ ಮಾರುವವನು ೩. *t* ಕೂಲಿಯವನು ೪. *u* ಶಾವಣಿ ಹೊರುವವನು ೨. *v* ಹೊರೆ ಹೊರುವವನು ೨. *w* ನೀಚನು ೧೦.

ಭೃತ್ಯೇದಾಸೇರ ದಾಸೇಯ ದಾಸ ಗೋಪ್ಯಕ ಚೇಟಕಾಃ ।
ನಿಯೋಜ್ಯ ಕಿಂಕರ ಪ್ರೈಷ್ಯ ಭುಜಿಷ್ಯ ಪರಿಚಾರಕಾಃ *a* ॥ ॥೨೦೪॥
ಪರಾಚಿತ ಪರಿಸ್ಕಂದ ಪರಜಾತ ಪರೈಧಿತಾಃ *b* ।
ಮಂದ (ಸ್ತು) ತುಂದ ಪರಿಮೃಜ ಆಲಸ್ಯಃ ಶೀತಕೋಽಲಸೋಽನುಷ್ಣಃ *c* ॥ ॥೨೦೫॥
ದಕ್ಷೇ (ತು) ಚತುರ ಪೇಶಲ ಪಟವಃ ಸೂತ್ಥಾನ ಉಷ್ಣ (ಶ್ಚ) *d* ।
ಚಂಡಾಲ ಪ್ಲವ ಮಾತಂಗ ದಿವಾಕೀರ್ತಿ ಜನಂಗಮಾಃ ॥ ॥೨೦೬॥
ನಿಷಾದ ಶ್ವಪಚಾವಂತೇವಾಸಿ ಚಾಂಡಾಲ ಪುಕ್ಕಸಾಃ *e* ।
(ಭೇದಾಃ) ಕಿರಾತ ಶಬರ ಪುಲಿಂದಾ (ಮ್ಲೇಚ್ಛಜಾತಯಃ) *f* ॥ ॥೨೦೭॥
ವ್ಯಾಧೋ ಮೃಗವಧಾಜೀವೋ ಮೃಗಯುರ್ಲುಬ್ಧಕ (ಶ್ಚ ಸಃ) *g* ।
ಕೌಲೇಯಕಃ ಸಾರಮೇಯಃ ಕುಕ್ಕುರೋ ಮೃಗದಂಶಕಃ ॥ ॥೨೦೮॥
ಶುನಕೋ ಭಷಕಃ ಶ್ವಾ (ಸ್ಯಾತ್) *h* ಅಲರ್ಕ (ಸ್ತು ಸಯೋಗಿಕಃ) *i* ।
(ಶ್ವಾ) ವಿಶ್ವಕದ್ರು (ರ್ಮೃಗಯಾ ಕುಶಲ) *j* ಸ್ಸರಮಾ ಶುನೀ *k* ॥ ॥೨೦೯॥
ವಿಟ್ಚರ (ಸ್ಸೂಕರೋಗ್ರಾಮ್ಯೋ) *l* ವರ್ಕರ (ಸ್ತರುಣಃಪಶುಃ) *m* ।
ಆಚ್ಛೋದನಂ ಮೃಗವ್ಯಂ (ಸ್ಯಾತ್) ಆಖೇಟೋ ಮೃಗಯಾ (ಸ್ತ್ರಿಯಾಂ) *n* ॥೨೧೦॥
(ದಕ್ಷಿಣಾರುರ್ಲುಬ್ಧಯೋಗಾ) ದ್ದಕ್ಷಿಣೇರ್ಮಾ (ಕುರಂಗಕಃ) *o* ।
ಚೌರೈಕಾಗಾರಿಕಸ್ತೇನ ದಸ್ಯು ತಸ್ಕರ ಮೋಷಕಾಃ ॥ ॥೨೧೧॥
ಪ್ರತಿರೋಧಿ ಪರಾಸ್ಕಂದಿ ಪಾಟಚ್ಚರ ಮಲಿಮ್ಲುಚಾಃ *p* ।
ಚೌರಿಕಾ ಸ್ತೈನ್ಯ ಚೌರ್ಯೇ (ಚ) ಸ್ತೇಯಂ *q* ಲೋಪ್ತ್ರಂ (ತುತದ್ಧನಂ) *r* ॥ ॥೨೧೨॥

---

a 11, Servant. *b* 4, Slave. *c* 6, Slow, stupid man. *d* 6, Clever, active man. *e* 10, Outcaste, *pariah*. *f* 1, The names of three wild tribes, viz: 1, the *Kiráta*, who wear feathers of a peacock's tail in the hair; 1, the *Shabara*, who wear aprons made of leaves; and 1, the *Pulinda*, the most numerous, whose language is an unintelligible jargon. *g* 4, Hunter. *h* 7, Dog. *i* 1, Mad dog. *j* 1, Hound, hunting dog. *k* 2, Bitch. *l* 1, Domesticated pig. *m* 1, Any young ruminant animal. *n* 4, Hunting. *o* 1, A wounded deer, one struck by an arrow on the right flank. *p* 10, Thief, robber. *q* 4, Theft, robbery. *r* 1, Stolen property.

a ಭಂಟ, ಚಾಕರೀಯವನು ೧೧. *b* ಹೇಡಿ ಆಳು ೪. *c* ಆಲಸ್ಯಗಾರ ೬. *d* ಆಲಸ್ಯವಿಲ್ಲದವನು ೬. *e* ಹೊಲೆಯವನು ೧೦. *f* ನವಿಲು ಗರಿ ಪುಚ್ಛ ಬ್ಯಾಡ ೧; ಸೊಪ್ಪನುಟ್ಟ ಬ್ಯಾಡ ೧; ಬ್ಯಾಡರ ಭಾಷೆಯನ್ನು ಬಲ್ಲವನು ೧ ಈ ೩ ಚಂಡಾಲ ಭೇದಗಳಾದ ಮ್ಲೇಂಛ ೩. *g* ಬೇಡರವನು ೪. *h* ನಾಯಿ ೭. *i* ಹುಚ್ಚು ಹಿಡಿದ ನಾಯಿ ೧. *j* ಬ್ಯಾಟೆಯಲ್ಲಿ ಕುಶಲವಾದ ನಾಯಿ ೧. *k* ಹೆಣ್ಣು ನಾಯಿ ೨. *l* ಊರೊಳಗಿನ ಹಂದಿ ೧. *m* ಪ್ರಾಯದ ಪಶು ೧. *n* ಬೇಟೆ ೪. *o* ಬೇಟೆಗಾರನ ಬಾಣವು ತಗಿಲಿ ಬಲಗಡೆ ಗಾಯವುಳ್ಳ ಮೃಗ ೧. *p* ಕಳ್ಳನು ೧೦. *q* ಕಳ್ಳತನ ೪. *r* ಕದ್ದ ವಸ್ತು ೧.

ವಿತಂಸ (ಸ್ತೂಪಕರಣಂ ಬಂಧನೇಮೃಗಪಕ್ಷಿಣಾಂ) *a* ।
ಉನ್ಮಾಥಃ ಕೂಟಯಂತ್ರಂ (ಸ್ಯಾತ್) *b* ವಾಗುರಾ ಮೃಗಬಂಧಿನೀ *c* ॥ ॥೭೧೩॥
ಶುಲ್ಬಂ ವಟಾರಕಃ (ಸ್ತ್ರೀಶು) ರಜ್ಜು (ಸ್ತ್ರೀಷು) ವಟೀ ಗುಣಃ *d* ।
ಉದ್ಘಾಟನಂ ಘಟೀಯಂತ್ರಂ (ಸಲಿಲೋದ್ವಾಹನಂಪ್ರಹೇಃ) *e* ॥ ॥೭೧೪॥
(ಪುಂಸಿ) ವೇಮಾ ವಾಯದಂಡಃ *f* ಸೂತ್ರಾಣಿ (ನರಿ) ತಂತವಃ *g* ।
ವಾಣಿರ್ವ್ಯೂತಿ (ಸ್ತ್ರಿಯೌತುಲ್ಯೇ) *h* ಪುಸ್ತಂ (ಲೆಪ್ಯಾದಿಕರ್ಮಣಿ) *i* ॥ ॥೭೧೫॥
ಪಾಂಚಾಲಿಕಾ ಪುತ್ರಿಕಾ (ಸ್ಯಾ ದ್ವಸ್ತ್ರದಂತಾದಿಭಿಃಕೃತಾ) *j* ।
ಪಿಟಕಃ ಪೇಟಕಃ ಪೇಟಾ ಮಂಜೂಷಾ *k* (ಥ) ವಿಹಂಗಿಕಾ ॥ ॥೭೧೬॥
ಭಾರಯಷ್ಟಿ *l* (ಸ್ತದಾಲಂಬಿ) ಶಿಕ್ಯಂ ಕಾಚಃ *m* (ಥ) ಪಾದುಕಾ ।
ಪಾದೂರುಪಾನತ್ (ಸ್ತ್ರೀ *n* (ಸೈವಾ) ನುಪದೀನಾ (ಪದಾಯತಾ) *o* ॥ ॥೭೧೭॥
ನಧ್ರೀ ವಧ್ರೀ ವರತ್ರಾ (ಸ್ಯಾ) *p* (ದಶ್ವಾದೆಸ್ತಾಡನೀ) ಕಶಾ *q* ।
ಚಾಂಡಾಲಿಕಾ ತುಕಂಡೋಲ ವೀಣಾ ಚಂಡಾಲವಲ್ಲಕೀ *r* ॥ ॥೭೧೮॥
ನಾರಾಚೀ (ಸ್ಯಾ) ದೆಷಣಿಕಾ *s* ಶಾಣ (ಸ್ತು) ನಿಕಷಃ ಕಷಃ *t* ।
ವ್ರಶ್ಚನಃ ಪತ್ರಪರಶು *u* ರೀಷಿಕಾ ತೂಲಿಕಾ (ಸಮೆ) *v* ॥ ॥೭೧೯॥
ತೈಜಸಾ ವರ್ತನೀ ಮೂಷಾ *w* ಭಸ್ತ್ರಾ ಚರ್ಮಪ್ರಸೇವಿಕಾ *x* ।

---

a 1, Any instrument for catching birds or small animals, as a net. *b* 2, Trap for deer or other large animals. *c* 2, Toil or net for deer. *d* 5, Rope. *e* 2, The rope and bucket of a draw-well. *f* 2, Weaver's shuttle. *g* 2, Thread. *h* 2, Weaving. *i* 1, Plastering, modelling. *j* 2, A doll, an image made of cloth or ivory &c. *k* 4, Box. *l* 2, A pole for carrying burthens, *kavadi* pole. *m* 2, The strings suspended from either end of a pole to receive a burthen, the strings of a balance, or a string suspended from the ceiling for hanging things on. *n* 3, Shoe-sandal. *o* 1, A shoe that fits. *p* 3, Strap, leathern thong. *q* 1, Whip *r* 3, A lute used by outcastes (strung with catgut.) *s* 2, Balance or pair of scales. *t* 3, Whetstone, grindstone, hone, touchstone. *u* 2, File. *v* 2, Paint brush. *w* 2, Crucible. *x* 2, Bellows.

a ಮೃಗಗಳು, ಪಕ್ಷಿಗಳು ಹಿಡಿಯುವ ಉರಲು *b* ಜೋನು ಅಥವಾ ಗಾಳ ೨. *c* ಮೃಗಗಳು ಹಿಡಿಯುವ ಬಲೆ ೨. *d* ನೇಣು, ಹುರಿ ೫. *e* ನೀರು ಯೆತ್ತುವ ರಾಟೆ ೨. *f* ನೂಲು ಕಂಡಿಕೆಯನ್ನಿರಿಸಿ ನೇಯುವ ಕೋಳವಿ ೨. *g* ನೂಲು ೨. *h* ನೇಯ್ಗುವದು ೨. *i* ಬೊಳದು ಮೆತ್ತುವದು ೧. *j* ಮರದಿಂದ ಮಾಡಲ್ಪಟ್ಟ ಬೊಂಬೆ ೨. *k* ಪೆಟಾರಿ ೨, ಮಂದಾಸ ೨, ಪೆಟ್ಟಿಗೆ, ಗಾಂಸಣಿಗೆ ೪. *l* ಕಾವಡಿಯ ದಬ್ಬೆ ೨. *m* ಕಾವಡಿಯ ವುಟ್ಟೆ ೨. *n* ಕೆರ, ಪಾದರಕ್ಷೆ ೩. *o* ಕಾಲಿಗೆ ತಕ್ಕಂಥಾದ್ದಾದ ಕೆರ ೧. *p* ತೊಗಲ ಹಗ್ಗ ೩. *q* ಹೊಡಿಯುವ ಚಾಟೀ ಕೋಲು ೧. *r* ಮಾದಿಗರವನ ವೀಣೆ ೩. *s* ತ್ರಾಸು ೨. *t* ವರೆ ಗಲ್ಲು, ಸಾಣೆ ೩. *u* ಅಗಸಾಲಿಗ ೨. *v* ಚಿತ್ರ ಬರೆಯುವ ಲೆಕ್ಕಣಿಕೆ ೨. *w* ಚಿನ್ನ ಮೊದಲಾದದ್ದನ್ನು ಕರಗುವ ಮೂಸೆ ೨. *x* ತಿದಿ ೨.

ಆಸ್ಫೋಟನೀ ವೈಧನಿಕಾ *a* ಕೃಪಾಣೀ ಕರ್ತರೀ (ಸಮೆ) *b* ‖ ‖೩೦೦‖
ವೃಕ್ಷಾದನೋ ವೃಕ್ಷಭೇದೀ *c* ಟಂಕಃ ಪಾಷಾಣದಾರಣಃ *d* ।
ಕ್ರಕಚಃ ಕರಪತ್ರಂ (ಸ್ಯಾ) *e* ದಾರಾ ಚರ್ಮಪ್ರಭೇದಿಕಾ *f* ‖ ‖೩೦೧‖
ಸೂರ್ಮಿಸ್ಸ್ಥೂಣಾಯಃಪ್ರತಿಮಾ *g* ಶಿಲ್ಪಂ (ಕರ್ಮಕಳಾದಿಕಂ) *h* ।
ಪ್ರತಿಮಾನಂ ಪ್ರತಿಬಿಂಬಂ ಪ್ರತಿಮಾ ಪ್ರತಿಯಾತನಾ ಪ್ರತಿಚ್ಛಾಯಾ ‖ ‖೩೦೨‖
ಪ್ರತಿಕೃತಿರರ್ಚಾ (ಪುಂಸಿ) ಪ್ರತಿನಿಧಿ *i* ರುಪಮೋಪಮಾನಂ (ಸ್ಯಾತ್) *j* ।
ವಾಚ್ಯಲಿಂಗಾಸ್ಸಮಸ್ತುಲ್ಯ ಸ್ಸದೃಕ್ಷಸ್ಸದೃಶಸ್ಸದೃಕ್ ‖ ‖೩೦೩‖
ಸಾಧಾರಣ ಸಮಾನಶ್ಚ *k* (ಸ್ಯುರುತ್ತರಪದೇತ್ವಮೀ) ।
ನಿಭ ಸಂಕಾಶ ನೀಕಾಶ ಪ್ರತೀಕಾಶೋಪಮಾದಯಃ *l* ‖ ‖೩೦೪‖
ಕರ್ಮಣ್ಯಾ ತುವಿಧಾ ಭೃತ್ಯಾ ಭೃತಯೋ ಭರ್ಮವೇತನಂ ।
ಭರಣ್ಯಂ ಭರಣಂ ಮೂಲ್ಯಂ ನಿರ್ವೇಶಃ ಪಣ (ಇತ್ಯಪಿ) *m* ‖ ‖೩೦೫‖
ಸುರಾ ಹಲಿಪ್ರಿಯಾ ಹಾಲಾ ಪರಿಸ್ರುದ್ವ ರುಣಾತ್ಮಜಾ ।
ಗಂಧೋತ್ತಮಾ ಪ್ರಸನ್ನೇರಾ ಕಾದಂಬರ್ಯಃ ಪರಿಸ್ರುತಾ । ‖೩೦೬‖
ಮದಿರಾ ಕಶ್ಯ ಮದ್ಯೆ (ಚಾ) *n* ಪ್ಯವದಂಶ (ಸ್ತುಭಕ್ಷಣಂ) *o* ।
ಶುಂಡಾಪಾನಂ ಮದಸ್ಥಾನಂ *p* ಮಧುವಾರಾ ಮಧುಕ್ರಮಾಃ *q* ‖ ‖೩೦೭‖
ಮಧ್ವಾಸವೋ ಮಾಧವಕೋ ಮಧು ಮಾರ್ದ್ವೀಕ (ಮದ್ಯಯೋಃ) *r*

---

a 2, Auger, drill. *b* 2, Scissors. *c* 2, Hatchet, axe, chisel. *d* 2, Stone-mason's chi[illegible] *e* 2, Saw. *f* 2, Awl. *g* 3, An iron image. *h* 1, Any manual or mechanical art or profes[illegible] *i* 8, Idol image or picture. *j* 2, Likeness. *k* 7, Things which are alike or si[illegible] *l* 8, Like (as the latter part of compound words.) *m* 11, Wages, hire, salary. *n* 13, Spi[illegible] liquor, wine. *o* 1, Any thing eaten along with wine, also pickle. *p* 3, Tavern, a [illegible] drinking in. *q* 2, Drinking frequently, tippling. *r* 4, The flower of the *bassia lati*[illegible] which a spirituous liquor is obtained.

a ರತ್ನಾದಿಗಳಿಗೆ ಯೆಜ್ಜಾ ಹಾಕುವ ಬೈರಿಗೆ ೨. *b* ಕತ್ತರಿ ೨. [illegible]ವ ಸ್ನು ಕಡಿಯುವ ವುಳಿ ೨. *d* ಕಲ್ಲು ಕಡಿಯುವ ಉಳಿ ೨. *e* ಗರಗಸ[illegible] ಉ ಜ್ಜಕೆ, ಆಕು ರಾಯಿ ೨. *g* ಕಬ್ಬಿಣದ ಪ್ರತಿಮೆ ೩. *h* ವಾತ್ಸ್ಯ[illegible] ಹೇ ಳಿದ ನೃತ್ಯ ಗೀತಾದಿ ೬೪ ಬಾಹ್ಯ ಆಲಿಂಗನ ಚುಂಬನಾದಿ ಕ್ರಿಯಗಳ[illegible] ವಿಷ್ಣು ಮೊದಲಾದವರ ಆಕಾರದ ಹಾಗೆ ಮಾಡಿದ ಕಲ್ಲು ಮೊದಲಾದ[illegible]ಗಳು ೮. *j* ಸರಿ ಹೋಲಿಸುವದು ೨. *k* ಸಮಾನವಾದ ವಸ್ತು ೭. *l* [illegible]ಪ ಶಬ್ದ ಗಳು ೮. *m* ಕೂಲಿ, ಮುಜೂರಿಯ ಕಿಮ್ಮತು ೧೧. *n* ಹೆಂಡ, [illegible] ದ ಮದ್ಯ ೧೩. *o* ಭೋಜನದಲ್ಲಿ ಬಡಿಸಿ ಕೊಳ್ಳುವ ಮಾಂ[illegible]ನ ಮುಂತಾದದ್ದು ೧. *p* ಮದ್ಯಪಾನ ಮಾಡುವ ಮನೆ ೩. *q* [illegible] ಕ್ರಮ ೨. *r* ಹಿಪ್ಪೆ ಹುವ್ವಿನ ಹೆಂಡ ೪.

ಮೈರೇಯ (ಮಾಸವಶ್ಶೀಧು) *a* ರ್ಮೇದಕೋ ಜಗಲ (ಸ್ಸಮೌ) *b* || ||೩೮||
ಸಂಧಾನಂ (ಸ್ಯಾ) ದಭಿಷವಃ *c* ಕಿಣ್ವಂ (ಪುಂಸಿತು) ನಗ್ನಹೂಃ *d* |
ಕಾರೋತ್ತಮಸ್ಸುರಾಮಂಡ *e* ಮಾಪಾನಂ ಪಾನಗೋಷ್ಠಿಕಾ *f* || ||೩೯||
ಚಷಕೋ (ಸ್ತ್ರೀ) ಪಾನಪಾತ್ರಂ ಸರಕೋಪ್ಯನು ತರ್ಷಣಂ *g* |
ಧೂರ್ತೋಕ್ಷದೇವೀ ಕಿತವೋಕ್ಷಧೂರ್ತೋ ದ್ಯೂತಕೃ (ತ್ಸಮಾಃ) *h* || ||೪೦||
(ಸ್ಯು) ರ್ಲಗ್ನಕಾಃ ಪ್ರತಿಭುವಃ *i* ಸಭಿಕಾ ದ್ಯೂತಕಾರಕಾಃ *j* |
ದ್ಯೂತೋ (ಸ್ತ್ರಿಯಾ) ಮಕ್ಷವತೀ ಕೈತವಂ ಪಣ (ಇತ್ಯಪಿ) *k* || ||೪೧||
(ಪಣೋಕ್ಷೇಷು) ಗ್ಲಹೋ *l* ಕ್ಷಾಸ್ತು ದೇವನಾಃ ಪಾಶಕಾ (ಶ್ಚತೇ) *m* |
ಪರಿಣಾಯ (ಸ್ತು ಶಾರೀಣಾಂ ಸಮಂತಾನ್ನಯನೇ) (ಸ್ತ್ರಿಯಾಂ) *n* || ||೪೨||
ಅಷ್ಟಾಪದಂ ಶಾರಿಫಲಂ *o* ಪ್ರಾಣಿದ್ಯೂತಂ ಸಮಾಹ್ವಯಃ *p* |

---

a 1, Wine made from *sythrum fruticosum* 1, toddy, wine, rum, a general term for spirituous liquors; 1, rum distilled from molasses. *b* 2, Any substance from which liquor is distilled. *c* 2, Distilling. *d* 2, A ferment. *e* 2, Froth of ardent spirits. *f* 2, Dram-shop, a place where many people drink together. *g* 4, A drinking vessel, wine-cup. *h* 5, Gambler. *i* 2, One who is security for another. *j* 2, Keeper of a gambling-house. *k* 4, Gambling. *l* 1, Stake in gambling. *m* 3, Dice. *n* 1, Moving pieces according to throws of dice as in backgammon. *o* 2, Chess-board or table. *p* 2, Gaming by means of animals, as by cock-fighting, horse-racing, &c.

[a] ಅರೇ ಹುವ್ವು ಬೆಲ್ಲ ಕಲಗಚ್ಚು ನೀರಿನಿಂದಾ ಕಲಿಸಿದ ಹೆಂಡ ೧. ಕಬ್ಬಿನ ರಸ ದಿಂದ ಮಾಡಿದ ಹೆಂಡ ೧. ಸಾರಾಯಿ, ಬ್ರಾಂದಿ ೧. [b] ಮದ್ಯ ಮಾಡುವದಕ್ಕೆ ನಾನಾ ಪದಾರ್ಥಗಳು ಕೂಡಿಸಿದ ಮುದ್ದೆ ೨. [c] ಹೆಂಡ ಮಾಡುವದು ೨. [d] ಮದ್ಯದ ಹಿಟ್ಟಿಲಿಯಲೂ, ಮದ್ಯ ಮಾಡುವದರಲ್ಲಿಯೂ ವರ್ತಿಸುತ್ತದೆ ೨. [e] ಹೆಂಡದ ಮೇಲಣ ತಿಳಿ ೨. [f] ಅನೇಕ ಮಂದಿ ಕೂಡಿ ಮಾಡುವ ಮದ್ಯಪಾನದ ಸ್ಥಳ ೨. [g] ಹೆಂಡ ಕುಡಿಯುವ ಬಟ್ಲು ೪. [h] ಜೂಜು ಆಡುವವನು ೫. [i] ಹೊಣೆಗಾರ, ಜಾಮೀನ ೨. [j] ಜೂಜು ಆಡಿಸುವವನು ೨. [k] ಜೂಜು ೪. [l] ಜೂಜುದಲ್ಲಿ ಪಂದ್ಯ ೧. [m] ಪಾಚಿಕೆಗಳು ೩. [n] ಪಗಡೇ ಕಾಯಿ ನಡಿಸುವದು ೧. [o] ಲೆತ್ತ ಮಾಡುವ ಹಲಿಗೆ, ಲೆತ್ತ ಸಾಲೆ ೨. [p] ಕೋಳಿ ಮೊದಲಾದ ಜಂತುಗಳ ಜೂಜು ೨.

॥ ಅವತರಣಿಕೆ ॥

(ಈಗ ಈ ಗ್ರಂಥಕರ್ತನು, ಶೂದ್ರವರ್ಗದಲ್ಲಿ ಉಕ್ತ ಯೆಂಬುವಶ್ಲೋಕದಿಂದ ಯೌಗಿಕ ಶಬ್ದಗಳಿಗೆ ಲಿಂಗವನ್ನು ವಿಶೇಷವಾಗಿ ಹೇಳುತ್ತಾನೆ—ಹ್ಯಾಗಂದರೆ:–)

ಮೂಲ॥ ಉಕ್ತಾಭೂರಿಪ್ರಯೋಗತ್ವಾದೇಕಸ್ಮಿನ್‌ಯತ್ರಯೌಗಿಕಾಃ।
ತಾದ್ಧರ್ಮ್ಯಾದನ್ಯತೋ ವೃತ್ತಾ ಸ್ತ್ವೂಹ್ಯಾ ಲಿಂಗಾಂತರೇಪಿತೇ ॥ ॥೭೪೨॥

ಟೀಕೆ॥ ಅತ್ರ—ಈ ಶೂದ್ರವರ್ಗದಲ್ಲಿ। ಯೌಗಿಕಾಃ—ಯೌಗಿಕಗಳಾದ। ಯೇ—ಯಾವ। ಮಾಲಾ—ಕಾರ। ಮಾರ್ದಂಗಿಕ—ವೈಣವಿಕಾದಿ ಶಬ್ದಗಳು। ಭೂರಿ ಪ್ರಯೋಗತ್ವಾತ್—ಪ್ರಯೋಗ ಬಾಹುಳ್ಯದಿಂದ। ಏಕಸ್ಮಿನ್—ಒಂದು ಪುಲ್ಲಿಂಗದಲ್ಲೇ। ಉಕ್ತಾಃ—ಹೇಳಲ್ಪಟ್ಟವೋ। ತೇ—ಆ ಶಬ್ದಗಳು। ತಾದ್ಧರ್ಮ್ಯಾತ್—ಆಯಾ ಧರ್ಮಗಳುಂಟಾಗುವದ್ದರಿಂದ। ಅನ್ಯತಃ—ಪ್ರತ್ಯೇಕವಾದ ಸ್ತ್ರ್ಯಾದಿಗಳಲ್ಲಿ। ವೃತ್ತಾಸ್ಸಂತಃ—ವರ್ತಿಸುವವುಗಳಾಗಿ। ಲಿಂಗಾಂತರೇಪಿ—ಸ್ತ್ರೀಲಿಂಗ ನಪುಂಸಕ ಲಿಂಗಗಳಲ್ಲಿಯೂ ವರ್ತಿಸುತ್ತವೆ ಯೆಂದು। ಊಹ್ಯಾಃ—ತಿಳಿಯತಕ್ಕವುಗಳು.

ಆದ್ದರಿಂದ—ಆ ಯೌಗಿಕಗಳಾದ ಕುಂಭಕಾರಾದಿ ಶಬ್ದಗಳು ಶೂದ್ರಾದಿ ಶಬ್ದಗಳ ಹಾಗೆ ಪುಂಲಿಂಗ ಸ್ತ್ರೀ ಲಿಂಗಗಳಲ್ಲೇ ವರ್ತಿಸುತ್ತವೆಯೆಂದು ತಾತ್ಪರ್ಯವು. ಇದಕ್ಕೆ, ಮಾಲಾಕಾರಃ ಪುರುಷಃ, ಮಾಲಾಕಾರೀ ಸ್ತ್ರೀ, ಮಾಲಾಕಾರಂ ಬೃಂದಂ, ಈ ಪ್ರಕಾರ ಉದಾಹರಣೆಗಳನ್ನೂ ಹಿಸತಕ್ಕದ್ದು.

॥ ಇತಿ ಶೂದ್ರ ವರ್ಗಃ ॥

ಇತ್ಯಮರಸಿಂಹಕೃತೌ ನಾಮಲಿಂಗಾನು ಶಾಸನೇ।
ಭೂಮಿಕಾಂಡೋದ್ವಿತೀಯೋಯಂ ಸಾಂಗಏವಸಮರ್ಥಿತಃ॥ ॥೭೪೩॥

॥ ಇತಿ ನಾಮಲಿಂಗಾನುಶಾಸನೇ ದ್ವಿತೀಯ ಕಾಂಡಃ ॥

PART III.

ತೃ[illegible]ಕಾಂಡ ಪ್ರಾರಂಭಃ

INTRODUCTION.—ಅವತರಣಿಕೆ.

ಈ ಕೋಶದಲ್ಲಿ ಹೇಳಲ್ಪಟ್ಟ ಪದಗಳೆಲ್ಲಕ್ಕೂ ಸಂಬಂಧಿಸಿದ, ಲಿಂಗಾರ್ಥಪ್ರಯೋಗ ರೂಪಭೇದಾದ್ಯನೇಕ ವಿಷಯಗಳನ್ನು ಅಧ್ಯೇತೃಜನಗಳು ಸುಲಭವಾಗಿ ತಿಳಿದುಕೊಳ್ಳುವದಕ್ಕೆ ತಕ್ಕ ಸಹಾಯವಾಗಿರುವಂತೆ ಮುಂದೆ ಹೇಳಲ್ಪಡುವ ಸಾಮಾನ್ಯಕಾಂಡದಲ್ಲಿ ವರ್ಗಗಳಿಗೆ ಪೂರ್ವಕಾಂಡ ವರ್ಗಗಳ ಸಂಬಂಧವನ್ನು ತೋರಿಸಿ ವಿಸ್ತರಿಸುತ್ತಾನೆ.

ಮೂ॥ ವಿಶೇಷ್ಯನಿಘ್ನೈಸ್ಸಂಕೀರ್ಣೈರ್ನಾನಾರ್ಥೈರವ್ಯಯೈರಪಿ। ಲಿಂಗಾದಿಸಂಗ್ರಹೈರ್ವರ್ಗಾಸ್ಸಾಮಾನ್ಯೇ ವರ್ಗಸಂಶ್ರಯಾಃ ॥೧॥

ಟೀಕೆ॥ ಸಾಮಾನ್ಯೇ—ಪೂರ್ವ ಕಾಂಡಗಳಿಗೆಸಾಧಾರಣವಾದ ಈ ಸಾಮಾನ್ಯ ಕಾಂಡದಲ್ಲಿ ವಿಶೇಷ್ಯನಿಘ್ನೈಃ—ವಿಶೇಷ್ಯದ ಸಂಗಡ ಸಮಾನವಾದ ಲಿಂಗಾದಿಗಳುಳ್ಳ ಪದಗಳಿಂದಲೂ। ಸಂಕೀರ್ಣೈಃ—ಪರಸ್ಪರ ವಿಜಾತೀಯಾರ್ಥಗಳಾದ ಪದಗಳಿಂದಲೂ। ನಾನಾರ್ಥೈಃ—ಅನೇಕಾರ್ಥಗಳಾದ ಪದಗಳಿಂದಲೂ। ಅವ್ಯಯೈರಪಿ—ಅವ್ಯಯ ಪದಗಳಿಂದಲೂ। ಲಿಂಗಾದಿಸಂಗ್ರಹೈಃ—ಲಿಂಗಸಂಗ್ರಹ ನಾಮಸಂಗ್ರಹಗಳಿಂದಲೂ। ವರ್ಗಾಃ—ವಿಶೇಷ್ಯನಿಘ್ನವರ್ಗ। ಸಂಕೀರ್ಣವರ್ಗ। ನಾನಾರ್ಥವರ್ಗ। ಅವ್ಯಯವರ್ಗ। ಲಿಂಗಾದಿಸಂಗ್ರಹ ವರ್ಗಗಳೆಂಬೈದು ವರ್ಗಗಳು. ಉಚ್ಯಂತೇ—ಹೇಳಲ್ಪಡುತ್ತವೆ॥ ತೇ—ಆ ವರ್ಗಗಳು। ವರ್ಗಸಂಶ್ರಯಾಃ—ಪ್ರಥಮ ದ್ವಿತೀಯ ಕಾಂಡದ ವರ್ಗಗಳನ್ನೇ ಆಶ್ರಯಿಸಿದವುಗಳು। ಇದಲ್ಲದೆ ತುಂಬಾ ತನ್ನೊಳಗೆ ಅವಾಂತರ ವರ್ಗಗಳು ವುಳ್ಳಂಥಾವುಗಳೆಂದರ್ಥವು॥ ಅದು ಯಾವ ಪ್ರಕಾರವೆಂದರೆ—ವಿಶೇಷ್ಯನಿಘ್ನವರ್ಗ

ದಲ್ಲಿ ಹೇಳತಕ್ಕ ಸುಕೃತ್ಯಾದಿಗಳ
ಸಂಕೀರ್ಣವರ್ಗದಲ್ಲಿ ಹೇಳತಕ್ಕ
ಪಾರಗಳು—ಈಪ್ರಕಾರವೇ ಕಡಿ
ಕ್ಕ ಪದಾರ್ಥಗಳಗೂ—ಅವುಗಳ ಸ
ಯುಬಹುದು॥ ಆದ್ದರಿಂದ ಈಕಾಂಡವು ಸಾಮಾನ್ಯ
ವೆನ್ನಿಸಿಕೊಳ್ಳುವದು॥ ೨ನೇ ಪಕ್ಷದಲ್ಲಿ ನಾನಾರ್ಥವರ್ಗದೊ
ಳಗೆ ಕಾಂತಾದಿ ವರ್ಗಗಳೂ—ಅವ್ಯಯ ವರ್ಗದಲ್ಲಿ—ಅವ್ಯಯ
ವರ್ಗ ಅವ್ಯಯ ನಾನಾರ್ಥ ವರ್ಗಗಳೂ—ಈ ಪ್ರಕಾರವೇ
ಲಿಂಗಾದಿ ಸಂಗ್ರಹ ವರ್ಗದಲ್ಲಿಯೂ ಇವೆ ಯೆಂಬದಾಗಿ ತಿಳಿ
ಯು ಬೇಕು.

Preface.—ಅವತಾರಿಕೆ.

ಈಶಾಸ್ತ್ರದಲ್ಲಿ ಪ್ರಾಯಶೋರೂಪಭೇದೇನ—ಎಂಬುವ ಸಂಕೇತದಿಂದ ಕೇವಲ ರೂಪಭೇದಗಳಿಂ ಲಿಂಗವನ್ನು ತಿಳಿಯತಕ್ಕದ್ದಾಗಿ ಈ ವಿಶೇಷ್ಯನಿಘ್ನ ವರ್ಗದಲ್ಲಿಯೂ—ಆ ಪ್ರಕಾರವೇ ಎಂಬುವ ಭ್ರಮವನ್ನು ಹೋಗಲಾಡಿಸುವದಕ್ಕೋಸ್ಕರ— (ಸ್ತ್ರೀದಾರಾದ್ಯೈಃ) ಎಂಬುವ ಶ್ಲೋಕದಿಂದ ವಿಶೇಷವನ್ನು ತಿಳಿಸುತ್ತಾನೆ—ಹ್ಯಾಗಂದರೆ.

ಮೂಲ॥ ಸ್ತ್ರೀದಾರಾದ್ಯೈರ್ಯದ್ವಿಶೇಷ್ಯಂ ಯಾದೃಶೈಃ ಪ್ರಸ್ತುತಂಪದೈಃ।
ಗುಣ ದ್ರವ್ಯ ಕ್ರಿಯಾಶಬ್ದಾ ಸ್ತಥಾಸ್ಸ್ಯುಸ್ತಸ್ಯಭೇದಕಾಃ ॥೨॥

ಟೀಕೆ॥ ಯದ್ವಿಶೇಷ್ಯಂ—ಯಾವವಿಶೇಷ್ಯವಾದ ಅರ್ಥವು। ಯಾದೃಶೈಃ—
ಯಾವ ಲಿಂಗಾದಿಗಳುಳ್ಳ। (ಸ್ತ್ರೀದಾರಾದ್ಯೈಃ—ಸ್ತ್ರೀದಾರಾಃ ಇ
ವು ಮೊದಲಾದ। ಸ್ತ್ರೀಲಿಂಗ ಪುಲ್ಲಿಂಗ ನಪುಂಸಕಲಿ
ಗಳಿಂದ। ಪ್ರಸ್ತುತಂ—ಪ್ರಕ್ರಮಿಸಲ್ಪಡುವದೋ। ತಸ್
ಶೇಷ್ಯಕ್ಕೆ। ಭೇದಕಾಃ—ವಿಶೇಷಣಗಳಾದ। ಗುಣದ್ರವ್ಯ
ಶಬ್ದಾಃ—ಗುಣವಾಚಕ ದ್ರವ್ಯವಾಚಕ, ಕ್ರಿಯಾವಾ
ಬ್ದಗಳು। ತಥಾಸ್ಯುಃ—ಅವಿಶೇಷ್ಯಲಿಂಗಗಳುಳ್ಳಂಥಾವೇ

ವು ಯಾವ ಲಿಂಗವಾಗಿ ಪ್ರಕ್ರಮಿ
ಕ್ರಿಯಾವಾಚಕಗಳಾದ ಸುಕ್ಕೃ
ಂಗಗಳುಳ್ಳಂಥಾವೇ ಆಗುವನೆಂದು
ಣಾಸ್ತ್ರೀ—ಪ್ರವಿಣಾಃದಾರಾಃ—ಪ್ರ
ಗುಣವಾಚಕಗಳಾದ ವಿಶೇಷಣ
ಗಳಿಗುನ್ನೂ, ಧನಿನೀಸ್ತ್ರೀ—ಧನಿನೊದಾರಾಃ—ಧನಿಕಳತ್ರಂ—
ಯೆಂದು ದ್ರವ್ಯವಾಚಕಗಳಾದ ವಿಶೇಷಣಗಳಿಗುನ್ನೂ, ಕ್ಷೇಮಂ
ಕರಾಸ್ತ್ರೀ—ಕ್ಷೇಮಂಕರಾಃ ದಾರಾಃ—ಕ್ಷೇಮಂಕರಂ ಕಳತ್ರಂ
ಯೆಂದು ಕ್ರಿಯಾವಾಚಕಗಳಾದ ವಿಶೇಷಣಗಳಿಗೂ, ಈ
ಮೇರೆ ಉದಾಹರಣೆಗಳು

Meaning.

The qualifying words in this chapter adopt the same gender as the words they are used to qualify.

1. *Example.*

ಕ್ಷೇಮಂಕರಃ (masculine) becomes ಕ್ಷೇಮಂಕರಾ with a feminine noun, and ಕ್ಷೇಮಂಕರಂ with a neuter noun.

2. *Example.*

ಪ್ರವೀಣಃ (masculine) becomes ಪ್ರವೀಣಾ with a feminine noun, and ಪ್ರವೀಣಂ with a neuter noun.

3. *Example.*

ಧನಿನಃ (masculine) becomes ಧನಿನ್ಯಃ with a feminine noun, and ಧನಿ with a neuter noun.

I. VISHESHYA-NIGHNA-VARGA.—ವಿಶೇಷ್ಯನಿಘ್ನವರ್ಗ.

ಕ್ಷೇಮಂಕರೋ ಽರಿಷ್ಟತಾತಿಃ ಶಿವತಾತಿಃ ಶಿವಂಕರಃ *a* ।
ಸುಕೃತೀ ಪುಣ್ಯವಾನ್ ಧನ್ಯೋ *b* ಮಹೇಚ್ಛಸ್ತು ಮಹಾಶಯಃ *c* ॥ ॥೩॥
ಹೃದಯಾಲುಃ ಸುಹೃದಯೋ *d* ಮಹೋತ್ಸಾಹೋ ಮಹೋದ್ಯಮಃ *e* ।
ಪ್ರವೀಣೇ ನಿಪುಣಾಭಿಜ್ಞ ವಿಜ್ಞ ನಿಷ್ಣಾತ ಶಿಕ್ಷಿತಾಃ ॥ ॥೪॥
ವೈಜ್ಞಾನಿಕಃ ಕೃತಮುಖಃ ಕೃತೀ ಕುಶಲ (ಇತ್ಯಪಿ) *f* ।
ಪೂಜ್ಯಃ ಪ್ರತೀಕ್ಷ್ಯಃ *g* ಸಾಂಶಯಿಕಃ ಸಂಶಯಾಪನ್ನಮಾನಸಃ *h* ॥ ॥೫॥
ದಕ್ಷಿಣೀಯೋ ದಕ್ಷಿಣಾರ್ಹಃ (ಸ್ತತ್ರ) ದಾಕ್ಷಿಣ್ಯ (ಇತ್ಯಪಿ) *i* ।
(ಸ್ಯಾ)ದ್ವದಾನ್ಯಃ ಸ್ಥೂಲಲಕ್ಷ್ಯದಾನಶೌಂಡಾ ಬಹುಪ್ರದೇ *j* ॥ ॥೬॥
ಜೈವಾತೃಕಃ (ಸ್ಯಾ)ದಾಯುಷ್ಮಾನ್ *k* ಅಂತರ್ವಾಣಿಸ್ತು ಶಾಸ್ತ್ರವಿತ್ *l* ।
ಪರೀಕ್ಷಕಃ ಕಾರಣಿಕೋ *m* ವರದಸ್ತು ಸಮರ್ಧಕಃ *n* ॥ ॥೭॥
ಹರ್ಷಮಾಣೋ ವಿಕುರ್ವಾಣಃ ಪ್ರಮನಾ ಹೃಷ್ಟಮಾನಸಃ *o* ।
ದುರ್ಮನಾ ವಿಮನಾ ಅಂತರ್ಮನಾ (ಸ್ಸ್ಯಾ) *p* ದುತ್ಕ ಉನ್ಮನಾಃ *q* ॥ ॥೮॥

---

a 4, Auspicious, salutary, producing happiness. *b* 3, Virtuous, pious, fortunate. *c* 2, Magnanimous, generous. *d* 2, Good-hearted, kind. *e* 2, Energetic, persevering. *f* 10, Skilful, versed in, conversant. *g* 2, Worshipful, venerable. *h* 2, Dubious, irresolute. *i* 3, Worthy to be honored with presents. *j* 4, Liberal, munificent. *k* 2, Long-lived. *l* 2, Skilled in science. *m* 2, Examiner. *n* 2, Conferring a boon, propitious. *o* 4, Delighted, happy, cheerful. *p* 3, Sad, disheartened. *q* 2, Desirous.

a ಶುಭವನ್ನು ಮಾಡುವವನು ೪. *b* ಪುಣ್ಯವುಳ್ಳವನು, ಒಳ್ಳೇ ಅದೃಷ್ಟವಂತನು ೩. *c* ಘನವಾದ ಮನಸ್ಸುಳ್ಳವನು, ಧಾರಾಳಿ ೨. *d* ಒಳ್ಳೇ ಮನಸುಳ್ಳವನು, ಅಂತಃಕರಣ ಶುದ್ಧನು ೨. *e* ದುಷ್ಕರವಾದ ಪ್ರಯೋಜನಗಳಲ್ಲಿ ಉದ್ಯೋಗವುಳ್ಳವನು ೨. *f* ಕೆಲಸದ ಉಪಾಯಗಾರನು, ಚತುರನು, ಜಾಣನು ೧೦. *g* ಪೂಜ್ಯನ ಹೆಸರು ೨. *h* ಸಂದೇಹಿಸುವವನು, ಸಂಶಯಿಸಲ್ಪಟ್ಟ ವಸ್ತು ೨. *i* ದಕ್ಷಿಣೆಗೆ ಯೋಗ್ಯನಾದವನು, ಧಾರಾಳವಾಗಿ ಕೊಡತಕ್ಕವನು ೩. *j* ಬಹಳವಾಗಿ ಕೊಡುವವನು, ಉದಾರಿ ೪. *k* ದೀರ್ಘಾಯುಷ್ಮಂತನು, ಬಹು ಕಾಲ ಬದುಕುವವನು ೨. *l* ಶಾಸ್ತ್ರಜ್ಞನು ೨. *m* ದಾನಾದಿಗಳಲ್ಲಿ ಯೋಗ್ಯತೆಗೆ ಕಾರಣಗಳಾದ ಗುಣಗಳನ್ನು ಪರೀಕ್ಷೆ ಮಾಡುವವನು ೨. *n* ಕೇಳಿದ ವಸ್ತುಗಳಂ ಕೊಡುವ ದೇವತಾದಿಗಳು ೨. *o* ಸಂತೋಷದಿಂದ ಕೂಡಿದ ಮನಸ್ಸುಳ್ಳವನು ೪. *p* ದುಃಖದಿಂದ ಕೂಡಿದ ಮನಸ್ಸುವುಳ್ಳವನು ೩. *q* ಪ್ರಿಯವಾದ ವಸ್ತು ಯಾವಾಗ ದೊರೆಯುವದೋ ಯೆಂದು ತ್ವರೆಯುಳ್ಳವನು ೨.

ದಕ್ಷಿಣೇ ಸರಳೋದಾರೌ a ಸುಕಲೋ (ದಾತೃಭೋಕ್ತರಿ) b ।
ತತ್ಪರೇ ಪ್ರಸಿತಾಸಕ್ತೌ c (ವಿಷ್ಟಾರ್ಥೋದ್ಯುಕ್ತ) ಉತ್ಸುಕಃ d ॥ ॥೯॥
ಪ್ರತೀತೇ ಪ್ರಥಿತ ಖ್ಯಾತ ವಿತ್ತ ವಿಜ್ಞಾತ ವಿಶ್ರುತಾಃ e ।
(ಗುಣೈಃಪ್ರತೀತೇತು) ಕೃತಲಕ್ಷಣಾಹತಲಕ್ಷಣೌ f ॥ ॥೧೦॥
ಇಭ್ಯ ಆಢ್ಯೋ ಧನೀ g ಸ್ವಾಮೀ ತ್ವೀಶ್ವರಃ ಪತಿರೀಶಿತಾ
ಅಧಿಭೂರ್ನಾಯಕೋ ನೇತಾ ಪ್ರಭುಃ ಪರಿವೃಢೋಧಿಪಃ h ॥ ॥೧೧॥
ಅಧಿಕರ್ಧಿಸ್ಸಮೃದ್ಧ i (ಸ್ಸ್ಯಾ) ತ್ಕುಟುಂಬ ವ್ಯಾಪೃತಸ್ತುಯಃ ।
(ಸ್ಯಾ) ದಭ್ಯಾಗಾರಿಕ (ಸ್ತಸ್ಮಿ) ನ್ನುಪಾಧಿ j (ಶ್ಚ ಪುಮಾನಯಂ) ॥ ॥೧೨॥
(ವರಾಂಗರೂಪೋಪೇತೋಯಃ) ಸ್ಸಿಂಹಸಂಹನನೋ (ಹಿಸಃ) k
ನಿರ್ವಾರ್ಯಃ l (ಕಾರ್ಯಕರ್ತಾಯಃ ಸ್ಸಂಪನ್ನ ಸ್ಸತ್ವಸಂಪದಾ) ॥ ॥೧೩॥
(ಅವಾಚಿ) ಮೂಕೋ m (ಥ) ಮನೋಜವಸಃ ಪಿತೃಸನ್ನಿಭಃ n ।
(ಸತ್ಕೃತ್ಯಾಲಂಕೃತಾಂ ಕನ್ಯಾಂ ಯೋದದಾತಿಸ) ಕೂಕುದಃ o ॥ ॥೧೪॥
ಲಕ್ಷ್ಮೀವಾನ್ ಲಕ್ಷ್ಮಣಶ್ಶ್ರೀಲಶ್ಶ್ರೀಮಾನ್ p ಸ್ನಿಗ್ಧಸ್ತು ವತ್ಸಲಃ q ।
(ಸ್ಸ್ಯಾ) ದ್ದಯಾಳುಃ ಕಾರುಣಿಕಃ ಕೃಪಾಳುಸ್ಸುರತ r (ಸ್ಸಮಾಃ) ॥ ॥೧೫॥

---

a 3, Upright, honest. b 1, Liberal in giving and using. c 3, Intent upon, devoted to. d 1, Zealous, earnest, longing for. e 6, Famous, celebrated, notorious. f 2, Noted for good qualities, attracting notice. g 3, Rich. h 10, Ruler, superior. i 2, Wealthy, very rich. j 2, Diligent in supporting a family. k 1, Handsome and well-shaped, of noble presence. l 1, Firm, resolute, unmoved. m 1, Dumb. n 1, Resembling one's father. o 1, Giving a girl in marriage with due ceremony and suitable decoration. p 4, Prosperous, possessed of wealth and fortune. q 2, Affectionate, kind, beloved. r 4, Gracious, merciful, benignant.

a ಕುಟಿಲವಾಗದೆ ನೆಟ್ಟಗಾದ ಮನಸ್ಸುಳ್ಳವನು ೩. b ತ್ಯಾಗ ಭೋಗಗಳು ಎರಡೂ ಉಳ್ಳವನು ೧. c ಒಂದು ಪದಾರ್ಥದಲ್ಲಿ ತಗಿಲಿದಮನಸ್ಸುಳ್ಳವನು ೩. d ಇಷ್ಟವಾದ ಪ್ರಯೋಜನದಲ್ಲಿ ಉದ್ಯೋಗ ಉಳ್ಳವನು ೧. e ಧನಾದಿಗಳಿಂದ ಪ್ರಸಿದ್ಧನಾದವನು ೬. f ತ್ಯಾಗ ಶೌರ್ಯಾದಿ ಗುಣಗಳಿಂದ ಪ್ರಸಿದ್ಧನಾದವನು ೨. g ಧನವಂತನ ಹೆಸರು ೩. h ಆಳುವವನು ೧೦. i ಅಧಿಕವಾದ ಸಂಪತ್ತುಳ್ಳವನು ೨. j ವರ್ತಿಸುವದು, ಈ ಉಪಾಧಿ ಶಬ್ದವು ನಿಯತ ಪುಲ್ಲಿಂಗವು ೨. k ಯಾವನು ಶ್ರೇಷ್ಠವಾದ ಅವಯವದಿಂದಲೂ ಆಕಾರದಿಂದಲೂ ಕೂಡಿ ಇರುವನೋ ಅಂಥಾವನು ೧. l ಆಪತ್ಸಂಪತ್ತುಗಳಲ್ಲಿ ಒಂದೇ ರೀತಿಯಾಗಿರುವ ಧೈರ್ಯಸಂಪತ್ತುಗಳ ಸಂಗಡ ಕೂಡಿ ಕೊಂಡಿದ್ದವನಾಗಿ ಯಾವನು ಕಾರ್ಯವನ್ನು ಮಾಡುವವನೋ ಅವನು ೧. m ಮಾತಿಲ್ಲದ ಮೂಗನ ಹೆಸರು ೧. n ತಂದೆಯನ್ನು ಹೋಲಿದವನು ೧. o ಯಾವನು ಸತ್ಕರಿಸಿ ಅಲಂಕರಿಸಲ್ಪಟ್ಟ ಕನ್ಯಕೆಯನ್ನು ದಾನ ಮಾಡುತ್ತಾನೋ ಅವನು ೧. p ಸಂಪತ್ತುಳ್ಳವನು ೪. q ಸ್ನೇಹವುಳ್ಳವನು ೨. r ದಯೆಯುಳ್ಳವನು ೪.

ಸ್ವತಂತ್ರೋಽಪಾವೃತಸ್ಸ್ವೈರೀ ಸ್ವಚ್ಛಂದೋ ನಿರವಗ್ರಹಃ *a* ।
ಪರತಂತ್ರಃ ಪರಾಧೀನಃ ಪರವಾನ್ನಾಥವಾ (ನಪಿ) ॥ ॥೧೬॥
ಅಧೀನೋ ನಿಘ್ನ ಆಯತ್ತೋಽಸ್ವಚ್ಛಂದೋ ಗೃಹ್ಯಕೋ *b* (ಪ್ಯಸೌ) ।
ಖಲಪೂ (ಸ್ಸ್ಯಾದ್ಬಹುಕರೋ) *c* ದೀರ್ಘಸೂತ್ರಶ್ಚಿರಕ್ರಿಯಃ *d* ॥ ॥೧೭॥
ಜಾಲ್ಮೋಽಸಮೀಕ್ಷ್ಯಕಾರೀ (ಸ್ಯಾ) *e* ತ್ಕುಂಠೋ (ಮಂದಃಕ್ರಿಯಾಸು ಯಃ) *f* ।
ಕರ್ಮಕ್ಷಮೋಽಲಂಕರ್ಮೀಣಃ *g* ಕ್ರಿಯಾವಾನ್ (ಕರ್ಮಸೂದ್ಯತಃ) *h* ॥ ॥೧೮॥
(ಸ) ಕಾರ್ಮಃ ಕರ್ಮಶೀಲೋ (ಯಃ) *i* ಕರ್ಮಶೂರ (ಸ್ತು) ಕರ್ಮಠಃ *j* ।
ಕರ್ಮಣ್ಯಾಭುಕ್ ಕರ್ಮಕರಃ *k* ಕರ್ಮಕಾರ (ಸ್ತು) ತತ್ಕ್ರಿಯಃ *l* ॥ ॥೧೯॥
ಅಪಸ್ನಾತೋ ಮೃತಸ್ನಾತ *m* ಆಮಿಷಾಶೀ (ತು) ಶೌಷ್ಕಲಃ *n* ।
ಬುಭುಕ್ಷಿತ (ಸ್ಸ್ಯಾ) ತ್ಕ್ಷುಧಿತೋ ಜಿಘತ್ಸುರಶನಾಯಿತಃ *o* ॥ ॥೨೦॥
ಪರಾನ್ನಃ ಪರಪಿಂಡಾದೋ *p* ಭಕ್ಷಕೋ ಘಸ್ಮರೋಽದ್ಮರಃ *q* ।
ಆದ್ಯೂನ (ಸ್ಸ್ಯಾ) ದೌದರಿಕೋ (ವಿಜಿಗೀಷಾ ವಿವರ್ಜಿತೇ) *r* ॥ ॥೨೧॥
(ಉಭೌ) ಆತ್ಮಂಭರಿಃ ಕುಕ್ಷಿಂಭರಿ (ಸ್ಸ್ವೋದರಪೂರಕೇ) *s* ।

---

a 5, Self-willed, independent, uncontrolled. *b* 6, Subservient, dependent. *c* 2, Cleaning a threshing-floor. *d* 2, Dilatory, slow, tedious. *e* 2, Hasty, rash. *f* 1, Lazy, dull. *g* 2, Able, clever at work. *h* 1, Engaged or occupied with work. *i* 2, Industrious, loving work for its own sake. *j* 2, Putting forth exertion until success is gained. *k* 2, Working for wages. 1, Working gratuitously. *m* 2, Having performed a funeral ablution. *n* 2, Eating flesh or fish. *o* 4, Hungry. *p* 2, Living on others. *q* 3, Voracious, of large appetite. 2, Gluttonous. *s* 2, Surfeiting, selfish glutting at the expense of the others in the family.

a ಸ್ವತಂತ್ರನು ೫. *b* ಪರಾಧೀನನು ೬. *c* ಕಣವನ್ನು ಗುಡಿಸುವವನು ೨. *d* ವಿಚಾರಿಸಿ ಮೆಲ್ಲಗೆ ಕಾರ್ಯವನ್ನು ಮಾಡುವವನು ೨. *e* ವಿಚಾರಿಸಿ ನೋಡದೇ ಕಾರ್ಯವನ್ನು ಮಾಡುವವನು, ಆತುರಗಾರ ೨. *f* ಕಾರ್ಯಗಳಲ್ಲಿ ಆಲಸ್ಯವುಳ್ಳವನು ೧. *g* ಅನಾಯಾಸದಿಂದ ಕಾರ್ಯ ಮಾಡುವವನು, ಕಾರ್ಯ ಸಮರ್ಥನು ೨. *h* ಕಾರ್ಯದಲ್ಲಿ ಉದ್ಯೋಗಿಸಿದವನು ೧. *i* ಫಲ ಉಂಟಾದರೂ ಕಾರ್ಯವನ್ನು ಮಾಡುವ ಸ್ವಭಾವವುಳ್ಳವನು ೨. *j* ಫಲಉಂಟಾಗುವ ವರಿವಿಗೂ ಕಾರ್ಯವನ್ನು ಮಾಡುವವನು ೨. *k* ಕೂಲಿಗೆ ಕೆಲಸ ಮಾಡುವವನು ೨. *l* ಕೂಲಿ ಇಲ್ಲದೆ ಕೆಲಸ ಮಾಡುವವನು ೧. *m* ಮರಣ ನಿಮಿತ್ತವಾಗಿ ಸ್ನಾನ ಮಾಡಿದವನು ೨. *n* ಮಾಂಸವನ್ನು ತಿಂಬುವವನು ೨. *o* ಹಸಿವುಗೊಂಡವನು, ಹಸಿದು ಯಿರುವವನು ೪. *p* ಪರಾನ್ನವನ್ನೇ ಭೋಜನ ಮಾಡುವವನು ೨. *q* ಬಹಳ ತಿಂಡಿ ತಿನ್ನುವವನು ೩. *r* ಜಿಗೀಷೆ ಮುಂತಾದ ಬೇರೆ ಉದ್ಯೋಗವಿಲ್ಲದೆ ಹೊಟ್ಟೆ ಹೊರಕೊಂಬುವವನು ೨. *s* ಸ್ತೋಷ್ಯವರ್ಗವನ್ನು ಬಿಟ್ಟು ತನ್ನ ಹೊಟ್ಟೆ ಹೊರಕೊಂಬುವವನು ೨.

ಸರ್ವಾನ್ನೀನ ಸ್ತು ಸರ್ವಾನ್ನ ಭೋಜೀ *a* ಗೃಧ್ನು ಸ್ತು ಗರ್ಧನಃ ॥ ॥೨೨॥
ಲುಬ್ಧೋ ಽಭಿಲಾಷುಕಸ್ತೃಷ್ಣ (ಕ್ಸಮೌ) *b* ಲೋಲುಪ ಲೋಲುಭೌ *c* ।
ಸೋನ್ಮಾದಸ್ತೂನ್ಮಾದಿಷ್ಣು *d* (ಸ್ಸ್ಯಾ) ದವಿನೀತಸ್ಸಮುದ್ಧತಃ *e* ॥ ॥೨೩॥
ಮತ್ತೇ ಶೌಂಡೋತ್ಕಟ ಕ್ಷೀಬಾಃ *f* ಕಾಮುಕೇ ಕಮಿತಾನುಕಃ ।
ಕಮ್ರಃ ಕಾಮಯಿತಾ ಽಭೀಕಃ ಕಮನಃ ಕಾಮನೋ ಽಭಿಕಃ *g* ॥ ॥೨೪॥
ವಿಧೇಯೋ ವಿನಯಗ್ರಾಹೀ *h* ವಚನೇಸ್ಥಿತ ಆಶ್ರವಃ *i* ।
ವಶ್ಯಃ ಪ್ರಣೇಯೋ *j* ನಿಭೃತ ವಿನೀತ ಪ್ರಶ್ರಿತಾ *k* (ಸ್ಸಮಾಃ) ॥ ॥೨೫॥
ಧೃಷ್ಟೇ ಧೃಷ್ಣುರ್ವಿಯಾತ *l* (ಶ್ಚ) ಪ್ರಗಲ್ಭಃ ಪ್ರತಿಭಾನ್ವಿತೇ *m* ।
(ಸ್ಯಾ) ದಧೃಷ್ಟೇ ತು ಶಾಲೀನೋ *n* ವಿಲಕ್ಷೋ ವಿಸ್ಮಯಾನ್ವಿತೇ *o* ॥ ॥೨೬॥
ಅಧೀರೇ ಕಾತರ *p* ಸ್ತ್ರಸ್ನೌ ಭೀರು ಭೀರುಕ ಭೀಲುಕಾಃ *q* ।
ಆಶಂಸುರಾಶಂಸಿತರಿ *r* ಗೃಹಯಾಲು ರ್ಗ್ರಹೀತರಿ *s* ॥ ॥೨೭॥
ಶ್ರದ್ಧಾಲು (ಶ್ಶ್ರದ್ಧಯಾಯುಕ್ತೇ) *t* ಪತಯಾಲುಸ್ತು ಪಾತುಕೇ *u* ।
ಲಜ್ಜಾಶೀಲೇ ಽಪತ್ರಪಿಷ್ಣು *v* ರ್ವಂದಾರುರಭಿವಾದುಕೇ *w* ॥ ॥೨೮॥

---

a 2, Eating *any*where without scruple. *b* 5, Covetous, greedy. *c* 2, Excessively cupidinous. *d* 2, Possessed with an evil spirit, insane. *e* 2, Ill-mannered, misbehaved. *f* 4, Intoxicated, inebriated. *g* 9, Lustful, lecherous. *h* 2, Submissive. *i* 2, Obedient. *j* 2, Spell-bound, brought under one's control by charms, spells or drugs. *k* 3, Trained, disciplined. *l* 3, Impudent. *m* 2, Bold, confident. *n* 2, Ashamed, bashful, humble. *o* 2, Astonished, surprised. *p* 1, Confused, cowardly. *q* 4, Timid, afraid. *r* 2, Wishing for blessings. *s* 2, Acquisitive. *t* 1, Faithful, trustworthy. *u* 2, Disposed to fall. *v* 2, Modest, blushing. *w* 2, Saluting, prostrating.

a ನಿಯಮವಿಲ್ಲದೆ ಯಲ್ಲಾ ಸ್ಥಳಗಳಲ್ಲಿಯೂ ಭೋಜನ ಮಾಡುವವನು ೨. *b* ಆಶೆಯುಳ್ಳವನು ೫. *c* ಹಾನೆ ಆಶೆಯುಳ್ಳವನು ೨. *d* ಭೂತಾ ವೇಶಾದಿಗಳಿಂದ ಮರುಳುಳ್ಳವನು ೨. *e* ವಿನಯವಿಲ್ಲದವನು ೨. *f* ಮದ್ಯಪಾನಾದಿಗಳಿಂದ ಮೈ ಮರತವನು ೪. *g* ಕಾಮುಕನು, ಕೋರಿಕೆಯುಳ್ಳವನು, ನಾಯಕನು ೯. *h* ವಿನಯ ವುಳ್ಳವನು ೨. *i* ಹೇಳಿದ ಹಾಗೆ ಮಾಡುವವನು ಅಥವಾ ವಿನಯ ವುಳ್ಳವನು ೨. *j* ಔಷಧಾದಿಗಳಿಂದ ವಶ್ಯನಾದವನು ೨. *k* ಶಿಕ್ಷಿಸಲ್ಪಟ್ಟವನು ೩. *l* ದಿಟ್ಟತನ ಉಳ್ಳವನು ೩. *m* ಆಗಾಗ್ಯೆ ಹೊಸ ಹೊಸದಾಗಿ ಪ್ರಕಾಶಿಸುವ ಪ್ರಜ್ಞೆ ವುಳ್ಳವನು ೨. *n* ದಿಟ್ಟತನ ಯಿಲ್ಲದವನು ೨. *o* ಆಶ್ಚರ್ಯದಿಂದ ಪ್ರಕೃತಾರ್ಥ ಜ್ಞಾನವಿಲ್ಲದವನು ೨. *p* ವ್ಯಸನಾದಿಗಳಿಂದ ವ್ಯಾಕುಲ ಪಟ್ಟಂಥಾವನು, ಅಂಜಿದವನು ೧. *q* ಹೆದರುವವನು, ಭಯ ಪಡುವ ಪಿರಿ ೪. *r* ಪ್ರಿಯ ವಸ್ತುವನ್ನೆ ಬಯಸುವವನು ೨. *s* ತಕ್ಕೊಂಬುವ ಸ್ವಭಾವವುಳ್ಳವನು ೨. *t* ನಂಬಿಕೆಯಿಂದ ಕೂಡಿ ಇರುವವನು ೧. *u* ಬೀಳೋ ಸ್ವಭಾವವುಳ್ಳವನು ೨. *v* ನಾಚಿಕೆ ಪಡೋ ಸ್ವಭಾವವುಳ್ಳವನು ೨. *w* ಮುದಿಯುವ ಸ್ವಭಾವವುಳ್ಳವನು, ಕೈ ಮುಗಿಯುವವನು, ನಮಸ್ಕರಿಸುವವನು ೨.

ಶರಾರುರ್ಘಾತುಕೋ ಹಿಂಸ್ರಃ a (ಸ್ಯಾ) ದ್ವರ್ಧಿಷ್ಣು (ಸ್ತು) ವರ್ಧನಃ b ।
ಉತ್ಪತಿಷ್ಣು (ಸ್ತೂ) ತ್ಪತಿತಾ c ಲಂಕರಿಷ್ಣು (ಸ್ತು) ಮಂಡನಃ d ॥ ॥೨೯॥
ಭೂಷ್ಣುರ್ಭವಿಷ್ಣುರ್ಭವಿತಾ e ವರ್ತಿಷ್ಣುರ್ವರ್ತನ (ಸ್ಸಮೌ) f ।
ನಿರಾಕರಿಷ್ಣುಃ ಕ್ಷಿಪ್ನುಃ g (ಸ್ಯಾ) ತ್ಸಾಂದ್ರ ಸ್ನಿಗ್ಧಸ್ತು ಮೇದುರಃ h ॥ ॥೩೦॥
ಜ್ಞಾತಾ (ತು) ವಿದುರೋ ವಿಂದು i ರ್ವಿಕಾಸೀತು ವಿಕಸ್ವರಃ j ।
ವಿಸೃತ್ವರೋ ವಿಸೃಮರಃ ಪ್ರಸಾರೀಚ ವಿಸಾರಿಣಿ k ॥ ॥೩೧॥
ಸಹಿಷ್ಣುಸ್ಸಹನಃ ಕ್ಷಂತಾ ತಿತಿಕ್ಷುಃ ಕ್ಷಮಿತಾ ಕ್ಷಮೀ l ।
ಕ್ರೋಧನೋ ಮರ್ಷಣಃ ಕೋಪೀ m ಚಂಡ (ಸ್ತ್ವ) ತ್ಯಂತಕೋಪನಃ n ॥ ॥೩೨॥
ಜಾಗರೂಕೋ ಜಾಗರಿತಾ o ಘೂರ್ಣಿತಃ ಪ್ರಚಲಾಯಿತಃ p ।
ಸ್ವಪ್ನಕ್ ಶಯಾಲುರ್ನಿದ್ರಾಲು q ರ್ನಿದ್ರಾಣ ಶಯಿತೌ r (ಸಮೌ) ॥ ॥೩೩॥
ಪರಾಙ್ಮುಖಃ ಪರಾಚೀನ s (ಸ್ಸ್ಯಾ) ದವಾಙಪ್ಯಧೋಮುಖಃ t ।
(ದೇವಾನಂಚತಿ) ದೇವದ್ರ್ಯಙ್ u ವಿಷ್ವದ್ರ್ಯಙ್ (ವಿಷ್ವಗಂಚತಿ) v ॥ ॥೩೪॥

---

a 3, Hurtful, destructive, murderous. *b* 2, Prosperous, flourishing. *c* 2, Flying, jumping. *d* 2, Decorating, adorning. *e* 3, Being, being well. *f* 2, Abiding, staying, being fixed. *g* 2, Repudiating, disregarding. *h* 3, Thick, dense, compact, abundant. *i* 3, Understanding, knowing. *j* 2, Opening, expanding. *k* 4, Spreading, extending. *l* 6, Patient, resigned, enduring. *m* 3, Angry, wrathful. *n* 2, Passionate, fiery. *o* 2, Wakeful, watchful. *p* 2, Turning about or nodding in sleep. *q* 3, Sleepy, slothful, sluggish. *r* 2, Asleep. *s* 2, Having the face averted, averse, disinclined. *t* 3, Having the face turned downwards, downcast, crestfallen. *u* 1, Going to gods, worshipping gods. *v* 1, Ubiquitous, all-pervading.

a ಕೊಲ್ಲುವ ಸ್ವಭಾವವುಳ್ಳವನು ೩. *b* ವೃದ್ಧಿ ಹೊಂದುವ ಸ್ವಭಾವವುಳ್ಳವನು ೨. *c* ಹಾರುವ ಸ್ವಭಾವವುಳ್ಳವನು ೨. *d* ಶೃಂಗಾರಿಸುವ ಸ್ವಭಾವವುಳ್ಳವನು ೨. *e* ಆಗ ಹೋಗುವಾತನು, ಭಾರಿ ಭಾರಿಗೂ ಹುಟ್ಟುವ ಸ್ವಭಾವವುಳ್ಳ ಕೇಶನಖಾದಿಗಳು ೩. *f* ವರ್ತಿಸುವ ಸ್ವಭಾವವುಳ್ಳವನು, ಕಾಲಾದಿಗಳು ೨. *g* ತಿರಸ್ಕರಿಸುವ ಸ್ವಭಾವವುಳ್ಳವನು ೨. *h* ವತ್ತಾಗಿಯೂ ಗುಂಪಾಗಿಯೂ ಯಿರುವ ಮರ ೩. *i* ತಿಳಿಯುವ ಸ್ವಭಾವವುಳ್ಳವನು ೩. *j* ವಿಕಸಿಸುವ ಸ್ವಭಾವವುಳ್ಳದ್ದು ೨. *k* ನೆರೆಯುವ ಸ್ವಭಾವವುಳ್ಳ ನೀರ ಮೇಲಣ ತೈಲ ಬಿಂಪು ಮೊದಲಾದವುಗಳು, ಹೆಂಟಿಕೊಳ್ಳುವದು ೪. *l* ಸ್ವಭಾವದಿಂ ಸೈರಣೆಯುಳ್ಳವನು ೬. *m* ಸಹಜವಾದ ಸಿಟ್ಟುವುಳ್ಳವನು, ಮುಂಗೋಪಿ ೩. *n* ಬಹಳಸಿಟ್ಟುಗಾರನು ೨. *o* ಹೆಚ್ಚರಿಕೆಯುಳ್ಳವನು ೨. *p* ತೂಗಡಿಕೆಯಿಂದ ತಲೆ ತಿರಿಗಿಬೀಳುವನು ೨. *q* ನಿದ್ದೆಗೈಯ್ಯುವ ಸ್ವಭಾವವುಳ್ಳವನು ೩. *r* ನಿದ್ದೆ ಹೋಗುವವನು ೨. *s* ಅಭಿಮುಖವಾಗದೇ ಹಿಂದೆತಿರಿಗಿದವನು ೨. *t* ತಲೇ ಬಗ್ಗಿಸಿಕೊಂಡವನು ೩. *u* ದೇವತೆಗಳನ್ನು ಕುರಿತು ಹೋಗುವವನು, ಅಥವಾ ದೇವತೆಗಳನ್ನು ಪೂಜಿಸುವವನು ೧. *v* ಸಿಕ್ಕಿದ ಕಡೆಗೆಲಾ ಹೋಗುವವನು ೧.

(ಯಸ್ಸಹಾಂಚತಿ) ಸಧ್ರ್ಯಙ್ (ಸ) *a* ಸ್ಸತಿರ್ಯಙ್ (ಯಸ್ತಿರೋಂಚತಿ) *b* ।
ವದೋ ವದಾವದೋ ವಕ್ತಾ *c* ವಾಗೀಶೋ ವಾಕ್ಪತಿ (ಸ್ಸಮೌ) *d* ॥ ॥೩೫॥
ವಾಚೋಯುಕ್ತಿಪಟುರ್ವಾಗ್ಮೀ ವಾವದೂಕೋತಿವಕ್ತರಿ *e* ।
(ಸ್ಯಾ) ಜ್ಜಲ್ಪಾಕಸ್ತು ವಾಚಾಲೋ ವಾಚಾಟೋ ಬಹುಗರ್ಹ್ಯವಾಕ್ *f* ॥ ॥೩೬॥
ದುರ್ಮುಖೇ ಮುಖರಾಬದ್ಧಮುಖೌ *g* ಶ್ಲಕ್ಷ್ಣಃ ಪ್ರಿಯಂವದೇ *h* ।
ಲೋಹಲ (ಸ್ಸ್ಯಾ) ದಸ್ಫುಟವಾಕ್ *i* ಗರ್ಹ್ಯವಾದೀ ತು ಕದ್ವದಃ *j* ॥ ॥೩೭॥
(ಸಮೌ) ಕುವಾದ ಕುಚರೌ *k* (ಸ್ಯಾ) (ದಸೌಮ್ಯಸ್ವರೋ) ಸ್ವರಃ *l* ।
ರವಣಶ್ಶಬ್ದನೋ *m* ನಾಂದೀ ವಾದೀ ನಾಂದೀಕರ (ಸ್ಸಮೌ) *n* ॥ ॥೩೮॥
ಜಡೋಜ್ಞೋ *o* ಏಡಮೂಕ (ಸ್ತುವಕ್ತುಂಶ್ರೋತುಮಶಿಕ್ಷಿತೇ) *p* ।
ತೂಷ್ಣೀಂಶೀಲಸ್ತು ತೂಷ್ಣೀಕೋ *q* ನಗ್ನೋವಾಸಾ ದಿಗಂಬರಃ *r* ॥ ॥೩೯॥
ನಿಷ್ಕಾಸಿತೋವಕೃಷ್ಟ *s* (ಸ್ಸ್ಯಾ) ದಪಧ್ವಸ್ತ (ಸ್ತು) ಧಿಕ್ಕೃತಃ ।
ಆತ್ತಗಂಧೋಭಿಭೂತ *t* (ಸ್ಸ್ಯಾ) ದ್ದಾಪಿತಸ್ಸಾಧಿತ (ಸ್ಸಮೌ) *u* ॥ ॥೪೦॥

---

a 1, Going along with, accompanying. *b* 1, Moving crookedly or horizontally. *c* 3, Speaking, speaking well. *d* 2, Speaking correctly. *e* 3, Eloquent, talkative. *f* 4, Chattering, tattling. *g* 3, Foul-mouthed, speaking harshly or scurrilously. *h* 2, Speaking kindly or pleasantly. *i* 2, Speaking indistinctly. *j* 2, Speaking blameably or contemptibly. *k* 2, Detracting, backbiting. *l* 1, Discordant, out of tune. *m* 2, Sounding, sonorous. *n* 2, Repeating benedictive verses. *o* 2, Ignorant, stupid. *p* 1, Deaf and dumb. *q* 2, Taciturn, silent. *r* 3, Naked. *s* 2, Turned out, expelled. *t* 3, Scorned, contemned. *u* 2, Fined.

a ಒಬ್ಬರ ಸಂಗಡ ಹೋಗುವವನು ೧. *b* ಅಡ್ಡವಾಗಿ ನಡಿಯುವವನು ೧. *c* ಮಾತು ಕಲಿತವನು ೩. *d* ನಿರ್ದೋಷವಾಗಿ ಮಾತು ಕಲಿತವನು ೨. *e* ತಾನು ಮಾತನಾಡ ನಿಶ್ಚೈಸಿದ ಅರ್ಥವನ್ನು ಚನ್ನಾಗಿ ನಿರೂಪಿಸಿ ನಿರ್ವಹಿಸಿ ಮಾತಾಡುವವನು ೩. *f* ದೋಷ ಯುಕ್ತವಾಗಿ ಬಹಳ ಮಾತುಗಳ ಆಡುವವನು ೪. *g* ಅಪ್ರಿಯವಾಗಿ ಮಾತನಾಡುವವನು, ತಡೆಯಿಲ್ಲದ ನಿಷ್ಠೂರವಾದಿ ೩. *h* ಪ್ರಿಯವನ್ನು ನುಡಿಯುವವನು ೨. *i* ವ್ಯಕ್ತವಾಗದೆ ತೊದಲು ಮಾತನಾಡುವವನು ೨. *j* ನಿಂದಿಸತಕ್ಕ ಮಾತನಾಡುವವನು ೨. *k* ಪರರದೋಷಗಳನ್ನು ನುಡಿಯುವವನು ೨. *l* ಕಿವಿಗಳಿಗೆ ಯಿಂಪಿಲ್ಲದ ಸ್ವರವುಳ್ಳವನು ೧. *m* ಕೂಗುವ ಸ್ವಭಾವವುಳ್ಳವನು ೨. *n* ಆಶೀರ್ವಾದದಿಂದ ಕೂಡಿದ ದೇವತಾದಿಗಳ ಸ್ತೋತ್ರವನ್ನು ಮಾಡುವ ಪಾಠಕರು ೨. *o* ತಿಳಿಯದ ಮೂಢನು ೨. *p* ಮಾತನಾಡುವದಕ್ಕೂ, ಕೇಳುವದಕ್ಕೂ ಶಿಕ್ಷಿಸಲ್ಪಡದವನು, ಕಿವುಡನಿಗೂ ಮೂಗನಿಗೂ ಹೋಲಿಕೆಯಾದವನು, ಕಿವುಡುತನ ಮೂಗುತನವುಳ್ಳವನು ೧. *q* ಸುಮ್ಮನಿರುವ ಸ್ವಭಾವವುಳ್ಳವನು ೨. *r* ಬತ್ತಲೆಯಾಗಿರುವವನು ೩. *s* ಹೊರಡಹಾಕಲ್ಪಟ್ಟವನು ೨. *t* ತಿರಸ್ಕರಿಸಲ್ಪಟ್ಟವನು ೩. *u* ತೆರಿಗೆ ತೆತಿ ಸಲ್ಪಟ್ಟವನು ೨.

ಪ್ರತ್ಯಾದಿಷ್ಟೋ ನಿರಸ್ತ (ಸ್ಸ್ಯಾತ್) ಪ್ರತ್ಯಾಖ್ಯಾತೋ ನಿರಾಕೃತಃ *a* ।
ನಿಕೃತ (ಸ್ಸ್ಯಾದ್ವಿ) ಪ್ರಕೃತೋ *b* ವಿಪ್ರಲಬ್ಧ (ಸ್ತು) ವಂಚಿತಃ *c* ॥ ॥೪೧॥
ಮನೋಹತಃ ಪ್ರತಿಹತಃ ಪ್ರತಿಬದ್ಧೋ ಹತ (ಶ್ಚ ಸಃ) *d* ।
ಅಧಿಕ್ಷಿಪ್ತಃ ಪ್ರತಿಕ್ಷಿಪ್ತೋ *e* ಬದ್ಧೇ ಕೀಲಿತ ಸಂಯತೌ *f* ॥ ॥೪೨॥
ಆಪನ್ನ ಆಪತ್ಪ್ರಾಪ್ತ (ಸ್ಸ್ಯಾತ್) *g* ಕಾಂದಿಶೀಕೋ ಭಯದ್ರುತಃ *h* ।
ಆಕ್ಷಾರಿತಃ ಕ್ಷಾರಿತೋಭಿಶಸ್ತೇ *i* ಸಂಕಸುಕೋಸ್ಥಿರೇ *j* ॥ ॥೪೩॥
ವ್ಯಸನಾರ್ತೋಪರಕ್ತೌ *k* (ದ್ವೌ) ವಿಹಸ್ತವ್ಯಾಕುಲೌ (ಸಮೌ) *l* ।
ವಿಕ್ಲವೋ ವಿಹ್ವಲಃ *m* (ಸ್ಯಾತ್ತು) ವಿವಶೋ (ರಿಷ್ಟದುಷ್ಟಧೀಃ) *n* ॥ ॥೪೪॥
ಕಶ್ಯಃ ಕಶಾರ್ಹೇ *o* (ಸನ್ನದ್ಧೇ) ತ್ವಾತತಾಯೀ ವಧೋದ್ಯತೇ *p* ।
ದ್ವೇಷ್ಯೇತ್ವಕ್ಷಿಗತೋ *q* ವಧ್ಯಶ್ಶೀರ್ಷಚ್ಛೇದ್ಯ (ಇಮೌ ಸಮೌ) *r* ॥ ॥೪೫॥
ವಿಷ್ಯೋ (ವಿಷೇಣ ಯೋ ವಧ್ಯೋ) *s* ಮುಸಲ್ಯೋ (ಮುಸಲೇನ ಯಃ) *t* ॥
ಶಿವ್ಯದಾನೋ ಕೃಷ್ಣಕರ್ಮಾ *u* ಚಪಲಶ್ಚಿಕುರ (ಸ್ಸಮೌ) *v* ॥ ॥೪೬॥

---

a 4, Rejected, cast out. *b* 2, Humbled, dejected. *c* 2, Tricked, cheated. *d* 4, Disappointed. *e* 2, Questioned, censured. *f* 3, Bound, tied. *g* 2, Unfortunate. *h* 2, Fleeing, fugitive. *i* 3, Calumniated, falsely accused. *j* 2, Inconstant, fickle. *k* 2, Afflicted, distressed. *l* 2, Confounded, bewildered, perplexed. *m* 2, Agitated, anxious. *n* 1, Apprehensive of death, overcome with emotion. *o* 2, Fit to be whipped. *p* 1, Rascal, rogue, villain. *q* 2, Odious, hateful. *r* 2, Deserving death. *s* 1, Deserving death by poison. *t* 1, Deserving to be pounded to death. *u* 2, Virtuous. *v* 2, Inconsiderate, wanton.

[a] ನ್ಯಾಯದಿಂದ ಪರಿಹರಿಸಲ್ಪಟ್ಟವನು ೪. [b] ಪೀಡಿಸಲ್ಪಟ್ಟವನು ೨. [c] ವಂಚಿಸಿಕೊಂಡವನು ೨. [d] ಮನಸ್ಸಿನ ಉತ್ಸಾಹವು ತಪ್ಪಿದವನು, ಮನಗೆಟ್ಟವನು ೪. [e] ಆಕ್ಷೇಪಿಸಲ್ಪಟ್ಟವನು ೨. [f] ಕಟ್ಟಿಸಿಕೊಂಡವನು ೩. [g] ಆಪತ್ತು ಹೊಂದಿದವನು ೨. [h] ಭಯದಿಂದ ಓಡಿಹೋದವನು ೨. [i] ಪರಸ್ತ್ರೀಗಮನ ಬ್ರಹ್ಮಹತ್ಯಾದಿ ದೋಷಗಳಿಂದ ದೂರಲ್ಪಟ್ಟವನು ೩. [j] ಯಾವದರಲ್ಲೂ ಸ್ಥಿರವಿಲ್ಲದವನು ೨. [k] ದೈವಕೃತ ಮನುಷ್ಯ ಕೃತಗಳಾದ ಶರೀರ ಪೀಡೆಯುಳ್ಳವನು ೨. [l] ಶೋಕಾದಿಗಳಿಂದ ಹಿಂದುಮುಂದು ತಿಳಿಯದವನು ೨. [m] ಭಯಾದಿಗಳಿಂದ ತನ್ನ ಅವಯವಗಳನ್ನು ಧರಿಸಲು ಶಕ್ತಿಯಿಲ್ಲದವನು ೨. [n] ಆಸನ್ನ ಮರಣದಿಂದ ದೂಷಿತವಾದಬುದ್ಧಿಯುಳ್ಳವನು ೧. [o] ಅಪರಾಧದಿಂದ ಚಾಟಿಕೋಲಿನ ಪೆಟ್ಟುಗಳಿಗೆ ತಕ್ಕವನು ೨. [p] ಸಾಯಕೊಲ್ಲುವದಕ್ಕೆ ಸಿದ್ಧನಾಗಿರುವವನು ೧. [q] ದ್ವೇಷಿಸತಕ್ಕವನು ೨. [r] ಸಾಯ ಕೊಲ್ಲತಕ್ಕವನು ೨. [s] ವಿಷದಿಂದ ಯಾವನು ಕೊಲ್ಲತಕ್ಕವನೋ ಅವನು ೧. [t] ಒನಕೆಯಿಂದ ಸಾಯಕೊಲ್ಲಲ್ಪಡತಕ್ಕವನು ೧. [u] ಒಳ್ಳೇ ಆಚಾರವುಳ್ಳವನು, ಕೃಷ್ಣಕರ್ಮಾ ಎಂಬ ಪಾಠದಲ್ಲಿ ದುರಾಚಾರವುಳ್ಳವನು ೨. [v] ದೋಷವನ್ನು ವಿಚಾರಿಸದೆ ವಧಬಂಧನಾದಿಗಳ ಮಾಡುವವನು ೨.

ದೋಷೈಕದೃಕ್ಪುರೋಭಾಗೀ *a* ನಿಕೃತಸ್ತ್ವನೃಜುಶ್ಶಠಃ *b* |
ಕರ್ಣೇಜಪಸ್ಸೂಚಕ (ಸ್ಸ್ಯಾತ್) ಪಿಶುನೋ *c* ದುರ್ಜನಃ ಖಲಃ *d* || ||೪೭||
ನೃಶಂಸೋ ಘಾತುಕಃ ಕ್ರೂರಃ ಪಾಪೋ *e* ಧೂರ್ತಸ್ತು ವಂಚಕಃ *f* |
ಅಜ್ಞೇ ಮೂಢ ಯಥಾಜಾತ ಮೂರ್ಖ ವೈಧೇಯ ಬಾಲಿಶಾಃ *g* || ||೪೮||
ಕದರ್ಯೇ ಕೃಪಣ ಕ್ಷುದ್ರ ಕಿಂಪಚಾನ ಮಿತಂಪಚಾಃ *h* |
ನಿಸ್ವಸ್ತು ದುರ್ವಿಧೋ ದೀನೋ ದರಿದ್ರೋ ದುರ್ಗತೋ (ಪಿಸಃ) *i* || ||೪೯||
ವನೀಪಕೋ ಯಾಚನಕೋ ಮಾರ್ಗಣೋ ಯಾಚಕಾರ್ಥಿನೌ *j* |
ಅಹಂಯು (ಸ್ಸ್ಯಾ) ದಹಂಕಾರೀ *k* ಶುಭಂಯುಸ್ತು ಶುಭಾನ್ವಿತಃ *l* || ||೫೦||
ದಿವ್ಯೋಪಪಾದುಕಾ (ದೇವಾ) *m* (ನೃಗವಾದ್ಯಾ) ಜರಾಯುಜಾಃ *n* |
ಸ್ವೇದಜಾಃ (ಕೃಮಿದಂಶಾದ್ಯಾಃ) *o* (ಪಕ್ಷಿಸರ್ಪಾದಯೋಂ) ಡಜಾಃ *p* || ||೫೧||
ಉದ್ಭಿದ (ಸ್ತರುಗುಲ್ಮಾದ್ಯಾ) *q* ಉದ್ಭಿದುದ್ಭಿಜ್ಜ ಮುದ್ಭಿದಂ *r* |
ಸುಂದರಂ ರುಚಿರಂ ಚಾರು ಸುಷಮಂ ಸಾಧು ಶೋಭನಂ || ||೫೨||
ಕಾಂತಂ ಮನೋಹರಂ ರುಚ್ಯಂ ಮನೋಜ್ಞಂ ಮಂಜು ಮಂಜುಳಂ *s* |
(ತದಾ)ಸೇಚನಕಂ (ತೃಪ್ತೇರ್ನಾಸ್ತ್ಯಂತೋ ಯಸ್ಯದರ್ಶನಾತ್) *t* || ||೫೩||

---

a 2, Envious, malevolent. *b* 3, Dishonest, perfidious. *c* 3, Betraying, tale-bearing, back-biting. *d* 2, Evil, wicked. *e* 4, Cruel, sinful. *f* 2 Fraudulent, knavish. *g* 6, Ignorant, rude, silly, childish. *h* 5, Avaricious, stingy. *i* 5, Poor, needy. *j* 5, Begging. *k* 2, Self-conceited, egotistic. *l* 2, Fortunate, happy. *m* 1, Self-existent, as celestial beings. *n* 1, Viviparous. *o* 1, Engendered by heat and damp, as worms and insects. *p* 1, Oviparous *q* 1, Sprouting, germinating, (as plants). *r* 3, Generating from the soil, (as earth-worms.) *s* 12, Beautiful, pleasing, charming. *t* 1, Fascinating, attractive.

[a] ದೋಷವನ್ನೇ ಹುಡುಕುವವನು ೨. [b] ಕುತ್ಸಿತನು ೩. [c] ಚಾಡೀ ಹೇಳುವವನು, ಕ್ಷುದ್ರಗಾರ ೩. [d] ದುಷ್ಟಾತ್ಮನು ೨. [e] ಪರರಿಗೆ ಬಾಧೆ ಮಾಡುವ ಸ್ವಭಾವವುಳ್ಳವನು ೪. [f] ಮೋಸ ಮಾಡುವವನು ೨. [g] ತಿಳುವಳಿಕೆ ಇಲ್ಲದವನು ೬. [h] ಲೋಭಿ ೫. [i] ದರಿದ್ರನು, ಬಡವನು ೫. [j] ಬೇಡುವವನು, ಯಾಚಕನು ೫. [k] ಅಹಂಕಾರವುಳ್ಳವನು ೨. [l] ಶುಭವುಳ್ಳವನು ೨. [m] ಸ್ವರ್ಗದಲ್ಲಿರುವ ಮಾತೃ ಪಿತೃ ಸಂಬಂಧವಿಲ್ಲದೇ ಹುಟ್ಟಿದ ದೇವತೆಗಳು ೧. [n] ಮಾಸು ಚೀಲದಲ್ಲಿ ಹುಟ್ಟಿದ ಮನುಷ್ಯ ಪಶುವು ಮೊದಲಾದವುಗಳು ೧. [o] ಬೆವರಿನಿಂದ ಹುಟ್ಟಿದ ಹುಳುವುಗಳು, ನೊಣಗಳು ಮೊದಲಾದವುಗಳು ೧. [p] ಮೊಟ್ಟೆಯಿಂದ ಹುಟ್ಟುವ ಹಕ್ಕಿ ಹಾವು ಮುಂತಾದವುಗಳು ೧. [q] ನೆಲವನ್ನು ಭೇದಿಸಿಕೊಂಡು ಮೊಳಕೆ ಏಳುವ ಹುಲ್ಲು, ಗಿಡ, ಮರ, ಬಳ್ಳಿ ಮುಂತಾದವುಗಳು ೧. [r] ತರು ಗುಲ್ಮಾದಿಗಳು ೩. [s] ಸೊಗಸಾದದ್ದು, ಚನ್ನಾಗಿರುವಂಥಾದ್ದು ೧೨. [t] ಯಾವದರನ್ನು ನೋಡುವದರಿಂದ ನೋಡಬೇಕೆಂಬ ಕಾರ್ಯಕ್ಕೆ ತೀರಿ ಮನಸ್ಸಿಗೆ ಸಂಪೂರ್ಣ ತೃಪ್ತಿ ಯುಂಟಾಗುವದಿಲ್ಲವೋ ಅಂಥಾದ್ದು, ಅಂದರೆ ಬಹಳ ಚಲುವಾದದ್ದು ೧.

ಅಭೀಷ್ಟೇಽಭೀಪ್ಸಿತಂ ಹೃದ್ಯಂ ದಯಿತಂ ವಲ್ಲಭಂ ಪ್ರಿಯಂ *a* ।
ನಿಕೃಷ್ಟ ಪ್ರತಿಕೃಷ್ಟಾರ್ವ ರೇಫ ಯಾಪ್ಯಾವಮಾಧಮಾಃ ॥ ॥೫೪॥
ಕುಪೂಯ ಕುತ್ಸಿತಾವದ್ಯ ಖೇಟ ಗರ್ಹ್ಯಾಣಕಾಃ (ಸ್ಸಮಾಃ) *b* ।
ಮಲೀಮಸಂತು ಮಲಿನಂ ಕಚ್ಚರಂ ಮಲದೂಷಿತಂ *c* ॥ ॥೫೫॥
ಪೂತಂ ಪವಿತ್ರಂ ಮೇಧ್ಯಂ *d* (ಚ) ವೀಧ್ರಂ *e* ತು (ವಿಮಲಾರ್ಥಕಂ) ।
ನಿರ್ಣಿಕ್ತಂ ಶೋಧಿತಂ ಮೃಷ್ಟಂ ನಿಃಶೋಧ್ಯಮನವಸ್ಕರಂ *f* ॥ ॥೫೬॥
ಅಸಾರಂ ಫಲ್ಗು *g* ಶೂನ್ಯಂತು ವಶಿಕಂ ತುಚ್ಛರಿಕ್ತಕೇ *h* ।
(ಕ್ಲೀಬೇ) ಪ್ರಧಾನಂ ಪ್ರಮುಖ ಪ್ರವೇಕಾನುತ್ತಮೋತ್ತಮಾಃ ॥ ॥೫೭॥
ಮುಖ್ಯ ವರ್ಯ ವರೇಣ್ಯಾಶ್ಚ ಪ್ರಬರ್ಹೋನವರಾರ್ಧ್ಯವತ್ ।
ಪರಾರ್ಧ್ಯಾಗ್ರ ಪ್ರಾಗ್ರಹರ ಪ್ರಾಗ್ರ್ಯಾಗ್ರ್ಯಾಗ್ರೀಯಮಗ್ರಿಯಂ *i* ॥ ॥೫೮॥
ಶ್ರೇಯಾನ್ ಶ್ರೇಷ್ಠಃ ಪುಷ್ಕಲ (ಸ್ಸ್ಯಾ) ತ್ಸತ್ತಮಶ್ಚಾತಿಶೋಭನೇ *j* ।
(ಸ್ಯುರುತ್ತರಪದೇ) ವ್ಯಾಘ್ರ ಪುಂಗವರ್ಷಭ ಕುಂಜರಾಃ ॥ ॥೫೯॥
ಸಿಂಹ ಶಾರ್ದೂಲ ನಾಗಾ (ದ್ಯಾಃ ಪುಂಸಿ ಶ್ರೇಷ್ಠಾರ್ಥಗೋಚರಾಃ) *k* ।
ಅಪ್ರಾಗ್ರ್ಯಂ (ದ್ವಯಹೀನೇದ್ವೇ) ಅಪ್ರಧಾನೋಪಸರ್ಜನೇ *l* ॥ ॥೬೦॥
ವಿಶಂಕಟಂ ಪೃಥು ಬೃಹ ದ್ವಿಶಾಲಂ ಪೃಥುಲಂ ಮಹತ್ ।
ವಡ್ರೋರು ವಿಪುಲಂ *m* ಪೀನ ಪೀವ್ನೀತು ಸ್ಥೂಲ ಪೀವರೇ *n* ॥ ॥೬೧॥

---

a 6, Wished, desired, beloved. *b* 13, Abject, mean, vile. *c* 4, Dirty, unclean, impure. *d* 3, Clean, pure. *e* 1, Naturally clean or pure. *f* 5, Cleaned, purified. *g* 2, Pithless, sapless, vain, unmeaning. *h* 4, Empty. *i* 17, First, best, chief. *j* 5, Superlatively excellent, very best. *k* 7, Pre-eminent, when forming the latter part of compounds. *l* 3, Undistinguished, ordinary, obscure. *m* 9, Great, large, wide, broad. *n* 4, Plump, stout.

a ಮನಸ್ಸಿಗೆ ಬೇಕಾದದದ್ದು, ಇಷ್ಟವಾದದ್ದು ೬. *b* ಜಾತ್ಯಾಚಾರಗುಣಾದಿಗಳಿಂದ ಕಡಮೆಯಾದಂಥಾ ಅಧಮನು ೧೩. *c* ಮಾಸಿದ್ದು, ಕೊಳೆಯಾದದ್ದು ೪. *d* ಶುದ್ಧವಾದದ್ದು, ದೋಷವಿಲ್ಲದ್ದು ೩. *e* ಸ್ವಭಾವದಿಂದ ನಿಷ್ಕಲ್ಮಷಗಳಾದ ಸ್ಫಟಿಕಾದಿವಸ್ತುಗಳು ೧. *f* ಕಲ್ಮಷ ವಿಲ್ಲದಹಾಗೆ ಶುದ್ಧಗೊಳಿಸಲ್ಪಟ್ಟದ್ದು ೫. *g* ಸಾರವಿಲ್ಲದೆ ಹಗರಣವಾದಂಥಾ ಬಲ್ಲಜ ಮುಂತಾದ್ದು ೨. *h* ಬರೀದಾದ ಮನೆ ಮಡಿಕೆ ಮುಂತಾದ್ದು, ಒಳಗೆ ಯೇನೂಯಿಲ್ಲದ್ದು ೪. *i* ಮುಖ್ಯವಾಗಿಯೂ ಉತ್ತಮವಾಗಿಯೂ ಇತರರಿಂದ ಅಪೇಕ್ಷಿಸಲ್ಪಡತಕ್ಕದ್ದಾಗಿಯೂ ಇರುವ ಶ್ರೇಷ್ಠವಾದಂಥಾದ್ದು ೧೭. *j* ಬಹಳ ಶ್ರೇಷ್ಠನಾದವನು ೫, ಈ ೭ ಉತ್ತಮ ಪರ್ಯಾಯ ನಾಮಗಳು *k* ಆದಿಶಬ್ದದಿಂದ, ಚಂದ್ರಾದಿ ಶಬ್ದಗಳನ್ನೂ ಉತ್ತರ ಪದಗಳಾಗಿ ತನಗೆ ವಿಶೇಷ್ಯವಾದ ಪದಾರ್ಥವನ್ನು ಶ್ರೇಷ್ಠವನ್ನಾಗಿ ಹೇಳುತ್ತಾ ಪುಲ್ಲಿಂಗಗಳಾಗುತ್ತವೇ ಶ್ರೇಷ್ಠಾರ್ಥಗಳು ೭. *l* ಪ್ರಧಾನವಿಲ್ಲದೇ ಯಿರುವಂಥಾ ಅಮುಖ್ಯವಾದವುಗಳು ೩. *m* ವಿಶಾಲವಾದದ್ದು, ಅಗಲವಾದದ್ದು, ದೊಡ್ಡದು ೯. *n* ಬಲಿತದ್ದು ೪.

ಸ್ತೋಕಾಲ್ಪಕ್ಷುಲ್ಲಕಾಃ ಸೂಕ್ಷ್ಮಂ ಶ್ಲಕ್ಷ್ಣಂ ದಭ್ರಂ ಕೃಶಂ ತನು *a* ।
(ಸ್ತ್ರಿಯಾಂ) ಮಾತ್ರಾ ತ್ರುಟಿಃ (ಪುಂಸಿ) ಲವ ಲೇಶ ಕಣಾಣವಃ *b* ॥ ॥೬೨॥
(ಅತ್ಯಲ್ಪೇ) ಲ್ಪಿಷ್ಠಮಲ್ಪೀಯಃ ಕನೀಯೋಣೀಯ (ಇತ್ಯಪಿ) *c* ।
ಪ್ರಭೂತಂ ಪ್ರಚುರಂ ಪ್ರಾಜ್ಯಮದಭ್ರಂ ಬಹುಳಂ ಬಹು ॥ ॥೬೩॥
ಪುರುಹೂಃ ಪುರುಭೂಯಿಷ್ಠಂ ಸ್ಫಾರಂ ಭೂಯಶ್ಚ ಭೂರಿಚ *d* ।
ಪರಶ್ಶತಾದ್ಯಾ (ಸ್ತೇಯೇಷಾಂಪರಾ ಸಂಖ್ಯಾಶತಾಧಿಕಾತ್) *e* ॥ ॥೬೪॥
ಗಣನೀಯೇ ಗಣೇಯಂ *f* (ಸಂಖ್ಯಾತೇ) ಗಣಿತ *g* (ಮಥ) ಸಮಂಸರ್ವಂ ।
ವಿಶ್ವಮಶೇಷಂ ಕೃತ್ಸ್ನಂ ಸಮಸ್ತನಿಖಿಲಾಖಿಲಾನಿ ನಿಶ್ಶೇಷಂ ॥ ॥೬೫॥
ಸಮಗ್ರಂ ಸಕಲಾಖಂಡ ಪೂರ್ಣಾದೀ ಸ್ಯಾದ್ಯನೂನಕೇ *h* ।
ಘನಂ ನಿರಂತರಂ ಸಾಂದ್ರಂ *i* ಪೇಲವಂ ವಿರಳಂತನು *j* ॥ ॥೬೬॥
ಸಮೀಪೇ ನಿಕಟಾಸಂನ್ನ ಸನ್ನಿಕೃಷ್ಟ ಸನೀಡವತ್ ।
ಸದೇಶಾಭ್ಯಾಶ ಸವಿಧ ಸಮರ್ಯಾದ ಸವೇಶವತ್ ॥ ॥೬೭॥
ಉಪಕಂಠಾಂತಿಕಾಭ್ಯರ್ಣಾಭ್ಯಗ್ರಾ ಅಪ್ಯಭಿತೋ (ವ್ಯಯಂ) *k* ।
ಸಂಸಕ್ತೇ ತ್ವವ್ಯವಹಿತಮಪದಾಂತರ (ಮಿತ್ಯಪಿ) *l* ॥ ॥೬೮॥
ನೇದಿಷ್ಠಮಂತಿಕತಮಂ *m* (ಸ್ಯಾ) ದ್ದೂರಂ ವಿಪ್ರಕೃಷ್ಟಕಂ *n* ।
ದವೀಯಶ್ಚ ದವಿಷ್ಠಂಚ ಸುದೂರಂ *o* ದೀರ್ಘಮಾಯತಂ *p* ॥ ॥೬೯॥

---

a 8, Small, petty, trifling. *b* 6, Insignificant, of no value. *c* 4, Exceedingly small, very least. *d* 12, Much, many, exceeding. *e* 1, Hundreds, numerous, (lit: more than a hundred). *f* 2, Calculable, numerable, worthy of being reckoned. *g* 1, Counted, calculated. *h* 14 All. full, complete. *i* 3, Compact, close, continuous without interval. *j* 3, Distinct, rare, separated by intervals. *k* 15, Near. *l* 3, Adjoining, connected. *m* 2, Nearest next, very closely connected. *n* 2, Far. distant. *o* 3, Very far. *p* 2, Long.

[a] ಸಣ್ಣದು ೮. [b] ಅಲ್ಪವಾದದ್ದು, ಕೊಂಚ, ತುಸ, ತಟಕು, ಸ್ವಲ್ಪವಾದದ್ದು ೬. [c] ಬಹಳ ಕೊಂಚವಾಗಿರುವದು ೪. [d] ಅಧಿಕವಾದದ್ದು, ಹೆಚ್ಚಾದದ್ದು ೧೨. [e] ಯಾವಪದಾರ್ಥಗಳ ಲೆಕ್ಕವು ನೂರಕ್ಕಿಂತಲೂ ಹೆಚ್ಚಾಗುತ್ತೋ ಅಂಥಾವುಗಳು ೧. [f] ಲೆಕ್ಕ ವಿಡ ತಕ್ಕವುಗಳು, ಎಣಿಸತಕ್ಕವುಗಳು ೨. [g] ಎಣಿಕೆಯಾದದ್ದು ೧. [h] ಕಡಿಮೆಯಿಲ್ಲದೆ ಯಿರುವದು, ಎಲ್ಲವೂ ಸಂಪೂರ್ಣವಾಗಿರುವದು ೧೪. [i] ಒಂದಕ್ಕೊಂದು ಸೇರಿಕೊಂಡು ಒತ್ತಾಗಿರುವಂಥಾದ್ದು, ಎಡೆಬಿಡದ್ದು ೩. [j] ಎಡೆಬಿಟ್ಟದ್ದು, ವಿರಳವಾದದ್ದು, ಥೆಳ್ಳಗಿರುವದು ೩. [k] ಹತ್ತಿರ, ಬಳಿ, ಸಮೀಪ ೧೫. [l] ಅರತುಕೊಂಡಂಥಾದ್ದು, ಕೂಡಿಕೊಂಡಂಥಾದ್ದು, ಸೇರಿಕೊಂಡಿರುವದು ೩. [m] ಬಹಳ ಹತ್ತಿರವಾದದ್ದು, ಕೇವಲ ಸಮೀಪವಾದದ್ದು ೨. [n] ದೂರವಾದದ್ದು, ಹತ್ತಿರವಲ್ಲದ್ದು ೨. [o] ಬಹಳ ದೂರವಾವಾದದ್ದು ೩. [p] ಉದ್ದವದ್ದು, ಕೋಲಾದದ್ದು, ನೀಳವಾದದ್ದು ೨.

ವರ್ತುಲಂ ನಿಸ್ತಲಂ ವೃತ್ತಂ *a* ಬಂಧುರಂ ತೂನ್ನತಾನತಂ *b* ।
ಉಚ್ಚ ಪ್ರಾಂಶೂನ್ನತೋದಗ್ರೋಚ್ಛ್ರಿತಾಸ್ತುಂಗೇ (ಥವಾಮನೇ) *c* ॥ ॥೭೦॥
ನ್ಯಕ್ನೀಚ ಖರ್ವ ಹ್ರಸ್ವಾ *d* (ಸ್ಸ್ಯು) ರವಾಗ್ರೇ ವನತಾನತಂ *e* ।
ಅರಾಳಂ ವೃಜಿನಂ ಜಿಂಹ ಮೂರ್ಮಿ ಮತ್ಕುಂಚಿತಂ ನತಂ ॥ ॥೭೧॥
ಆವಿದ್ಧಂ ಕುಟಿಲಂ ಭುಗ್ನಂ ವೆಲ್ಲಿತಂ ವಕ್ರ (ಮಿತ್ಯಪಿ) *f* ।
ಋಜಾವಜಿಂಹ ಪ್ರಗುಣೌ *g* ವ್ಯಸ್ತೇತ್ವಪ್ರಗುಣಾಕುಲೌ *h* ॥ ॥೭೨॥
ಶಾಶ್ವತಸ್ತು ಧ್ರುವೋನಿತ್ಯ ಸದಾತನ ಸನಾತನಾಃ *i* ।
ಸ್ಥಾಸ್ನುಃ ಸ್ಥಿರತರಃ ಸ್ಥೇಯಾ (ನೇಕರೂಪ ತಯಾತುಯಃ) *j* ॥ ॥೭೩॥
(ಕಾಲವ್ಯಾಪೀ ಸ) ಕೂಟಸ್ಥಃ *k* ಸ್ಥಾವರೋ (ಜಂಗಮೇತರಃ) *l* ॥
ಚರಿಷ್ಣು ಜಂಗಮಚರಂ ತ್ರಸ ಮಿಂಗಂ ಚರಾಚರಂ *m* ॥ ॥೭೪॥
ಚಲನಂ ಕಂಪನಂ ಕಂಪ್ರಂ *n* ಚಲಂ ಲೋಲಂ ಚಲಾಚಲಂ ।
ಚಂಚಲಂ ತರಳಂ (ಚೈವ) ಪಾರಿಪ್ಲವ ಪರಿಪ್ಲವೇ *o* ॥ ॥೭೫॥
ಅತಿರಿಕ್ತ ಸ್ಸಮಧಿಕೋ *p* ದೃಢಸಂಧಿಸ್ತು ಸಂಹತಃ *q* ।
ಕರ್ಕಶಂ ಕಠಿನಂ ಕ್ರೂರಂ ಕಠೋರಂ ನಿಷ್ಠುರಂ ದೃಢಂ ॥ ॥೭೬॥

---

a 3, Round, circular, globular, spherical. *b* 2, Uneven, undulating, bowed. *c* 6, High, tall. *d* 5, Short, dwarfish. *e* 3, Bent, bowed down, humbled. *f* 11, Crooked, curved. *g* 3, Straight. *h* 3, Confounded, confused, separated. *i* 5, Eternal, permanant, perpetual. *j* 3, Firm, stable. *k* 1, Immortal. *l* 1, Immovable, without motion. *m* 6, Movable, not stationary. *n* 3, Wandering, roaming, trembling, shaking. *o* 7, Tremulous, unsteady. *p* 2, Excessive superabundant. *q* 2, Joined, collected.

a ಗುಂಡಾದದ್ದು, ದುಂಡಾದದ್ದು, ಉರುಟಾದದ್ದು ೩. *b* ಉದ್ದವಾಗಿ ಬೆಳದು ಬೊಗ್ಗಿದಂಥಾದ್ದು ೨. *c* ಎತ್ತರವಾದದ್ದು, ಬಹಳಮೇಲಕ್ಕೆ ಬೆಳದದ್ದು ೬. *d* ತಗ್ಗಾದದ್ದು ಗುಜ್ಜು, ಗಿಡ್ಡು, ಕುರುಚು, ಕುಳ್ಳು ೫. *e* ಬೊಗ್ಗಿದಂಥಾದ್ದು ೩. *f* ಸೊಟ್ಟೆಯಾಗಿರುವಂಥವುಗಳು ೧೧. *g* ನೆಟ್ಟಗಿರುವದು ೩. *h* ಭಿನ್ನಿಸಿಹೋದದ್ದು, ಚದರಿಹೋದದ್ದು, ಕೆದರಿಕೊಂಡಿರುವದು, ಕೆದರಿದ್ದು ೩. *i* ಯೆಂದಿಗೂ ನಾಶವಿಲ್ಲದವುಗಳು ೫. *j* ಬಹುಕಾಲದವರಿವಿಗೂ ಚಲನೆ ಯಿಲ್ಲದೇ ಸ್ಥಿರವಾಗಿರುವಂಥಾವನು ೩. *k* ಕಾಲವ್ಯಾಪಿ, ಯಾವಾಗಲೂ ವಂದೇ ಬಗೆಯಾಗಿರುವ ಆತ್ಮಾದಿಗಳು ೧. *l* ಚರಿಸುವಂಥಾ ಜಂಗಮವಲ್ಲದೆಯಿರುವ ಗಿರಿವೃಕ್ಷಾದಿ ಸ್ಥಾವರಗಳು ೧. *m* ತಿರುಗುವಂಥಾ ಮನುಷ್ಯಾದಿ ಜಂಗಮದ್ರವ್ಯಗಳು ೬. *n* ಕದಲಾಡುವಂಥಾ ಸ್ವಭಾವವುಳ್ಳ ಅಶ್ವತ್ಥದಳಾದಿಗಳು ೩. *o* ಚಂಚಲವಾದ್ದು, ಕದಲಾಡುವಂಥಾದ್ದು ೭. *p* ಬಹಳ ಅಧಿಕವಾಗಿರುವಂಥಾದ್ದು ೨. *q* ದೃಢವಾದ ಕೀಲ್ಲುವುಳ್ಳದ್ದು, ಚನ್ನಾಗಿ ಶಗಲಿಕೊಂಡಿರುವದು ೨.

ಜಠರಂ ಮೂರ್ತಿಮನ್ಮೂರ್ತಂ a ಪ್ರವೃದ್ಧಂ ಪ್ರೌಢಮೇಧಿತಂ b ।
ಪುರಾಣೇ ಪ್ರತನ ಪ್ರತ್ನ ಪುರಾತನ ಚಿರಂತನಾಃ c ॥ ॥೭೭॥
ಪ್ರತ್ಯಗ್ರೋಽಭಿನವೋ ನವ್ಯೋ ನವೀನೋ ನೂತನೋ ನವಃ ।
ನೂತ್ನಶ್ಚ d ಸುಕುಮಾರಂತು ಕೋಮಲಂ ಮೃದುಳಂ ಮೃದು e ॥ ॥೭೮॥
ಅನ್ವಗನ್ವಕ್ಷಮನುಗೇಽನುಪದಂ (ಕ್ಲೀಬಮವ್ಯಯಂ) f ।
ಪ್ರತ್ಯಕ್ಷಂ (ಸ್ಯಾ) ದೈಂದ್ರಿಯಕಂ g ಮಪ್ರತ್ಯಕ್ಷ ಮತೀಂದ್ರಿಯಂ h ॥ ॥೭೯॥
ಏಕತಾನೋಽನನ್ಯವೃತ್ತಿ ರೇಕಾಗ್ರ್ಯೈಕಾಯನಾ (ವಪಿ) ।
ಅಪ್ಯೇಕ ಸರ್ಗ ಏಕಾಗ್ರೋ ಪ್ಯೇಕಾಯನಗತೋ (ಪಿಚ) i ॥ ॥೮೦॥
(ಪುಂಸ್ಯಾದಿಃ) ಪೂರ್ವ ಪೌರಸ್ತ್ಯ ಪ್ರಥಮಾದ್ಯಾ (ಅಥಾಸ್ತ್ರಿಯಾಂ) j ।
ಅಂತೋ ಜಘನ್ಯಂ ಚರಮ ಮಂತ್ಯ ಪಾಶ್ಚಾತ್ತ್ಯ ಪಶ್ಚಿಮಾಃ k ॥ ॥೮೧॥
ಮೋಘಂ ನಿರರ್ಥಕಂ l ಸ್ಪಷ್ಟಂ ಸ್ಫುಟಂ ಪ್ರವ್ಯಕ್ತ ಮುಲ್ಬಣಂ m ।
ಸಾಧಾರಣಂತು ಸಾಮಾನ್ಯ n ಮೇಕಾಕೀತ್ವೇಕ ಏಕಕಃ o ॥ ॥೮೨॥

---

a 9, Hard, solid, difficult, severe, cruel. b 3, Improved, grown. c 5, Ancient, old. d 7, New, modern. e 4, Soft, bland, delicate. f 4, Going after, following. g 2, Cognizable by any of the organs of sense, perceptible. h 2, Imperceptible to the senses. i 7, Intent upon, engrossed in. j 5, Original, prior, former, chief, principal. k 6, Lowest, last, mean. l 2, Vain, empty, fruitless. m 4, Plain, distinct, manifest, public. n 2, Common, ordinary general. o 3, Alone, solitary.

a ಬಿರುಸಾಗಿರುವದು, ಮುಟ್ಟಿದರೆ ಘಟ್ಟಿಯಾಗಿರುವದು ೯. b ಬೆಳದಂಥಾದ್ದು ೩. c ಹಳೇದು, ಬಹುಕಾಲದ್ದು ೫. d ಹೊಸದು, ಹೊಸ್ತು ೭. e ಮೆತ್ತಗಿರುವದು, ಮೃದುವಾಗಿರುವದು ೪. f ಹಿಂದೆ ಸಂಗಡ ಹೋಗುವಂಥಾದ್ದು, ಕೂಡ್ಲೇಯಿರುವದು ೪. g ಚಕ್ಷುರಾದಿಬಹಿರಿಂದ್ರಿಯಗಳಿಂದುಂಟಾಗುವ ರೂಪಾದಿ ಸಾಕ್ಷಾತ್ಕಾರಗಳು, ಅಂತಃ ಕರುಣದಿಂದುಂಟಾಗುವ ಸುಖಾದಿ ಸಾಕ್ಷಾತ್ಕಾರಗಳು, ವಿಷಯೇಂದ್ರಿಯ ಸನ್ನಿಕರ್ಷಜನ್ಯವಾದ ಪ್ರತ್ಯಕ್ಷಾನುಭವಾಂತಃ ಕರಣ ವೃತ್ತಿಯೆಂಬ ಭ್ರಮಪ್ರಮಾ ಸಾಧಾರಣವಾದ ಅರುಹು, ಅಂಥಾ ತಿಳುವಳಿಕೆಯೊಳು ಗೋಚರಿಪ ವಿಷಯ ೨. h ಇಂದ್ರಿಯಗಳಿಗೆ ಗೋಚರವಾಗದೆ ಯಿರುವ ಅನುಮೇಯಾದಿಗಳು, ಸಾಕ್ಷಾತ್ತಾಗಿ ತಿಳಿಯಬಾರದೆ ಯಿರುವದು ೨. i ಏಕಾಗ್ರಚಿತ್ತನು, ಒಂದೇ ವಿಷಯದಲ್ಲಿ ವೃತ್ತ್ಯಂತರವಿಲ್ಲದೇ ಸ್ಥಿರವಾದ ಪರಿಭಾವನೆಯುಳ್ಳ ಯೋಗಿ, ಕಾಮಿ, ಮುಂತಾದವರು ೭. j ಮೊದಲನೇದು ೫. k ಕಡೇದು, ತುದಿಯದ್ದು ೬. l ಪ್ರಯೋಜನವಿಲ್ಲದ್ದು ೨. m ಪ್ರಕಟವಾದದ್ದು ೪. n ಅನೇಕರಿಗೆ ಸರಿಯಾದದ್ದು, ಸಾಧಾರಣವಾದದ್ದು, ಬಹುಜನಗಳ ಏಕ ವಿಧವಾದ ಅನುಭವಾದಿಗಳಿಗೆ ವಿಷಯವಾದದ್ದು ೨. o ಸಹಾಯವಿಲ್ಲದೆ ತಾನೊಬ್ಬನೇ ಆದವನು, ಒಂಟಿಗನು ೩.

(ಭಿನ್ನಾರ್ಥಕಾ) ಅನ್ಯತರ ಏಕಸ್ತ್ವೋ ನ್ಯೇತರಾ (ಅಪಿ) *a* ।
ಉಚ್ಚಾವಚಂ ನೈಕಭೇದಮು *b* ಚ್ಚಂಡ ಮವಿಲಂಬಿತಂ *c* ॥ ॥೮೩॥
ಅರುಂತುದಸ್ತು ಮರ್ಮಸ್ಪೃ *d* ಗಬಾಧಂ ತು ನಿರರ್ಗಳಂ *e* ।
ಪ್ರಸವ್ಯಂ ಪ್ರತಿಕೂಲಂ (ಸ್ಯಾ) ದಪಸವ್ಯ ಮಪಷ್ಠು ಚ *f* ॥ ॥೮೪॥
ವಾಮಂ (ಶರೀರೆ) ಸವ್ಯಂ *g* (ಸ್ಯಾ) ದಪಸವ್ಯಂ ತು *h* ದಕ್ಷಿಣಂ ।
ಸಂಕಟಂ ನಾತು ಸಂಬಾಧಂ *i* ಕಲಿಲಂ ಗಹನಂ (ಸಮೆ) *j* ॥ ॥೮೫॥
ಸಂಕೀರ್ಣೆ ಸಂಕುಲಾಕೀರ್ಣೆ *k* ಮುಂಡಿತಂ ಪರಿವಾಪಿತಂ *l* ।
ಗ್ರಥಿತಂ ಗ್ರಂಥಿತಂ ದೃಬ್ಧಂ *m* ವಿಸೃತಂ ವಿಸ್ತೃತಂ ತತಂ *n* ॥ ॥೮೬॥
ಅಂತರ್ಗತಂ ವಿಸ್ಮೃತಂ *o* (ಸ್ಯಾತ್) ಪ್ರಾಪ್ತ ಪ್ರಣಿಹಿತೆ (ಸಮೆ) *p* ।
ವೆಲ್ಲಿತ ಪ್ರೇಂಖಿತಾಧೂತ ಚಲಿತಾಕಂಪಿತಾ ಧುತೆ *q* ॥ ॥೮೭॥
ನುತ್ತನುನ್ನಾಸ್ತನಿಷ್ಠ್ಯೂತಾವಿದ್ಧಕ್ಷಿಪ್ತೇರಿತಾ (ಸ್ಸಮಾಃ) *r* ।
ಪರಿಕ್ಷಿಪ್ತಂ ತು ನಿವೃತಂ *s* ಮೂಷಿತಂ ಮುಷಿತಾರ್ಥಕಂ *t* ॥ ॥೮೮॥

---

a 5, Different, other. *b* 2, Diverse, various, of all sorts. *c* 2, Quick, hasty. *d* 2, Sharp, cutting or exasperating (speech). *e* 2, Unobstructed, unrestrained, unimpeded, resistless. *f* 4, Contrary, adverse, cross-grained, inverted. *g* 1, Left, left hand. *h* 1, Right, right-hand. *i* 2, Difficult, unsafe, narrow. *j* 2, Impervious, impenetrable. *k* 3, Mixed, confused, miscellaneous, impure. *l* 2, Shaved, shorn. *m* 3, Tied, bound. *n* 3, Spread, diffused, stretched, expanded. *o* 2, Forgotten. *p* 2, Obtained, gained, procured, acquired, caught (as a disease). *q* 6, Shaken. *r* 7, Sent, thrown, cast, placed. *s* 2, Surrounded, encompassed. *t* 2, Stolen.

a ಪ್ರಕೃತಾರ್ಥಕ್ಕಿಂತಲೂ ಬೇರೆಯಾಗಿರುವಂಥಾದ್ದು ೫. *b* ಅನೇಕ ಪ್ರಕಾರವಾಗಿರುವಂಥಾ ಜಗದಿಂದ್ರಜಾಲ ಸ್ವಪ್ನ ಚಿತ್ರಾದಿ ನಾನಾಪ್ರಪಂಚ ವಿಕಾರಗಳು ೨. *c* ತ್ವರೆಯುಳ್ಳವನು, ಸಾವಕಾಶವಲ್ಲದ್ದು ೨. *d* ಮರ್ಮವನ್ನು ಭೇದಿಸಿ ಹೃದಯ ವ್ಯಥೆಯನ್ನುಂಟುಮಾಡುವ ಹಂಗಿಸುವಂಥಾದ ಮಾತುಗಳು, ಗುಟ್ಟನ್ನು ಎತ್ತಿ ಆಡುವಿಕೆ ಮೊದಲಾದದ್ದು, ತಿವಿನುಡಿಗಾರ ೨. *e* ತಡೆಯಿಲ್ಲದ್ದು, ಅಡ್ಡಿಯಿಲ್ಲದ್ದು ೨. *f* ಪ್ರತಿಕೂಲವಾದದ್ದು, ತಿರುಗಿಬಿದ್ದದ್ದು, ಸರಿಯಲ್ಲದ್ದು ೪. *g* ಮೈಯೊಳಗೆ ಎಡಗಡೆ, ಎಡದಪಾರ್ಶ್ವ, ವಾಮಭಾಗ ೧. *h* ಮೈಯ್ಯ ಬಲಗಡೆ, ಬಲಭಾಗ ೧. *i* ಇಕ್ಕಟ್ಟಾದಸ್ಥಳ, ಅವಕಾಶ ಸಾಲದೇ ಯಿರುವದು ೨. *j* ಹೋಗುವದಕ್ಕೂ ಅರಿವುದಕ್ಕೂ, ನೋಡುವದಕ್ಕೂ, ಅಶಕ್ಯವಾಗಿರುವದು ೨. *k* ಬಂದಕ್ಕೊಂದು ಶೆರತುಕೊಂಡಿರುವದು ೩. *l* ಕ್ಷೌರಿಸಲ್ಪಟ್ಟದ್ದು ೨. *m* ಕಟ್ಟಲ್ಪಟ್ಟ ಅಥವಾ ಪೋಣಿಸಲ್ಪಟ್ಟ ಪುಷ್ಪಮಾಲಾದಿಗಳು ೩. *n* ವ್ಯಾಪಿಸಿಯಿರುವದು ೩. *o* ಮರೆಯಲ್ಪಟ್ಟದ್ದು, ಜ್ಞಾಪಕ ತಪ್ಪಿಹೋದದ್ದು ೨. *p* ಹೊಂದಲ್ಪಟ್ಟದ್ದು ೨. *q* ಕದಲಿಸಲ್ಪಟ್ಟಂಥಾದ್ದು, ಅಲ್ಲಾಡಿಸಲ್ಪಟ್ಟದ್ದು ೬. *r* ನೂಕಲ್ಪಟ್ಟದ್ದು, ತಳ್ಳಲ್ಪಟ್ಟದ್ದು ೭. *s* ಸುತ್ತಿಕೊಳ್ಳಲ್ಪಟ್ಟದ್ದು ೨. *t* ಕದಿಯಲ್ಪಟ್ಟದ್ದು ೨.

ಪ್ರವೃದ್ಧ ಪ್ರಸೃತೇ a ನ್ಯಸ್ತ ನಿಸೃಷ್ಟೇ b ಗುಣಿತಾಹತೇ c ।
ನಿದಿಗ್ಧೋಪಚಿತೇ d ಗೂಢ ಗುಪ್ತೇ e ಗುಂಠಿತ ರೂಷಿತೇ f ॥ ॥೪೯॥
ದ್ರುತಾವದೀರ್ಣೇ g ಉದ್ಗೂರ್ಣೋದ್ಯತೇ h ಕಾಚಿತ ಶಿಕ್ಯಿತೇ i ।
ಘ್ರಾಣ ಘ್ರಾತೇ j ದಿಗ್ಧ ಲಿಪ್ತೇ k ಸಮುದಕ್ತೋದ್ಧೃತೇ (ಸಮೇ) l ॥ ॥೫೦॥
ವೇಷ್ಟಿತಂ (ಸ್ಯಾ)ದ್ವಲಯಿತಂ ಸಂವೀತಂ ರುದ್ಧಮಾವೃತಂ m ।
ರುಗ್ಣ ಭುಗ್ನೇ n ನಿಶಿತೇ ಕ್ಷ್ಣುತ ಶಾತಾ ನಿತೇಜಿತೇ o ॥ ॥೫೧॥
(ಸ್ಯಾದ್ವಿನಾಶೋನ್ಮುಖಂ) ಪಕ್ವಂ ಹ್ರೀಣ ಹ್ರೀತೌ ತು ಲಜ್ಜಿತೇ q ।
ವೃತೇ ತು ವೃತ್ತವಾವೃತ್ತೌ r ಸಂಯೋಜಿತ ಉಪಾಹಿತಃ s ॥ ॥೫೨॥
ಪ್ರಾಪ್ಯಂ ಗಮ್ಯಂ ಸಮಾಸಾದ್ಯಂ t ಸ್ಯನ್ನಂ ರೀಣಂ ಸ್ರುತಂ ಸ್ರುತಂ u ।
ಸಂಗೂಢಃ (ಸ್ಯಾ)ತ್ಸಂಕಲಿತೋ v ವಗೀತಃ ಖ್ಯಾತಗರ್ಹಣಃ w । ॥೫೩॥
ವಿವಿಧಃ (ಸ್ಯಾ)ದ್ಬಹುವಿಧೋ ನಾನಾರೂಪಃ ಪೃಥಗ್ವಿಧಃ x ।
ಅವರೀಣೋ ಧಿಕ್ಕೃತಃ y (ಸ್ಯಾ)ದವಧ್ವಸ್ತೋವಚೂರ್ಣಿತಃ z ॥ ॥೫೪॥

---

a 2, Full-grown, expanded. b 2, Deposited, placed. c 2, Multiplied. d 2, Increased manifold. e 2, Hidden, concealed, secret. f 2, Dusty, covered with dust. g 2, Melted, molten. h 2, Lifted up, raised, elevated. i 2, Suspended in the *shikya* (q. v. Vaish. Varg.) j 2, Smelt, scented. k 2, Smeared, anointed. l 2, Raised, extracted, selected. m 5, Obstructed, surrounded. n 2, Broken. o 4, Sharpened. p 1, Ripe, coming to an end. q 3, Ashamed, r 3, Chosen, selected, accepted. s 2, Connected, united with. t 3, Attainable, procurable. u 4, Leaking, dropping, trickling. v 2, Added, heaped. w 2, Publicly censured or blamed. x 4, Multiform, various. y 2, Despised, contemned. z 2, Pounded, pulverised.

a ಕಡೆಗೂ ಬೆಳೆದಿರುವದು ೨. b ಇರಿಸಲ್ಪಟ್ಟದ್ದು ೨. c ಗುಣಿಸಲ್ಪಟ್ಟದ್ದು, ಹೆಚ್ಚಿಸಲ್ಪಟ್ಟದ್ದು, ಹೊಡಿಯಲ್ಪಟ್ಟದ್ದು ೨. d ಅಳತೆ ಹೆಚ್ಚಿದ ಧಾನ್ಯಾದಿಗಳು, ವೃದ್ಧಿಯಾದದ್ದು ೨. e ಬಚ್ಚಿಡಲ್ಪಟ್ಟದ್ದು ೨. f ಧೂಳಿ ಮುಂತಾದವುಗಳಿಂದ ಮುಚ್ಚಲ್ಪಟ್ಟದ್ದು ೨. g ಕರಗಿಸಲ್ಪಟ್ಟದ್ದು ೨. h ಉದ್ದವಾಗಿ ಮೇಲಕ್ಕೆ ಎತ್ತಲ್ಪಟ್ಟದ್ದು ೨. i ಉಟ್ಟಿಯುಲ್ಲಿಡಲ್ಪಟ್ಟದ್ದು, ಚಿಕ್ಕದಲ್ಲಿ ಯಿಡಲ್ಪಟ್ಟದ್ದು, ಲೌಕಿಕ ವೈದಿಕ ಕರ್ಮಗಳಲ್ಲಿ ಕೃತಾಭ್ಯಾಸನು ೨. j ಮೂಸಿ ನೋಡಲ್ಪಟ್ಟದ್ದು ೨. k ಬೊಳಿಯಲ್ಪಟ್ಟದ್ದು ೨. l ಮೇಲಕ್ಕೆ ಕೆಳಗಿನಿಂದ ಎತ್ತಲ್ಪಟ್ಟದ್ದು ೨. m ಕಾಣಿಸದರಿಗೆ ಅಡ್ಡವಾಗಿರುವಂತೆ ಸುತ್ತಿಕೊಳ್ಳಲ್ಪಟ್ಟದ್ದು ೫. n ಮುರಿದು ಹೋದದ್ದು ೨. o ಹದ ಮಾಡಲ್ಪಟ್ಟದ್ದು ೪. p ನಾಶಕ್ಕೆ ಆಯತ್ತಪಟ್ಟದ್ದು ೧. q ನಾಚಿಕೆ ಗೊಂಡವನು ೩. r ಅಂಗೀಕರಿಸಲ್ಪಟ್ಟವನು, ನನಗೆ ಯಿವನಾಗಬೇಕೆಂದು ವರಿಸಲ್ಪಟ್ಟವನು ೩. s ಕೂಡಿಸಲ್ಪಟ್ಟದ್ದು, ಬೆಸೆಯಲ್ಪಟ್ಟದ್ದು ೨. t ಹೊಂದತಕ್ಕದ್ದು, ತೆಗದುಕೊಳ್ಳತಕ್ಕದ್ದು, ಪಡೆಯತಕ್ಕದ್ದು ೩. u ಸೋರಿಹೋದದ್ದು, ಜನಿದು ಹೋದದ್ದು ೪. v ಕುದುಗಲ್ಪಟ್ಟದ್ದು ೨. w ಪ್ರಸಿದ್ಧವಾದ ನಿಂದೆಯುಳ್ಳವನು ೨. x ಬೇರೆ ಬೇರೆ ರೂಪ ಉಳ್ಳದ್ದು, ನಾನಾ ವಿಧವಾಗಿರುವಂಥಾದ್ದು ೪. y ಧಿಕ್ಕರಿಸಲ್ಪಟ್ಟವನು, ಜರಿದಾಡಲ್ಪಟ್ಟವನು ೨. z ಪುಡಿಯಾಗುವಹಾಗೆ ಕುಟ್ಟಲ್ಪಟ್ಟದ್ದು ೨.

(ಅನಾಯಾಸಕೃತಂ) ಫಾಂಟಂ *a* ಸ್ವನಿತಂ ಧ್ವನಿತಂ (ಸಮೆ) *b* ।
ಬದ್ಧೇ ಸಂದಾನಿತಂ ಮೂತ ಮುದ್ದಿತಂ ಸಂದಿತಂ ಸಿತಂ *c* ॥ ॥೯೫॥
ನಿಷ್ಪಕ್ವಂ ಕ್ವಥಿತಂ *d* (ಪಾಕೇ ಕ್ಷೀರಾಜ್ಯ ಹವಿಷಾಂ) ಶ್ರಿತಂ *e* ।
ನಿರ್ವಾಣೋ (ಮುನಿವಹ್ನ್ಯಾದೌ) *f* ನಿರ್ವಾತ (ಸ್ತು ಗತೇನಿಲೇ) *g* ॥ ॥೯೬॥
ಪಕ್ವಂ ಪರಿಣತೇ *h* ಗೂನಂ ಹನ್ನೇ *i* ಮೀಢಂತು ಮೂತ್ರಿತೇ *j* ।
ಪುಷ್ಟಂತು ಪುಷಿತಂ *k* ಸೋಢೇ ಕ್ಷಾಂತಂ *l* ಉದ್ವಾಂತಮುದ್ಗತೇ *m* ॥ ॥೯೭॥
ದಾಂತಸ್ತು ದಮಿತೇ *n* ಶಾಂತಶ್ಶಮಿತೇ *o* ಪ್ರಾರ್ಥಿತೇಽರ್ಥಿತಃ *p* ।
ಜ್ಞಪ್ತಸ್ತು ಜ್ಞಾಪಿತೇ *q* ಛನ್ನಃ ಛಾದಿತೇ *r* ಪೂಜಿತೇಽಂಚಿತಃ *s* ॥ ॥೯೮॥
ಪೂರ್ಣಸ್ತು ಪೂರಿತೇ *t* ಕ್ಲಿಷ್ಟಃ ಕ್ಲಿಶಿತೇ *u* ವಸಿತೇ ಸಿತಃ *v* ।

---

a 1, Decocted. *b* 2, Sounding, sonorous. *c* 6, Bound, tied, fixed. *d* 2, Boiled down to an eighth part. *e* 1, Boiled with milk and ghee. *f* 1, Blown out or gone out, applied either to a fire or a sage, extinct. (The meaning of this term as employed by the Buddhists is much disputed). *g* 1, Without wind, calm. *h* 2, Ripe, matured. *i* 2, Ejected from the bowels, as fœces. *j* 2, Discharged from the bladder, as urine. *k* 2, Cherished, nourished. *l* 2, Suffered, endured. *m* 2, Come out of, produced from, born. *n* 2, Moderate, self-possessed, self-controlled. *o* 2, Pacified, appeased, still, calm. *p* 2, Asked, begged, solicited. *q* 2, Taught, instructed, trained. *r* 2, Covered, closed. *s* 2, Worshipped, adored, reverenced, honoured. *t* 1, Full, filled, complete. *u* 2, Filled with sorrow, grieved. *v* 2, Finished, ended.

a ಆಯಾಸ ವಿಲ್ಲದೆ ಮಾಡಲ್ಪಟ್ಟ ಕಷಾಯಾದಿಗಳು ೧. *b* ಕೂಗುವಂತಾದ್ದು, ಮೊರಿಯುವಂತಾದ್ದು ೨. *c* ಕಟ್ಟಲ್ಪಟ್ಟದ್ದು ೬. *d* ಎಂಟನೇ ಭಾಗ ವುಳಿಯುವಂತೆ ಕಾಯಿಸಲ್ಪಟ್ಟದ್ದು, ಅಷ್ಟಮಾಂಶಾ ವಶಿಷ್ಟವಾದ ಕಷಾಯಾದಿಗಳು ೨. *e* ಹಾಲು ತುಪ್ಪ ಅನ್ನ ಮುಂತಾದ ವುಗಳನ್ನು, ಪಂ೧ ಕೆಂಡದಮ್ಯಾಲಿಟ್ಟು ಹದವಾಗಿ ಕುದಿಯಿಸುವದು ೧. *f* ಶಾಂತ ವ್ಯಾಪಾರನಾದ ಯೋಗಿ ಮತ್ತು ಆರಿಹೋದ ಜಂ೧ ಮೊದಲಾದವುಗಳು ೧. *g* ನಿಂತು ಹೋದಗಾಳಿ ೧. *h* ಕಾಲವಶದಿಂದ ಪಕ್ವವಾಗಿ ಹಂಣುಬಾರಿದಂಥಾದ್ದು ೨. *i* ಬಿಡಲ್ಪಟ್ಟ ಮಲ, ಸಗಣಿ ತೊಪ್ಪೆ ಮುಂತಾದ್ದು ೨. *j* ಬಿಡಲ್ಪಟ್ಟ ಮೂತ್ರ, ಗಂಜಳ ಮುಂತಾದ್ದು ೨. *k* ಸಲಹಲ್ಪಟ್ಟ ಹಕ್ಕಿ ಮುಂತಾದವುಗಳು, ಪೊರೆಯಲ್ಪಟ್ಟದ್ದು ೨. *l* ಸೈರಿಸಿಕೊಳ್ಳಲ್ಪಟ್ಟ ಹೊಯಿಲು ಹೊಡತ ಮುಂತಾದವುಗಳು ೨. *m* ಒಂದರಿಂದ ಈಚೆಗೆ ಹೊರಟದ್ದು ೨. *n* ಇಂದ್ರಿಯ ನಿಗ್ರಹ ವುಳ್ಳವನು, ನಿಗ್ರಹಿಸಲ್ಪಟ್ಟ ಇಂದ್ರಿಯ ೨. *o* ಕಾಮ ಕ್ರೋಧಾದಿಗಳಿಲ್ಲದೇ ಮನಸ್ಸನ್ನು ನಿಗ್ರಹಿಸಿದವನು ೨. *p* ಅಪೇಕ್ಷಿಸಲ್ಪಟ್ಟದ್ದು, ಚೆನ್ನಾಗಿ ಹಾರೈಸಲ್ಪಟ್ಟ ವಿಷಯವು ೨. *q* ಅರುಹುಳ್ಳವನು, ೨. *r* ಹೊದಿಸಲ್ಪಟ್ಟದ್ದು, ಮುಚ್ಚಿಸಲ್ಪಟ್ಟದ್ದು ೨. *s* ಪೂಜಿಸಲ್ಪಟ್ಟದ್ದು ೨. *t* ತುಂಬಲ್ಪಟ್ಟದ್ದು, ತುಂಬಿಸಲ್ಪಟ್ಟದ್ದು ೨. *u* ದುಃಖಗಳಿಂದ ಪೀಡಿಸಲ್ಪಟ್ಟವನು ೨. *v* ಮುಗಿದು ಹೋದದ್ದು, ಕಡೆಗಂಡದ್ದು ೨.

ಪ್ರುಷ್ಟ ಪ್ಲುಷೋಷಿತಾ ದಗ್ಧೇ *a* ತಷ್ಟತ್ವಷ್ಟೌ ತನೂಕೃತೇ *b* ॥ ॥೯೯॥
ವೇಧಿತ ಛಿದ್ರಿತೌ ವಿದ್ಧೇ *c* ವಿನ್ನವಿತ್ತೌ ವಿಚಾರಿತೇ *d* ।
ನಿಷ್ಪ್ರಭೇ ವಿಗತಾರೋಕೌ *e* ವಿಲೀನೇ ವಿದ್ರುತ ದ್ರುತೌ *f* ॥ ॥೧೦೦॥
ಸಿದ್ಧೇ ನಿರ್ವೃತ್ತನಿಷ್ಪನ್ನೌ *g* ದಾರಿತೇ ಭಿನ್ನ ಭೇದಿತೌ *h* ।
ಊತಂ ಸ್ಯೂತಮುತಂ *i* (ಚೇತಿತ್ರಿತಯಂತಂತುಸಂತತೇ) ॥ ॥೧೦೧॥
ಸ್ಯಾದರ್ಹಿತೇ ನಮಸ್ಯಿತ ನಮಸಿತ ಮಪಚಾಯಿತಾರ್ಚಿತಾಪಚಿತಂ *j* ।
ವರಿವಸಿತೇ ವರಿವಸ್ಯಿತ ಮುಪಾಸಿತಂ ಚೋಪಚರಿತಂಚ *k* ॥ ॥೧೦೨॥
ಸಂತಾಪಿತ ಸಂತಪ್ತೌ ಧೂಪಾಯಿತ ಧೂಪಿತೌ ಚ ದೂನಶ್ಚ *l* ।
ಹೃಷ್ಟೋ ಮತ್ತಸ್ತೃಪ್ತಃ ಪ್ರಹ್ಲನ್ನಃ ಪ್ರಮುದಿತಃ ಪ್ರೀತಃ *m* ॥ ॥೧೦೩॥
ಛಿನ್ನಂ ಛಾತಂ ಲೂನಂ ಕೃತ್ತಂ ದಾತಂ ದಿತಂ ಛಿತಂ ವೃಕ್ಣಂ *n* ।
ಸ್ರಸ್ತಂ ಧ್ವಸ್ತಂ ಭ್ರಷ್ಟಂ ಸ್ಕನ್ನಂ ಪನ್ನಂ ಚ್ಯುತಂ ಗಳಿತಂ *o* ॥ ॥೧೦೪॥
ಲಬ್ಧಂ ಪ್ರಾಪ್ತಂ ವಿನ್ನಂ ಭಾವಿತ ಮಾಸಾದಿತಂ ಚ ಭೂತಂಚ *p* ।
ಅನ್ವೇಷಿತಂ ಗವೇಷಿತ ಮನ್ವಿಷ್ಟಂ ಮಾರ್ಗಿತಂ ಮೃಗಿತಂ *q* ॥ ॥೧೦೫॥
ಆರ್ದ್ರಂ ಸಾರ್ದ್ರಂ ಕ್ಲಿನ್ನಂ ತಿಮಿತಂ ಸ್ತಿಮಿತಂ ಸಮುನ್ನ ಮುತ್ತಂಚ *r* ।

---

a 4, Burnt, consumed. *b* 3, Worn, worn away. *c* 3, Pierced with holes. *d* 3, Investigated, examined, judged, tried. *e* 3, Dull, obscure, dim. *f* 3, Liquefied, melted. *g* 3, Ready, prepared, accomplished. *h* 3, Cracked, split. *i* 3, Stitched, sewn. *j* 6, Worshipped, especially with prostration of the body. *k* 4, Served, befriended. *l* 5, Heated, dried. *m* 6, Rejoiced, delighted, satisfied. *n* 8, Cut, divided, plucked. *o* 7, Slipped, fallen, depraved. *p* 6, Gained, acquired, won. *q* 4, Sought. *r* 7, Wet, damp, moist, imbued.

[a] ಸುಡಲ್ಪಟ್ಟದ್ದು ೪. [b] ಕೆತ್ತಿ ತೋಪಡಾ ಹಿಡಿದು ವರದು ಕೆರೆದು ಉಜ್ಜಿ ಹೊಸ್ತಿ ಹಿಂಡಿ ಬಿಟಿ ವತ್ತಿ ಹಿಸಿಕಿ ಕಾರು ಕೃತ್ಯಗಳಿಂದ ಸಣ್ಣಾಗೆ ಮಾಡಲ್ಪಟ್ಟದ್ದು, ಸಾಮಾನು ೩. [c] ಕೊರೆದು ಯಿಡಲ್ಪಟ್ಟದ್ದು, ತೂತು ಕೊರೆಯಲ್ಪಟ್ಟದ್ದು ೩. [d] ಪ್ರಸಿದ್ಧವಾಗಿ ಕೇಳಿ ತಿಳಿಕೊಳ್ಳಲ್ಪಟ್ಟದ್ದು ೩. [e] ಕಳೆ ಕಂದಿ ಕಾಂತಿಯಿಲ್ಲದೆ ಯಿರುವದು ೩. [f] ಗಟ್ಟಿ ಕರಗಿ ನೀರಿನ ಹಾಗೆ ಮಾಡಲ್ಪಟ್ಟಿರುವದು ೩. [g] ನೆರವೇರಿಸಲ್ಪಟ್ಟಿರುವದು, ಆಯತ್ತವಾಗಿ ಮಾಡಿಯಿರುವದು ೩. [h] ಸೀಳುವದಕ್ಕೆ ಯೋಗ್ಯವಾಗಿರುವದು, ಕಡಿಯಲ್ಪಟ್ಟದ್ದು, ಸಿಗುಳಲ್ಪಟ್ಟದ್ದು ೩. [i] ದಾರದಿಂದ ಹೊಲಿಯಲ್ಪಟ್ಟದ್ದು, ನೂಲು ಹೊಕ್ಕಿರುವದು ೩. [j] ಪೂಜಿಸಲ್ಪಟ್ಟದ್ದು, ನಮಸ್ಕರಿಸಲ್ಪಟ್ಟದ್ದು ೬. [k] ಸೇವಿಸಲ್ಪಟ್ಟಂಥಾದ್ದು ೪. [l] ಬಿಸಿಲು ಸೆಕೆ ಮುಂತಾದವುಗಳಲ್ಲಿ ಹೊಗೆ ಹೊರಡುವಂತೆ ಒಣಗಿಸಿ ಕಾಯಿಸಲ್ಪಟ್ಟಂಥಾದ್ದು ೫. [m] ಸಂತೋಷಪಟ್ಟವನು, ತೃಪ್ತಿಪಟ್ಟವನು ೬. [n] ಕುಯ್ಯಲ್ಪಟ್ಟದ್ದು, ಕತ್ತರಿಸಲ್ಪಟ್ಟದ್ದು ೮. [o] ಜಾರಿ ಬಿದ್ದದ್ದು, ಕಳಚಿ ಕೊಂಬುವದ ತಪ್ಪಿಹೋಗಿರುವದು ೭. [p] ಹೊಂದಲ್ಪಟ್ಟಿರುವದು, ಆಗಿ ಬಂದಿರುವದು ೬. [q] ಹುಡುಕಲ್ಪಟ್ಟಿರುವದು ೪. [r] ತೇವದಲ್ಲಿ ನೆನೆದದ್ದು, ನೆಂದು ರಸವೇರಿರುವದು ೭.

ತ್ರಾತಂ ತ್ರಾಣಂ ರಕ್ಷಿತಮ'ವಿತಂ ಗೋಪಾಯಿತಂ ಗುಪ್ತಂ *a* || ||೧೦೬||
ಅವಗಣಿತಮ'ವಮತಾ'ವಜ್ಞಾತೇ ಅವಮಾನಿತಂ ಚ ಪರಿಭೂತೇ *b* |
ತ್ಯಕ್ತಂ ಹೀನಂ ವಿಧುತಂ ಸಮುಜ್ಝಿತಂ ಧೂತಮು'ತ್ಸೃಷ್ಟಂ *c* || ||೧೦೭||
ಉಕ್ತಂ ಭಾಷಿತಮು'ದಿತಂ ಜಲ್ಪಿತಮಾ'ಖ್ಯಾತಮ'ಭಿಹಿತಂ ಲಪಿತಂ *d* |
ಬುದ್ಧಂ ಬುಧಿತಂ ಮನಿತಂ ವಿದಿತಂ ಪ್ರತಿಪನ್ನಮ'ವಸಿತಾ'ವಗತೇ *e* || ||೧೦೮||
ಊರೀಕೃತಮು'ರರೀಕೃತಮಂ'ಗೀಕೃತಮಾ'ಶ್ರುತಂ ಪ್ರತಿಜ್ಞಾತಂ |
ಸಂಗೀರ್ಣಂ ವಿದಿತಂ ಸಂಶ್ರುತಂ ಸಮಾಹಿತಮು'ಪಶ್ರುತೋ'ಪಗತಂ *f* || ||೧೦೯||
ಈಡಿತ ಶಸ್ತ ಪಣಾಯಿತ ಪನಾಯಿತ ಪ್ರಣುತ ಪಣಿತ ಪನಿತಾನಿ |
ಅಪಿಗೀರ್ಣ ವರ್ಣಿತಾ'ಭಿಷ್ಟುತೇ'ಳಿತಾನಿ ಸ್ತುತಾ (ರ್ಥಾನಿ) *g* || ||೧೧೦||
ಭಕ್ಷಿತ ಚರ್ವಿತ ಲಿಪ್ತ ಪ್ರತ್ಯವಸಿತ ಗಿಳಿತ ಖಾದಿತ ಪ್ಸಾತಂ |
ಅಭ್ಯವಹೃತಾ'ನ್ನ ಜಗ್ಧ ಗ್ರಸ್ತ ಗ್ಲಸ್ತಾ'ಶಿತಂ ಭುಕ್ತಂ *h* || ||೧೧೧||
ಕ್ಷೇಪಿಷ್ಠ ಕ್ಷೋದಿಷ್ಠ ಪ್ರೇಷ್ಠ ವರಿಷ್ಠ ಸ್ಥವಿಷ್ಠ ಬಂಹಿಷ್ಠಾಃ |
(ಕ್ಷಿಪ್ರ ಕ್ಷುದ್ರಾ'ಭೀಪ್ಸಿತ ಪೃಥು ಪೀವರ ಬಹುಪ್ರಕರ್ಷಾರ್ಥಾಃ) *i* || ||೧೧೨||
ಸಾಧಿಷ್ಠ ದ್ರಾಘಿಷ್ಠ ಸ್ಫೇಷ್ಠ ಗರಿಷ್ಠ ಹ್ರಸಿಷ್ಠ ಬೃಂದಿಷ್ಠಾಃ |
(ಬಾಢವ್ಯಾಯತ ಬಹುಗುರು ವಾಮನ ಬೃಂದಾರಕಾತಿಶಯೇ) *j* || ||೧೧೩||

|| ಇತಿ ವಿಶೇಷ್ಯನಿಘ್ನವರ್ಗಃ ||

---

a 6, Preserved, saved, protected. *b* 5, Depreciated, undervalued, lightly esteemed. *c* 6, Left, quitted, abandoned. *d* 7, Said, spoken, uttered. *e* 7, Known, understood, comprehended. *f* 11, Granted, agreed, allowed. *g* 12, Praised, lauded, eulogised. *h* 14, Eaten, swallowed. *i* 1, Excessively swift; 1, most insignificant; 1, exceedingly precious or valuable; 1, superlatively excellent; 1, enormously fat or big; 1, very much, superabundant. *j* 1, Very best; 1, very longest; 1, excessive, extreme, 1, very weighty or grave; 1, very short or low; 1, very pleasant.

a. ಪೊರೆಯಲ್ಪಟ್ಟದ್ದು ೬. *b* ತಿರಸ್ಕರಿಸಲ್ಪಟ್ಟದ್ದು, ಅವಮಾನ ಮಾಡಲ್ಪಟ್ಟದ್ದು ೫. *c* ಬಿಡಲ್ಪಟ್ಟದ್ದು ೬. *d* ಹೇಳಲ್ಪಟ್ಟದ್ದು, ನುಡಿಯಲ್ಪಟ್ಟದ್ದು ೭. *e* ತಿಳಿಯಲ್ಪಟ್ಟದ್ದು, ಅರಿಕೆಯಾಗಲ್ಪಡುವದು ೭. *f* ಅಂಗೀಕರಿಸಲ್ಪಟ್ಟದ್ದು, ಒಪ್ಪಿಕೊಳ್ಳಲ್ಪಟ್ಟದ್ದು, ಪ್ರತಿಜ್ಞೆ ಮಾಡಿ ನುಡಿಯಲ್ಪಟ್ಟದ್ದು ೧೧. *g* ಹೊಗಳಲ್ಪಟ್ಟದ್ದು, ಕೊಂಡಾಡಲ್ಪಟ್ಟದ್ದು, ಬಣ್ಣಿಸಲ್ಪಟ್ಟದ್ದು ೧೨. *h* ಭುಜಿಸಲ್ಪಟ್ಟದ್ದು, ಉಣ್ಣಲ್ಪಟ್ಟದ್ದು, ಅಗಿಯಲ್ಪಟ್ಟದ್ದು, ನುಂಗಲ್ಪಟ್ಟದ್ದು, ಮೆದ್ದದ್ದು ೧೪. *i* ಕ್ಷೇಪಿಷ್ಠಾದಿ ಶಬ್ದಗಳು ಕ್ರಮವಾಗಿ ಕ್ಷಿಪ್ರಾದಿಗಳಾರರ ಅತಿಶಯಗಳು ಅಂದರೆ ಕೇವಲವೇಗವುಳ್ಳದ್ದು ಕ್ಷೇಪಿಷ್ಠವು. ಕೇವಲ ಕ್ಷುದ್ರವಾದದ್ದು ಕ್ಷೋದಿಷ್ಠವು॥ ಬಹಳ ಪ್ರಿಯವಾದದ್ದು ಪ್ರೇಷ್ಠವು, ಅತ್ಯಂತ ಶ್ರೇಷ್ಠವಾದದ್ದು ವರಿಷ್ಠವು॥ ಹೆಚ್ಚಾಗಿ ಬಲಿತದ್ದು ಸ್ಥವಿಷ್ಠವು, ಕೇವಲ ಅಧಿಕವಾದದ್ದು ಬಂಹಿಷ್ಠವು ೬. *j* ಸಾಧಿಷ್ಠಾದಿ ಶಬ್ದಗಳು ೬ ಕ್ರಮವಾಗಿ ಬಾಢಾದಿಗಳಾರರ ಹೆಸರುಗಳು, ಅಂದರೆ, ಕೇವಲ ಒಳ್ಳೇದು ಸಾಧಿಷ್ಠವು, ಬಹಳ ನೀಳವಾದದ್ದು ದ್ರಾಘಿಷ್ಠವು॥ ಅತ್ಯಂತಾಧಿಕವಾದದ್ದು ಸ್ಫೇಷ್ಠವು, ಬಹು ಭಾರವಾದದ್ದು ಗರಿಷ್ಠವು॥ ಬಹಳ ಗಿಡ್ಡಾದದ್ದು ಹ್ರಸಿಷ್ಠವು॥ ಬಹಳ ಮನೋಹರವಾದದ್ದು ಬೃಂದಿಷ್ಠವು॥

II. SANKIRNA-VARGA.—ಸಂಕೀರ್ಣ ವರ್ಗ.

Introduction.—ಅವತರಣಿಕೆ.

ಗ್ರಂಥಕರ್ತನು ಈ ಸಂಕೀರ್ಣ ವರ್ಗದಲ್ಲಿರುವ ಪದಗಳಿಗೆ ಮುನ್ನು ಹೇಳ್ದ ರೂಪ ಭೇದದಿಂದಲೇ ಲಿಂಗ ನಿರ್ಣಯವಾಗುವದಿಲ್ಲವಾದ್ದರಿಂದ ಪ್ರಕೃತಿ ಪ್ರತ್ಯಯಾದಿ ಬೇರೆ ಕಾರಣಗಳಿಂದಲೂ ಲಿಂಗವನ್ನು ಅನುಮೇಯಿಸ ಬೇಕೆಂದು ಹೇಳುತ್ತಾನೆ.

ಮೂಲ॥ ಪ್ರಕೃತಿ ಪ್ರತ್ಯಯಾರ್ಥಾದ್ಯೈಃ ಸ್ಸಂಕೀರ್ಣೇ ಲಿಂಗಮುನ್ನಯೇತ್॥

ಟೀಕೆ॥ ಸಂಕೀರ್ಣೇ—ಸಂಕೀರ್ಣ ವರ್ಗದಲ್ಲಿ। ಪ್ರಕೃತಿಪ್ರತ್ಯಯಾರ್ಥಾದ್ಯೈಃ—ನಾಮಾರ್ಥ ಪ್ರತ್ಯಯಾರ್ಥ ರೂಪಭೇದ ಸಾಹಚರ್ಯಗಳಿಂದ, ಲಿಂಗ—ಸ್ತ್ರೀ ಪುನ್ನಪುಂಸಕ ಲಿಂಗವನ್ನು, ಉನ್ನಯೇತ್—ಊಹಿಸಬೇಕು. ಹ್ಯಾಗಂದರೆ,—ಉದಾಹರಣ॥ ನಾಮಾರ್ಥದಿಂದ ಅಪರಸ್ಪರಾಃ ಪುರುಷಾಃ, ಅಪರಸ್ಪರಾಃ ಸ್ತ್ರಿಯಃ, ಅಪರಸ್ಪರಾಣಿಕುಲಾನಿ॥ ಈ ಮೇರೆ ಊಹಿಸತಕ್ಕದ್ದು. ಪ್ರತ್ಯಯಾರ್ಥದಿಂದ—ಶಾಂತಿಃ ದಾಂತಿಃ ಇವು (ಸ್ತ್ರಿಯಾಂಕ್ತಿನ್)—ಎಂಬುವ ಸೂತ್ರದಿಂದ ಸ್ತ್ರೀ ಲಿಂಗ ಬೋಧಕವಾದ-ತಿಪ್ರತ್ಯಯಾಂತಗಳಾದ್ದರಿಂದ ಸ್ತ್ರೀ ಲಿಂಗಗಳೆಂದು ಊಹಿಸ ಬೇಕು. ರೂಪ ಭೇದ ಸಾಹಚರ್ಯಗಳಿಂದ ಊಹಿಸಿ ಲಿಂಗನಿರ್ಣಯ ಮಾಡ ತಕ್ಕ ಕ್ರಮವು ಪೂರ್ವದಲ್ಲಿಯೇ ಹೇಳಲ್ಪಟ್ಟದೆ.

Meaning.

The gender of words in this chapter may be ascertained either from their connection or from their terminations.

1. *Example.*

ಅಪರಸ್ಪರಾಃ ಪುರುಷಾಃ (masculine), ಅಪರಸ್ಪರಾಃ ಸ್ತ್ರಿಯಃ (feminine), ಅಪರಸ್ಪರಾಣಿ ಕುಲಾನಿ (neuter).

2. *Example.*

ಶಾಂತಿಃ, ದಾಂತಿಃ (feminine.)

ಕರ್ಮ ಕ್ರಿಯಾ *a* (ತತ್ಸಾತತ್ಯೇ ಗಮ್ಯೇಸ್ಯು) ರಪರಸ್ಪರಾಃ *b* ॥ ॥೧೧೪॥
(ಸಾಕಲ್ಯಾಸಂಗವಚನೇ) ಪಾರಾಯಣಂ ಪರಾಯಣಂ *c* ।
ಯದೃಚ್ಛಾ ಸ್ವೈರಿತಾ *d* (ಹೇತುಶೂನ್ಯಾತ್ವಾಸ್ಥಾ) ವಿಲಕ್ಷಣಂ *e* ॥ ॥೧೧೫॥
ಶಮಥಸ್ತು ಶಮಃ ಶಾಂತಿ *f* ದಾಂತಿಸ್ತು ದಮಥೋ ದಮಃ *g* ।
ಅವದಾನಂ (ಕರ್ಮವೃತ್ತಂ) *h* (ಕಾಮ್ಯದಾನಂ) ಪ್ರವಾರಣಂ *i* ॥ ॥೧೧೬॥
(ವಶಕ್ರಿಯಾ) ಸಂವನನಂ *j* ಮೂಲಕರ್ಮತು ಕಾರ್ಮಣಂ *k* ।
ವಿಧೂನನಂ ವಿಧುವನಂ *l* ತರ್ಪಣಂ ಪ್ರೀಣನಾವನಂ *m* ॥ ॥೧೧೭॥
ಪರ್ಯಾಪ್ತಿ (ಸ್ಸ್ಯಾ) ತ್ಪರಿತ್ರಾಣಂ ಹಸ್ತವಾರಣ (ಮಿತ್ಯಪಿ) *n* ।
ಸೇವನಂ ಸೀವನಂ ಸ್ಯೂತಿ *o* ರ್ವಿದರಃ ಸ್ಫುಟನಂ ಭಿದಾ *p* ॥ ॥೧೧೮॥

---

a 2, Act, deed. *b* 1, Continued, uninterrupted. *c* 1, Reading through to the end; 1, aspirant to, candidate. *d* 2, Independence, a condition according to one's own fancy. *e* 1, State or condition for which no cause can be assigned, causeless state. *f* 3, Tranquillity, calmness, peace. *g* 3, Self-command. *h* 1, Pure or faultless behaviour, approved work. *i* 1, Giving in hope of a return. *j* 1, Subduing by charms or magical drugs. *k* 2, Machination with (poisonous) roots. *l* 2, Shaking or causing to shake, trembling. *m* 3, Satisfaction given or received. *n* 3, Protection, shelter. *o* 3, Sewing, stitching; using, enjoying. *p* 3, Splitting, tearing, breaking.

a ಮಾಡುವದು, ಕೆಲಸ ೨. *b* ಎಡೆಬಿಡದೆ ತಿರುಗುವದು ಮುಂತಾದ ಕೆಲಸದ ಸಾರ್ವಕಾಲಿಕ ಸಂಬಂಧವುಳ್ಳ ಸ್ವಾರ್ಥಾದಿಗಳು ೧. *c* ಕ್ರಮವಾಗಿ ಎಲ್ಲವೂ ಓದುವದು, ಒಂದು ವಸ್ತುವಿನಲ್ಲಿ ಆಸಕ್ತಿಯುಳ್ಳವನು ೨. *d* ಮನಸ್ಸು ಬಂದಹಾಗೆಲ್ಲಾ ಬಿಡಿಬಿಟ್ಟಲಾಗಿರುವದು ೨. *e* ಕಾರಣವಿಲ್ಲದೆ ಒಂದು ಕಡೆ ಯಾವದಾದರೂ ಇರುವದು ೧. *f* ಕಾಮ ಕ್ರೋಧಾದಿಗಳಡಗಿಸ ಸಮಾಧಾನವೃತ್ತಿಯಾಗಿರುವಿಕೆ ೩. *g* ಬ್ರಹ್ಮಚರ್ಯಾದಿಕ್ಲೇಶಗಳನ್ನು ಸಹಿಸಿ ಇಂದ್ರಿಯ ನಿಗ್ರಹ ಮಾಡುವದು ೩. *h* ಪೂರ್ವದಲ್ಲಿ ನಡೆದಂಥಾ ಪರಿಶುದ್ಧ ಕ್ರಿಯೆ ೧. *i* ಫಲಾಪೇಕ್ಷೆಯಿಂದ ಕೊಡುವದು ೧. *j* ಮಣಿಮಂತ್ರೌಷಧಾದಿಗಳಿಂದ ಇತರರನ್ನು ಸ್ವಾಧೀನವಾಗಿ ಮಾಡಿಕೊಳ್ಳುವದು ೧. *k* ಮೂಲಿಕೆ ಬದ್ಧಿಕೆ ಮುಂತಾದ ವುಗಳಿಂದ ಸ್ತಂಭನವಶೀಕರಣಾದಿ ಪ್ರಯೋಗಗಳನ್ನು ಮಾಡುವದು ೨. *l* ಕೊಡಹುದು, ಝಾಡಿಸುವದು, ಕೊಡವಿಕೊಳ್ಳುವದು ೨. *m* ತೃಪ್ತಿ ಹೊಂದಿಸುವಿಕೆ, ಆಶಾಪೂರ್ತಿ ಮಾಡುವಿಕೆ ೩. *n* ಕೊಲ್ಲುವದಕ್ಕೆ ಉದ್ಯುಕ್ತನಾದವನನ್ನು ಅಡ್ಡಹಾಕಿ ಹಿಡುಕೊಂಡು ಕೊಲ್ಲಲ್ಪಡಬೇಕಾಗಿದ್ದವನನ್ನು ಕೊಲೆಗೆ ಸಿಕ್ಕದಹಾಗೆ ಭಯವಿಲ್ಲದೆ ರಕ್ಷಿಸುವದು ೩. *o* ಬಾಹ್ಯವಿಷಯಾನುಭವ, ಅಂದರೆ, ಉಡುವದು, ತೊಡುವದು, ಕುಡಿವದು ಮುಂತಾದ್ದು ೩. *p* ಒಡದು ಹೋಗುವದು, ಒಡಕು, ಒಡಗುಟ್ಟುವದು ೩.

ಆಕ್ರೋಶನಮಭೀಷಂಗ *a* ಸ್ಸಂವೇದೋ ವೇದನಾ (ನನಾ) *b* ।
ಸಂಮೂರ್ಛನ ಮಭಿವ್ಯಾಪ್ತಿ *c* ರ್ಯಾಚ್ಞಾಭಿಕ್ಷಾರ್ಥನಾರ್ದನಾ *d* ॥ ॥೧೧೯॥
ವರ್ಧನಂ ಛೇದನೇ (ಛದ್ವೇ) *e* ಆನಂದನ ಸಭಾಜನೇ ।
ಆಪ್ರಚ್ಛನ *f* (ಮಥಾ) ಮ್ನಾಯಸ್ಸಂಪ್ರದಾಯಃ *g* ಕ್ಷಯೇ ಕ್ಷಿಯಾ *h* ॥ ॥೧೨೦॥
ಗ್ರಹೋ ಗ್ರಾಹೇ *i* ವಶಃ ಕಾಂತೌ *j* ರಕ್ಷಸ್ತ್ರಾಣೇ *k* ರಣಃ ಕ್ವಣೇ *l* ।
ವ್ಯಧೋ ವೇಧೇ *m* ಪಚಾ ಪಾಕೇ *n* ಹವೋ ಹೂತೌ *o* ವರೋ ವೃತೌ *p* ॥ ॥೧೨೧॥
ಓಷಃ ಪ್ಲೋಷೇ *q* ನಯೋ ನಾಯೇ *r* ಜ್ಯಾನಿರ್ಜೀರ್ಣೌ *s* ಭ್ರಮೋ ಭ್ರಮೌ *t* ।
ಸ್ಫಾತಿರ್ವೃದ್ಧೌ *u* ಪ್ರಥಾ ಖ್ಯಾತೌ *v* ಸ್ಪೃಷ್ಟಿಃ ಪೃಕ್ತೌ *w* ಸ್ನವಸ್ಸ್ರವೇ *x* ॥೧೨೨॥

---

a 2, Abusing, reviling, cursing. *b* 2, Feeling, pain, agony. *c* 2, Uniform or universal, expansion or permeation. *d* 4, Begging, asking. *e* 2, Cutting, dividing. *f* 3, Delighting, gratifying. *g* 2, Holy tradition. *h* 2, Perishing, wasting, decreasing. *i* 2, Seizing, comprehending. *j* 2, Willing, wish, desire. *k* 2, Nourishing protecting. *l* 2, Sounding, roaring. *m* 2, Piercing. *n* 2, Cooking. *o* 2, Sending for, calling. *p* 2, Selecting, choosing. *q* 2, Burning, consuming. *r* 2, Causing to obtain. *s* 2, Growing old, decaying, going to ruin. *t* 2, Whirling, gyration, going round. *u* 2, Growing, increasing. *v* 2, Fame, celebrity. *w* 2, Touching, contact. *x* 2, Oozing, dripping, leaking.

a ಖತಿಗೊಂಡು ಶಪಿಸುವಿಕೆ, ಕೋಪದ ನುಡಿ, ಬೊಯ್ಯುವಿಕೆ ೨. *b* ಸುಖ ದುಃಖಾದಿ ವಿಷಯಕವಾದ ಮಾನಸಿಕಾನುಭವ ೨. *c* ಸರ್ವತ್ರ ವ್ಯಾಪಿಸುವಿಕೆ ೨. *d* ಬೇಡುವಿಕೆ, ಕೇಳುವಿಕೆ, ತಿರಿದಾಡುವಿಕೆ ೪. *e* ಕಡಿಯುವಿಕೆ, ಕೊಯ್ಯುವಿಕೆ ೨. *f* ಇಷ್ಟಮಿತ್ರ ಬಂಧ್ವಾದಿಗಳನ್ನು ಹೊಸದಾಗಿ ಕಂಡಾಗ ಅಪ್ಪಿ ಕರತಂದು ಯೋಗಕ್ಷೇಮಗಳಂ ಕೇಳಿ ಉಪಚಾರಗಳಿಂದ ಸನ್ಮಾನವಂ ಗೊಳಿಸಿ ಸುಖಪಡಿಸುವಿಕೆ ೩. *g* ಶಿಷ್ಯ ಪರಂಪರಾಗತವಾದ ವೇದಗಳ ಉಪದೇಶ ಪದ್ಧತಿ ವಿಡಿದ ಆಚಾರವು ೨. *h* ದಿನದಿನಕ್ಕೆ ಕಡಮೆಯಾಗುತ್ತಾ ನಾಶವಾಗಿ ಕೆಟ್ಟು ಹೋಗುವಿಕೆ ೨. *i* ತೆಗದುಕೊಳ್ಳುವದು, ಹಿಡುಕೊಳ್ಳುವದು, ತಿಳುಕೊಳ್ಳುವದು ೨. *j* ಮನಸ್ಸಿನಲ್ಲಿ ನೆನಹುಂಟಾಗುವಿಕೆ, ತನ್ನೊಳಗೆ ತೋಚಿಕೊಳ್ಳುವಿಕೆ, ಬುದ್ಧಿಯಲ್ಲಿ ಸ್ಫುರಿಸುವಿಕೆ, ಇಚ್ಛಾಯಿತ ವೃತ್ತಿ ವಿಶೇಷ ೨. *k* ರಕ್ಷಿಸುವದು, ಪೊರೆವದು, ಪಾಲಿಸುವದು, ಸಲಹುವಿಕೆ ೨. *l* ಮೊರೆಯುವಿಕೆ, ಕೂಗುವಿಕೆ ೨. *m* ಬೆಜ್ಜ ಮಾಡೋಣವು, ತೂತು ಕೊರೆಯುವಿಕೆ, ಚುಚ್ಚುವಿಕೆ ೨. *n* ಅಡಿಗೆ ಮಾಡುವಿಕೆ, ಅಡಿಗೆ ೨. *o* ಕರೇಕಳಿಸುವಿಕೆ, ಕರೆಯುವಿಕೆ ೨. *p* ವರಿಸುವಿಕೆ, ನನಿಗೆ ಯಿದು ಯಿರಲಿ ಯೆಂದು ಒಪ್ಪಿ ಅಂಗೀಕರಿಸುವಿಕೆ ೨. *q* ಸುಡುವದು, ಸುಡುವಿಕೆ, ಬಾಡಿಸುವದು ೨. *r* ನ್ಯಾಯ ನೀತಿಗಳನ್ನು ಹೇಳಿ ಹೊಂದಿಕೆ ಮಾಡುವಿಕೆ, ಹೊಂದಿಸುವಿಕೆ ೨. *s* ಹಳೇದು ಕತನ, ಮುಪ್ಪು, ಶಿಥಿಲವಾಗುವಿಕೆ ೨. *t* ತಿರುಗುವಿಕೆ, ಸುತ್ತುವಿಕೆ ೨. *u* ಬೆಳೆಯುವಿಕೆ, ಹೆಚ್ಚುವಿಕೆ ೨. *v* ಪ್ರಸಿದ್ಧಿ, ಹೆಸರುವಾಸಿ ೨. *w* ಮುಟ್ಟುವಿಕೆ, ಸೋಂಕುವಿಕೆ ೨. *x* ಸುರಿವದು, ಸುರಿಯುವಿಕೆ, ಸೋರಾಟ ೨.

ವಿಧಾ ಸಮೃದ್ಧೌ *a* ಸ್ಫರಣಂ ಸ್ಫುರಣೇ *b* ಪ್ರಮಿತೌ ಪ್ರಮಾ *c* |
ಪ್ರಸೂತಿಃ ಪ್ರಸವೇ *d* ಶ್ಚ್ಯೋತೇ ಪ್ರಾಘಾರಃ *e* ಕ್ಲಮಥಃ ಕ್ಲಮೇ *f* || ||೧೬೩||
ಉತ್ಕರ್ಷೋಽತಿಶಯೇ *g* ಸಂಧಿಃ ಶ್ಲೇಷೇ *h* ವಿಷಯ ಆಶ್ರಯೇ *i* |
ಕ್ಷಿಪಾಯಾಂ ಕ್ಷೇಪಣಂ *j* ಗೀರ್ಣಿರ್ಗಿರೌ *k* ಗುರಣಮುದ್ಯಮೇ *l* || ||೧೬೪||
ಉನ್ನಾಯ ಉನ್ನಯೇ *m* ಶ್ರಾಯಶ್ಶ್ರಯಣೇ *n* ಜಯನೇ ಜಯಃ *o* |
ನಿಗಾದೋ ನಿಗದೇ *p* ಮಾದೋ ಮದ *q* ಉದ್ವೇಗ ಉದ್ಭ್ರಮೇ *r* || ||೧೬೫||
ವಿಮರ್ದನಂ ಪರಿಮಳೇ *s* ಭ್ಯುಪಪತ್ತಿರನುಗ್ರಹಃ *t* |
ನಿಗ್ರಹ (ಸ್ತದ್ವಿರುದ್ಧಸ್ಸ್ಯಾ) *u* ದಭಿಯೋಗಸ್ತ್ವಭಿಗ್ರಹಃ *v* || ||೧೬೬||

---

a 2, Fullness, prosperity. *b* 2, Tremulous motion, gleaming, glittering. *c* 2, True perception, true knowledge. *d* 2, Bringing forth young. *e* 2, Sliding, slipping. *f* 2, Becoming weary or fatigued. *g* 2, Excellence, superiority. *h* 2, Union, junction. *i* 2, Home, country, refuge, asylum. *j* 2, Throwing, impelling, inducing. *k* 2, Swallowing. *l* 2, Effort. *m* 2, Raising, lifting up; inference. *n* 2, Refuge, protection. *o* 2, Conquest, victory. *p* 2, Distinct utterance. *q* 2, Pride, intoxication. *r* 2, Going upwards, fluctuation, uneasiness. *s* 2, Fragrance. *t* 2, Promoting, favour, help. *u* 1, Suppressing, discountenancing. *v* 2, Exertion, attack, a charge.

a ತುಂಬಿರುವ ಬಗೆ, ಸಾಕಾದಷ್ಟು ಯಿರುವಿಕೆ ೨. *b* ಅದುರುವದು, ಮಿಣುಕುವದು, ಕದಲುವದು ೨. *c* ನಿಜವಾಗಿ ತಿಳಿಯುವಿಕೆ, ಯಥಾರ್ಥಜ್ಞಾನ, ಪ್ರಮಾಣ ಜನ್ಯಜ್ಞಾನ, ಯಥಾರ್ಥಾನುಭವ ೨. *d* ಹೆರುವಿಕೆ, ಹಡೆಯುವಿಕೆ, ಈಯುವಿಕೆ ೨. *e* ಸೋರುವಿಕೆ, ಸೋರಿಹೋಗುವಿಕೆ, ಜನಿಯುವಿಕೆ, ಜಾರಿಹೋಗುವಿಕೆ, ತುಳುಕುವಿಕೆ ೨. *f* ಬಡಲುವಿಕೆ ೨. *g* ದೊಡ್ಡತನವು, ಹೆಚ್ಚಾಗಿರುವಿಕೆ ೨. *h* ಸಂಬಂಧಿಸೋಣವು, ಕೂಡಿ ಬೆರತಂತೆ ಸೇರುವಿಕೆ ೨. *i* ಗೊತ್ತಾಗಿರುವ ಸ್ಥಳ, ವಿಪ್ರತಿ ಪತ್ತಿಸ್ಥಾನ, ಉಪಭೋಗ್ಯವಾಗಿ ಅವಲಂಬಿಸತಕ್ಕ ದೇಶ ಮುಂತಾದ್ದು ೨. *j* ಪ್ರೇರೇಪಿಸುವಿಕೆ, ಹಾಕುವಿಕೆ, ಇಡುವಿಕೆ, ನೂಕುವಿಕೆ ೨. *k* ನುಂಗುವಿಕೆ ೨. *l* ಉದ್ಯೋಗವು ೨. *m* ಮೇಲಕ್ಕೆ ಎತ್ತುವದು, ಊಹಿಸುವದು ೨. *n* ಆಶ್ರಯಿಸುವಿಕೆ, ಅವಲಂಬಿಸುವಿಕೆ, ಅನುಸರಿಸಿ ಯಿರುವಿಕೆ ೨. *o* ಗೆಲ್ಲುವಿಕೆ ೨. *p* ಸ್ಪಷ್ಟವಾಗಿ ನುಡಿಯುವಿಕೆ, ವ್ಯಕ್ತವಾಗಿ ಹೇಳುವಿಕೆ ೨. *q* ಗರ್ವವು, ಅಹಂಕಾರವು ೨. *r* ಊರ್ಧ್ವಭಾಗವನ್ನು ಕದಲಾಡಿಸುವಿಕೆ, ಮೇಲಣ ಗತಿ ವಿಶೇಷ, ಬುದ್ಧಿಕೃತ್ಯ ೨. *s* ಕುಂಕುಮಾದಿ ಗಂಧ ದ್ರವ್ಯಗಳನ್ನು ಇಡೀ ಕುಟ್ಟುವಿಕೆ, ಇಡಿಯಲ್ಪಟ್ಟದ ಸುಗಂಧ ೨. *t* ದಾನಾದ್ಯುಪಕಾರ ರೂಪವಾದ ಪ್ರಸಾದ ಕ್ರಿಯಾ ವಿಶೇಷ ೨. *u* ಅನುಗ್ರಹಕ್ಕೆ ವಿರುದ್ಧವಾದದ್ದು, ಅಂದರೆ ಅಡ್ಡಿಮಾಡುವಿಕೆ, ಕಸುಕೊಳ್ಳುವಿಕೆ ಮುಂತಾದ ದುಃಖಜನಕ ನಿಗ್ರಹವಾದ ಅಪಕಾರ ೧. *v* ಯುದ್ಧಾದಿಗಳಲ್ಲಿ ಹಗೆಯುವರಿಗೆ ಎದುರಾಗಿ ಕಲಹಕ್ಕೆ ಅಣಿಮಾಡಿಕೊಂಡು ಧೈರ್ಯದಿಂದ ಉಪಾಯ ಪ್ರಯತ್ನಾದಿಗಳನ್ನು ಮಾಡುವಿಕೆ ೨.

ಮುಷ್ಟಿಬಂಧಸ್ತು ಸಂಗ್ರಾಹೋ *a* ಡಿಂಬೆ ಡಮರ ವಿಪ್ಲವೌ *b* ।
ಬಂಧನಂ ಪ್ರಸಿತಿಶ್ಚಾರ *c* ಸ್ಸ್ಪರ್ಶಃಸ್ಪ್ರಷ್ಟೋಪತಪ್ತರಿ *d* ॥ ॥೧೦೭॥
ನಿಕಾರೋ ವಿಪ್ರಕಾರ (ಸ್ಸ್ಯಾ) *e* ದಾಕಾರ ಸ್ತ್ವಿಂಗ ಇಂಗಿತಂ *f* ।
ಪರಿಣಾಮೋ *g* (ವಿಕಾರೆದ್ವೆಸಮೆ) ವಿಕೃತಿ ವಿಕ್ರಿಯೆ *h* ॥ ॥೧೦೮॥
ಅಪಹಾರಸ್ತ್ವಪಚಯ *i* ಸ್ಸಮಾಹಾರಸ್ಸಮುಚ್ಚಯಃ *j* ।
ಪ್ರತ್ಯಾಹಾರ ಉಪಾದಾನಂ *k* ವಿಹಾರಸ್ತು ಪರಿಕ್ರಮಃ *l* ॥ ॥೧೦೯॥
ಅಭಿಹಾರೋಭಿಗ್ರಹಣಂ *m* ನಿರ್ಹಾರೋಭ್ಯವಕರ್ಷಣಂ *n* ।
ಅನುಹಾರೋನುಕಾರ (ಸ್ಸ್ಯಾ) *o* (ದರ್ಥಸ್ಯಾಪಗಮೆ) ವ್ಯಯಃ *p* ॥ ॥೧೧೦॥

---

a 2, Clenching the fist, seizing with a grip. *b* 3, Affray, conflict, battle without a king. i. e. after the king has been slain. *c* 3, Binding, confining. *d* 3, Touch, feeling, the agent of pain, as sickness. *e* 2, Humiliation, abuse. *f* 3, Sign, gesture, indication of sentiment. *g* 1, Transformation, change of form. *h* 2, Change of any kind, change of mind. *i* 2, Loss, damage. *j* 2, Collection, assemblage, contraction, abridgment. *k* 2, Taking back, restraining, the organs of sense, withholding. *l* 2, Roaming about or walking for pleasure. *m* 2, Seizing, robbing. *n* 2, Rooting up; removing, carrying forth. *o* 2, Imitation, resemblance. *p* 1, Expense, waste.

a ಗಟ್ಟಿಯಾಗಿ ಹಿಡಿಯನ್ನು ಹಿಡಕೊಳ್ಳುವದು, ಹಿಡಿಪಟ್ಟು, ಹಿಡಿಯೋಣವು, ಹಿಡಿ ೨. *b* ಕೊಳ್ಳೆ, ಮೊದಲಾದ ದೇಶೋಪದ್ರವ, ಲೂಟಿ, ರಾಜೇಕದ ಕಷ್ಟ ೩. *c* ಕಟ್ಟುವಿಕೆ, ಕಟ್ಟು, ತಡೆ ೩. *d* ಕಂದಿ ಬಳಲುವ ಹಾಗೆ ಮಾಡುವ ರೋಗಾದಿಗಳು, ಬೇನೆ ತಗಲುವಿಕೆ ೩. *e* ಅಪನಿಂದೆಯನ್ನು ಹೊರಿಸಿ ಅಪಕಾರ ಮಾಡುವಿಕೆ ೨. *f* ಅಭಿಪ್ರಾಯವನ್ನು ಪ್ರಕಟಗೊಳಿಸುವ ಚೇಷ್ಟೆ ೩. *g* ಹಾಲು ಆಗಿದ್ದದ್ದು ಉಪಾಧಿಯಿಂದ ಮೊಸರಾದ ಹಾಗೂ, ಪುಣ್ಣಾಗಿದ್ದದ್ದು ಮಡಿಕೆಯಾದ ಹಾಗೂ, ಬೀಜವು ವೃಕ್ಷವಾದ ಹಾಗೂ, ಒಂದು ಬಗೆಯಾಗಿದ್ದದ್ದು ಮತ್ತೊಂದು ಬಗೆಯಾಗುವ ವಿಕಾರ ೧. *h* ಪರಿಣಾಮ ರೂಪವಾಗಲಿ, ವಿವರ್ತ ರೂಪವಾಗಲಿ, ಸೋಪಾಧಿಕಪ್ರಕೃತಿಯಿಂದ ಹುಟ್ಟುವ ವಿಕಾರಗಳು ೨. *i* ಹಾನಿ, ಕೊಯಿಲು, ಕಸುಕೊಳ್ಳುವಿಕೆ, ತರಗಡೆ ಬರುವಿಕೆ ೨. *j* ಕೆದರಿ ಹೋಗಿ ಬೇರೆಬೇರೆ ಯಿರುವ ವಸ್ತುಗಳನ್ನೆಲ್ಲ ಜೊತೆಗೂಡಿಸುವಿಕೆ ೨. *k* ಆಶೆಯನ್ನು ಬಿಡದೆ ಬಿಗಿದು ಹಿಡಿಯುವಿಕೆ, ರೂಪರಸಾದಿ ವಿಷಯಗಳ ದೆಸೆಯಿಂದ ಕಣ್ಣು, ಕಿವಿ ಮೊದಲಾದ ಇಂದ್ರಿಯಗಳನ್ನು ಹಿಂದಿರಿಗಿಸಿ ನಿಗ್ರಹಿಸುವಿಕೆ ೨. *l* ಸುಖವಾಗಿ ಅಲ್ಲಲ್ಲಿ ತಿರುಗಾಡುವಿಕೆ ೨. *m* ಎದುರಾಗಿಯೇ ಕದ್ದುಕೊಳ್ಳುವಿಕೆ ೨. *n* ಈಚೆಗೆ ತಗೆದುಹಾಕುವಿಕೆ, ಮೇಲಕ್ಕೆ ಎಳೆದು ಹಾಕುವಿಕೆ, ಹಿಡಿದು ಕಳದೆತ್ತಿ ಬಿಸಾಡುವಿಕೆ ೨. *o* ಸರಿಹೋಲುವಿಕೆ, ಅದರಹಾಗೆ ಯಿರುವಿಕೆ ೨. *p* ಮುಂದೆ ಪ್ರಯೋಜನಕ್ಕಿಲ್ಲದೆ ವ್ಯಯವಾಗಿ ಹೋಗುವಿಕೆ, ನಾಶವು, ಖರ್ಚು ೧.

ಪ್ರವಾಹಸ್ತು ಪ್ರವೃತ್ತಿ (ಸ್ಸ್ಯಾ) *a* ತ್ಪ್ರವಹೋ (ಗಮನಂಬಹಿಃ) *b* ।
ವಿಯಾಮೋ ವಿಯಮೋ *c* ಯಾಮೋ ಯಮ *d* ಸ್ಸಂಯಾಮ ಸಂಯಮೌ *e* ॥೧೩೦॥
(ಹಿಂಸಾಕರ್ಮಾ) ಭಿಚಾರ (ಸ್ಸ್ಯಾ) *f* ಜ್ಜಾಗರ್ಯಾ ಜಾಗರಾ ದ್ವಯೋಃ *g* ।
ವಿಘ್ನೋಂತರಾಯಃ ಪ್ರತ್ಯೂಹ (ಸ್ಸ್ಯಾ) *h* ದುಪಘ್ನೋಂ (ತಿಕಾಶ್ರಯೆ) *i* ॥೧೩೧॥
ನಿರ್ವೇಶ ಉಪಭೋಗ (ಸ್ಸ್ಯಾ) *j* ತ್ಪರಿಸರ್ಪಃ ಪರಿಕ್ರಿಯಾ *k* ।
ವಿಧುರಂತು ಪ್ರವಿಶ್ಲೇಷೋ *l* ಭಿಪ್ರಾಯಶ್ಛಂದ ಆಶಯಃ *m* ॥ ॥೧೩೨॥
ಸಂಕ್ಷೇಪಣಂ ಸಮಸನಂ *n* ಪರ್ಯವಸ್ಥಾ ವಿರೋಧನಂ *o* ।
ಪರಿಸರ್ಯಾ ಪರೀಸಾರ (ಸ್ಸ್ಯಾ) *p* ದಾಸ್ಯಾತ್ವಾಸನಾ ಸ್ಥಿತಿಃ *q* ॥ ॥೧೩೩॥
ವಿಸ್ತಾರೋ ವಿಗ್ರಹೋ ವ್ಯಾಸ *r* (ಸ್ಸತುಶಬ್ದಸ್ಯ) ವಿಸ್ತರಃ ।
(ಸ್ಸ್ಯಾ) ನ್ಮರ್ದನಂ ಸಂವಹನಂ *t* ವಿನಾಶ (ಸ್ಸ್ಯಾ) ದದರ್ಶನಂ *u* ॥ ॥೧೩೪॥

---

a 2, Stream, torrent, flood. *b* 1, Going out or forth, exit. *c* 2, Gentleness, cessation. *d* 2, Forbearance, cessation. *e* 2, Humanity, the temper that shuns giving pain to others. *f* 1, Incantation to injure or destroy. *g* 2, Waking, vigilance. *h* 3, Hindrance, obstacle, impediment. *i* 1, Support, a trellis for creepers. *j* 2, 2, Enjoyment, use. *k* 2, Walking about, running to and fro, creeping. *l* 2, Separating, parting. *m* 3, Opinion, intention, idea, thought. *n* 2, Abridgment, contraction. *o* 2, Enmity, hostility. *p* 2, Wandering, roaming. *q* 3, Being, existance, stay. *r* 3, Spreading, extension, vastness. *s* 1, Detail, amplification, prolixity. *t* 2, Rubbing, touching, grinding. *u* 2, Perdition, ruin, destruction.

a ಅವಿಚ್ಛಿನ್ನವಾಗಿ ಹರಿಯುವ ನೀರು ಮುಂತಾದ್ದು, ಪ್ರಸರಿಸುತ್ತಾ ಯಿರುವದು ೨. *b* ಗೃಹಾದಿಗಳಿಂದ ಆಚೆಗೆ ಬರುವಿಕೆ, ಹೊರಕ್ಕೆ ಹೊರಡುವಿಕೆ ೧. *c* ಪರಪೀಡಾದಿಗಳನ್ನು ಸಾಕುಮಾಡುವಿಕೆ ೨. *d* ಸಾಕುಮಾಡುವದು ೨. *e* ಚನ್ನಾಗಿ ಸಾಕು ಮಾಡಿ ನಿಲ್ಲಿಸಿ ಬಿಡುವದು ೨. *f* ಸಾಯಿಕೊಲ್ಲುವದಕ್ಕೆ ಮಾಡಿದ ಮಂತ್ರ ತಂತ್ರ ಪ್ರಯೋಗ, ಮಾಟ, ಶೂನ್ಯ ೧. *g* ಎಚ್ಚರಿಕೆ ೨. *h* ವಿಘ್ನ, ಕೆಲಸದ ಮಧ್ಯೆ ಬಂದ ಅಡ್ಡಿ ೩. *i* ಬಳ್ಳಿಗೆ ಮರದ ಹಾಗೆ ಸಮೀಪದಲ್ಲಿ ಅವಲಂಬವಾಗಿರುವ ಆಧಾರ ೧. *j* ಭೋಗಿಸುವಿಕೆ, ಅನುಭವ ೨. *k* ಅಲ್ಲಿ ಯಲ್ಲಿತಿರಿಗಿ ಬರುವಿಕೆ, ಸುತ್ತಿ ಬರುವಿಕೆ ೨. *l* ಜೊತೆಯಾಗಿದ್ದದ್ದರಿಂದ ಬಿಡಲ್ಪಡುವಿಕೆ, ವಿಯೋಗ, ಬಿಟ್ಟದ್ದು, ಬಿಟ್ಟುಹೋದವನು, ಬಿಡಲ್ಪಟ್ಟು ಪ್ರಿಯವಿಲ್ಲದೆ ಉಳಿದವನು ೨. *m* ಅಭಿಪ್ರಾಯ, ಮನಸ್ಸಿನೊಳಗಿರುವ ಭಾವ ೩. *n* ದೊಡ್ಡದಾಗಿರುವದನ್ನು ಚಿಕ್ಕದಾಗಿಮಾಡುವಿಕೆ, ಸಂಗ್ರಹಿಸುವಿಕೆ ೨. *o* ಹಗೆಗೊಳ್ಳುವಿಕೆ ೨. *p* ತಿರುಗುವಿಕೆ ೨. *q* ಇರುವಿಕೆ ೩. *r* ಕಿರಿದಾಗಿರುವದನ್ನು ಹಿರಿದಾಗಿ ಮಾಡುವಿಕೆ, ವಿಸ್ತಾರ, ವಿಶಾಲತೆ ೩. *s* ಶಬ್ದಸಂಬಂಧವಾದ ವಿಸ್ತಾರ ಅಂದರೆ, ವಿವರಣಾದಿಗಳು ೧. *t* ಗುದ್ದುವಿಕೆ, ಹಿಸುಕುವಿಕೆ ೨. *u* ಕಾಣಿಸದೆ ಹೋಗುವಿಕೆ, ಗೋಚರವಾಗದೇ ಯಿರುವಿಕೆ ೨.

ಸಂಸ್ತವ (ಸಾಪ್ರಿ) ಸ್ತ್ವರಿಚಯಃ *a* ಪ್ರಸರಸ್ತು ವಿಸರ್ಪಣಂ *b* ।
ನಿವಾಕಸ್ತು ಪ್ರಯಾಮ (ಸಾಸ್ತ್ಯೆ) *c* ತ್ಸನ್ನಿಧಿಃ ಸ್ಸನ್ನಿಕರ್ಷಣಂ *d* ॥ ॥೧೪೬॥
ಲವೋಭಿಲಾವೋ ಲವನಂ *e* ನಿಷ್ಪಾವಃ ಪವನಂ ಪವಃ *f* ।
ಪ್ರಸ್ತಾವ (ಸಾಸ್ಯೆ) ದವಸರ *g* ಸ್ತ್ರಸರಸೂತ್ರ ತ್ರವೇಷ್ಟನಂ *h* ॥ ॥೧೪೭॥
ಪ್ರಜನ (ಸ್ಸಾ) ದುಪಸರಃ *i* ಪ್ರಸರ ಪ್ರಣಯೌ (ಸಮೌ) *j* ।
(ಧೀಶಕ್ತಿ) ರ್ನಿಷ್ಕ್ರಮೋ (ಸ್ತ್ರೀತು) *k* ಸಂಕ್ರಮೋ ದುರ್ಗ ಸಂಚರಃ *l* ॥೧೪೮॥
ಪ್ರತ್ಯುತ್ಕ್ರಮಃ ಪ್ರಯೋಗಾರ್ಥಃ *m* ಪ್ರಕ್ರಮಸ್ಸ್ಯಾ ದುಪಕ್ರಮಃ *n* ।
(ಸ್ಯಾ) ದಭ್ಯಾದಾ ನ ಮುದ್ಘಾತ ಆರಂಭ *o* ಸ್ಸಂಭ್ರಮಸ್ತ್ವರಾ *p* ॥ ॥೧೪೯॥

---

a 2, Acquaintance. *b* 2, Proceeding, going forward, spreading. *c* 2, Exact evidence, unexaggerated narration. *d* 2, Proximity, presence. *e* 3, Cutting, plucking, reaping. *f* 3, Winnowing. *g* 2, Opportunity, occasion. *h* 2, Spindle, distaff. *i* 2, Pregnancy of cattle in general. *j* 2, Friendly or fond regard, humility. *k* 1, Talent, intellectual ability. *l* 2, Difficult progress, making way through almost impervious passes, the means of effecting such a passage, a causeway or bridge. *m* 1, Effort, setting out to attack an enemy, declaration of war. *n* 2, Proceeding, beginning. *o* 3, Preparation, preliminary proceeding. *p* 2, Haste, precipitation.

a ಬಹು ಕಾಲಕ್ಕೃತವಾದ ಸಂಭಾಷಣಾದಿ ಸಂಬಂಧವು, ಗುರ್ತರಿಕೆ ೨. *b* ತೈಲ ಬಿಂದ್ವಾದಿಗಳು ಜಲಾದಿಗಳಲ್ಲಿ ಆರಡಿಕೊಳ್ಳುವಿಕೆ, ಆರಡಿಕೊಳ್ಳುವಿಕೆ ೨. *c* ವ್ಯವಹಾರಾದಿಗಳಲ್ಲುಂಟಾದ್ದನ್ನು ನುಡಿಯುವಿಕೆ, ಹೆಚ್ಚು ಬೆಲೆಯುಳ್ಳ ಧಾನ್ಯಾದಿಗಳಲ್ಲಿ ಆದರಾತಿಶಯ ೨. *d* ಸಮೀಪವಾಗಿರುವಿಕೆ, ಹತ್ತಿರವಾದ ಸ್ಥಳ ೨. *e* ಹೊಲ ಗದ್ದೆ ಮುಂತಾದ ಬೆಳೆಗಳನ್ನು ಕುಯ್ಯುವಿಕೆ, ಛೇದಿಸುವಿಕೆ ೩. *f* ಧಾನ್ಯಾದಿಗಳನ್ನು ಗಾಳಿಗೊಡ್ಡುವಿಕೆ, ತೂರುವಿಕೆ ೩. *g* ಸಮಯ ವಿಶೇಷಕ್ಕೆ ತಕ್ಕ ಸೂಚನೆ, ಸೂಚನೆಗೆ ತಕ್ಕ ಸಮಯ, ಅವಸರವಿಶೇಷ ೨. *h* ನೇಯಿಗೆಯವರು ನೂಲು ಸುತ್ತುವ ಅರಟೆ ೨. *i* ದನಗಳ ಮೇಲೆ ಗೂಳಿಗಳು ಹಾರುವ ಸಮಯ, ಗೂಳಿ ಬಸರು ಮಾಡುವಿಕೆ, ಹೆಣ್ಣು ಪಶುವಿನ ಬಳಿಗೆ ಗಂಡು ಪಶುವು ಕಾಮಾತುರವಾಗಿ ಸೇರುವಿಕೆ ೨. *j* ಪ್ರೀತಿಯಿಂದ ಪ್ರಾರ್ಥಿಸುವಿಕೆ, ವಿನಯ ೨. *k* ಗ್ರಹಣಧಾರಣಸ್ಮರಣಾದಿಬುದ್ಧಿ ಸಾಮರ್ಥ್ಯ ೧. *l* ಹೊಳೆ ಕಂದಕ ಬೆಟ್ಟ ಮುಂತಾದ ದುರ್ಗಗಳನ್ನು ಸುಲಭವಾಗಿ ದಾಟುವ ಕಟ್ಟೆ, ಸೇತುವೆ ಮುಂತಾದ ಗಮನ ಸಾಧನಗಳು, ದುರ್ಗವನ್ನು ಕಡೆ ಹಾಯುವಿಕೆ ೨. *m* ಯುದ್ಧಕ್ಕೆ ಸೈನಿಕರುಕೆಲಸವನ್ನು ನಡಸುವಿಕೆ, ತಾನು ನಡದ ಅರ್ಥವನ್ನು ಇತರರಲ್ಲಿಯೂ ಚಲಾವಣೆಗೆ ತರುವಿಕೆ ೧. *n* ಕೆಲಸಕ್ಕೆ ಮೊದಲು ಮಾಡುವಿಕೆ, ಪ್ರಾರಂಭಕ್ಕೆ ಪ್ರಥಮ ಪ್ರಯತ್ನ ೨. *o* ಪ್ರಾರಂಭಿಸುವಿಕೆ, ಬೆಳೆಗೆ ಬೀಜವನ್ನು ಬಿತ್ತುವಹಾಗೆ ಕೆಲಸದಲ್ಲಿ ಮೊದಲನೇ ಮುಖ್ಯ ಕಾರ್ಯವನ್ನು ಮಾಡುವಿಕೆ ೩. *p* ಆತುರ ಪಡುವಿಕೆ, ತ್ವರೆ ಪಡುವಿಕೆ, ಉತ್ಸಾಹದಿಂದ ಬ್ಯಾಗ ಮಾಡೋಣ ೨.

ಪ್ರತಿಬಂಧಃ ಪ್ರತಿಷ್ಟಂಭೋ *a* ವನಾಯಸ್ತು ನಿಯಾತನಂ *b* ।
ಉಪಲಂಭಸ್ತ್ವನುಭವ *c* ಸ್ಸಮಾಲಂಭೋ ವಿಲೇಪನಂ *d* ॥ ॥೧೪೦॥
ವಿಪ್ರಲಂಭೋ ವಿಪ್ರಯೋಗೋ *e* ವಿಲಂಭಸ್ತ್ವತಿಸರ್ಜನಂ *f* ।
ವಿಶ್ರಾವಸ್ತು ಪ್ರವಿಖ್ಯಾತಿ *g* ರವೇಕ್ಷಾ ಪ್ರತಿಜಾಗರಃ *h* ॥ ॥೧೪೧॥
ನಿಪಾಠ ನಿಪಠೌ ಪಾಠೇ *i* ತೇಮಸ್ತೇಮೌ ಸಮುಂದನೇ *j* ।
ಆದೀನವಾಸ್ರವೌ ಕ್ಲೇಶೇ *k* ಮೇಳಕೇ ಸಂಗ ಸಂಗಮೌ *l* ॥ ॥೧೪೨॥
ಅನ್ವೀಕ್ಷಣಂ ವಿಚಯನಂ ಮಾರ್ಗಣಂ ಮೃಗಣಾ ಮೃಗಃ *m* ।
ಪರಿರಂಭಃ ಪರಿಷ್ವಂಗ ಸ್ಸಂಶ್ಲೇಷ ಉಪಗೂಹನಂ *n* ॥ ॥೧೪೩॥
ನಿರ್ವರ್ಣನಂತು ನಿಧ್ಯಾನಂ ದರ್ಶನಾಲೋಕನೇಕ್ಷಣಂ *o* ।
ಪ್ರತ್ಯಾಖ್ಯಾನಂ ನಿರಸನಂ ಪ್ರತ್ಯಾದೇಶೋ ನಿರಾಕೃತಿಃ *p* ॥ ॥೧೪೪॥
ಉಪಶಾಯೋ ವಿಶಾಯ (ಶ್ಚ ಪರ್ಯಾಯಶಯನಾರ್ಥಕೌ) *q* ।
ಅರ್ತನಂಚ ಋತೀಯಾಚ ಹೃಣೀಯಾಚ (ಘೃಣಾರ್ಥಕಾಃ) *r* ॥೧೪೫॥

---

a 2, Insurmountable obstacle. *b* 2, Overthrowing. *c* 2, Acquisition, observation, perception. *d* 2, Smearing, rubbing with ointment. *e* 2 Deceit, separation, disunion, quarrel. *f* 2, Liberality. *g* 2, Fame, celebrity, notoriety. *h* 2, Careful attention. *i* 3, Reading, study, perusal. *j* 3, Moisture, damp. *k* 3, Distress, affliction. *l* 3, Assemblage, meeting, confluence, attachment. *m* 5, Search, exploration. *n* 4, Embrace. *o* 5, Sight, seeing, vision, view. *p* 4, Rejection, expulsion. *q* 2, Sleeping, going to rest. *r* 3, Dislike, disgust.

a ಕಾರ್ಯ ವಿಘಾತವು ೨. *b* ಕೆಳಕ್ಕೆ ಕೆಡಹುವಿಕೆ, ಮೇಲಿನಿಂದ ಕೆಳಕ್ಕೆ ತಳ್ಳಿಬಿಡುವಿಕೆ ೨. *c* ಅನುಭವಿಸುವಿಕೆ, ಸಸ್ರಕಾರವಾಗಿ ತಿಳಿಯುವಿಕೆ ೨. *d* ಉರುತಣಿಸುವಿಕೆ, ಬೋಸಿಯುವಿಕೆ, ಮೆತ್ತುವಿಕೆ ೨. *e* ಒಬ್ಬರಿಗೊಬ್ಬರು ಆಗದಿರುವ ಸ್ತ್ರೀಪುರುಷರು ಮಾಡಿಕೊಂಡ ವಿಷಾದಕರವಾದ ಶೃಂಗಾರಾದಿಗಳು ೨. *f* ಇತರರನ್ನು ಸ್ವಾಧೀನ ಪಡಿಸಿ ಕೊಳ್ಳಲು ಆಶೆ ಹುಟ್ಟುವದಕ್ಕಾಗಿ ಕೊಡುವಿಕೆ ೨. *g* ಅಧಿಕವಾದ ಪ್ರಸಿದ್ಧಿ, ಹೆಚ್ಚಾದ ಹೆಸರುವಾಸಿ ೨. *h* ಹೆಚ್ಚರಿಕೆ, ಸಿಗೇವಾನಿ ೨. *i* ಓದುವಿಕೆ, ಸರಿಯಾಗಿ ಉಚ್ಚರಿಸಿ ಓದುವಿಕೆ, ಕಲಿತು ಕೊಳ್ಳುವದಕ್ಕೆ ನುಡಿಯುವಿಕೆ ೩. *j* ನೀರು ಮುಂತಾದ ವುಗಳಲ್ಲಿ ನೆನೆಯುವಿಕೆ ೩. *k* ರಾಗದ್ವೇಷಾದಿ ರೂಪವಾದ ದುಃಖಸಾಧನವೆನಿಸುವ ಅಂತಃಕರಣ ದೋಷಗಳು ೩. *l* ಕೂಡಿಕೆ, ಸೇರಿಕೆ ೩. *m* ಹುಡುಕಿ ನೋಡುವಿಕೆ ೫. *n* ಅಪ್ಪಿ ಕೊಳ್ಳುವಿಕೆ, ಆಲಿಂಗನ ೪. *o* ನಿರೀಕ್ಷಿಸುವಿಕೆ, ಚೆನ್ನಾಗಿ ನೋಡುವಿಕೆ ೫. *p* ತಿರಸ್ಕರಿಸುವಿಕೆ, ಜರಿಯುವಿಕೆ ೪. *q* ಪಹರೆ ತಿರುಗುವ ಕಾವಲುಗಾರರು ಸರದೀಮೇರೆ ಒಬ್ಬನು ನಿದ್ರೆಗೈಯ್ಯಲು ಮತ್ತೊಬ್ಬನು ಎಚ್ಚರವಾಗಿದ್ದು ಬಳಿಕ ಮಲಗುವದು ೨. *r* ಜೇಜಾರು, ಕೈಲಾಗದೆ ನಾಚಿಕೆ ಪಟ್ಟು ಅಳುವಿಕೆ, ಮನಸ್ಸು ರೋಸಿ ಹೋಗುವಿಕೆ, ದಯೆಯಿಂದ ಅನುತಾಪ ಗೊಳ್ಳುವಿಕೆ ೩.

(ಸ್ಯಾ) ದ್ವ್ಯತ್ಯಾಸೋ ವಿಪರ್ಯಾಸೋ ವ್ಯತ್ಯಯಶ್ಚ ವಿಪರ್ಯಯಃ a ।
ಪರ್ಯಯೋತಿಕ್ರಮ (ಸ್ತಸ್ಮಿ) ನ್ನತಿಪಾತ ಉಪಾತ್ಯಯಃ b ॥ ॥೧೪೬॥
(ಪ್ರೇಷಣಂಯತ್ಸಮಾಹೂಯತತ್ರಸ್ಯಾ) ತ್ಪ್ರತಿಶಾಸನಂ c ।
(ಸಸಂಸ್ತಾವಃ (ಕ್ರತುಷುಯಾಸ್ತುತಿ ಭೂಮಿದ್ವಿಜನ್ಮನಾಂ) d ॥ ॥೧೪೭॥
(ನಿಧಾಯತಕ್ಷ್ಯತೇಯತ್ರ ಕಾಷ್ಠೇಕಾಷ್ಠಂಸ) ಉದ್ಧನಃ e ।
ಸ್ತಂಬಘ್ನಸ್ತು ಸ್ತಂಭಘನ (ಸ್ತ್ಸಂಬೋಯೇನನಿ ಹನ್ಯತೇ f ॥ ॥೧೪೮॥
ಆವಿಧೋ (ವಿಧ್ಯತೇಯೇನತತ್ರ) g (ವಿಷ್ವಕ್ಸಮೇ) ನಿಘಃ h ।
ಉತ್ಕಾರಶ್ಚ ನಿಕಾರ (ಶ್ಚದ್ವೌಧಾನ್ಯೋತ್ ಕ್ಷೇಪಣಾರ್ಥಕೌ) i ॥ ॥೧೪೯॥
ನಿಗಾರೋದ್ಗಾರವಿಕ್ಷಾವೋದ್ಗ್ರಾಹಾ (ಸ್ತುಗರಣಾದಿಷು) j ।
ಆರತ್ಯವರತಿವಿರತಯ ಉಪರಾಮ k (ಸ್ತ್ರಿಯಾಂತು) ನಿಷ್ಠೇವಃ ॥ ॥೧೫೦॥

---

a 4, Inverted or retrograde order, contrariety. b 4, Transgression, violation, offence. c 1, Statute, command. d 1, Praising by hymns, that part of a place of sacrifice in which Brahmans recite the vedic hymns. e 1, Carpenter's bench, or plank on which he works. f 2, Hoe or sickle. g 1, Gimlet, drill. h 1, A solid or cube. i 2, Winnowing. j 1, Swallowing; 1, spitting, vomiting; 1, belching 1, coughing. k 4, Ceasing, stopping, coming to an end.

a ಕ್ರಮತಪ್ಪುವಿಕೆ, ತಬದಿಲ್, ತಳ್ಳಕೆಳಕು ೪. b ಕಟ್ಟಳೆಯನ್ನು ವಿಚಾರಿ ಹೋಗುವಿಕೆ ೪. c ಭೃತ್ಯರನ್ನು ಕರಸು ಹೀಗೆಮಾಡು ಎಂಬದಾಗಿ ಅಜ್ಞಾಪಿಸುವದು, ರೂಬರೂ ಹುಕ್ಕುಂ, ಜುಬಾನಿ ೧. d ಯಜ್ಞಗಳಲ್ಲಿ ಉದ್ಗಾತೃಗಳಾದ ಬ್ರಾಹ್ಮಣರು ಸಾಮಗಾನ ಮಾಡುವದಕ್ಕೆ ಕೂತುಕೊಳ್ಳುವ ಸ್ಥಳ, ಸಾಮಗಾನ ಪೇಳಿಪ ವೇದಸ್ತೋತ್ರವು ೧. e ಯಾವ ಕಟ್ಟಿಗೆಯ ಮ್ಯಾಲೆ ಮತ್ತೊಂದು ಕಟ್ಟಿಗೆ ಯಿಟ್ಟು ಕೆತ್ತಲ್ಪಡುತ್ತೋ ಅಂಥಾ ಕೆಳಗಿನ ಕಟ್ಟಿಗೆ, ಅಂದರೆ ಬಡಿಗೆಯವನು ಮರಕೆಲಸ ಮಾಡುವದಕ್ಕಾಗಿ ತನ್ನ ಮುಂದೆ ಯಿಟ್ಟುಕೊಂಡಿರುವ ಮರ ಪಟ್ಟಿಡಿ ಯೆಂಬುವ ಅಡಿತುಂಡು ೧. f ಯಾವವರಿಂದ ಹುಲ್ಲು ಮುಂತಾದ ಗಂಟೆಗಳು ಅಗಿಯಲ್ಪಡುತ್ತೊ ಅಂಥಾ ಗುದ್ದಲಿ, ದೋಕರಿ, ಪಿಕಾಸಿ ೨. g ಯಾವದರಿಂದ ತೂತು ಕೊರೆಯಲ್ಪಡುತ್ತೋ ಅದು ಅಂದರೆ ರತ್ನಾದಿಗಳಿಗೆ ತೂರಗೇ ಹಿಡಿಯುವ ವಜ್ರ ಸಲಾಕೀ ಮುಂತಾದ್ದು ೧. h ಎಲ್ಲಕಡೆಯಲ್ಲಿಯೂ ಅಂದರೆ ಅಗಲ ಉದ್ದಗಳು ಸರಿಸಮಾಗಿ ಉಬ್ಬುತಗ್ಗುಗಳಿಲ್ಲದೇ ಯಿರುವಂಥಾದ್ದು ೧. i ತಿನ್ನುವ ಕಾಳಿನ ಮೇಲಕ್ಕೆ ಹಾಕುವಿಕೆಯೇ ಪ್ರಯೋಜನ ವಾಗಿ ಉಳ್ಳವುಗಳು ಅಂದರೆ ಧಾನ್ಯವನ್ನು ತೂರಿ ರಾಶಿಮಾಡುವಿಕೆ, ಕೆಳಕ್ಕೆ ಜಾರಿಬಂದ ಕಾಳನ್ನು ರಾಶಿಯ ಮೇಲಕ್ಕೆ ಎರಚುವಿಕೆ ೨. j ನುಂಗುವಿಕೆ, ತೋಕರಿಕೆ, ಉಗುಳುವಿಕೆ, ತೇಗುವಿಕೆ, ಉಬ್ಬಳಿಕೆ, ಹಾರಿಹಾರಿ ಹಿಡಿಯುವಿಕೆ, ಕೆಮ್ಮು ೪. k ಮುನಿಯುವಿಕೆ, ಅವಸಾನ, ವಿರಾಗ ೪.

ನಿಷ್ಠ್ಯೂತಿರ್ನಿಷ್ಠೀವನ ನಿಷ್ಠೇವನ (ಮಿತ್ಯಭಿನ್ನಾನಿ) *a* ।
ಜವನೇ ಜೂತಿ *b* ಸ್ಸಾತಿಸ್ತ್ವವಸಾನೇ (ಸ್ಯಾ) *c* ದಥಜ್ವರೇ ಜೂರ್ತಿಃ *d* ॥ ||೧೫೧||
ಉದಜ (ಸ್ತು ಪಶುಪ್ರೇರಣ) *e* ಮಾಕಾರಣೀ (ರಿತ್ಯಾ ದಯಶ್ಶಾಪೇ) *f* ।
(ಗೋತ್ರಾಂತೇಭ್ಯಸ್ತ ಸ್ಯ ವೃಂದಮಿ) ತ್ಯೌಪಗವಕಾದಿಕಂ *g* ॥ ||೧೫೨||
ಆಪೂಪಿಕಂ ಶಾಷ್ಕುಲಿಕ (ಮೇವಮಾದ್ಯ ಮಚೇತಸಾಂ) *h* ।
(ಮಾಣವಾನಾಂತು) ಮಾಣವ್ಯಂ *i* (ಸಹಾಯಾನಾಂ) ಸಹಾಯತಾ *j* ॥ ||೧೫೩||
ಹಲ್ಯಾ (ಹಲಾನಾಂ) *k* ಬ್ರಾಹ್ಮಣ್ಯ ಬಾಡಬ್ಯೇ (ತುದ್ವಿಜನ್ಮನಾಂ) *l* ।
(ದ್ವೇಪರ್ಶುಕಾನಾಂಪೃಷ್ಠಾನಾಂ) ಪಾರ್ಶ್ವಂಪೃಷ್ಠ್ಯ (ಮನುಕ್ರಮಾತ್) *m* ||೧೫೪||
(ಖಲಾನಾಂ) ಖಲಿನೀ ಖಲ್ಯಾ *n* (ಪ್ಯಥ)ಮಾನುಷ್ಯಕಂ (ನೃಣಾಂ) *o* ।
ಗ್ರಾಮತಾ ಜನತಾ ಧೂಮ್ಯಾ ಪಾಶ್ಯಾ ಗಲ್ಯಾ (ಪೃಥಕ್ಪೃಥಕ್) *p* ॥ ||೧೫೫||
ಅಪಿ ಸಾಹಸ್ರ ಕಾರೀಷ ವಾರ್ಮಣಾಥರ್ವಣಾದಿಕಂ *q* ।

॥ ಇತಿ ಸಂಕೀರ್ಣ ವರ್ಗಃ ॥

---

a 4, Spitting out, rejecting. *b* 2, Swiftness. *c* 2, Termination, conclusion, end. *d* 2, Fever. *e* 1, Driving cattle. *f* 1, Abuse, reviling. *g* 1, *Ka* as an affix of patronymics. *h* 1, *Ka* as an affix to the name of any class of inanimate things. *i* 1 A number of boys. *j* 1, A number of assistants or allies. *k* 1, A number of ploughs. *l* 1, A number of Brahmans. *m* 1, A number of rib bones; 1, a collection of vedic hymns. *n* 2, A number of threshing-floors. *o* 1, A number of men. *p* 1, A group of villages; 1, a number of people; 1, a cloud of smoke; 1, a bundle of ropes. *q* 1, Thousands; 1, a heap of dried cow-dung cakes; 1, a collection of armour; 1, a collection of incantations.

a ಕೀಕರಿಕೆ, ಉಗುಳುವಿಕೆ, ಥೂಕರಿಸುವಿಕೆ ೪. *b* ವೇಗ ವೇಗ ಹೋಗುವಿಕೆ ೨. *c* ಕೆಲಸದ ತುದಿ ೨. *d* ಜ್ವರವು, ಅಜೀರ್ಣದಿಂದ ಮೈಬಿಸಿಯಾಗುವಿಕೆ ೨. *e* ದನಗಳನ್ನು ಗಮನಾದಿ ಕಾರ್ಯಗಳಲ್ಲಿ ಪ್ರೇರೇಪಿಸುವಿಕೆ ೧. *f* ಶಾಪವು, ಬೊಯಿಗಳು, ಕೆಲಸಕ್ಕೆ ಬಾರದ ಮೈಗಳ್ಳ ಮುಕ್ಕ, ತಬ್ಬಲಿ ಹುಟ್ಟು, ಬೇಖೂಪ ೧. *g* ಅಪತ್ಯ ಪ್ರತ್ಯಯಾಂತಗಳಾದ ಔಪಗವಾದಿ ಶಬ್ದಗಳ ಮೇಲೆ ಅದರ ಗುಂಪು ಎಂಬುವ ಅರ್ಥದಲ್ಲಿ—ಔಪಗವಕಂ, ಗಾರ್ಗಕಂ, ದಾಕ್ಷಕಂ, ಇತ್ಯಾದಿ ಶಬ್ದರೂಪಗಳು ಹುಟ್ಟುತ್ತವೆ ೧. *h* ಪ್ರಾಣಿವ್ಯತಿರಿಕ್ತಗಳಾದ ಅಪೂಪಗಳು, ಶಷ್ಕುಲಿಗಳು ಮುಂತಾದವುಗಳ ಸಮೂಹದಲ್ಲಿ ಕ್ರಮವಾಗಿ, ಅಪೂಪಾನಾಂ ಬೃಂದಂ ಆಪೂಪಿಕಂ, ಕಜ್ಜಾಯಗಳ ಗುಂಪು. ಶಷ್ಕುಲೀನಾಂ ಬೃಂದಂ ಶಾಷ್ಕುಲಿಕಂ, ಚಕ್ಕುಲಿಗಳ ಗುಂಪು, ಇತ್ಯಾದಿ ರೂಪ ಭೇದಗಳು ಹುಟ್ಟುತ್ತವೆ ೧. *i* ಹುಡುಗರ ಗುಂಪು ೧. *j* ಹಿಮ್ಮತ್ತಾಗಿ ಸಂಗಡ ಬರುವವರ ಗುಂಪು ೧. *k* ನೇಗಲ ಗುಂಪು ೧. *l* ಬ್ರಾಹ್ಮಣರ ಗುಂಪು ೧. *m* ಪಕ್ಕೆಯೆಲುವುಗಳ ಗುಂಪು, ಪಾರ್ಶ್ವ, ಪೃಷ್ಠಗಳೆಂಬ ಯಜ್ಞ ಸಂಬಂಧಗಳಾದ ಸ್ತೋತ್ರ ವಿಶೇಷಗಳ ಸಮೂಹವು ೨. *n* ಕಣಗಳ ಗುಂಪು ೨. *o* ಮನುಷ್ಯರ ಗುಂಪು ೧. *p* ಹಳ್ಳಿಗಳ ಗುಂಪು, ಮನುಷ್ಯರ ಗುಂಪು, ಹೊಗೆಗಳ ಗುಂಪು, ಕಟ್ಟು ಹಗ್ಗಗಳ ಗುಂಪು, ಜಂಬು ಹುಲ್ಲುಗಳ ಗುಂಪು, ಅಥವಾ ಕುತ್ತಿಗೆಗಳ ಗುಂಪು ೪. *q* ಸಾವಿರಗಳ ಗುಂಪು, ಸಗಣಿ ತೊಪ್ಪೆ ಬೆರಣಿ ಮುಂತಾದವುಗಳ ಗುಂಪು, ಕೆರ ಮುಂತಾದ ಚರ್ಮ ಕವಚಗಳ ಗುಂಪು, ಅಥರ್ವಣ ಮಂತ್ರಗಳ ಗುಂಪು ೪. ಆದಿ ಶಬ್ದದಿಂದ ಬೆಂಕಿ ಕೆಂಡಗಳ ಗುಂಪು. ತೊಗಲುಗಳ ಗುಂಪು ಇತ್ಯಾದಿಗಳು.

III. NANARTHA-VARGA.—ನಾನಾರ್ಥ ವರ್ಗ.

ಅವತರಣಿಕೆ॥ ಈ ಗ್ರಂಥ ಕರ್ತನು ಇದುವರಿವಿಗೂ ಹೇಳಲ್ಪಟ್ಟ ಪದಗಳಿಗೊಂದರ್ಥವನ್ನು ಹೇಳಿ ಮುಂದೆ ಯೊಂದೊಂದು ಪದಗಳಿಗೆ ಅನೇಕಾರ್ಥಗಳನ್ನು ತಿಳಿಸುವದಕ್ಕಾಗಿ ನಾನಾರ್ಥ ವರ್ಗವನ್ನು ಆರಂಭಿಸಿ ಅವರೊಳಗೆ ಹೇಳಲ್ಪಡುವ ಶಬ್ದಗಳು ಪೂರ್ವೋಕ್ತಗಳಾದರೆ ಪೌನರುಕ್ತ್ಯವೆಂಬದೋಷ ಬರುತ್ತೆನ್ನುವ ಶಂಕೆಗೆ ಮೊದಲೇ ಸಮಾಧಾನ ಹೇಳುತ್ತಾನೆ—ಹ್ಯಾಗೆಂದರೆ—.

ಮೂಲ॥ ನಾನಾರ್ಥಾಃ ಕೆಪಿಕಾಂತಾದಿ ವರ್ಗೆ ಷ್ವೆವಾತ್ರಕೀರ್ತಿತಾಃ॥
ಭೂರಿಪ್ರಯೊಗಾಯೆ ಯೆಷು ಪರ್ಯಾಯೆಷ್ವಪಿತೆಮುತ॥

ಟೀಕೆ॥ ಅತ್ರ—ಈ ಗ್ರಂಥದಲ್ಲಿ, ನಾನಾರ್ಥಾಃ—ಅನೇಕಾರ್ಥಗಳುಳ್ಳ, ಕಪಿ—ಯಾವ ಅರ್ಥದಲ್ಲಿಯೂ, ಪ್ರಸಿದ್ಧ ಪ್ರಯೋಗವಿಲ್ಲದ ಕೆಲವು ಪದಗಳು—ಕಾಂತಾದಿ ವರ್ಗೆಷ್ವೇವ—ಕಾಂತ—ಖಾಂತ—ಗಾಂತ—ಘಾಂತ ಮುಂತಾದ ಪದ ಸಮೂಹಗಳಲ್ಲಿ ಯೇ—ಕೀರ್ತಿತಾಃ—ಹೇಳಲ್ಪಟ್ಟವೆ, ಯೆ—ಯಾವಶಬ್ದಗಳು, ಯೆಷು—ಯಾವ ಅರ್ಥಗಳಲ್ಲಿ—ಭೂರಿ ಪ್ರಯೊಗಾಃ—ಪ್ರಚುರವಾದ ಪ್ರಯೋಗವುಳ್ಳವುಗಳೊ—ತೆ—ಅಂತ ಪ್ರಸಿದ್ಧ ಪ್ರಯೋಗವುಳ್ಳ ಶಬ್ದಗಳು, ತೆಷು—ಪರ್ಯಾ ಯೆಷ್ವಪಿ—ಆದರ ಅರ್ಥವುಳ್ಳ ಪರ್ಯಾಯ ಶಬ್ದಗಳು ಹೇಳಲ್ಪಟ್ಟ ಸ್ಥಳಗಳಲ್ಲಿಯೂ ಅಪಿ—ಅಪ್ರಸಿದ್ಧವಾಗಿದ್ದ ಅರ್ಥವನ್ನು ಪ್ರಸಿದ್ಧವಾಗುವಂತೆ ತಿಳಯಪಡಿಸುವದಕ್ಕೋಸ್ಕರ ಹೇಳಲ್ಪಟ್ಟವೆ. ತಾತ್ಪರ‍್ಯ—ಇದುವರಿವಿಗೆ ಪರ್ಯಾಯ ಪದಗಳಲ್ಲಿ ಹೇಳಲ್ಪಡದೇ ಯಿರುವ ಪದಗಳು ಕೆಲವು ಹೇಳಲ್ಪಟ್ಟಿರುವವು ಕೆಲವು ಈ ಬಗೆಯಾದವುಗಳೂ ಸಹ ಅವುಗಳ ಅನೇಕಾರ್ಥಗಳು ಪ್ರಸಿದ್ಧಗಳಾಗಿ ತಿಳಿಯಬರುವಂತೆ ಹೇಳಲ್ಪಡುತ್ತೇದು ತಾತ್ಪರ‍್ಯ. ಅಪ್ರಸಿದ್ಧಾರ್ಥಗಳನ್ನು ತಿಳಿಸುವದಕ್ಕೆ ಪೂರ್ವೋಕ್ತ ಪದಗಳೂ ಕೆಲವು ಹೇಳಲ್ಪಡಬೇಕಾಯಿತು.

Meaning.

This chapter is composed of homonymous words arranged in the order of their terminal syllables.

(ಆಕಾಶೇತ್ರಿದಿವೇ) ನಾಕೋ *a* ಲೋಕ (ಸ್ತುಭುವನೇಜನೇ) *b* | ||೧೫೭||
(ಪದ್ಯೇಯಶಸಿಚ) ಶ್ಲೋಕ *c* (ಶ್ಶರೇಖಡ್ಗೇಚ) ಸಾಯಕಃ *d* ||
ಜಂಬುಕೋ (ಕ್ರೋಷ್ಟುವರುಣೌ) *e* ಪೃಥುಕೌ (ಚಿಪಿಟಾರ್ಭಕೌ) *f* | ||೧೫೮||
ಆಲೋಕೌ (ದರ್ಶನೋದ್ದ್ಯೋತೌ) *g* (ಭೇರೀಪಟಹ) ಮಾನಕೌ *h* ||
(ಉತ್ಸಂಗಚಿಹ್ನಯೋ) ರಂಕಃ *i* ಕಳಂಕೋಂ (ಕಾಪವಾದಯೋಃ) *j* | ||೧೫೯||
ತಕ್ಷಕೋ (ನಾಗವರ್ಧಕ್ಯೋ) *k* ರರ್ಕ (ಸ್ಸ್ಫಟಿಕಸೂರ್ಯಯೋಃ) *l* ||
(ಮಾರುತೇವೇಧಸಿಬ್ರಧ್ನೇ ಪುಂಸಿ) ಕಃ (ಕಂ ಶಿರೋಂಬುನೋಃ) *m* || ||೧೬೦||
(ಸ್ಯಾ) ತ್ಪುಲಾಕ (ಸ್ತುಚ್ಛಧಾನ್ಯೇ ಸಂಕ್ಷೇಪೇ ಭಕ್ತಸಿಕ್ಥಕೇ) *n* |
(ಉಲೂಕೇ ಕರಿಣಃ ಪುಚ್ಛಮೂಲೋಪಾಂತೇಚ) ಪೇಚಕಃ *o* || ||೧೬೧||
(ಕಮಂಡಲೌಚ) ಕರಕಃ *p* (ಸುಗತೇಚ) ವಿನಾಯಕಃ *q* |
ಕಿಷ್ಕು (ರ್ಹಸ್ತೇವಿತಸ್ತೌಚ) *r* (ಶೂಕಕೀಟೇಚ) ವೃಶ್ಚಿಕಃ *s* || ||೧೬೨||
(ಪ್ರತಿಕೂಲೇ) ಪ್ರತೀಕ (ಸ್ತ್ರಿಷ್ವೇಕದೇಶೇತು ಪುಂಸ್ಯಯಂ) *t* |
(ಸ್ಯಾ) ದ್ಭೂತಿಕಂ (ತು) *u* (ಭೂನಿಂಬೇ ಕತ್ತೃಣೇ ಭೂಸ್ತೃಣೇಪಿಚ) || ||೧೬೩||

---

a Heaven, sky; svarga (*paradise*). *b* The world, a division of the universe; mankind, people. *c* A verse, stanza; fame. *d* Arrow; sword. *e* Jackal; Varuna (*Neptune*). *f* Rice wetted, parched and flattened; infant, child. *g* Sight, view; light. *h* Kettle-drum; tabor. *i* Thigh; mark, spot. *j* Spot, blemish; defamation. *k* The name of a principal Nága or serpent; a carpenter. *l* Crystal; the sun. *m* Air, wind; Brahma; the sun; man; head; water. *n* Shrivelled or blighted or empty grain, bad grain; abridgement; a grain of boiled rice. *o* Owl; root of an elephant's tail; proximity. *p* Water pot, pipkin; a crane or heron. *q* A Buddha; Ganesha. *r* Forearm; cubit; span; mean fellow. *s* A stinging caterpillar; scorpion; beetle; the sign Scorpio; a medicinal plant. *t* Opposition, hostility; a limb or portion of the body. *u* The plant *justicia paniculata*; lemon grass (*andropogon schoenanthus*); broom grass.

a ಗಗನ, ಸ್ವರ್ಗ. *b* ಸ್ವರ್ಗಾದಿ ಲೋಕ, ಮನುಷ್ಯಾದಿ ಪ್ರಾಣಿವರ್ಗ. *c* ನಾಲ್ಕು ಪಾದಗಳುಳ್ಳ ಶ್ಲೋಕ, ಕೀರ್ತಿ. *d* ಬಾಣ, ಕತ್ತಿ. *e* ನರಿ, ವರುಣನು. *f* ಅವಲಕ್ಕಿ, ಮೊಗುವು. *g* ನೋಡುವಿಕೆ, ಬೆಳಕು. *h* ಭೇರಿ, ತಮಟೆ. *i* ತೊಡೆ, ಗುರ್ತು. *j* ಗುರ್ತು, ಅಪವಾದ. *k* ತಕ್ಷಕನೆಂಬ ಹಾವು, ಬಡಿಗಿ. *l* ಸ್ಫಟಿಕ, ಸೂರ್ಯ. *m* ಗಾಳಿ, ಬ್ರಹ್ಮನು, ಸೂರ್ಯ, ಪುರುಷ, ತಲೆ, ನೀರು. *n* ಜಳ್ಳು ಭತ್ತ ಮುಂತಾದ ಕ್ಷುದ್ರ ಧಾನ್ಯ ಸಂಕ್ಷೇಪ, ಅನ್ನದ ಅಗಳು. *o* ಗೂಬೆ, ಆನೇ ಬಾಲದ ಬುಡ, ಸಮೀಪ. *p* ಕಮಂಡಲ, ಪಕ್ಷಿ ವಿಶೇಷ. *q* ಬುದ್ಧ ದೇವರು, ವಿಘ್ನೇಶ್ವರ. *r* ಮೊಳ, ಗೇಣು, ಮುಂಗೈ, ಕುತ್ಸಿತ. *s* ಮುಳ್ಳು ಹುಳ, ಚೇಳು, ಕಣಜದ ಹುಳ, ವೃಶ್ಚಿಕರಾಶಿ, ಚೇಳುಕೊಂಡಿಗಿಡ. *t* ಪ್ರತಿಕೂಲವಾದದ್ದು, ಅವಯುವ. *u* ನೆಲಬೇವು, ಕಾಚೀ ಹುಲ್ಲು, ಹಂಚೀ ಹುಲ್ಲು.

(ಜ್ಯೋತ್ಸ್ನಿಕಾಯಾಮಂಚಘೋಷೇಚ) ಕೋಶಾತಕ್ಯಾಂ *a* (ಥಕಟ್ಫಲೇ) ।
(ಸಿತೇಚಖದಿರೇ) ಸೋಮವಲ್ಕ (ಸ್ಸ್ಯಾದ್ಧೇಥಸಿಲ್ಹಕೇ) *b* ॥ ॥೧೬೩॥
(ತಿಲಕಲ್ಕಜೇ) ಪಿಣ್ಯಾಕೋ *c* (ಬಾಹ್ಲೀಕಂ (ರಾಮಠೇಪಿಚ) *d* ।
(ಮಹೇಂದ್ರಗುಗ್ಗುಲೂಲೂಕವ್ಯಾಳಗ್ರಾಹಿಷು) ಕೌಶಿಕಃ *e* ॥ ॥೧೬೪॥
(ರುಕ್ತಾಪಶಂಕಾಸ್ವಾತಂಕ) ತಂಕ *f* (ಸ್ಸ್ವಲ್ಪೇಪಿ) ಕ್ಷುಲ್ಲಕ (ಸ್ತ್ರಿಷು) *g* ।
ಜೈವಾತೃಕ (ಶ್ಶಶಾಂಕೇಪಿ *h* (ಖುರೇಪ್ಯಶ್ವಸ್ಯ) ವರ್ತಕಃ *i* ॥ ॥೧೬೫॥
(ವ್ಯಾಘ್ರೇಪಿ) ಪುಂಡರೀಕೋ (ನಾ) *j* (ಯವಾನ್ಯಾಮಪಿ) ದೀಪಕಃ *k* ।
ಸಾಲಾವೃಕಾಃ (ಕಪಿಕ್ರೋಷ್ಟುಶ್ವಾನಃ) *l* (ಸ್ಸ್ವರ್ಣೇಪಿ) ಗೈರಿಕಂ *m* ॥ ॥೧೬೬॥
(ಪೀಡಾರ್ಥೇಪಿ) ವ್ಯಳೀಕಂ (ಸ್ಯಾ) *n* ದಳೀಕಂ (ತ್ವಪ್ರಿಯೇನೃತೇ) *o* ।
(ಶೀಲಾನ್ವಯಾ) ವನೂಕೇದ್ವೇ *p* ಶಲ್ಕ (ಶಕಲವಲ್ಕಲೇ) *q* ॥ ॥೧೬೭॥
(ಸಾಷ್ಟೇಶತೇಸುವರ್ಣಾನಾಂ ಹೇಮ್ನ್ಯುರೋಭೂಷಣೇಪಲೇ) ।
(ದೀನಾರೇಪಿಚ) ನಿಷ್ಕೋಸ್ತ್ರೀ *r* ಕಲ್ಕೋಸ್ತ್ರೀ (ಶಮಲೈನಸೋಃ) ॥ ॥೧೬೮॥
(ದಂಭೇಪ್ಯಥ) *s* ಪಿನಾಕೋಸ್ತ್ರೀ (ಶೂಲಶಂಕರ ಧನ್ವನೋಃ) *t* ।

---

a The snake-gourd plant; the plant *achyranthes aspera*. *b* A gourd or pumpkin plant; the tree *mimosa catechu*. *c* Sediments of seed; oil-cake. *d* Assafœtida; a Balkh (or Tartar) horse; saffron. *e* Indra; a fragrant gum resin, bdellium; owl; snake-charmer. *f* Sickness; affliction; fear. *g* Small, mean, insignificant, poor. *h* Moon; long-lived. *i* Horse's hoof; an earth worm. *j* Tiger; the elephant of the south-east point. *k* The seed of bishop's-weed; cummin-seed. *l* Monkey; jackal; dog. *m* Gold; variegated, parti-coloured. *n* Grief; falsehood; shame; cheating; strange. *o* Anything disagreeable; falsehood. *p* Natural disposition; lineage, race. *q* A piece; a garment of bark (worn by hermits). *r* A weight of gold equal to 8340 *guliganji* (q. v. Vaish. Varg.); gold; an ornament for the breast; a weight of gold equal to 320 *guliganji;* a coin (Greek *denarion*). *s* Sediment, impurity; sin; pride. *t* A weapon for stabbing or piercing; the bow of Shiva.

a ಪಡವಲಗಿಡ, ಅವುಡಲಗಿಡ. *b* ಕುಂಬಳಗಿಡ, ಬಿಳೇ ತಾರೇಗಿಡ. *c* ತದುಪಿನ ಥೂಸ, ಗಾಣದಮೆಳ್ಳುಹಿಪ್ಪೆ. *d* ಹಿಂಗು, ಬಾಹ್ಲೀಕದೇಶದ ಕುದುರೆ, ಕುಂಕುಮ ಕೇಸರಿ. *e* ಇಂದ್ರ, ಗುಗ್ಗುಳ, ಗೂಬೆ, ಹಾವಾಡಿಗ. *f* ರೋಗ, ತಾಪ, ಭಯ. *g* ಸ್ವಲ್ಪ, ಹಗರಣ, ಕ್ಷುದ್ರ. *h* ಚಂದ್ರನು, ಆಯುಷ್ಮಂತ. *i* ಕುದುರೆಯ ಕಾಲು ಗೊರುಸು, ಕೆಂದಲೇವ್ಯಾಪಾರದ ಹುಳ. *j* ಹುಲಿ, ದಿಗ್ಗಜ. *k* ಓಮುಕಾಳು, ಜೀರಿಗೆ. *l* ಕೋತಿ, ನರಿ, ನಾಯಿ. *m* ಚಿನ್ನ, ಗೈರಿಕಾದಿಧಾತು. *n* ದುಃಖ, ಸುಳ್ಳು, ನಾಚಿಕೆ, ಕಲ್ಪಿತ, ಪ್ರಾತಿಭಾಸಿಕ. *o* ಇಷ್ಟವಿಲ್ಲದ್ದು, ಸಟೆ. *p* ಸ್ವಭಾವ, ಕುಲ. *q* ತುಂಡು, ನಾರುಸೀರೆ. *r* ನೂರೆಂಟು ಸುವರ್ಣಅಂದರೆ, ೮೩೪೦ ಗುಲಿಗಂಜಿ ತೂಕದ ಚಿನ್ನ, ಚಿನ್ನ, ಎದೆಯಲ್ಲಿ ಧರಿಸುವ ಪದಿವೆ ೩೨೦ ಗುಲಗಂಜಿತೂಕದ್ದು, ಚಿನ್ನಕ್ಕೆ ಟಸೆಯುವ ಟಂಕ. *s* ಅಮೇಧ್ಯವಾದಮಲ, ಪಾಪ, ಗರ್ವ. *t* ತಿವಿಯುವ ಆಯುಧ, ಶಿವನ ಬಿಲ್ಲು.

ಧೇನುಕಾ (ತು ಕರೇಣ್ವಾಂ ಚ) *a* (ಮೇಘಜಾಲೇಽಪಿ) ಕಾಲಿಕಾ *b* || ||೧೭೮||
ಕಾರಿಕಾ (ಯಾತನಾವೃತ್ತ್ಯೋಃ) *c* ಕರ್ಣಿಕಾ (ಕರ್ಣಭೂಷಣೇ) |
(ಕರಿಹಸ್ತಾಂಗುಳೌ ಪದ್ಮಬೀಜಕೋಶ್ಯಾಂ ತ್ರಿಷೂತ್ತರೇ) *d* || ||೧೭೯||
ಬೃಂದಾರಕೌ (ರೂಪಿಮುಖ್ಯಾ) ಏಕೇ (ಮುಖ್ಯಾನ್ಯಕೇವಲಾಃ) *f* |
(ಸ್ಯಾದ್ದಾಂಭಿಕಃ) ಕೌಕ್ಕುಟಿಕೋ (ಯಶ್ಚಾದೂರೇರಿತೇಕ್ಷಣಃ) *g* || ||೧೮೦||
ಲಾಲಾಟಿಕಃ (ಪ್ರಭೋರ್ಭಾವದರ್ಶೀ ಕಾರ್ಯಾಕ್ಷಮಶ್ಚ ಯಃ) *h* |
(ಭೂಭೃನ್ನಿತಂಬವಲಯಚಕ್ರೇಷು) ಕಟಕೋ (ಸ್ತ್ರಿಯಾಂ) *i* || ||೧೮೧||
(ಸೂಚ್ಯಗ್ರೇ ಕ್ಷುದ್ರಶತ್ರೌ ಚ ರೋಮಹರ್ಷೇ ಚ) ಕಂಟಕಃ *j* |

|| ಇತಿ ಕಾಂತ ವರ್ಗಃ ||

ಮಯೂಖ (ಸ್ತ್ವಿಟ್ಕರಜ್ವಾಲಾ) *k* (ಸ್ವಲಿಬಾಣೌ) ಶಿಲೀಮುಖೌ *l* || ||೧೮೨||
ಶಂಖೋ (ನಿಧೌ ಲಲಾಟಾಸ್ಥ್ನಿ ಕಂಬೌ) *m* (ನಸ್ತ್ರೀಂದ್ರಿಯೇಽಪಿ) ಖಂ *n* |
(ಘೃಣಿಜ್ವಾಲೇಽಪಿ) ಶಿಖೇ *o* || || ಇತಿ ಖಾಂತ ವರ್ಗಃ ||

---

a Female elephant; cow. *b* A collection of clouds; Shiva's *shakti* (Káli); an ascetic; blackness. *c* Pain, torment; doing; a *shloka* or verse. *d* Earring or trinket for the ear; the tip of an elephant's proboscis; the pericarp of a lotus. *e* Handsome; chief; a deity. *f* Pre-eminent, foremost; single, isolated; alone. *g* A coxcomb a persistent importunate beggar. *h* An attentive servant, one who anticipates his master's wishes from his countenance; an idler. *i* The side of a hill; bracelet; country or region army. *j* Point of a needle; insignificant enemy; horripilation. *k* Splendour; ray; flame. *l* Bee; arrow. *m* A number equal to 100 billions; temple or temporal bone of the face; conch, shell used either as a vessel or a horn. *n* The senses; sky. *o* Ray; flame; scalp-lock.

a ಹೆಂಣ್ಣಾನೆ, ಆಕಳು. *b* ಮೇಘಗಳಗುಂಪು, ಶಿವಶಕ್ತಿ, ಯೋಗಿ, ಧಾತು ದೋಷ. *c* ತೀವ್ರವಾದ ವೇದನೆ, ಮಾಡುವಿಕೆ, ಕಾರಿಕೆ, ಶ್ಲೋಕ. *d* ವಿಗಿಟ್ಟುಕೊಳ್ಳುವ ಒಡವೆ, ಆನೆಯ ಸೊಂಡಿಲ ತುದಿ, ತಾವರೇ ಮಣಿಯಿರುವ ಹುವ್ವಿನೊಳಗಣ ದಿಂಬು. *e* ಚಲುವಾದವನು, ಶ್ರೇಷ್ಠನಾದ ಗೊತ್ತುಗಾರ, ದೇವತೆ. *f* ಪ್ರಧಾನವಾದದ್ದು, ಇತರವಾದವನು, ಒಂಟಿ. *g* ಡಾಂಭಿಕನು, ಬಹಳ ದೂರದ ವರಿಗೂ ನಿರೀಕ್ಷಿಸಿ ನೋಡುವ ಭಿಕ್ಷಗಾರ. *h* ಅರಸಿನ ತಾತ್ಪರ್ಯವನ್ನು ತಿಳಿದವನು, ಕೆಲಸವನ್ನು ನಿರ್ವಹಿಸಲಾರದ ಅಸಮರ್ಥನು. *i* ಬೆಟ್ಟದ ಬರೀ, ಕಡಗವು, ರಾಷ್ಟ್ರ, ಸೈನ್ಯ. *j* ಸೂಜಿಯ ಕೊನೆ, ಅಲ್ಪವಾದ ಹಗೆಯುವನು, ಸಂತೋಷದಿಂದ ಮೈಕೂದಲು ಕೆದರಿಕೊಳ್ಳುವಿಕೆ. *k* ಕಾಂತಿ, ಕಿರಣ, ಉರಿ. *l* ತುಂಬೆ, ಬಾಣ. *m* ಶಂಖ ಸಂಖ್ಯಾಕದ್ರವ್ಯ ಪರಿಮಿತಿ, ನಿಧಿ, ಹಣೆಯ ಮೂಳೆ, ಶಂಖ. *n* ಚಕ್ಷುರಾದಿ ಇಂದ್ರಿಯಗಳು, ಆಕಾಶ. *o* ಕಿರಣ, ಉರಿ, ಜುಟ್ಟು.

(ಶೈಲವೃಕ್ಷೌ) ನಗಾ ನಗೌ *a* ॥ ॥೧೭೫॥
ಆಶುಗೌ (ವಾಯುವಿಶಿಖೌ) *b* (ಶರಾರ್ಕವಿಹಗಾಃ) ಖಗಾಃ *c* ।
ಪತಂಗೌ (ಪಕ್ಷಿಸೂರ್ಯೌಚ) *d* ಪೂಗಃ (ಕ್ರಮುಕ ಬೃಂದಯೋಃ) ॥ ॥೧೭೬॥
(ಪಶವೋಽಪಿ) ಮೃಗಾ *f* ವೇಗಃ (ಪ್ರವಾಹ ಜವಯೋರಪಿ) *g* ।
ಪರಾಗಃ (ಕೌಸುಮೇರೇಣೌ ಸ್ನಾನೀಯಾದೌ ರಜಸ್ಯಪಿ) *h* ॥ ॥೧೭೭॥
ಗಜೇಽಪಿ) ನಾಗ (ಮಾತಂಗಾ) *i* ಅಪಾಂಗ (ಸ್ತಿಲಕೇಽಪಿಚ) *j* ।
ಸರ್ಗ (ಸ್ಸ್ವಭಾವನಿರ್ಮೋಕ ನಿಶ್ಚಯಾಧ್ಯಾಯ ಸೃಷ್ಟಿಷು) *k* ॥ ॥೧೭೮॥
ಯೋಗ (ಸ್ಸನ್ನಹನೋಪಾಯಧ್ಯಾನ ಸಂಗತಿಯುಕ್ತಿಷು) *l* ।
ಭೋಗ (ಸ್ಸುಖೇಸ್ತ್ರ್ಯಾದಿಭೃತಾ ವಹೇಶ್ಚ ಫಣಕಾಯಯೋಃ) *m* ॥ ॥೧೭೯॥
(ಚಾತಕೇಹರಿಣೇಪುಂಸಿ) ಸಾರಂಗ (ಶ್ಶಬಲೇತ್ರಿಷು) *n* ।
(ಕಪೌಚ)ಪ್ಲವಗ *o* (ಶ್ಶಾಪೇ) ತ್ವಭಿಷಂಗಃ (ಪರಾಭವೇ) *p* ॥ ॥೧೮೦॥
(ಯಾನಾದ್ಯಂಗೇ) ಯುಗಃ (ಪುಂಸಿಯುಗಂ ಯುಗ್ಮೇ ಕೃತಾದಿಷು) *q* ।

---

a Hill; tree. *b* Wind; arrow. *c* Arrow; sun; bird. *d* Bird; sun. *e* Areca-nut; heap, multitude. *f* Quadruped; deer, antelope; ***Mrigashira***, the fifth lunar asterism; a kind of elephant; investigation. *g* Stream, current; speed; evacuation of natural excretions. *h* Pollen or farina of a flower; a fragrant powder used after bathing; dust. *i* Snake; elephant; outcaste (*pariah*). *j* Sectarian mark on the forehead outer corner of the eye. *k* Nature or natural disposition; abandoning, letting go; certainty; a chapter; creation. *l* Junction, joining; result; a mode of devotion by which union with god is supposed to be obtained; propriety; a means, an expedient. *m* Enjoyment; nourishing, cherishing; a snake's expanded hood; a snake's body. *n* The *chátaka* bird (*cuculus melanoleucus*); deer; variegated. *o* Monkey; frog; jumping. *p* Curse; defeat; calumny. *q* A yoke; pair, couple; an age or period of time.

a ಬೆಟ್ಟ, ಗಿಡ. *b* ಗಾಳಿ, ಬಾಣ, *c* ಬಾಣ, ಸೂರ್ಯ, ಪಕ್ಷಿ. *d* ಹಕ್ಕಿ, ಸೂರ್ಯ. *e* ಅಡಿಕೆ, ಗುಂಪು. *f* ಪಶುವು, ಹುಲ್ಲೆ, ಮೃಗಶಿರವೆಂಬ ನಕ್ಷತ್ರ, ಗಜಯೋನಿ ವಿಶೇಷ, ಹುಡುಕುವಿಕೆ. *g* ಹರಿದು ಹೋಗುವ ನದಿ, ವೇಗ, ಮಲಮೂತ್ರಾದಿ ಪ್ರವೃತ್ತಿ. *h* ಪೂಧೂಳು, ಸ್ನಾನದಹಿಟ್ಟು, ಧೂಳು. *i* ಹಾವು, ಆನೆ, ಹೊಲೆಯವನು. *j* ಹಣೇಬೊಟ್ಟು, ಕಡೆಗಣ್ಣ ನೋಟ. *k* ಸಹಜ ಗುಣ, ಬಿಡುವದು, ಸಂಶಯವಿಲ್ಲದ ಅರುಹು, ಗ್ರಂಥ ಪರಿಚ್ಛೇದ, ನಿರ್ಮಾಣ. *l* ಹುಟ್ಟುವಿಕೆ, ಸಾಮಾದಿಕಾರ್ಯ ಸಾಧನ, ಲಕ್ಷ್ಯಾನುಸಂಧಾನ, ಸರಿಯಾಗಿ ಸೇರುವಿಕೆ, ಹೊಂದಿಕೆಮಾಡುವ ಸರಿಯಾದ ತಿಳುವಳಿಕೆ. *m* ಆನಂದ, ಹೆಂಗಳು, ಆನೆಗಳು ಮುಂತಾದವರನ್ನು ಸಂರಕ್ಷಿಸುವಿಕೆ, ಹಾವಿನ ಹೆಡೆ, ಹಾವಿನ ಮೈ. *n* ಚಕ್ರವಕ್ಕಿ, ಜಿಂಕೆ, ಹಲವು ಬಣ್ಣವುಳ್ಳದ್ದು, ಕೋಶಾಂತರದಲ್ಲಿ ಆನೆಗೂ, ತುಂಬೆಹುಳವಿಗೂ ಸಾರಗ್ರಾಹಿಗೂ ಹೆಸರು *o* ಕೋತಿ, ಕಪ್ಪೆ, ಹಾರಿ ಹೋಗುವದು. *p* ಹಾನಿಯನ್ನು ಮಾಡುವ ಜೋಯಿಲು, ತಿರಸ್ಕಾರ, ಅಪವಾದ. *q* ಬಂಡಿಯ ನೊಗ, ಜಂಟಿ, ಜೊತೆ, ಪರಿಮಿತ ಮಹಾಕಾಲವಾದ ಕೃತಾದಿ ಯುಗ.

(ಸ್ವರ್ಗೇಷುಪಶುವಾಗ್ವಜ್ರದಿಙ್ನೇತ್ರಘೃಣಿಭೂಜಲೇ) || ||೧೪೧||
(ಲಕ್ಷ್ಯದೃಷ್ಟ್ಯಾಸ್ತ್ರಿಯಾಂಪುಂಸಿ) ಗೌ *a* ರ್ಲಿಂಗಂ (ಚಿಹ್ನಶೇಫಸೋಃ) *b* |
ಶೃಂಗಂ (ಪ್ರಾಧಾನ್ಯಸಾನ್ವೋಶ್ಚ) *c* ವರಾಂಗಂ (ಮೂರ್ಧಗುಹ್ಯಯೋಃ) *d* ||೧೪೨||
ಭಗ ಶ್ರೀಕಾಮಮಾಹಾತ್ಮ್ಯ ವೀರ್ಯಯತ್ನಾರ್ಕಕೀರ್ತಿಷು *e* |

|| ಇತಿ ಗಾಂತ ವರ್ಗಃ ||

ಪರಿಘಃ (ಪರಿಘಾತೆಸ್ತ್ರೇ) *f* ಓಘೋ (ವೃಂದೇಂಭಸಾಂರಯೇ) *g* || ||೧೪೩||
(ಮೂಲ್ಯೇಪೂಜಾವಿಧಾ) ವರ್ಘಂ *h* (ಹೋದುಃಖವ್ಯಸನೇ) ಷ್ವಘಂ *i* |
(ತ್ರಿಷ್ವಿಷ್ಟೇಲ್ಪೇ) ಲಘುಃ *j* || ಇತಿ ಘಾಂತ ವರ್ಗಃ ||

ಕಾಚಾ (ಶ್ಶಿಕ್ಯ ಮೃದ್ಭೇದದೃಗ್ರುಜಃ) *k* || ||೧೪೪||
(ವಿಪರ್ಯಾಸೇ ವಿಸ್ತರೇಚ) ಪ್ರಪಂಚಃ *l* (ಪಾವಕೇ) ಶುಚಿಃ
(ಮಾಸ್ಯಮಾತ್ಯೇ ಚಾತ್ಯುಪಧೇ ಪುಂಸಿಮೇಧ್ಯೇ ಸಿತೇತ್ರಿಷು) *m* || ||೧೪೫||
(ಅಭಿಷ್ವಂಗೇ ಸ್ಪೃಹಾಯಾಂಚ ಗಭಸ್ತೌಚ) ರುಚಿಃ (ಸ್ತ್ರಿಯಾಂ) *n* |

||ಇತಿ ಚಾಂತ ವರ್ಗಃ||

---

a Sound, voice; arrow; cow; speech; thunder-bolt; quarter (of the compass), direction; eye; ray of light; the earth water. *b* The linga, as the emblem of Shiva (*phallus*); penis. *c* Chief, principal; summit or peak of a mountain; a horn; a kind of drug. *d* Head; pudendum. *e* Fortune; wish, desire; might; heroism; exertion; sun; fame; the six kinds of wealth; pudendum muliebre. *f* Slaughter; an iron club, or bludgeon mounted with iron; the nineteenth of the astronomical periods called yogas. *g* Flock; flood. *h* Price, cost; worship. *i* Sin; sorrow; gambling. *j* Object of desire; light, not heavy. *k* The strings of a balance; glass, china ware; a disease of the eyes. *l* Upside down, reverse; extent. *m* Fire; the lunar month *Ashâda;* minister; immaculate; white, clean. *n* Intent application to any object; wish; splendour.

a ಸ್ವರ, ಬಾಣವು, ಪಶು, ನುಡಿ, ಸಿಡಿಲು, ದೆಸೆ, ಕಂಣು, ಕಿರಣ, ಭೂಮಿ, ನೀರು. *b* ಗುರ್ತು, ಶಿಶ್ನ. *c* ಮುಖಂಡನಾಗಿರುವಿಕೆ, ಬೆಟ್ಟದ ಶಿಖರ, ಕೊಂಬು, ಜೀವಕವೆಂಬುವ ಗ್ರಂಥಿಕೆ. *d* ತಲೆ, ಉಪಸ್ಥ. *e* ಐಶ್ವರ್ಯ, ಸಫಲೇಚ್ಛೆ, ದೊಡ್ಡತನ, ನಿಗ್ರಹಶಕ್ತಿ, ಕಾರ್ಯಸಾಧನವ್ಯಾಪಾರ, ಸೂರ್ಯ, ಯಶಸ್ಸು, ಷಡ್ಗುಣೈಶ್ವರ್ಯ, ಉಪಸ್ಥ. *f* ಹಿಂಸೆ, ಕಬ್ಬಿಣದ ಕಟ್ಟುಹಾಕಿದ ದೊಡ್ಡ ದೊಣ್ಣೆ, ಪರಿಘವೆಂಬ ಯೋಗ. *g* ಗುಂಪು, ನೀರ ವೇಗ. *h* ಪೆಲೆ, ಪೂಜಾವಿಧಿ. *i* ಪಾಪವು, ಅನಿಷ್ಟ, ಜೂಜು ಮೊದಲಾದದ್ದು. *j* ಇಷ್ಟವಾದದ್ದು, ಹಗುರು. *k* ನೆಲುವು, ಗಾಜು, ನೇತ್ರರೋಗ. *l* ತಲೆಕೆಳಕಾಗುವಿಕೆ, ಒಂದಾದದ್ದು ಹೋಗಿ ಬೇರೊಂದದ್ದು ಆಗುವಿಕೆ, ಬಹಳವಾಗಿ ಹರಡಿಕೊಳ್ಳುವಿಕೆ. *m* ಬೆಂಕಿ, ಆಷಾಢಮಾಸ, ಮಂತ್ರಿ, ಧರ್ಮಾದಿಪರೀಕ್ಷೆಗಳಿಂದ ಪರಿಶುದ್ಧನು, ಶುಭ್ರವಾಗಿರುವದು. *n* ಆಸಕ್ತಿ, ಇಚ್ಛೆ, ಕಾಂತಿ.

(ಶಿಖಿತಾರ್ಕ್ಷ್ಯೌ) ವರ್ಹಿಭುಜೌ *a* (ದಂತವಿಪ್ರಾಂಡಜಾ) (ದ್ವಿಜಾಃ) *b* ॥ ॥೧೮೬॥

ಅಜಾ (ವಿಷ್ಣುಹರಛಾಗಾ) *c* (ಗೋಷ್ಠಾಧ್ವನಿವಹಾ) ವ್ರಜಾಃ *d* ।

ಧರ್ಮರಾಜೌ (ಜಿನಯಮೌ) *e* ಕುಂಜೋ (ದಂತೇಪಿನಸ್ತ್ರಿಯಾಂ) *f* ॥ ॥೧೮೭॥

ವಲಜೇ *g* (ಕ್ಷೇತ್ರಪೂರ್ದ್ವಾರೇ) ವಲಜಾ (ವಲ್ಗುದರ್ಶನಾ) *h* ।

(ಸಮೇಕ್ಷ್ಮಾಂಶೇರಣೇ) ಪ್ಯಾಜಿಃ *i* ಪ್ರಜಾ (ಸ್ಯಾತ್ಸಂತತೌಜನೇ) *j* ॥ ॥೧೮೮॥

ಅಬ್ಜೌ (ಶಂಖಶಶಾಂಕೌಚ) *k* (ಸ್ವಕನಿತ್ಯೇನಿಜಂ (ತ್ರಿಷು) *l* ।

॥ಇತಿಜಾಂತವರ್ಗಃ॥

(ಪುಂಸ್ಯಾತ್ಮನಿ ಪ್ರವೀಣೇತು) ಕ್ಷೇತ್ರಜ್ಞೋ (ವಾಚ್ಯಲಿಂಗಕಃ) *m* ॥ ॥೧೮೯॥

ಸಂಜ್ಞಾ (ಸ್ಯಾಚ್ಚೇತನಾನಾಮಹಸ್ತಾದ್ಯೈರರ್ಥಸೂಚನಾ) *n* ।

॥ಇತಿಜ್ಞಾಂತವರ್ಗಃ॥

(ಕಾಕೇಭಗಂಡೌ) ಕರಟೌ *o* (ಗಜಗಂಡಕಟೀಕಟೌ) *p* ॥ ॥೧೯೦॥

ಶಿಪಿವಿಷ್ಟಸ್ತು (ಖಲತೌದುಶ್ಚರ್ಮಣಿಮಹೇಶ್ವರೇ) *q* ।

(ದೇವಶಿಲ್ಪಿನ್ಯಪಿ) ತ್ವಷ್ಟಾ *r* ದಿಷ್ಟಂ (ದೈವೇಪಿನದ್ವಯೋಃ) *s* ॥ ॥೧೯೧॥

(ರಸೇ) ಕಟುಃ (ಕಟ್ವಕಾರ್ಯೇ ತ್ರಿಷುಮತ್ಸರತೀಕ್ಷ್ಣಯೋಃ) *t* ।

---

a Peacock; the Brahmani kite. *b* Tooth; Brahman; bird; snake. *c* Vishnu; Shiva; goat. *d* Cow-house; road; multitude. *e* A Jain deity; Yama (*Pluto*). *f* Elephant's tusk; bower, arbour. *g* Field; gate of a town. *h* Handsome woman. *i* Level ground; battle. *j* Offspring; people. *k* Shell; moon; lotus; *Dhanvantri*, the physician of the gods produced at the churning of the sea. *l* One's own property permanent; truth. *m* Soul; man of talent. *n* Wisdom; name, appelation; gesture, sign. *o* Crow; an elephant's temple. *p* Waist; elephant's temple. *q* A bald head; leper; Shiva. *r* *Vishvakarma*, the artist of the gods (*Vulcan*); carpenter. *s* Destiny; time. *t* Pungent of taste; forbidden action; envy; sharp.

a ನವಿಲು, ಗರುಡ. *b* ಹಲ್ಲು, ಹಾರುವ, ಹಕ್ಕಿ, ಹಾವು. *c* ವಿಷ್ಣು, ಶಿವ, ಮೇಕೆ. *d* ಆಕಳಕೊಟ್ಟ, ದಾರಿ, ಗುಂಪು. *e* ಜಿನ್ನದೇವರು, ಯಮದೇವ *f* ಆನೇಕೊಂಬು, ಹೊದೆ. *g* ಹೊಲ, ಊರುಬಾಗಿಲು. *h* ಚನ್ನಾಗಿ ನೋಡುವವಳು. *i* ಚದರವಾಗಿಯೂ ಸಮವಾಗಿಯೂ ಯಿರುವ ಭೂಮಿಯ ಕೆಲವುಭಾಗ, ಯುದ್ಧ. *j* ಮಕ್ಕಳು ಹುಟ್ಟುವಿಕೆ; ಜನಗಳು. *k* ಶಂಖ, ಚಂದ್ರ, ತಾವರೆ, ಧನ್ವಂತ್ರಿ. *l* ತನ್ನ ವಡವೆ, ಶಾಶ್ವತವಾದದ್ದು, ಸತ್ಯ. *m* ಆತ್ಮನು, ಜಾಣನು. *n* ಬುದ್ಧಿ, ಹೆಸರು, ಹಸ್ತಾಭಿನಯಾದಿಗಳಿಂದ ಅರ್ಥವನ್ನು ಸೂಚಿಸುವಿಕೆ. *o* ಕಾಗಿ, ಆನೆಯ ಕಟವಾಯಿ. *p* ಆನೆಯ ಕಟವಾಯಿ, ಸೊಂಟ. *q* ಬಟ್ಟತಲೆಯುವನು, ದದ್ರು ಕುಷ್ಠರೋಗಿ, ಶಿವನು. *r* ವಿಶ್ವಕರ್ಮನೆಂಬ ಬ್ರಹ್ಮದೇವರು, ಬಡಿಗೆಕೆಲಸದವನು. *s* ದೈವವೆನಿಪ ಪೂರ್ವಾರ್ಜಿತ ಪ್ರಾರಬ್ಧ ಕರ್ಮ, ಕಾಲ. *t* ಖಾರದ ರುಚಿ, ಮಾಡಬಾರದ ಕೆಲಸ, ಮತ್ಸರ, ತೀಕ್ಷ್ಣವಾದದ್ದು.

ರಿಷ್ಟಂ (ಕ್ಷೇಮಾಶುಭಾಭಾವೇ) *a* ತ್ವರಿಷ್ಟೇತು (ಶುಭಾಶುಭೇ) *b* || ||೧೯೨||
(ಮಾಯಾನಿಶ್ಚಲಯಂತ್ರೇಷು ಕೈತವಾನೃತ ರಾಶಿಷು) |
(ಅಯೋಘನೇ ಶೈಲಶೃಂಗೇಸೀರಾಂಗೇ) ಕೂಟ (ಮಸ್ತ್ರಿಯಾಂ) *c* || ||೧೯೩||
(ಸೂಕ್ಷ್ಮೈಲಾಯಾಂ) ತ್ರುಟೀ (ಸ್ತ್ರೀ) (ಸ್ಯಾತ್ಕಾಲೇಲ್ಪೇಸಂಶಯೇಪಿಚ) *d* |
(ಅತ್ಯುತ್ಕರ್ಷಾಶ್ರಯಃ) ಕೋಟ್ಯೋ *e* (ಮೂಲೇಲಗ್ನಕಚೇ) ಜಟಾ *f* || ||೧೯೪||
ವ್ಯುಷ್ಟಿಃ (ಫಲೇಸಮೃದ್ಧೌಚ) *g* ದೃಷ್ಟಿ (ರ್ಜ್ಞಾನೇಕ್ಷ್ಣಿದರ್ಶನೇ) *h* |
ಇಷ್ಟಿ (ರ್ಯಾಗೇಚ್ಛಯೋಃ) *i* ಸ್ಪೃಷ್ಟಂ (ನ್ನಿಶ್ಚಿತೇಬಹುಶೈತ್ರಿಷು) *j* || ||೧೯೫||
ಕಷ್ಟೇತು (ಕೃಚ್ಛ್ರಗಹನೇ) *k* (ದಕ್ಷಾಮಂದಾಗದೇಷುತು |
ಪಟು (ರ್ದ್ವೌವಾಚ್ಯಲಿಂಗೌಚ) *l* | (||ಇತಿಟಾಂತವರ್ಗಃ||)
ನೀಲಕಂಠ (ಶ್ಶಿವೇಪಿಚ)|| *m* | ||೧೯೬||
(ಪುಂಸಿ) ಕೋಷ್ಠೋಂ (ತರ್ಜಠರಂಕುಸೂಲೋಂತರ್ಗೃಹಂತಥಾ) *n* |
ನಿಷ್ಠಾ (ನಿಷ್ಪತ್ತಿನಾಶಾಂತಾಃ) *o* (ಕಾಷ್ಠೋ (ತ್ಕರ್ಷೇಸ್ಥಿರಾದಿಶಿ) *p* || ||೧೯೭||

---

a Happiness, prosperity, freedom from misfortune. *b* Goodluck; ill-luck. *c* Juggling; firmament, anything immovable; trap; fraud, trick; false; heap, multitude; hammer; peak of a mountain; plough-share. *d* Small cardamom; a moment as a measure of time; doubt, suspicion. *e* End or horn of a bow; eminence; a point; a collection; ten millions, a *crore*. *f* Root depending from a branch of the banyan tree; top-knot, matted hair. *g* Advantage, profit; fullness, plenitude. *h* Intelligence; eye; sight. *i* A sacrifice; wish. *j* Proved, genuine; abundant. *k* Misfortune, misery; difficulty. *l* Clever; sharp; healthy. *m* Shiva; peacock. *n* Stomach; granary; interior apartment. *o* Accomplishment; disappearance; end, catastrophe. *p* Excellence, superiority; being; point of the compass.

a ಕ್ಷೇಮ, ಅಶುಭ ಇಲ್ಲದೇ ಯಿರುವಿಕೆ. *b* ಶುಭ, ಅಶುಭ. *c* ಇಂದ್ರಜಾಲಾದಿ ಭ್ರಾಂತಿ, ಚಲನವಿಲ್ಲದ ಆಕಾಶ ಮುಂತಾದ್ದು, ಬೋನು, ಪುರುಟು, ಪಂಜರವೆಂಬ ಸಾಧ್ಯ, ಕಪಟ, ಸುಳ್ಳು, ಗುಡ್ಡೆ, ಚಮ್ಮಟಿಗೆ, ಬೆಟ್ಟದ ತುದಿ, ಗುಳ. *d* ಸಣ್ಣ ಯಾಲಕ್ಕಿ, ಸ್ವಲ್ಪಹೊತ್ತು, ಅಂದರೆ ಲವಕಾಲದಲ್ಲಿ ೧೦೦ನೇ ಅಂಶ, ಸಂದೇಹ. *e* ಬಿಲ್ಲತುದಿ, ಅತಿಶಯ, ಅಂಚು, ಗುಂಪು, ೧೦೦ ಲಕ್ಷಸಂಖ್ಯೆ. *f* ಆಲೇಮರ ಮುಂತಾದ ವೃಗಳ ಬಿಳಲು, ಕುರುಳುಹಣಿದಜಡೆ. *g* ಪ್ರಯೋಜನ, ಸಮೃದ್ಧಿ. *h* ತಿಳುವಳಿಕೆ, ಕಣ್ಣು, ನೋಟ. *i* ಯಜ್ಞವಿಶೇಷ, ಇಚ್ಛೆ. *j* ನಿಶ್ಚಯಿಸಲ್ಪಟ್ಟದ್ದು, ಬಹಳವಾದದ್ದು. *k* ದುಃಖವು, ಪ್ರವೇಶಿಸುವದಕ್ಕೆ ಅಶಕ್ಯ. *l* ಸಮರ್ಥ, ಜಾಗ್ರತೆಯುಳ್ಳವನು, ರೋಗವಿಲ್ಲದವನು. *m* ಶಿವನು, ನವಿಲು. *n* ಹೊಟ್ಟೆ, ಕಣಜ, ಒಳಮನೆ. *o* ಕಾರ್ಯವಾಗುವಿಕೆ, ಕಾಣದೇ ಹೋಗುವಿಕೆ, ಕೆಟ್ಟು ಹೋಗುವಿಕೆ. *p* ಹೆಚ್ಚಿರುವಿಕೆ, ಇರುವಿಕೆ, ದಿಕ್ಕು.

(ತ್ರಿಷು) ಜ್ಯೇಷ್ಠೋ (ತಿಶಸ್ತೇಪಿ) *a* ಕನಿಷ್ಠೋ (ತಿಯುವಾಲ್ಪಯೋಃ) *b* ।

||ಇತಿತಾಂತವರ್ಗಃ||

ದಂಡೋ (ಸ್ತ್ರೀಲಗುಡೇಪಿಸ್ಯಾ) *c* ದ್ಗುಡೋ (ಗೋಳೇಕ್ಷುಪಾಕಯೋಃ) *d* || ||೧೯೮||
(ಸರ್ಪಮಾಂಸಾತ್ಪಶೂ) ವ್ಯಾಡೌ *e* (ಭೂಗೋವಾಚೇ) ಸ್ತ್ವಿಡಾ ಇಳಾ *f* ।
ಕ್ಷ್ವೇಡಾ (ವಂಶಶಲಾಕಾಪಿ *g* ನಾಡೀ (ಕಾಲೇಪಿಷಟ್ಕ್ಷಣೇ) *h* || ||೧೯೯||
ಕಾಂಡೋ (ಸ್ತ್ರೀದಂಡಬಾಣಾರ್ವ ವರ್ಗಾವಸರವಾರಿಷು) *i* ।
(ಸ್ಯಾ) ದ್ಭಾಂಡ (ಮಶ್ವಾಭರಣೇ ಮತ್ರೇ ಮೂಲವಣಿಗ್ಧನೇ) *j* || ||೨೦೦||

||ಇತಿಡಾಂತವರ್ಗಃ||

(ಭೃಶಪ್ರತಿಜ್ಞಯೋ) ರ್ಬಾಢಂ *k* ಪ್ರಗಾಢಂ (ಭೃಶಕೃಚ್ಛ್ರಯೋಃ) *l* ।
(ಶಕ್ತಸ್ಥೂಲೌತ್ರಿಷು) ದೃಢೌ *m* ವ್ಯೂಢೌ (ವಿನ್ಯಸ್ತಸಂಹತೌ) *n* || ||೨೦೧||

|| ಇತಿಢಾಂತವರ್ಗಃ ||

---

a An elder or chief; elder brother growth, increase. *b* Infant boy; younger, brother. *c* Stick or staff; the name of one of the Sun's attendants; punishment; tribute, offering; command. *d* A ball; molasses, *jaggory*. *e* Serpent; carnivorous animal. *f* 2. Earth, as a goddess; the cow as a goddess; vedic speech or language. *g* Bamboo tube or pipe; roar of a lion. *h* An Indian hour of 24 English minutes; stalk of a plant; any tubular organ of the body, as artery, vein, intestine, &c. *i* Stick or staff; arrow; horse; a chapter or section; a collection of words; opportunity; water. *j* Trappings of a horse; earthen vessel; stock in trade. *k* Excessive; assent; asseveration. *l* Excessive; hardship. *m* Able man; stout man. *n* An army arrayed or placed in order; touching, close.

a ಅತ್ಯಂತ ಶ್ರೇಷ್ಠನಾದವನು, ಮೊದಹುಟ್ಟಿದ ಅಣ್ಣ, ವೃದ್ಧಿ. *b* ಬಹಳ ಚಿಕ್ಕಪ್ರಾಯದ ಹುಡಗ, ಚಿಕ್ಕವನು. *c* ದೊಣ್ಣೆ, ಕೋಲು, ಸೂರ್ಯನ ಪಾರ್ಶ್ವಚರನಾದ ದಂಡನೆಂಬುವನು, ಶಿಕ್ಷೆ, ಕಪ್ಪ, ಆಜ್ಞೆ. *d* ಉಂಡೆ, ಬೆಲ್ಲ. *e* ಹಾವು, ಮಾಂಸವನ್ನು ತಿನ್ನುವ ಪಶು. *f* ಭೂಮಿದೇವಿ, ಗೋದೇವತೆ, ವೇದವಾಣಿ ೨. *g* ಬಿದುರು ಸೀಬು, ಸಿಂಹನಾದ. *h* ದಶವಿಕಲಾತ್ಮಕ ಕ್ಷಣಕಾಲಗಳಾರುಳ್ಳ ಘಳಿಗೆ, ಸೊಪ್ಪಿನ ದಂಟು, ತುಷ್ಟನರ. *i* ಕೋಲು, ಸರಳು, ಕುದುರೆ, ಕಾರ್ಯಪರಿಚ್ಛೇದ, ಪದಸಮೂಹ, ಸಮಯ, ನೀರು. *j* ಕುದುರೆಗೆ ಅಲಂಕರಿಸುವ ಮಡಿವೆ, ಮೃಣ್ಮಯಪಾತ್ರೆ, ವರ್ತಕನ ಬಂಡವಾಳ ದ್ರವ್ಯ. *k* ವಿಶೇಷವಾಗಿ ಆಗಲಿ ಎಂಬದಾಗಿ ಇತರೋಕ್ತವನ್ನು ಒಪ್ಪಿಕೊಳ್ಳುವದು, ಇಷ್ಟೋಕ್ತರೀತ್ಯಾ ಮಾಡುತ್ತೇನೆಂದು ಗೊತ್ತಾಗಿ ಹೇಳುವದು. *l* ಬಹಳ ಬಳಲಿಕೆ, ಪ್ರವೇಶಿಸುವದಕ್ಕೆ ಅಶಕ್ಯವಾದ ಸಂಕಟ. *m* ಸಾಮರ್ಥ್ಯವುಳ್ಳವನು, ಬಲಿತು ತೋರವಾಗಿರುವವನು. *n* ರಚನಾವಿಶೇಷದಿಂದ ಇರಿಸಲ್ಪಟ್ಟ ಸೇನೆ, ಒಂದಕ್ಕೊಂದು ತಗಲಿದ್ದು.

ಭ್ರೂಣೋ (ರ್ಭಕೇಸ್ತ್ರೈಣಗರ್ಭೇ) *a* ಬಾಣೋ (ಬಲಿಸುತೇಶರೇ) *b* |
ಕಣೋ (ತಿಸೂಕ್ಷ್ಮೇಧಾನ್ಯಾಂಶೇ) *c* (ಸಂಘಾತೇಪ್ರಮಥೇ) ಗಣಃ *d* || ||೨೦೨||
ಪಣೋ (ದ್ಯೂತಾದಿಷೂತ್ಸೃಷ್ಟೇಭೃತೌಮೂಲ್ಯೇಧನೇಪಿಚ) *e* |
(ಮೌರ್ವ್ಯಾಂದ್ರವ್ಯಾಶ್ರಿತೇಸತ್ವಶುಕ್ಲಸಂಧ್ಯಾದಿಕೇ) ಗುಣಃ *f* || ||೨೦೩||
(ನಿರ್ವ್ಯಾಪಾರಸ್ಥಿತೌ ಕಾಲವಿಶೇಷೋತ್ಸವಯೋಃ) ಕ್ಷಣಃ *g* |
ವರ್ಣೋ (ದ್ವಿಜಾದೌಶುಕ್ಲಾದೌಸ್ತುತೌವರ್ಣಂತು ವಾಕ್ಷರೇ) *h* || ||೨೦೪||
ಅರುಣೋ (ಭಾಸ್ಕರೇಪಿಸ್ಯಾದ್ವರ್ಣಭೇದೇಚತ್ರಿಷು) *i* |
ಸ್ಥಾಣು (ಶ್ಶರ್ವೇಪ್ಯಥ) *j* ದ್ರೋಣಃ (ಕಾಕೇಪಿ) *k* (ರವೇ) ರಣಃ *l* || ||೨೦೫||
ಗ್ರಾಮಣೀಃ (ನಾಪಿತೇ ಪುಂಸಿಶ್ರೇಷ್ಠೇ ಗ್ರಾಮಾಧಿಪೇತ್ರಿಷು) *m* |
ಊರ್ಣಾ (ಮೇಷಾದಿಲೋಮ್ನಿಸ್ಯಾ ದಾವರ್ತೇಚಾಂತರಾಭ್ರುವೋ) *n* || ||೨೦೬||
ಹರಿಣೀ (ಸ್ಯಾನ್ಮೃಗೀಹೇಮ ಪ್ರತಿಮಾಹರಿತಾಚಯಾ) *o* |

---

a Child; fœtus, embryo. *b* Name of an Asura or giant; arrow. *c* Particle, atom; broken rice. *d* Class, multitude; troop of inferior deities, considered as Shiva's attendants, and under the especial superintendence of Ganésha. *e* A bet, a stake (at play); wages, hire; price; ready money, cash; a copper coin (= 32 *guliganjas* in weight). *f* Bow string; quality of any object; generous and brave disposition; the three fundamental qualities—*sattva, rajas,* and *tamas;* colour the six political expedients. *g* Leisure; a moment (= the twelfth part of a *muhúrta*, q. v. kala varg.); festival. *h* Caste; color praise; a letter of the alphabet. *i* Sun; the sun's charioteer (*Aurora*); red. *j* Shiva; trunk of a tree. *k* Raven; a measure of capacity (= a little over 64 lb.); the plant *phlomis indica*. *l* Noise; war, battle. *m* Barber, chief; head of a village. *n* Wool; a curl of hair between the eyebrows, (a sign of a superior being.) *o* Doe, roe; golden image; yellow.

a ಮಗು, ಹೆಂಗಳ ಬಸುರು. *b* ಬಲಿಪುತ್ರನಾದ ಬಾಣಾಸುರ, ಬಾಣ. *c* ಬಹಳ ಕೊಂಚವಾದದ್ದು, ನುಚ್ಚು. *d* ಸಮೂಹ, ಪ್ರಮಥರ ಗುಂಪು. *e* ಜೂಜು ಕೋಳೀ ಪಂದ್ಯವು ಮುಂತಾದವುಗಳಲ್ಲಿ ಇಡಲ್ಪಡುವ ಪಣದ್ರವ್ಯ, ಕೂಲಿ, ಬೆಲೆ, ನಾಣ್ಯದ ನಗದು, ಮೂವತ್ತೆರಡು ಗುಲಿಗಂಜೀ ತೂಕ ತಾಮ್ರದ ಕಾಸು. *f* ಬಿಲ್ಲಿನ ಹೆದೆ ಹಗ್ಗ, ರೂಪಾದಿಗುಣಗಳು, ತ್ಯಾಗಶೌರ್ಯಾದಿ ಗುಣಗಳು, ಸತ್ವ ರಜಸ್ತಮಸ್ಸುಗಳು, ಬಿಳುಪು ಕಪ್ಪು ಮುಂತಾದ ಬಣ್ಣಗಳು, ಸಂಧಿವಿಗ್ರಹಾದಿ ಷಡ್ಗುಣೋಪಾಯಗಳು. *g* ಕೆಲಸವಿಲ್ಲದೆ ಸುಮ್ಮನೇ ಯಿರುವಿಕೆ, ಮುಹೂರ್ತದಲ್ಲಿ ದ್ವಾದಶಾಂಶ, ಸಂತೋಷದ ಕೆಲಸ. *h* ಬ್ರಾಹ್ಮಣ ಮುಂತಾದ ಜಾತಿ, ಬಿಳುಪು ಮುಂತಾದ ಬಣ್ಣ, ಕೊಂಡಾಡುವಿಕೆ, ಅಕ್ಷರ. *i* ಸೂರ್ಯನು, ಸೂರ್ಯನ ಸಾರಥಿಯಾದ ಅನೂರು, ಕೆಂಪು ಬಣ್ಣ. *j* ಶಿವನು, ಮೋಟು ಮರ. *k* ಕರೀಕಾಗಿ, ನಾಗಳ, ತುಂಬೇ ಗಿಡ. *l* ಧ್ವನಿ, ಯುದ್ಧ. *m* ನಾಯಿಂದರವನು, ಶ್ರೇಷ್ಠನಾದವನು, ಗ್ರಾಮಾಧಿಪತಿ. *n* ಕುರೀ ಬಂಡ ಮುಂತಾದ ಕೂದಲು, ಕಣ್ಣು ಹುಬ್ಬುಗಳ ನಡುವೆ ಯಿರುವ ಸುಳಿ. *o* ಹೆಣ್ಣು ಹುಲ್ಲೆ, ಚಿನ್ನದ ಪ್ರತಿಮೆ, ಹಳದೀ ಬಣ್ಣವುಳ್ಳದ್ದು.

(ತ್ರಿಷು ಪಾಂಡೌ ಚ) ಹರಿಣಃ *a* ಸ್ಥೂಣಾ (ಸ್ತಂಭೇಪಿವೇಶ್ಮನಃ) *b* || ||೨೦೭||
ತೃಷ್ಣೆ (ಸ್ಪೃಹಾಪಿಪಾಸೇ ದ್ವೇ) *c* (ಜುಗುಪ್ಸಾಕರುಣೇ) ಘೃಣೇ *d* |
(ವಣಿಕ್ಪಥೇಚ) ವಿಪಣಿ *e* (ಸುರಾಪ್ರತ್ಯಕ್ಚ) ವಾರುಣೀ *f* || ||೨೦೮||
ಕರೇಣು *g* (ರಿಭ್ಯಾಂಸ್ತ್ರೀನೇಭೇ) ದ್ರವಿಣಂ (ತುಬಲೇಧನೇ) *h* |
ಶರಣಂ (ಗೃಹರಕ್ಷಿತ್ರೋಃ) *i* ಶ್ರೀಪರ್ಣಂ (ಕಮಲೇಪಿಚ) *j* || ||೨೦೯||
(ವಿಷಾಭಿಮರಲೋಹೇಷು) ತೀಕ್ಷ್ಣಂ (ಕ್ಲೀಬೇಖರೇತ್ರಿಷು) *k* |
ಪ್ರಮಾಣಂ (ಹೇತುಮರ್ಯಾದಾಶಾಸ್ತ್ರೇಯತ್ತಾಪ್ರಮಾತೃಷು) *l* || ||೨೧೦||
ಕರಣಂ (ಸಾಧಕತಮಕ್ಷೇತ್ರಗಾತ್ರೇಂದ್ರಿಯೇಷ್ವಪಿ) *m* |
(ಪ್ರಾಣ್ಯುತ್ಪಾದೇ) ಸಂಸರಣ (ಮಸಂಬಾಧೇ ಚಮೂಗತೌ) || ||೨೧೧||
(ಘಂಟಾಪಥೇ) *n* (ವಾಂತಾನ್ನೇ) ಸಮುದ್ಧರಣ (ಮುನ್ನಯೇ) *o* |
(ಅಥ ತ್ರಿಷು) ವಿಷಾಣಂ (ಸ್ಯಾತ್ಪಶುಶೃಂಗೇ ಭದಂತಯೋಃ) *p* || ||೨೧೨||
ಪ್ರವಣಃ (ಕ್ರಮನಿಮ್ನೋರ್ವ್ಯಾಂ ಪ್ರಹ್ವೇನಾತು ಚತುಷ್ಪಥೇ) *q* |
ಸಂಕೀರ್ಣೌ (ನಿಚಿತಾಶುದ್ಧೌ) *r* ಇರಿಣಂ (ಶೂನ್ಯಮೂಷರಂ) *s* || ||೨೧೩||

|| ಇತಿ ಣಾಂತವರ್ಗಃ ||

---

a Yellowish-white, straw colour; deer. *b* Pillar, post; iron image. *c* Desire; thirst. *d* Hate, disinclination; compassion. *e* Street of shops, bazaar; shop. *f* Spirituous liquor; west. *g* She elephant; male elephant. *h* Strength; wealth. *i* House; protector, preserver. *j* Lotus flower; the tree *phillanthus emblica*. *k* Poison; war; a weapon of steel. *l* Cause, motive; respect; a work of sacred authority; measure, quantity, scale; one who is an authority. *m* Instrument, agent; landed property; the body; an organ of sense. *n* Domestic life; progress or march of troops; highway. *o* Vomited food; lifting. *p* Horn; elephant's tusk. *q* Sloping ground; bent; a place where four roads meet, a square. *r* Spread; mixed impure. *s* Barren soil; waterless high land.

a ಬಿಳುಪು ಹಳದಿ ಬೆರತಪದಾರ್ಥ, ಜಿಂಕೆ. *b* ಮನೆಯ ಕಂಬ, ಕಬ್ಬಿಣಗೊಂಬೆ. *c* ಹಾರೈಕೆ, ನೀರಡಿಕೆ. *d* ಜಿಹಾಸೆ, ದಯೆ. *e* ಅಂಗಡಿ ಕೇರಿ, ಅಂಗಡಿ. *f* ಹೆಂಡ, ಪಡುವಲುಕಡೆ. *g* ಹೆಣ್ಣಾನೆ, ಗಂಡಾನೆ. *h* ಬಲ, ಧನ. *i* ಮನೆ, ರಕ್ಷಕನು. *j* ತಾವರೇ ಹುವ್ವು, ನೆಲ್ಲೀಮರ. *k* ವಿಷ, ಯುದ್ಧ, ಉಕ್ಕು, ಹರಿತವಾಗಿರುವ ಆಯುಧಾದಿಗಳು. *l* ಯಥಾರ್ಥಜ್ಞಾನಕ್ಕೆ ಅಸಾಧಾರಣಕಾರಣ, ಮರ್ಯಾದೆ, ಶಾಸ್ತ್ರ, ಅಳತೆ ತೂಕ ಮುಂತಾದಗೊತ್ತು, ದಿಟವಾಗಿ ತಿಳಿಯುವವನು. *m* ಮುಖ್ಯವಾದ ಸಾಧಕ, ಮನೆ ಹೊಲ ಮುಂತಾದ್ದು, ಶರೀರ, ಇಂದ್ರಿಯಗಳು. *n* ಪ್ರಾಣಿಗಳ ಉತ್ಪತ್ತಿ ರೂಪ ಸಂಸಾರ, ವಿರಳವಾಗಿ ದಂಡು ನಡಿಯುವಿಕೆ, ದೊಡ್ಡ ಬೀದಿ. *o* ಕಕ್ಕಿ ಕೊಂಡ ಅನ್ನ, ಎತ್ತುವಿಕೆ. *p* ದನದ ಕೊಂಬು, ಆನೇ ದಂತ. *q* ಕ್ರಮದಿಂದ ವಾಟವಾಗಿ ಯಿಳಿಯುತಕ್ಕ ನೆಲ, ಬೊಗ್ಗಿದವನು, ನಾಲ್ಕು ಬೀದಿಗಳೂ ಸೇರಿದ ಚೌಕ. *r* ನೆರದದ್ದು, ಬೆರತದ್ದು. *s* ಪಾಳು, ನೀರಿಲ್ಲದ ದಿಣ್ಣೆ.

(ದೇವಸೂರ್ಯೌ) ವಿವಸ್ವಂತೌ *a* ಸರಸ್ವಂತೌ (ನದಾರ್ಣವೌ) *b* ।

(ಪಕ್ಷಿತಾರ್ಕ್ಷ್ಯೌ) ಗರುತ್ಮಂತೌ *c* ಶಕುಂತೌ (ಭಾಸಪಕ್ಷಿಣೌ) *d* ॥ ॥೨೧೪॥

(ಅಗ್ನ್ಯುತ್ಪಾತೌ) ಧೂಮಕೇತೂ *e* ಜೀಮೂತೌ (ಮೇಘಪರ್ವತೌ) *f* ।

ಹಸ್ತೌ ತು (ಪಾಣಿನಕ್ಷತ್ರೇ) *g* ಮರುತೌ (ಪವನಾಮರೌ) *h* ॥ ॥೨೧೫॥

ಯಂತಾ (ಹಸ್ತಿಪಕೇಸೂತೇ) *i* ಭರ್ತಾ (ಧಾತರಿಪೋಷ್ಟರಿ) *j* ।

(ಯಾನಪಾತ್ರೇಶಿಶೌ) ಪೋತಃ *k* ಪ್ರೇತಃ (ಪ್ರಾಣ್ಯಂತರೇಮೃತೇ) *l* ॥ ॥೨೧೬॥

(ಗ್ರಹಭೇದೇಧ್ವಜೇ) ಕೇತುಃ *m* (ಪಾರ್ಥಿವೇತನಯೇ) ಸುತಃ *n* ।

ಸ್ಥಪತಿಃ (ಕಾರುಭೇದೇಽಪಿ) *o* ಭೂಭೃ (ದ್ಭೂಮಿಧರೇನೃಪೇ) *p* ॥ ॥೨೧೭॥

ಮೂರ್ಧಾಭಿಷಿಕ್ತೋ (ಭೂಪೇಽಪಿ) *q* ಋತುಃ (ಸ್ತ್ರೀಕುಸುಮೇಽಪಿಚ) *r* ।

ವಿಷ್ಣಾವ) ಪ್ಯಜೇತಾ (ವ್ಯಕ್ತೌ) *s* ಸೂತ (ಸ್ತ್ವಷ್ಟರಿ ಸಾರಥೌ) *t* ॥ ॥೨೧೮॥

(ವ್ಯಕ್ತಃ) (ಪ್ರಾಜ್ಞೇಽಪಿ) *u* ದೃಷ್ಟಾಂತೌ (ಉಭೌಶಾಸ್ತ್ರನಿದರ್ಶನೇ) *v* ।

ಕ್ಷತ್ತಾ (ಸ್ಯಾ (ತ್ಸಾರಥೌದ್ವಾಸ್ಸ್ಥೇ ಕ್ಷತ್ರಿಯಾಯಾಂಚಶೂದ್ರಜೇ) *w* ॥ ॥೨೧೯॥

ವೃತ್ತಾಂತ (ಸ್ಸ್ಯಾತ್ಪ್ರಕರಣೇ ಪ್ರಕಾರೇಕಾರ್ತ್ಸ್ನ್ಯವಾರ್ತಯೋಃ) *x* ।

---

a God; sun. *b* Male river; sea. *c* Bird; sacred kite. *d* Raven; bird. *e* Fire; prodigy. *f* Cloud; mountain. *g* Hand; the thirteenth lunar asterism. *h* Wind; deity. *i* Elephant driver; charioteer. *j* Porter, carrier; protector, guardian. *k* Vessel or boat; child. *l* Disembodied spirit, ghost; the spirit before obsequial rites are performed. *m* The descending node; flag, banner. *n* King; son. *o* Architect; performer of the Brihaspati sacrifice. *p* Mountain; king. *q* Crowned king; heir to a crown. *r* Menstruation; a mixture of lime, turmeric and water, used at marriages and other festivals. *s* Vishnu; unconquered. *t* Carpenter; charioteer. *u* Man of understanding, wise man; clear, manifest. *v* Science, a branch of learning; evidence, proof; illustration, example. *w* Charioteer; doorkeeper, porter; offspring of a Kshatriya woman by a Shudra man. *x* Expounding, treating; sort, manner; all, whole; tidings, news.

a ದೇವರು, ಸೂರ್ಯ. *b* ಗಂಡು ಹೊಳೆ, ಕಡಲು. *c* ಹಕ್ಕಿ, ಗರುಡ. *d* ಚಂಬಾರ ಕಾಗಿ, ಹಕ್ಕಿ. *e* ಅಗ್ನಿ, ಉತ್ಪಾತ. *f* ಮೇಘ, ಬೆಟ್ಟ. *g* ಕೈಯಿ, ಹಸ್ತನಕ್ಷತ್ರ. *h* ಗಾಳಿ, ದೇವತೆ. *i* ಆನೇಮಾವಟಿಗ, ಸಾರಥಿ. *j* ಹೊರುವವನು, ಪೋಷಿಸುವವನು. *k* ಹರಿಗೋಲು, ಮಗು. *l* ನರಕಯಾತನೆ ಪಡುವಪ್ರಾಣಿ, ಸತ್ತು ಹೋಗಿ ಸಂಸ್ಕಾರವಿಲ್ಲದೇಯಿರುವವನು. *m* ಕೇತುವೆಂಬ ಗ್ರಹ, ಧ್ವಜ. *n* ಅರಸು, ಮಗ. *o* ಶಿಲ್ಪಿ, ಬೃಹಸ್ಪತಿ ಸವನಯಾಜಿ. *p* ಬೆಟ್ಟ, ಅರಸನು. *q* ಪಟ್ಟಾಭಿಷೇಕವಾದ ಅರಸು, ಪಟ್ಟಾಧಿಕಾರಕ್ಕೆ ತಕ್ಕ ಅರಸು. *r* ಹೆಂಗಳು ತಿಂಗಳು ತಿಂಗಳಿಗೂ ಮೈನೆರೆಯುವಿಕೆ, ಓಕುಳಿ. *s* ವಿಷ್ಣು, ಗೆಲ್ಲಲ್ಪಡದೆಯಿರುವವನು. *t* ಬಡಿಗೆಯವನು, ರಥ ನಡಿಸುವ ಸಾರಥಿ. *u* ಪ್ರಾಜ್ಞನಾದವನು, ಸ್ಪಷ್ಟವಾದದ್ದು. *v* ಶಾಸ್ತ್ರ, ನಿದರ್ಶನ, ಉದಾಹರಣೆ. *w* ಸಾರಥಿ, ಬಾಗಿಲಲ್ಲಿ ಕಾಯಿದುಕೊಂಡಿರುವವನು, ಕ್ಷತ್ರಿಯ ಸ್ತ್ರೀಯಲ್ಲಿ ಶೂದ್ರನಿಗೆ ಹುಟ್ಟಿದವನು. *x* ಪ್ರಕೃತೋಚಿತ ಪ್ರಸ್ತಾಪ, ಬಗೆ, ಎಲ್ಲ, ವಾರ್ತೆ.

ಆನರ್ತ (ಸ್ಸಮರೇನೃತ್ತಸ್ಥಾನನೀವೃದ್ವಿಶೇಷಯೋಃ) *a* || ||೨೨೦||
ಕೃತಾಂತೋ (ಯಮಸಿದ್ಧಾಂತ ದೈವಾಕುಶಲಕರ್ಮಸು) *b* |
(ಶ್ಲೇಷ್ಮಾದಿರಸರಕ್ತಾದಿಮಹಾಭೂತಾನಿತದ್ಗುಣಾಃ) || ||೨೨೧||
(ಇಂದ್ರಿಯಾಣ್ಯಶ್ಮವಿಕೃತಿಶ್ಶಬ್ದಯೋನಿಶ್ಚ) ಧಾತವಃ *c* |
(ಕಕ್ಷ್ಯಾಂತರೇಪಿ) ಶುದ್ಧಾಂತೋ (ನೃಪಸ್ಯಾ ಸರ್ವಗೋಚರೇ) *d* || ||೨೨೨||
(ಕಾಸೂಸಾಮರ್ಥ್ಯಯೋ) ಶ್ಶಕ್ತಿಃ *e* ಮೂರ್ತಿಃ (ಕಾಠಿನ್ಯಕಾಯಯೋಃ) *f* |
(ವಿಸ್ತಾರವಲ್ಲ್ಯೋ) ರ್ವ್ರತತಿರ್ವಸತೀ *g* (ರಾತ್ರಿವೇಶ್ಮನೋಃ) *h* || ||೨೨೩||
(ಕ್ಷಯಾರ್ಚನಯೋ) ರಪಚಿತಿ *i* ಸ್ಸಾತಿ (ರ್ದಾನಾವಸಾನಯೋಃ) *j* |
ಆರ್ತಿಃ (ಪೀಡಾಧನುಷ್ಕೋಟ್ಯೋ) *k* ರ್ಜಾತಿ (ಸ್ಸಾಮಾನ್ಯಜನ್ಮನೋಃ) *l* || ||೨೨೪||
(ಪ್ರಚಾರಸ್ಯಂದಯೋ) ರೀತಿ *m* ರೀತಿ (ರ್ಡಿಂಭಪ್ರವಾಸಯೋಃ) *n* |
(ಉದಯೇಧಿಗಮೇ) ಪ್ರಾಪ್ತಿ *o* ಸ್ತ್ರೇತಾ (ತ್ರ್ಯಗ್ನಿತ್ರಯೇಯುಗೇ) *p* || ||೨೨೫||

---

a War; place or stage for dancing; name of a country on the southern coast, (Trichinopoly). *b* Yama *(Pluto)*; established truth, principle; destiny, predestination; sinful action. *c* One of the three constituent parts of the body (*váta*, air or wind; *pitta*, bile; *shleshma*, phlegm); any constituent part of the body; a primary or elementary substance; bodily sense; organ of sense; marbled, variegated; grammatical root. *d* Private apartments of a king; ladies of the royal *harem*. *e* An iron spear or dart; ability, power; the inherent force or energy of any substance, that by which its characteristic effects are produced. *f* Hardness; body. *g* Spreading; a creeper. *h* Night; dwelling, house. *i* Loss, damage; worship. *j* Gift, giving; end, conclusion. *k* Pain, distress; end of a bow. *l* State, condition; birth. *m* Usage, manner, way; slipping, sliding; rust of iron; brass. *n* Calamity; absence from home. *o* Gain; obtaining, taking possession. *p* Collective name for the three sacred fires; name of the second *yuga* or age.

[a] ಯುದ್ಧ, ನಾಟ್ಯರಂಗ ಸ್ಥಳ, ಪಡುವಲ ಕಡಲದಡದಲ್ಲಿರುವ ದೇಶ ವಿಶೇಷ. [b] ಯಮದೇವರು, ಅಬಾಧಿತವಾದ ಅರ್ಥ, ಪೂರ್ವಾರ್ಜಿತ ಪ್ರಾರಬ್ಧ ಕರ್ಮ, ಪಾಪವಕೆಲಸ. [c] ವಾತ ಪಿತ್ತ ಶ್ಲೇಷ್ಮಗಳು, ರಸ ರಕ್ತ ಮುಂತಾದವುಗಳು, ಪೃಥಿವ್ಯಾದಿಭೂತಗಳು, ಗಂಧಾದಿಗುಣಂಗಳು, ಚಕ್ಷುರಾದಿಇಂದ್ರಿಯಗಳು, ಕಾವಿ ಮೊದಲಾದ ಕಲ್ಲುವಿಕಾರಗಳು, ಭೂ—ಏಧ—ಸ್ಪರ್ಧ—ಗಾಧೃ—ಬಧ್ಯ—ಇತ್ಯಾದಿ ಪದರೂಪಕಾರಣಗಳು. [d] ಎಲ್ಲರಿಗೂ ಕಾಣಬಾರದೆ ಯಿರುವ ಅರಸಿನ ಅಂತಃಪುರ, ಅಂತಃಪುರದಲ್ಲಿರುವ ಸ್ತ್ರೀಯರು. [e] ಭಲ್ಲೆವೆಂಬ ಆಯುಧ ವಿಶೇಷ, ಸಾಮರ್ಥ್ಯ, ಸಕಲವಸ್ತುಗಳಲ್ಲಿಯೂ ಯಿರುವ ಬಂದೊಂದುಬಗೆಯಾದ ಸ್ವಭಾವಧರ್ಮ. [f] ಕಠಿನತ್ವ, ಶರೀರ. [g] ವಿಸ್ತಾರ, ಬಳ್ಳಿ. [h] ರಾತ್ರಿ, ಮನೆ. [i] ಹಾನಿ, ಪೂಜೆ. [j] ಕೊಡುವಿಕೆ, ತೀರಿಹೋಗುವಿಕೆ. [k] ಪೀಡೆ, ಬಿಲ್ಲತುದಿ. [l] ನಿತ್ಯವಾಗಿ ಅನೇಕದ್ರವ್ಯ ಗುಣಕರ್ಮಂಗಳಲ್ಲಿರುವ ಸಾಮಾನ್ಯಧರ್ಮ ಅಂದರೆ ಗೋತ್ವಬ್ರಾಹ್ಮಣತ್ವಾದಿಗಳು, ಹುಟ್ಟುವಿಕೆ. [m] ವ್ಯವಹಾರದಲ್ಲಿಪ್ರಕಟವಾಗಿರುವಿಕೆ, ಜಾರುವಿಕೆ, ಕಿಟ್ಟ, ಹಿತ್ತಾಳಿ. [n] ಅತಿವೃಷ್ಟಿಮುಂತಾದಬಾಧೆ, ಪರಸ್ಥಳವಾಸ. [o] ಲಾಭದಹುಟ್ಟುವಳಿ, ಪಡೆಯುವಿಕೆ. [p] ಮೂರಗ್ನಿಗಳಕೂಟ, ತ್ರೇತಾ ಯುಗ.

(ವೀಣಾಭೇದೇಪಿ) ಮಹತೀ *a* ಭೂತಿ (ರ್ಭಸ್ಮನಿಸಂಪದಿ) *b* ।
(ನದೀನಗರ್ಯೋರ್ನಾಗಾನಾಂ) ಭೋಗವತ್ಯಥ *c* (ಸಂಗರೆ) ॥೧೨೬॥
(ಸಂಗೆಸಭಾಯಾಂ) ಸಮಿತಿಃ *d* (ಕ್ಷಯವಾಸಾವಪಿ) ಕ್ಷಿತೀ *e* ।
(ರವೇರರ್ಚಿಕ್ಷ ಶಸ್ತ್ರಂಚವಹ್ನಿಜ್ವಾಲಾಚ) ಹೇತಯಃ *f* ॥ ॥೧೨೭॥
ಜಗತೀ (ಜಗತೀಛಂದೋವಿಶೇಷೇ ಪಿಕ್ಷಿತಾವಪಿ) *g* ।
ಪಙ್ಕ್ತಿ (ಶ್ಛಂದೋಪಿದಶಮಂ) *h* (ಸ್ಯಾತ್ಪ್ರಭಾವೇಪಿ) ಚಾಯತಿಃ *i* ॥ ॥೧೨೮॥
ಪತ್ತಿ (ರ್ಗತೌಚ) *j* (ಮೂಲೇತು) ಪಕ್ಷತಿಃ (ಪಕ್ಷಭೇದಯೋಃ) *k* ।
ಪ್ರಕೃತಿಃ (ಯೋನಿಲಿಂಗೇಚ) *l* (ಕೈಶಿಕ್ಯಾದ್ಯಾಶ್ಚ) ವೃತ್ತಯಃ *m* ॥ ॥೧೨೯॥
ಸಿಕತಾ (ಸ್ಸ್ಯುರ್ವಾಲುಕಾಪಿ) *n* (ವೇದೇಶ್ರವಸಿಚ) ಶ್ರುತಿಃ *o* ।
ವನಿತಾ (ಜನಿತಾತ್ಯರ್ಥಾ ನುರಾಗಾಯಾಂಚಯೋಷಿತಿ) *p* ॥ ॥೧೩೦॥
ಗುಪ್ತಿಃ (ಕ್ಷಿತಿವ್ಯುದಾಸೇಪಿ) *q* ಧೃತಿ (ರ್ಧಾರಣಧೈರ್ಯಯೋಃ) *r* ।

---

a The *vina* or lute of Nárada; great, large. *b* Ashes; wealth. *c* The capital of the *Nágas* or serpents; the river of the *Nága* or infernal regions. *d* War, battle; meeting, union; assembly, company. *e* Destruction, loss; abode; the earth, land. *f* Ray of the sun; weapon; flame. *g* The world; the name of a metre having 12 syllables in each line; the earth. *h* A metre having 10 syllables in each line; ten; line, row. *i* Dignity; future time; length. *j* Walking; pedestrian; foot-soldier. *k* Half a lunar month; fortnight; wing; root of a wing; first day of either lunar fortnight. *l* Original or natural state of any thing; nature as a goddess; the eight elements from which all is produced; gender; the requisites of royal administration; minister of a king; constitution, nature; disposition. *m* Style of dramatic composition; livelihood, means of subsistence; explanation, gloss; existence, being. *n* Sand; sandy soil. *o* The vedas; ear; report; hearing. *p* Woman; damsel. *q* Underground room; guarding, protecting; jail, prison. *r* Holding; steadiness, firmness.

a ನಾರದನ ವೀಣೆ, ಅಧಿಕವಾದದ್ದು. *b* ಬೂದಿ, ಸಂಪತ್ತು. *c* ಪಾತಾಳ ರಾಜಧಾನಿ, ವಿಷದಹೊಳೆ. *d* ಯುದ್ಧ, ಕೂಡಿಕೆ, ಸಭೆ. *e* ನಾಶ, ಇರುವಿಕೆ, ಭೂಮಿ. *f* ಸೂರ್ಯಕಿರಣ, ಶಸ್ತ್ರ, ಬೆಂಕಿಯ ಉರಿ. *g* ಲೋಕ, ಪಾದ ೧ಕ್ಕೆ ೧೨ ಅಕ್ಷರಗಳುಳ್ಳ ಛಂದಸ್ಸು, ಭೂಮಿ. *h* ಪಾದ ೧ಕ್ಕೆ ೧೦ ಅಕ್ಷರಗಳುಳ್ಳ ಛಂದಸ್ಸು, ಹತ್ತು, ಶ್ರೇಣಿ *i* ಪ್ರಭಾವ, ಭವಿಷ್ಯತ್ಕಾಲ, ನೀಳ, *j* ನಡಿಕೆ, ಕಾಲುನಡೆ ಜನ, ಸೇನಾ ಭೇದ. *k* ಅರ್ಧತಿಂಗಳು, ರೆಕ್ಕೆ, ರೆಕ್ಕೆಯ ಬುಡ, ಪಾಡ್ಯದ ದಿನ. *l* ಪರಿಣಾಮ್ಯುಪಾದಾನಕಾರಣ, ಮೂಲಪ್ರಕೃತಿ, ಘಟಾದಿಪ್ರಕೃತಿ ಭೂತವ್ಯಗಾದಿಗಳು, ಲಿಂಗ, ರಾಜ್ಯಾಂಗ, ಪ್ರಧಾನ, ಗುಣಸಾಮ್ಯ, ಸ್ವಭಾವ. *m* ಅಲಂಕಾರಪ್ರಸಿದ್ಧಗಳಾದ ಕೈಶಿಕ್ಯಾದಿವೃತ್ತಿಗಳು, ಕೃಷ್ಯಾದಿ ಜೀವನೋಪಾಯ, ಸೂತ್ರ ವ್ಯಾಖ್ಯಾನಾದಿವಿವರಣ ಗ್ರಂಥ, ಇರುವಿಕೆ. *n* ಮರಳು, ಮರಳು ನೆಲ. *o* ವೇದ, ಕಿವಿ, ವೃತ್ತಾಂತ, ಕೇಳುವಿಕೆ. *p* ಪ್ರೇಮವನ್ನುಂಟುಮಾಡುವವಳು, ಹೆಂಗಸು. *q* ನೆಲಮಾಳಿಗೆ, ರಕ್ಷಣೆ, ಸೆರೆ ಮನೆ. *r* ಧರಿಸುವಿಕೆ, ಧೈರ್ಯ.

ಬೃಹತೀ (ಕ್ಷುದ್ರವಾರ್ತಾಕೀ ಛಂದೋಭೇದೇಮಹತ್ಯಪಿ) *a* || ||೨೩೧||
ವಾಸಿತಾ (ಸ್ತ್ರೀಕರೇಣ್ವೋಶ್ಚ) *b* ವಾರ್ತಾ (ವೃತ್ತೌಜನಶ್ರುತೌ) *c* |
ವಾರ್ತಂ (ಫಲ್ಗುನ್ಯರೋಗೇಚ) *d* ತ್ರಿಷ್ವಪ್ಸುಚ) ಘೃತಾ (ಮೃತೇ) *e* || ||೨೩೨||
ಕಲಧೌತಂ (ರೂಪ್ಯಹೇಮ್ನೋ) *f* ನಿಮಿತ್ತಂ (ಹೇತುಲಕ್ಷ್ಮಣೋಃ) *g* |
ಶ್ರುತಂ (ಶಾಸ್ತ್ರಾವಧೃತಯೋ) *h* (ರ್ಯುಗಪರ್ಯಾಪ್ತಯೋಃ) ಕೃತಂ *i* || ||೨೩೩||
ಅತ್ಯಾಹಿತಂ (ಮಹಾಭೀತಿಃ ಕರ್ಮಜೀವಾನಪೇಕ್ಷಿಚ) *j* |
(ಯುಕ್ತೇಕ್ಷ್ಮಾದಾವೃತೇ) ಭೂತಂ (ಪ್ರಾಣ್ಯತೀತೇ ಸಮೇತ್ರಿಷು) *k* || ||೨೩೪||
ವೃತ್ತಂ (ಪದ್ಯೇಚರಿತ್ರೇತ್ರಿಷ್ವತೀತೇದೃಢನಿಸ್ತಲೇ) *l* |
ಮಹ (ದ್ರಾಜ್ಯಂಚಾ) *m* ವಗೀತಂ (ಜನ್ಯೇಸ್ಯಾದ್ಗರ್ಹಿತೇತ್ರಿಷು) *n* || ||೨೩೫||
ಶ್ವೇತಂ (ರೂಪ್ಯೇಪಿ) *o* ರಜತಂ (ಹೇಮ್ನಿರೂಪ್ಯೇಸಿತೇತ್ರಿಷು) *p* |
(ತ್ರಿಷ್ವಿತೋ) ಜಗದಿಂ (ಗೇಚ) *q* (ರಕ್ತಂ) (ನೀಲ್ಯಾದಿರಾಗಿಚ) *r* || ||೨೩೬||

---

a A small kind of egg plant (*solanum melongena*); a metre having 9 syllables to a line; large, great; upper garment, wrapper. *b* Woman; female elephant. *c* Livelihood, maintenance; news, report. *d* Mean, low; healthy. *e* 1, Water; *ghee*, clarified butter; brightness, splendour: 1, water; final beatitude, liberation of the soul from the body and from further transmigration; milk; ambrosia, nectar of the gods. *f* Silver; gold. *g* Reason, cause; mark, sign. *h* Science, art, law; that which is heard, oral tradition. *i* The first age of the world; completion. *j* Terror; an action performed at the risk of life, jeopardous enterprise. *k* Proper, right; an element, one of the five—earth, fire, water, air and ether; true; living being, creature; gone, past, former. *l* Verse; history; past, former; round, circular; deep. *m* Kingdom, region; great. *n* Blame; censured. *o* Silver; white. *p* Silver; gold; white. *q* Moveable; the world; wind. *r* The colour red; blood; fond, attached.

a ರಾಮಗುಳ್ಳದಗಿಡ, ಪಾದ ೧ಕ್ಕೆ ೯ ಅಕ್ಷರಗಳುಳ್ಳ ಛಂದಸ್ಸು, ಅಧಿಕವಾದ್ದು, ಉತ್ತರೀಯ. *b* ಹೆಂಗಸು, ಹೆಣ್ಣಾನೆ. *c* ಜೀವನೋಪಾಯ, ಜನವಾರ್ತೆ. *d* ತುಚ್ಛ, ರೋಗವಿಲ್ಲದ್ದು. *e* ನೀರು, ತುಪ್ಪ, ತೇಜಸ್ಸು, ನೀರು, ಮೋಕ್ಷ, ಹಾಲು, ಸುಧೆ. *f* ಬೆಳ್ಳಿ, ಭಂಗಾರು. *g* ಕಾರಣ, ಗುರ್ತು. *h* ಶಾಸ್ತ್ರವು, ಕೇಳಲ್ಪಟ್ಟದ್ದು. *i* ಕೃತಯುಗ, ಮುಗಿಯುವಿಕೆ. *j* ಮಹಾಭಯ, ಜೀವದ ಮೇಲಣ ಆಶೆ ಯಿಲ್ಲದೆ ದುಡುಕುವ ಕೆಲಸ. *k* ಯೋಗ್ಯವಾದದ್ದು. ಪಂಚ ಭೂತ, ಭೌತಿಕ ಸತ್ಯ, ಪ್ರಾಣಿಮಾತ್ರ, ಅತೀತಕಾಲ, ಸಮಾಸೋತ್ತರಸಮ್ಯಕಪದಾರ್ಥ. *l* ಪದ್ಯ, ಚರಿತ್ರ, ಕಳೆದುಹೋದದ್ದು, ಗುಂಡಾದದ್ದು, ಆಳವಾದದ್ದು. *m* ರಾಜ್ಯ, ದೊಡ್ಡದು. *n* ಅಪವಾದ, ನಿಂದಿಸಲ್ಪಟ್ಟದ್ದು. *o* ಬೆಳ್ಳಿ, ಬಿಳುಪಾದದ್ದು. *p* ಬೆಳ್ಳಿ, ಭಂಗಾರ, ಬಿಳುಪಾದದ್ದು. *q* ಸಂಚರಿಸುವದು, ಲೋಕ, ಗಾಳಿ. *r* ನೀಲಿಮುಂತಾದ ಬಣ್ಣಗಳಿಂದ ಕೆಂಪಾಗಿ ಕಾಣಬರುವದು, ರಕ್ತ, ಆಸಕ್ತಿಯುಳ್ಳದ್ದು.

ಅವದಾತ (ಸ್ಸಿತೇಪೀತೇ) ಶುದ್ಧೇ a ಬದ್ಧಾರ್ಜುನೌ) ಸಿತೌ b ।
(ಯುಕ್ತೇತುಸಂಸ್ಕೃತೇಮರ್ಷೇ) ಽಭ್ಯಭಿನೀತೋ c (ಥ) ಸಂಸ್ಕೃತಂ ॥ ॥೩೭॥
(ಕೃತ್ರಿಮೇಲಕ್ಷಣೋಪೇತೇ) d ಪ್ಯನಂತೋ (ನವಧಾವಪಿ) e ।
(ಖ್ಯಾತೇಹೃಷ್ಟೇ) ಪ್ರತೀತೋ f ಭಿಜಾತಸ್ತು (ಕುಲಜೇಬುಧೇ) g ॥ ॥೩೮॥
(ವಿವಿಕ್ತೌ (ಪೂತವಿಜನೌ) h ಮೂರ್ಛಿತೌ (ಮೂಢಸೋಚ್ಛ್ರಯೌ) i ।
(ದ್ವೌಚಾಮ್ಲಪರುಷೌ) ಶುಕ್ತೌ j ಶಿತೀ (ಧವಳಮೇಚಕೌ) k ॥ ॥೩೯॥
(ಸತ್ಯೇಸಾಧೌವಿದ್ಯಮಾನೇಪ್ರಶಸ್ತೇಭ್ಯರ್ಹಿತೇಚ) ಸತ್ l ।
ಪುರಸ್ಕೃತಃ (ಪೂಜಿತೇರಾತ್ಯಭಿಯುಕ್ತೇಗ್ರತಃಕೃತೇ) m ॥ ॥೪೦॥
ನಿವಾತೌ (ವಾಶ್ರಯಾವಾತೌ ಶಸ್ತ್ರಂಚಾಭೇದ್ಯವರ್ಮಯತ್) n ।
(ಜಾತೋನ್ನತಪ್ರವೃದ್ಧಾಸ್ಸ್ಯು) ರುಚ್ಛ್ರಿತಾ o ಉತ್ಥಿತಾ (ಸ್ತ್ವಮೀ) ॥ ॥೪೧॥
(ವೃದ್ಧಿಮತ್ಪ್ರೋದ್ಯತೋತ್ಪನ್ನಾ) p ಆದೃತೌ (ಸಾದರಾರ್ಚಿತೌ) q ।

॥ ಇತಿಕಾಂತವರ್ಗಃ ॥

---

a White; yellow; pure, immaculate. *b* Tied, bound; white. *c* Fit; trained; angry. *d* Refined, polished; the Sanskrit language; perfectly constructed. *e* Endless, eternal; *Sesha*, the chief of the Nágas or serpents; Vishnu; sky; earth. *f* Famous, notorious; pleased, rejoiced. *g* Of noble family, well bred; inherited; learned. *h* Pure; lonely or solitary place. *i* Fainted, having lost consciousness; grown. *j* Sour, acid; harsh. *k* White; black. *l* True, certain, virtuous man; existing, real; excellent, best; worthy, respectable. *m* Honoured; captured by the enemy; placed in front, put forward. *n* Abode; a place inaccessible to the wind, or protected against the wind; an impenetrable coat of mail. *o* Born; high, lofty; grown luxuriantly. *p* Risen; effort; born. *q* Graceful; respected.

a ಬಿಳುಪಾದದ್ದು, ಹಳದಿ ಯಾದದ್ದು, ಪಾಪವೇ ಮೊದಲಾದ ದೋಷಗಳಿಲ್ಲದೆ ಪರಿಶುದ್ಧವಾದದ್ದು. *b* ಕಟ್ಟಲ್ಪಟ್ಟದ್ದು, ಬಿಳುಪಾದದ್ದು. *c* ಯೋಗ್ಯವಾದದ್ದು, ಚನ್ನಾಗಿ ಮಾಡಲ್ಪಟ್ಟದ್ದು, ಸಿಟ್ಟುಳ್ಳದ್ದು. *d* ಒಳ್ಳೇದಾಗಿ ಕಾಣಬರುವಂತೆ ಒಪ್ಪವಿಡಲ್ಪಟ್ಟದ್ದು, ಸಲಕ್ಷಣವಾಗಿ ನುಡಿಯಲ್ಪಟ್ಟ ಗೀರ್ವಾಣ ಶಬ್ದವು, ಚನ್ನಾಗಿ ಮಾಡಲ್ಪಟ್ಟ ವಸ್ತು. *e* ಕೊನೆ ಇಲ್ಲದ್ದು, ಶೇಷ, ವಿಷ್ಣು, ಆಕಾಶ, ಭೂಮಿ. *f* ಪ್ರಸಿದ್ಧ, ಸಂತೋಷಪಟ್ಟದ್ದು. *g* ಸತ್ಕುಲ ಪ್ರಸೂತ, ಪಂಡಿತ. *h* ಪರಿಶುದ್ಧವಾದದ್ದು, ಏಕಾಂತಸ್ಥಳ. *i* ಪ್ರಜ್ಞೆ ತಪ್ಪಿದ್ದು, ಬೆಳದದ್ದು. *j* ಹುಳಿತದ್ದು, ನಿಷ್ಠೂರವಾದದ್ದು. *k* ಬಿಳುಪಾದದ್ದು, ಕಪ್ಪಾದದ್ದು. *l* ಯಥಾರ್ಥವಚನ, ಸಾಧುಪುರುಷ, ಇರುವಂಥಾದ್ದು, ಶ್ರೇಷ್ಠವಾದಂಥಾದ್ದು, ಪೂಜ್ಯವಾದದ್ದು. *m* ಪೂಜಿತನು, ಶತ್ರುಗಳಿಂದ ಆಕ್ರಮಿಸಲ್ಪಟ್ಟದ್ದು, ಮುಂದಾಗಿ ಇಡಲ್ಪಟ್ಟದ್ದು. *n* ಇರುವಸ್ಥಳ, ಗಾಳಿ ಸುಳಿಯದಸ್ಥಳ, ಆಯುಧಗಳಿಂದ ಕತ್ತರಿಸ ಕೂಡದ ಕವಚ. *o* ಹುಟ್ಟಿರುವದು, ಊರ್ಧ್ವವಾಗಿರುವದು, ಹೆಚ್ಚಾಗಿ ಬೆಳದದ್ದು. *p* ಎದ್ದದ್ದು, ಉದ್ಯೋಗ ಉಳ್ಳದ್ದು, ಹುಟ್ಟಿದ್ದು. *q* ಆದರಣೆಯುಳ್ಳದ್ದು, ಪೂಜಿಸಲ್ಪಟ್ಟದ್ದು.

ಅರ್ಥೋಽ (ಭಿಧೇಯರೈ ವಸ್ತುಪ್ರಯೋಜನನಿವೃತ್ತಿಷು) *a* || ||೨೪೨||
(ನಿಪಾನಾಗಮಯೋ) ಸ್ತೀರ್ಥಂ (ಮೃಷಿಜುಷ್ಟಜಲೇಗುರೌ) *b* |
ಸಮರ್ಥ (ಸ್ತ್ರಿಷುಶಕ್ತಿಷ್ಠೇ ಸಂಬದ್ಧಾರ್ಥೇ ಹಿತೇಪಿಚ) *c* || ||೨೪೩||
ದಶಮೀಸ್ಥ (ಕ್ಷೀಣರಾಗವೃದ್ಧೌ) *d* ವೀಥೀ (ಪದವ್ಯಪಿ) *e* |
ಆಸ್ಥಾನೀ (ಯತ್ನಯೋರಾಸ್ಥಾ) *f* ಪ್ರಸ್ಥೋ (ಸ್ತ್ರೀಸಾನುಮಾನಯೋಃ) *g* || ||೨೪೪||

|| ಇತಿಥಾಂತವರ್ಗಃ ||

(ಅಭಿಪ್ರಾಯವಶೌ) ಛಂದಾ *h* ವಬ್ದೌ (ಜೀಮೂತವತ್ಸರೌ) *i* |
ಅಪವಾದೌತು (ನಿಂದಾಜ್ಞೆ) *j* ದಾಯಾದೌ (ಸುತಬಾಂಧವೌ) *k* || ||೨೪೫||
ಪಾದಾ (ರಶ್ಮ್ಯಂಘ್ರಿತುರ್ಯಾಂಶಾಃ) *l* ಶ್ಚಂದ್ರಾಗ್ನ್ಯರ್ಕಾಃ) ಸ್ತಮೋನುದಃ *m* |
ನಿರ್ವಾದೋ (ಜನವಾದೇಪಿ) *n* ಶಾದೋ (ಜಂಬಾಲಶಷ್ಪಯೋಃ) *o* || ||೨೪೬||
(ಆರಾವೇರುದಿತೇತ್ರಾತ) ರ್ಯಾಕ್ರಂದೋ (ದಾರುಣೇರಣೇ) *p* |
(ಸ್ಯಾತ್ಪ್ರ)ಸಾದೋ (ನುರೋಧೇಪಿ) *q* ಸೂದ (ಸ್ಸ್ಯಾದ್ವ್ಯಂಜನೇಪಿಚ) *r* || ||೨೪೭||
(ಗೋಷ್ಠಾಧ್ಯಕ್ಷೇಪಿ) ಗೋವಿಂದೋ *s* (ಹರ್ಷೇ) ಪ್ಯಾಮೋದ *t* (ವನ್ಮದಃ) *u* |

---

a Meaning, signification; wealth; thing; advantage; completion, fulfilment. *b* Bathing place; science, art, philosophy; place of pilgrimage; sacred preceptor. *c* Able, powerful; apposite, suitable; desirable, pleasing. *d* Weak, feeble; aged. *e* Road; line, row. *f* Royal court, place of assembly; effort. *g* Mountain spring; a measure=48 double handfuls. *h* Wish, intention; dependent. *i* Cloud; year. *j* Reproach, slander; command. *k* Son; relation; partner. *l* Ray or beam of light; foot; a quarter. *m* Moon; fire; sun; spiritual guide, priest. *n* Blame; proved accusation; blamelessness. *o* Clay, mud; young grass. *p* Cry of lamentation; protector; fierce battle. *q* Acquiescence; clearness or calmness of mind; favour, kind behaviour; style of poetry. *r* Seasoning; a cook. *s* King of the cowherds; Krishna or Vishnu; Brihaspati (*Jupiter*). *t* Joy; perfume. *u* Joy; pride.

a ವಾಕ್ಯಾರ್ಥ, ಧನ, ವಸ್ತು, ಪ್ರಯೋಜನ, ಆಗಿಹೋಗುವಿಕೆ. *b* ನೀರು ತೊಟ್ಟಿ, ಶಾಸ್ತ್ರ, ಋಷಿಗಳಿಂದ ಸೇವಿಸಲ್ಪಟ್ಟ ಜಲಾಧಾರ, ಗುರು. *c* ಬಹಳ ಶಕ್ತಿಯುಳ್ಳವನು, ಅನ್ವಯಕ್ಕೆ ಯೋಗ್ಯವಾದ ಅರ್ಥವುಳ್ಳದ್ದು, ಹಿತವಾದದ್ದು. *d* ನಷ್ಟವೀರ್ಯನು, ಮುದುಕನು. *e* ಮಾರ್ಗ, ಪಂಕ್ತಿ. *f* ಆಸ್ಥಾನ, ಯತ್ನ. *g* ಬೆಟ್ಟದಜರಿ, ಬಳ್ಳ. *h* ಅಭಿಪ್ರಾಯ, ಅಧೀನ. *i* ಮೇಘ, ಸಂವತ್ಸರ. *j* ನಿಂದೆ, ಆಜ್ಞೆ. *k* ಮಗನು, ಬಂಧು, ಭಾಗಸ್ಥ. *l* ಕಿರಣ, ಕಾಲು, ನಾಲ್ಕನೆ ಅಂಶ. *m* ಚಂದ್ರ, ಅಗ್ನಿ, ಸೂರ್ಯ, ಗುರು. *n* ಅಪನಿಂದೆ, ನಿಶ್ಚಯವಾಗಿ ವಾದಿಸುವಿಕೆ, ವಾದವಿಲ್ಲದೇ ಇರುವಿಕೆ. *o* ಕೆಸರು, ಎಳೇ ಹುಲ್ಲು. *p* ಆರ್ತಧ್ವನಿಯಿಂಕೂಡಿ ಅಳುವಿಕೆ, ರಕ್ಷಕ, ಭಯಂಕರವಾದ ಯುದ್ಧ. *q* ಅನುಸರಿಸುವಿಕೆ, ನೈರ್ಮಲ್ಯ, ಪ್ರೀತಿ, ಕಾವ್ಯ ಗುಣ. *r* ಅನ್ನದ ಪರಿಕರ, ಅಡಿಗೆಯವನು. *s* ಗೋಪಾಲಪ್ರಭು, ವಿಷ್ಣು, ಬೃಹಸ್ಪತಿ. *t* ಸಂತೋಷ, ಪರಿಮಳ. *u* ಸಂತೋಷ, ಗರ್ವ.

(ಪ್ರಧಾನ್ಯೇರಾಜಲಿಂಗೇಚವೃಷಾಂಗೇ) ಕಕುದೋ' (ಸ್ತ್ರಿಯಾಂ) *a* || ||೨೪೮||
(ಸ್ತ್ರೀ) ಸಂವಿ' (ಜ್ಞಾನಸಂಭಾಷಾಕ್ರಿಯಾಕಾರಾಜಿನಾಮಸು) *b* |
(ಧರ್ಮೇರಹ) ಸ್ಯುಪನಿಷ *c* (ತ್ಸ್ಯಾದೃತೌ) (ವತ್ಸರೇ) ಶರತ್ *d* || ||೨೪೯||
ಪದಂ (ವ್ಯವಸಿತತ್ರಾಣಸ್ಥಾನಲಕ್ಷ್ಮಾಂಘ್ರಿವಸ್ತುಷು) *e* |
ಗೋಷ್ಪದಂ *f* (ಸೇವಿತಮಾನೇ) (ಪ್ರತಿಷ್ಠಾಕೃತ್ಯ) ಮಾಸ್ಪದಂ *g* || ||೨೫೦||
(ತ್ರಿಷ್ವಿಷ್ಟಮಧುರೌ) ಸ್ವಾದೂ *h* ಮೃದೂ (ಚಾತೀಕ್ಷ್ಣಕೋಮಲೌ) *i* |
(ಮೂಢಾಲ್ಪಾಪಟುನಿರ್ಭಾಗ್ಯಾ) ಮಂದಾ (ಸ್ಸ್ಯು) *j* (ರ್ದ್ವೌತು) ಶಾರದಾ') *k* ||೨೫೧||
(ಪ್ರತ್ಯಗ್ರಾಪ್ರತಿಭೌ) (ವಿದ್ವತ್ಸುಪ್ರಗಲ್ಭೌ) ವಿಶಾರದಾ' *l* |

|| ಇತಿದಾಂತವರ್ಗಃ ||

(ವ್ಯಾಮೋವಟಶ್ಚ) ನ್ಯಗ್ರೋಧಾ' *m* ವುತ್ಸೇಧಃ (ಕಾಯಉನ್ನತಿಃ) *n* || ||೨೫೨||
(ಪರ್ಯಾಹಾರಶ್ಚಮಾರ್ಗಶ್ಚ) ವಿವಧೌ'ವೀವಧೌ' (ಚತೌ) *o* |
ಪರಿಧಿ (ರ್ಯಜ್ಞಿಯತರೋಶ್ಶಾಖಾಯಾಮುಪಸೂರ್ಯಕೇ) *p* || ||೨೫೩||
(ಬಂಧಕೇಂವ್ಯಸನಂಚೇತಃಪೀಡಾಧಿಷ್ಠಾನ) ಮಾಧಯಃ *q* |

---

a Chief; a symbol of royalty; hump of the Indian bull. *b* Wisdom, understanding; sign, token; certainty; war, battle; name. *c* A portion of the vedas; mystery, secret. *d* Autumn year. *e* Office; employment; protection, defence; place; mark, sign; footstep; object, thing. *f* Grazing land for cows; impression of a cow's foot. *g* Place, position; duty. *h* Agreeable, sweet. *i* Soft; smooth. *j* Dull, ignorant; little, insignificant; stupid, awkward; unlucky. *k* New, raw, inexperienced; deficient in ability, incapable. *l* Learned wise, skilful. *m* A fathom—the measure from one hand to the other across the chest, the arms being extended; the Indian fig-tree (*ficus Indica*); *n* Body; the height of a man. *o* 2 Imported article; the *kávadi* or pole by which articles are carried suspended; road, path. *p* Pieces of fresh wood surrounding the sacrificial fire; a halo. *q* A pledge; stake in gambling; mental agony; refuge, retreat, asylum.

a ಮುಖ್ಯವಾದದ್ದು, ರಾಜಚಿಹ್ನೆ, ಎತ್ತಿನಹಿಣಿನಿ. *b* ತಿಳುವಳಿಕೆ, ಸಂಕೇತ, ಸಂಭಾವನೆಯ ನಿಶ್ಚಯ, ಯುದ್ಧ, ಹೆಸರು. *c* ಧರ್ಮ, ರಹಸ್ಯ. *d* ಶರತ್ಕಾಲ, ಸಂವತ್ಸರ. *e* ಉದ್ಯೋಗ, ರಕ್ಷಣ, ಸ್ಥಾನ, ಗುರ್ತು, ಹೆಜ್ಜೆ, ವಸ್ತು. *f* ಗೋವುಗಳು ತಿರುಗಿದ ಪ್ರದೇಶ, ಗೋವುಗಳ ಕಾಲು ಗೊರಸೆಗಳೂರಿದ ಗುಂಡಿ. *g* ಸ್ಥಾನ, ಮಾಡತಕ್ಕ ಕೆಲಸ. *h* ಇಷ್ಟವಾದದ್ದು, ಸಿಹಿಯಾದದ್ದು. *i* ಸೌಮ್ಯವಾದದ್ದು, ಕೋಮಲಿ. *j* ಮೂಢನು, ಕೊಂಚವಾದದ್ದು, ಸಮರ್ಥನಲ್ಲದವನು, ಭಾಗ್ಯವಿಲ್ಲದವನು. *k* ಹೊಸತಾದದ್ದು, ಬುದ್ಧಿಸಾಲದದ್ದು. *l* ವಿದ್ವಾಂಸನು, ಪ್ರಾಜ್ಞನು. *m* ಮಾರು, ಆಲದಗಿಡ. *n* ಶರೀರ, ಆಳುದ್ದ. *o* ಹೊರಗಿನಿಂದ ಊರೊಳಕ್ಕೆ ಧಾನ್ಯಾದಿಗಳು ಬರುವಿಕೆ, ಕಾವಡಿ, ದಾರಿ. *p* ಯಜ್ಞಕ್ಕೆ ತಕ್ಕಂಥಾ ಅತ್ತಿಗಿಡ ಮೊದಲಾದದರ ಕೊಂಬೆ, ಪರಿವೇಷ. *q* ಅಡವುಮುಂತಾದಅಡಿ, ಜೂಜು ಪಂದ್ಯ ಮುಂತಾದ ವ್ಯಸನ, ಮನೋರೋಗ, ಆಶ್ರಯ.

(ಸ್ಯಾತ್ಸಮರ್ಥನನೀವಾಕನಿಯಮವಾಕ್ಯ) ಸಮಾಧಯಃ *a* ॥ ॥೨೫೪॥
(ದೋಷೋತ್ಪಾದೆ) ನುಬಂಧ (ಸ್ಸ್ಯಾತ್ಪ್ರಕೃತ್ಯಾದಿಷುನಶ್ವರೇ) ।
(ಮುಖ್ಯಾನುಯಾಯಿನಿಶಿಶೌ ಪ್ರಕೃತಸ್ಯಾನುವರ್ತನೇ) *b* ॥ ॥೨೫೫॥
ವಿಧು (ರ್ವಿಷ್ಣೌಚಂದ್ರಮಸಿ) *c* (ಪರಿಚ್ಛೇದೇಬಲೇ) ವಧಿಃ *d* ।
ವಿಧಿ *e* (ರ್ವಿಧಾನೇದೈವೇಪಿ) ಪ್ರಣಿಧಿಃ (ಪ್ರಾರ್ಥನೇಚರೇ) *f* ॥ ॥೨೫೬॥
ಬುದ್ಧವೃದ್ಧೌ (ಪಂಡಿತೇಪಿ) *g* ಸ್ಕಂಧ (ಸ್ಸಮುದಯೇಪಿಚ) *h* ।
(ದೇಶೇನದವಿಶೇಷೇಬ್ಧೌ) (ಸಿಂಧು) (ರ್ನಾಸರಿತಿ ಸ್ತ್ರಿಯಾಂ) *i* ॥ ॥೨೫೭॥
ವಿಧಾ (ವಿಧೌ) (ಪ್ರಕಾರೇಚ) *j* ಸಾಧೂ (ರಮ್ಯೇಪಿಚತ್ರಿಷು) *k* ।
ವಧೂ (ರ್ಜಾಯಾಸ್ನುಷಾಸ್ತ್ರೀಷುಚ) *l* ಸುಧಾ (ಲೇಪೋಮೃತಂಸ್ನುಹೀ) *m* ॥ ॥೨೫೮॥
ಸಂಧಾ (ಪ್ರತಿಜ್ಞಾಮರ್ಯಾದಾ) *n* ಶ್ರದ್ಧಾ (ಸಂಪ್ರತ್ಯಯಃಸ್ಪೃಹಾ) *o* ।

---

a Composing or reconciling differences ; silence ; storing corn ; a religious vow ; agreement' Promise ; restraining the senses and confining the mind to contemplation on the true nature of spirit. *b* Finding guilty ; elision of letters ; a boy who copies the example of his elders ; uninterrupted occupation. *c* Vishnu ; the moon. *d* Respect ; strength, power. *e* Act, action ; fate ; the Creator ; Brahma ; a text prescribing any particular act; ceremony. *f* Request ; spy ; *g* Learned or wise man ; Buddha : 1, aged ; old man. *h* A principal division of a book ; shoulder. the five forms of mundane consciousness in the Bauddha philosophy. *i* Sindh ; the river Indus ; ocean. *j* Doing ; manner, mode ; an elephant's mouthful ; wages, hire. *k* Right, proper virtuous, excellent. *l* Wife ; son's wife ; woman ; a medicinal drug. *m* Plaster, mortar ; the beverage of the gods, ambrosia, nectar ; the milk hedge plant (*euphorbium tirucalli.*) *n* Stipulation, agreement ; respect. *o* Faith, devotion ; wish, hope.

a ಸಿದ್ಧಾಂತಗೊಳಿಸುವಿಕೆ, ನೀವಾಕವೆಂದರೆ ಮೌನ, ಅಘ್ಘವಾದ ಧಾನ್ಯಗಳಲ್ಲಿ ಜನರಿಗುಂಟಾದ ಆದರಣೆ, ವ್ರತೋಪವಾಸಾದಿನಿಯಮವು, ಅಂಗೀಕಾರ, ಚಿತ್ತೈಕಾಗ್ರ್ಯ. *b* ದೋಷವನ್ನು ಹುಟ್ಟಿಸುವಿಕೆ, ಪ್ರಕೃತಿ ಪ್ರತ್ಯಯಾದಿಗಳಲ್ಲಿ ನಶಿಸಿಹೋಗುವ ಅಕ್ಷರ, ಮುಖ್ಯರನ್ನು ಅನುಸರಿಸುವ ಹುಡುಗ, ಪ್ರಕೃತವಾದದ್ದನ್ನು ಎಡೆಬಿಡದೆ ಅನುಸರಿಸುವಿಕೆ. *c* ವಿಷ್ಣು, ಚಂದ್ರ. *d* ಮರ್ಯಾದೆ, ಬಲ. *e* ಮಾಡುವಿಕೆ, ಪ್ರಾರಬ್ಧ, ಕರ್ಮ, ಭಗವಂತ, ಬ್ರಹ್ಮ, ವಿಧಾಯಕ ವಾಕ್ಯ, ಶಾಸ್ತ್ರಸಿದ್ಧ ಮಾದತಂತ್ರ. *f* ಪ್ರಾರ್ಥನೆ, ಕೇಹಿನ ಗೂಢಚರ. *g* ಪಂಡಿತನು, ಜಿನ್ನೇದೇವರು ೧ ಅಧಿಕನು, ಮುದುಕನು ೧. *h* ಅಧ್ಯಾಯಾದಿಗಳ ಸಮೂಹ, ಭುಜ, ಬೌದ್ಧ ಶಾಸ್ತ್ರೋಕ್ತಗಳಾದ ರೂಪ ವೇದನಾ ವಿಜ್ಞಾನ ಸಂಸ್ಕಾರಗಳೆಂಬ ಪಂಚಸ್ಕಂಧಗಳು. *i* ಸಿಂಧುದೇಶ, ಸಿಂಧುನದಿ, ಸಮುದ್ರ. *j* ಮಾಡುವಿಕೆ, ಗಜಕಬಳ, ಕೂಲಿ. *k* ಮನಸ್ಸಿಗೆ ಹಿಡಂಬಟ್ಟದ್ದು, ಸಜ್ಜನ. *l* ಹೆಂಡತಿ, ಸೊಸೆ, ಹೆಂಗಸು, ಸ್ಪೃಕ್ಕೆಯೆಂಬುವ ಗ್ರಂಥ್ಯ ದ್ರವ್ಯ. *m* ಸುಣ್ಣ, ಅಮೃತ, ಮುಂಡುಗಳ್ಳಿ. *n* ಪ್ರತಿಜ್ಞೆ, ಮರ್ಯಾದೆ. *o* ನಿಶ್ಚಯವಾದ ನಂಬಿಕೆ, ಹಾರೈಕೆ.

ಮಧು (ಮದ್ಯೇಪುಷ್ಪರಸೇಕ್ಷೌದ್ರೆ) *a* ಪ್ಯಂಧಂ (ತಮಸ್ಯಪಿ) *b* ॥ ॥೨೫೯॥
(ಅತಸ್ತ್ರಿಷು) ಸಮುನ್ನದ್ಧೌ (ಪಂಡಿತಂಮನ್ಯಗರ್ವಿತೌ) *c* ।
ಬ್ರಂಹ್ಮಬಂಧು *d* (ರಧಿಕ್ಷೇಪ್ತನಿರ್ದೇಶೆ) (ಥಾವಲಂಬಿತಃ) ॥ ॥೨೬೦॥
(ಅವಿದೂರೋ) ಪ್ಯವಷ್ಟಬ್ಧಃ *e* ಪ್ರಸಿದ್ಧೌ ಖ್ಯಾತಭೂಷಿತೌ *f* ।

॥ ಇತಿಧಾಂತವರ್ಗಃ ॥

(ಸೂರ್ಯವಹ್ನೀ) ಚಿತ್ರಭಾನೂ *g* ಭಾನೂ (ರಶ್ಮಿದಿವಾಕರೌ) *h* ॥ ॥೨೬೧॥
ಭೂತಾತ್ಮಾನೌ *i* (ಧಾತೃದೇಹೌ) (ಮೂರ್ಖನೀಚೌ) ಪೃಥಗ್ಜನೌ *j* ।
ಗ್ರಾವಾಣೌ (ಶೈಲಪಾಷಾಣೌ) *k* ಪತ್ರಿಣೌ (ಶರಪಕ್ಷಿಣೌ) *l* ॥ ॥೨೬೨॥
(ತರುಶೈಲೌ) ಶಿಖರಿಣೌ *m* ಶಿಖಿನೌ ವಹ್ನಿ (ಬರ್ಹಿಣೌ) *n* ।
ಪ್ರತಿಯತ್ನಾ (ವುಭೌಲಿಪ್ಸೋಪಗ್ರಹಾ) *o* (ವಥ) ಸಾದಿನೌ ॥ ॥೨೬೩॥
(ದ್ವೌಸಾರಥಿ ಹಯಾರೋಹೌ) *p* ವಾಜಿನೋ (ಶ್ವೇಷುಪಕ್ಷಿಣಃ) *q* ।
(ಕುಲೇ) ಪ್ಯಭಿಜನೋ (ಜನ್ಮಭೂಮ್ಯಾಮಪ್ಯಥ) *r* ಹಾಯನಾಃ ॥ ॥೨೬೪॥
(ವರ್ಷಾರ್ಚಿರ್ವ್ರೀಹಿಭೇದಾಶ್ಚ) *s* (ಚಂದ್ರಾಗ್ನ್ಯರ್ಕಾ) ವಿರೋಚನಾಃ *t* ।
(ಕೇಶೇ) ಪ್ಯಪಿ ವೃಜಿನೋ *u* ವಿಶ್ವಕರ್ಮಾ (ರ್ಕಸುರಶಿಲ್ಪಿನೋಃ) *v* ॥ ॥೨೬೫॥

---

a Wine or spirituous liquor; nectar of flowers; honey; the month Chaitra; the name of a rákshasa slain by Vishnu; the tree *bassia latifolia.* *b* Dark; blind. *c* Sciolist, smatterer ignoramus; conceited. *d* A reprobate Brahman; infamous as a false witness. *e* Supported near; bound; proud. *f* Famous, celebrated; adorned, decorated. *g* The sun; fire. *h* Ray or beam of light; sun. *i* Brahma; body. *j* An ignorant man, a fool; a man of low caste. *k* Mountain, hill; stone. *l* Arrow; bird. *m* Tree; hill. *n* Fire; peacock; Brahman. *o* Wish taking prisoner, capturing. *p* Charioteer; horseman. *q* Horse; arrow; bird. *r* Race, lineage; native land, birthplace; fame; title. *s* Year; ray or beam; a sort of rice which produces only one crop a year. *t* Moon; fire; sun. *u* Hair; sin; grief. *v* Sun; Vishvakarma the artist of the gods (*Vulcan*).

a ಮದಜನಕ ವಸ್ತು, ಮಕರಂದ, ಜೇನು, ಚೈತ್ರಮಾಸ, ಮಧುವೆಂಬ ರಾಕ್ಷಸ, ಯಿಪ್ಪೇಗಿಡ. *b* ಕತ್ತಲು, ಕುರುಡ. *c* ತಾನು ಪಂಡಿತನೆಂದು ತಿಳಿದುಕೊಂಡಿರುವ ಮೂಢನು, ಅಹಂಕಾರಿ, *d* ಕರ್ಮಶೂನ್ಯನಾದ ಬ್ರಾಂಹ್ಮಣ, ದ್ವೇಷದಿಂದ ಅನಿಷ್ಟವಾದ ಹೆಸರು ಕಟ್ಟಲ್ಪಟ್ಟವನು. *e* ಆಶ್ರಯಿಸಲ್ಪಟ್ಟ, ಹತ್ತರವಾಗಿರುವ, ಕಟ್ಟಲ್ಪಟ್ಟ, ಗರ್ವಿಸಿದ. *f* ಖ್ಯಾತಿಯುಳ್ಳವನು, ಅಲಂಕೃತನು. *g* ಸೂರ್ಯ, ಅಗ್ನಿ. *h* ಕಿರಣ, ಸೂರ್ಯ. *i* ಬ್ರಂಹ್ಮ, ಶರೀರ. *j* ಮೂರ್ಖ, ಹೀನಜಾತಿ ಗುಣದವನು. *k* ಬೆಟ್ಟ, ಕಲ್ಲು. *l* ಬಾಣ, ಹಕ್ಕಿ. *m* ಗಿಡ, ಬೆಟ್ಟ. *n* ಬೆಂಕಿ, ನವಿಲು, ಬ್ರಾಹ್ಮಣ. *o* ಅಭಿಲಾಷೆ; ಸೆರೆಹಿಡಿಯುವಿಕೆ. *p* ಸಾರಥಿ, ಕುದುರೆಯ ರಾಹುತ. *q* ಕುದುರೆ, ಬಾಣ, ಹಕ್ಕಿ. *r* ವಂಶ, ಜನ್ಮ ಭೂಮಿ, ಕೀರ್ತಿ, ಬಿರುದು. *s* ಸಂವತ್ಸರ, ಕಿರಣ, ವರುಷಕ್ಕೊಂದೇಸಾರಿ ಬೆಳೆಯುವ ನೆಲ್ಲು. *t* ಚಂದ್ರ, ಅಗ್ನಿ, ಸೂರ್ಯ. *u* ಕೂದಲು, ಪಾಪ, ಕ್ಲೇಶ. *v* ಸೂರ್ಯ, ದೇವಶಿಲ್ಪಿ.

ಆತ್ಮಾ (ಯತ್ನೋ ಧೃತಿರ್ಬುದ್ಧಿಃ ಸ್ವಭಾವೋ ಬ್ರಹ್ಮ ವರ್ಷ್ಮ ಚ) *a* |
(ಶಕ್ರಘಾತುಕಮತ್ತೇಭವರ್ಷುಕಾಬ್ದಾ) ಘನಾಘನಾಃ *b* || ||೨೩೬||
ಅಭಿಮಾನೋ (ಽರ್ಥಾದಿದರ್ಪೇ ಜ್ಞಾನೇ ಪ್ರಣಯಹಿಂಸಯೋಃ) *c* |
ಘನೋ (ಮೇಘೇ ಮೂರ್ತಿಗುಣೇ ತ್ರಿಷು ಮೂರ್ತೇ ನಿರಂತರೇ) *d* || ||೨೩೭||
ಇನ (ಸ್ಸೂರ್ಯೇ ಪ್ರಭೌ) *e* ರಾಜಾ (ಮೃಗಾಂಕೇ ಕ್ಷತ್ರಿಯೇ ನೃಪೇ) *f* |
ವಾಣಿನ್ಯೌ (ನರ್ತಕೀದೂತ್ಯೌ) *g* (ಸ್ರವಂತ್ಯಾಮಪಿ) ವಾಹಿನೀ *h* || ||೨೩೮||
ಹ್ಲಾದಿನ್ಯೌ (ವಜ್ರತಟಿತೌ) *i* (ವಂದಾಯಾಮಪಿ) ಕಾಮಿನೀ *j* |
(ತ್ವಗ್ದೇಹಯೋರಪಿ) ತನು *k* ಸೂನಾ (ಧೋಜಿಹ್ವಿಕಾಪಿ ಚ) *l* || ||೨೩೯||
(ಕ್ರತುವಿಸ್ತಾರಯೋರಸ್ತ್ರೀ) ವಿತಾನಂ (ತ್ರಿಷು ತುಚ್ಛಕೇ) |
(ಮಂದೇ ಚ) *m* ಕೇತನಂ (ಕೃತ್ಯೇ ಕೇತಾವುಪನಿಮಂತ್ರಣೇ) *n* || ||೨೪೦||
(ವೇದಸ್ತತ್ತ್ವಂ ತಪೋ ಬ್ರಹ್ಮ) ಬ್ರಹ್ಮಾ (ವಿಪ್ರಃ ಪ್ರಜಾಪತಿಃ) *o* |
(ಉತ್ಸಾಹನೇ ಚ ಹಿಂಸಾಯಾಂ ಸೂಚನೇ ಚಾಪಿ) ಗಂಧನಂ *p* || ||೨೪೧||
ಆತಂಚನಂ (ಪ್ರತೀವಾಪಜವನಾಪ್ಯಾಯನಾರ್ಥಕಂ) *q* |

---

a Effort; courage; wisdom; nature, disposition; soul; body; eternity; life; God. *b* Indra; homicide, murderer; rutting elephant; a cloud from which rain is falling. *c* Pride arising from wealth; intelligence; request, prayer; slaughter. *d* Cloud; hardness, solidity; any metallic instrument which is struck. *e* Sun; lord, chief. *f* Moon; a Kshatriya or man of the military caste; king. *g* Dancing girl; servant-girl, handmaid. *h* River, stream; army. *i* Thunderbolt; lightning. *j* Any parasitic plant; a beloved woman. *k* Skin; body; small. *l* Uvula; slaughter-house. *m* Sacrifice; spreading, expansion; inferior, low, base; stupid. *n* Duty; banner, sign; invitation. *o* A Brahman; Brahma. *p* Sandal-powder; injury, harm; informing, reporting. *q* Melted gold or silver; speed; satisfying; putting anything into milk to make it curdle.

a ಪ್ರಯತ್ನ, ಧೈರ್ಯ, ಬುದ್ಧಿ, ಸ್ವಭಾವ, ಪರಬ್ರಹ್ಮ, ಶರೀರ, ಶಾಶ್ವತ, ಜೀವ, ಈಶ್ವರ. *b* ಇಂದ್ರನು, ಕೊಲ್ಲುವವನು, ಮದ್ದಾನೆ, ಮಳೆಸುರಿಯುವ ಮುಗಿಲು. *c* ಧನಾದಿಗಳಿಂದುಂಟಾದ ಅಹಂಕಾರ, ತಿಳುವಳಿಕೆ, ಪ್ರಾರ್ಥನೆ, ಹಿಂಸೆ. *d* ಮೇಘ, ಕಾಠಿನ್ಯ, ತಾಳಾದಿಕಾಂಸ್ಯ ವಾದ್ಯ. *e* ನೇಸರು, ಪ್ರಭು. *f* ಚಂದ್ರ, ಕ್ಷತ್ರಿಯ, ನರಪತಿ. *g* ನರ್ತಿಸುವವಳು, ದೂತಿಕೆ. *h* ಹೊಳೆ, ದಂಡು. *i* ಸಿಡಿಲು, ಮಿಂಚು. *j* ಗಿಡಬದನಿಕೆ, ಕಾಮವುಳ್ಳ ಹೆಣ್ಣು. *k* ಚರ್ಮ, ಮೈ, ಸಣ್ಣದು. *l* ಕಿರುನಾಲಿಗೆ, ಹತ್ಯಾಸ್ಥಾನದೇಶ. *m* ಯಜ್ಞವಿಶೇಷ, ವಿಸ್ತಾರ, ತುಚ್ಛವಾದದ್ದು, ಮಂದನಾದವನು. *n* ಮಾಡತಕ್ಕ ಕೆಲಸ, ಧ್ವಜಚಿಹ್ನ, ಶಾಸ್ತ್ರೀಯವಾಗಿ ಕರೆಯುವಿಕೆ. *o* ಋಗ್ಯಜುಸ್ಸಾಮಾಥರ್ವಣವೇದಗಳು, ಪರಮಾತ್ಮ, ತಪಸ್ಸು, ಬ್ರಾಹ್ಮಣ, ಬ್ರಹ್ಮದೇವರು. *p* ಉರುತಾಣೆಯಿಡುವಿಕೆ, ಹಿಂಸೆಪಡಿಸುವಿಕೆ, ತಿಳಿಸುವಿಕೆ. *q* ಕರಗಿದ ಭಂಗಾರಮುಂತಾದ್ದು, ವೇಗ; ತೃಪ್ತಿಪಡಿಸುವದು, ಹೆಪ್ಪುಡುವಿಕೆ.

ವ್ಯಂಜನಂ (ಲಾಂಛನಶ್ಮಶ್ರುನಿಷ್ಠಾನಾವಯವೇಷ್ವಪಿ) *a* || ||೧೩೨||
(ಸ್ಯಾತ್) ಕೌಲೀನಂ (ಲೋಕವಾದೇಯುದ್ಧೇ ಪಶ್ವಹಿಪಕ್ಷಿಣಾಂ) *b* |
(ಸ್ಯಾತ್) ಉದ್ಯಾನಂ (ನಿಸ್ಸರಣೇ ವನಭೇದೇಪ್ರಯೋಜನೇ) *c* || ||೧೩೩||
(ಅವಕಾಶೇಸ್ಥಿತೌ) ಸ್ಥಾನಂ *d* (ಕ್ರೀಡಾದಾವಪಿ) ದೇವನಂ *e* |
ಉತ್ಥಾನಂ (ಪೌರುಷೇತಂತ್ರೇ ಸನ್ನಿವಿಷ್ಟೋದ್ಗಮೇಪಿಚ) *f* || ||೧೩೪||
ವ್ಯುತ್ಥಾನಂ (ಪ್ರತಿರೋಧೇಚ ವಿರೋಧಾಚರಣೇಪಿಚ) *g* |
(ಮಾರಣೇಮೃತಸಂಸ್ಕಾರೇ ಗತೌದ್ರವ್ಯೇರ್ಥದಾಪನೇ) || ||೧೩೫||
(ನಿರ್ವರ್ತನೋಪಕರಣಾನುವ್ರಜ್ಯಾಸುಚ) ಸಾಧನಂ *h* |
ನಿರ್ಯಾತನಂ (ವೈರಶುದ್ಧೌ ದಾನೇನ್ಯಾಸಾರ್ಪಣೇಪಿಚ) *i* || ||೧೩೬||
ವ್ಯಸನಂ (ವಿಪದಿಭ್ರಂಶೇದೋಷೇಕಾಮಜಕೋಪಜೇ) *j* |
ಪಕ್ಷ್ಮ (ಕ್ಷಿಲೋಮ್ನಿ ಕಿಂಜಲ್ಕೇ ತಂತ್ವಾದ್ಯಂಶೇ ಪ್ಯಣೀಯಸಿ) *k* || ||೧೩೭||

---

a Mark, sign; beard, whiskers or mustachio; sauce, condiment; privy part of male or female; a consonant. *b* Reproach, calumny; the fighting of animals. *c* Going out; grove or garden, profit, advantage. *d* Place, abode; being, existence. *e* Playing, enjoyment; emulating, desiring to conquer; disputing; shining; praising; rejoicing, feeling proud; dreaming; giving light going; sporting, dalliance; gaming. *f* Height of a man; army; rising from a seat; voiding excrement; pleasure; occupation; completion. *g* Hindering; opposing, doing what is prohibited; rising up from religious meditation. *h* Killing; obsequies; going; money; returning; lending; scheme, device; following; cause; acquiring, obtaining. *i* Revenge; gift; restoring anything held in trust; repaying a loan. *j* Calamity; falling; the seven vices, viz., hunting gambling, singing, idle roaming, drinking, sleeping in the day time, whoring. *k* Eyelash; filament in a flower; fragment; feather.

a ಗುರುತು, ಗಡ್ಡ, ಮೀಸೆ, ಪುಜ್ಜಿಗೆವಳಿದ್ಯ, ಸ್ತ್ರೀ ಪುರುಷರ ಗುಹ್ಯಾವಯವ, ಅಕ್ಷರ. *b* ಲೋಕಾಪವಾದ, ಪಶ್ವಾದಿಯುದ್ಧ. *c* ಮನೆಯಿಂದ ಹೊರಹೊರಡುವಿಕೆ, ಶೃಂಗಾರ ವನ, ಪ್ರಯೋಜನ. *d* ಸ್ಥಳ, ಇರುವಿಕೆ. *e* ಕ್ರೀಡಿಸುವಿಕೆ, ಗೆಲ್ಲಲಿಚ್ಛಿಸುವಿಕೆ, ವ್ಯವಹರಿಸುವಿಕೆ, ಪ್ರಕಾಶಗೊಳಿಸುವಿಕೆ, ಸ್ತೋತ್ರಮಾಡುವಿಕೆ, ಸಂತೋಷಿಸುವಿಕೆ, ಗರ್ವಿಸುವಿಕೆ, ಕನಸುಕಾಣುವಿಕೆ, ಬೆಳಗುವಿಕೆ, ಗಮಿಸುವಿಕೆ, ವಿಲಾಸ, ಜೂಜಾಡುವಿಕೆ. *f* ಆಳುದ್ದ, ಸೈನ್ಯ, ಕುಳಿತವನು ಮೇಲಕ್ಕೆಯೇಳುವಿಕೆ, ಮಲವನ್ನು ಬಿಡುವಿಕೆ, ಸಂತೋಷ, ಉದ್ಯೋಗ, ಸಮಾಪ್ತಿ. *g* ಅಡ್ಡವಿಡುವಿಕೆ, ಪ್ರತಿಕೂಲವಾಗಿ ನಡೆದುಕೊಳ್ಳುವಿಕೆ, ಸಮಾಧಿಯನ್ನು ಬಿಟ್ಟೇಳುವಿಕೆ. *h* ಕೊಲ್ಲುವಿಕೆ, ಪ್ರೇತಸಂಸ್ಕಾರ, ಗಮನ, ಧನ, ಹಿಂದಿರುಗುವಿಕೆ, ಸಾಲವನ್ನು ಕೊಡಿಸುವಿಕೆ, ಉಪಾಯ, ಹಿಂಬಾಲಿಸಿ ಹೋಗುವಿಕೆ, ಕಾರಣ, ಪಡೆಯುವಿಕೆ, *i* ಹಗೆ ತೀರಿಸಿಕೊಳ್ಳುವಿಕೆ, ದಾನ, ಬಚ್ಚಿಟ್ಟುಕೊಂಡದನ್ನು ಹಿಂದಕ್ಕೆ ಕೊಡುವಿಕೆ, ಸಾಲ ತೀರಿಸುವಿಕೆ. *j* ಆಪತ್ತು, ಬೀಳುವಿಕೆ, ಕಾಮದಿಂದ ಹುಟ್ಟಿದ ದ್ಯೂತಾದಿ ಸಪ್ತ ವ್ಯಸನಗಳು. *k* ಕಂಣಕೂದಲು, ಹುವ್ವಿನಕೇಸರ, ಭಿನ್ನ ತಂತ್ವಾದಿ ಭೂತ ಸೂಕ್ಷ್ಮಾಂಶ, ರೆಕ್ಕೆಯ ಚೂರು.

(ತಿಥಿಭೇದೇಕ್ಷಣೇ) ಪರ್ವ *a* ವರ್ತ್ಮ (ನೇತ್ರಚ್ಛದೇಧ್ವನಿ) *b* ।
(ಅಕಾರ್ಯಗುಹ್ಯೇ) ಕೌಪೀನೆ *c* ಮೈಥುನಂ (ಸಂಗತೆರತೌ) *d* ॥ ॥೨೭೮॥
ಪ್ರಧಾನಂ (ಪರಮಾತ್ಮಾಧೀಃ) *e* ಪ್ರಜ್ಞಾನಂ (ಬುದ್ಧಿಚಿಹ್ನಯೋಃ) *f* ।
ಪ್ರಸೂನಂ (ಪುಷ್ಪಫಲಯೋಃ) *g* ನಿರ್ಧನಂ (ಕುಲನಾಶಯೋಃ) *h* ॥ ॥೨೭೯॥
ಕ್ರಂದನೆ (ರೋದನಾಹ್ವಾನೆ) *i* ವರ್ಷ್ಮ (ದೇಹಪ್ರಮಾಣಯೋಃ) *j* ।
(ಗೃಹದೇಹತ್ವಿಟ್ಪ್ರಭಾವಾ) ಧಾಮಾನ್ಯ *k* (ಥಚತುಷ್ಪಥೆ) ॥ ॥೨೮೦॥
(ಸನ್ನಿವೇಶೇಚ) ಸಂಸ್ಥಾನಂ *l* ಲಕ್ಷ್ಮ (ಚಿಹ್ನಪ್ರಧಾನಯೋಃ) *m* ।
(ಆಚ್ಛಾದನೆ) ಸಂಪಿಧಾನ *n* ಮಪವಾರಣ (ಮಿತ್ಯುಭೆ) *o* ॥ ॥೨೮೧॥
ಆರಾಧನಂ (ಸಾಧನೆಸ್ಯಾದ ವಾಪ್ತೌತೋಷಣೆಪಿಚ) *p* ।
ಅಧಿಷ್ಠಾನಂ (ಚಕ್ರಪುರಪ್ರಭಾವಾಧ್ಯಾಸನೇಷ್ವಪಿ) *q* ॥ ॥೨೮೨॥
(ರತ್ನಂಸ್ವಜಾತಿಶ್ರೇಷ್ಠೇಪಿ) *r* ವನೆ (ಸಲಿಲಕಾನನೆ) *s* ।
ತಲಿನಂ (ವಿರಳೆಸ್ತೋಕೆ) *t* (ವಾಚ್ಯಲಿಂಗಾಸ್ತಥೋತ್ತರೆ) ॥ ॥೨೮೩॥

---

a The days of the four periodic changes of the moon and of the passage of the sun from one sign of the zodiac to another, festival; the days of the moon's conjunction and opposition; knot, joint in a cane, or in the body; section or division of the Maha Bharata; opportunity, occasion. *b* Eyelid; road, path. *c* Forbidden act; pudenda; a cloth worn over them. *d* Junction, union; copulation. *e* The Supreme God; intellect; nature; a king's minister; chief. *f* Knowlelge, wisdom, a mark. *g* Flower; fruit. *h* Race, lineage; ruin, loss. *i* Crying, lamenting; calling. *j* Body; measure, size, quantity. *k* House; body; brightness, glory. *l* A place where four roads meet, a square; shape, form; death. *m* Mark, sign; chief, principal. *n* A cloth or covering, lid; covering, shutting. *o* A cloth; taking off, opening. *p* Accomplishment, training; acquirement; gratification; adoration; satisfaction. *q* Axle of a wheel; town, city; power; invasion; support, prop; Brahma; lord, chief. *r* Anything best of its kind; gem, jewel. *s* Water; forest, jungle. *t* Thin; small in quantity; distinct, separate; pure.

a ಪರ್ವದಿನಗಳು, ಉತ್ಸವ, ಪ್ರತಿಪತ್ಪರ್ವಸಂಧಿ, ಗೆಂಣು, ಭಾರತ ವಿಭೇದ, ಪ್ರಸ್ತಾಪ. *b* ಕಂಣಿನರೆಪ್ಪೆ, ಹಾದಿಯು. *c* ಮಾಡಬಾರದ ಕೆಲಸ, ಗುಹ್ಯಾಂಗ, ಲಂಗೋಟಿ. *d* ಸಂಬಂಧಮಾತ್ರ, ಸುರತಕ್ರೀಡೆ. *e* ಪರಮಾತ್ಮ, ಬುದ್ಧಿ, ಮೂಲಪ್ರಕೃತಿ, ಪ್ರಧಾನಿ, ಮುಖ್ಯನಾದವನು. *f* ಶುದ್ಧಬುದ್ಧಿ, ಗುರ್ತು. *g* ಹುವ್ವು, ಹಣ್ಣು. *h* ವಂಶ, ಕ್ಷಯ. *i* ಅಳುವಿಕೆ, ಕರೆಯುವಿಕೆ. *j* ಮೈ, ಅಳತೆ. *k* ಮನೆ, ಮೈ, ಕಾಂತಿ, ಪ್ರಭಾವ. *l* ಬೀದೀ ಚೌಕ, ಆಕೃತಿ, ಮರಣ. *m* ಗುರ್ತು, ಪ್ರಧಾನವು. *n* ಬಟ್ಟೆ, ಮುಚ್ಚುವಿಕೆ. *o* ಬಟ್ಟೆ, ತೆಗೆಯುವಿಕೆ. *p* ಸಾಧಿಸುವಿಕೆ, ಪಡೆಯುವಿಕೆ, ಸಂತೋಷಿಸುವಿಕೆ, ಪೂಜಿಸುವಿಕೆ, ತೃಪ್ತಿಗೊಳಿಸುವಿಕೆ. *q* ಬಂಡಿಯ ಕಂಣು, ಪಟ್ಟಣ, ಪ್ರಭಾವ, ಆಕ್ರಮಿಸುವಿಕೆ, ಆಧಾರ, ಬ್ರಹ್ಮ, ವಿಭು. *r* ಸ್ವಜಾತಿ ಶ್ರೇಷ್ಠವಾದದ್ದು, ಮಣಿ. *s* ನೀರು, ಕಾಡು. *t* ತೆಳ್ಳಗಿರುವದು, ಕೊಂಚವಾದದ್ದು, ವಿರಳವಾದದ್ದು, ನಿರ್ಮಲ.

ಸಮಾನಾಃ (ಸತ್ಸಮೈಕೇಸ್ಸ್ಯುಃ) *a* ಪಿಶುನೌ (ಖಲಸೂಚಕೌ) *b* ।
ಹೀನ *c* (ನ್ಯೂನಾವೂನಗರ್ಹ್ಯೌ) (ವೇಗಿಶೂರೌ) ತರಸ್ವಿನೌ *d* ॥ ॥೨೪೪॥
ಅಭಿಪನ್ನೋ (ಪರಾದ್ಧೋಭಿಗ್ರಸ್ತವ್ಯಾ ಪದ್ಗತಾವಪಿ) *e* ।

॥ ಇತಿ ನಾಂತವರ್ಗಃ ॥

ಕಲಾಪೋ (ಭೂಷಣೇಬರ್ಹೇತೂಣೀರೇ ಸಂಹತಾವಪಿ) *f* ॥ ॥೨೪೫॥
(ಪರಿಚ್ಛದೇ) ಪರೀವಾಪಃ (ಪರ್ಯುಪ್ತೌ ಸಲಿಲಸ್ಥಿತೌ) *g* ।
(ಗೋಧುಗ್ಗೋಷ್ಠಪತೀ) ಗೋಪೌ *h* (ಹರವಿಷ್ಣೂ) ವೃಷಾಕಪೀ *i* ॥ ॥೨೪೬॥
ಬಾಷ್ಪ (ಊಷ್ಮಾಶ್ರು) *j* ಕಶಿಪು (ಸ್ತ್ವನ್ನಮಾಚ್ಛಾದನಂದ್ವಯಂ) *k* ।
ತಲ್ಪಂ (ಶಯ್ಯಾಟ್ಟದಾರೇಷು) *l* (ಸ್ತಂಬೇಪಿ) ವಿಟಪೋ (ಸ್ತ್ರಿಯಾಂ) *m* ॥ ॥೨೪೭॥
ಪ್ರಾಪ್ತರೂಪ ಸುರೂಪಾಭಿರೂಪಾ (ಬುಧಮನೋಜ್ಞಯೋಃ)
(ಭೇದ್ಯಲಿಂಗಾಅಮೀ) *n* (ಕೂರ್ಮ್ಯಾಂವೀಣಾ ಭೇದೇಚ) ಕಚ್ಛಪೀ *o* ॥ ॥೨೪೮॥

॥ ಇತಿ ಪಾಂತವರ್ಗಃ ॥

(ಅಂತರಾಭವಸತ್ತ್ವೇಶ್ವೇ) ಗಂಧರ್ವೋ (ದಿವ್ಯಗಾಯನೇ) *p* ।
ಕಂಬು (ರ್ನಾವಲಯೇಶಂಖೇ) *q* ದ್ವಿಜಿಹ್ವೌ (ಸರ್ಪಸೂಚಕೌ) *r* ॥ ॥೨೪೯॥

---

a Good, virtuous; like, similar, equal; same. *b* Wicked, malignant; backbiter. *c* Low, mean, base; blameable. *d* Swift, quick; heroic, puissant. *e* Erroneous, mistaken; taken prisoner by the enemy; fallen into calamity. *f* Ornament, jewelry; peacock's tail; quiver; group or assemblage. *g* Tent, curtain; troubling, annoying; standing water, inundation. *h* Cowherd; chief of the cowherds; king; headman of several villages. *i* Shiva; Vishnu; Agni; Indra. *j* Warmth, heat; tear. *k* Food, raiment; food and raiment together. *l* Couch, bed; shelf; wife. *m* Knot in the stem of grass; sprouting branch. *n* Learned; handsome, beautiful. *o* Female tortoise; the lute of Sarasvati. *p* Fairy, a kind of demigod inhabiting Indra's heaven, (the Glendoveer of Southey); horse; celestial musician. *q* Bracelet; conch. *r* Snake; backbiter.

a ಸಜ್ಜನ, ಸದೃಶವಾದದ್ದು, ಒಂದಾದದ್ದು. *b* ದುರ್ಜನ, ಚಾಡೀಕೋರ. *c* ಕೀಳಾದದ್ದು, ನಿಂದಿಸಲ್ಪಟ್ಟದ್ದು. *d* ವೇಗವುಳ್ಳ, ಶೂರನಾದ. *e* ತಪ್ಪುಕೆಲಸಮಾಡಿದ, ಶತ್ರುಗಳ ಕೈಗೆಸಿಕ್ಕಿದ, ಆಪತ್ತುಹೊಂದಿದ. *f* ಒಡವೆಯ ತೊಡಿಗೆ, ನವಿಲುಗರಿ, ಸರಳು ಬತ್ತಳಿಕೆ, ಹಿಂಡು. *g* ಗುಡಾರವುಂಟಾದ ಹೊದಿಕೆ, ವ್ಯಥೆಪಡಿಸುವಿಕೆ, ನೀರು ನಿಂತಿರುವಿಕೆ. *h* ಗೊಲ್ಲರವ, ಗೋಪಾಲಕ, ಅರಸು, ಅನೇಕ ಗ್ರಾಮಾಧಿಪತಿ. *i* ಶಿವ, ವಿಷ್ಣು, ಅಗ್ನಿ, ಇಂದ್ರ. *j* ಸೆಕೆಯು ಹವೆ, ಕಣ್ಣೀರು. *k* ಅನ್ನ, ವಸ್ತ್ರ, ಅನ್ನವಸ್ತ್ರಯುಗ್ಮ. *l* ಹಾಸಿಗೆ, ಮಂಚಿಗೆ, ಹೆಂಡತಿ. *m* ಹುಲ್ಲುಗಂಟು, ಚಿಗುರುಕೊಂಬೆ. *n* ವಿದ್ವಾಂಸನು, ಸುಂದರನು. *o* ಹೆಣ್ಣಾಮೆ, ಸರಸ್ವತೀ ವೀಣೆ. *p* ಅಂತರಪಿಶಾಚ, ಕುದುರೆ, ದೇವಲೋಕದ ಸಂಗೀತಗಾರ. *q* ಕಡಗ, ಶಂಖ. *r* ಹಾವು, ಸುಳ್ಳುಚಾಡೀಕೋರ.

ಪೂರ್ವೇ (ನ್ಯಲಿಂಗಃ ಪ್ರಾಗಾಹಪುಂಬಹುತ್ವೇಪಿ) *a* ಪೂರ್ವಜಾಃ *b* ।

॥ ಇತಿಬಾಂತವರ್ಗಃ ॥

ಕುಂಭೌ (ಘಟೇಭಮೂರ್ಧಾಂಶೌ) *c* ಡಿಂಭೌ (ತುಶಿಶುಬಾಲಿಶೌ) *d* ॥ ॥೨೯೦॥
ಸ್ತಂಭೌ (ಸ್ಥೂಣಾಜಡೀಭಾವೌ) *e* ಶಂಭೂ (ಬ್ರಹ್ಮತ್ರಿಲೋಚನೌ) *f* ।
(ಕುಕ್ಷಿಭ್ರೂಣಾರ್ಭಕೌ) ಗರ್ಭೌ *g* ವಿಸ್ರಂಭಃ (ಪ್ರಣಯೇಪಿಚ) *h* ॥ ॥೨೯೧॥
(ಸ್ಯಾದ್ಭೇರ್ಯಾಂ) ದುಂದುಭಿಃ (ಪುಂಸಿಸ್ಯಾದಕ್ಷೇದುಂದುಭಿಃಸ್ತ್ರಿಯಾಂ) *i* ।
(ಸ್ಯಾನ್ಮಹಾರಜನೇಕ್ಲೀಬಂ) ಕುಸುಂಭಂ (ಕರಕೇಪುಮಾನ್) *j* ॥ ॥೨೯೨॥
(ಕ್ಷತ್ರಿಯೇಪಿಚ) ನಾಭಿರ್ನಾ *k* ಸುರಭಿ (ರ್ಗವಿಚಸ್ತ್ರಿಯಾಂ) *l* ।
ಸಭಾ (ಸಂಸದಿಸಭ್ಯೇಚ) *m* (ತ್ರಿಷ್ವಧ್ಯಕ್ಷೇಪಿ) ವಲ್ಲಭಃ *n* ॥ ॥೨೯೩॥

॥ ಇತಿಭಾಂತವರ್ಗಃ ॥

(ಕಿರಣಪ್ರಗ್ರಹೌ) ರಶ್ಮೀ *o* (ಕಪಿಭೇಕೌ) ಪ್ಲವಂಗಮೌ *p* ।
(ಇಚ್ಛಾ ಮನೋಭವೌ) ಕಾಮೌ *q* (ಶೌರ್ಯೋದ್ಯೋಗೌ) ಪರಾಕ್ರಮೌ *r* ॥ ॥೨೯೪॥

---

a Eastern; ancient. *b* Oriental, a native of the East; elder, senior. *c* Pot; frontal globe on the forehead of an elephant. *d* Child, infant, young of any animal; simpleton, fool. *e* Pillar, post; stupidity, stolidity, insensibility. *f* Brahma; Shiva. *g* Womb; fœtus; belly. *h* Acquaintance; lovers' quarrel; affection, fond regard; trust, confidence. *i* A kettle-drum; a square as on the chessboard or drawn on the ground for any game; dice. *j* Safflower (*carthamus tinctorius*); the water-pot or bowl of an ascetic. *k* A Kshattriya; navel; musk. *l* Cow; the spring; fragrant, sweet-smelling. *m* An assembly, council; good, virtuous; one of a company; a member of council; assemblage, crowd; gambling; court of justice. *n* Chief, superintendent; beloved, favourite. *o* Ray or beam of light; rope. *p* Monkey; frog. *q* Desire; Manmatha, the god of love (*Cupid*). *r* Heroism, prowess; duty, exertion, activity.

a ಮೊದಲಲ್ಲಿರುವಂತಾದದ್ದು, ಪೂರ್ವಕಾಲ. *b* ಮೊದಲಲ್ಲಿ ಹುಟ್ಟಿದವರು, ಪೂರ್ವಕಾಲದಲ್ಲಿ ಹುಟ್ಟಿದವರು. *c* ಗಡಿಗೆ, ಆನೇ ಕುಂಭಸ್ಥಳ. *d* ಕೂಸು, ಮೂರ್ಖನು. *e* ಕಂಭ, ಜಡನಾಗಿರುವಿಕೆ. *f* ಬ್ರಹ್ಮ, ಶಿವ. *g* ಬಸುರು, ಕೂಸು, ಹೊಟ್ಟೆ. *h* ಪರಿಚಯ, ಕ್ರೀಡೆಯೊಳಗಣಾಕಲಹ, ವಿಶ್ವಾಸ, ನಂಬಿಕೆ. *i* ಭೇರೀವಾದ್ಯ, ಆಟದ ಲೆತ್ತ, ಪಾಚಿಕೆ. *j* ಕುಸುಂಬೇ ಬಂಣದ ಹುವ್ವು, ಕಮಂಡಲವೆಂಬ ಪಾತ್ರೆ. *k* ಕ್ಷತ್ರಿಯನು, ಹೊಕ್ಕಳಿಗೆ, ಕಸ್ತೂರಿ. *l* ಆಕಳು, ವಸಂತ ಋತು, ಪರಿಮಳಯುಕ್ತವಾದದ್ದು. *m* ಸಮಾಜ, ಸಜ್ಜನ, ಸಭಿಕ, ಸಮೂಹ, ದ್ಯೂತ, ವಾದ ಸ್ಥಾನ *n* ಗೊತ್ತುಗಾರ, ಪ್ರಿಯವಾದದ್ದು. *o* ಕಿರಣ, ಹಗ್ಗ. *p* ಮಂಗ, ಕಪ್ಪೆ. *q* ಇಚ್ಛೆ, ಮನ್ಮಥ. *r* ಶೂರತ್ವ, ಮಾಡಬೇಕಾದ ಕೆಲಸಗಳನ್ನು ಮಾಡುತ್ತಿರುವಿಕೆ.

ಧರ್ಮ್ಮಾಃ (ಪುಣ್ಯಯಮನ್ಯಾಯಸ್ವಭಾ) ವಾಚಾರ (ಸೋಮಪಾಃ) a ।
(ಉಪಾಯಪೂರ್ವ್ವಆರಂಭ. ಉಪಧಾಚಾ) ಪ್ಯುಪಕ್ರಮಃ b ॥ ॥೧೯೫॥
(ವಣಿಕ್ಪಥಃಪುರಂವೇದೋ) ನಿಗಮೋ c (ನಾಗರೋವಣಿಕ್) ।
ನೈಗಮೌ d (ದ್ವೌಬಲೇ) ರಾಮೋ (ನೀಲಚಾರುಸಿತೇತ್ರಿಷು) e ॥ ॥೧೯೬॥
(ಶಬ್ದಾದಿಪೂರ್ವ್ವೋವೃಂದೇಪಿ) ಗ್ರಾಮಃ f (ಕ್ರಾಂತೌಚ) ವಿಕ್ರಮಃ g ।
ಗುಲ್ಮಾ (ರುಕ್ಸ್ತಂಬಸೇನಾಶ್ಚ) h ಜಾಮಿಃ (ಸ್ವಸೃಕುಲಸ್ತ್ರಿಯೋಃ) i ॥ ॥೧೯೭॥
(ಕ್ಷಿತಿಕ್ಷಾಂತ್ಯೋಃ) ಕ್ಷಮಾ (ಯುಕ್ತೇಕ್ಷಮಂಶಕ್ತೇಹಿತೇತ್ರಿಷು) j ।
(ತ್ರಿಷು) ಶ್ಯಾಮೌ (ಹರಿತ್ಕೃಷ್ಣೌಶ್ಯಾಮಾಸ್ಯಾಚ್ಛಾರಿವಾನಿಶಾ) k ॥ ॥೧೯೮॥
ಲಲಾಮಂ (ಪುಚ್ಛಪುಂಡ್ರಾಶ್ವಭೂಷಾಪ್ರಾಧಾನ್ಯಕೇತುಷು) l ।
ಸೂಕ್ಷ್ಮ (ಮಧ್ಯಾತ್ಮಮಪ್ಯಾದೌ) m (ಪ್ರಧಾನೇ) ಪ್ರಥಮಂ (ತ್ರಿಷು) n ॥ ॥೧೯೯॥

---

a Merit; Yama, the judge of the dead (*Pluto*); virtue, morality; character, quality, nature; appointed duty; sacrificer; sacrifice; peacefulness, neutrality; meditation, contemplation; wisdom. *b* Beginning, commencement; examining the king's ministers or putting them to the test. *c* Line of shops, bazaar; city; veda. *d* Citizen; merchant. *e* Bala Ráma; Ráma the son of Dasharatha; Parashu Ráma; black, dark; pleasing, agreeable; white. *f* As the latter part of a compound word, a multitude; village. *g* Overpowering, mastering; heroism. *h* A morbose swelling in the belly; shrub, bush; a body of troops consisting of 9 elephants, 9 chariots, 27 cavalry, and 45 infantry. *i* Sister; woman of good birth; heedlessness, sloth. *j* The earth; patience, forbearance; suitable, useful; able; favourable. *k* Green; black; a girl who is of age; the medical drug *periploca indica*; night. *l* Tail; a beauty spot or ornamental mark on the forehead; ornamental trappings for a horse; chief, principal; flag. *m* Spiritual body, atom; small, minute. *n* First, prior; chief, principal.

a ಪುಣ್ಯ, ಯಮ, ನೀತಿ, ಸ್ವಭಾವ, ಆಚಾರ, ಸೋಮಯಾಜಿ, ಯಜ್ಞ, ಅಹಿಂಸೆ, ಧ್ಯಾನ, ಜ್ಞಾನ. b ಉಪಾಯವನ್ನು ಅರಿತು ಕೆಲಸಕ್ಕೆ ಮೊದಲು ಮಾಡುವಿಕೆ, ಮಂತ್ರಿಗಳನ್ನ ಪರೀಕ್ಷಿಸುವಿಕೆ. c ಅಂಗಡಿ ಬೀದಿ, ಪಟ್ಟಣ, ವೇದ. d ನಾಗರೀಕನು, ವರ್ತಕನು. e ಬಲರಾಮನು, ದಾಶರಥಿರಾಮನು, ಪರಶುರಾಮನು, ಕಪ್ಪಾಗಿರುವದು, ಮನೋಹರವಾಗಿರುವದು, ಬಿಳುಪಾದದ್ದು. f ಶಬ್ದ ಮೊದಲಾದವುಗಳು, ಪ್ರಥಮ ಸಮೂಹ, ಶಬ್ದ ಗ್ರಾಮ, ಗುಣಗ್ರಾಮ, ಸರ್ವಗ್ರಾಮ, ಊರು. g ಆಕ್ರಮಿಸುವಿಕೆ, ಪರಾಕ್ರಮ. h ಗುಲ್ಮರೋಗ, ಪೊದೆ, ಸೇನಾವಿಶೇಷ. i ಒಡಹುಟ್ಟಿದವಳು, ಕುಲಸ್ತ್ರೀ, ಆಲಸ್ಯ. j ಭೂಮಿ, ಸೈರಣೆ, ಉಚಿತವಾದದ್ದು, ಸಮರ್ಥನು, ಹಿತನಾದವನು. k ಹಸರು, ಕಪ್ಪು, ಪ್ರಾಯದವಳು, ನೊಗದೇ ಬೇರು, ರಾತ್ರಿ. l ಬಾಲ, ತಿಲಕ, ಕುದುರೆಯ ಒಡವೆ, ಪ್ರಧಾನವಾದದ್ದು, ಧ್ವಜ. m ಅಧ್ಯಾತ್ಮವಿಷಯ, ಬಹಳ ಸಣ್ಣದು. n ಮೊದಲನೇದು, ಮುಖ್ಯವಾದದ್ದು.

ವಾಮೌ (ವಲ್ಗುಪ್ರತೀಪೌದ್ವೌ) *a* ಅಧಮೌ (ನ್ಯೂನಕುತ್ಸಿತೌ) *b* ।
(ಜೀರ್ಣಂಚಪರಿಭುಕ್ತಂಚ) ಯಾತಯಾಮ (ಮಿದಂದ್ವಯಂ) *c* ॥ ॥೨೦೦॥

॥ ಇತಿಮಾಂತವರ್ಗಃ ॥

(ತುರಂಗಗರುಡೌ) ತಾರ್ಕ್ಷ್ಯೌ *d* (ನಿಲಯಾಪಚಯೌ) ಕ್ಷಯೌ *e* ।
ಶ್ವಶುರ್ಯೌ (ದೇವರಸ್ಯಾಲೌ) *f* ಭ್ರಾತೃವ್ಯೌ (ಭ್ರಾತೃಜದ್ವಿಷೌ) *g* ॥ ॥೨೦೧॥
ಪರ್ಜನ್ಯೌ (ರಸದಬ್ದೇಂದ್ರೌಸ್ಯಾತ್) *h* ಅರ್ಯಃ (ಸ್ವಾಮಿವೈಶ್ಯಯೋಃ) *i* ।
ತಿಷ್ಯಃ (ಪುಷ್ಯೇಕಲಿಯುಗೇ) *j* ಪರ್ಯಾಯೋ (ಽವಸರೇಕ್ರಮೇ) *k* ॥ ॥೨೦೨॥
ಪ್ರತ್ಯಯೋ ಽಧೀನಶಪಥಜ್ಞಾನ ವಿಶ್ವಾಸ ಹೇತುಷು ।
(ರಂಧ್ರೇಶಬ್ದೇಽಥಾ) *l* ನುಶಯೋ (ದೀರ್ಘದ್ವೇಷಾನುತಾಪಯೋಃ) *m* ॥ ॥೨೦೩॥
ಸ್ಥೂಲೋಚ್ಚಯ (ಸ್ತ್ವಸಾಕಲ್ಯೇಗಜಾನಾಂಮಧ್ಯಮೇಗತೇ) *n* ।
ಸಮಯಾಃ (ಶಪಥಾಚಾರಕಾಲಸಿದ್ಧಾಂತ ಸಂವಿದಃ) *o* ॥ ॥೨೦೪॥
(ವ್ಯಸನಾನ್ಯಶುಭಂದೈವಂ ವಿಪದಿ) ತ್ಯಯಾಃ (ಸ್ತ್ರಿಯಾಂ) *p* ।
ಅತ್ಯಯೋಽತಿ (ಕ್ರಮೇ ಕೃಚ್ಛ್ರೇ ದೋಷೇ ದಂಡೇ) *q* (ಽಪ್ಯಥಾಪದಿ) ॥ ॥೨೦೫॥

---

a Beautiful; contrary, adverse. *b* Defective, incomplete; low, mean, despicable. *c* Flat from having stood a night, stale, spoiled; used; eaten, digested. *d* Horse; the Brahmani kite. *e* House; destruction. *f* Brother-in-law, husband's brother; wife's brother. *g* Brother; enemy. *h* A rain-threatening cloud, muttering cloud; Indra. *i* Lord, master; a Vaishya. *j* *Pushya*, the eighth lunar mansion; the *Kali yuga*, the present fourth or Iron age. *k* Succession of times, as once, twice, thrice; regular order, arrangement. *l* Dependence, subordination; oath, ordeal; knowledge, apprehension; belief, confidence; cause, motive; cavity, hole; affix to roots and words forming derivatives and inflections. *m* Implacable enmity, long-standing feud; repentance. *n* Incompleteness, deficiency; the ordinary pace of an elephant. *o* Oath; established moral or ceremonial custom; time; established truth, principle; sign, hint, indication. *p* Wrong, injustice; ill-luck; calamity. *q* Transgression, excess; distress; crime, fault; punishment; death, destruction.

a ಸುಂದರವಾದದ್ದು, ಪ್ರತಿಕೂಲವಾದದ್ದು. *b* ಕೊರತೆಯಾದದ್ದು, ನಿಂದಿಸಲ್ಪಟ್ಟದ್ದು. *c* ಹಳಸಿಹೋದದ್ದು, ಅನುಭವಿಸಿಹೋದದ್ದು, ತಿಂದು ಜೀರ್ಣಿಸಿ ಹೋದದ್ದು. *d* ಕುದುರೆ, ಗರುಡ. *e* ಮನೆ, ನಾಶ. *f* ಗಂಡನ ಒಡಹುಟ್ಟಿದವನು, ಹೆಂಡತಿಯ ಒಡಹುಟ್ಟಿದವನು. *g* ಒಡಹುಟ್ಟಿದವನು, ಹಗೆಯವನು. *h* ಮೇಘದ ಗುಡಿ, ಇಂದ್ರನು. *i* ಪ್ರಭು, ವೈಶ್ಯ. *j* ಪುಷ್ಯನಕ್ಷತ್ರ, ಕಲಿಯುಗ. *k* ಕಾಲಕ್ರಮ, ದ್ರವ್ಯಂಗಳ ಕ್ರಮ. *l* ಅಧೀನ, ಶಪಥ, ತಿಳುವಳಿಕೆ, ವಿಶ್ವಾಸ, ಕಾರಣ, ಅವಕಾಶ, ಕೃತ್ತದ್ಧಿತಾದಿ ಪ್ರತ್ಯಯ. *m* ದೀರ್ಘದ್ವೇಷ, ಪಶ್ಚಾತ್ತಾಪ. *n* ಸಂಪೂರ್ಣವಾಗದೆ ಯಿರುವಿಕೆ, ಆನೆಯ ಸಾಧಾರಣವಾದ ನಡಿಕೆ. *o* ಶಪಥ, ಆಚಾರ, ಕಾಲ, ಸಿದ್ಧಾಂತ, ಸಂಕೇತ. *p* ಅನ್ಯಾಯ, ಪೂರ್ವಾರ್ಜಿತ ಪ್ರಾರಬ್ಧಕರ್ಮ, ಆಪತ್ತು. *q* ಅತಿಕ್ರಮಿಸುವಿಕೆ, ದುಃಖ, ದೋಷ, ದಂಡನೆ, ನಾಶ.

(ಯುದ್ಧಾಯತ್ಯೋಃ) ಸಾಂಪರಾಯಃ *a* ಪೂಜ್ಯ (ಸ್ವಶ್ವಶುರೇಪಿಚ *b* ।
(ಪಶ್ಚಾದವಸ್ಥಾಯಿಬಲಂಸಮವಾಯಶ್ಚ) ಸನ್ನಯೌ *c* ॥ ॥೨೦೪॥
(ಸಂಘಾತಸನ್ನಿವೇಶಚ) ಸಂಸ್ತ್ಯಾಯಃ *d* ಪ್ರಣಯಾ (ಸ್ತ್ವಮೀ ।
(ವಿಸ್ರಂಭಯಾಚ್ಞಾಪ್ರೇಮಾಣೋ) *e* (ವಿರೋಧೇಪಿ) ಸಮುಚ್ಛ್ರಯಾಃ *f* ॥ ॥೨೦೫॥
ವಿಷಯೋ (ಯಸ್ಯಯೋಜ್ಞಾತಸ್ತತ್ರಶಬ್ದಾದಿಕೇಷ್ವಪಿ) *g* ।
(ನಿರ್ಯಾಸೇಪಿ) ಕಷಾಯೋ (ಸ್ತ್ರೀ) *h*. (ಸಭಾಯಾಂಚ) ಪ್ರತಿಶ್ರಯಃ *i* ॥ ॥೨೦೬॥
ಪ್ರಾಯೋ (ಭೂಮ್ನ್ಯಂತಗಮನೇ) *j* ಮನ್ಯು (ರ್ದೈನ್ಯೇಕ್ರತೌಕ್ರುಧಿ) *k* ।
(ರಹಸ್ಯೋಪಸ್ಥಯೋ) ಗುಹ್ಯಂ *l* ಸತ್ಯಂ (ಶಪಥತಥ್ಯಯೋಃ) *m* ॥ ॥೨೦೭॥
ವೀರ್ಯಂ (ಬಲಪ್ರಭಾವೇಚ) *n* ದ್ರವ್ಯಂ (ಭವ್ಯೇಗುಣಾಶ್ರಯೇ) *o* ।
ಧಿಷ್ಣ್ಯಂ (ಸ್ಥಾನೇಗೃಹೇಭೇಗ್ನೌ) *p* ಭಾಗ್ಯಂ (ಕರ್ಮಶುಭಾಶುಭಂ) *q* ॥ ॥೨೦೮॥

---

a Calamity; war, battle; the future. *b* Father-in-law; venerable worshipful. *c* Army in reserve, auxiliary force; multitude; connection. *d* Multitude; open ground round a town or village; house. *e* Confidence, trust; begging, asking, requesting; affection, fond regard. *f* Enmity, opposition; height, elevation. *g* Element, that which is peculiarly known to those who occupy themselves with it or live therein; sensible object, anything perceivable by the senses; an object in general, anything. *h* Extract, decoction, tincture, infusion prepared by boiling or evaporation; ointment; perfume. *i* Assembly; habitation; house. *j* Plenty, abundance; fasting to death. *k* Sorrow, grief; sacrifice; anger. *l* Mystery, secrecy; private parts; tortoise. *m* An oath; veracity, truth; Brahma's world, the uppermost of the seven worlds; the first *yuga*, the golden age. *n* Strength, power; natural force, vigour, virility; semen; splendour. *o* A fit object; substance, element; fortune, prosperity. *p* Place; house; star; fire. *q* Good fortune; bad fortune, misfortune.

a ಆಪತ್ತು, ಯುದ್ಧ, ಭವಿಷ್ಯತ್ಕಾಲ. *b* ಮಾವ, ಪೂಜಾಯೋಗ್ಯ. *c* ಸೈನ್ಯಕ್ಕೆ ಹಿಂದುಗಡೇ ಕುಂಮಕ್ಕಾಗಿರುವ ಹಿಂಮುಕ್ತಿಫೌಜು, ಸಮೂಹ, ಸಂಬಂಧ. *d* ಸಮೂಹ, ಊರಸುತ್ತಣ ಬೈಲು, ಮನೆ. *e* ನಂಬಿಕೆ, ಯಾಚನೆ, ಪ್ರೇಮ. *f* ವೈರ, ಉಚ್ಚ. *g* ಯಾವವನಿಂದ ಯಾವದು ತಿಳಿಯಲ್ಪಟ್ಟದೆಯೋ ಆವನಿಗೆ ಅದು ವಿಷಯ, ಶಬ್ದ ಸ್ಪರ್ಶ ರೂಪ ರಸ ಗಂಧಾದಿಗಳು ಸರ್ವವು. *h* ದ್ರವ್ಯಗಳ ಹಾಕಿ ಕಾಯಿಸಿದ ನೀರು, ಮೈಗೆ ಲೇಪಿಸತಕ್ಕದ್ದು, ಪರಿಮಳಿಸುವ ಪಗರರುಚಿ. *i* ಸಭೆ; ಇರತಕ್ಕಸ್ಥಳ, ಮನೆ. *j* ಬಾಹುಳ್ಯ, ಮರಣಪರಿವಿಗೂ ಶಪಥದಿಂದ ಉಪವಾಸ ವ್ರತ ಮಾಡಿ ಕಡೆಹಾಯಿಸುವಿಕೆ. *k* ದೈನ್ಯ, ಯಜ್ಞ, ಸಿಟ್ಟು. *l* ಬಚ್ಚಿಡತಕ್ಕದ್ದು, ಭಗಶಿಶ್ನಗಳು, ಆಮೆ. *m* ಆಣೆಯಿಟ್ಟುಕೊಳ್ಳುವಿಕೆ, ಯಥಾರ್ಥವಾದದ್ದು, ಬ್ರಹ್ಮಲೋಕ, ಸತ್ಯಕಾಲ. *n* ಬಲ, ದ್ರವ್ಯ, ಶಕ್ತಿ, ರೇತಸ್ಸು, ತೇಜಸ್ಸು. *o* ಒಳ್ಳೇ ಪದಾರ್ಥ, ಗುಣಾಶ್ರಯ ವೆನಿಪ ಪೃಥಿವ್ಯಾದಿಗಳು, ಭಾಗ್ಯ. *p* ಸ್ಥಳ, ಮನೆ, ನಕ್ಷತ್ರ, ಅಗ್ನಿ. *q* ಶುಭ ಕರ್ಮ, ಅಶುಭ ಕರ್ಮ.

(ಕಶೇರುಹೇಮ್ನೋಃ) ಗಾಂಗೇಯಂ *a* ವಿಶಲ್ಯಾ (ದಂತಿಕಾಪಿಚ) *b* ।
ವೃಷಾಕಪಾಯೀ (ಶ್ರೀಗೌರ್ಯೋಃ) *c* ರಭಿಖ್ಯಾ (ನಾಮಶೋಭಯೋಃ) *d* ॥ ॥೩೧೧॥
(ಆರಂಭೋನಿಷ್ಕೃತಿಶ್ಶಿಕ್ಷಾ ಪೂಜನಂ ಸಂಪ್ರಧಾರಣಂ ।
ಉಪಾಯಃ ಕರ್ಮಚೇಷ್ಟಾಚ ಚಿಕಿತ್ಸಾ ಚನವ) ಕ್ರಿಯಾಃ *e* ॥ ॥೩೧೨॥
ಛಾಯಾ (ಸೂರ್ಯಪ್ರಿಯಾಕಾಂತಿಃ ಪ್ರತಿಬಿಂಬ ಮನಾತಪಃ) *f* ।
ಕಕ್ಷ್ಯಾ (ಪ್ರಕೋಷ್ಠೇಹರ್ಮ್ಯಾದೇಃ ಕಾಂಚ್ಯಾಂಮಧ್ಯೇಭಬಂಧನೇ) *g* । ॥೩೧೩॥
ಕೃತ್ಯಾ (ಕ್ರಿಯಾದೇವತಯೋಸ್ತ್ರಿಷು ಭೇದ್ಯೇಧನಾದಿಭಿಃ) *h* ।
ಜನ್ಯಂ (ಸ್ಯಾಜ್ಜನವಾದೇಪಿ) *i* ಜಘನ್ಯಂ (ತ್ವಧಮೇಹಿಚ) *j* ॥ ॥೩೧೪॥
(ಗರ್ಹ್ಯಾಧೀನೌಚ) ವಕ್ತವ್ಯೌ *k* ಕಲ್ಯೌ (ಸಜ್ಜನಿರಾಮಯೌ) *l* ।
(ಆತ್ಮವಾನನಪೇತೋರ್ಥಾತ್) ಅರ್ಥ್ಯೌ *m* ಪುಣ್ಯಂತು (ಚಾರ್ವಪಿ) *n* ॥ ॥೩೧೫॥

---

a Roots of aquatic plants; gold. *b* The physic nut or Nipal plant (*croton tiglium*); the bitter apple plant (*coloquintida, colocynth*); the bitter melon vine; wild castor-oil plant (*palma christi ricinus*). *c* Lakshmi; Gauri (Parvati). *d* Name, title; splendour, glory. *e* Business, occupation; expiation, penance; punishment; worship; deposition, recorded evidence; plan, device; performance; motion; medical treatment; verb. *f* The Sun's wife; light; reflected image; shade, shadow. *g* An enclosed court; waist-band, belt; a woman's girdle or zone. *h* Act, doing; the goddess of death (*Hecate*); purchased royal ally, mercenary king. *i* Blame; war, battle; bridegroom's friend or best-man; bridesmaid. *j* Last, youngest; lowest, mean wretch; tail; penis. *k* Mean, low; obedient, servile; fit or proper to be spoken or said. *l* Acquired; healthy. *m* Intelligent; wealthy; useful, serviceable. *n* Beautiful; meritorious.

a ತಾವರೆ ನೈದಲೆ ಮುಂತಾದವುಗಳ ಗಡ್ಡೆಗಳು, ಚಿನ್ನ. *b* ಜಾಪಾಳದ ಗಿಡ, ಹಾಪ್ರಮೆಕ್ಕೇ ಗಿಡ, ಎಲುಕ್ಕೆಸಂಧಿ ಗಿಡ, ಹುಚ್ಚುಹರಳು ಗಿಡ. *c* ಲಕ್ಷ್ಮಿ, ಗೌರಿ. *d* ಹೆಸರು, ಕಾಂತಿ. *e* ಉದ್ಯೋಗ, ಪ್ರಾಯಶ್ಚಿತ್ತ, ಶಿಕ್ಷೆ, ಪೂಜೆ, ವ್ಯವಹಾರದ ನಿಶ್ಚಯವನ್ನು ಹುಟ್ಟಿಸುವ ಲಿಖಿತಾದಿಗಳು, ಉಪಾಯ, ಬುದ್ಧಿಪೂರ್ವಕವಾದ ಕೆಲಸ, ಚಲನ, ರೋಗ ಚಿಕಿತ್ಸೆ, ಧಾತ್ವರ್ಥಾದಿಗಳು. *f* ಸೂರ್ಯನ ಹೆಂಡತಿ, ಬೆಳಕು, ಪ್ರತಿಬಿಂಬ, ನೆರಳು. *g* ಉಪ್ಪರಿಗೆ ಮನೆಗಳ ನಡು ತೊಟ್ಟಿ, ಉಡಿಧಾರ, ನಡುಕಟ್ಟು. *h* ಮಾಡುವಿಕೆ, ಅಭಿಚಾರಿಕ ಕ್ರಿಯೆಯಿಂದ ಹುಟ್ಟಿಗ ದೇವತೆ, ದಾನೋಪಾಯದಿಂದ ತಳಪಡಿಸಿ ಕೊಳ್ಳತಕ್ಕ ಶತ್ರುರಾಜರು ಮುಂತಾದವರು. *i* ಜನಾಪವಾದ, ಯುದ್ಧ, ಮದವಣಿಗನ ಸಂಗಾತಿ, ಮದವಣಿಗಿತ್ತಿಯ ಭೃತ್ಯರು. *j* ಕಡೇಲಿ ಹುಟ್ಟಿದವನು, ಅಧಮನು, ಬಾಲವು, ಶಿಶ್ನ. *k* ಕುತ್ಸಿತನು, ಹೇಳಿದಹಾಗೆ ಮಾಡುವ ಅಧೀನನು, ಹೇಳತಕ್ಕ ಮಾತು ಮುಂತಾದದ್ದು. *l* ಸಂಪಾದಿಸಲ್ಪಟ್ಟದ್ದು, ರೋಗವಿಲ್ಲದವನು. *m* ತಿಳುವಳಿಕೆ ಯುಳ್ಳವನು, ಪ್ರಯೋಜನದಿಂದ ಎಡೆಬಿಡದವನು, ಅಪೇಕ್ಷಿಸಲ್ಪಡತಕ್ಕವನು. *n* ಸುಂದರವಾದದ್ದು, ಸುಕೃತ.

ರೂಪ್ಯಂ (ಪ್ರಶಸ್ತರೂಪೇಪಿ) *a* ವದಾನ್ಯೋ (ವಲ್ಗುವಾಗಪಿ) *b* |
(ನ್ಯಾಯ್ಯೇಪಿಮಧ್ಯಂ) *c* ಸೌಮ್ಯಂತು (ಸುಂದರೇ ಸೋಮದೈವತೇ) *d* || ||೨೦೬||

|| ಇತಿಯಾಂತವರ್ಗಃ ||

(ನಿವಹಾವಸರೌ) ವಾರೌ *e* ಸಂಸ್ತರೌ (ಪ್ರಸ್ತರಾಧ್ವರೌ) *f* |
ಗುರೂ (ಗೀಷ್ಪತಿಪಿತ್ರಾದ್ಯೌ) *g* ದ್ವಾಪರೌ (ಯುಗಸಂಶಯೌ) *h* || ||೨೦೭||
ಪ್ರಕಾರೌ (ಭೇದಸಾದೃಶ್ಯೇ) *i* ಆಕಾರಾ (ಇಂಗಿತಾಕೃತೀ) *j* |
ಕಿಂಶಾರೂ (ಧಾನ್ಯಶೂಕೇಷೂ) *k* ಮರೂ (ಧನ್ವಧರಾಧರೌ) *l* || ||೨೦೮||
ಅದ್ರಯೋ (ದ್ರುಮಶೈಲಾರ್ಕಾಃ) *m* (ಸ್ತ್ರೀಸ್ತನಾಬ್ದೌ) ಪಯೋಧರೌ *n* |
(ಧ್ವಾಂತಾರಿದಾನವಾ) ವೃತ್ರಾ *o* (ಬಲಿಹಸ್ತಾಂಶವಃ) ಕರಾಃ *p* || ||೨೦೯||
ಪ್ರದರಾ *q* (ಭಂಗನಾರೀರುಗ್ಬಾಣಾ) ಅಸ್ರಾಃ (ಕಚಾ ಅಪಿ) *r* |
(ಅಜಾತಶೃಂಗೋಗೌಃ ಕಾಲೇಪ್ಯಶ್ಮಶ್ರುರ್ನಾಚ) ತೂಬರಃ *s* || ||೨೧೦||
(ಸ್ವರ್ಣೇಪಿ) ರಾಃ *t* ಪರಿಕರಃ (ಪರ್ಯಂಕ ಪರಿವಾರಯೋಃ) *u* |

---

a Handsome; silver or gold coin. *b* Eloquent; flame. *c* Right, proper; middle; waist. *d* Handsome, pleasing; sacred to the moon, lunar. *e* Multitude; a day and a night. *f* A bed of sacred grass; a sacrifice. *g* Brihaspati (Jupiter); father; religious teacher, spiritual guide; heavy, weighty; great. *h* The Dvápara, the third or brazen age; doubt. *i* Kind, species; resemblance, similarity. *j* Gesture, sign; expression of the face. *k* Beard or awn of grain; arrow. *l* Desert land, waterless district; mountain. *m* Tree, shrub; hill, mountain; sun. *n* The female breast; cloud. *o* Darkness; enemy; the name of a giant. *p* Tribute; hand; ray. *q* Breaking; a disease of the womb; arrow. *r* Hair, blood. *s* Hornless cow; a man with a hairless face. *t* Gold; money. *u* Cot, bed-stead; family.

a ಸೌಂದರ್ಯವುಳ್ಳದ್ದು, ಬೆಳ್ಳಿ, ಭಂಗಾರದ ನಾಣ್ಯಗಳು. *b* ಚೆನ್ನಾಗಿ ಮಾತಾಡು ವವನು, ಉರಿ. *c* ಉಚಿತವಾದದ್ದು, ಸೊಂಟ, ನಡುವೆ. *d* ಪ್ರಸನ್ನವಾದ ರೂಪವು ಳ್ಳದ್ದು, ಸೋಮದೇವತಾಕವಾದದ್ದು. *e* ಸಮೂಹ, ಅಹೋರಾತ್ರಿ ಪರಿಮಿತ ಕಾಲ. *f* ದರ್ಭೆಯ ಹಾಸಿಗೆ, ಯಜ್ಞ ವಿಶೇಷ. *g* ಬೃಹಸ್ಪತಿ, ತಂದೆ, ಉಪದೇಶಕರ್ತ, ಭಾರವಾದದ್ದು, ದೊಡ್ಡದು. *h* ದ್ವಾಪರಯುಗ, ಸಂದೇಹ. *i* ಬೇರೆಯಾಗಿರುವಿಕೆ, ಹೋಲ್ವಿಕೆ. *j* ಅಭಿಪ್ರಾಯ ಸೂಚಕವಾದ ಚೇಷ್ಟೆ, ತಾತ್ಪರ್ಯ ವ್ಯಂಜಕ ಮುಖ ವಿಕಾರರೂಪ. *k* ನೆಲ್ಲ ಊಸುಮುಳ್ಳು, ಬಾಣ. *l* ನಿರ್ಜಲ ಭೂಮಿ, ಬೆಟ್ಟ. *m* ಗಿಡ, ಬೆಟ್ಟ, ಸೂರ್ಯ. *n* ಹೆಂಗಳ ಮೊಲೆ, ಮೇಘ. *o* ಕತ್ತಲೆ, ಶತ್ರು, ವೃತ್ರಾ ಸುರ. *p* ಕಾಣಿಕೆ, ಕೈಯ್ಯಿ, ಕಿರಣ. *q* ಮುರಿಯುವಿಕೆ, ಹುಸುಮ ಜಾಡ್ಯ, ಬಾಣ. *r* ಕೂದಲು, ರಕ್ತ. *s* ಕೊಂಬುಗಳು ಹುಟ್ಟತಕ್ಕ ವಯಸ್ಸು ಬಂದಾ ಗ್ಯೂ ಹುಟ್ಟದೆ ಯಿರುವ ಗೋವು, ಪ್ರಾಯದಲ್ಲಿ ಗಡ್ಡ ಮೀಸೆಗಳು ಹುಟ್ಟದೆ ಯಿರು ವವನು. *t* ಭಂಗಾರ, ರಜತಾದಿ ದ್ರವ್ಯ. *u* ಮಂಚವು, ಪರಿವಾರ.

(ಮುಕ್ತಾಶುದ್ಧೌ ಚ) ತಾರ (ಸ್ಸ್ಯಾ *a*)ಚ್ಛರೋ (ವಾಯೌ ಸತು ತ್ರಿಷು) *b* ‖ ‖೩-೧೧‖
(ಕರ್ಬುರೇಥ ಪ್ರತಿಜ್ಞಾಜಿ ಸಂವಿದಾಪತ್ಸು) ಸಂಗರಃ *c* ।
(ವೇದಭೇದೇ ಗುಪ್ತವಾದೇ) ಮಂತ್ರೋ *d* ಮಿತ್ರೋ (ರವಾವಪಿ) *e* ‖ ‖೩-೧೨‖
(ಮಖೇಷು ಯೂಪಖಂಡೇಪಿ) ಸ್ವರು *f* (ರ್ಗುಹ್ಯೇಪ್ಯ) ವಸ್ಕರಃ *g* ।
ಆಡಂಬರ (ಸ್ತೂರ್ಯರವೇ ಗಜೇಂದ್ರಾಣಾಂ ಚ ಗರ್ಜಿತೇ) *h* ‖ ‖೩-೧೩‖
ಅಭಿಹಾರೋ (ಭಿಯೋಗೇ ಚ ಚೌರ್ಯೇ ಸನ್ನಹನೇಪಿ ಚ) *i* ।
(ಸ್ಯಾಜ್ಜಂಗಮೇ) ಪರೀವಾರಃ (ಖಡ್ಗಕೋಶೇ ಪರಿಚ್ಛದೇ) *j* ‖ ‖೩-೧೪‖
ವಿಷ್ಟರೋ (ವಿಟಪೀ ದರ್ಭಮುಷ್ಟಿಃ ಪೀಠಾದ್ಯಮಾಸನಂ) *k* ।
(ದ್ವಾರಿ ದ್ವಾಸ್ಥೇ) ಪ್ರತೀಹಾರಃ (ಪ್ರತಿಹಾರ್ಯಪ್ಯನಂತರೇ) *l* ‖ ‖೩-೧೫‖
(ವಿಪುಲೇ ನಕುಲೇ ವಿಷ್ಣೌ) ಬಭ್ರು (ರ್ನಾ ಪಿಂಗಲೇ ತ್ರಿಷು) *m* ।
ಸಾರೋ (ಬಲೇ ಸ್ಥಿರಾಂಶೇ ಚ ನ್ಯಾಯ್ಯೇ ಕ್ಲೀಬಂ ವರೇ ತ್ರಿಷು) *n* ‖ ‖೩-೧೬‖
ದುರೋದರೋ (ದ್ಯೂತಕಾರೇ ಪಣೇ ದ್ಯೂತೇ ದುರೋದರಂ) *o* ।
(ಮಹಾರಣ್ಯೇ ದುರ್ಗಪಥೇ) ಕಾಂತಾರಂ (ಪುನ್ನಪುಂಸಕಂ) *p* ‖ ‖೩-೧೭‖

---

a Faultless pearl; star, eyeball. *b* Wind; variegated. *c* Resolve, determination; war, battle; true; misfortune, calamity. *d* That part of the veda which comprises the hymns; a mystical verse or incantation, charm, spell; secret consultation. *e* Sun; friend. *f* Sacrifice; arrow; shavings of the sacrificial post; thunderbolt. *g* Private parts; ordure, filth; soot. *h* Sound of a drum; roar of an elephant; rage, fury; vain display, pomposity. *i* Attacking; robbing; seizing; binding. *j* Movable; sheath, scabbard; servant. *k* Tree; a handful of sacred grass; seat. *l* Door, gate; doorkeeper, porter. *m* A large mungoose (*viverra ichneumon*); Vishnu; tawny, brown. *n* Strength; essence, essential or vital part; fit, proper; excellent, best. *o* Gambler, dice-player; wager, stake, bet. *p* Thick forest, wilderness; impassable or difficult road.

a ಶುದ್ಧವಾದ ಮುತ್ತು, ನಕ್ಷತ್ರ. ಕಣ್ಣು ಗುಡ್ಡೆ, ಹೊಟ್ಟಾದ ಧ್ವನಿ. *b* ವಾಯು, ನಾನಾ ಬಣ್ಣಗಳುಳ್ಳದ್ದು. *c* ಪ್ರತಿಜ್ಞೆ, ಯುದ್ಧ, ನಿಶ್ಚಯ, ಆಪತ್ತು. *d* ವೇದದಲ್ಲಿ ಮಂತ್ರ ಭಾಗ, ಗಾಯತ್ರ್ಯಾದಿ ಮಂತ್ರಗಳು, ರಹಸ್ಯವಾದ ಆಲೋಚನೆ. *e* ಸೂರ್ಯನು, ಸ್ನೇಹಿತನು. *f* ಯಜ್ಞ, ಬಾಣ, ಯೂಪದ ಸಕಲ, ಸಿಡ್ಲು. *g* ಸ್ತ್ರೀ ಪುರುಷರ ಗುಹ್ಯಪ್ರದೇಶ, ಮಲ, ಸುಡುವ ಪಾತ್ರೆಗಳ ತಳದ ಮಸಿ. *h* ವಾದ್ಯ ರವ, ಗಜ ಧ್ವನಿ, ಸಂರಂಭ, ದಂಭ ಕಾರ್ಯ. *i* ಅಪಕಾರಾರ್ಥವಾಗಿ ಎದುರು ಬೀಳುವಿಕೆ, ಕಳವು, ಆಯತ್ತಪಡುವಿಕೆ, ಕಟ್ಟುವಿಕೆ. *j* ಸಂಚಾರವುಳ್ಳದ್ದು, ಕತ್ತಿಯ ವರೆ, ಪರಿಜನರು. *k* ಮರ, ದರ್ಭೆ ಮುಷ್ಟಿ, ಆಸನ ಮುಂತಾದದ್ದು. *l* ಬಾಗಿಲು, ಬಾಗಿಲಕಾಯುವವನು. *m* ದೊಡ್ಡ ಮುಂಗಿಸಿ, ವಿಷ್ಣು, ಹಳದಿಯಾದದ್ದು. *n* ಬಲ, ಸ್ಥಿರಾಂಶ, ಯುಕ್ತವಾದದ್ದು, ಶ್ರೇಷ್ಠವಾದದ್ದು. *o* ಜೂಜಾಡುವವನು, ಪಂದ್ಯ. *p* ಹೆಗ್ಗಾಡು, ದುರ್ಗವಾದ ದಾರಿ.

ಮತ್ಸರೋ' (ನ್ಯಶುಭದ್ವೇಷೇ ತದ್ವತ್ಕೃಪಣಯೋಸ್ತ್ರಿಷು) *a* ।
(ದೇವಾದ್ವೃತೇ) ವರಃ (ಶ್ರೇಷ್ಠೇ ತ್ರಿಷು ಕ್ಲೀಬೇ ಮನಾಕ್ಪ್ರಿಯೇ) *b* ॥ ॥೧೦೮॥
(ವಂಶಾಂಕುರೇ) ಕರೀರೋ' (ಸ್ತ್ರೀ ತರುಭೇದೇ ಘಟೇ ಚ ನಾ) *c* ।
(ನಾ ಚಮೂಜಘನೇ ಹಸ್ತಸೂತ್ರೇ) ಪ್ರತಿಸರೋ' (ಸ್ತ್ರಿಯಾಂ) *d* ॥ ॥೧೦೯॥
(ಯಮಾನಿಲೇಂದ್ರ ಚಂದ್ರಾರ್ಕ ವಿಷ್ಣು ಸಿಂಹಾಂಶುವಾಜಿಷು ।
(ಶುಕಾಹಿಕಪಿಭೇಕೇಷು) ಹರಿ (ರ್ನಾ ಕಪಿಲೇ ತ್ರಿಷು) *e* ॥ ॥೧೧೦॥
ಶರ್ಕರಾ (ಕರ್ಪರಾಂಶೇಪಿ) *f* ಯಾತ್ರಾ (ಸ್ಯಾದ್ಯಾಪನೇ ಗತೌ) *g* ।
ಇರಾ (ಭೂವಾಕ್ಸುರಾಪ್ಸು ಸ್ಯಾತ್ *h* (ತಂದ್ರೀ ನಿದ್ರಾ ಪ್ರಮೀಲಯೋಃ) *i* ॥ ॥೧೧೧॥
ಧಾತ್ರೀ (ಸ್ಯಾದುಪಮಾತಾಪಿ ಕ್ಷಿತಿರಪ್ಯಾಮಲಕ್ಯಪಿ) *j* ।
ಕ್ಷುದ್ರಾ (ವ್ಯಂಗಾ ನಟೀ ವೇಶ್ಯಾ ಸರಘಾ ಕಂಟಕಾರಿಕಾ) ॥ ॥೧೧೨॥
(ತ್ರಿಷು ಕ್ರೂರೇಧಮೇಲ್ಪೇಪಿ ಕ್ಷುದ್ರಂ) *k* ಮಾತ್ರಾ (ಪರಿಚ್ಛದೇ)
(ಅಲ್ಪೇ ಚ ಪರಿಮಾಣೇ ಸಾ ಮಾತ್ರಂ ಕಾರ್ತ್ಸ್ನ್ಯೇವಧಾರಣೇ) *l* ॥ ॥೧೧೩॥
(ಆಲೇಖ್ಯಾಶ್ಚರ್ಯಯೋ) ಶ್ಚಿತ್ರಂ *m* ಕಲತ್ರಂ (ಶ್ರೋಣಿಭಾರ್ಯಯೋಃ) *n* ।

---

a Envy; curious. *b* Boon or blessing sought in prayer, divine gift; excellent, best; rather better, slightly preferable. *c* The shoot of a bamboo; a leafless thorny plant common in deserts (*capparis aphylla*); earthen pot. *d* Rear guard of an army; a thread tied upon the wrist at some particular ceremonies. *e* Yama (*Pluto*); Agni (Fire); Indra; Moon; Sun; Vishnu; lion; ray; horse; parrot; snake; ape; monkey; yellow. *f* Gravel, potsherds; sand; sugar. *g* Proceeding; going, travelling. *h* The earth; speech, speaking; spirituous liquor, toddy; water. *i* Sleep; swoon. *j* Nurse; the earth; the emblic myrobalan tree (*phylanthus emblica*). *k* A woman maimed or defective in some limb; dancing girl; prostitute; bee; a sort of prickly nightshade (*solanum jacquinii*); mean, base. *l* Family, household; little, small; measure, size; short vowel; all; true. *m* A painting or picture; wonder. *n* Buttocks; wife.

a ಅಸೂಯೆ, ಅಸೂಯೆ ಯುಳ್ಳದ್ದು. *b* ದೈವ ಪ್ರಸಾದ ಲಬ್ಧವಾದ ಇಷ್ಟಾರ್ಥ, ಶ್ರೇಷ್ಠವಾದದ್ದು, ಸ್ವಲ್ಪ ಯಿಷ್ಟವಾದದ್ದು. *c* ಬಿದುರು ಮೊಳಕೆ, ಮುಳ್ಳುಗಿಡ, ಗಡಿಗೆ. *d* ಸೈನ್ಯದ ಹಿಂಭಾಗ, ಕಂಕಣ ಸೂತ್ರ. *e* ಯಮ, ಅಗ್ನಿ, ಇಂದ್ರ, ಚಂದ್ರ, ಸೂರ್ಯ, ವಿಷ್ಣು, ಸಿಂಹ, ಕಿರಣ, ಕುದುರೆ, ಗಿಣಿ, ಹಾವು, ಮಂಗ, ಕಪ್ಪೆ, ಚಿನ್ನದ ಬಣ್ಣವುಳ್ಳದ್ದು. *f* ಹೆಂಚಿನ ಚೂರು, ಮರಳು, ಸಕ್ಕರೆ. *g* ಭೋಜನ ಮುಂತಾದ ನಡತೆ, ಗಮನ. *h* ಭೂಮಿ, ವಾಕ್ಕು, ಹೆಂಡ, ನೀರು. *i* ನಿದ್ದೆ, ಮೂರ್ಛೆ. *j* ಸಾಕಿದ ತಾಯಿ, ಭೂಮಿ, ನೆಲ್ಲೀ ಮರ. *k* ಅಂಗಹೀನಳು, ನಟಿಸುವವಳು, ಸೂಳೆ, ಜೇನು ನೊಣ, ರಾಮಗುಳ್ಳದ ಗಿಡ, ತುಚ್ಛ ಸ್ವಭಾವವುಳ್ಳವನು. *l* ಪರಿವಾರ, ಕೊಂಚವಾದದ್ದು, ಅಳತೆಯ ವಿಶೇಷ, ಹ್ರಸ್ವ ಸ್ವರ, ಎಲ್ಲಾ, ನಿಶ್ಚಯವಾದದ್ದು. *m* ಬರೆದ ಚಿತ್ರ, ಆಶ್ಚರ್ಯ. *n* ಅಂಡು, ಹೆಂಡತಿ.

(ಯೋಗ್ಯಭಾಜನಯೋಃ) ಪಾತ್ರಂ *a* ಪತ್ರಂ (ವಾಹನಪಕ್ಷಯೋಃ) *b* || ||೨೨೪||
(ನಿದೇಶಗ್ರಂಥಯೋಃ) ಶಾಸ್ತ್ರಂ *c* ಶಸ್ತ್ರ (ಮಾಯುಧಲೋಹಯೋಃ) *d* |
(ಸ್ಯಾಜ್ಜಟಾಂಶುಕಯೋಃ) ನೇತ್ರಂ *e* ಕ್ಷೇತ್ರಂ (ಪತ್ನೀಶರೀರಯೋಃ) *f* || ||೨೨೫||
(ಮುಖಾಗ್ರೇ ಕ್ರೋಡಹಲಯೋಃ) ಪೋತ್ರಂ *g* ಗೋತ್ರಂ (ತು ನಾಮ್ನಿ ಚ) *h* |
ಸತ್ರ (ಮಾಚ್ಛಾದನೇ ಯಜ್ಞೇ ಸದಾದಾನೇ ವನೇಽಪಿ ಚ) *i* || ||೨೨೬||
ಅಜಿರಂ (ವಿಷಯೇ ಕಾಯೇ) *j* ಪ್ಯಂಬರಂ (ವ್ಯೋಮ್ನಿ ವಾಸಸಿ) *k* |
ಚಕ್ರಂ (ರಾಷ್ಟ್ರೇ) *l* ಪ್ಯಕ್ಷರಂ (ತು ಮೋಕ್ಷೇಽಪಿ) *m* ಕ್ಷೀರ (ಮಪ್ಸ್ವಪಿ) *n* ||೨೨೭||
(ಸ್ವರ್ಣೇಽಪಿ) ಭೂರಿಚಂದ್ರೌ (ದ್ವೌ) *o* (ದ್ವಾರಮಾತ್ರೇಽಪಿ) ಗೋಪುರಂ *p* |
(ಗುಹಾದಂಭೌ) ಗಹ್ವರೇ ದ್ವೇ *q* (ರಹೋಂತಿಕ) ಮುಪಹ್ವರೇ *r* || ||೨೨೮||
(ಪುರೋಧಿಕಮುಪ) ರ್ಯಗ್ರಾ *s* (ಣ್ಯಗಾರೇ ನಗರೇ) ಪುರಂ *t* |
ಮಂದಿರಂ *u* (ಚಾಥ) ರಾಷ್ಟ್ರೋ (ಸ್ತ್ರೀ ವಿಷಯೇ ಸ್ಯಾದುಪದ್ರವೇ) *v* || ||೨೨೯||
ದರೋ (ಸ್ತ್ರಿಯಾಂ ಭಯೇ ಶ್ವಭ್ರೇ) *w* ವಜ್ರೋ (ಸ್ತ್ರೀ ಹೀರಕೇ ಪವೌ) *x* |

---

a A worthy man; metal vessels, as plates, cups &c; bed of a stream. *b* Vehicle or conveyance; leaf; wing. *c* Command; a book of rules or institutes. *d* Weapon; metal. *e* Hanging roots (like those of the banyan); garment; eye; string of a churning-stick. *f* Wife; body; holy place, place of pilgrimage. *g* Snout of a pig; ploughshare. *h* Name; tribe, family; strength; mountain, hill; earth. *i* House; sacrifice; unceasing liberality; forest. *j* An object of the senses; body; court-yard. *k* Sky; cloth. *l* Country; army; wheel; group, assemblage; the ruddy goose (*anas casarca*). *m* Final beatitude, the liberation of the soul from the body and from further transmigration, absorption into the deity; letter of the alphabet; Brahma. *n* Water; milk. *o* 1, Gold; much: 1, gold; moon; crude camphor. *p* Door, gate; town-gate; earth-nut. *q* Cave; hypocrisy. *r* Solitary, alone; near. *s* Foremost, chief, principal; superior, best. *t* House; city. *u* House; town. *v* Realm, empire, kingdom; public calamity. *w* Fear; cave. *x* Diamond; Indra's thunderbolt.

a ಯೋಗ್ಯನಾದವನು; ತಳಿಗೆ ಮುಂತಾದ ಪಾತ್ರ, ಹೊಳೆ ಮುಂತಾದ ವುಗಳ ಎರಡು ದಡಗಳ ನಡುವೆ. *b* ವಾಹನ, ಎಲೆ, ರೆಕ್ಕೆ. *c* ಆಜ್ಞೆ, ಶಿಕ್ಷಾ ಗ್ರಂಥ. *d* ಆಯುಧ, ಲೋಹ. *e* ಬಿಳಲು, ಸೀರೆ, ಕಣ್ಣು ಕಡೆಯುವ ನೇಣು. *f* ಹೆಂಡತಿ, ಶರೀರ, ಸಿದ್ಧಸ್ಥಳ. *g* ಹಂದಿಯ ಮೂಗು, ನೇಗಲಮೂಗು. *h* ಹೆಸರು, ಕುಲ, ಬಲ, ಬೆಟ್ಟ, ಭೂಮಿ. *i* ಮನೆ, ಯಜ್ಞ, ಸದಾ ಕೊಡುವಿಕೆ, ಕಾಡು. *j* ಶಬ್ದಾದಿವಿಷಯ, ಶರೀರ, ಮುಂಗಳ. *k* ಆಕಾಶ, ವಸ್ತ್ರ. *l* ದೇಶ, ಸೈನ್ಯ, ಬಂಡಿ, ಗುಂಪು, ಚಕ್ರವಕ್ಕಿ. *m* ಮೋಕ್ಷ, ಅಕಾರಾದಿಗಳು, ಬ್ರಹ್ಮ. *n* ನೀರು, ಹಾಲು. *o* ಭಂಗಾರ, ಬಹಳ, ಭಂಗಾರ, ಚಂದ್ರನು, ಪಚ್ಚಕರ್ಪೂರ. *p* ಬಾಗಿಲು, ಊರು ಬಾಗಿಲು, ತುಂಗೆಗಡ್ಡೆ. *q* ಗುಹೆ, ಕಪಟ. *r* ಏಕಾಂತ, ಸಮೀಪ. *s* ಹೆಚ್ಚಾದದ್ದು, ಮೇಲಾದದ್ದು. *t* ಮನೆ, ಪಟ್ಟಣ. *u* ಮನೆ, ನಗರ. *v* ದೇಶ, ಉಪದ್ರವ. *w* ಅಂಜಿಕೆ, ಗುಹೆ. *x* ವಜ್ರಮಣಿ, ವಜ್ರಾಯುಧ.

ತಂತ್ರಂ (ಪ್ರಧಾನೆ ಸಿದ್ಧಾಂತೆ ಸೂತ್ರವಾಯಪರಿಚ್ಛದೆ) *a* || ||೧೪೮||
ಔಶೀರ (ಶ್ಚಾಮರದಂಡೆ ಪ್ಯೌಶೀರಂ ಶಯನಾಸನೆ) *b* |
ಪುಷ್ಕರಂ (ಕರಿಹಸ್ತಾಗ್ರೆ ವಾದ್ಯಭಾಂಡಮುಖೆಜಲೆ) || ||೧೪೯||
(ವ್ಯೋಮ್ನಿ ಖಡ್ಗಫಲೆಪದ್ಮೆ ತೀರ್ಥೌಷಧಿ ವಿಶೇಷಯೋಃ) *c* |
ಅಂತರ (ಮವಕಾಶಾವಧಿ ಪರಿಧಾನಾಂತರ್ಧಿ ಭೇದತಾದರ್ಥ್ಯೆ || ||೧೫೦||
(ಛಿದ್ರಾ)ತ್ಮೀಯ ವಿನಾಬಹಿರವಸರ·ಮಧ್ಯೆಂತರಾತ್ಮನಿಚ) *d* |
(ಮುಸ್ತೆಪಿ) ಪಿಠರಂ *e* (ರಾಜಕಶೇರುಣ್ಯಪಿ) ನಾಗರಂ *f* || ||೧೫೧||
ಶಾರ್ವರಂ (ತ್ವಂಧತಮಸೆ ಘಾತುಕೆ ಭೇದ್ಯಲಿಂಗಕಂ) *g* |
ಗೌರೋ (ರುಣೆಸಿತೆಪೀತೆ) *h* (ವ್ರಣಕಾರ್ಯಪ್ಯ) ರುಷ್ಕರಃ *i* || ||೧೫೨||
ಜಠರಃ (ಕಠಿನೆಪಿಸ್ಯಾ) *j* (ದಧಸ್ತಾದಪಿಚಾ) ಧರಃ *k* |
(ಅನಾಕುಲೆಪಿ) ಚೈಕಾಗ್ರೋ *l* ವ್ಯಗ್ರೋ (ವ್ಯಾಸಕ್ತ ಆಕುಲೆ) *m* || ||೧೫೩||
(ಉಪರ್ಯುದೀಚ್ಯಶ್ರೇಷ್ಠೆಷ್ವ) ಪ್ಯುತ್ತರ (ಸ್ಸ್ಯಾತ್) *n* ಅನುತ್ತರಃ |

---

a Principal, chief; established principle; woof; family, household; the vedic writings called Mimámsa; astrology. *b* Chamara or chowry, a fly-whisker made of the tail of the Tartary ox (*bos grunniens*); stick, rod, staff; bed, mattress; seat. *c* Tip of an elephant's trunk; head or skin of a drum; water; sky; sheath, scabbard; lotus flower; a holy bathing place or place of pilgrimage; bulb of the water-lily. *d* Opportunity; limit; a garment in wear; leisure; other, different; on account of, by reason of; hole; one's own; except; out; necessary; between; internal, within one's self. *e* Earth-nut; earthen pot; churning-stick. *f* A sort of grass (*cyperus rotundus*); dry ginger; belonging to a town. *g* Pitch darkness; murderer. *h* Pale red; white; yellow. *i* Wounding; scratching. *j* Hard; belly. *k* Lower, inferior; mean, base; under-lip. *l* Unmoved, firm, stable; a man intent upon one thing. *m* A zealous or eager man; a man agitated, distracted, bewildered. *n* A superior, one more powerful; northern; excellent, best; reply, answer.

a ಪ್ರಧಾನವಾದದ್ದು, ಸಿದ್ಧಾಂತ, ನೂಲಹಾಸು, ಪರಿವಾರ, ಮೀಮಾಂಸೆ, ಜ್ಯೋತಿಷ. *b* ಚಾಮರ, ಕೋಲು, ಹಾಸಿಗೆ, ಗದ್ದಿಗೆ. *c* ಆನೆ ಸೊಂಡಿಲ ತುದಿ, ಡೋಲು, ಮದ್ದಳೆ, ಘಟ ಮುಂತಾದ ವಾದ್ಯಗಳ ಬಾಯಿ, ನೀರು, ಆಕಾಶ, ಕತ್ತಿಯ ವರೆ, ತಾವರೆ ಹುವ್ವು, ತೀರ್ಥ, ನೈದಲೇ ಗಡ್ಡೆ. *d* ಅವಕಾಶ, ಹದ್ದು, ಉಟ್ಟ ಬಟ್ಟೆ, ವ್ಯವಧಾನ, ಬೇರೆ, ಅದಕ್ಕೋಸ್ಕರವೆಂಬುವಿಕೆ, ತೂತು, ತನ್ನದು, ಬಿಟ್ಟು, ಹೊರಗೆ, ಅವಸರ, ನಡುವೆ, ತನ್ನೊಳಗೆ. *e* ತುಂಗೇ ಗಡ್ಡೆ, ಮಡಿಕೆ, ಕಡಗೋಲು. *f* ಭದ್ರಮುಸ್ತೆ, ಶೊಂಠಿ, ನಗರ ಸಂಬಂಧಿ. *g* ಕಾರುಗತ್ತಲು, ಘಾತುಕ. *h* ಕೆಂಪಾದದ್ದು, ಬಿಳುಪಾದದ್ದು, ಹಳದಿಯಾದದ್ದು. *i* ಹುಣ್ಣು ಮಾಡುವದು, ಗೀರುವದು. *j* ಕಠಿನವಾದದ್ದು, ಹೊಟ್ಟೆ. *k* ಕೆಳಗಿರುವದು, ಹೀನನು, ತುಟಿ. *l* ಕದಲದೇ ಯಿರುವದು, ಸಾವಧಾನನು. *m* ಆಸಕ್ತನು, ತ್ವರೆಪಡುವವನು. *n* ಮೇಲಿನವನು, ಬಡಗಲದು, ಶ್ರೇಷ್ಠವಾದದ್ದು, ಪ್ರತ್ಯುತ್ತರ.

(ಏಷಾಂ ವಿಪರ್ಯಯೇ ಶ್ರೇಷ್ಠ) *a* (ದೂರಾನಾತ್ಮೋತ್ತಮಾಃ) ಪರಾಃ *b* || ||೧೪೬||
(ಸ್ವಾದುಪ್ರಿಯೌತು) ಮಧುರೌ *c* ಕ್ರೂರೌ (ಕಠಿನನಿರ್ದಯೌ) *d* |
ಉದಾರೋ (ದಾತೃಮಹತೋ) *e* ರಿತರ (ಸ್ತ್ವನ್ಯನೀಚಯೋಃ) *f* || ||೧೪೭||
(ಮಂದಸ್ವಚ್ಛಂದಯೋಃ) ಸ್ವೈರ *g* ಶ್ಶುಭ್ರ (ಮುದ್ದೀಪ್ತಶುಕ್ಲಯೋಃ) *h* |

|| ಇತಿ ರಾಂತ ವರ್ಗಃ ||

(ಚೂಡಾಕಿರೀಟಂ ಕೇಶಾಶ್ಚ ಸಂಯತಾ) ಮೌಳಯ (ಸ್ತ್ರಯಃ) *i* || ||೧೪೮||
(ದ್ರುಮಪ್ರಭೇದಮಾತಂಗ ಕಾಂಡಪುಷ್ಪಾಣಿ) ಪೀಲವಃ *j* |
(ಕೃತಾಂತಾನೇಹಸೋಃ) ಕಾಲ *k* (ಶ್ಚತುರ್ಥೇಪಿಯುಗೆ) ಕಲಿಃ *l* || ||೧೪೯||
(ಸ್ಯಾತ್ಕುರಂಗೆಪಿ) ಕಮಲಃ *m* (ಪ್ರಾವಾರೆಪಿಚ) ಕಂಬಳಃ *n* |
(ಕರೋಪಹಾರಯೋಃಪುಂಸಿ) ಬಲಿಃ (ಪ್ರಾಣ್ಯಂಗಜೆಸ್ತ್ರಿಯಾಂ) *o* || ||೧೫೦||
(ಸ್ಥೌಲ್ಯಸಾಮರ್ಥ್ಯಸೈನ್ಯೇಷು) ಬಲಂ (ನಾಕಾಕಸೀರಿಣೋಃ) *p* |
ವಾತೂಲಃ (ಪುಂಸಿವಾತ್ಯಾಯಾ ಮಪ್ಯಸೌವಾತಾಸಹೇತ್ರಿಷು) *q* || ||೧೫೧||
(ಭೇದ್ಯಲಿಂಗಶ್ಶಠೆ) ವ್ಯಾಳಃ (ಪುಂಸಿಶ್ವಾಪದಸರ್ಪಯೋಃ) *r* |
ಮಲೋ (ಸ್ತ್ರೀಪಾಪವಿಟ್ಕಿಟ್ಟಾನ್ಯಸ್ತ್ರೀ) *s* ಶೂಲಂ (ರುಗಾಯುಧಂ) *t* ||೧೫೨||

---

a Not northern; superior, more excellent. *b* Distant; other, different; pre-eminent, superior. *c* Sweet; agreeable. *d* Hard, cruel; unmerciful, pitiless, severe. *e* A generous or liberal man; a great or noble man. *f* Other, different; low, mean. *g* Idle, refractory; self-willed, independent. *h* Shining, brilliant; white, fair. *i* A lock of hair on the crown of the head; crown, diadem; hair ornamented and braided round the head. *j* The tree *careya arborea*; elephant; arrow; flower. *k* Yama (Pluto); time. *l* The Kali age, the fourth or iron age; quarrel. *m* Lotus; water; Lakshmi. *n* A scarf or upper cloth; blanket; camlet; hump of a bull. *o* Tax, royal revenue; three lines or folds of the skin on the upper part of the belly, considered a beauty in women; name of a giant. *p* Bulkiness, stoutness; strength, power; army; crow; Bala Ráma. *q* Wind, gale; unable to stand the wind. *r* Rogue, rascal; tiger; snake. *s* Sin; excretion of the body, as fæces &c.; rust; dirt, filth. *t* Sharp pain, as colic, &c; pike, dart, weapon.

a ಉತ್ತರವಾಗದ್ದು, ಸರ್ವೋತ್ತರ. *b* ದೂರ, ಇತರ, ಉತ್ತಮ. *c* ಸಿಹಿಯಾದದ್ದು, ಇಷ್ಟವಾದದ್ದು. *d* ಕಠಿಣವಾದ, ಕರುಣ ಇಲ್ಲದ. *e* ಕೊಡುವವನು, ದೊಡ್ಡವನು. *f* ಬೇರ್ಪಟ್ಟವನು, ನೀಚನು. *g* ಆಲಸ್ಯಗಾರ, ಸ್ವತಂತ್ರನು. *h* ಬೆಳಗುತ್ತಿರುವದು, ಬಿಳುಪಾದದ್ದು. *i* ಜುಟ್ಟು, ಕಿರೀಟ, ಜಡೆಮುಡಿ. *j* ಪೂಂಡೀಗಿಡ, ಆನೆ, ಸರಳು, ಹುವ್ವು. *k* ಯಮ, ಹೊತ್ತು. *l* ನಾಲ್ಕನೆಯುಗ, ಕಲಹ. *m* ತಾವರೆ, ನೀರು, ಲಕ್ಷ್ಮಿ. *n* ಅಂಗವಸ್ತ್ರ, ಕಂಬಳಿ, ಗಂಗೆದೊಗಲು. *o* ಕಾಣಿಕೆ, ಪ್ರಾಣಿಗಳ ಅಂಗದಲ್ಲಿ ಹುಟ್ಟಿದ್ದು, ತ್ರಿವಳಿ ಮುಂತಾದದ್ದು, ಬಲಿಚಕ್ರವರ್ತಿ. *p* ಬಲಿತುಇರುವಿಕೆ, ಸಾಮರ್ಥ್ಯ, ಸೇನೆ, ಕಾಗಿ, ಬಲ ರಾಮನು. *q* ಗಾಳಿ, ಗಾಳಿಯನ್ನು ಸಹಿಸಿಕೊಳ್ಳುವದಕ್ಕೆ ಅವಶ್ಯಕವಾದದ್ದು. *r* ದುರ್ಜನನು, ಹುಲಿ, ಹಾವು. *s* ಪಾಪ, ಅಮೇಧ್ಯ, ಕಿಟ್ಟ, ಕೊಳೆ. *t* ಶೂಲ ರೋಗ, ಶೂಲಾಯುಧ.

(ಶಂಕಾವಪಿದ್ವಯೋಃ) ಕೀಲಃ *a* ಪಾಲಿಃ (ಸ್ತ್ರ್ಯಶ್ರ್ಯಂಕಪಂಕ್ತಿಷು) *b* ।
ಕಲಾ (ಶಿಲ್ಪೇಕಾಲಭೇದೇಽಪಿ) *c* ಆಲೀ (ಸಖ್ಯಾವಲೀಅಪಿ) *d* ॥ ॥೧೫೩॥
(ಅಬ್ಧ್ಯಂಬುವಿಕೃತೌ) ವೇಲಾ (ಕಾಲಮರ್ಯಾದಯೋರಪಿ) *e* ।
ಬಹುಳಾಃ (ಕೃತ್ತಿಕಾಗಾವೋಬಹುಳೋಽಗ್ನಾವಸಿತೇತ್ರಿಷು) *f* ॥ ॥೧೫೪॥
ಲೀಲಾ (ವಿಲಾಸಕ್ರಿಯಯೋ) *g* (ರುಪಲಾ ಶರ್ಕರಾಪಿಚ) *h* ।
(ಶೋಣಿತೇಽಂಭಸಿ) ಕೀಲಾಲಂ *i* ಮೂಲ (ಮಾದ್ಯೇಶಿಫಾಭಯೋಃ) *j* ॥ ॥೧೫೫॥
ಜಾಲಂ (ಸಮೂಹ ಆನಾಯಗವಾಕ್ಷಕ್ಷಾರಕೇಷ್ವಪಿ) *k* ।
ಶೀಲಂ (ಸ್ವಭಾವೇಸದ್ವೃತ್ತೌ) *l* (ಸಸ್ಯೇಹೇತುಕೃತೇ) ಫಲಂ *m* ॥ ॥೧೫೬॥
(ಛದಿರ್ನೇತ್ರರುಜೋಃಕ್ಲೀಬಂ ಸಮೂಹೇ) ಪಟಲಂ (ನನಾ) *n* ।
(ಅಧಃಸ್ವರೂಪಯೋರಸ್ತ್ರೀ) ತಲಂ *o* (ಸ್ಯಾಚ್ಚಾಮಿಷೇ) ಪಲಂ *p* ॥ ॥೧೫೭॥
(ಔರ್ವಾನಲೇಽಪಿ) ಪಾತಾಳಂ *q* ಚೇಲಂ (ವಸ್ತ್ರೇಽಧಮೇತ್ರಿಷು) *r* ।
ಕುಕೂಲಂ ಶಂಕುಭಿಃಕೀರ್ಣೇಶ್ವಭ್ರೇನಾತುತುಷಾನಲೇ *s* ॥ ॥೧೫೮॥

---

a Peg, wedge; flame. *b* Border, margin; mark, sign; line, row. *c* Mechanical skill; a division of time; Brightness; a sixteenth part. *d* A woman's female friend; line, row. *e* Sea-shore; leisure, interval, opportunity; boundary. *f* The Pleiades, the third lunar asterism; cows; fire; black. *g* Amorous or wanton sport; act, action. *h* Sand; stone; rocky ground. *i* Blood; water. *j* First, original; root; the nineteenth lunar asterism. *k* Multitude; net; window; young bud; pomp, display; snake-gourd plant. *l* Nature, disposition; good conduct, good behaviour. *m* Fruit, produce; gain, profit. *n* Roof; a film over the eyes, cataract in the eye; heap, multitude. *o* Bottom; form, feature; a blow with the palm of the hand, as a box on the ear. *p* Flesh; a weight=4 karshas. *q* Submarine fire; the world of Nâgas, the infernal regions. *r* Cloth; low, mean. *s* Fence or hurdle as a protection against cattle; smouldering ashes.

a ಗೂಟದಮೊನೆ, ಉರಿ. *b* ಅಂಚು, ಗುರುತು, ಪಂಕ್ತಿ. *c* ಕೆಲಸದ ಚದುರತ್ವ, ೫೪೦ ರೆಪ್ಪೆ ಹೊಡೆತಗಳ ಹೊತ್ತು, ಕಾಂತಿ, ಷೋಡಶಭಾಗ. *d* ಸಖಿಯಳು, ಪಂಕ್ತಿ. *e* ಕಡಲುಕ್ಕು, ಮೇಲ್ಹಾಯದ ತಡೆ, ಕೆಲಸಕ್ಕೆ ತಕ್ಕ ಸಮಯ, ಮರ್ಯಾದೆ. *f* ಕೃತ್ತಿಕಾ ನಕ್ಷತ್ರ, ಗೋವುಗಳು, ಉರಿ, ಕಪ್ಪನೇವಸ್ತು. *g* ಶೃಂಗಾರ ಚೇಷ್ಟೆ, ಕ್ರಿಯೆ. *h* ಮರಳು, ಕಲ್ಲು, ಮರಳಿನ ನೆಲ. *i* ರಕುತ, ನೀರು. *j* ಮೊದಲನೇದು, ಬಿಳಲು, ಮೂಲ ನಕ್ಷತ್ರ. *k* ಗುಂಪು, ಬಲೆ, ಗವಾಕ್ಷ, ಹೆಸರುಮೊಗ್ಗೆ, ಡಂಬ, ಪಡುವಲಗಿಡ. *l* ಸ್ವಭಾವ, ಒಳ್ಳೇ ನಡತೆ. *m* ಬೆಳೆದ ಧಾನ್ಯಾದಿ ಫಲ, ಪ್ರಯೋಜನ. *n* ಮನೆ ಹೊದಿಕೆ, ನೇತ್ರ ರೋಗ, ಗುಂಪು. *o* ಕೆಳಗಡೆ, ಸ್ವರೂಪ, ಅಂಗೈ ಪೆಟ್ಟು. *p* ಮಾಂಸ, ೩೨೦ ಗುಲಗಂಜೀ ತೂಕ. *q* ಬಡಬಾಗ್ನಿ, ನಾಗಲೋಕ. *r* ವಸ್ತ್ರ, ಅಧಮವಾದದು. *s* ದನಗಳು ಬಾರದಂತೆ ಸುತ್ತ ಊರಿ ಗೂಟಗಳು ನೆಟ್ಟಲ್ಪಟ್ಟ ಗುಳಿ, ಹೊಟ್ಟು ಕಿಚ್ಚು.

(ನಿರ್ಣೀತಂ) ಕೇವಲ ಮಿತಿ (ತ್ರಿಲಿಂಗಂತ್ವೇಕಕೃತ್ಸ್ನಯೋಃ) *a* ।
(ಪರ್ಯಾಪ್ತಿ ಕ್ಷೇಮಪುಣ್ಯೇಷು) ಕುಶಲಂ (ಶಿಕ್ಷಿತೇತ್ರಿಷು) *b* ॥ ॥೧೫೯॥
ಪ್ರವಾಳ (ಮಂಕುರೇಪ್ಯಸ್ತ್ರೀ *c* ತ್ರಿಷು) ಸ್ಥೂಲಂ (ಜಡೇಪಿಚ) *d* ।
ಕರಾಳೋ (ದಂತುರೇತುಂಗೇ) *e* (ಚಾರೌದಕ್ಷೇಚ) ಪೇಶಲಃ *f* ॥ ॥೧೬೦॥
(ಮೂರ್ಖೇರ್ಭಕೇಪಿ) ಬಾಲ *g* (ಸ್ಸ್ಯಾ) ಲ್ಲೋಲ (ಶ್ಚ) (ಲಸತೃಷ್ಣಯೋಃ) *h* ।

॥ ಇತಿ ಲಾಂತ ವರ್ಗಃ ॥

ದವದಾವೌ (ವನಾರಣ್ಯವಹ್ನೀ) *i* (ಜನ್ಮಹರೌ) ಭವೌ *j* ॥ ॥೧೬೧॥
(ಮಂತ್ರೀ ಸಹಾಯಃ) ಸಚಿವೌ *k* (ಪತಿಶಾಖಿನರಾ) ಧವಾಃ *l* ।
ಅವಯ (ಶ್ಶೈಲಮೇಷಾರ್ಕಾ) *m* (ಆಜ್ಞಾಹ್ವಾನಾಧ್ವರಾ) ಹವಾಃ *n* ॥ ॥೧೬೨॥
ಭಾವ (ಸ್ಸತ್ತಾಸ್ವಭಾವಾಭಿಪ್ರಾಯ ಚೇಷ್ಟಾತ್ಮಜನ್ಮಸು) *o* ।
(ಸ್ಯಾದುತ್ಪಾದೇ ಫಲೇಪುಷ್ಪೇ) ಪ್ರಸವೋ (ಗರ್ಭಮೋಚನೇ) *p* ॥ ॥೧೬೩॥
(ಅವಿಶ್ವಾಸೇಪಹ್ನವೇಪಿ ನಿಕೃತಾವಪಿ) ನಿಹ್ನವಃ *q* ।

---

a Definite, positive; all; much; alone, only. *b* Well-being, happiness; healthy; merit; expert, well-trained, skilful. *c* Germinal sprout; new leaf or shoot; coral; neck of a lute. *d* Stupid; bulky, clumsy. *e* Up and down, uneven; tall, long. *f* Beautiful; dexterous, clever; a club used in fighting or as a rice-pounder. *g* Ignorant, foolish; boy; a fragrant grass *(andropogon schœnanthus)*; hairs of the tail. *h* Shaking, tremulous; desiring, greedy. *i* Forest; wild fire, conflagration. *j* Birth; Shiva. *k* Minister, counsellor; friend, ally, supporter. *l* Husband; the shrub *grislea tomentosa;* man. *m* Hill, mountain; sheep; sun. *n* Command; invitation; sacrifice. *o* Change of form or state; nature, disposition; meaning; verb; soul; birth; mind, heart. *p* Bringing forth, being in labour; fruit; blossom. *q* Distrust; concealment; denial; lamentation.

a ನಿರ್ಣಯಿಸಲ್ಪಟ್ಟದ್ದು, ಎಲ್ಲವೂ, ಬಹಳ, ಒಂದೇ. *b* ಸುಖವಾದ ಹುಟ್ಟಿಗೆ ಬೇಕಾದದ್ದು ಉಂಟಾಗಿರುವಿಕೆ, ಸುರಕ್ಷಿತವಾಗಿರುವಿಕೆ, ಪುಣ್ಯ, ಶಿಕ್ಷಿಸಲ್ಪಟ್ಟ. *c* ಮೊಳಕೆ, ಚಿಗುರು, ಹವಳ, ವೀಣೆಯ ದಂಡಿಗೆ. *d* ಮಂಕನು, ಬಲಿತು ದೊಡ್ಡವಾದವನು. *e* ಗಟ್ಟ ದಿಂಡೆ, ಉದ್ದವಾದವನು. *f* ಮನೋಹರನು, ಚತುರನು, ಒನಕೆ. *g* ಮೂರ್ಖನು, ಹುಡುಗ, ಲಾವಂಚ, ಬಾಲದ ಕೂದಲು. *h* ಚಂಚಲವಾದದ್ದು, ಆಸೆಯುಳ್ಳದ್ದು. *i* ಕಾಡು, ಕಾಡುಗಿಚ್ಚು. *j* ಹುಟ್ಟುವಿಕೆ, ಶಿವನು. *k* ಮಂತ್ರಿ, ಸಹಾಯವಾಗಿರುವವನು. *l* ಗಂಡನು, ಕಗ್ಗಲೀಮರ, ಮನುಷ್ಯ. *m* ಬೆಟ್ಟ, ಕುರಿ, ಸೂರ್ಯ. *n* ಆಜ್ಞೆ, ಕರೆಯುವಿಕೆ, ಯಜ್ಞ. *o* ಪರಿಣಾಮದ ಆವಿರ್ಭಾವ, ಸ್ವಭಾವ, ತಾತ್ಪರ್ಯ, ಧಾತು ವಾಚ್ಯಕ್ರಿಯೆ, ಆತ್ಮನು, ಉತ್ಪತ್ತಿ, ಮನೋವಿಕಾರ. *p* ಹುಟ್ಟು ಹಾಕುವಿಕೆ, ಹಣ್ಣು, ಹುವ್ವು. *q* ಅವಿಶ್ವಾಸ, ಬಚ್ಚಿಡುವಿಕೆ, ತಿರಸ್ಕಾರ, ಅಪಲಾಪಗೊಳಿಸುವಿಕೆ.

(ಉತ್ಸೇಕಾಮರ್ಷಯೋರಿಚ್ಛಾ ಪ್ರಸವೇ ಮಹೇ) ಉತ್ಸವಃ *a* ॥ ॥೧೬೪॥
ಅನುಭಾವಃ (ಪ್ರಭಾವೇ ಚ ಸತಾಂ ಚ ಮತಿನಿಶ್ಚಯೇ) *b* ।
(ಸ್ಯಾಜ್ಜನ್ಮಹೇತುಃ) ಪ್ರಭವಃ (ಸ್ಥಾನಂ ಚಾದ್ಯೋಪಲಬ್ಧಯೇ) *c* ॥ ॥೧೬೫॥
ಧ್ರುವೋ (ಭಭೇದೇ ಕ್ಲೀಬಂ ತು ನಿಶ್ಚಿತೇ ಶಾಶ್ವತೇ ತ್ರಿಷು) *d* ।
ಸ್ವೋ (ಜ್ಞಾತಾವಾತ್ಮನಿ ಸ್ವಂ ತ್ರಿಷ್ವಾತ್ಮೀಯೇ ಸ್ವೋಽಸ್ತ್ರಿಯಾಂ ಧನೇ) *e* ॥ ॥೧೬೬॥
(ಸ್ತ್ರೀಕಟೀ ವಸ್ತ್ರಬಂಧೇಽಪಿ) ನೀವೀ (ಪರಿಪಣೇಽಪಿ ಚ) *f* ।
ಶಿವಾ (ಗೌರೀಫೇರವಯೋ) *g* ದ್ವಂದ್ವಂ (ಕಲಹಯುಗ್ಮಯೋಃ) *h* ॥ ॥೧೬೭॥
(ದ್ರವ್ಯಾಸುವ್ಯವಸಾಯೇಷು) ಸತ್ವ (ಮಸ್ತ್ರೀ ತು ಜಂತುಷು) *i* ।
ಕ್ಲೀಬಂ (ನಪುಂಸಕಂ ಷಂಡೇ ವಾಚ್ಯಲಿಂಗ ಮವಿಕ್ರಮೇ) *j* ॥ ॥೧೬೮॥

॥ ಇತಿ ನಾಂತ ವರ್ಗಃ ॥

(ದ್ವೌ) ವಿಶೌ (ವೈಶ್ಯಮನುಜೌ) *k* (ದ್ವೌ ಚಾರಾಭಿಮರೌ) ಸ್ಪಶೌ *l* ।
(ದ್ವೌ) ರಾಶೀ (ಪುಂಜಮೇಷಾದ್ಯೌ) *m* (ದ್ವೌ) ವಂಶೌ (ಕುಲಮಸ್ಕರೌ) *n* ॥ ॥೧೬೯॥
(ರಹಃಪ್ರಕಾಶೌ) ವೀಕಾಶೌ *o* ನಿರ್ವೇಶೋ (ಭೃತಿಭೋಗಯೋಃ) *p* ।

---

a Swelling, overflowing; anger; desire, wish; bringing forth young; festival. *b* Dignity, authority; positive conclusion, firm opinion. *c* Birth; generative cause, origin; intelligence; place; the name of a year, the first of the cycle; strong, able. *d* The polar star; certain, fixed; permanent. *e* Of one's own tribe, kinsman; own; property, wealth. *f* The knot which keeps up a Hindu woman's garment; stock, principal, capital; the stake in gambling. *g* Gauri or Párvati; fox or jackal; the sacred fig tree (*ficus religiosa*); the emblic myrobalan tree; happiness, well being; Shiva. *h* Quarrel, contest, duel; pair, couple; male and female; secrecy. *i* Element; life; occupation, employment; an animal, a being. *j* Eunuch; coward. *k* A man of the Vaishya or third caste, a merchant; a man. *l* Secret agent, spy; war; an adventurous fighter. *m* Heap, quantity; sign of the zodiac. *n* Race, line; bamboo. *o* Secret or solitary place; brightness, shining, splendour. *p* Wages, hire; enjoyment, use.

a ಉಕ್ಕುವಿಕೆ, ಕೋಪ, ಇಚ್ಛೆ, ಹೆರುವಿಕೆ, ಹಬ್ಬ. *b* ಪ್ರಭಾವ, ಹಿರಿಯರ ಬುದ್ಧಿ ನಿಶ್ಚಯ. *c* ಜನನ, ಕಾರಣ, ತಿಳುವಳಿಕೆ, ಸ್ಥಳ, ಪ್ರಭವಸಂವತ್ಸರ, ಸಮರ್ಥ. *d* ಧ್ರುವ ನಕ್ಷತ್ರ, ನಿಶ್ಚಯಿಸಲ್ಪಟ್ಟದ್ದು, ಶಾಶ್ವತವಾದದ್ದು. *e* ಜ್ಞಾತಿ, ತಂನ್ನ ಸಂಬಂಧವಾದದ್ದು, ಧನ. *f* ಹೆಂಗಳ ಸೀರೆ ನೆರಿಯುಗಂಟು, ಬಂಡವಾಳದ ವಡಿವೆ, ಪಂದ್ಯ ಕಟ್ಟಿಕೊಂಡವಡಿವೆ. *g* ಗೌರೀದೇವಿ, ನರಿ, ಅಳಲೇಗಿಡ, ನೆಲ್ಲೀಗಿಡ, ಶುಭವು, ಜಗದೀಶ್ವರ. *h* ಜಗಳ, ಜೋಡಿ, ಕೂಡಿದ್ದು, ರಹಸ್ಯ. *i* ಭೂತವು ಪ್ರಾಣ, ಉದ್ಯೋಗ, ಜಂತು. *j* ನಪುಂಸಕನು, ಹೇಡಿ. *k* ವೈಶ್ಯನು, ಮನುಷ್ಯನು. *l* ದೂತನು, ಯುದ್ಧ, ಹೋರುವವನು. *m* ಗುಡ್ಡೆ, ಮೇಷಾದಿರಾಶಿ. *n* ಕುಲ, ಬಿದುರು. *o* ಏಕಾಂತಸ್ಥಳ, ಸ್ಫುಟವಾದದ್ದು. *p* ಕೂಲಿ, ಭೋಗ.

(ಕೃತಾಂತೆ ಪುಂಸಿ) ಕೀನಾಶಃ (ಕ್ಷುದ್ರಕರ್ಷಕಯೊಸ್ತ್ರಿಷು) *a* || ||೨೩೦||
(ಪದೆಲಕ್ಷ್ಯೆನಿಮಿತ್ತೆ) ಪದೆಶಃ *b* (ಸ್ಯಾತ್ಕುಶ) ಕುಶ (ಮಪ್ಸುಚ) *c* |
ದಶಾ (ವಸ್ಥಾನೆಕವಿಧಾ) *d* ಪ್ಯಾಶಾ (ತೃಷ್ಣಾಪಿಚಾಯತಾ) *e* || ||೨೩೧||
ವಶಾ (ಸ್ತ್ರೀಕರಿಣೀವಂಧ್ಯಾ) *f* (ದೃಗ್ಜ್ಞಾನೆ ಜ್ಞಾತರಿತ್ರಿಷು) *g* |
(ಸ್ಯಾತ್) ಕರ್ಕಶ (ಸ್ಸಾಹಸಿಕಃ ಕಠೊರಮಸೃಣಾವಪಿ) *h* || ||೨೩೨||
ಪ್ರಕಾಶೊ (ತಿಪ್ರಸಿದ್ಧೆಪಿ) *i* (ಶಿಶಾವಜ್ಞೆಚ) ಬಾಲಿಶಃ *j* |
ಕೊಶೊ (ಸ್ತ್ರೀ ಕುಡ್ಮಲೆಖಡ್ಗಪಿಧಾನೆ ರ್ಥೌಘದಿವ್ಯಯೊಃ) *k* || ||೨೩೩||

|| ಇತಿ ಶಾಂತವರ್ಗಃ ||

(ಸುರಮತ್ಸ್ಯ) ವನಿಮಿಷಾ *l* ಪುರುಷಾ (ವಾತ್ಮಮಾನವಾ) *m* |
(ಕಾಕಮತ್ಸ್ಯಾತ್ಪಕಾ) ಧ್ವಾಂಕ್ಷಾ *n* ಕಕ್ಷಾ (ತೃಣವೀರುಧಾ) *o* || ||೨೩೪||
ಅಭೀಷುಃ (ಪ್ರಗ್ರಹೆರಶ್ಮೌ) *p* ಪ್ರೈಷಃ (ಪ್ರೆಷಣಮರ್ದನೆ) *q* |
ಪಕ್ಷ (ಸ್ಸಹಾಯೆ) *r* ಪ್ಯುಷ್ಣೀಷ (ಶ್ಶಿರೊವೆಷ್ಟಕಿರೀಟಯೊಃ) *s* || ||೨೩೫||
(ಶುಕ್ಲೆಮೂಷಿಕಶ್ರೆಷ್ಠೆ ಸುಕೃತೆ ವೃಷಭೆ) ವೃಷಃ *t* |

---

a Yama (*Pluto*); poor man; cultivator, farmer. *b* Place; aim, mark; pretext, excuse; cause, reason, motive; celebrity, notoriety, fame. *c* Water; sacred grass. *d* State or condition, as childhood, old age &c.; wick of a lamp; skirt or ends of a garment. *e* Desire, hope; a quarter, region or point of the compass. *f* Woman, female; female elephant; barren cow. *g* Knowledge; learned man. *h* Rash or bold man; hard. *i* High renown; light, lustre. *j* Boy; ignorant; fool, simpleton. *k* Bud; sheath; treasure; oath. *l* A god or deity (lit: unwinking); fish. *m* Soul; man. *n* Crow; crane, heron. *o* Grass; spreading creeper; armpit; dry forest. *p* Rope; ray of light. *q* Sending; troubling, teasing. *r* Assistance, help; the half of a lunar month; wing; flank, side. *s* Turban; diadem. *t* Man of might; rat; excellent, pre-eminent; merit; bull.

a ಯಮನು, ದರಿದ್ರನು, ಕರ್ಷಕನು. *b* ಸ್ಥಾನ, ಗುರಿ, ನೆವ, ನಿಮಿತ್ತ, ಪ್ರಸಿದ್ಧಿ. *c* ನೀರು, ದರ್ಭೆ. *d* ನಾನಾಬಗೆ ಅವಸ್ಥೆಗಳು, ಬತ್ತಿ, ಬದ್ದಿಗೆ. *e* ಇಚ್ಛೆ, ದಿಕ್ಕು. *f* ಹೆಂಗಸು, ಹೆಣ್ಣಾನೆ, ಬಂಜೆದನವು. *g* ಜ್ಞಾನ, ತಿಳಿದವನು. *h* ಸಾಹಸಗಾರ, ಗಟ್ಟಿ. *i* ಬಹಳ ಪ್ರಸಿದ್ಧವಾದದ್ದು, ಬೆಳಕು. *j* ಹುಡುಗ, ಮೂರ್ಖನು, ಅಜ್ಞನು. *k* ಮೊಗ್ಗೆ, ಕತ್ತಿಯ ಒರೆ, ಬೊಕ್ಕಸ, ಗುಂಪು, ಪ್ರಮಾಣ ಮಾಡಿಸುವಿಕೆ. *l* ದೇವತೆ, ಮೀನು. *m* ಆತ್ಮನು, ಮನುಷ್ಯನು. *n* ಕಾಗಿ, ಮೀನು ತಿನ್ನುವ ಕೊಕ್ಕರೆ. *o* ಹುಲ್ಲು, ಬಳ್ಳಿಗಳ ಪೊದೆ, ಕಂಕಳು, ಒಣಗಿದಕಾಡು. *p* ಹಗ್ಗ, ಕಿರಣ. *q* ಕಳುಹಿಸುವಿಕೆ, ಪೀಡಿಸುವಿಕೆ. *r* ಸಹಾಯ, ಶುಕ್ಲಾದಿಪಕ್ಷ, ರೆಕ್ಕೆ, ಪಕ್ಕ. *s* ತಲೆ ಪಾಗು, ಕಿರೀಟ. *t* ವೀರ್ಯ ಪುಷ್ಟಿಯುಳ್ಳವನು, ಇಲಿ, ಶ್ರೇಷ್ಠನು, ಪುಣ್ಯ, ಎತ್ತು.

(ದ್ಯೂತೇಕ್ಷೇ ಶಾರಿಫಲಕೇ) ಪ್ಯಾಕರ್ಷೋಽ *a* (ಥಾ)ಕ್ಷ *b* (ಮಿಂದ್ರಿಯೆ) || ||೨೩೬||
(ನಾ ದ್ಯೂತಾಂಗೇ ಕರ್ಷಚಕ್ರೇ ವ್ಯವಹಾರೇ ಕಲಿದ್ರುಮೇ) |
ಕರ್ಷೂಃ (ಸ್ತ್ರೀ ಕರೀಷಾಗ್ನೌ ಕರ್ಷೂಃ ಕುಲ್ಯಾಭಿಧಾಯಿನೀ) *c* || ||೨೩೭||
(ಪುಂಭಾವೇ ತತ್ಕ್ರಿಯಾಯಾಂಚ) ಪೌರುಷಂ *d* ವಿಷ (ಮಪ್ಸ್ವಪಿ) *e* |
(ಉಪಧಾನೇ) ಪ್ಯಾಮಿಷಂ *f* (ಸ್ಯಾದಪರಾಧೇಪಿ) ಕಿಲ್ಬಿಷಂ *g* || ||೨೩೮||
(ಸ್ಯಾದ್ವೃಷ್ಟೌ ಲೋಕಧಾತ್ವಂಶೇ ವತ್ಸರೇ) ವರ್ಷ (ಮಸ್ತ್ರಿಯಾಂ) *h* |
ಪ್ರೇಕ್ಷಾ (ನೃತ್ಯೇಕ್ಷಣಪ್ರಜ್ಞಾ) *i* ಭಿಕ್ಷಾ (ಸೇವಾರ್ಥನಾಭೃತಿಃ) *j* || ||೨೩೯||
ತ್ವಿಟ್ಶೋಭಾ (ಪಿ ತ್ರಿಷು ಪರೇ) *k* ನ್ಯಕ್ಷಂ (ಕಾರ್ತ್ಸ್ನ್ಯನಿಕೃಷ್ಟಯೋಃ) *l* |
(ಪ್ರತ್ಯಕ್ಷೇಧಿಕೃತೇ) ಧ್ಯಕ್ಷೋ *m* ರೂಕ್ಷ (ಸ್ತ್ವಪ್ರೇಮ್ಣ್ಯಚಿಕ್ಕಣೇ) *n* || ||೨೪೦||

|| ಇತಿ ಷಾಂತವರ್ಗಃ ||

(ರವಿಶ್ವೇತಚ್ಛದೌ) ಹಂಸೌ *o* (ಸೂರ್ಯವಹ್ನೀ) ವಿಭಾವಸೂ *p* |
ವತ್ಸೌ (ತರ್ಣಕವರ್ಷಾದೌ) *q* (ಸಾರಂಗಾಶ್ಚ) ದಿವೌಕಸಃ *r* || ||೨೪೧||

---

a Gambling; playing with dice; a board for playing on, as a backgammon board; attraction. *b* An organ of sense; die, dice; a weight of 80 *gulaginji*; axle of a wheel; dispute; the plant *terminalia bellerica*. *c* Husbandry, agriculture; a fire made with cakes of cow-dung as fuel; the name of a river. *d* Manhood, manliness; action of men; the measure of a man with arms elevated and fingers extended. *e* Water; poison. *f* Tribute, tax; flesh. *g* Fault, offence; sin. *h* Rain; a continent or division of the earth; year. *i* Dancing; seeing, looking at; consideration, intellect. *j* Service; begging; wages. *k* Splendour, brilliancy; ray of light. *l* All; common, inferior, mean. *m* Perception; superintendent of a village. *n* Unkind, unfriendly; harsh, rough, severe. *o* Sun; swan or goose; a king free from avarice, a liberal king; devotee; best, excellent; soul and life together. *p* Sun; Agni, the god of fire. *q* Calf; year. *r* A kind of cuckoo; a deity.

a ಜೂಜು, ಪಾಚಿಕೆಗಳ ಲೆತ್ತ, ಜೂಜಾಡುವ ಹಲಿಗೆ, ಎಳೆಕೊಳ್ಳುವಿಕೆ. *b* ಇಂದ್ರಿಯವು, ಪಗಡೆಯ ಲೆತ್ತ, ೮೦ ಗುಲಗಿಂಜೆತೂಕ, ಬಂಡಿಕಂಬು, ವ್ಯವಹಾರ, ತಾರೇಮರ. *c* ಕೃಷಿ, ಬೆರಣಿಯ ಬೆಂಕಿ, ಕುಲ್ಯಾ ನದಿ. *d* ಗಂಡಸುತನ, ಗಂಡುಕೆಲಸ, ಆಳುಕೈಯುದ್ದದ ಅಳತೆ. *e* ನೀರು, ನಂಜು. *f* ಕಾಣಿಕೆ, ಮಾಂಸ. *g* ತಪ್ಪು ಮಾಡುವಿಕೆ, ಪಾಪ. *h* ಮಳೆ, ಭೂಖಂಡ, ಸಂವತ್ಸರ. *i* ನಾಟ್ಯ, ನೋಟ, ಕುಶಲಬುದ್ಧಿ, ನಾಟ್ಯದೊಳಗೆ ಭಾವಾನುಸಾರವಾಗಿ ನೋಡುವಿಕೆ. *j* ಸೇವೆ, ಬೇಡುವಿಕೆ, ಕೂಲಿ. *k* ಕಾಂತಿ, ಕಿರಣ. *l* ಎಲ್ಲವೂ ಎಂಬ ಅರ್ಥ, ಕೀಳಾದದ್ದು. *m* ಸಾಕ್ಷಾತ್ತಾಗಿ ತಿಳಿಯಲ್ಪಟ್ಟದ್ದು, ಗ್ರಾಮಾಧಿಕಾರಿ ಮುಂತಾದ ಮುಖಂಡನು. *n* ಪ್ರೇಮವಿಲ್ಲದವನು, ಕಠಿನ. *o* ಸೂರ್ಯ, ಅಂಚೆ ಹಕ್ಕಿ, ಲೋಭವಿಲ್ಲದ ಅರಸು, ಜ್ಞಾನಾಧಿಕನಾದ ವಿರಕ್ತನು, ಶ್ರೇಷ್ಠನಾದವನು, ಪರಮಾತ್ಮ, ಜೀವಾತ್ಮ. *p* ಸೂರ್ಯ, ಅಗ್ನಿ. *q* ಕರವು, ಸಂವತ್ಸರ. *r* ಚಕ್ಕವಕ್ಕಿ, ದೇವತೆ.

(ಶೃಂಗಾರಾದೌ ವಿಷೇವೀರ್ಯೇ ಗುಣೇರಾಗೇದ್ರವೇ) ರಸಃ *a* ।
(ಪುಂಸ್ಯು) ತ್ತಂಸಾವತಂಸೌ (ದ್ವೌಕರ್ಣಪೂರೇಪಿಶೇಖರೇ) *b* ॥ ॥೭೪೨॥
(ದೇವಭೇದೇನಲೇರಶ್ಮೌ) ವಸೂ (ರತ್ನೇಧನೇವಸು) *c* ।
(ವಿಷ್ಣೌಚ) ವೇಧಾಃ *d* (ಸ್ತ್ರ್ಯಾ) ಶೀಃ (ರ್ಹಿತಾಶಂಸಾಹಿದಂಷ್ಟ್ರಯೋಃ) *e* ॥೭೪೩॥
ಲಾಲಸೇ (ಪ್ರಾರ್ಥನೌತ್ಸುಕ್ಯೇ) *f* ಹಿಂಸಾ (ಚೌರ್ಯಾದಿಕರ್ಮಣಿ) *g* ।
ಪ್ರಸೂ (ರಶ್ವಾಪಿ) *h* (ಭೂದ್ಯಾವೌ) ರೋದಸ್ಯೌ *i* ರೋದಸೀಚತೇ *j* ॥ ॥೭೪೪॥
(ಜ್ವಾಲಾಭಾಸೋರ್ನಪುಂ) ಸ್ಯರ್ಚಿಃ *k* ಜ್ಯೋತಿಃ (ರ್ಭದ್ಯೋತದೃಷ್ಟಿಷು) *l* ।
(ಪಾಪಾಪರಾಧಯೋ) ರಾಗಃ *m* (ಖಗಬಾಲ್ಯಾದಿನೋ) ರ್ವಯಃ *n* ॥ ॥೭೪೫॥
(ತೇಜಃಪುರೀಷಯೋ) ರ್ವರ್ಚೋ *o* ಮಹ (ಉತ್ಸವತೇಜಸೋಃ) *p* ।
ರಜೋ (ಗುಣೇಪಿಸ್ತ್ರೀಪುಷ್ಪೇ) *q* (ರಾಹೌಧ್ವಾಂತೇಗುಣೇ) ತಮಃ *r* ॥ ॥೭೪೬॥
ಛಂದಃ (ಪದ್ಯೇಭಿಲಾಷೇಚ) *s* ತಪಃ (ಕೃಚ್ಛ್ರಾದಿಕರ್ಮಣಿ) *t* ।

---

a Taste, sentiment, emotion as an object of poetry, as love, terror, &c; poison; energy, virility; affection of the mind, passion; inclination; essence; juice; water; fluid, liquid; quicksilver; taste, as sweet &c; soul. *b* 2 Earring; any personal ornament or decoration. *c* A kind of demigod; Agni; ray of light; gem; wealth, riches. *d* Vishnu; Brahma; learned man, scholar. *e* A blessing or benediction; the poisonous fang or poison bag of a serpent. *f* Asking, soliciting; ardent desire; wishing for any absent person or object. *g* Killing, murder; abusing. *h* Mare; mother. *i* Sky and earth together. *j* Earth; sky. *k* Flame; light. *l* Star; brightness; sight; sun; moon; fire; wisdom; soul. *m* Sin; fault, offence. *n* Period of life, as youth &c; bird. *o* Splendour, brightness; excrement. *p* Feast, festival; splendour. *q* The quality of passion, the earthly nature, the condition of humanity; menses; dust. *r* *Ráhu*, the ascending node; darkness; ignorance. *s* Prosody, metrical arrangement; opinion; the veda. *t* Penance, mortification, religious austerity; right, virtue; the month *Mágha*.

a ಶೃಂಗಾರಾದಿರಸಗಳು, ನಂಜು, ವೀರತ್ವ, ಸುಗುಣ, ಅಭಿಲಾಷೆ, ಧ್ಯಾವ, ನೀರು, ನೀರಹಾಗೆ ಯಿರುವದು, ಪಾದರಸ, ರುಚಿ, ಪರಮಾತ್ಮನು. *b* ಕರ್ಣಭೂಷಣ, ಶಿರೋಭೂಷಣವಾದ ಪಾಗು ಮುಂತಾದದ್ದು. *c* ವಸುದೇವತೆಗಳು, ಅಗ್ನಿ, ಕಿರಣ, ರತ್ನ, ಧನ. *d* ವಿಷ್ಣು, ಬ್ರಹ್ಮ, ವಿದ್ವಾಂಸನು. *e* ಹಿತವಾಗಲೆಂಬ ಹಾರೈಕೆ, ಹಾವಿನ ಕೋರೇದಾಡೆ. *f* ಪ್ರಾರ್ಥನೆ, ಇಷ್ಟ ಪ್ರಾಪ್ತಿಯೊಳು ತ್ವರೆಯೊಡಗೂಡಿದ ಆಶೆ, ವಿಷಯಾಸಕ್ತಿಯುಳ್ಳದ್ದು. *g* ಕೊಲೆ ಮುಂತಾದದ್ದು, ಪೊಯಿಲು. *h* ಹೆಂಣುಕುದುರೆ, ತಾಯಿ. *i* ಆಕಾಶ, ಭೂಮಿ. *j* ಭೂಮಿ, ಆಕಾಶ. *k* ಉರಿ, ಬೆಳಕು. *l* ನಕ್ಷತ್ರ, ತೇಜಸ್ಸು, ದೃಷ್ಟಿ, ಸೂರ್ಯ, ಚಂದ್ರ, ಅಗ್ನಿ, ಜ್ಞಾನ, ಆತ್ಮ. *m* ಪಾಪವು, ಅಪರಾಧ. *n* ಬಾಲ್ಯ ಮುಂತಾದವಯಸ್ಸು, ಪಕ್ಷಿ. *o* ತೇಜಸ್ಸು, ಅಮೇಧ್ಯ. *p* ಹಬ್ಬ, ತೇಜಸ್ಸು. *q* ರಜೋಗುಣ, ಹೆಂಗಳ ಹೊಲೆ, ಧೂಳು. *r* ರಾಹು, ಕತ್ತಲೆ, ಅಜ್ಞಾನ. *s* ಉಕ್ತಾತ್ಯುಕ್ತಾ ಮಧ್ಯಾ ಪ್ರತಿಷ್ಠಾ ಗಾಯತ್ರ್ಯಾದಿ ಛಂದಸ್ಸುಗಳು, ಅಭಿಪ್ರಾಯ, ವೇದ. *t* ವ್ರತ, ಧರ್ಮ, ಮಾಘಮಾಸ.

ಸಹೋ (ಬಲಂ ಸಹಾ ಮಾರ್ಗೋ) *a* ನಭಃ (ಖಂ ಶ್ರಾವಣೋ ನಭಾಃ) *b* || ||೨೮೭||
ಓಕಃ (ಸದ್ಮಾಶ್ರಯಶ್ಚೌಕಃ) *c* ಪಯಃ (ಕ್ಷೀರಂ ಪಯೋಂಬುಚ) *d* |
ಓಜೋ (ದೀಪ್ತೌ ಬಲೇ) *e* ಸ್ರೋತ (ಇಂದ್ರಿಯೇ ನಿಮ್ನಗಾರಯೇ) *f* || ||೨೮೮||
ತೇಜಃ (ಪ್ರಭಾವೇ ದೀಪ್ತೌ ಚ ಬಲೇ ಶುಕ್ರೇ ಪ್ಯಥ ತ್ರಿಷು) *g* |
ವಿದ್ವಾನ್ (ವಿದಂಶ್ಚ) *h* ಬೀಭತ್ಸೋ (ಹಿಂಸ್ರೋಪ್ಯತಿಶಯೇ ತ್ವಮೀ) *i* || ||೨೮೯||
(ವೃದ್ಧಪ್ರಶಸ್ಯಯೋ) ರ್ಜ್ಯಾಯಾನ್ *j* ಕನೀಯಾಂ (ಸ್ತು ಯುವಾಲ್ಪಯೋಃ) *k* |
ವರೀಯಾಂ (ಸ್ತೂರುವರಯೋ) *l* ಸಾಧೀಯಾಂ (ಸ್ಸಾಧುಬಾಢಯೋಃ) *m* || ||೨೯೦||

|| ಇತಿ ಸಾಂತ ವರ್ಗಃ ||

(ದಳೇಪಿ) ಬರ್ಹಂ *n* (ನಿರ್ಬಂಧೋ ಪರಾಗಾರ್ಕಾದಯೋ) ಗ್ರಹಾಃ *o* |
(ದ್ವಾರ್ಯಾಪೀಡೇ ಕ್ವಾಥರಸೇ) ನಿರ್ವ್ಯೂಹೋ (ನಾಗದಂತಕೇ) *p* || ||೨೯೧||
(ತುಲಾಸೂತ್ರೇ ಶ್ವಾದಿರಶ್ಮೌ) ಪ್ರಗ್ರಾಹಃ (ಪ್ರಗ್ರಹೋ (ಪಿಚ) *q* |
(ಪತ್ನೀ ಪರಿಜನಾದಾನಮೂಲಶಾಪಾಃ) ಪರಿಗ್ರಹಾಃ *r* || ||೨೯೨||
(ದಾರೇಷ್ವಪಿ) ಗೃಹಾಃ *s* (ಶ್ರೋಣ್ಯಾಮ) ಪ್ಯಾರೋಹೋ (ವರಸ್ತ್ರಿಯಾಃ) *t* |

---

a Strength, power; the month *Márgashira.* *b* Sky; the month *Shrávana.* *c* House; place; speed, swiftness. *d* Milk; water. *e* Brightness, splendour; strength, power. *f* The organs of sense; the rapidity of a stream. *g* Dignity, glory; splendour; strength; semen virile. *h* Learned man, man of letters; a sage. *i* Murderer; Arjuna. *j* Elder; superior. *k* Very small; younger. *l* Supreme, best; super-excellent. *m* Very good; very firm. *n* Leaf; peacock's tail. *o* Seizing; seizure of the sun or moon by *Ráhu* or *Kétu*, an eclipse; the nine Hindu planets, viz: sun, moon, Mars, Mercury, Jupiter, Venus, Saturn, Ráhu and Kétu. *p* Door; flowers tied in the hair; extracted juice; elephant's tusk. *q* The string suspending a balance; rein, rope. *r* Wife; dependents, family; accepting, taking; origin; curse. *s* Wife; house. *t* The female posteriors; elephant driver.

a ಬಲ, ಮಾರ್ಗಶಿರಮಾಸ. *b* ಆಕಾಶ, ಶ್ರಾವಣಮಾಸ. *c* ಮನೆ, ಸ್ಥಳ, ವೇಗ. *d* ಹಾಲು, ನೀರು. *e* ತೇಜಸ್ಸು, ಬಲ. *f* ಇಂದ್ರಿಯಗಳು, ಹೊಳೆಯವೇಗ. *g* ಪ್ರಭಾವ, ಕಾಂತಿ, ಬಲ, ರೇತಸ್ಸು. *h* ಶಾಸ್ತ್ರಜ್ಞಾನಿ, ಬ್ರಹ್ಮಜ್ಞಾನಿ. *i* ಕೊಲ್ಲುವವನು, ಅರ್ಜುನನು. *j* ಬಹಳ ಮುದುಕ, ಬಹಳ ಶ್ರೇಷ್ಠ. *k* ಬಹಳ ಪ್ರಾಯದವ, ಅತ್ಯಲ್ಪ. *l* ಬಹಳ ಘನ, ಬಹಳ ಶ್ರೇಷ್ಠ. *m* ಬಹಳ ಒಳ್ಳೇದು, ಬಹಳ ದೃಢ. *n* ಎಲೆ, ನವಿಲು, ಬಾಲ. *o* ನಿರ್ಬಂಧ, ರಾಹು ಕೇತುಗ್ರಹಣ, ಸೂರ್ಯಾದಿ ಗ್ರಹಗಳು. *p* ಬಾಗಿಲು, ಮುಡಿದ ಹೂಸರ, ಕಷಾಯ, ಗಜದಂತ. *q* ತ್ರಾಸಿನದಾರ, ಕುದುರೆ ಮುಂತಾದವುಗಳನ್ನು ಕಟ್ಟುವ ಹಗ್ಗ. *r* ಹೆಂಡತಿ, ಪರಿವಾರ, ತಗೆದುಕೊಳ್ಳುವಿಕೆ, ಮೊದಲು, ಶಾಪ. *s* ಹೆಂಡತಿ; ಮನೆ. *t* ಸ್ತ್ರೀನಿತಂಬಸ್ಥಳ, ಆನೇ ಮಾವಟಿಗ.

ವ್ಯೂಹೋ (ಬೃಂದೇ) *a* ಪ್ಯಹಿ (ರ್ವೃತ್ರೇ) *b* (ಪ್ಯಗ್ನೀಂದ್ವರ್ಕಾ)ಸ್ತಮೋಪಹಾಃ *c* ||೨೯೩||
(ಪರಿಚ್ಛದೇ ನೃಪಾರ್ಹೇರ್ಥೇ) ಪರಿಬರ್ಹೋ (ವ್ಯಯಾಃಪರೇ) *d* |

|| ಇತಿ ಹಾಂತ ವರ್ಗಃ ||

|| ಇತಿ ನಾನಾರ್ಥ ವರ್ಗಃ ||

IV. NANARTHAVYAYA-VARGA.—ನಾನಾರ್ಥಾವ್ಯಯ ವರ್ಗ.

ಆಙೀ (ಷದರ್ಥೇಭಿವ್ಯಾಪ್ತೌ ಸೀಮಾರ್ಥೇ ಧಾತುಯೋಗಜೇ) *e* || ||೨೯೪||
ಆ (ಪ್ರಗೃಹ್ಯಃಸ್ಮೃತೌ ವಾಕ್ಯೇ) *f* ಪ್ಯಾಸ್ತು (ಸ್ಯಾತ್ಕೋಪಪೀಡಯೋಃ) *g* |
(ಪಾಪಕುತ್ಸೇಷದರ್ಥೇ) ಕು *h* ಧಿ (ಙ್ನಿರ್ಭರ್ತ್ಸನನಿಂದಯೋಃ) *i* || ||೨೯೫||
ಚಾ (ನ್ವಾಚಯ ಸಮಾಹಾರೇ ತರೇತರ ಸಮುಚ್ಚಯೇ) *j* |
ಸ್ವಸ್ತ್ಯಾ (ಶೀಃಕ್ಷೇಮಪುಣ್ಯಾದೌ) *k* (ಪ್ರಕರ್ಷೇ ಲಂಘನೇ) ಪ್ಯತಿ *l* || ||೨೯೬||
ಸ್ವಿತ್ (ಪ್ರಶ್ನೇ ಚ ವಿತರ್ಕೇ ಚ) *m* ತು (ಸ್ಯಾದ್ಭೇದೇವಧಾರಣೇ) *n* |
ಸಕೃತ್ಸ (ಹೈಕವಾರೇಸ್ಯಾತ್) *o* ಆರಾ (ದ್ದೂರಸಮೀಪಯೋಃ) *p* || ||೨೯೭||

---

a Multitude, flock; arrangement of troops in various positions. *b* The giant Vritra; sin. *c* Agni; Indra; moon; sun. *d* Dependent; proper or suitable for a sovereign; title. *e* A little as former part of adjectives; until, up to; with; a verbal prefix. *f* An interjection of reminiscence; terminal vowel. *g* Anger; pain, annoyance. *h* Sin; blame; little. *i* Threatening; scorn. *j* Even, and even; and; or; if; but. *k* Blessing, benediction; happiness; so be it, amen; welfare, may it be well. *l* Much, very; too much, surpassing; reverence. *m* Interrogation; doubt, hesitation. *n* But rather; indeed, nevertheless. *o* With, together; once. *p* Afar; close, near.

a ಗುಂಪು, ಸೇನಾವಿನ್ಯಾಸ. *b* ವೃತ್ರಾಸುರ, ಪಾಪ. *c* ಅಗ್ನಿ, ಇಂದ್ರ, ಚಂದ್ರ, ಸೂರ್ಯ. *d* ಪರಿವಾರ, ರಾಜಯೋಗ್ಯ, ಬಿರುದು. *e* ಕೊಂಚ, ಈ ಕೆಲಸ ಇದುವರೆಗೊಯೆಂಬ ಹದ್ದು, ಇದರೊಂದಿಗೆ, ಕ್ರಿಯಾರ್ಥದ್ಯೋತಕತ್ವ. *f* ನೆನಪು, ವಾಕ್ಯಪೂರಣ. *g* ಕೋಪ, ಪೀಡೆ. *h* ಪಾಪವು, ನಿಂದೆ, ಕೊಂಚ. *i* ಬೆದರಿಸುವಿಕೆ, ನಿಂದಿಸುವಿಕೆ. *j* ಎರಡರೊಳಗೊಂದರನ್ನು ಮುಖ್ಯವಾಗಿ ಹೇಳುವ ಅನ್ವಾಚಯದಲ್ಲಿಯೂ ಅವಯವತಾರ ತಮ್ಯವಿಲ್ಲದೆ ಸಮುದಾಯವೇ ಮುಖ್ಯವೆಂಬ ಸಮಾಹಾರದಲ್ಲಿಯೂ, ಪರಸ್ಪರ ಸಾಪೇಕ್ಷಗಳಾದ ಪದಗಳನ್ನು, ಏಕಕ್ರಿಯಾನ್ವಯಕ್ಕೆ ತರುವ ಇತರೇತರ ಯೋಗದಲ್ಲಿಯೂ, ಪರಸ್ಪರ ನಿರಪೇಕ್ಷಗಳಾದ ಪದಗಳಿಗೆ ಏಕಕ್ರಿಯಾನ್ವಯತ್ವವನ್ನು ಹೇಳುವ ಸಮುಚ್ಚಯದಲ್ಲಿಯೂ ವರ್ತಿಸುವದು. *k* ಆಶೀರ್ವಾದ, ಕ್ಷೇಮ, ಧರ್ಮ, ಶುಭ. *l* ಹೆಚ್ಚು, ಸಾರುವಿಕೆ, ಪೂಜೆ. *m* ಪ್ರಶ್ನೆ, ಊಹೆ. *n* ಭೇದ, ನಿಶ್ಚಯ. *o* ಸಂಗಡ, ಒಂದುಸಾರಿ. *p* ದೂರ, ಹತ್ತಿರ.

(ಪ್ರತೀಚ್ಯಾಂ ಚರಮಂ) ಪಶ್ಚಾತ್ *a* ಉತಾ (ಪ್ಯರ್ಥವಿಕಲ್ಪಯೋಃ) *b* ।
(ಪುನಸ್ಸದಾರ್ಥಯೋ) ಶ್ಶಶ್ವತ್ *c* ಸಾಕ್ಷಾತ್ (ಪ್ರತ್ಯಕ್ಷತುಲ್ಯಯೋಃ) *d* ॥ ||೩೯೮||
(ಖೇದಾನುಕಂಪಾಸಂತೋಷವಿಸ್ಮಯಾಮಂತ್ರಣೇ) ಬತ *e* ।
ಹಂತ (ಹರ್ಷೇನುಕಂಪಾಯಾಂ ವಾಕ್ಯಾರಂಭವಿಷಾದಯೋಃ) *f* ॥ ||೩೯೯||
ಪ್ರತಿ (ಪ್ರತಿನಿಧೌ ವೀಪ್ಸಾಲಕ್ಷಣಾದೌ ಪ್ರಯೋಗತಃ) *g* ।
ಇತಿ (ಹೇತುಪ್ರಕರಣಪ್ರಕಾಶಾದಿ ಸಮಾಪ್ತಿಷು) *h* ॥ ||೪೦೦||
(ಪ್ರಾಚ್ಯಾಂ) ಪುರಸ್ತಾತ್ (ಪ್ರಥಮೇ ಪುರಾರ್ಥೇಗ್ರತ ಇತ್ಯಪಿ) *i* ।
ಯಾವತ್ತಾವತ್ (ಚ ಸಾಕಲ್ಯೇವಧೌ ಮಾನೇವಧಾರಣೇ) *j* ॥ ||೪೦೧||
(ಮಂಗಲಾನಂತರಾರಂಭಪ್ರಶ್ನಕಾರ್ತ್ಸ್ನ್ಯೇ) ಷ್ವಥೋ ಅಥ *k* ।
ವೃಥಾ (ನಿರರ್ಥಕಾವಿಧ್ಯೋ) *l* ರ್ನಾನಾ (ನೇಕೋಭಯಾರ್ಥಯೋಃ) *m* ॥ ||೪೦೨||
ನು (ಪೃಚ್ಛಾಯಾಂ ವಿಕಲ್ಪೇ ಚ) *n* (ಪಶ್ಚಾತ್ಸಾದೃಶ್ಯಯೋ) ರನು *o* ।
(ಪ್ರಶ್ನಾವಧಾರಣಾನುಜ್ಞಾನುನಯಾಮಂತ್ರಣೇ) ನನು *p* ॥ ||೪೦೩||

---

a West, western; behind. *b* Also, as well as; doubt; what, how? *c* And also; perpetually, always; again and again, repeatedly. *d* Manifestly, openly, in presence of, before; as, like. *e* Grief, sorrow; kindness, pity; joy; surprise; calling, invoking. *f* Pleasure; pity; inceptive; grief. *g* The other, an equivalent or substitute; in every; for, in compensation for; against, towards. *h* Cause, reason; like, as; thus, conclusion of a quotation; thus said etcetera; conclusion of a book or chapter, finis. *i* East, eastern; first; in front; formerly, in former times; before. *j* As many as, all; as far as, unto, until; as much, as many. *k* Well, auspicious commencement of a sentence or poem; afterwards, then; beginning; question; all. *l* In vain; foolishly, incorrectly. *m* Many, sundry, all sorts of; different. *n* Interogation; either—or, doubt. *o* After; according to, like. *p* Interrogation, not?; indeed, truly; imparative, do; consolation; voc:tive.

a ಪಡುವಲಲ್ಲಿ, ಹಿಂದುಗಡೆ. *b* ಇನ್ನೂ, ಸಂಶಯ, ವಿಕಲ್ಪ. *c* ಮತ್ತೆ, ಯಾವಾಗಲೂ, [illegible]. *d* ಪ್ರತ್ಯಕ್ಷವಾಗಿ, ಹೋಲಿಕೆಯಾಗಿ. *e* ದುಃಖ, ದಯೆ, ಸಂತೋಷ, ಆಶ್ಚರ್ಯ, ಕರೆಯುವಿಕೆ. *f* ಹರುಷ, ಕೃಪೆ, ವಾಕ್ಯಾರಂಭ, ದುಃಖ. *g* ಸಮಾನವಾಗಿರುವ ಮತ್ತೊಂದು, ವ್ಯಾಪಕತ್ವ ಅಸಾಧಾರಣ ಧರ್ಮ, ಪ್ರತಿಬದಲೆ, ಎದುರಿಡಲ್ಪಡುವ. *h* ಕಾರಣ, ಪ್ರಕರಣ, ಬಗೆ, ವಕ್ಷ್ಯಮಾಣ, ಉಕ್ತ, ಆದಿ, ಮುಗಿಸುವಿಕೆ. *i* ಮೂಡಲು ದೆಸೆಯಲ್ಲಿ, ಮೊದಲು, ಮುಂಚೆ, ಪೂರ್ವಕಾಲದಲ್ಲಿ, ಮುಂದೆ. *j* ಎಲ್ಲವೂ, ವರವಿಗೂ, ಎಷ್ಟು ಮಟ್ಟಿಗೂ. *k* ಮಂಗಳವು, ಬಳಿಕ, ಪ್ರಾರಂಭ, ಕೇಳುವಿಕೆ, ಎಲ್ಲವೂ. *l* ವ್ಯರ್ಥವಾಗಿ, ಗೊತ್ತಿಲ್ಲದೆ. *m* ಬಹುವಾಗಿ, ಎರಡು. *n* ಪ್ರಶ್ನೆ, ವಿಕಲ್ಪ. *o* ಹಿಂದೆ, ಹೋಲಿಕೆ. *p* ಪ್ರಶ್ನೆ, ನಿಶ್ಚಯ, ಅಪ್ಪಣೆ, ಸಮಾಧಾನಗೊಳಿಸುವಿಕೆ, ಕರೆಯುವ ಸಂಬೋಧನೆ.

(ಗರ್ಹಾಸಮುಚ್ಚಯಪ್ರಶ್ನ ಶಂಕಾಸಂಭಾವನಾ) ಸ್ವಪಿ *a* ।
(ಉಪಮಾಯಾಂ ವಿಕಲ್ಪೇ) ವಾ *b* ಸಾಮಿ (ತ್ವರ್ಧೇ ಜುಗುಪ್ಸಿತೇ) *c* ॥ ॥೩೦೪॥
ಅಮಾ (ಸಹಸಮೀಪೇಚ) *d* ಕಂ (ವಾರಿಣಿಚಮೂರ್ಧ್ನಿ ಗಚ) *e* ।
(ಇವೇತ್ಥಮರ್ಥಯೋ) ರೇವಂ *f* ನೂನಂ (ತರ್ಕೇರ್ಥನಿಶ್ಚಯೇ) *g* ॥ ॥೩೦೫॥
(ತೂಷ್ಣೀಮರ್ಥೇಸುಖೇ) ಜೋಷಂ *h* ಕಿಂ (ಪೃಚ್ಛಾಯಾಂಜುಗುಪ್ಸನೇ) *i* ।
ನಾಮ (ಪ್ರಾಕಾಶ್ಯಸಂಭಾವ್ಯ ಕ್ರೋಧೋಪಗಮಕುತ್ಸನೇ) *j* ॥ ॥೩೦೬॥
ಅಲಂ (ಭೂಷಣಪರ್ಯಾಪ್ತಿಶಕ್ತಿವಾರಣ ವಾಚಕಂ) *k* ।
ಹುಂ (ವಿತರ್ಕೇ ಪರಿಪ್ರಶ್ನೇ) *l* ಸಮಯಾಂ (ತಿಕ ಮಧ್ಯಯೋಃ) *m* ॥ ॥೩೦೭॥
ಪುನ (ರಪ್ರಥಮೇಭೇದೇ) *n* (ನಿರ್ನಿಶ್ಚಯನಿಷೇಧಯೋಃ) *o* ।
(ಸ್ಯಾತ್ಪ್ರಬಂಧೇಚಿರಾತೀತೇ ನಿಕಟಾಗಾಮಿಕೇ) ಪುರಾ *p* ॥ ॥೩೦೮॥
ಊರರ್ಯ್ಯುರೀಚೋರರೀಚ (ವಿಸ್ತಾರೇಂಗೀಕೃತೌತ್ರಯಂ) *q* ।
(ಸ್ವರ್ಗೇಚಪರಲೋಕೇ) ಸ್ವಃ *r* (ವಾರ್ತಾಸಂಭಾವ್ಯಯೋಃ) ಕಿಲ *s* ॥ ॥೩೦೯॥

---

a Blame; all together; interrogation; fear, apprehension; just inference, right conclusion. *b* Like, as; doubt. *c* Half, semi; blame. *d* With, together with; near. *e* Water; head; comfort, happiness. *f* Like, as; thus, in this manner. *g* Just conclusion; surely, verily; exaggeration, hyperbole. *h* Silently; comfortably; quiet. *i* Interrogation; blame; what? how? *j* By name; perhaps; angry consent, of course, certainly, no matter. *k* Ornamentally, in a becoming manner; completely, fully; powerfully; enough; no more, cease. *l* Doubt; uttering a menacing sound; roaring, bellowing. *m* Near; middle. *n* Again; on the contrary; how much more. *o* Certain, true; negation. *p* Inverse; former, of old; primeval, very ancient; near; future. *q* Extensively; granted, agreed. *r* Svarga, paradise; the other world. *s* Rumoured; indeed? not so?

a ನಿಂದೆ, ಅದುಸಹ್ಯ. ಇತ್ಯಾದಿ ಸಮುಚ್ಚಯಾರ್ಥ, ಪ್ರಶ್ನೆ, ಅನಿಷ್ಟವನ್ನು ಶಂಕಿಸುವಿಕೆ, ನಿಶ್ಚಯವಾದ ಊಹೆ. *b* ಹೋಲ್ವಿಕೆ, ಸಂಶಯ. *c* ಅರೆಪಾಲು, ನಿಂದೆ. *d* ಒಂದಿಗೆ, ಹತ್ತಿರ. *e* ನೀರು, ತಲೆ, ಸುಖ. *f* ಹೋಲ್ವಿಕೆ, ಹೀಗೆ, ಈಪರಿಯಾಗಿ. *g* ಸಕಾರಣವಾದ ಊಹೆ, ಇದು ಹೀಗೇ ಸರಿಯೆಂಬ ನಿಶ್ಚಯ, ಉತ್ಪ್ರೇಕ್ಷೆ. *h* ಮೌನವಾಗಿ, ಸುಖವಾಗಿ, ಸುಮ್ಮನೆ. *i* ಪ್ರಶ್ನೆ, ನಿಂದೆ, ಯೇನು, ಹ್ಯಾಗೆ. *j* ಪ್ರಕಟ ಪಡಿಸತಕ್ಕದ್ದಾಗಿ, ಹೀಗಾದೀತು, ಸಿಟ್ಟು, ಅಂಗೀಕಾರ, ಸಿಟ್ಟಿನಿಂದ ಅಂಗೀಕರಿಸುವಿಕೆ. *k* ಅಲಂಕಾರವಾಗಿ, ಸಂಪೂರ್ಣವಾಗಿ, ಸಮರ್ಥ, ಸಾಕು, ಸಾಲಿಸು. *l* ಕಾರಣ ಬಲಸಾಲದ ಊಹೆ, ಧಾಷ್ಟ್ಯದಿಂದ ಕೇಳ್ವಿಕೆ, ಬೆದರಿಕೆ. *m* ಸಮೀಪ, ನಡುವೆ. *n* ಮತ್ತೆ, ಬೇರೆಯಾಗಿ, ವಿಶೇಷ. *o* ನಿಶ್ಚಯ, ಬ್ಯಾಡ, ಅಲ್ಲ. *p* ವಾಕ್ಯ ರಚನೆ, ಕಳೆದ ಕಾಲ, ಬಹಳ ಪೂರ್ವಕಾಲ, ಸಮೀಪ, ಮುಂದೆ ಬರುವ ಕಾಲ. *q* ವಿಸ್ತಾರವಾಗಿ, ಅಂಗೀಕಾರವಾಗಿ. *r* ದೇವಲೋಕ, ಜನ್ಮಾಂತರದ ಲೋಕ, ಪರಂಧಾಮ, ಸುಖ, ಆಕಾಶ. *s* ಜನರವಾರ್ತೆ, ಹೀಗಾದೀತೆಂಬ ಕಯಾಸ್, ಹೀಗೆಪ್ಪ, ಹೀಗಲ್ಲವೆ.

(ನಿಷೇಧವಾಕ್ಯಾಲಂ ಕಾರಜಿಜ್ಞಾ ಸಾನುನಯೇ) ಖಲು *a* |
(ಸಮೀಪೋಭಯತಶ್ಶೀಘ್ರ ಸಾಕಲ್ಯಾಭಿಮುಖೇ) ಭಿತಃ *b* || ||೪೧೦||
(ನಾಮಪ್ರಾಕಾಶ್ಯಯೋಃ) ಪ್ರಾದು *c* ರ್ಮಿಥೋ (ನ್ಯೋನ್ಯಂ ರಹಸ್ಯಪಿ) *d* |
ತಿರೋಂ (ತರ್ಧೌತಿರ್ಯಗರ್ಥೇ) *e* ಹಾ (ವಿಷಾದಶುಗಾರ್ತಿಷು) *f* || ||೪೧೧||
ಅಹಹೇ (ತ್ಯದ್ಭುತೇ ಖೇದೇ) *g* ಹಿ (ಹೇತಾವವಧಾರಣೇ) *h* |

|| ಇತಿ ನಾನಾರ್ಥಾವ್ಯಯ ವರ್ಗಃ ||

V. AVYAYA-VARGA—ಅವ್ಯಯ ವರ್ಗ.

ಚಿರಾಯ ಚಿರರಾತ್ರಾಯ ಚಿರಸ್ಯಾ (ದ್ಯಾಶ್ಚಿರಾರ್ಥಕಾಃ) *i* |
ಮುಹುಃ ಪುನಃ ಪುನಶ್ಶಶ್ವದಭೀಕ್ಷ್ಣ ಮಸಕೃತ್ (ಸಮಾಃ) *j* || ||೪೧೨||
ಸ್ರಾಗ್ಝಟಿತ್ಯಂಜಸಾಹ್ನಾಯದ್ರಾಙ್ಮಂಕ್ಷುಸಪದಿ (ದ್ರುತೇ) *k* |
ಬಲವತ್ಸುಷ್ಠುಕಿಮುತಸ್ವತ್ಯತೀವ (ಚ) (ನಿರ್ಭರೇ) *l* || ||೪೧೩||
ಪೃಥಗ್ವಿನಾಂತರೇಣರ್ತೇಹಿರುಙ್ನಾನಾ (ಚವರ್ಜನೇ) *m* |
ಯತ್ತದ್ಯತಸ್ತತೋ ಹೇತೌ *n* (ಅಸಾಕಲ್ಯೇತು) ಚಿಚ್ಚನ *o* ||
ಕದಾಚಿಜ್ಜಾತು *p* ಸಾರ್ಧಂ (ತು) ಸಾಕಂ ಸತ್ರಾ ಸಮಂ ಸಹ *q* || ||೪೧೪||

---

a Not at all, prohibitive; indeed; not so? thus (is it) not? *b* Near; on both sides; soon, quickly; from every side, round about; completely; towards, in presence of. *c* Appellation; grown up, mature. *d* Mutually, reciprocally; privately. *e* Hiding; athwart, across. *f* Exclamation of rage; of grief; of sorrow; of pain, weariness; *g* Exclamation of great surprise; of great pain. *h* Because; assuredly. *i* 3, A long time. *j* 5, Repeatedly, again. *k* 7, Soon, instantly. *l* 6, Much, very. *m* 6, Separately, without, except. *n* 4, Since, because. *o* 2, Some, few, any. *p* 2, Once, at some time. *q* 5, With.

a ವಲ್ಲ, ಬ್ಯಾಡ, ಕೂಡದು, ಆಗದು, ವಾಕ್ಯಾಲಂಕಾರ, ಹೀಗೆತಾನೆ, ಹ್ಯಾಗೆತಾನೆ, ಹ್ಯಾಗೆ, ಒಡಂಬಡಿಸುವಿಕೆ. *b* ಹತ್ತಿರ, ಎರಡುಕಡೆಯೂ, ಬ್ಯಾಗ ಎಲ್ಲಕಡೆಯೂ, ಎಲ್ಲವೂ, ಎದುರಾಗಿ. *c* ಹೆಸರು, ಬೆಳೆತಿರುವ. *d* ಅನ್ಯೋನ್ಯವಾಗಿ, ಏಕಾಂತವಾಗಿ. *e* ಮುಚ್ಚುವಿಕೆ, ಅಡ್ಡವಾಗಿ. *f* ವ್ಯಥೆ, ದುಃಖ, ಆಳುವು, ಹೀಟೆ. *g* ಅತ್ಯಾಶ್ಚರ್ಯ, ಅತಿದುಃಖ. *h* ಕಾರಣ, ನಿಶ್ಚಯ. *i* ಬಹುಕಾಲವೆಂಬ ಅರ್ಥದಲ್ಲಿ ವರ್ತಿಸುವದು ೩. *j* ಬಾರಿಬಾರಿಗೂ, ಮತ್ತೂ ಎಂಬರ್ಥದಲ್ಲಿ ವರ್ತಿಸುವವು ೫. *k* ಶೀಘ್ರವೆಂಬ ಅರ್ಥದಲ್ಲಿ ವರ್ತಿಸುವವು ೭. *l* ಬಹಳ ೬. *m* ಅದನ್ನು ಬೇರೆ ತಪ್ಪಿಸಿ ಯೆಂಬರ್ಥವು ೬. *n* ಕಾರಣಾರ್ಥ ೪. *o* ಕೆಲವೆಯೆಂಬರ್ಥ ೨. *p* ಒಂದಾನೊಂದು ವ್ಯಾಳೆಯೆಂಬರ್ಥ ೨. *q* ಕೂಡೆ ಯೆಂಬರ್ಥ ೫.

(ಆನುಕೂಲ್ಯಾರ್ಥಕೇ) ಪ್ರಾಧ್ವಂ *a* (ವ್ಯರ್ಥಕೇತು) ವೃಥಾ ಮುಧಾ *b* ।
ಆಹೋ ಉತಾಹೋ ಕಿಮುತ ವಿ (ಕಲ್ಪೇ) ಕಿಂಕಿಮೂತಚ *c* ॥ ॥೪೧೬॥
ತು ಹಿ ಚ ಸ್ಮ ಹ ವೈ (ಪಾದಪೂರಣೇ) *d* (ಪೂಜನೇ) ಸ್ವತಿ *e* ।
ದಿವಾ (ಹ್ನೀತ್ಯಥ) *f* ದೋಷಾಚನಕ್ತಂಚ (ರಜನಾವಿತಿ) *g* ॥ ॥೪೧೭॥
(ತಿರ್ಯಗರ್ಥೇ) ಸಾಚಿತಿರೋ *h* (ಪ್ಯಥಸಂಬೋಧನಾರ್ಥಕಾಃ) ।
(ಸ್ಯುಃ) ಪ್ಯಾಟ್ಪಾಡಂಗಹೇ ಹೈಭೋ *i* ಸ್ಸಮಯಾನಿಕಷಾಹಿರುಕ್ *j* ॥ ॥೪೧೮॥
(ಅತರ್ಕಿತೇತು) ಸಹಸಾ *k* (ಸ್ಯಾತ್) ಪುರಃ ಪುರತೋಗ್ರತಃ *l* ।
ಸ್ವಾಹಾ (ದೇವಹವಿರ್ದಾನೇ) ಶ್ರೌಷಡ್ವೌಷಡ್ವಷಟ್ಸ್ವಧಾ *m* ॥ ॥೪೧೯॥
ಕಿಂಚಿದೀಷನ್ಮನಾ (ಗಲ್ಪೇ) *n* ಪ್ರೇತ್ಯಾಮುತ್ರ (ಭವಾಂತರೇ) *o* ।
ವದ್ವಾಯಥಾತಥೈವೈವಂ (ಸಾಮ್ಯೇ) *p* (ಹೋಹೀ) (ಚವಿಸ್ಮಯೇ) *q* ॥ ॥೪೨೦॥
(ಮೌನೇತು) ತೂಷ್ಣೀಂತೂಷ್ಣೀಕಾಂ *r* ಸದ್ಯಸ್ಸಪದಿ (ತತ್ಕ್ಷಣೇ) *s* ।
ದಿಷ್ಟ್ಯಾಸಮುಪಜೋಷಂ (ಚೇತ್ಯಾನಂದೇ) *t* ಥಾಂತರೇಂತರಾ । ॥೪೨೧॥
ಅಂತರೇಣಚ (ಮಧ್ಯೇಸ್ಯುಃ) *u* ಪ್ರಸಹ್ಯ (ತುಹಠಾರ್ಥಕಂ) *v* ।
(ಯುಕ್ತೇದ್ವೇ) ಸಾಂಪ್ರತಂಸ್ಥಾನೇ *w* ಭೀಕ್ಷ್ಣಂಶಶ್ವ (ದನಾರತೇ) *x* ॥ ॥೪೨೨॥

---

a 1, Friendly, inclined to. *b* 2, In vain, fruitless. *c* 6, If not so then what? or how? *d* 6, Particles used to complete a line in poetry. *e* 2, Good, well. *f* 1, By day. *g* 2, By night. *h* 2, Crookedly, awry. *i* 6, Vocative particle, Ho there! *j* 3, Near. *k* 3, Hastily, rashly. *l* 3, Before, in front. *m* 5, Exclamations used in making offerings to the gods. *n* 3, A little, scanty. *o* 2, In a former life, by transmigration. *p* 6, Thus, so, accordingly. *q* 2, Exclamations of surprise. *r* 2, Silently, in silence. *s* 2, At the time, instantly. *t* 2, Implies joy or auspiciousness, as Thank heaven. *u* 3, Between, in the middle. *v* 2, By force, violently. *w* 2, Suitably, properly. *x* 2, Incessantly, excessively.

a ಬಂಧನ ಹೇತುವಾದ ಅನುಕೂಲತೆ ೧. *b* ನಿಷ್ಪ್ರಯೋಜನವೆಂಬರ್ಥ ೨. *c* ಹಾಗಲ್ಲದಿದ್ದರೆ ಹಾಗೋ ಹೀಗೋ ಯೆಂಬರ್ಥ ೬. *d* ಪಾದ ಪೂರಣಾರ್ಥ ೬. *e* ಪೂಜಾರ್ಥದಲ್ಲಿ ೨. *f* ಹಗಲಿನಲ್ಲಿ ಯೆಂಬರ್ಥ ೧. *g* ರಾತ್ರಿಯೊಳು ಯೆಂಬ ಅರ್ಥ ೨. *h* ಅಡ್ಡವಾಗಿ ಯೆಂಬರ್ಥ ೨. *i* ಓಯಿ, ಏ ಎಂದು ಸಂಭೋಧಿಸಿ ಕರೆಯುವ ಅರ್ಥ ೬. *j* ಸಮೀಪಾರ್ಥ ೩. *k* ವಿಚಾರಿಸದೇ ತ್ವರೆಯಾಗಿ ಯೆಂಬರ್ಥ ೩. *l* ಮುಂದೆ, ಮುಂದಾಗಡೆಯೆಂಬರ್ಥ ೩. *m* ದೇವತೆಗಳಿಗೆ ಹವಿರ್ಭಾಗ ಕೊಡುವಿಕೆ ೫. *n* ಕೊಂಚವೆಂಬರ್ಥ ೩. *o* ಜನ್ಮಾಂತರದಲ್ಲಿ ಎಂಬಅರ್ಥ ೨. *p* ಹಾಗೆ ಯೆಂಬರ್ಥ ೬. *q* ಆಶ್ಚರ್ಯಾರ್ಥ ೨. *r* ಮೌನಾರ್ಥ ೨. *s* ಆಗಲೇಯೆಂಬರ್ಥ ೨. *t* ಸಂತೋಷಾರ್ಥ ೨. *u* ನಡುವೆ ಎಂಬರ್ಥದಲ್ಲಿ ವರ್ತಿಸುವವು ೩. *v* ಬಲಾತ್ಕಾರಾರ್ಥ ೨. *w* ಉಚಿತವು ೨. *x* ಎಡೆಬಿಡದೆ, ಬಹಳ ೨.

(ಅಭಾವೇ) ನಹ್ಯನೋ ನಾ (ಪಿ) *a* ಮಾಸ್ಮ ಮಾಲಂ (ಚವಾರಣೇ) *b* |
(ಪಕ್ಷಾಂತರೇ) ಚೇದ್ಯದಿಚ *c* (ತತ್ತ್ವೇ) ತ್ವದ್ಧಾಂಜಸಾ (ದ್ವಯಂ) *d* || ||೪.೧೩||
(ಪ್ರಾಕಾಶ್ಯೇ) ಪ್ರಾದುರಾವಿ (ಸ್ಸ್ಯಾತ್) *e* ಓಮೇವಂ ಪರಮಂ (ಮತೇ) *f* |
ಸಮಂತತಸ್ತು ಪರಿತಸ್ಸರ್ವತೋ ವಿಷ್ವ (ಗಿತ್ಯಪಿ) *g* || ||೪.೧೪||
(ಅಕಾಮಾನುಮತೌ) ಕಾಮ *h* (ಮಸೂಯೋಪಗಮೇ) ಸ್ತು ಚ *i* |
ನನು ಚ (ಸ್ಯಾದ್ವಿರೋಧೋಕ್ತೌ) *j* ಕಚ್ಚಿ (ತ್ಕಾಮಪ್ರವೇದನೇ) *k* | ||೪.೧೫||
ನಿಷ್ಷಮಂ ದುಷ್ಷಮಂ ಗರ್ಹ್ಯೇ *l* ಯಥಾಸ್ವಂತು ಯಥಾಯಥಂ *m* |
ಮೃಷಾಮಿಥ್ಯಾ (ಚವಿತಥೇ) *n* ಯಥಾರ್ಥಂ (ತು) ಯಥಾತಥಂ *o* || ||೪.೧೬||
(ಸ್ಯು) ರೇವಂತುಪುನರ್ವೈವೇ (ತ್ಯವಧಾರಣವಾಚಕಾಃ) *p* |
ಪ್ರಾ (ಗತೀತಾರ್ಥಕಂ) *q* ನೂನಮವಶ್ಯಂ (ನಿಶ್ಚಯೇ) ದ್ವಯಂ *r* || ||೪.೧೭||
ಸಂವ (ದ್ವರ್ಷೇ) *s* (ಅವರೇ) ತ್ವರ್ವಾಕ್ *t* ಆಮೇವಂ *u* ಸ್ವಯ (ಮಾತ್ಮನಾ) *v* |
(ಅಲ್ಪೇ) ನೀಚೈ *w* (ರ್ಮಹ) ತ್ಯುಚ್ಚೈಃ *x* ಪ್ರಾಯೋ (ಭೂಮ್ನ್ಯದ್ರು) *y* (ತೇ)
ಶನೈಃ *z* || ||೪.೧೮||

---

a 4, Not. *b* 2, Prohibitive particle. *c* 2, If. *d* 2, Directly, instantly, truly. *e* 2, Manifestly coming to light. *f* 3, Be it so, very well. *g* 4, Every way, everywhere, all about. *h* 1, Willingly. *i* 2, May be, no matter. *j* 2, How is that? how can that be? *k* A particle used in inquiries after welfare and in replies thereto, as How do you do? How is your father? All are well. *l* 2, Blameably, erroneously. *m* 2, Own, self. *n* 2, Falsely, uselessly. *o* 2, Truly, correctly, really. *p* 5, Just so, thus exactly. *q* 1, Past, formerly. *r* 3, Surely, indubitably. *s* 1, Annually. *t* 1, Until, before or within such a time. *u* 2, Yes, just so. *v* 1, Personally, of one's own accord, spontaneously. *w* 1, Little, low, base. *x* 1, Much, excessively. *y* 1, Probably, perhaps. *z* 1, Slowly, stealthily.

a ಅಭಾವದಲ್ಲಿಯೂ, ನಿಷೇಧದಲ್ಲಿಯೂ ವರ್ತಿಸುವವು ೪. *b* ಬೇಡ, ಕೂಡದು ೨. *c* ಈ ಪಕ್ಷದಲ್ಲಿ, ಆದರೆ ೨. *d* ಸತ್ಯವಾಗಿ, ಬೇಗ ೨. *e* ಕಾಣಬರುವಂತೆ, ಪ್ರಕಾಶ ೨. *f* ಅಂಗೀಕರಿಸುವಿಕೆ ೩. *g* ಎಲ್ಲಾ ಕಡೆಯಲ್ಲಿಯೂ ಯೆಂಬರ್ಥ ೪. *h* ಮನಸ್ಸು ಬಾರದೆ, ಪರೇಚ್ಛೆಯಿಂದ ಒಡಂಬಡುವಿಕೆ ಯೆಂಬರ್ಥ ೧. *i* ಸಿಟ್ಟಿನಿಂದ ಒಡಂಬಡುವಿಕೆ ೨. *j* ವಿರುದ್ಧವಾಗಿಹೇಳುವಿಕೆ ೨. *k* ಕ್ಷೇಮವನ್ನು ತಿಳಿಯಪಡಿಸುವಿಕೆ ೧. *l* ನಿಂದಿತ ಕೆಟ್ಟದ್ದು ೨. *m* ತಮ್ಮ ತಮ್ಮ ಪಡಿವೆಗಳೆಂಬ ಅರ್ಥ; ಸ್ವಾಪ್ತತಾವೆಂಬ ಅರ್ಥ ೨. *n* ಅಸತ್ಯವು, ಸುಳ್ಳು, ಭ್ರಾಂತಿ ಕಲ್ಪಿತ, ಪ್ರಾತಿಭಾಸಿಕ, ವ್ಯಾವಹಾರಿಕ, ನಟೆ ೨. *o* ಸತ್ಯವು, ದಿಟ ೨. *p* ಹೀಗೆಯೇ ಸರಿ ಯೆಂಬುವಿಕೆ, ನಿಶ್ಚಯ ೫. *q* ಕಳೆದುಹೋದದ್ದು ೧. *r* ನಿಶ್ಚಯ, ನಿರ್ಣಯವಾದ ತಿಳುವಳಿಕೆ, ಎರಡಿಲ್ಲದ ನಿಜ ೩. *s* ಸಂವತ್ಸರದಲ್ಲಿ ವರ್ತಿಸುವದು ೧. *t* ಮೇರೆಯಾಗಿ ಹೇಳಲ್ಪಟ್ಟ ವಸ್ತುವಿಗೆ ಈಚಿನ ಕಾಲ, ದೇಶ ೧. *u* ಒಪ್ಪಿ ನಾನು ಹೇಳಿದ್ದನ್ನು ಒಡಂಬಡುವಿಕೆ ೨. *v* ತನ್ನಿಂದ, ತಾನಾಗಿ ೧. *w* ಕೊಂಚವಾದದ್ದು ೧. *x* ಅಧಿಕವಾಗಿ ೧. *y* ಬಹುವಾಗಿ ೧. *z* ಮೆಲ್ಲಗೆ ೧.

ಸದಾ (ನಿತ್ಯೇ) *a* ಬಹಿ (ರ್ಬಾಹ್ಯೇ) *b* ಸ್ಮ (ಅತೀತೇ) *c* ಸ್ತಂ (ಅದರ್ಶನೇ) *d* ।
ಅಸ್ತಿ *e* (ಸತ್ವೇರುಷೋಕ್ತಾ) ವೂ *f* ಮುಂ (ಪ್ರಶ್ನೇ) *g* (ನುನಯೇ) ತ್ವಯಿ *h* ||೪೮||
(ತರ್ಕೇ) ನು *i* (ಸ್ಯಾ) ದುಷಾ (ರಾತ್ರೇರವಸಾನೇ) *j* ನಮೋ (ನತೌ) *k* ।
(ಪುನರರ್ಥೇಂ) ಗ *l* (ನಿಂದಾಯಾಂ) ದುಷ್ಠು *m* ಸುಷ್ಠು (ಪ್ರಶಂಸನೇ) *n* || ||೪೯||
ಆಮಾ (ನುಗುಣ್ಯೇ) *o* (ಸ್ಮರಣೇ) ಯ *p* ಥ (ಬ್ವಿಷ್ಟ ನಿಯಾಸ್ಯತೌ) *q* ।
(ಅಂಗೀಕೃತೌ ಸ್ಯಾ) ದ್ಧಕಿಂ *r* (ಹೀನಸಂಬೋಧನೇ ತು) ಲೆ *s* || ||೫೦||
ಸಾಯಂ (ಸಾಯೇ) *t* ಪ್ರಗೇಪ್ರಾತಃ (ಪ್ರಭಾತೇ) *u* ನಿಕಷಾಂ (ತಿಕೇ) *v* ।
ಪರುತ್ಪ ರಾರ್ಯೈಷಮೋ (ಬ್ದೇಪೂರ್ವೆ ಪೂರ್ವತರೇ) ಯತಿ *w* || ||೫೧||
ಅದ್ಯಾ (ತ್ರಾಹ್ನ್ಯ) *x* (ಥ ಪೂರ್ವೇಹ್ನೀತ್ಯಾದೌ) (ಪೂರ್ವೋತ್ತರಾಪರಾತ್) ।
ತ ಥಾಧರಾನ್ಯಾನ್ಯತರೇತರಾತ್ಪೂರ್ವೇದ್ಯುರಾದಯಃ *y* || ||೫೨||
ಉಭಯದ್ಯು (ಶ್ಚೋ) ಭಯೇದ್ಯುಃ *z* (ಪರೇತ್ವಹ್ನಿ) ಪರೇದ್ಯವಿ *a* ।

---

a 1, Always, perpetually. *b* 1, Out, outside. *c* 1, A particle indicating the past tense. *d* 1, Setting, passing out of sight. *e* 1, There is, it is. *f* 1, An exclamation of anger. *g* 1, An interrogation, Hey? *h* 1, A vocative particle, I say! *i* 1, Whether—or? *j* 1, At dawn. *k* 1, "Adoration!" the salutation due to an elder. *l* 1, Again, further. *m* 1, Evil, wicked. *n* 1, Well, excellently. *o* 1, Yes, agreed. *p* 1, A particle of recollection, Ah! *q* 1, A mystical syllable used in incantations. *r* 1, Yes, very well. *s* 1, A vocative particle of contempt. *t* 1, At sunset. *u* 2, In the morning. *v* 1, Near. *w* 1, Last year; 1, the year before last; 1, the present year. *x* 1, To-day, now. *y* 7, Particles denoting time when followed by *dyuh*. *z* 2, In two days. *a* 2, Next day.

a ನಿತ್ಯದಲ್ಲಿ, ಶಾಶ್ವತವಾಗಿ, ಸರ್ವದಾ ೧. *b* ಹೊರಗೆ ೧. *c* ಕಳೆದುಹೋದದ್ದು ೧. *d* ಕಾಣಬಾರದೇ ಹೋಗುವಿಕೆ ೧. *e* ಉಂಟುಎಂಬರ್ಥ ೧. *f* ಕೋಪದಿಂದ ಹೇಳಲ್ಪಡುವದರಲ್ಲಿ ವರ್ತಿಸುವದು ೧. *g* ಕೇಳುವಿಕೆ ೧. *h* ಸಮಾಧಾನಪಡಿಸುವಿಕೆ ೧. *i* ಊಹಿಸುವಿಕೆ, ಊಹೆ ೧. *j* ಬೆಳಗಿನಝಾವ ೧. *k* ನಮಸ್ಕಾರವು ೧. *l* ಮತ್ತೂ ಎಂಬರ್ಥ ೧. *m* ದೋಷಕೆ ೧. *n* ಸ್ತೋತ್ರ ೧. *o* ಅನುಕೂಲಾರ್ಥವು ೧. *p* ನೆನಸಿಕೊಳ್ಳುವಿಕೆ ೧. *q* ಅಡ್ಡಿಯನ್ನು ಗೊಳಿಸುವಿಕೆ, ನಿರ್ವಿಘ್ನವಾಗಿ ೧. *r* ಒಡಂಬಡಿಕೆ, ಒಪ್ಪಂದ ೧. *s* ಹೀನನಾದವನನ್ನು ಕಡಿಮೆಯಾಗಿ ಕರೆಯುವಿಕೆ ೧. *t* ಸಾಯಂಕಾಲವು, ಸಂಜೆ ೧. *u* ಪ್ರಾತಃಕಾಲವು ೨. *v* ಸಮೀಪದಲ್ಲಿ ೧. *w* ಕ್ರಮವಾಗಿ ಕಳೆದ ವರುಷದಲ್ಲಿಯೂ ಅದಕ್ಕೆ ಹಿಂದಣ ಸಂವತ್ಸರದಲ್ಲಿಯೂ ನಡೆಯುತ್ತಿರುವ ಸಂವತ್ಸರದಲ್ಲಿಯೂ ವರ್ತಿಸುವವು ೩. *x* ನಡೆಯುವಹಗಲು ೧. *y* ಕಾಲವಾಚಿ ಶಬ್ದಗಳು ೭. *z* ಎರಡು ದಿನಗಳು ೨. *a* ಮರುದಿನ ೨.

ಹ್ಯೋ (ಗತೇ) a (ನಾಗತೇಹ್ನಿ) ಶ್ವಃ b ಪರಶ್ವ (ಸ್ತತ್ಪರೇಹನಿ) c ॥ ॥೪೭॥
ತದಾ ತದಾನೀಂ d ಯುಗಪದೇಕದಾ e ಸರ್ವದಾ ಸದಾ f ।
ಏತರ್ಹಿ ಸಂಪ್ರತೀದಾನೀಮಧುನಾ ಸಾಂಪ್ರತಂ (ತಥಾ) g ॥ ॥೪೮॥
(ದಿಗ್ದೇಶಕಾಲೇಪೂರ್ವಾದೌ) ಪ್ರಾಗುದಕ್ಪ್ರತ್ಯಗಾ (ದಯಃ) h ।

॥ ಇತ್ಯವ್ಯಯ ವರ್ಗಃ ॥

---

a 1, Yesterday, a past day. b 1, Tomorrow, a coming day. c 2, The day after tomorrow. d 2, Then, at that time. e 2, At the same time. f 2, Always, for ever. g 5, Now. h 1, East, the east (country), ancient; 1, north, the north (country); 1, West, the west (country), future.

a ಹಿಂದಣದಿನ, ಕಳೆದದಿನ ೧. b ಬಾರದೆ ಯಿರುವದಿನ, ಮುಂದೆ ಬರುವದಿನ, ನಾಳೇದಿನ ೧. c ಅಚೇ ದಿನ, ನಾಡಿದ್ದು ೨. d ಆಗ, ಆವಾಗ ೨. e ಒಂದೇ ಪ್ಯಾಳೆಯಲ್ಲಿ ೨. f ಯಾವಾಗಲೂ ೨. g ಈಗ, ಈವಾಗ ೫. h ಪೂರ್ವದಿಕ್ಕು, ಪೂರ್ವದೇಶ, ಪೂರ್ವಕಾಲವೆಂಬರ್ಥ ೧; ಬಡಗಲದೆಸೆ, ಬಡಗಲದೇಶ ೧; ಪಡವಲದೆಸೆ, ಪಡವಲದೇಶ, ಪಶ್ಚಾತ್ಕಾಲವೆಂಬ ಅರ್ಥ ೧.

VI. LINGADI-SANGRAHA VARGA.

ಅಥ ಲಿಂಗಾದಿ ಸಂಗ್ರಹ ವರ್ಗ.

ಅವತರಣಿಕೆ|| ಗ್ರಂಥಕರ್ತನು ತಾನು ಗ್ರಂಥಾದಿಯಲ್ಲಿ ಮಾಡಿದ, ಸಂಪೂರ್ಣ ಮುಖ್ಯತೆವರ್ಗೈರ್ನಾನಾಲಿಂಗಾನುಶಾಸನಂ-ಎಂಬುವ ಪ್ರತಿಜ್ಞೆಯ ಪ್ರಕಾರ ಲಿಂಗಗಳ ಸಂಗಡ ನಾಮಗಳಿಗೆ ಶಾಸನವನ್ನ ಹೇಳಿದಾಗ್ಯೂ ಲಿಂಗಾನುಶಾಸನವು ಸಂಪೂರ್ಣವಾಗಲಿಲ್ಲವೆಂದು ನೆನದು ಆ ಲಿಂಗಾನುಶಾಸನಕ್ಕೋಸ್ಕರ ವರ್ಗಾಂತರವನ್ನು ಆರಂಭಿಸುತ್ತಾನೆ.

ಮೂಲ|| ಸಲಿಂಗಶಾಸ್ತ್ರೈಸ್ಸನ್ನಾದಿ ಕೃತ್ತದ್ಧಿತ ಸಮಾಸಜೈಃ ||ಅನುಕ್ತೈಃ ಸಂಗ್ರಹೇ ಲಿಂಗಂ ಸಂಕೀರ್ಣವದಿಹೋನ್ನಯೇತ್ ||

The author gives further rules regarding gender.

ಟೀಕೆ|| ಇಹಸಂಗ್ರಹೇ-ಈ ಲಿಂಗ ಸಂಗ್ರಹ ವರ್ಗದಲ್ಲಿ, ಸಲಿಂಗಶಾಸ್ತ್ರೈಃ-ಲಿಂಗ ಶಾಸ್ತ್ರಗಳೆಂದರೆ ಪಾಣಿನಿ, ವರರುಚಿ ಮೊದಲಾದವರಿಂದ ಹೇಳಲ್ಪಟ್ಟ ಲಿಂಗ ಲಕ್ಷಣಗಳುಳ್ಳ (ಸ್ತ್ರಿಯಾಮೀದೂದ್ವಿರಾಮೈಕಾಚ್) ಎಂಬುವದು ಮೊದಲಾದ ವಾಕ್ಯಗಳು, ಅವುಗಳ ಸಂಗಡ ಕೂಡಿದಂಥ (ಸನ್ನಾದಿಕೃತ್ತದ್ಧಿತ ಸಮಾಸಜೈಃ) ಸನಾದ್ಯಂತಧಾತುವುಗಳಮೇಲಿನ ಅಪ್ರತ್ಯಯ ಮೊದಲಾದ ಕೃತ್ಪ್ರತ್ಯಯಗಳಿಂದಲೂ ಕೇವಲ ಧಾತುವುಗಳ ಮೇಲಣ ಕೃತ್ಪ್ರತ್ಯಯಗಳಿಂದಲೂ ತದ್ಧಿತಪ್ರತ್ಯಯಗಳಿಂದಲೂ ಸಮಾಸಗಳಿಂದಲೂ ಹುಟ್ಟಿದ ವಾಕ್ಯಗಳಿಂದ ಅಂದರೆ (ಸ್ತ್ರೀಭಾವಾದಾವಕ್ತಿನ್) ಇವು ಮೊದಲಾದ ಕೃತ್ಪ್ರತ್ಯಯಗಳ ಸಂಗಡ ಕೂಡಿದ ವಾಕ್ಯಗಳಿಂದಲೂ (ತಲ್ವಂತೇ ಯನಿಕಷ್ಯೇಭ್ಯಃಸ್ತ್ರಿ) ಇವು ಮೊದಲಾದ ತದ್ಧಿತ ಪ್ರತ್ಯಯಗಳ ಸಂಗಡ ಕೂಡಿದ ವಾಕ್ಯಗಳಿಂದಲೂ (ಅದಂತ್ಯದ್ವಿಗುರೇಕಾರ್ಥಃ) ಇವು ಮೊದಲಾದ ಸಮಾಸಗಳ ಸಂಗಡ ಕೂಡಿದ ವಾಕ್ಯಗಳಿಂದಲೂ ಎಂದರ್ಥವು. ಅನುಕ್ತೈಃ-ಪೂರ್ವ ವರ್ಗಗಳಲ್ಲಿ ಸಂಪೂರ್ಣವಾಗಿ ಹೇಳಲ್ಪಡದಂಥಾ, ಲಿಂಗಂ-ಸ್ತ್ರೀಲಿಂಗ, ಪುಂಲಿಂಗ, ನಪುಂಸಕ ಲಿಂಗಗಳನ್ನ, ಉನ್ನಯೇತ್-ತಿಳಕೊಳ್ಳ ತಕ್ಕದ್ದು; ಮತ್ತು ದೃಷ್ಟಾಂತದಿಂದಲೂ ಲಿಂಗವನ್ನು ತಿಳಿಯುವ ಉಪಾಯವನ್ನ ಹೇಳುತ್ತಾನೆ, ಸಂಕೀರ್ಣವತ್ ಎಂದು ಸಂಕೀರ್ಣ ವರ್ಗದಲ್ಲಿಯೋಪಾದಿಯಾಗಿ ಪ್ರಕೃತಿ ಪ್ರತ್ಯಯಾರ್ಥಗಳಿಂದಲೂ ಲಿಂಗವನ್ನ ತಿಳಿಯತಕ್ಕದ್ದೆಂಬ ಅರ್ಥವು.

ಅವತರಣಿಕೆ ||ಈ ವರ್ಗದಲ್ಲಿ ಹೇಳಲ್ಪಡುವ ಲಿಂಗಲಕ್ಷಣಗಳಿಗೆ ಪೂರ್ವ ವರ್ಗಗಳಲ್ಲಿ ಹೇಳಿದ ವಿಶೇಷ ವಿಧಿಗಳ ಸಂಗಡ ವಿರೋಧವು ಬಂದರೆ ಆಗ ಯಾವ ಲಕ್ಷಣವು ಪ್ರವರ್ತಿಸುವದೆಂಬ ಶಂಕೆ ಬರಲಾಗಿ ಅದಕ್ಕೆ ಪರಿಹಾರವಂ ಹೇಳುತ್ತಿದ್ದಾನೆ. ಹ್ಯಾಗೆಂದರೆ:—

ಮೂಲ|| ಲಿಂಗಶೇಷ ವಿಧಿರ್ವ್ಯಾಪೀ ವಿಶೇಷೈರ್ಯದ್ಯಬಾಧಿತಃ || ||೪೨೭||

The rules here given do not apply to exceptional words whose gender has been expressly indicated in previous chapters.

ಟೀಕೆ|| ಲಿಂಗಶೇಷವಿಧಿಃ-ಈ ವರ್ಗದಲ್ಲಿ ಹೇಳಲ್ಪಡುವ ಸಾಮಾನ್ಯವಾದ ಲಿಂಗಲಕ್ಷಣವು, ವಿಶೇಷೈಃ-ಈ ಶಾಸ್ತ್ರದೊಳಗಲ್ಲಲ್ಲಿ ಹೇಳಲ್ಪಟ್ಟ ವಿಶೇಷ ವಿಧಿಗಳಿಂದ, ಅಬಾಧಿತೋಯದಿ-ಬಾಧಿಸಲ್ಪಡದ್ದಾದರೆ, ವ್ಯಾಪೀ-ತಾನು ಪ್ರವರ್ತಿಸುವಂಥಾದ್ದಾಗುವದು; ಅಂದರೆ ಈ ವರ್ಗದಲ್ಲಿ ಹೇಳುವ ಲಿಂಗಲಕ್ಷಣವು ಪೂರ್ವ ವರ್ಗಗಳಲ್ಲಿ ಹೇಳಿದ ವಿಶೇಷ ವಿಧಿಯನ್ನು ಬಿಟ್ಟು ಮಿಕ್ಕಾದ ಶಬ್ದಗಳಲ್ಲಿಯೇ ಪ್ರವರ್ತಿಸುವದೆಂದು ತಾತ್ಪರ್ಯವು. ಅದು ಹ್ಯಾಗೆಂದರೆ:—ಈ ವರ್ಗದ ಸ್ವರ್ಗಪರ್ಯಾಯ ಪದಗಳು ಪುಲ್ಲಿಂಗಗಳಾಗುವವೆಂಬ ವಿಧಿಯು ದ್ಯೋದಿವೌದ್ವೇ ಸ್ತ್ರಿಯಾಂ-ಯೆಂಬುವ ವಿಶೇಷ ವಿಧಿ ಸ್ಥಳದಲ್ಲಿ ಬಾಧಿಸಲ್ಪಟ್ಟದ್ದರಿಂದ ವ್ಯಾಪ್ತಿಯಿಲ್ಲದೆ ಪ್ರವರ್ತಿಸಲಾರದು.

ಮೂಲ|| ಸ್ತ್ರಿಯಾಮ್ ||

From this ಸ್ತ್ರಿಯಾಂ as far as ಪುಂಸ್ತ್ವಸಭಿದಾಸುಚರಾ (446) the author treats of words of the feminine gender.

ಟೀಕೆ|| ಸ್ತ್ರಿಯಾಂ ಎಂಬುವ ಪದವು ಪುಂಸ್ತ್ವಸಭಿದಾಸುಚರಾ ಯೆಂಬುವ ಪುಲ್ಲಿಂಗಾಧಿಕಾರಪರ್ಯಂತವೂ ಅನುವರ್ತಿಸಿ ಬರುವದಾದ್ದರಿಂದ ಆ ವರೆವಿಗೂ ಮುಂದೆ ಹೇಳಲ್ಪಡುವ ಶಬ್ದಗಳು ಸ್ತ್ರೀಲಿಂಗಗಳಾಗಿರುವವು.

ಮೂಲ|| ಈದೂದ್ವಿರಾಮೈಕಾಚ್.

Words ending in ಈ and ಊ are feminine.

ಟೀಕೆ|| ಏಕಾಚ್-ಒಂದು ಅಚ್ಚುಳ್ಳ, ಈ ದೂದ್ವಿರಾಮ-ಈಕಾರಾಂತ ಊಕಾರಾಂತ ಶಬ್ದಗಳು ಸ್ತ್ರೀಲಿಂಗಗಳು, ಉದಾಹರಣೆ; ಶ್ರೀಃ, ಧೀಃ, ಭೂಃ, ಭ್ರೂಃ, ಇತ್ಯಾದಿಗಳು.

ಮೂ॥ ಸಯೋನಿ ಪ್ರಾಣಿನಾಮಚ॥

Names of females are feminine.

ಟೀ॥ ಯೋನಿಯುಳ್ಳ ಪ್ರಾಣಿಗಳಿಗೆ ಹೆಸರಾದ ಶಬ್ದಗಳು ಸ್ತ್ರೀಲಿಂಗದಲ್ಲಿ ವರ್ತಿ ಸುವವು. ಉದಾಹರಣೆಗಳು. ಮಾತಾ, ಯೋಷಿತ್, ಸುರಭಿಃ, ಕರೇಣುಃ ಇತ್ಯಾದಿಗಳು.

ಮೂ॥ ನಾಮವಿದ್ಯುನ್ನಿಶಾವಲ್ಲೀ ವೀಣಾದಿಗ್ಭೂನದೀಹ್ರಿಯಾಂ॥ ॥೬೪॥

All names relating to the following are feminine, with the exceptions noted in the places where they occur :—lightning, night, creepers, the Indian lute, points of the compass, earth, rivers, shame.

ಟೀ॥ ವಿದ್ಯುತ್—ಮಿಂಚು, ನಿಶಾ—ರಾತ್ರಿ, ವಲ್ಲೀ—ಬಳ್ಳಿ, ವೀಣಾ—ವೀಣೆ, ದಿಕ್—ದೆಸೆ, ಭೂಃ—ಭೂಮಿ; ನದೀ—ಹೊಳೆ, ಹ್ರೀ—ನಾಚಿಕೆ, ಈ ೮ ವಸ್ತುಗಳ, ನಾಮ-ಹೆಸರುಗಳು, ವಿಶೇಷ ವಿಧಿ ಬಾಧೆ ಇಲ್ಲದಂಥಾವು ಸ್ತ್ರೀ॥ ಈ ಬಳಿ ವೀಣಾಪರ್ಯಾಯಗಳಿಗೂ ಹ್ರೀ ಪರ್ಯಾಯಗಳಿಗೂ ಬಾಹುಲಕಬಂತಂ, ಈ ದೊಡ್ಡ ರಾಮ್ಯಕಾಟ್ ಎಂಬುವ ವಿಧಿಗಳಿಂದ, ಸ್ತ್ರೀಲಿಂಗವು ಸಿದ್ಧಿಸಿದರೂ ವಿಸ್ಪಷ್ಟಾರ್ಥವಾಗಿ ಹೇಳಿ ಇದ್ದಾನೆ. ಕೆಲವರು ವಾಣೀದಿಗ್ಭೂನದೀಭ್ಯಿಯಾಂ ಯೆಂಬು ಪಾಠ ವುಂಟೆಂದರು, ಮೊದಲು ಪಕ್ಷದಲ್ಲಿ ಹ್ರೀಪರ್ಯಾಯಗಳಾದ ಮಂದಾಕ್ಷ, ವ್ರೀಳಾಶಬ್ದಗಳು, ವಿಶೇಷ ವಿಧಿಬಾಧೆಯುಂಟಾದವುಗಳಾದ್ದರಿಂದ ಅಲ್ಲಿ ಈ ವಿಧಿಯಿಲ್ಲವು.

ಮೂ॥ ಅದಂತೈರ್ದ್ವಿಗುರೇಕಾರ್ಥೋ॰

Dvigu compounds ending in *a* are feminine.

ಟೀ॥ ಅದಂತೈಃ-ಅಕಾರಾಂತಗಳಾದ ಉತ್ತರ ಪದಗಳ ಸಂಗಡ ಕೂಡಿಕೊಂಡದ್ದು. ಏಕಾರ್ಥೋದ್ವಿಗುಃ-ಸಮಾಹಾರದಲ್ಲಿ ದ್ವಿಗು ಸಮಾಸವು. ಸ್ತ್ರೀ॥ ದ್ವಿಗುಸಮಾಸವೆಂದರೆ, ಸಂಖ್ಯಾಪೂರ್ವಪದ ಸಮಾಸವು. ಉದಾಹರಣೆಗಳು. ಪಂಚಾನಾಂ ಮೂಲಾನಾಂ ಸಮಾಹಾರಃ ಪಂಚಮೂಲೀ, ದಶಮೂಲೀ, ಪಂಚವಟೀ ಇತ್ಯಾದಿಗಳು.

ಸೂತ್ರ॥ ನಸಪಾತ್ರಯುಗಾದಿಭಿಃ ॥

Except when the second word is *pátra* or *yuga*.

ಟೀಕೆ॥ ಪಾತ್ರಯುಗಾದಿಭಿಃ–ಉತ್ತರ ಪದಗಳಾದ ಪಾತ್ರಯುಗಾದಿ ಶಬ್ದಗಳ ಸಂಗಡ ಕೂಡಿದ್ದ, ಸಃ–ದ್ವಿಗುಸಮಾಸವು ನ॥ ಸ್ತ್ರೀಲಿಂಗದಲ್ಲಿ; ಉದಾಹರಣೆಗಳು:—ಪಂಚಪಾತ್ರಂ, ಚತುರ್ಯುಗಂ, ತ್ರಿಭುವನಂ, ಇತ್ಯಾದಿಗಳನ್ನು ತಿಳಿದುಕೊಳ್ಳತಕ್ಕದ್ದು.

ಸೂತ್ರ॥ ತಲ್

Abstract nouns of the class *tal*, namely those ending in *tá*, are feminine.

ಟೀಕೆ॥ ಭಾವಾರ್ಥದಲ್ಲಿಯೂ, ಸಮೂಹಾರ್ಥದಲ್ಲಿಯೂ, ಸ್ವಾರ್ಥದಲ್ಲಿಯೂ, ವಿಧಿಸಲ್ಪಟ್ಟ ತಲ್ ಪ್ರತ್ಯಯವು ಅಂತವಾಗಿ ಉಳ್ಳ ಶಬ್ದಗಳು ಸ್ತ್ರೀ॥ ಉದಾಹರಣೆಗಳು॥ ಭಾವಾರ್ಥದಲ್ಲಿ॥ ಪುರುಷಸ್ಯ ಭಾವಃ ಪುರುಷತಾ, ಅಶ್ವತಾ, ॥ಸಮೂಹಾರ್ಥದಲ್ಲಿ॥ ಗ್ರಾಮಾಣಾಂ ಸಮೂಹಃ ಗ್ರಾಮತಾ, ಜನತಾ, ಬಂಧುತಾ, ಸಹಾಯತಾ॥ ಸ್ವಾರ್ಥದಲ್ಲಿ॥ ದೇವ ಏವ ದೇವತಾ.

ಸೂತ್ರ॥ ಬ್ಯಾಂದೆ ಯಿನಿಕಡ್ಯಲ್ತ್ರಾ.

Collective nouns ending in *yá*, *iní*, *kadyá* or *katyá*, and *trá* are feminine.

ಟೀಕೆ॥ ಬ್ಯಾಂದೆ–ಸಮೂಹಾರ್ಥದಲ್ಲಿ ವಿಧಿಸಲ್ಪಟ್ಟ, ಯ–ಇನಿ, ಕಡ್ಯಚ್, ವಾ–ಕಟ್ಯಚ್, ತ್ರಾ–ಯೆಂಬುವ ಪ್ರತ್ಯಯಗಳು ಅಂತಗಳಾಗಿ ಉಳ್ಳ ಶಬ್ದಗಳು ಸ್ತ್ರೀ॥ ಉದಾಹರಣೆಗಳು,॥ ಯ ಪ್ರತ್ಯಯಾಂತಕ್ಕೆ ॥ ಪಾಶಾನಾಂ ಸಮೂಹಃ, ಪಾಶ್ಯಾ ಕಾಡ್ರಕಾರವೆ, ॥ಇನಿ ಪ್ರತ್ಯಯಾಂತಕ್ಕೆ॥ ಖಲಿನೀ॥ ಕಡ್ಯಚ್ ಪ್ರತ್ಯಯಾಂತಕ್ಕೆ॥ ರಥಕಡ್ಯಾ, ವಾ–ರಥಕಟ್ಯಾ, ॥ತ್ರಪ್ರತ್ಯಯಾಂತಕ್ಕೆ॥ ಗೋತ್ರಾ.

ಸೂತ್ರ॥ ವೈರಮೈಥುನಿಕಾದಿವುನ್ ॥ ॥೬೭॥

Correlative terms of the class *un* (such as husband-and-wife, cat-and-mouse,) are feminine when signifying correlation of enmity or opposition, marriage or alliance, desire, punishment, donation.

ಟೀಕಾ॥ ವೈರ-ವಿರೋಧದಲ್ಲೂ, ಮೈಥುನಿಕಾ-ವಿವಾಹದಲ್ಲೂ, ಆದಿ ಶಬ್ದದಿಂದ ವೀಪ್ಸೆಯಲ್ಲೂ, ದಂಡದಲ್ಲೂ, ದಾನದಲ್ಲೂ, ವಿಧಿಸಲ್ಪಟ್ಟ, ವುನ್-ಯೆಂಬುವ ಪ್ರತ್ಯಯವು ಅಂತವಾಗಿವುಳ್ಳ ಶಬ್ದಗಳು, ಸ್ತ್ರೀ॥ ಉದಾಹರಣೆಗಳು॥ ವಿರೋಧದಲ್ಲಿ॥ ಅಶ್ವ ಮಹಿಷ ಯೊರ್ವೈರೊಧಃ-ಅಶ್ವ ಮಹಿಷಿಕಾ, ಕಾಕೊಲೂಕಿಕಾ ॥ವಿವಾಹದಲ್ಲಿ॥ ಅತ್ರಿ ಭರದ್ವಾಜ ಯೊರ್ವಿವಾಹಃ-ಅತ್ರಿಭರದ್ವಾಜಿಕಾ, ವಸಿಷ್ಠ ಕುಶಿಕಿಕಾ ॥ವೀಪ್ಸೆಯಲ್ಲಿ॥ ದ್ವೌದ್ವೌ ಪಾದೌ ದದಾತಿ, ದ್ವಿಪದಿ ಕಾಂದದಾತಿ, ದ್ವಿಶತಿಕಾಂದದಾತಿ, ॥ದಂಡದಲ್ಲಿ॥ ದ್ವೌಪಾದೌ, ದಂಡಿತಃ, ದ್ವಿಪದಿಕಾಂದಂಡಿತಃ, ದ್ವಿಶತಿಕಾಂದಂಡಿತಃ ॥ದಾನದಲ್ಲಿ॥ ದ್ವೌಪಾದೌ ವ್ಯವಸ್ಸೃಜತಿ॥ ದ್ವಿಕಾಂವ್ಯವ ಸೃಜತಿ॥ ದ್ವಿಶತಿಕಾಂವ್ಯವ ಸೃಜತಿ॥ ವುನ್-ಪ್ರತ್ಯಯವು ವುಚ್ ಪ್ರತ್ಯಯಕ್ಕೆ ಉಪಲಕ್ಷಕವಾದ್ದರಿಂದ ವುಚ್ ಪ್ರತ್ಯಯಾಂತಗಳು ಕೆಲವು ಸ್ಥಳಗಳಲ್ಲಿ ಸ್ತ್ರೀಲಿಂಗಗಳಾಗುವವು॥ ಅದಕ್ಕೆ ಉದಾಹರಣೆಗಳು॥ ಶಿಷ್ಯೋಪಾಧ್ಯಾಯಯೊರ್ಭಾವಃ ಶೈಷ್ಯೋಪಾಧ್ಯಾಯಿಕಾ-ಇತ್ಯಾದಿಗಳು॥

ಮೂಲ॥ ಸ್ತ್ರೀಭಾವಾದಾವನಿಕ್ತಿಣ್ಣ್ವುಲ್ಣಚ್ ಣ್ವುಚ್ಕ್ಯಬ್ಯುಜಸ್ಯನಿಶಾಃ॥

Abstract nouns of the classes *ani, ktin, nvul, nach, nvuch, kyap, yuch, an, a, iñ, ni, sha* (examples given in Kanarese) are feminine.

ಟೀಕಾ॥ ಸ್ತ್ರೀಭಾವಾದೌ-ಸ್ತ್ರ್ಯಧಿಕಾರದೊಳಗೆ ಭಾವಾದ್ಯರ್ಥಗಳಲ್ಲಿ ವಿಧಿಸಲ್ಪಟ್ಟ ಅನಿ। ಕ್ತಿನ್। ಣ್ವುಲ್। ಣಚ್। ಣ್ವುಚ್। ಕ್ಯಪ್। ಯುಚ್। ಅಙ್। ಅ। ಇಞ್। ನಿ। ಶ। ಎಂಬುವ ಪ್ರತ್ಯಯಗಳು ಅಂತವಾಗಿ ವುಳ್ಳ ಶಬ್ದಗಳು ಸ್ತ್ರೀ ॥ಉದಾಹರಣೆಗಳು॥ ಅಜನನಿಃ, ಅಕರಣಿಃ, ಇಲ್ಲಿ ಆಕ್ರೋಶದಲ್ಲಿ ಅನಿಪ್ರತ್ಯಯವು॥ ಕೃತಿಃ, ಸ್ಮೃತಿಃ, ಇಲ್ಲಿ ಭಾವಾರ್ಥದೊಳಗೆ ಕ್ತಿನ್ ಪ್ರತ್ಯಯವು॥ ಪ್ರವಾಹಿಕಾ, ಪ್ರಚ್ಛರ್ದಿಕಾ, ಇಲ್ಲಿ ರೋಗದೊಳಗೆ ಣ್ವುಲ್॥ ಶಾಲಭಂಜಿಕಾ, ಜೀವಿಕಾ, ಇಲ್ಲಿ ಧಾತ್ವರ್ಥದೊಳಗೆ ಣ್ವುಲ್॥ ವ್ಯಾವಕ್ರೋಶೀ-ಒಬ್ಬರಿಗೊಬ್ಬರು ಬೊಮ್ಮಿಕೊಂಬುವದು, ವ್ಯಾತ್ಯುಕ್ಷೀ-ಒಬ್ಬರ ಮೇಲೆ ಯೊಬ್ಬರು ನೀರು ಚೆಲ್ಲಿಕೊಂಬುವದು॥ ಇಲ್ಲಿ ಕರ್ಮ ವ್ಯತಿಹಾರದೊಳಗೆ ಣಚ್ ಪ್ರತ್ಯಯವು॥ ಭವತಃ ಶಾಯಿಕಾ॥ ಭವತಃ ಆಸಿಕಾ॥ ಇಲ್ಲಿ ಪರ್ಯಾಯಾರ್ಥದೊಳಗೆ ಣ್ವುಚ್ ಪ್ರತ್ಯಯವು॥ ಭವಾನರ್ಹತಿ ಇಕ್ಷುಭಕ್ಷಿಕಾಂ ಪಯಃಪಾಯಿಕಾಂ, ಈ ಸ್ಥಳದಲ್ಲಿ ಅರ್ಹಾರ್ಥದೊಳಗೆ ಣ್ವುಚ್॥ ಇಕ್ಷುಭಕ್ಷಿಕಾಂ ಮೇಧಾರಯಸಿ॥ ಒದನ ಭಕ್ಷಿಕಾಂ ಇಲ್ಲಿ ಋಣಾರ್ಥದೊಳಗೆ

ಣ್ವುಚ್॥ ಇಕ್ಷುಭಕ್ಷಿಕಾಂ ಮೊದಲಾದವು, ಓದನ ಭಕ್ಷಿಕಾ, ಇಲ್ಲಿ ಉತ್ಪತ್ತಿಯೊಳಗೆ ಣ್ವುಚ್॥ ವ್ರಜ್ಯಾ, ಇಜ್ಯಾ, ಇಲ್ಲಿ ಭಾವಾರ್ಥದೊಳಗೆ ಕ್ಯಪ್ ಪ್ರತ್ಯಯವು॥ ಸಮಜ್ಯಾ॥ ನಿಷದ್ಯಾ॥ ಇಲ್ಲಿ ಸಂಜ್ಞೆಯೊಳಗೆ ಕ್ಯಪ್॥ ಮಂಥನಾ॥ ಆಸನಾ॥ ಇಲ್ಲಿ ಭಾವಾರ್ಥದಲ್ಲಿ ಯುಚ್॥ ಪಚಾ॥ ಭಿದಾ॥ ಮೃಜಾ ಇಲ್ಲಿ ಭಾವಾರ್ಥದೊಳಗೆ, ಅಙ್॥ ಚಿಕೀರ್ಷಾ॥ ಜಿಹೀರ್ಷಾ॥ ಇಲ್ಲಿ ಸನ್ ಪ್ರತ್ಯಯದ ಮೇಲೆ ಭಾವಾರ್ಥದಲ್ಲಿ ಅಪ್ರತ್ಯಯವು॥ ಕಾಂಕ್ಷಾರಮಕಾಷ್ಟೇಃ ಅವಮೂಂಕಾಂ ಮಕಾರ್ಷಃ॥ ವ್ಯಾಖ್ಯಾನಗಳೊಳಗೆ ಇಞ್॥ ಜ್ಯಾನಿಃ, ಗ್ಲಾನಿಃ, ಮ್ಲಾನಿಃ, ಇಲ್ಲಿ ಭಾವಾರ್ಥದೊಳಗೆ ನಿ ಪ್ರತ್ಯಯವು॥ ಶ ಪ್ರತ್ಯಯಾಂತಕ್ಕೆ॥ ಕ್ರಿಯಾ, ಇಚ್ಛಾ, ಇತ್ಯಾದಿಗಳು.

ಮೂಲ॥ ಉಣಾದಿಷು ನಿರೂರೀಶ್ಚ

Uṇádi words ending in *ni*, *ú*, *í* are feminine.

ಟೀಕೆ॥ ಉಣಾದಿಗಳಲ್ಲಿ ನಿ॥ ಊ॥ ಈ॥ ಎಂಬುವ ಈ ೩ ಪ್ರತ್ಯಯಗಳು ಅಂತವಾಗಿ ಉಳ್ಳ ಶಬ್ದಗಳು ಸ್ತ್ರೀಲಿಂಗದಲ್ಲಿ ವರ್ತಿಸುವವು. ಉದಾಹರಣಗಳು ॥ನಿ ಪ್ರತ್ಯಯಕ್ಕೆ॥ ಶ್ರೇಣಿಃ ಶ್ರೋಣಿಃ ॥ಊ ಪ್ರತ್ಯಯಕ್ಕೆ॥ ಖರ್ಜೂಃ॥ ಕಂಡೂಃ॥ ಚಮೂಃ॥ ॥ಈ ಪ್ರತ್ಯಯಕ್ಕೆ॥ ತಂದ್ರೀಃ॥ ಲಕ್ಷ್ಮೀಃ॥ ಇತ್ಯಾದಿಗಳು॥ ಅಗ್ನಿ॥ ವಹ್ನಿಃ॥ ಯೋನಿಃ ಪಾರ್ಷ್ಣಿಃ ಶಬ್ದಗಳು, ನಿ ಪ್ರತ್ಯಯಾಂತಗಳಾದಾಗ್ಯೂ ಪುಮಾನ್ ಪಾರ್ಷ್ಣಿಃ ಇತ್ಯಾದಿ ವಿಶೇಷವಿಧಿಯಿಂದ ಬಾಧಿಸಲ್ಪಟ್ಟು ಸ್ತ್ರೀಲಿಂಗವಲ್ಲ.

ಮೂಲ॥ ಙಾಬೂಙಂತಂ ಚಲಂ ಸ್ಥಿರಂ ॥ ॥೪೪೦॥

Ní words of the classes *ṅíp; ṅísh, ṅín; áp* words of the classes *ṭáp, ḍáp, cháp;* and *úṅ* words are feminine.

ಟೀಕೆ॥ ಙೀ ಅಂದರೆ—ಙೀಪ್—ಙೀಷ್—ಙೀನ್—ಎಂಬುವ ಪ್ರತ್ಯಯಗಳೂ ಆಪ್ ಅಂದರೆ, ಟಾಪ್—ಡಾಪ್—ಚಾಪ್—ಎಂಬುವ ಪ್ರತ್ಯಯಗಳೂ ಈ ೩ ಊಙ್—ಎಂಬ ಪ್ರತ್ಯಯವು ಅಂತವಾಗಿ ಉಳ್ಳ ಶಬ್ದಗಳು॥ ಚಲಂ—ವಿಶೇಷ್ಯ ನಿಘ್ನಗಳಾದವುಗಳು, ಸ್ಥಿರಂ—ನಿಯತ ಲಿಂಗಗಳಾದವುಗಳು ಸಹ ಸ್ತ್ರೀ॥ ಉದಾಹರಣ॥ ವಿಶೇಷ್ಯನಿಘ್ನಗಳಾದ ಙ್ಯಂತಗಳಿಗೆ॥ ಪುಂಸಃ—ಇಯಂ—ಪಾಪ್ನೀ॥ ಉಪಗೋರಿಯಂ—ಔಪಗವೀ॥ ನಿಯತ ಲಿಂಗಗಳಾದ ಙೀ ಅಂತಗಳಿಗೆ॥ ಕರಿಣೀ—ಕರ್ತ್ರೀ ಈ ಬಳಿ ಙೀಪ್—ದಾಕ್ಷಾಯಣೀ—ಗೌರೀ, ಈ ಬಳಿ—ಙೀಷ್—ಶಾರ್ಙ್ಗರವೀ—ವೈದೀ ಈ ಬಳಿ ಙೀನ್—ಅಜಾ—ಏಡಕಾ—ಏಡಕಾರವಾ, ಈಬಳಿಟಾಪ್—

ಸುರಾಜಾ-ಬಹುಸೀಮಾ-ಈ ಬಳಿ-ಡಾಪ್-ಕಾರೀಷಗಂಧ್ಯಾ-ವಾರಾಹ್ಯಾ-ಈ ಬಳಿ-ಚಾಪ್-ರೆಂಭೋರೂಃ-ಈ ಬಳಿ ಊಙ್.

ಮೂಲ॥ ತತ್ಕ್ರೀಡಾಯಾಂ ಪ್ರಹರಣಂ ಚೇನ್ಮೌಷ್ಟಾಪಾಲ್ಲವಾಣದಿಕ್.॥

Derivatives from *mushti* and *pallava* are feminine.

ಟೀಕೆ॥ ತತ್-ಆ ಮುಷ್ಟಿಪಲ್ಲವಾದಿಗಳು, ಕ್ರೀಡಾಯಾಂ-ಈ ಕ್ರೀಡೆಯಲ್ಲಿ, ಪ್ರಹರಣಂ ಚೇತ್-ಆಯುಧವಾಯಿತೆಂಬ ಅರ್ಥದಲ್ಲಿ ವಿಧಿಸಲ್ಪಟ್ಟ, ಣ-ಣ ಪ್ರತ್ಯಯಾಂತ ಶಬ್ದಗಳು, ಸ್ತ್ರೀ ಲಿಂಗದಲ್ಲಿ ವರ್ತಿಸುವವು ॥ಉದಾಹರಣೆಗಳು॥ ಮುಷ್ಟಿಃ ಪ್ರಹರಣಮಸ್ಯಾಂ ಕ್ರೀಡಾಯಾಂ-ಮೌಷ್ಟಾ-ಈ ಪ್ರಕಾರವೇ ಪಾಲ್ಲವಾ-ದಿಕ್, ಅಂದದ್ದರಿಂದ ದಾಂಡಾದಿಗಳು ತಿಳಿಯತಕ್ಕದ್ದು.

ಮೂಲ॥ ಘಞ್ಯೋಞಸ್ಯಾಂ ಕ್ರಿಯಾಯಾಂಚೇದ್ದಾಂಡಪಾತಾಹಿಫಾಲ್ಗುನೀ॥ ॥೩೩೦॥
ಶ್ಯೈನಂಪಾತಾಹಿ ಮೃಗಯಾತೈಲಂ ಪಾತಾಸ್ವಧೇತಿದಿಕ್।

Danda and *púta* with the affix *phálguna* are feminine.

ಟೀಕೆ॥ ಸಾ ಕ್ರಿಯಾ-ಆದಂಡ ಪಾತಾದಿಕ್ರಿಯೆಯು-ಅಸ್ಯಾಂಚೇತ್-ಈ ಫಾಲ್ಗುನ್ಯಾದಿಗಳಲ್ಲು ಉಂಟಾಯಿತೆಂಬುವ ಅರ್ಥದಲ್ಲಿ, ಘಞ-ಘಞಂತದ ಮೇಲೆ ವಿಧಿಸಲ್ಪಟ್ಟ, ಅಃ-ಅಃಪ್ರತ್ಯಯಾಂತಗಳು-ಸ್ತ್ರೀ ॥ಉದಾಹರಣೆಗಳು॥ ದಂಡಪಾತೋಸ್ಯಾಂ ಫಾಲ್ಗುನ್ಯಾಮಿತಿದಾಂಡ ಪಾತಾಫಾಲ್ಗುನೀ-ಶ್ಯೇನಪಾತೋಸ್ಯಾಂ ಮೃಗಯಾ ಯಾಮಿತಿಶ್ಯೈನಂ ಪಾತಾಮೃಗಯಾ॥ ತಿಲಪಾತೋಸ್ಯಾಂ ಸ್ವಧಾಯಾ ಮಿತಿ ತೈಲಂ ಪಾತಾಸ್ವಧಾ-ದಿಕ್ಶಬ್ದದಿಂದ ಮೌಸಲಪಾತಾದಿಗಳೂ ಈಪ್ರಕಾರವೇ ತಿಳಿಯತಕ್ಕವಾಗಿವೆ

ಮೂಲ॥ ಸ್ತ್ರೀಸ್ಯಾತ್ಕಾಚಿ ನ್ಮೃಣಾಳ್ಯಾದಿರ್ವಿವಕ್ಷಾ ಪಚಯಯದಿ ॥ ॥೩೩೧॥

Diminutives are feminine.

ಟೀಕೆ॥ ಅಲ್ಪಾರ್ಥದಲ್ಲಿ ವಿವಕ್ಷೆಯುಂಟಾದಹಾಗಾದರೆ ಮೃಣಾಳೀ ಶಬ್ದವು ಮೊದಲಾದ ಕೆಲವು ಶಬ್ದಗಳು ಸ್ತ್ರೀಲಿಂಗಗಳಾಗುವವು ॥ಉದಾಹರಣೆ॥ ಅಲ್ಪಂ ಮೃಣಾಲಂ-ಮೃಣಾಲೀ-ಅಲ್ಪೋಘಟಃಘಟೀ-ಈಪ್ರಕಾರವೇ-ಶಸ್ತ್ರೀ-ವಿಷಾಣೀ-ಪೀಠೀ-ಖರ್ಪರೀ-ಎಂಬುವವು ಮೊದಲಾಗಿ ತಿಳಿಯತಕ್ಕದ್ದು. ಕೆಲವು-ಎಂದದ್ದರಿಂದ-ಅಲ್ಪೋವೃಕ್ಷಃ-ವೃಕ್ಷಕಃ-ಇತ್ಯಾದಿಗಳು ಸ್ತ್ರೀಲಿಂಗಗ

ಳಲ್ಲ-ಈಚುಳಿ ಕೆಲವರು. ಅಪಟೆಯುವೆಂಬರೆ ಸ್ತ್ರೀತ್ವವೆಂದು ಹೇಳಿ ಸ್ತ್ರೀತ್ವ ವಿವಕ್ಷೆಯಲ್ಲಿ ಮೃಣಾಳ್ಯಾದಿ ಶಬ್ದಗಳು ಸ್ತ್ರೀಲಿಂಗಗಳೆಂಬುವರು.

ಅವತರಣಿಕೆ॥ ಈಪ್ರಕಾರವಾಗಿ ಲಕ್ಷಣದಿಂದ ಲಿಂಗನಿರ್ಣಯವನ್ನ ಹೇಳಿ-ಇನ್ನುಮೇಲೆ ಕಕಾರಾಂತಾದಿ ಕ್ರಮದಿಂದ ಲಿಂಗನಿರ್ಣಯವನ್ನ ಹೇಳುತ್ತಾನೆ, ಹ್ಯಗಂಪರು-

ಮೂಲ॥ ಲಂಕಾ ಶೇಫಾಲಿಕಾ ಟೀಕಾ ಧಾತಕೀ ಪಂಜಿಕಾಢಕೀ ಸಿಧ್ರಕಾ ಶಾರಿಕಾ ಹಿಕ್ಕಾ ಪ್ರಾಚಿಕೋಲ್ಕಾ ಪಿಪೀಲಿಕಾ ॥೪೪॥ ತಿಂದುಕೀ ಕಣಿಕಾಭಂಗೀ ಸುರಂಗಾ ಸೂಚಿಮಾಟಯಃ॥ ಪಿಚ್ಛಾ ವಿತಂಡಾ ಕಾಕಿಣ್ಯ ಶ್ಚೂರ್ಣಿಕಾ ಶಾಣೀ ದ್ರುಣೀದರತ್ ॥೪೫॥ ಸಾತಿಃಕಂಥಾ ಕಥಾಸಂಧೀ ನಾಭೀರಾಜಸಭಾಪಿಚಿ ಝಲ್ಲರೀ ಚರ್ಚರೀ ಪಾರೀ ಹೋರಾ ಲಟ್ವಾಚಸಿಧ್ಮಲಾ ॥೪೬॥ ಲಾಕ್ಷಾಲಿಕ್ಷಾ ಚಗಂಡೂಷಾ ಗೃಧ್ರಸೀ ಚಮು ಸೀಮಸೀ॥ ॥ಇತಿಸ್ತ್ರೀಲಿಂಗ ಶೇಷಃ॥

A list of 43 words always feminine, in alphabetical order according to their terminations.

ಟೀಕೆ॥ ಲಂಕಾಶಬ್ದವು ಮೊದಲು ಮಸೀಶಬ್ದದ ಪರಿಯಂತವೂ ೪೩ ಶಬ್ದಗಳು ಸ್ತ್ರೀಲಿಂಗಗಳು. ಈ ಶಬ್ದಗಳಿಗೆ ಅರ್ಥವು, ಲಂಕಾ-ರಾವಣನಪಟ್ಟಣವು, ಶೇಫಾಲಿಕಾ-ಲಕ್ಕಿಗಿಡ, ಟೀಕಾ-ವ್ಯಾಖ್ಯಾನಗ್ರಂಥವು, ಧಾತಕೀ-ಅರೇಗಿಡ, ಪಂಜಿಕಾ-ವ್ಯಾಖ್ಯಾನಗ್ರಂಥ ವಿಶೇಷವು, ಆಢಕೀ-ತುವರಿಮಂಡು, ಸಿಧ್ರಕಾ-ಬಿಲ್ಲಮರ, ಶಾರಿಕಾ-ಗೊರವಂಕಪಕ್ಷಿ, ಹಿಕ್ಕಾ-ಬಿಕ್ಕಳಿಕೆ, ಪ್ರಾಚಿಕಾ-ಕಾಡುನೊಣ, ಉಲ್ಕಾ-ಕೊಳ್ಳಿ, ಪಿಪೀಲಿಕಾ-ಇರುವೆ, ತಿಂದುಕೀ-ತುಂಬುರಿಗಿಡ, ಕಣಿಕಾ-ಧಾನ್ಯವಾಣಿ ವಿಶೇಷವು-ವ್ರೀಹಿವಿಶೇಷವು. ಗೋಧುಮ ಹಿಟ್ಟೆಂದು ಕೆಲವರು-ಭಂಗೀ, ರಚನಾ ಪ್ರಕಾರವು. ಸುರಂಗಾ-ಕನ್ನವು. ಸೂಚಿಃ-ಸೂಜಿ, ಮಾಟಿಃ-ದೇಶವಿಶೇಷವು, ಪಿಚ್ಛಾ-ಗಂಜಿ, ಬಾಳೆಗಬಂಕೆ, ವಿತಂಡಾ-ಸಪಕ್ಷಸ್ಥಾಪನವಿಲ್ಲದ ವಾದವು, ಕಾಕಿಣೀ-ಕರ್ಷಕೊಳಲ್ಲಿ ನಾಲ್ಕನೇಪಾಲು, ಪಣದಲ್ಲಿ ನಾಲ್ಕನೇಪಾಲೆಂದು ಕೆಲವರು, ಚೂರ್ಣಿಕಾ-ಗದ್ಯವು, ಶಾಣೀ-ಸಾಣೆ, ದ್ರುಣೀ-ಶಿವೀ ಹೋಗುವಹಾವು, ಆವೆ ಯೆಂದು ಕೆಲವರು, ದರತ್-ವಿಷಹುಟ್ಟುವದೇಶ, ಜರಿ ಯೆಂದು ಕೆಲವರು, ಸಾತಿಃ-ದಾನವು, ತೀವ್ರವೇದನೆಯೆಂದು ಕೆಲವರು, ಕಂಥಾ-ಬೊಂತೆ, ಕಥಾ-ಚರಿತ್ರೆ, ಆಸಂದೀ-ಹಸೆಯಮಣೆ, ಶವ[illegible]ಹನವೆಂದುಕೆಲವರು, ನಾಭೀ-ಹೊಕ್ಕಳು, ರಾಜಸಭಾ, ಅರಸಿನ ಓಲಗ ಸ್ಥಳ, ಝಲ್ಲರೀ-ವಾದ್ಯವಿಶೇ

ಷವು, ಚರ್ಚರೀ-ನೃತ್ತ ವಿಶೇಷವು, ಪಾರೀ-ಹಾಲು ಕರಿಯುವ ಮಡಿಕೆ, ಕೋರಾ-ಲಗ್ನಾರ್ಧವು, ಲಟ್ವಾ-ಹಿಟ್ಟಿನಗುಬ್ಬಚ್ಚಿ, ಸಿಧ್ಮಲಾ-ಪೂತಿಮತ್ಸ್ಯ ಕ್ಷೋದವು, ಸಿಬ್ಬ ವಂಟೂದ್ದು, ಲಾಕ್ಷಾ-ಅರಗು, ಲಿಕ್ಷಾ-ಹೇನು, ಗಂಡೂಷಾ-ಮುಕ್ಕಳಿಸುವಿಕೆ, ಗೃಧ್ರಸೀ-ನಡುವಿನ ವಾಯುರೋಗವು, ಚಮಸೀ-ಸೋಮಪಾನ ಪಾತ್ರ, ಮಸೀ, ಕಪ್ಪು.

|| ಅಥಪುಲ್ಲಿಂಗಶೇಷಃ ||

ಮೂಲ|| ಪುಂಸ್ತ್ವೇ

Here begin rules relating to the masculine gender.

ಟೀಕೆ|| ಮುಂದೆ ನಪುಂಸಕಲಿಂಗಗಳನ್ನು ಆರಂಭಿಸುವವರಿವಿಗೂ ಹೇಳಲ್ಪಡುವ ಶಬ್ದಗಳು ಪುಲ್ಲಿಂಗದಲ್ಲಿ ವರ್ತಿಸುವವೆಂದು ತಿಳಿಯತಕ್ಕದ್ದು, ಹ್ಯಾಗೆಂದರೆ:—

ಮೂಲ|| ಸಭೇದಾನುಚರಾಸ್ಸಪರ್ಯಾಯಾಃ ಸುರಾಸುರಾಃ || ||೬೬||

Names of gods, rākshasas, and their attendants are masculine.

ಟೀಕೆ|| ಸಪರ್ಯಾಯಾಃ-ಅಮರನಿರ್ಜರಾದಿ ಪರ್ಯಾಯಗಳ ಸಂಗಡಲೂ, ದೈತ್ಯ ದೈತೇಯಾದಿ ಪರ್ಯಾಯಗಳ ಸಂಗಡಲೂ ಕೂಡಿಕೊಂಡು ಇದ್ದ ಸುರಾಸುರಾಃ-ಸುರಶಬ್ದವೂ, ಅಸುರ ಶಬ್ದವೂ, ಸಭೇದಾನುಚರಾಃ-ತಮ್ಮ ತಮ್ಮೊಳಗೆ ವಿಶೇಷಗಳಾದ-ಇಂದ್ರಾಗ್ನ್ಯಾದಿ ದೇವತೆಗಳ ಹೆಸರುಗಳಿಂದಲೂ, ತಮ್ಮ ತಮ್ಮ ಅನುಚರರಾದ ಹಾಹಾ-ಹೂಹೂ ಮೊದಲಾದವುಗಳ ಹೆಸರುಗಳಿಂದಲೂ-ಚಂಡ ಮುಂಡ ಪ್ರಹಸ್ತಾದಿಗಳ ಹೆಸರುಗಳಿಂದಲೂ ಕೂಡಾ ಪುಲ್ಲಿಂಗಗಳಾಗುವವು. ಈ ಶಬ್ದಗಳಲ್ಲಿ ಯಾವದಕ್ಕಾದರೂ ಲಿಂಗವು ವಿಶೇಷವಾಗಿ ವಿಧಿಸಿಯಿದ್ದ ಕಡೆ ಈ ವಿಧಿಯು ಪ್ರವರ್ತಿಸಲಾರದೆಂದು ತಿಳಿಯಬೇಕು ||ಉದಾಹರಣೆ|| ದೇವತಾಸ್ತ್ರಿಯಾಂ-ಯೆಂಬುವ ವಿಶೇಷ ವಿಧಿ ಇರುವದ್ದರಿಂದ ಸುರ ಪರ್ಯಾಯವಾದ ದೇವತಾಶಬ್ದವು ಪುಲ್ಲಿಂಗವಲ್ಲ.

ಮೂಲ|| ಸ್ವರ್ಗಯಾಗಾದ್ರಿ ಮೇಘಾಬ್ಧಿ ದ್ರುಕಾಲಾಸಿ ಶರಾರಯಃ |
ಕರಗಂಡೋಷ್ಠ ದೋರ್ದಂತ ಕಂಠಕೇಶನಖಸ್ತನಾಃ ||೬೭||

Names of heaven (*svarga*), sacrifices, mountains, clouds,

the sea, trees, time, swords, arrows, enemies, the palm of the hand, tribute, rays, cheeks, lips, arms, teeth, the neck, hair, nails, breast,—are masculine.

ಟೀಕೆ‖ ಸ್ವರ್ಗಃ-ಸ್ವರ್ಗವು, ಯಾಗಃ-ಯಜ್ಞವು, ಅದ್ರಿಃ-ಪರ್ವತವು, ಮೇಘಃ-ಮೇಘವು, ಅಬ್ಧಿಃ-ಸಮುದ್ರವು, ದ್ರುಃ-ವೃಕ್ಷವು, ಕಾಲಃ-ಕಾಲವು, ಅಸಿಃ-ಖಡ್ಗವು, ಶರಃ-ಬಾಣವು, ಅರಿಃ-ಶತ್ರುವು, ಕರಃ-ಹಸ್ತವು, ಕಾಣಿಕೆಯು, ಕಿರಣವು, ಗಂಡಃ-ಕಪೋಲವು, ಓಷ್ಠಃ-ಅಧರವು, ದೋಃ-ಬಾಹುವು, ದಂತಃ-ಹಲ್ಲು, ಕಂಠಃ-ಕೊರಳು, ಕೇಶಃ-ಕೇಶಗಳು, ನಖಃ-ಉಗುರುಗಳು, ಸ್ತನಃ-ಸ್ತನಗಳು ಈ ೧೦ ವಸ್ತುವುಗಳ ಪದಗಳು ಸಂಭವಿಸಿದ ಸ್ಥಳದಲ್ಲಿ ಅವುಗಳ ವಿಶೇಷಗಳ ಹೆಸರು ‖ವು‖ ಅವುಗಳಲ್ಲಿ ಯಾವದಕ್ಕೆ ವಿಶೇಷ ಉಂಟೋ ಆ ಬಳಿ ಈ ವಿಧಿಯು ಪ್ರವರ್ತಿಸುವದಿಲ್ಲ. ಅದು ಹ್ಯಾಗಂದರೆ ಸ್ವರ್ಗವಾಚಕಗಳಾದ ದ್ಯೋದಿವ ಶಬ್ದಗಳೂ, ವೃಕ್ಷ ವಿಶೇಷವಾಚಕಗಳಾದ ಹರಿಚಂದನ ಕಿಂಶುಕಾಶಬ್ದಗಳೂ, ಕಾಲ ವಿಶೇಷ ವಾಚಕಗಳಾದ ತಿಥಿ ಪ್ರತಿಪದಾದಿಗಳೂ, ಬಾಣ ವಾಚಕವಾದ ಇಷು ಶಬ್ದವೂ, ಕಿರಣ ವಾಚಕಗಳಾದ ದೀಧಿತ್ಯಾದಿಗಳೂ, ಓಷ್ಠ ವಾಚಕ ದಶನವಾಸಶ್ಶಬ್ದವೂ, ಬಾಹು ವಾಚಕಗಳಾದ ಭುಜ ಬಾಹು ಶಬ್ದಗಳೂ ದಂತ ವಿಶೇಷವಾಚಕಗಳಾದ ದಂಷ್ಟ್ರಾವಿಷಾಣ ಶಬ್ದಗಳೂ, ಕೇಶ ವಿಶೇಷ ವಾಚಕಗಳಾದ ಚಟುನಟು ಶಬ್ದಗಳೂ, ನಖವಾಚಕಗಳಾದ ನಖನಖರ ಶಬ್ದಗಳೂ ವಿಶೇಷ ವಿಧಿಯುಂಟಾಗಿವೆ ಯಾದ್ದರಿಂದ ಅಲ್ಲಿ ಈ ವಿಧಿ ಪ್ರವರ್ತಿಸುವದಿಲ್ಲ.

ಮೂಲ‖ ಅಹ್ನಾಹಾಂತಾಃ.

Words ending in *ahna* and *aha* are masculine.

ಟೀಕೆ‖ ಅಹ್ನಾಂತಗಳಾದ ಪೂರ್ವಾಹ್ನ ಪರಾಹ್ನಾದಿ ಶಬ್ದಗಳೂ, ಅಹಾಂತಗಳಾದ ದ್ವ್ಯಹತ್ರ್ಯಹಾದಿ ಶಬ್ದಗಳೂ ‖ವು‖ ಅತ್ಯಹ್ನ ಭೋಜನಂ, ನಿರಹ್ನ ವೇಳಾ ಯೆಂಬುವ ಸ್ಥಳಗಳಲ್ಲಿ ಅನ್ಯ ಪದಾರ್ಥವು ನಪುಂಸಕವಾದರೂ, ಸ್ತ್ರೀಲಿಂಗವಾದರೂ ಅಹ್ನಾಂತ ಶಬ್ದಗಳು ಪುಲ್ಲಿಂಗಗಳೇ ಯೆಂದು ಕೆಲವರು ಹೇಳುವರು.

ಮೂಲ‖ ಕ್ಷ್ವೇಳಭೇದಾಃ

The varieties of poison are masculine.

ಟೀಕೆ‖ ವಿಷ ವಿಶೇಷ ವಾಚಕಗಳಾದ ಕಾಲಪೃಷ್ಠಕ, ಶೌಕ್ಲೇಯಾದಿ ಶಬ್ದಗಳು

||ವ|| ಕಾಕೋಲ ಕಾಲ ಕೂಟಾದಿ ಶಬ್ದಗಳಿಗೆ ವಿಶೇಷ ವಿಧಿ ಇದ್ದದ್ದರಿಂದ ಅಲ್ಲಿ ಈ ವಿಧಿ ಪ್ರವರ್ತಿಸುವದಿಲ್ಲ.

ಮೂಲ|| ರಾತ್ರಾಂತಾಃ ಪ್ರಾಗಸಂಖ್ಯಕಾಃ.

Compounds ending in *rátra* are masculine, except when formed with a numeral.

ಟೀಕೆ|| ಪ್ರಾಗಸಂಖ್ಯಕಾಃ-ಸಂಖ್ಯಾ ಪೂರ್ವ ಪದಗಳಾದರೂ ರಾತ್ರಾಂತಾಃ-ರಾತ್ರಾಂತಗಳಾದ ಪೂರ್ವರಾತ್ರ-ಅರ್ಧ ರಾತ್ರಾದಿ ಶಬ್ದಗಳು ||ವ|| ರಾತ್ರಾಂತಗಳಾದರೂ ಸಮಾಹಾರದಲ್ಲಿ ಅಹೋ ರಾತ್ರಂ-ಎಂದು ನಪುಂಸಕವೂ ಉಂಟು. ಅತಿ ರಾತ್ರಃ-ಎಂಬುವ ಸ್ಥಳದಲ್ಲಿ ಅನ್ಯ ಪದಾರ್ಥ ಭಿನ್ನಲಿಂಗವಾದರೂ ಪುಲ್ಲಿಂಗವೆಂದು ಕೆಲವರು ಸಂಖ್ಯಾ ಪೂರ್ವ ಪದವಾದರೆ ಗಣ ರಾತ್ರಂ-ಪಂಚ ರಾತ್ರಂ-ಎಂದು ||ಸ||

ಮೂಲ|| ಶ್ರೀ ವೇಷ್ಟಾದ್ಯಾಶ್ಚ ನಿರ್ಯಾಸಾಃ

Names of gums exuding from trees, are masculine.

ಟೀಕೆ|| ಶ್ರೀ ವೇಷ್ಟಃ-ಶ್ರೀವಾಸಃ-ಸರಳದ್ರವಃ-ಎಂಬುವವು ಮೊದಲಾದ-ನಿರ್ಯಾಸಾಃ-ಮರದ ಬಂಕೆಯ ಹೆಸರುಗಳು, ಪುಲ್ಲಿಂಗಗಳು.

ಮೂಲ|| ಅಸನ್ನಂತಾ ಅಬಾಧಿತಾಃ ||೪೪೮||

Words ending in *as* and *an* are masculine, save those which have been noted as exceptions.

ಟೀಕೆ|| ಅಬಾಧಿತಾಃ-ವಿಶೇಷ ವಿಧಿಗಳಿಂದ ಬಾಧಿಸಲ್ಪಡದ ಅಸನ್ನಂತಾಃ-ಅಂಗಿರಸ್, ಪುರೋಧಸ್-ಮೊದಲಾದ ಅಸಂತಗಳೂ, ಸುಪರ್ವನ್-ಪ್ಲೀಹನ್-ಮೊದಲಾದ ಅನ್ನಂತಗಳೂ ||ವ|| ಅಬಾಧಿತಾಃ ಎಂದದ್ದರಿಂದ ಯಶಸ್-ವಯಸ್-ನಾಮನ್-ಎಂಬುವ ಸ್ಥಳಗಳಲ್ಲಿ ಈ ವಿಧಿ ಪ್ರವರ್ತಿಸುವದಿಲ್ಲ.

ಮೂಲ|| ಕಶೇರುಜತುವಸ್ತೂನಿ ಹಿತ್ವಾ ತುರುವಿರಾಮಕಾಃ.||

Words ending in *tu* and *ru* are masculine, except *kasheru*, *jatu* and *vastu*.

ಟೀಕೆ|| ಕಶೇರು-ಜತು-ವಸ್ತು-ಎಂಬುವ ಶಬ್ದಗಳನ್ನು, ಹಿತ್ವಾ-ಬಿಟ್ಟು ಬಿಟ್ಟು, ತು-

ಧುವಿರಾಮಕಾಃ-ತು-ಎಂಬುವ ವರ್ಣವು, ಅಂತವಾಗಿ ವುಳ್ಳ ಹೇತುಃ-ಸೇತುಃ-ಮೊದಲಾದ ಶಬ್ದಗಳೂ ರು ಎಂಬುವ ವರ್ಣವು ಅಂತವಾಗಿವುಳ್ಳ ಮೇರುಃ-ಗುರುಃ-ಮೊದಲಾದ ಶಬ್ದಗಳೂ ||ಪು|| ಕಶೇರುಜತುವಸ್ತು ಶಬ್ದಗಳಾದರೋ ನಪುಂಸಕಗಳು. ಇದು ಉಪಲಕ್ಷಣವಾದದ್ದರಿಂದ ದಾರು-ಶ್ಮಶ್ರು-ಅಶ್ರು-ವಾಸ್ತು-ಬುರು-ಮಸ್ತು ಎಂಬುವ ಶಬ್ದಗಳೂ ನಪುಂಸಕಗಳೇ ಆಗಿವೆ.

ಮೂಲ|| ಕಷಣಭಮರೋಪಾಂತಾಯದ್ಯದಂತಾ ಅಮೀ ಅಥ ||
ಪಥನಯಸಟೋಪಾಂತಾ

Words whose crude form ends in *ka*, *sha*, *ṇa*, *bha*, *ma*, *ra*, *pa*, *tha*, *na*, *yx*, *sa*, *ṭa*, are masculine.

ಟೀಕ|| ಕ| ಷ| ಣ| ಭ| ಮ| ರ| ಪ| ಥ| ನ| ಯ| ಸ| ಟ| ಈ ೧೨ ವರ್ಣಗಳು ಉಪಾಂತ್ಯಗಳಾಗಿಯೂ ಅಕಾರಾಂತವಾಗಿಯೂ ಉಂಟಾದ ಶಬ್ದಗಳು ||ಪು|| ಕ್ರಮವಾಗಿ ಉದಾಹರಣಗಳು|| ಅರ್ಕಃ| ಸ್ಫಟಿಕಃ| ವೃಷಃ| ನಿಕಷಃ| ಗಣಃ| ಗುಣಃ| ಕುಂಭಃ| ಕಲಭಃ| ವ್ಯಾಮಃ| ಗ್ರಾಮಃ| ಹಾರಃ| ಸಾರಃ| ಧೂಪಃ| ನೂಪಃ| ಅರ್ಥಃ| ಶಪಥಃ| ಸ್ತನಃ| ಜನಃ| ಕುಲಾಯಃ| ತಂತುವಾಯಃ| ರಸಃ| ದಾಸಃ| ಘಟಃ| ಪಟಃ| ಇತ್ಯಾದಿಗಳು ||ಪು|| ಭೂಷಣಾದಿಗಳಿಗೆ ವಿಶೇಷ ವಿಧಿಯಿಂದ ||ನ||

ಮೂಲ|| ಗೋತ್ರಾಖ್ಯಾಶ್ಚರಣಾಖ್ಯಯೋಃ ||

Patronymics and names of vedic sects are masculine.

ಟೀಕ|| ಗಾರ್ಗ್ಯಃ-ವಾಸಿಷ್ಠಃ-ಎಂಬುವವು ಮೊದಲಾದ ಗೋತ್ರಾಪತ್ಯಗಳನ್ನು ಹೇಳುವ ಹೆಸರುಗಳೂ ಕಠಃ-ಬಹ್ವೃಚಃ-ಛಂದೋಗಃ-ಎಂಬುವವು ಮೊದಲಾದ ವೇದಶಾಖಾಧ್ಯೇತೃಗಳ ಹೆಸರುಗಳೂ ಪುಲ್ಲಿಂಗಗಳು.

ಮೂಲ|| ನಾಮ್ನ್ಯಕರ್ತರಿಭಾವೇಚ ಘಞಜಪ್ನಙ್ಣಘಾಥುಚಃ ||೪೫೦||

Words of the classes *ghañ*, *ac*, *ap*, *nañ*, *ṇa*, *gha*, *athuch* are masculine.

ಟೀಕ|| ನಾಮ್ನಿ-ಸಂಜ್ಞೆಯಲ್ಲಿಯೂ, ಅಕರ್ತರಿ-ಕರ್ತೃವ್ಯತಿರಿಕ್ತ ಕಾರಕದಲ್ಲಿಯೂ, ಭಾವೇಚ-ಧಾತ್ವರ್ಥಮಾತ್ರದಲ್ಲಿಯೂ, ಯಥಾ ಸಂಭವವಾಗಿ ವಿಧಿ

ಸಲ್ಪಟ್ಟ ಘಙ್-ಅಚ್-ಅಪ್-ನಙ್-ಣ-ಘ-ಅಥುಚ್-ಎಂಬುವ ಈ ೭ ಪ್ರತ್ಯಯಗಳು ಅಂತವಾಗಿ ಉಳ್ಳ ಶಬ್ದಗಳೂ ವಿಶೇಷ ವಿಧಿ ಯಿಲ್ಲದ ಕಡೆ ॥ಪು॥ ॥ಉದಾಹರಣಗಳು॥ ಸಂಜ್ಞೆಯಲ್ಲಿ ಘಙ್‌ಗೆ ॥ಪಾದಃ-ರೋಗಃ-ವೇಶಃ॥ ಕರ್ತೃವ್ಯತಿರಿಕ್ತ ಕಾರಕವಲ್ಲಿ ಘಜ್‌ಗೆ॥ ಪ್ರಕ್ರಿಯತ ಇತಿ ಪ್ರಾಕಾರಃ-ಪ್ರಸೀದಂತ್ಯಸ್ಮಿನ್ನಿತಿ ಪ್ರಸಾದಃ-ರಜ್ಯತೆನೇನೆತಿ ರಾಗಃ ॥ಭಾವಾರ್ಥದಲ್ಲಿ ಘಙ್‌ಗೆ॥ ತ್ಯಾಗಃ-ಭೋಗಃ ॥ಅಚ್ಪ್ರತ್ಯಯಕ್ಕೆ ॥ನಯಃ-ಜಯಃ-ಚಯಃ, ॥ಅಪ್-ಪ್ರತ್ಯಯಕ್ಕೆ॥ ಕರಃ-ಗರಃ-ಲವಃ ॥ನಙ್-ಪ್ರತ್ಯಯಕ್ಕೆ॥ ಯಜ್ಞಃ-ಯತ್ನಃ ॥ಣ ಪ್ರತ್ಯಯಕ್ಕೆ॥ ನ್ಯಾದಃ॥ ॥ಘ ಪ್ರತ್ಯಯಕ್ಕೆ॥ ಉರಚ್ಛದಃ॥ ದಂತಚ್ಛದಃ॥ ಅಥುಚ್ ಪ್ರತ್ಯಯಕ್ಕೆ॥ ಕ್ಷವಥುಃ ವೇಪಥುಃ ಇತ್ಯಾದಿಗಳು.

ಮೂಲ॥ ಲ್ಯುಃ ಕರ್ತರಿ

Lyuh words, such as *nandanah*, *ramanah*, *dahanah*, are masculine.

ಟೀಕೆ॥ ಕರ್ತರಿ-ಕರ್ತ್ರರ್ಥದಲ್ಲಿ ವಿಧಿಸಲ್ಪಟ್ಟ ಲ್ಯುಃ-ಲ್ಯು ಪ್ರತ್ಯಯಾಂತಗಳಾದ ನಂದನಃ-ರಮಣಃ-ದಹನಃ-ಎಂಬುವವು ಮೊದಲಾದ ಶಬ್ದಗಳು ಪುಲ್ಲಿಂಗಗಳು.

ಮೂಲ॥ ಇಮನಿಜ್ಭಾವೇ

Abstract nouns of the class *imanich* are masculine.

ಟೀಕೆ॥ ಭಾವೇ-ಭಾವಾರ್ಥದಲ್ಲಿ ವಿಧಿಸಲ್ಪಟ್ಟ ಇಮನಿಚ್-ಇಮನಿಚ್ಪ್ರತ್ಯಯಾಂತಗಳಾದ ಪ್ರಥಿಮಾ-ಗರಿಮಾ-ಲಘಿಮಾ-ಎಂಬುವವು ಮೊದಲಾದ ಶಬ್ದಗಳು ಪುಲ್ಲಿಂಗಗಳು.

ಮೂಲ॥ ಕೋ ಘೋಃ ಕಿಃ ಪ್ರಾದಿತೋಽನ್ಯತಃ ॥

Abstract nouns of the *ka* class, and those of the *ki* class which are derived from *ghu*, are masculine.

ಟೀಕೆ॥ ಕಃ-ಭಾವಾರ್ಥದಲ್ಲಿ ವಿಧಿಸಲ್ಪಟ್ಟ ಕ ಪ್ರತ್ಯಯಾಂತಗಳಾದ ಪ್ರಸ್ಥಃ-ವಿಘ್ನಃ-ಆಖೂತ್ಥಃ-ಶ್ವೈನೋತ್ಥಃ-ಎಂಬುವವು ಮೊದಲಾದ ಶಬ್ದಗಳೂ ಪ್ರಾದಿತಃ-ಪ್ರ-ಪರ ಎಂಬವುಗಳು ಮೊದಲಾದ ಉಪಸರ್ಗಗಳಿಗಿಂತಲೂ ಅನ್ಯತಃ-ಬೇರೆಯಾದ ಸುಬಂತವನ್ನು ಕರ್ಮ ಪದದ ಹಾಗೆ ಉಳ್ಳ ಘೋಃ-ಘು ಸಂಜ್ಞೆ ಕ ಧಾತುವಿನ ಮೇಲೆ ಅಧಿಕರಣಾರ್ಥದಲ್ಲಿ ವಿಧಿಸಲ್ಪಟ್ಟ ಕಿಃ-ಕಿ ಪ್ರ

ಕ್ಯಯಾಂತಗಳಾದ ಅಂಬುಧಿಃ-ಇಷುಧಿಃ-ಎಂಬುವವು ಮೊದಲಾದ ಶಬ್ದಗಳು ಪುಲ್ಲಿಂಗಗಳು.

ಮೂಲ॥ ದ್ವಂದ್ವಾಶ್ವ ಬಡಬಾವಶ್ವ ಬಡಬಾನ ಸಮಾಹೃತೆ ॥೨೫೧॥

Dvandva compounds are masculine, except those of the *samáhára* kind.

ಟೀಕೆ॥ ಸಮಾಹಾರವ್ಯತಿರಿಕ್ತವಾದ ಅಶ್ವಬಡಬಾ ಎಂಬುವ ದ್ವಂದ್ವ ಸಮಾಸ ರೂಪವಾದ ಶಬ್ದವು ॥ಪು॥ ಈ ಬಳೀ ಪೂರ್ವವದಶ್ವಬಡಬಾ ಎಂಬುವ ಸೂತ್ರದಲ್ಲಿ ದ್ವಿವಚನವು ವಿವಕ್ಷಿತವಲ್ಲವೆಂದು ತಿಳಿಯ ಮಾಡುವದಕ್ಕಾಗಿ ಅಶ್ವ ಬಡಬಾಃ-ಎಂದು ಬಹು ವಚನವನ್ನು ಪ್ರಯೋಗಿಸಿ ಇದ್ದಾನೆ. ಸಮಾಹಾರದಲ್ಲಿ ನಪುಂಸಕವು.

ಮೂಲ॥ ಕಾಂತಸ್ಸೂರ್ಯೇಂದುಪರ್ಯಾಯ ಪೂರ್ವೋಯಃ ಪೂರ್ವಕೋಪಿಚ॥

Compounds ending in *kánta* preceded by names of the sun or moon, or by the word *ayas* (iron), are masculine.

ಟೀಕೆ॥ ಸೂರ್ಯ ಪರ್ಯಾಯ ಶಬ್ದಗಳೂ ಚಂದ್ರ ಪರ್ಯಾಯ ಶಬ್ದಗಳೂ ಅಯಶ್ಶಬ್ದವೂ ಪೂರ್ವಗಳಾಗಿ ಉಂಟಾದ ಕಾಂತ ಶಬ್ದವು ॥ಪು॥ ಉದಾಹರಣಗಳು॥ ಸೂರ್ಯಕಾಂತಃ-ರವಿಕಾಂತಃ-ಇಂದುಕಾಂತಃ-ಚಂದ್ರಕಾಂತಃ-ಅಯಃ ಕಾಂತಃ-ಅಪಿಚ ಅಂಥದ್ದರಿಂದ ಲೋಹ ಕಾಂತ ಶಬ್ದವೂ ಪುಲ್ಲಿಂಗವೆಂದು ಕೆಲವರು ಹೇಳಿದರು.

ಅವತರಣಿಕೆ॥ ಇನ್ನು ಮೇಲೆ ಕೆಲವು ಪುಲ್ಲಿಂಗಗಳನ್ನು ಕಕಾರಾಂತಾದಿ ಕ್ರಮದಿಂದ ಹೇಳುತ್ತಾನೆ.

ಮೂಲ॥ ವಟಕಶ್ಚಾನುವಾಕಶ್ಚ ರಲ್ಲಕಶ್ಚ ಕಡಂಗರಃ। ಪುಂಖೋನ್ಯ್ಯಂಖಸ್ಸ್ವಮುದ್ಗಶ್ಚ ವಿಟಪಸ್ತ್ರ್ಯಥಟಾಃಖಟಃ। ಕೊಟ್ಟಾರ ಘಟ್ಟಅಟ್ಟಾಶ್ಚ ಪಿಂಡಗೋಂಡ ಪಿಚಂಡವತ್॥ ಗಡುಃ ಕರಂಡೋ ಲಗುಡೋ ವರಂಡಶ್ಚ ಕಿಣೋ ಘಣಃ॥ ಧ್ವೃತಿಸೀಮಂತ ಹರಿತಾರೋಮಂಥೋದ್ಗೀಥಬುದ್ಬುದಾಃ॥ ಕಾಸ ಮರ್ದೋರ್ಬುದಃಕುಂದಃ ಫೇನಸ್ತೂಭಾಸಯೂಪಕಾಃ॥ ಆತಪಃ ಕ್ಷತ್ರಿಯೋನಾಭಿಃ ಕುಣಪಃ ಕ್ಷುಪಕಂದರಾಃ ॥೨೫೫॥ ಪೂರಕ್ಷುರ ಪ್ರಚುಕಾಶ್ಚ ಗೋಲಹಿಂಗುಳ ಪುದ್ಗಳಾಃ। ವೇತಾಳ ಮಲ್ಲಭಲ್ಲಾಶ್ಚ ಪುರೋಡಾಶೋಪಿಪಟ್ಟಿಸಃ ॥೨೫೬॥ ಕುಲ್ಮಾಷ ಸೋರಭಾಸ ಕ್ಶ್ರುವೇಸಕಟಾಹಃ ಪತದ್ಗ್ರಹಃ।

A list of words always masculine, in alphabetical order according to their terminations

ಟೀಕೆ॥ ವಟಕ ಶಬ್ದವು ಮೊದಲುಗೊಂಡು ಪತದ್ಗ್ರಹ ಶಬ್ದದ ಪರಿಯಂತವೂ ಆದ ಶಬ್ದಗಳು ಎಲ್ಲವೂ ॥ಪುಂ॥ ಈ ಶಬ್ದಗಳಲ್ಲಿ ಕೆಲವಕ್ಕೆ ಅರ್ಥವು॥ ಕು ಡುಂಗಕಃ-ತೊಡೆ, ನ್ಯೂಂಖಃ-ನಿರಂತರವಾಗಿ ಉಚ್ಚರಿಸಿದ ಆರು ಓಂಕಾ ರಗಳು, ಥಟುಃ ತಕ್ಕಡಿ. ಖಟುಃ-ತೃಣ ವಿಶೇಷವು, ಕೊಟ್ಟಃ-ದುರ್ಗವು, ಆರ ಘಟ್ಟಃ-ದೊಡ್ಡ ಭಾವಿ, ಹಟ್ಟಃ-ಅಂಗಡೀ ಬೀದಿ, ಗೊಂಡಃ-ದೇಶ ವಿಶೇಷವು, ವರಂಡಃ-ಮುಖ ರೋಗವು, ಧೃತಿಃ-ತೊಗಲು ಚೀಲ, ಉದ್ಗೀಥಃ-ಸಾಮ ವೇದ ಪ್ರಣವವು, ಕಾಸಮರ್ದಃ-ಸಸಗೊನ್ನಿ, ಸ್ತೂಪಃ-ಮಂಣು ಮೊದ ಲಾದವುಗಳ ದಿಂಣೆ, ಕಣಯಃ-ಆಯುಧ ವಿಶೇಷವು, ಕೆದರಃ-ವೃಕ್ಷ ವಿಶೇ ಷವು, ಪಶು ವಿಶೇಷವು, ಹಿಂಗುಳಃ-ಇಂಗಳೀಕವು, ಪುದ್ಗಲಃ-ಜೀವನು, ಪರ ಮಾಣುವು, ಕುಲ್ಮಾಸಃ-ಅರ್ಧ ಪಕ್ವಗಳಾದ ಮುದ್ಗಗೋಧೂಮಾದಿಗಳು.

॥ಇತಿ ಪುಲ್ಲಿಂಗ ಶೇಷಃ॥

ಮೂಲ॥ ನಂಪುಂಸಕೇನ್ಯತ್:

Here begin rules relating to the neuter gender.

ಟೀಕೆ॥ ಅನ್ಯತ್-ಸ್ತ್ರೀಲಿಂಗ ಪುಲ್ಲಿಂಗಗಳಿಗಿಂತ ಪ್ರತ್ಯೇಕವಾದ ಮುಂದೆ ಹೇಳಲ್ಪ ಡುವ ಶಬ್ದ ರೂಪಗಳೆಲ್ಲವೂ ನಪುಂಸಕದಲ್ಲಿ ವರ್ತಿಸುವವು, ತೃತೀಯೊಸ್ವ ಚ್ಛ-ಎಂಬುವ ಪಾಠದಲ್ಲಿಯೂ ಇದೇ ಅರ್ಥವು ಹೇಳಲ್ಪಟ್ಟ ಹಾಗಾ ಯಿತು.

ಮೂಲ॥ ಖಾರಣ್ಯ ಪರ್ಣಶ್ವ ಭ್ರಹಿಮೊದಕಂ ॥೪೫೭॥ ಶೀತೋಷ್ಣ ಮಾಂಸರುಧಿರ ಮುಖಾಕ್ಷಿದ್ರವಿಣಂ ಬಲಂ। ಫಲ ಹೇಮಶುಲ್ಬಲೋಹ ಸುಖ ದುಃಖ ಶುಭಾ ಶುಭಂ ॥೪೫೮॥ ಜಲಪುಷ್ಪಾಣಿ ಲವಣಂ ವ್ಯಂಜನಾನ್ಯನು ಲೇಪನಂ।

Names of the sky, the senses, forests, leaves, holes, snow, water, cold, heat, flesh, blood, the face, eyes, money, strength, fruit, gold, copper, metals, happiness, misery, fortune, misfortune, aquatic plants, salt, condiments and unguents,—are neuter.

ಟೀಕೆ॥ ಖಂ-ಆಕಾಶವು-ಇಂದ್ರಿಯವು-ಈ ಆಕಾಶಾದಿ ವಸ್ತುಗಳ ಹೆಸರುಗಳು

ಸಂಭವಿಸಿದ ಸ್ಥಳದಲ್ಲಿ ಇವುಗಳ್ಗ ವಿಶೇಷಗಳ ಹೆಸರುಗಳೂ ವಿಶೇಷ ವಿಧಿ ಯಿಂದ ಬಾಧಿತಗಳಾಗದಂಥಾವಾಗಿದ್ದರೆ ನಪುಂಸಕಲಿಂಗವು.

ಮೂಲ|| ಭಯಾಮೃತಶಕೃದ್ವಸ್ತ್ರಚಾಪಾಭರಣಲಾಂಛನಂ || ||೪೫||
ದಾರ್ವೌಷಧಮೃದಪತ್ಯಹೃದಯೋದರಕಾಕುದಂ| ಪತ್ತನಾಜಿರ ಶೃಂಗಾ
ವರ್ಮ. ಬರ್ಹೇ ಚ ತಾರಕಂ ಮಾನಸಂ ||೪೬|| ಧ್ವಾಂತಂ ಚಾ

Names of fear, ambrosia, dung, cloth, bows, ornaments, marks or signs, wood, medicines, earth or clay, offspring, the heart, belly, palate, towns, courtyards, horns, armour, the peacock's tail, stars, mind, darkness—are neuter.

ಟೀಕೆ|| ಈ ಯೆರಡು ಶ್ಲೋಕಗಳು ಅಧಿಕಗಳು| ಆದರೆ ಇವುಗಳಿಗೆ ಕೆಲವರು ವ್ಯಾಖ್ಯಾನ ಮಾಡಿದರು| ಅದಕ್ಕೆ ಅರ್ಥವೇನೆಂದರೆ| ಭಯವು ಮೊದಲಾದಂಥ ವಸ್ತುವುಗಳ ಹೆಸರುಗಳು ವಿಶೇಷವಿಧಿಯಿಂದ ಬಾಧಿಸಲ್ಪಡದೇ ಯಿದ್ದರೆ ನಪುಂಸಕಲಿಂಗಗಳಾಗುತ್ತವೆ.

ಮೂಲ|| ಅವ್ಯಕ್ತಲಿಂಗಸ್ಯ ಭಣಿತೌ ಯತ್ಪ್ರಯುಜ್ಯತೇ||

Interrogative pronouns used indefinitely are neuter.

ಟೀಕೆ|| ಅವ್ಯಕ್ತಲಿಂಗಸ್ಯ-ಸ್ತ್ರೀ ಯೆಂದಾಗಲಿ ಪುರುಷನೆಂದಾಗಲಿ ತಿಳಿಯಲ್ಪಡದ ವಸ್ತುವಿನ, ಭಣಿತೌ-ಹೇಳುವದರಲ್ಲಿ, ಯತ್ಪ್ರಯುಜ್ಯತೇ-ಯಾವ ಶಬ್ದವು ಪ್ರಯೋಗಿಸಲ್ಪಡುತ್ತೋ ಅದು || ನ|| ||ಉ|| ಸ್ತ್ರೀವಾಪುಮಾನ್ವೇತಿ ತಸ್ಯ ಜಾತಂ ತದ್ ಬ್ರೂಹಿ ಪಂಡಿತ|

ಮೂಲ|| ಕೋಟ್ಯಾಃ ಶತಾದಿ ಸಂಖ್ಯಾನ್ಯಾ

Numerals above a hundred are neuter, except *koṭi* (a crore).

ಟೀಕೆ|| ಕೋಟಿಗಿಂತಲೂ ಇತರವಾದ ಶತಸಹಸ್ರಾದಿಸಂಖ್ಯಾ ವಾಚಕಶಬ್ದಗಳಲ್ಲಿ ವಿಶೇಷ ವಿಧಿಯಿಲ್ಲದಿದ್ದ ನಪುಂಸಕಲಿಂಗವು| ಕೋಟಿ ಶಬ್ದವು ಸ್ತ್ರೀಲಿಂಗವು||

ಮೂಲ|| ವಾಲಕ್ಷಾನಿಯುತಂ ಚ ತತ್ || ||೪೭||

But *laksha* (a lakh) used in the sense of *niyuta* (a hundred thousand or a million) has the feminine form *lakshá*.

ಟೀಕೆ|| ಲಕ್ಷ ಶಬ್ದವು ವಿಕಲ್ಪವಾಗಿ ||ನ|| ಪಕ್ಷದಲ್ಲಿ ||ಸ್ತ್ರೀ|| ಆ ಲಕ್ಷವೇ ನಿಯುತವೆನ್ನಿಸಿಕೊಳ್ಳುವದು.

ಮೂಲ॥ ದ್ವ್ಯಚ್ಕಮಸಿಸುಸನ್ನಂತಂ

Dissyllables ending in *as*, *is*, *us*, and *an* are neuter.

ಟೀಕೆ॥ ಎರಡು ಅಚ್ಚುಗಳುಳ್ಳ ಅಸ್-ಇಸ್-ಉಸ್-ಅನ್-ಎಂಬವುಗಳು ಅಂತವಾಗಿಉಳ್ಳಶಬ್ದಗಳು ।ನ॥ ॥ಉದಾಹರಣಗಳು॥ ಅಸಂತಕ್ಕೆ॥ ಸರ್ಪಿಸ್॥ ಇಸಂತಕ್ಕೆ॥ ಹವಿಸ್॥ ಉಸಂತಕ್ಕೆ॥ ವಪುಸ್॥ ಧನುಸ್॥ ಅನ್ನಂತಕ್ಕೆ॥ ನಾಮನ್। ರೋಮನ್-ಇತ್ಯಾದಿಗಳು.

ಮೂಲ॥ ಯದನಾಂತಮಕರ್ತರಿ॥

Abstract nouns ending in *ana* are neuter, except those which convey the sense of activity.

ಟೀಕೆ॥ ಕರ್ತ್ರರ್ಥವ್ಯತಿರಿಕ್ತಗಳಾದ ಕರಣಾಧಿಕರಣ ಭಾವಾದ್ಯರ್ಥಗಳಲ್ಲಿ ವಿಧಿಸಲ್ಪಟ್ಟ ಲ್ಯುಟ್ ಪ್ರತ್ಯಯವು ಮೊದಲಾದ ಪ್ರತ್ಯಯಗಳಿಗೆ ಆದೇಶವಾದ ಅನ ಎಂಬುವದು ಅಂತವಾಗಿಉಳ್ಳಶಬ್ದಗಳು ।ನ॥ ಕರಣಾರ್ಥದಲ್ಲಿ॥ ಸಾಧ್ಯತೆ ನೆನೆತಿಸಾಧನಂ॥ ಅಧಿಕರಣಾರ್ಥದಲ್ಲಿ ॥ ಅಧಿಕ್ರಿಯತೆ ಸ್ಮಿನ್ನಿತಿ ಅಧಿಕರಣಂ॥ ಭಾವಾರ್ಥದಲ್ಲಿ॥ ಪಚನಂಇತ್ಯಾದಿಗಳು .ಉದಾಹರಣಗಳು॥

ಮೂಲ॥ ತ್ರಾಂತಂನಲೋಪಧಂಶಿಷ್ಟಂ

Words ending in *tra* and *la* are neuter.

ಟೀಕೆ॥ ತ್ರಾಂತಂ-ತ್ರಾ ಎಂಬುವ ಅಕ್ಷರವು ಅಂತವಾಗಿಉಳ್ಳ ಪತ್ರ ಗಾತ್ರ ಕಳತ್ರಾದಿಶಬ್ದಗಳು॥ ನಲೋಪಧಂ, ಲಕಾರೋಪಧಗಳಾದ ಕುಲ-ಫಲ ಜಲಾದಿಶಬ್ದಗಳು॥ ಶಿಷ್ಟಂ-ವಿಶೇಷವಿಧಿಬಾಧಿತಗಳಲ್ಲದಂಥಾವು ।ನ॥ ಕೆಲವರು ನಲೋಪಧ ಎಂಬುವಂಥಾದ್ದಕ್ಕೆ ನಕಾರೋಪಧಗಳು ಲಕಾರೋಪಧಗಳು ಎಂದು ಅರ್ಥವಂ ಹೇಳಿ-ಯವನ, ಬಿಸಾದಿಗಳು ।ನ॥ ಎಂಬುವರು॥ ಕೆಲವರು ತ್ರಾಂತಂ-ಸನೋಪಧಂ ಎಂದು ಪಾಠವಂ ಹೇಳಿ ಕೇವಲ ತ್ರಾಂತಗಳಾದ ಪಾತ್ರಕಳತ್ರಾದಿಗಳು॥ಸಕಾರೋಪಧಗಳಾಗಿ ತ್ರಾಂತಗಳಾದ ವಸ್ತ್ರಶಸ್ತ್ರಾದಿಗಳು॥ ನಕಾರೋಪಧಗಳಾಗಿ ತ್ರಾಂತಗಳಾದ ಅಂತ್ರತಂತ್ರಾದಿಗಳು ।ನ॥ ಈ ಮೇರೆ ಹೇಳುವರು.

ಮೂಲ॥ ರಾತ್ರಂಪ್ರಾಕ್ಸಂಖ್ಯಯಾನ್ವಿತಂ॥ ॥೪೦॥

Compounds of *rátra* (night) preceded by a numeral are neuter.

ಟೀಕೆ|| ಸಂಖ್ಯಾವಾಚಕವಾದ ಪೂರ್ವ ಪದದೊಡನೆ ಕೂಡಿದ ರಾತ್ರಶಬ್ದವು |ನ| ||ಉದಾಹರಣಗಳು|| ಗಣರಾತ್ರಂ| ತ್ರಿರಾತ್ರಂ| ಇತ್ಯಾದಿಗಳು.

ಮೂಲ|| ಪಾತ್ರಾದ್ಯದಂತೈರೇಕಾರ್ಥೋದ್ವಿಗುರ್ಲಕ್ಷ್ಯಾನುಸಾರತಃ||

Dvigu compounds of *pátra* (pot) and similar words ending in *a* are generally neuter.

ಟೀಕೆ|| ಪಾತ್ರಶಬ್ದವು ಮೊದಲಾಗಿಉಳ್ಳ ಅಕಾರಾಂತಗಳಾದ ಉತ್ತರ ಪದಗಳ ಸಂಗಡ ಕೂಡಿದ್ದಾಗ|| ಏಕಾರ್ಥಃ|| ಸಮಾಹಾರಾರ್ಥದಲ್ಲಿ ವರ್ತಿಸಿದ ದ್ವಿಗು ಸಮಾಸವು|| ಲಕ್ಷ್ಯಾನುಸಾರತಃ|| ಪ್ರಯೋಗಾನುಸಾರದಿಂದ |ನ| ಉದಾಹರಣಗಳು|| ಪಂಚಪಾತ್ರಂ |ತ್ರಿಭುವನಂ| ಚತುರ್ಯುಗಂ| ಇತ್ಯಾದಿಗಳು.

ಮೂಲ|| ದ್ವಂದ್ವೈಕತ್ವಾವ್ಯಯೀಭಾವೌ.

Dvandva compounds of the *samáhára* class, and *avyayíbháva* compounds are neuter.

ಟೀಕೆ|| ದ್ವಂದ್ವೈಕತ್ವ-ಸಮಾಹಾರಾರ್ಥದಲ್ಲಿ ವರ್ತಿಸಿದ ದ್ವಂದ್ವ ಸಮಾಸವೂ-ಅವ್ಯಯೀಭಾವ ಸಮಾಸವೂ|ನ| ಉದಾಹರಣಗಳು|| ಸಮಾಹಾರ ದ್ವಂದ್ವಕ್ಕೆ ||ಪಾಣಿಪಾದಂ, ಅಶ್ವಬಲೀವರ್ದಂ, ||ಅವ್ಯಯೀಭಾವಕ್ಕೆ|| ಉಪಕುಂಭಂ-ಯಥಾವಿಧಿ, ಇತ್ಯಾದಿಗಳು.

ಮೂಲ|| ಪಥಸ್ಸಂಖ್ಯಾವ್ಯಯಾತ್ಪರಃ.

Compounds of *patha* (path) preceded by numerals or particles are neuter.

ಟೀಕೆ|| ಸಂಖ್ಯಾ-ಸಂಖ್ಯೆಯನ್ನು ಹೇಳುವಶಬ್ದಗಳು, ಅವ್ಯಯ-ಅವ್ಯಯಪದಗಳು, ಇವುಗಳಿಗಿಂತಾ ಪ್ರತ್ಯೇಕವಾಗಿ-ಕೃತಸಮಾಸಾಂತವಾದ ಪಥಶಬ್ದವು ವಿಶೇಷ ವಿಧಿಬಾಧಿತವಲ್ಲದಂಥಾದ್ದು |ನ| ಉದಾಹರಣಗಳು-ಸಂಖ್ಯಾಪೂರ್ವಕ್ಕೆ|| ತ್ರಿಪಥಂ| ಚತುಷ್ಪಥಂ-ಅವ್ಯಯ ಪೂರ್ವಕ್ಕೆ-ವಿಪಥಂ-ದುಷ್ಪಥಂ-ಇತ್ಯಾದಿಗಳು.

ಮೂಲ|| ಷಷ್ಠ್ಯಾಚ್ಛಾಯಾಬಹೂನಾಂಚೇದ್ವಿಚ್ಛಾಯಂ

The word *chháya* (shade) is neuter in Genitive *Tat-purusha* compounds, when signifying collective shade.

ಟೀಕೆ॥ ಸಂಖ್ಯಾವಾಚಕವಾದ ಪೂರ್ವ ಪದದೊಡನೆ ಕೂಡಿದ ರಾತ್ರಶಬ್ದವು ।ನ॥ ॥ಉದಾಹರಣೆಗಳು॥ ಗಣರಾತ್ರಂ॥ ತ್ರಿರಾತ್ರಂ॥ ಇತ್ಯಾದಿಗಳು.

ಮೂಲ॥ ಪಾತ್ರಾದ್ಯದಂತೈರೇಕಾರ್ಥೋ ದ್ವಿಗುರ್ಲಕ್ಷ್ಯಾನುಸಾರತಃ॥

Dvigu compounds of *pātra* (pot) and similar words ending in *a* are generally neuter.

ಟೀಕೆ॥ ಪಾತ್ರಶಬ್ದವು ಮೊದಲಾಗಿಉಳ್ಳ ಅಕಾರಾಂತಗಳಾದ ಉತ್ತರ ಪದಗಳ ಸಂಗಡ ಕೂಡಿದ್ದಾಗ॥ ಏಕಾರ್ಥಃ॥ ಸಮಾಹಾರಾರ್ಥದಲ್ಲಿ ವರ್ತಿಸಿದ ದ್ವಿಗು ಸಮಾಸವು॥ ಲಕ್ಷ್ಯಾನುಸಾರತಃ॥ ಪ್ರಯೋಗಾನುಸಾರದಿಂದ ।ನ॥ ಉದಾಹರಣೆಗಳು॥ ಪಂಚಪಾತ್ರಂ ।ತ್ರಿಭುವನಂ॥ ಚತುರ್ಯುಗಂ॥ ಇತ್ಯಾದಿಗಳು.

ಮೂಲ॥ ದ್ವಂದ್ವೈಕತ್ವಾವ್ಯಯೀಭಾವೌ.

Dvandva compounds of the *samáhára* class, and *avyayíbháva* compounds are neuter.

ಟೀಕೆ॥ ದ್ವಂದ್ವೈಕತ್ವ-ಸಮಾಹಾರಾರ್ಥದಲ್ಲಿ ವರ್ತಿಸಿದ ದ್ವಂದ್ವ ಸಮಾಸವೂ-ಅವ್ಯಯೀಭಾವ ಸಮಾಸವೂ।ನ॥ ಉದಾಹರಣೆಗಳು॥ ಸಮಾಹಾರ ದ್ವಂದ್ವಕ್ಕೆ ॥ಪಾಣಿಪಾದಂ, ಅಶ್ವಮಹಿಷಂ, ॥ಅವ್ಯಯೀಭಾವಕ್ಕೆ॥ ಉಪಕುಂಭಂ-ಯಥಾವಿಧಿ, ಇತ್ಯಾದಿಗಳು.

ಮೂಲ॥ ಪಥಸ್ಸಂಖ್ಯಾವ್ಯಯಾತ್ಪರಃ.

Compounds of *patha* (path) preceded by numerals or particles are neuter.

ಟೀಕೆ॥ ಸಂಖ್ಯಾ-ಸಂಖ್ಯೆಯನ್ನು ಹೇಳುವಶಬ್ದಗಳು, ಅವ್ಯಯ-ಅವ್ಯಯಪದಗಳು, ಇವುಗಳಿಗಿಂತಾ ಪ್ರತ್ಯೇಕವಾಗಿ-ಕೃತಸಮಾಸಾಂತವಾದ ಪಥಶಬ್ದವು ವಿಶೇಷ ವಿಧಿಬಾಧಿತವಲ್ಲದಂಥಾದ್ದು ।ನ॥ ಉದಾಹರಣೆಗಳು-ಸಂಖ್ಯಾಪೂರ್ವಕ್ಕೆ॥ ತ್ರಿಪಥಂ॥ ಚತುಷ್ಪಥಂ-ಅವ್ಯಯ ಪೂರ್ವಕ್ಕೆ-ವಿಪಥಂ-ದುಷ್ಪಥಂ-ಇತ್ಯಾದಿಗಳು.

ಮೂಲ॥ ಷಷ್ಠ್ಯಾಶ್ಛಾಯಾಬಹೂನಾಂಚೇದ್ವಿಚ್ಛಾಯಂ

The word *chháya* (shade) is neuter in Genitive *Tat-purusha* compounds, when signifying collective shade.

ಟೀ॥ ಷಷ್ಠ್ಯಾಃ ಎಂಬುವ ಪದವು, ಕಂಥೋಶೀನರ ನಾಮಸು, ಎಂಬುವ ಪರ್ಯಂತವೂ, ಅನುವರ್ತಿಸುವದು, ಷಷ್ಠ್ಯಂತಕ್ಕಿಂತಲೂ ಪರವಾದ ಛಾಯಾ ಶಬ್ದವು ಅಂತವಾಗಿ ಉಳ್ಳ ತತ್ಪುರುಷ ಸಮಾಸವು-ಆ ಛಾಯೆಯು ಬಹು ವಸ್ತುವುಗಳ ಸಂಬಂಧಿಯಾದರೆ-ನ-ವಿಛಾಯಂ ಯೆಂಬುವದು ಉದಾಹರಣ॥ ವೀನಾಂ ಪಕ್ಷಿಣಾಂ ಛಾಯಾ ವಿಚ್ಛಾಯಾ ಎಂದುವಿಗ್ರಹವು.

ಮೂಲ॥ ಸಂಹತೌ ಸಭಾ। ಶಾಲಾರ್ಥಾರಾಜಾ ಪರಾರಾಜಾ ಮನುಷ್ಯಾರ್ಥಾದ ರಾಜಕಾತ್।
||೪೭೪|| ದಾಸೀಸಭಂ ನೃಪಸಭಂ ರಕ್ಷಸ್ಸಭ ಮಿಮಾದಿಶ॥

The word *sabhá* (assembly) is neuter in Genitive *Tat-purusha* compounds when preceded by any term for a king, except *rája*, or by names of superhuman beings, as *rákshasa*, *pisháchá*, &c.

ಟೀ॥ ಷಷ್ಠ್ಯಂತಕ್ಕಿಂತಲೂ ಪರವಾಗಿ-ಸಂಹತೌ ಸಭಾ-ಸಮೂಹಾರ್ಥದಲ್ಲಿ ವರ್ತಿಸಿದ ಸಭಾಶಬ್ದವು ಅಂತವಾಗಿವುಳ್ಳ ತತ್ಪುರುಷ ಸಮಾಸವು-ನ. ಷಷ್ಠ್ಯಂತಗಳಾಗಿ ರಾಜಶಬ್ದ ವ್ಯತಿರಿಕ್ತಗಳಾದ ರಾಜಪರ್ಯಾಯಗಳಿಗಿಂತಲೂ ಅಮನುಷ್ಯಾರ್ಥವೆಂದರೆ ರಕ್ಷಃ ಪಿಶಾಚಾದಿ ವಾಚಕಗಳು, ಅವುಗಳಿಗಿಂತಲೂ ಪರವಾಗಿ ಶಾಲಾರ್ಥಕವಾದ ಸಭಾಶಬ್ದವು ಅಂತವಾಗಿವುಳ್ಳ ತತ್ಪುರುಷ ಸಮಾಸವು ।ನ। ದಾಸೀ ಸಭವೆಂಬುವದು ಮೊದಲು ಕ್ರಮವಾಗಿ ಉದಾಹರಣಗಳು॥ ಇಮಾದಿಶಃ ಅಂದದ್ದರಿಂದ ಈ ಪ್ರಕಾರವೇ ಉದಾಹರಣಾಂತರಗಳನ್ನೂ ತಿಳಿಯಬೇಕು.

ಮೂಲ॥ ಉಪಜ್ಞೋಪಕ್ರಮಾಂತಶ್ಚ ತದಾದಿತ್ವಪ್ರಕಾಶನೇ ॥ ||೪೭೫||
ಕೋಪಜ್ಞ ಕೋಪಕ್ರಮಾದಿ

The words *upajna* and *upakrama* are neuter in Genitive *Tat-purusha* compounds.

ಟೀ॥ ಬೇರೆಯವರು ಹೇಳದೆ ತನ್ನಿಂದಲೇ ತಿಳಿಯಲ್ಪಟ್ಟ ವಸ್ತುವು ಉಪಜ್ಞಾ ಎನ್ನಲ್ಪಡುವದು, ಬೇರೆಯವರು ಹೇಳದೆ ತನ್ನಿಂದಲೇ ಆರಂಭಿಸಲ್ಪಟ್ಟ ವಸ್ತುವು ಉಪಕ್ರಮವೆನ್ನಲ್ಪಡುವದು, ಇಂಥಾ ಉಪಜ್ಞೋಪಕ್ರಮಶಬ್ದಗಳು ಅಂತಗಳಾಗಿ ವುಳ್ಳ ಷಷ್ಠೀ ತತ್ಪುರುಷ ಸಮಾಸಗಳು, ತದಾದಿತ್ವ ಪ್ರಕಾಶನೆ-ಆ ಉಪಜ್ಞೋಪಕ್ರಮಗಳಿಗೆ ಮೊದಲು ತೋರುವಾಗ್ಯೂ-ಅವಕ್ಕೆ ಉ

ದಾಹರಣಗಳು॥ ಕೋಪಜ್ಞಂ-ಕೋಪಕ್ರಮಂ ಈ ಬಳಿ ಕಸ್ಯ ಉಪಜ್ಞಾ ಕೋಪಜ್ಞಂ-ಕಸ್ಯೋಪಕ್ರಮಃ ಕೋಪಕ್ರಮಂ ಎಂದು ವಿಗ್ರಹಗಳು, ಇವಕ್ಕೆ-ಕ-ಅಂದರೆ-ಬ್ರಹ್ಮ-ಆತನಿಂದ ಬಿಟ್ಟುರೂಪದೇಶವಿಲ್ಲದೆ ಮೊದಲು ತಿಳಿಯಲ್ಪಟ್ಟದ್ದು ಅಂದುಸ್ನೂ-ಆತನಿಂದ ಬಿಟ್ಟುರೂಪದೇಶವಿಲ್ಲದೆ ಮೊದಲೇ ಆರಂಭಿಸಲ್ಪಟ್ಟದ್ದು ಎಂತಲೂ-ಅರ್ಥವು-ಆ ಎಕಕ್ಕೆ ಕ್ರಮವಾಗಿ-ವೇದವೂ ಸರ್ಗವೂ ವಿಶೇಷ್ಯಗಳು,-ಆದಿ ಶಬ್ದದಿಂದ-ಪ್ರಾಚೇತಸೋಪಜ್ಞಂ ರಾಮಾಯಣಂ ಇತ್ಯಾದಿಗಳನ್ನೂ ತಿಳಿಯಬೇಕು.

ಮೂಲ॥ ಕಂಥೋಶೀನರನಾಮಸು.

The word *kanthá* (patched cloth) is neuter in Genitive *Tat-purusha* compounds when preceded by *Ushinara* (name of a country.)

ಟೀಕೆ॥ ಉಶೀನರ ದೇಶದಲ್ಲಿಯೂ-ಸಂಜ್ಞಾ ವಿಷಯಕವಾದಾಗ ಕಂಥಾ ಶಬ್ದವು ಅಂತವಾಗಿವುಳ್ಳ ಷಷ್ಠೀತತ್ಪುರುಷ ಸಮಾಸವು-ನ- ॥ಉದಾಹರಣಗಳು॥ ಸೌಶಮಿನಾಂಕಂಥಾ ಸೌಶಮಿಕಂಥಂ-ಆಹ್ವರಕಂಥಂ ಇತ್ಯಾದಿಗಳು.

ಮೂಲ॥ ಭಾವೇನಣಕಚಿದ್ಭ್ಯೋನ್ಯೇಸಮೂಹೇ ಭಾವಕರ್ಮಣೋಃ ॥ ॥೩೬॥
ಅದಂತಪ್ರತ್ಯಯಾಃ

Words of the *krit* and *taddhita* classes ending in *a* are neuter, except those ending in *na*, *ṇa*, *ka* and *cha*.

ಟೀಕೆ॥ ನಣಕಚಿದ್ಭ್ಯಃ-ನಪ್ರತ್ಯಯ-ಣಪ್ರತ್ಯಯ-ಕಪ್ರತ್ಯಯ-ಚಕಾರೇತ್ಪ್ರತ್ಯಯಗಳಿಗಿಂತಲೂ-ಅನ್ಯೇ-ಇತರಗಳಾದ, ಭಾವೇ-ಧಾತ್ವರ್ಥದಲ್ಲಿ ವಿಧಿಸಲ್ಪಟ್ಟ ಕೃತ್ಪ್ರತ್ಯಯಗಳಲ್ಲ,ಸಮೂಹಾರ್ಥದಲ್ಲಿಯೂ-ಭಾವಕರ್ಮಾರ್ಥದಲ್ಲಿಯೂ-ವಿಧಿಸಲ್ಪಟ್ಟ-ಅದಂತಪ್ರತ್ಯಯಾಃ-ಅಕಾರಾಂತ ತದ್ಧಿತ ಪ್ರತ್ಯಯಗಳೂ, ಅಂತವಾಗಿವುಳ್ಳ ಶಬ್ದಗಳು, ॥ನ॥ ಉದಾಹರಣಗಳು; ಕೃತ್ಪ್ರತ್ಯಯಗಳಿಗೆ ಭಾವಾರ್ಥದಲ್ಲಿ ಪಠಿತವ್ಯಂ-ಈ ಬಳಿ-ತವ್ಯ ಪ್ರತ್ಯಯವು, ಚೇಯಂ-ಈ ಬಳಿ ಯತ್. ಬ್ರಹ್ಮಭೂಯಂ, ಈ ಬಳಿ-ಕ್ಯಪ್-ಸಾಂರಾವಿಣಂ ವರ್ತತೇ-ಈ ಬಳಿ-ಇಣ್-ಅಕಾರಾಂತ ತದ್ಧಿತಗಳಿಗೆ ಸಮೂಹಾರ್ಥದಲ್ಲಿ-ಭಿಕ್ಷಾಣಾಂ ಸಮೂಹೋ ಭೈಕ್ಷಂ-ಗಾರ್ಭಿಣಂ-ಯೌವತಂ, ಈ ಬಳಿ-ಅಣ್-ಭಾವಕರ್ಮಾರ್ಥಗಳಲ್ಲಿ-ಶುಕ್ಲಸ್ಯ ಭಾವಃ ಕರ್ಮವಾಶೌಕ್ಲ್ಯಂ-ಬ್ರಾಹ್ಮಣ್ಯಂ-ಈ ಬಳಿ-ಷ್ಯಞ್

ಯತ್ನಃ-ಸ್ಯಾದಃ-ಅಬ್ಧೂತ್ಥಃ-ಜಯಃ ಇವು ಮೊದಲಾದ ನಙಕಚಿತ್ಪ್ರತ್ಯಯಾಂತಗಳಾದರೆ-ಪು.

ಮೂಲ|| ಪುಣ್ಯಸುದಿನಾಭ್ಯಾಂತ್ವಹಃಪರಂ

The word *ahas* (day) is neuter in compounds, when preceded by *punya* or *sudina* (auspicious).

ಟೀಕೆ|| ಪುಣ್ಯ ಸುದಿನಶಬ್ದಗಳಿಗಿಂತಲೂ ಪರವಾಗಿರುವ ಕೃತಸಮಾಸಾಂತವಾದ ಅಹಶ್ಶಬ್ದವು |ನ| ||ಉದಾಹರಣಗಳು|| ಪುಣ್ಯಾಹಂ-ಸುದಿನಾಹಂ-ಈ ಚಳಿ ಸುದಿನಶಬ್ದವು-ಶೋಭನಮಾತ್ರವಾಚಕವು,

ಮೂಲ|| ಕ್ರಿಯಾವ್ಯಯಾನಾಂ ಭೇದಕಾನ್ಯೇಕತ್ವೇಪ್ಯ,

Adverbs and their qualifying words are always in the neuter singular.

ಟೀಕೆ|| ಕ್ರಿಯಾವ್ಯಯಾನಾಂ-ಕ್ರಿಯೆಗಳಿಗೂ ಅವ್ಯಯಗಳಿಗೂ ಭೇದಕಾನಿ-ವಿಶೇಷಣಗಳಾದ ಶಬ್ದಗಳು ನ-ಅವು ಏಕತ್ವೇಪಿ ಎಂದದ್ದರಿಂದ ಏಕವಚನಾಂತಗಳು ||ಉದಾಹರಣಗಳು|| ಕ್ರಿಯಾ ವಿಶೇಷಣಗಳಿಗೆ ಮಂದಂ ಪಚತಿ-ವತ್ಸೈದು ಪಚತಿ-ಅವ್ಯಯ ವಿಶೇಷಣಗಳಿಗೆ ಸ್ವಃಶೋಭನಂ-ಶ್ವೋರಮಣೀಯಂ ಇತ್ಯಾದಿಗಳು.

||ಅವತರಣಿಕೆ|| ಇನ್ನು ನಪುಂಸಕಗಳನ್ನು ಸರ್ವರೂಪಗಳಿಂದಲೂ ತೋರಿಸುತ್ತಾನೆ.

ಮೂಲ|| ಕ್ಥತೋಟಕೆ ||೪೩|| ಚೋಚಕಂಬರ್ಹಂ ಗೃಹಸ್ಥೂಣಂ ತಿರೀಟಂ ಮರ್ತ್ಯಯೋಜನಂ-|ರಾಜಸೂಯಂ ವಾಜಪೇಯಂ ಗದ್ಯಪದ್ಯೇ ಕವೇಃ ಕೃತೌ ||೪೪|| ಮಾಣಿಕ್ಯ ಭಾಷ್ಯಸಿಂದೂರ ಚೀರ ಚೀವರ ಪಂಜರಂ| ಲೋಕಾಯತಂ ಹರಿತಾಲಂ ವಿದಲಂ ಸ್ಥಾಲ ಬಾಹ್ಲೀಕಂ ||೪೫||

A list of 25 words always neuter.

ಟೀಕೆ|| ಉಕ್ಥಶಬ್ದವು ಮೊದಲು ಬಾಹ್ಲೀಕ ಶಬ್ದದ ಪರಿಯಂತವೂ ಆದ ಶಬ್ದಗಳು ನ-ಇವುಗಳಲ್ಲಿ ಕೆಲವಕ್ಕೆ ಅರ್ಥಗಳು. ಉಕ್ಥಂ-ಸಾಮ ವಿಶೇಷವು. ತೋಟಕಂ-ವೃತ್ತ ವಿಶೇಷವು, ತಿರೀಟಂ, ತಿರುಗುವದು, ಲೋಕಾಯತಂ-ಚಾರ್ವಾಕ ಶಾಸ್ತ್ರ, ದಳಂ-ದಾಳಿಂಬೇ ಬೀಜ, ಕೆಲವರು ಹೆಸರು ಮೊದಲಾದವುಗಳ ಹೇಳೆಯೆಂಬುವರು. ಸ್ಥಾಲಂ-ಭೋಜನ ಪಾತ್ರ.

|| ಇತಿ ನಪುಂಸಕಲಿಂಗ ಶೇಷಃ ||

ಮೂಲ॥ ಪುನ್ನಪುಂಸಕಯೋ

Here begin rules relating to common gender, namely, masculine and neuter.

ಟೀಕೆ॥ ಈ ಪದವು ಸ್ತ್ರೀ ಪುಂಸಾಧಿಕಾರದ ಪರಿಧಿಗೂ ಅನುವರ್ತಿಸುವದು.

ಮೂಲ॥ ಶೇಷಃ.

ಟೀಕೆ॥ ಶೇಷಃ-ಪುನ್ನಪುಂಸಕ ವಿವರಣೆಗಳಲ್ಲಿ ಹೇಳಲ್ಪಡುವ ಅರ್ಧರ್ಚಾದಿ ಶಬ್ದಗಳು-ಶ್ಯ.

ಮೂಲ॥ ಅರ್ಧರ್ಚಪಿಣ್ಯಾಕ ಕಂಟಕಾಃ ಮೋದಕಸ್ತಂಡಕ ಟಂಕಶಾಟಕಾಃ ಖರ್ವ
ಟೋರ್ಬುದಃಪಾತ ಕೋದ್ಯೋಗಚರಕ ತಮಾಲಾ ಮಲಕಾನನಃ ಕುಷ್ಠಂ
ಮುಂಡಂ ಶೀಧು ಪುಸ್ತಂ ಕ್ಷ್ವೇಡಿತಂ ಕ್ಷೇಮಕುಟ್ಟಿಮಂ ॥೪೩॥ ಸಂಗಮಂ
ಶತಮಾನಸಾಮರ್ಥ ಕಂಬಲಾವ್ಯಯ ತಾಂಡವಂ ಕವಿಕಂ ಕಂದಕಾರ್ಪಾ
ಸಂ ಪಾರಾವಾರಂಯುಗಂಧರಂ ॥೪೪॥ ಯೂಷಃ ಪ್ರಗ್ರೀವ ಪಾತ್ರೀವೇಯೂ
ಷಂ ಚಮಸಚಿಕ್ಕಸಾ॥

A list of words which have a common masculine and neuter gender.

ಟೀಕೆ॥ ಇದರಲ್ಲಿ ಕೆಲವಕ್ಕೆ ಅರ್ಥವು॥ ತಂಡಕಃ-ಭೂಷಣವು ಶಾ-ಟಂಕಃ-ಶಾ ಟಕಃ-ಅಲ್ಪ ವಸ್ತ್ರವು, ಖರ್ವಟಃ-ಗ್ರಾಮ ಶತ ಮಧ್ಯದಲ್ಲಿರುವ ಪ್ರಧಾನ ಗ್ರಾಮವು, ಪ-ಉಪಗ್ರಾಮವು ಪ-ಕಂಟಕಾ ವೃತ ಗ್ರಾಮವು ಪಾ-ಕ ರ್ಪಾಟಃ ಚಿಕ್ಕ ಪಂಚಿ ಚರಕಂ-ವೈದ್ಯ ಗ್ರಂಥ-ಪುಸ್ತಂ-ಪೂಸುವದು ಮೊ ದಲಾದ ಕ್ರಿಯೆ, ಪುಸ್ತಕವು ಪಾ-ಬುಸ್ತಂ ಮೊಂಗ ವಿಶೇಷವು, ಶತಮಾ ನಂ ಹಲತೂಕ ಬೆಳ್ಳಿ, ಕೊಳಗದ ಧಾನ್ಯ ಮೊದಲಾದವುಗಳೆಂದು ಕೆಲವ ರು, ಅರ್ಮ-ನೇತ್ರ ರೋಗವು, ನಕಾರಾಂತವು ಅಕಾರಾಂತವೆಂದು ಕೆಲವ ರು. ಕಂಬಲಂ-ನೊಗಳವು-ಅವ್ಯಯಂ-ಅವ್ಯಯ ಶಬ್ದಗಳು, ಕವಿಕಂ-ಪಾ-ಕ ವಿಯಂಪಾ-ಕಲೀಯಾ-ಕಡಿವಾಣಃ-ಯುಗಂಧರಃ-ರಥದ ನೊಗ, ಪರ್ವತವಿ ಶೇಷವೆಂದು ಕೆಲವರು, ಪೂಯಂ-ಕೀವು, ಪ್ರಗ್ರೀವಂ-ಗವಾಕ್ಷಿ-ಮುದಸ ಕೈ ಯಿಗಳೆಂದು ಕೆಲವರು. ಪಾತ್ರೀವಂ-ಯಜ್ಞೋಪಕರಣವು, ಯೂಷಂ- ಹೆಸರು ಮೊದಲಾದವುಗಳ ಕಟ್ಟು-ಚಮಸಂ-ಯಜ್ಞಪಾತ್ರ, ಚಿಕ್ಕಸಂ-ಯ ವಾದಿಗಳ ಹಿಟ್ಟು,

ಮೂಲ॥ ಅರ್ಧರ್ಚಾದೌ ಘೃತಾದೀನಾಂ ಪುಂಸ್ತ್ವಂ ಯದ್ವೈದಿಕಂ ಧ್ರುವಂ ॥೪೩॥
ತನ್ನೋಕ್ತಮಿಹ ಲೋಕೇಽಪಿ ತಚ್ಚೇದಸ್ತ್ಯಸ್ತು ಶೇಷವತ್।

In the veda, *ghrita* words of the *ardharcha* class are masculine, in ordinary composition neuter. Exceptional cases of the latter in which they are made masculine may be recognized from the context.

ಟೀಕೆ॥ ಅರ್ಧರ್ಚಾದಿಗಣದಲ್ಲಿ ಘೃತ ಕ್ಷೀರಾದಿಶಬ್ದಗಳಿಗೆ ಯಾವ ಪುಲ್ಲಿಂಗವು ಹೇಳಲ್ಪಡುವದೋ ಅದು ನಿಶ್ಚಯವಾಗಿ ವೇದ ಸಿದ್ಧವಾದದ್ದರಿಂದ-ಇಲ್ಲಿ ಹೇಳಲ್ಪಡಲಿಲ್ಲ-ಲೋಕದಲ್ಲಿಯೂ ಆ ಪುಲ್ಲಿಂಗ ಪ್ರಯೋಗವು ಉಂಟಾದದ್ದಾರೆ ಶೇಷದ ಹಾಗೆ ಆಗಲಿ, ಅಂದರೆ-ಶೇಷಂತ್ವಜ್ಞೇಯಂ ಶಿಷ್ಟಪ್ರಯೋಗತಃ ಎಂಬು ಮುಂದೆ ಹೇಳಿದ್ದಾನೆಯಾಗಿ ಅಲ್ಲಿ ಶೇಷವೆಂದರೆ-ಈ ಶಾಸ್ತ್ರದಲ್ಲಿ ಹಾಸು ಹೇಳದ ಸಾಮಲಿಂಗ ನಿರ್ಣಯಗಳು-ಅದು ಯಾವಪ್ರಕಾರ ಶಿಷ್ಟಪ್ರಯೋಗದಿಂದ ತಿಳಿಯತಕ್ಕದ್ದೋ ಆ ಪ್ರಕಾರವೇ ಇಲ್ಲಿಯೂ ತಿಳಿಯತಕ್ಕದ್ದೆಂದು ಅರ್ಥವು.

॥ ಇತಿ ಪುನ್ನಪುಂಸಕಲಿಂಗ ಶೇಷಃ ॥

ಮೂಲ॥ ಸ್ತ್ರೀಪುಂಸಯೋ

Here begin rules relating to a common feminine and masculine gender.

ಟೀಕೆ॥ ಸ್ತ್ರೀಪುಂಸಯೋಃ-ಎಂಬುವ ಪದವು ಸ್ತ್ರೀ ನಪುಂಸಕಾಧಿ ಕಾರದವರಿವಿಗೂ ಅನುವರ್ತಿಸುವದು.

ಮೂಲ॥ ರ'ಪತ್ಯಾಂತಾಃ

Patronymics ending in *an*, *in*, *yan*, have a common gender, masculine and feminine.

ಟೀಕೆ॥ ಅಪತ್ಯಾರ್ಥದಲ್ಲಿ ವಿಧಿಸಲ್ಪಟ್ಟ-ಅಣ್-ಇಞ್-ಯಞ್-ಮೊದಲಾದ ಪ್ರತ್ಯಯಗಳು ಅಂತವಾಗಿವುಳ್ಳ ಶಬ್ದಗಳು-ಪ್ರ-ಉ-ಔಪಗವಃ-ಔಪಗವೀ-ದಾಕ್ಷಿಃ-ದಾಕ್ಷೀ-ಗಾರ್ಗ್ಯಃ-ಗಾರ್ಗೀ.

ಮೂಲ|| ದ್ವಿಚತುಷ್ಷಟ್ಪದೋರಗಾಃ ||೪೩|| ಜಾತಿಭೇದಾಃ

Names of bipeds, quadrupeds, six-footed animals and serpents are of common gender, masculine and feminine.

ಟೀಕೆ|| ದ್ವಿಚತುಷ್ಷಟ್ಪದ ಜಾತಿಗಳನ್ನು ಹೇಳುವ ಶಬ್ದಗಳೂ..ಸರ್ಪವಾಚಕ ಶಬ್ದಗಳೂ, ಪುಂಸ್ತ್ರೀ ||ಉ|| ದ್ವಿಪದ ಜಾತಿಗೆ-ಪುರುಷಃ-ಪುರುಷೀ-ಕುಕ್ಕುಟಃ-ಕುಕ್ಕುಟೀ- ಚತುಷ್ಪದಜಾತಿಗೆ-ಮೃಗಃ ಮೃಗೀ, ಷಟ್ಪದ ಜಾತಿಗೆ-ಭ್ರಮರಃ-ಭ್ರಮರೀ-ಸರ್ಪವಾಚಕಗಳಿಗೆ-ಉರಗಃ-ಉರಗೀ-ದ್ವಿಪದಜಾತಿಗಳಿಗೆ-ಉಪಲಕ್ಷಣವಾದ್ದರಿಂದ ಮತ್ಸ್ಯಃ-ಮತ್ಸ್ಯೀ-ಇತ್ಯಾದಿಗಳು-ಪ್ಸ್ನ.

ಮೂಲ|| ಪುಮಾಖ್ಯಾಶ್ಚ ಸ್ತ್ರೀಯೋಗೈಸ್ಸಹ.

Appellatives which take both masculine and feminine ter[illegible] nations are of common gender, masculine and feminin[illegible]

ಟೀಕೆ|| ಪುಮಾಖ್ಯಾಃ-ಪುರುಷವಾಚಕಗಳಾದ ಪ್ರಷ್ಠ-ಗೋಪಾಲ ಗ[illegible] ಗಳು ಸ್ತ್ರೀಯೋಗೈಸ್ಸಹ-ಪುರುಷ ಸಂಬಂಧದಿಂದ ಸ್ತ್ರೀಯರನ್ನು ಹೇಳುವ ಪ್ರಷ್ಠೀ ಗೋಪಾಲಿ-ಗಣಕೀ ಇತ್ಯಾದಿ ಶಬ್ದಗಳ ಸಂಗಡ ಪ್ಸ್ನ-ಈ-ಬಳಿ ಮತ್ತೊಂದು ವ್ಯಾಖ್ಯಾನವು ಸ್ತ್ರೀ-ಸ್ತ್ರೀವ್ಯಕ್ತಿಯೋಗೈಃ-ಪುರುಷ ಸಂಬಂಧಗಳಿಂದ ಪುಮಾಖ್ಯಾಃ-ಪ್ರಷ್ಠ ಗೋಪಾಲಾದಿ ಪುರುಷ ನಾಮಗಳನ್ನು ಹೊಂದುವದೆಂದು ಈ ೨ ವ್ಯಾಖ್ಯಾನಗಳಲ್ಲಿಯೂ ಪ್ರಷ್ಠ ಗೋಪಾಲಾದಿ ಪ್ರಾತಿಪದಿಕಗಳು ಪುರುಷರನ್ನೂ ಸ್ತ್ರೀಯರನ್ನೂ ಹೇಳಿ ದ್ವಿಲಿಂಗಗಳಾಗುವವೆಂದು ತಾತ್ಪರ್ಯವು. ೨ನೇ ವ್ಯಾಖ್ಯಾನದಲ್ಲಿ ಸಹ ಎಂಬುವ ಪದವು ಮುಂದಿನ ಮಲ್ಲಕ ಪದದೊಂದಿಗೆ ಸೇರುತ್ತದೆ.

ಮೂಲ|| ಮಲ್ಲಕಃ| ಯೋನಿರ್ವರಾಟಕಸ್ಸ್ವಾತಿರ್ವರ್ಣಕೋ ಝಾಟಲೋ ಮನುಃ ||೪೫|| ಮೂಷಾ ಸೃಪಾಟೀ ಕರ್ಕಂಧೂರ್ಯಷ್ಟಿಶ್ಚಾಟೀ ಕಟೀ ಕುಟೀ.

A list of words of common masculine and feminine gender.

ಟೀಕೆ|| ಮಲ್ಲಕ ಶಬ್ದವು ಮೊದಲು ಕುಟೀ ಶಬ್ದ ಪರ್ಯಂತಗಳಾದ ಶಬ್ದಗಳು ಪ್ಸ್ನ-ಇದರಲ್ಲಿ ಕೆಲವಕ್ಕೆ ಅರ್ಥವು|| ಮಲ್ಲಕಃ-ಹಣತೆ. ವರ್ಣಕಃ-ನೀಲ ಮೊದಲಾದ ಬಣ್ಣಗಳು ಪ್ಸ್ನ-ವಲ್ಲಕಃ-ವೀಣೆ. ಝಾಟಲಃ-ಎಕ್ಕ ಗಿಡ, ಇಯಂ ಮನುಃ-ಮನುವಿನ ಹೆಂಡತಿ ಪ್ಸ್ನ-ಇಯಂ ಮುನಿಃ-ತಪಸ್ವಿನಿ-ಸೃಪಾಟೀ-ಪರಿಮಾಣ ವಿಶೇಷವು, ನದೀವಿಶೇಷವು. ಕುಟೀ-ಗುಡಿಸಲು.

||ಇತಿ ಸ್ತ್ರೀ ಪುಲ್ಲಿಂಗ ಶೇಷಃ||

ಮೂ॥ ಸ್ತ್ರೀ ನಪುಂಸಕಯೋ

Here begin rules relating to a common feminine and neuter gender.

ಟೀಕೆ॥ ಸ್ತ್ರೀ ನಪುಂಸಕಯೋಃ ಎಂಬುವ ಪದವು ತ್ರಿಲಿಂಗಾಧಿಕಾರದ ವರಿವಿಗೂ ಅನುವರ್ತಿಸುವದು.

ಪಾಠ॥ ಭಾವ ಕ್ರಿಯಯೋಷ್ಷ್ಯ ಞ್ ಕ್ವಚಿತ್ಪುಂಸಿ ॥೪೭೬॥ ಔಚಿತ್ಯ ಮಾಚಿತೀ ಮೈತ್ರ್ಯಂ ಮೈತ್ರೀ ವುಞ್ ಪ್ರಾಗುದಾಹೃತಃ॥

Abstract nouns ending in *shyan*, *pyan*, *vun*, are of common gender feminine and neuter, with a few exceptions which are common masculine and neuter.

ಟೀಕೆ॥ ಭಾವ ಕ್ರಿಯಯೋಃ-ಭಾವಾರ್ಥ ಕರ್ಮಾರ್ಥಗಳಲ್ಲಿ ವಿಧಿಸಲ್ಪಟ್ಟ। ಷ್ಯಞ್-ಷ್ಯಞ್ಪ್ರತ್ಯಯಾಂತಗಳನ್ನು-ವುಞ್। ವುಞ್ಪ್ರತ್ಯಯಾಂತಗಳನ್ನು ।ಕ್ವಚಿತ್-ಒಂದಾನೊಂದು ಸ್ಥಳದಲ್ಲಿ।ಪುಂ। ಷ್ಯಞ್ಪ್ರತ್ಯಯಾಂತಕ್ಕೆ ॥ಉದಾಹರಣ॥ ಔಚಿತ್ಯಂ ।ಔಚಿತೀ॥ ಮೈತ್ರ್ಯಂ-ಮೈತ್ರೀ ।ಎಂದು। ಇದು ದಿಕ್ಪ್ರದರ್ಶನವಾದ್ದರಿಂದ।ವೈದಗ್ಧ್ಯಂ-ವೈದಗ್ಧೀ॥ ಆನುಪೂರ್ವ್ಯಂ। ಆನುಪೂರ್ವೀ॥ ಇವು ಮೊದಲಾದವುಗಳು ತಿಳಿಯತಕ್ಕದ್ದು। ಕ್ವಚಿತ್ ಅಂದದ್ದರಿಂದ। ಬ್ರಾಹ್ಮಣ್ಯಂ। ದಾರ್ಢ್ಯಂ। ಕಾರ್ಶ್ಯಂ। ಮೊದಲಾದವುಗಳು ನಪುಂಸಕಗಳೇ॥ ವುಞ್-ವುಞ್ಪ್ರತ್ಯಯಾಂತಗಳು। ಪ್ರಾಕ್। ಪೂರ್ವದಲ್ಲೇ॥ ಅಂದರೆ ಮನುಷ್ಯಾದಿವರ್ಗಾದಿಗಳಲ್ಲಿ। ಉದಾಹೃತಃ-ಹೇಳಲ್ಪಟ್ಟು ಇವೆ। ಅದು ಹ್ಯಾಗಂದರೆ-ಚೌರಿಕಾ। ಆರೋಹಪುರುಷಿಕಾ। ಮಾಧ್ಯಾಕಂ ಎಂದು. ಕ್ವಚಿತ್ ಅಂದದ್ದರಿಂದ-ವುಞ್ಪ್ರತ್ಯಯಾಂತಗಳು ಕೆಲವು ಸ್ತ್ರೀಲಿಂಗಗಳೇ। ಕೆಲವು ನಪುಂಸಕಲಿಂಗಗಳೇ। ಕೆಲವು ಯೆರಡು ಲಿಂಗಗಳೇ। ಆದ್ದರಿಂದ ಪ್ರಯೋಗಗಳಿಂದ ತಿಳಿಯತಕ್ಕದ್ದು.

ಪಾಠ॥ ಷಷ್ಠ್ಯಂತಪ್ರಾಕ್ಪದಾಸ್ಸೇನಾ ಛಾಯಾ ಶಾಲಾ ಸುರಾ ನಿಶಾಃ॥ ॥೪೭೭॥
ಸ್ಯುರ್ವಾ ನೃಸೇನಂ ಶ್ವನಿಶಂ ಗೋಶಾಲಮಿತರೇಚ ದಿಕ್।

The words *sená* (army), *chháyá* (shade); *shála* (hall), *surá* (spirituous liquor), *nishá* (night), governed by a word in the genitive are of common gender, feminine and neuter.

ಟೀಕೆ॥ ಷಷ್ಠ್ಯಂತವು ಪೂರ್ವಪದವಾಗಿವುಳ್ಳ॥ ಸೇನಾ ಛಾಯಾ ಶಾಲಾ ಸುರಾ ನಿಶಾ ಶಬ್ದಗಳು ॥ಸ್ತ್ರೀ॥ ಸ್ಯಾತ್॥ ಆಗೋಣದು॥ ನೃಸೇನಮಿತ್ಯಾದಿಗಳು ॥ಉದಾಹರಣಗಳು॥ ಇತರೇಷಾಂ॥ ಅಂದದ್ದರಿಂದ॥ ವೃಕ್ಷಛಾಯಂ॥ ಯಪಸುರಂ॥ ಯೆಂಬವುಗಳು ತಿಳಿಯ ಬೇಕು॥ ಈಬಳಿ ॥ವಾ॥ ಅಂದದ್ದರಿಂದ-ನೃಸೇನಾ ವೃಕ್ಷಛಾಯಾ ಗೋಶಾಲಾ॥ ಯವಸುರಾ॥ ಶ್ವನಿಶಾ॥ ಎಂದು ಸ್ತ್ರೀಲಿಂಗೋದಾಹರಣಗಳನ್ನು ತಿಳಿಯಬೇಕು॥ ಶ್ವನಿಶವೆಂದರೆ-ಕೃಷ್ಣಚತುರ್ದಶೀ.

ಮೂಲ॥ ಅಬನ್ನಂ ತೋತ್ತರಪದೋ ದ್ವಿಗುಶ್ಚ ಪುಂಸಿನಶ್ಚಲುಕ್ ॥ ||೪೩೮||
ತ್ರಿಖಟ್ವಂಚತ್ರಿಖಟ್ವೀಚ ತ್ರಿತಕ್ಷಂಚ ತ್ರಿತಕ್ಷ್ಯಪಿ॥

Dvigu compounds ending in *u* and *ú* are of common gender feminine and neuter.

ಟೀಕೆ॥ ಅಬಂತವು-ಅನ್ನಂತವು-ಉತ್ತರಪದವಾಗಿ ವುಳ್ಳ ದ್ವಿಗುಸಮಾಸವು-ಅಪುಂಸಿ ॥ಸ್ತ್ರೀ॥ನಶ್ಚಲುಕ್-ಅಂದರೆ ಅನ್ನಂತದ ನಕಾರಕ್ಕೆ ಲೋಪ ಬರುತ್ತದೆಂದರ್ಥವು॥ ಇದಕ್ಕೆ ಉದಾಹರಣ ತ್ರಿಖಟ್ವಂ ಮೊದಲಾದವುಗಳು.

॥ ಇತಿ ಸ್ತ್ರೀನಪುಂಸಕಲಿಂಗ ಶೇಷಃ ॥

ಮೂಲ॥ ತ್ರಿಷು ಪಾತ್ರೀ ಪುಟೀಪೇಟೀ ವಾಟೀ ಕುವಲದಾಡಿಮಾ॥ ||೪೩೯||

The following six words are of common masculine, feminine and neuter gender:—*pátri* (pot), *puṭi* (ball), *peṭe* (box), *váṭe* (shore), *kuvala* (lotus), *dáḍima* (pomegranate).

ಟೀಕೆ॥ ಪಾತ್ರೀ ಶಬ್ದವು ಮೊದಲು ೬-ತ್ರಿ ॥ಉದಾಹರಣ॥ ಪಾತ್ರಃ॥ ಪಾತ್ರೀ॥ ಪಾತ್ರಂ॥ ಭೋಜನಾದಿಪಾತ್ರ॥ ಈಪ್ರಕಾರವೇ ಮಿಕ್ಕವುಗಳೂ॥ ಪುಟೀ-ದೊಂನೆ॥ ಪೇಟೀ-ಪೆಟ್ಟಿಗೆ॥ ವಾಟೀ-ಸುತ್ತಲೂ ಆವರಣ ವುಳ್ಳ ಸ್ಥಳವಿಶೇಷವು॥ ಕುವಲ-ಬೋರೇಗಿಡ॥ ದಾಡಿಮ-ದಾಳಿಂಬೆಗಿಡ॥ ಕುವಲದಾಡಿಮ ಶಬ್ದಗಳು ನಪುಂಸಕಗಳಾದಾಗ ಫಲವಾಚಕಗಳು.

॥ ಇತಿ ತ್ರಿಲಿಂಗ ಶೇಷಃ ॥

ಮೂಲ॥ ಪರಲಿಂಗಂ ಸ್ವಪ್ರಧಾನೆ ದ್ವಂದ್ವೆ ತತ್ಪುರುಷೇಪಿಚ ।

The gender of *Dvandva* compounds of the *itaretarayoga* kind, and of *Tat-purusha* compounds, is determined by the gender of the final word.

ಟೀಕೆ॥ ಸ್ವಪ್ರಧಾನೆ ದ್ವಂದ್ವೇ-ಇತರೇತರ ಯೋಗದ್ವಂದ್ವದಲ್ಲಿಯೂ॥ ತತ್ಪುರುಷೇಪಿಚ-ತತ್ಪುರುಷ ಸಮಾಸದಲ್ಲಿಯೂ॥ ಪರಲಿಂಗಂ, ಪರಪದದಲಿಂಗವು ಬರುವದು ॥ಉದಾಹರಣ॥ ಇತರೇತರಯೋಗದ್ವಂದ್ವಕ್ಕೆ। ಕುಕ್ಕುಟಮಯೂರ್ಯೌ ಮಯೂರೀ ಕುಕ್ಕುಟೌ॥ತತ್ಪುರುಷಕ್ಕೆ॥ ಅರ್ಧಪಿಪ್ಪಲೀ॥ ಕರಕಿಸಲಯಂ.

॥ ಇತಿ ಪರಲಿಂಗಶೇಷಃ ॥

ಮೂಲ॥ ಅರ್ಥಾಂತಾಃ ಪ್ರಾದ್ಯಲಂಪ್ರಾಪ್ತಾಪನ್ನೆ ಪೂರ್ವಾಃಪರೋಪಗಾಃ ।

Compounds ending in the words *artha* (meaning), in an affix or in the words *alam* (sufficient), *prápta* (obtained), *ápanna* (happened) take terminations of all three genders.

ಟೀಕೆ॥ ಅರ್ಥಶಬ್ದವು ಅಂತವಾಗಿವುಳ್ಳ ಸಮಾಸಗಳೂ ಪ್ರಾದ್ಯುಪಸರ್ಗಗಳೂ ಅಲಂ ಶಬ್ದವೂ ಪ್ರಾಪ್ತಶಬ್ದವೂ ಆಪನ್ನಶಬ್ದವೂ ಪೂರ್ವವಾಗಿವುಳ್ಳಸಮಾಸಗಳು॥ ತತ್ಪುರುಷಗಳಾದರೂ॥ ಪರೋಪಗಾಃ-ವಿಶೇಷ್ಯಲಿಂಗವುಳ್ಳವುಗಳು ॥ಉದಾಹರಣ॥ ಅರ್ಥಾಂತಗಳಿಗೆ॥ ಬ್ರಾಹ್ಮಣಾಯಾಯಂ-ಬ್ರಾಹ್ಮಣಾರ್ಥಃ-ಸೂಪಃ॥ ಬ್ರಾಹ್ಮಣಾರ್ಥಾ ಯವಾಗೂಃ॥ ಬ್ರಾಹ್ಮಣಾರ್ಥಂಪಯಃ॥ ಪ್ರಾದಿಗಳಿಗೆ॥ ॥ಅತಿಕ್ರಾಂತಃ ಖಟ್ವಾಂ-ಅತಿಖಟ್ವಃ-ಪುರುಷಃ॥ ಅತಿಖಟ್ವಾಸ್ತ್ರೀ-ಅತಿಖಟ್ವಂ-ಕುಲಂ-ಇತ್ಯಾದಿಗಳು॥ ॥ಅಲಂ-ಪೂರ್ವಕ್ಕೆ॥ ಅಲಂಜೀವಿಕಾಯೈ-ಅಲಂಜೀವಿಕಃ-ಅಲಂಜೀವಿಕಾ-ಅಲಂಜೀವಿಕಂ-ಈ ಪ್ರಕಾರವೇ॥ ಪ್ರಾಪ್ತಜೀವಿಕಃ-ಆಪನ್ನಜೀವಿಕಃ ಎಂಬುವಗಳು.

ಮೂಲ॥ ತದ್ಧಿತಾರ್ಥೋದ್ವಿಗುಃ.

Taddhita words which are *Dvigu* compounds are of either gender according to termination.

ಟೀಕೆ॥ ತದ್ಧಿತಾರ್ಥದಲ್ಲಿ ವಿಧಿಸಲ್ಪಟ್ಟ ದ್ವಿಗುಸಮಾಸವು ವಿಶೇಷ್ಯಲಿಂಗವುಳ್ಳಂಥಾದ್ದು, ॥ಉದಾಹರಣ॥ ಪಂಚಸು ಕಪಾಲೆಷು ಸಂಸ್ಕೃತಃ-ಪಂಚಕಪಾಲಃ ಪುರೋಡಾಶಃ-ಪಂಚಕಪಾಲಾ ಯವಾಗೂಃ-ಪಂಚಕಪಾಲಂ ಹವಿಃ-

ಮೂಲ|| ಸ್ಸಂಖ್ಯಾಸರ್ವನಾಮತದಂತಕಾಃ||

Numerals, pronouns, and compounds ending in pro
are of either gender according to termination.

ಟೀಕೆ|| ಸಂಖ್ಯಾವಾಚಕ ಶಬ್ದಗಳು-ಸರ್ವನಾಮಶಬ್ದಗಳು-ಇವು ಅಂತಗ
ಶಬ್ದಗಳು-ವಿಶೇಷವಿಧಿಯಿಲ್ಲದಂಥಾವು-ವಿಶೇಷ್ಯಲಿಂಗವುಳ್ಳಂಥಾವಾ
||ಉದಾಹರಣೆ|| ಸಂಖ್ಯಾ ವಾಚಕಗಳಿಗೆ|| ಏಕಃ-ಪುರುಷಃ-ಏಕಾ
ಕಂ-ಕುಲಂ| ಇತ್ಯಾದಿಗಳು ||ಸರ್ವನಾಮ ಶಬ್ದಗಳಿಗೆ|| ಸಃ-ಪುರು
ಸ್ತ್ರೀ|| ತತ್-ಕುಲಂ ಇತ್ಯಾದಿಗಳು-||ಸಂಖ್ಯಾಂತಗಳಿಗೆ|| ಪರಮೈ
ಮೈಕಾ-ಪರಮೈಕಂ-ಇತ್ಯಾದಿಗಳು ||ಸರ್ವನಾಮಾಂತಗಳಿಗೆ||ಪರ
ಪರಮಸರ್ವಾ-ಪರಮಸರ್ವಂ-ಇತ್ಯಾದಿಗಳು.

ಮೂಲ|| ಬಹುವ್ರೀಹಿರದಿಙ್ನಾಮ್ನೋನ್ನೆಯಂತದುದಾಹೃತಂ ||

Bahuvrihi compounds may be of either gender, e
those containing the names of points of the compa

ಟೀಕೆ|| ದಿಗ್ವಾಚಕ ಶಬ್ದಗಳಿಗಿಂತಲೂ ಬೇರೆಯಾದ-ಶಬ್ದಗಳಿಗೆಬಂದ-ಬಹ
ಸಮಾಸವು-ವಿಶೇಷ್ಯಲಿಂಗವುಳ್ಳದ್ದಾಗುವದು-ತದುದಾಹೃತಂ-ಅದ
ಹರಣವು-ಉನ್ನೆಯಂ-ಊಹಿಸತಕ್ಕದ್ದು-ಹ್ಯಾಗೆಂದರೆ-ಚಿತ್ರಃ-ಪಟ
ಚಿತ್ರಪಟಃ-ಪುರುಷಃ-ಚಿತ್ರಪಟಾಸ್ತ್ರೀ-ಚಿತ್ರಪಟಂ-ಕುಲಂ-ಇ

ಮೂಲ|| ಗುಣದ್ರವ್ಯ ಕ್ರಿಯಾಯೋಗೋಪಾಧಯಃ ಪರಗಾಮಿನಃ |

Adjectives denoting the material composition of an
and participles, may be of either gender.

ಟೀಕೆ|| ಗುಣವೂ| ದ್ರವ್ಯವೂ| ಕ್ರಿಯೆಯೂ| ಪ್ರವೃತ್ತಿ ನಿಮಿತ್ತವಾಗಿ
ಗಳು| ಪರಗಾಮಿನಃ-ವಿಶೇಷ್ಯ ಲಿಂಗಗಳು ಳ್ಳಂಟಾದವುಗಳು
ಯೋಪಾಧಿಗಳಿಗೆ ||ಶುಕ್ಲಃ-ಪಟಃ-ಶುಕ್ಲಾ-ಶಾಟೀ-ಶುಕ್ಲಂ-ವಸ್ತ್ರಂ
ಪಾಧಿಗಳಿಗೆ|| ದಂಡೀಪುರುಷಃ-ದಂಡಿನೀ-ಸ್ತ್ರೀ-ದಂಡಿ-ಕುಲಂ|
ಧಿಗಳಿಗೆ| ಪಾಚಕಃ-ಪುರುಷಃ-ಪಾಚಿಕಾ ಸ್ತ್ರೀ-ಪಾಚಕಂ-ಕುಲ

ಮೂಲ|| ಕೃತಃ ಕರ್ತರ್ಯಸಂಜ್ಞಾಯಾಂ.

Krit words may be of either gender except when pr

ನಂಜ್ಞಾ ವ್ಯತಿರಿಕ್ತವಾದ ಕರ್ತ್ರರ್ಥದಲ್ಲಿ ವಿಧಿಸಲ್ಪಟ್ಟ ಕೃತ್ಪ್ರತ್ಯಯಾಂತ ಶಬ್ದಗಳು ವಿಶೇಷ್ಯಲಿಂಗಗಳು ವುಂಟಾದವುಗಳು-ಉದಾಹರಣ-ಕರ್ತಾ-ಕರ್ತ್ರೀ-ಕರ್ತೃ॥ ಕುಂಭಕಾರಃ ಕುಂಭಕಾರೀ-॥ಕುಂಭಕಾರಂ ಇತ್ಯಾದಿ ಗಳು. ಸಂಜ್ಞೆಯಲ್ಲಿ-ಸಿಂಹಃ ವ್ಯಾಘ್ರಃ ಎಂದು ವೃ।

ಕೃತ್ಯಾಃಕರ್ತರಿಕರ್ಮಣಿ ॥ ॥೪೮-೨॥

Kritya words used as subject or object may be of either gender.

ಕರ್ತ್ರರ್ಥದಲ್ಲಿಯೂ ಕರ್ಮಾರ್ಥದಲ್ಲಿಯೂ ವಿಧಿಸಲ್ಪಟ್ಟ ಕೃತ್ಯಾಃ-ಕೃತ್ಯ ಪ್ರತ್ಯಯಗಳು ಅಂತವಾಗಿಉಳ್ಳ ಶಬ್ದಗಳು-ವಿಶೇಷ್ಯಲಿಂಗಗಳು ವುಳ್ಳಂ ವು ॥ಉದಾಹರಣ॥ ಕರ್ತ್ರರ್ಥದಲ್ಲಿ॥ ಭವ್ಯಃ-ತರುಃ ಭವ್ಯಾ-ಲತಾ ಭವ್ಯಂ ವನಂ ॥ಕರ್ಮಾರ್ಥದಲ್ಲಿ॥-ವಕ್ತವ್ಯಃ ವಕ್ತವ್ಯಾ ವಕ್ತವ್ಯಂ-॥ಭಾವಾರ್ಥ ದಲ್ಲಿ॥-ಸ್ಥಾತವ್ಯಂ ಎಂದು ನಪುಂಸಕವು

ಅಣಾದ್ಯಾಸ್ತನರಕ್ತಾದ್ಯರ್ಥೇನಾನಾರ್ಥಭೇದಕಾಃ॥

Words used to qualify homonymous words may be of either gender when ending in *an* or other *taddhita* terminations.

ತನರಕ್ತಾದ್ಯರ್ಥೇ॥ ಅದರಿಂದ ಬಣ್ಣಮಾಡಲ್ಪಟ್ಟದ್ದು ಎಂಬುವದು ವೊದಲಾದ ಅರ್ಥಗಳಲ್ಲಿ ವಿಧಿಸಲ್ಪಟ್ಟ ಅಣಾದ್ಯಃ ಅಣ್ಪ್ರತ್ಯಯ ವೊದಲಾದ ತದ್ಧಿತಪ್ರತ್ಯಯಗಳು ಅಂತಗಳಾಗಿ ವುಳ್ಳ ಶಬ್ದಗಳು, ನಾನಾರ್ಥಭೇದಕಾಃ-ನಾನಾರ್ಥಗಳಿಗೆ ವಿಶೇಷಣಗಳಾಗಿ॥ ವಿಶೇಷ್ಯ ಲಿಂಗಗಳು ಗಳಾಗುವವು ॥ಉದಾಹರಣ॥ ಕುಸುಂಭೇನರಕ್ತಃಕೌಸುಂಭಃ ಪಟಃ-ಕೌಸುಂಭೀ ಶಾಟೀ॥ ಕೌಸುಂಭಂವಸ್ತ್ರಂ॥ ಇಂದ್ರೋದೇವತಾಸ್ಯ-ಐಂದ್ರಃ-ಪುರೋಡಾಶಃ ಐಂದ್ರೀ-ಋಕ್-ಐಂದ್ರಂ-ಹವಿಃ ಕೆಲವರು-ನಾನಾರ್ಥಭೇದ ಎಂಬುವದು ಪ್ರತ್ಯೇಕವಾಗಿ ನಾನಾರ್ಥವಾಚಕಗಳಾದ ಶಬ್ದಗಳು ವಿಶೇಷ್ಯಲಿಂಗಗಳುಳ್ಳವಾಗುವವೆಂದು ಅರ್ಥವಂಹೇಳುವರು॥ ಅದಕ್ಕೆ ಉದಾಹರಣಗಳು॥ ಶಿವೋರುದ್ರಃ ಶಿವಾಗೌರೀ-ಶಿವಂಭದ್ರಂ,

॥ ಇತಿವಾಚ್ಯಲಿಂಗಶೇಷಃ ॥

ಮೂಲ॥ ಷಟ್ಸಂಜ್ಞಕಾಸ್ತ್ರಿಷುಸಮಾಯುಷ್ಮದಸ್ಮತ್ತಿಙವ್ಯಯಂ ॥

Numerals ending in *sha* and *sa*, the first and sonal pronouns, verbs, and particles are the three genders.

ಟೀಕೆ॥ ಷಟ್ಸಂಜ್ಞಕಶಬ್ದಗಳೂ ಯುಷ್ಮಚ್ಛಬ್ದವೂ ಅಸ್ಮಚ್ಛಬ್ದವ[...] ಅವ್ಯಯಗಳೂ (ತ್ರಿಷುಸಮಾಃ) ಮೂರುಲಿಂಗಗಳಲ್ಲಿಯು[...] ಳಾಗಿರುವವು॥ ಷಟ್ಸಂಜ್ಞಕಗಳೆಂದರೆ ಷಕಾರಾಂತ ಸಕಾರ[...] ವಾಚಕಗಳು, ಕತಿಶಬ್ದವು ॥ಉದಾಹರಣ॥ ಷಕಾರಾಂ[...] ಟಿರಸಾಃ-ಷಟ್-ಸ್ತ್ರಿಯಃ-ಷಟ್ಕುಲಾನಿ॥ ॥ನಕಾರಾಂತ [...] ಪ್ರಾಣಾಃ-ಪಂಚಸ್ತ್ರಿಯಃ-ಪಂಚ ಇಂದ್ರಿಯಾಣಿ ॥ಕತಿಶಬ್[...] ಷಾಃ-ಕತಿಸ್ತ್ರಿಯಃ-ಕತಿಕುಲಾನಿ ॥ಯುಷ್ಮಚ್ಛಬ್ದಕ್ಕೆ॥ ತ್ವ[...] ಸ್ತ್ರೀ-ತ್ವಂ-ನಪುಂಸಕಂ ॥ತಿಙಂತಕ್ಕೆ॥-ಪಚತಿಪುಮಾನ್-ಪ[...] ತಿ ನಪುಂಸಕಂ ॥ಅವ್ಯಯಕ್ಕೆ॥-ಉಚ್ಚೈರ್ಗಿರಃ-ಉಚ್ಚೈ[...] ರ್ಗೃಹಂ ॥

॥ ಇತ್ಯಲಿಂಗಪ್ರಕರಣಂ ॥

ಮೂಲ॥ ಪರಂವಿರೋಧ

Where a word appears to be affected by [...] the foregoing rules, directions will be foun[...] determining which is applicable.

ಟೀಕೆ॥ ವಿರೋಧವೆಂದರೆ ಅನ್ಯತ್ರಚರಿತಾರ್ಥಗಳಾದ ಎರಡು [...] ದಾಹರಣದಲ್ಲಿ ಪ್ರಾಪ್ತಿಸುವಿಕೆ. ಅಂಥಾವಿರೋಧವು ಈ[...] ಹವರ್ಗದಲ್ಲಿ ಹೇಳಿದ ಲಕ್ಷಣಗಳಿಗೆ ಸಂಭವಿಸಿದರೆ॥ [...] ಲಕ್ಷಣದಿಂದ ವಿಧಿಸಲ್ಪಟ್ಟಲಿಂಗವೇ॥ ನಿರ್ಣಯಿಸತಕ್ಕದ್ದು[...] ದರೆ-ಅಸುರಪರ್ಯಾಯಗಳು ಪುಲ್ಲಿಂಗಗಳೆಂದೂ ಪುಲ್ಲಿಂಗ[...] ಲಕ್ಷಣವು ರಾಕ್ಷಸಾದಿಶಬ್ದಗಳಲ್ಲಿ ಚರಿತಾರ್ಥವು॥ ಅಸ[...] ಕಲಿಂಗಗಳೆಂದು ನಪುಂಸಕಲಿಂಗಶೇಷದಲ್ಲಿ ಹೇಳಿದ ಲ[...] ಬ್ದಾದಿಗಳಲ್ಲಿ ಚರಿತಾರ್ಥವು॥ ಈ ಲಕ್ಷಣಗಳುಸ್ವ ರ[...] ಪ್ತಗ್ರಾಹ್ಯವಾದ್ದರಿಂದ ಅಲ್ಲಿ ಪರವಾದ ದ್ವ್ಯಕ್ಷ ವಚನಸ[...]